AF362472

Tủ Sách Bảo Anh Lạc 74

PHÁP NGỮ
Kinh Hoa Nghiêm

Tập 1

Biên soạn
Thích Nữ Giới Hương

Giới thiệu
Hòa thượng Thích Như Minh

NXB TÔN GIÁO

Liên lạc:

HUONG SEN BUDDHIST TEMPLE

19865 Seaton Avenue, Perris, CA 92570, USA

Tel: 951-657-7272 Cell: 951-616-8620

Email: huongsentemple@gmail.com

Fanpage: Huong Sen

(https://www.facebook.com/Huong.Sen.Riverside)

Web: www.huongsentemple.com

MỤC LỤC

(Vui lòng xem tiếp Tập 2)

Lời Giới Thiệu

Của **Hòa Thượng Thích Như Minh**

Trân trọng giới thiệu hai tập sách Nghiên cứu về Kinh Hoa Nghiêm của Ni Sư Thích Nữ Giới Hương:

Quyển 1: PHÁP NGỮ KINH HOA NGHIÊM (2 tập): nội dung là những câu Pháp ngữ của Kinh, văn trường hàng dài từng phẩm được trích thành nhiều đoạn ngắn để dễ hiểu ý kinh Hoa Nghiêm.

Quyển 2: TINH HOA KINH HOA NGHIÊM: 1. Trình bày nội dung triết lý ở mỗi phẩm và trích đoạn chánh văn.

Hai tập sách này có mặt là thành quả nghiên cứu trong chương trình hoằng pháp có danh xưng Vi Diệu Pháp Media của Hội Đồng Tăng Già Giáo Hội Phật Giáo Liên Hữu Mỹ Việt – Vietnam America Buddhist Felllowship Sangha mà Ni Sư là vị đảm trách thuyết giảng trên băng tần TV và Netword hàng tuần suốt hai năm qua.

Ni Sư Thích Nữ Giới Hương là đệ tử của một Bậc thạc đức danh Ni Phật Giáo Việt Nam, trưởng lão Ni Hải Triều Âm. Ni sư tốt nghiệp tại Học Viện Phật Giáo Việt Nam, du học tại Đại Học New Delhi Ấn độ, nhận học vị Tiến Sĩ Phật Học. Sau đó, được Trưởng Lão Hòa Thượng Thích Mãn Giác bảo lãnh đến Hoa kỳ Hoằng Pháp. Hiện khai sáng và trú trì chùa Hương sen miền Nam California và giảng dạy tại Học Viện Phật Giáo Việt Nam tại TPHCM.

Ni Sư Thích Nữ Giới Hương đã nghiên cứu, trước tác, dịch thuật và đã xuất bản 53 tác phẩm Phật Học. Và trong năm 2022 đã hoàn tất để in 2 tập sách về Kinh Hoa Nghiên này.

Theo Đại sư Trí Khải (538-597) và truyền thuyết đại thừa Phật giáo nói rằng sau khi Đức Phật chứng ngộ Vô Thượng Chánh Đẳng Chánh Giác, ngài liền nhập đại định Hải ấn tam muội để thuyết giảng Kinh Hoa Nghiêm trong 21 ngày để hóa độ hàng thượng thừa Bồ Tát.

Kinh Đại Phương Quảng Phật Hoa Nghiêm (大方廣佛華嚴經, Mahāvaipulya Buddhāvataṃsaka Sūtra (Avatamsaka) hay Kinh Hoa Nghiêm – tràng hoa trang nghiêm cõi Phật là bộ kinh Đại Thừa được Đức Phật thuyết giảng trong 9 Pháp Hội và 7 địa điểm khác nhau:

Hội thứ nhất: Đức Phật tuyên thuyết tại Bồ Đề Đạo Tràng, do Bồ Tát Phổ Hiền là chủ hội về Y Báo và Chính Báo của Như-Lai.

Hội thứ hai: Đức Phật tuyên thuyết tại Điện Phổ Quang, do Bồ Tát Văn Thù là chủ hội, Đức Phật giảng về pháp môn Thập Tín.

Hội thứ ba: Gồm 6 phẩm diễn ra tại cung trời Đao Lợi, do Bồ Tát Pháp Tuệ là hội chủ giảng về Thập Trụ.

Hội thứ tư: Tại cung trời Dạ Ma, do Bồ Tát Công Đức Lâm là hội chủ giảng về Thập Hành.

Hội thứ năm: Tại cung trời Đâu Suất, do Bồ Tát Kim Cương Tràng là hội chủ giảng về Thập Hồi Hướng.

Hội thứ sáu: Tại cung trời Tha Hóa, do Bồ Tát Kim Cương Tạng là chủ hội giảng về Thập Địa.

Hội thứ bảy: Tại điện Phổ Quang Minh, do Đức Như-Lai là chủ Hội giảng về pháp môn Đẳng Giác Diệu Giác.

Hội thứ tám: Tái diễn tại điện tại Phổ Quang Minh, do Bồ Tát Phổ Hiền là chủ hội giảng về 2.000 Hạnh Môn.

Hội thứ chin tại rừng Thệ Đa, do Như-Lai và Thiện hữu đều là chủ hội giảng về Quả Pháp Giới, là phẩm Nhập Pháp Giới và phẩm 40 Nhập Bất Tư Nghì Giải Thoát Cảnh Giới Phổ Hiền

Hạnh Nguyện.

Phẩm Hoa Nghiêm – chữ Phạn là Gaṇḍavyūha – tương đương với bộ 40 quyển của Pháp sư Bát-nhã nên cũng được gọi là Tứ thập Hoa Nghiêm, thường được xem là toàn bộ Hoa Nghiêm kinh (Avataṃsaka). Bởi vì bộ kinh Đại thừa mang biệt danh Gaṇḍavyūha được xem như là 9 bộ kinh cốt yếu ở Nepal. Tại Trung Quốc và Tây Tạng, phẩm Gaṇḍavyūha được gọi là phẩm "Nhập Pháp giới" (入法界, Dharmadhātupraveśa) gồm 100.000 slokas (kệ).

Hai bộ kinh Hoa Nghiêm tiếng Việt hiện nay được Trưởng Lão Hòa Thượng Thích Trí Tịnh và trưởng lão Hòa Thượng Thịch Minh Định dịch từ bản của Tam tạng Pháp sư Thật Xoa Nan Đà và Phẩm 40 của Tam tạng Bát Nhã thời Đường.

Trân trọng, kính giới thiệu đến chư vị đọc giả.

Chùa Việt Nam – Los Angeles,

Ngày 20 tháng 06 năm 2022

Hòa Thượng Thích Như Minh

Lời Đầu

Nếu người muốn rõ biết

Tất cả Phật ba đời

Nên quán pháp-giới-tánh

Tất cả duy tâm tạo.

(Kinh Hoa Nghiêm, Phẩm 20, số 9. Giác Lâm Bồ Tát)

Bài quán kinh Hoa Nghiêm này cho biết tất cả chư Phật ba đời và sơn hà vũ trụ, núi sông đất liền, muôn loài vạn vật, hữu tình, vô tình… đều được hình thành từ tâm linh của mỗi người. Pháp giới càn khôn, vũ trụ Hoa Nghiêm là hiện tướng của tâm. Tâm trang nghiêm tạo nên cảnh giới y báo chánh báo, nên kinh này được gọi là Hoa Nghiêm Kinh, nói đủ là Đại Phương Quảng Phật Hoa Nghiêm Kinh.

Hoa Nghiêm là một trong những Bộ kinh lớn của Phật giáo, vua trong các kinh. Kinh giữ vị trí vô cùng quan trọng trong hệ thống tư tưởng văn học Phật giáo Đại thừa. Nội dung bao gồm tất cả tinh túy triết học của nhân sinh quan và vũ trụ quan Phật giáo, chân tướng của nhân sinh vũ trụ, pháp giới viên dung vô ngại của trùng trùng duyên khởi, tín giải hạnh chứng Nhất thừa viên giáo, Thập huyền môn, Nhất Chân pháp giới (sự lý, lý sự vô ngại) và thể tánh Huyền Hoa Tạng bao trùm khắp mười phương. Kinh Hoa Nghiêm cũng đề cao lý tưởng Bồ tát, hoàn thiện nhân cách thánh thiện của hành giả tu tập qua hình ảnh của Thiện tài đồng tử tham cầu học hạnh Bồ Tát từ 53 vị thiện tri thức.

Những ý tưởng siêu tuyệt của thế giới Huyền Hoa Tạng Trang Nghiêm, Thế Giới Hải trong Hoa Nghiêm đã ảnh hưởng đến tri thức và văn hóa của những nước tin theo Đạo Phật từ ngàn xưa đến nay. Nói đến đỉnh cao tư tưởng Phật Giáo, không thể nào không nói đến triết lý Bát Nhã, Tánh Không, Viên Giác, Lăng Nghiêm hay Hoa Nghiêm, vv...

Vụ Hoằng Pháp Giáo Hội Phật Giáo Tăng già Liên Hữu Việt Mỹ lúc 11 giờ sáng, Thứ tư ngày 10 tháng 03, năm 2021, đã diễn ra buổi lễ chính thức ra mắt chương trình hoằng pháp có danh xưng là Vi Diệu Pháp Media tại Chánh điện Chùa Việt Nam, thành phố Los Angeles, tiểu bang California, Mỹ quốc.

Hòa thượng Thích Như Minh[1] trụ trì Chùa Việt Nam, đã khai mạc chương trình hoằng pháp với diễn văn như sau:

"Hoằng pháp là Sứ mệnh của Tăng Già Giáo Hội Phật Giáo Tăng già Liên Hữu Việt Mỹ. Tiếp nối con đường hoằng pháp của Phật Giáo Việt Nam tại Hoa kỳ của những Đại Sư Trưởng Lão Thích Nhất hạnh, Trưởng Lão Thích Thiên Ân, Trưởng Lão Thích Mãn Giác, và Chư Tôn Đức Tăng Ni trưởng lão...."

Trong buổi lễ này, con là Thích Nữ Giới Hương đã được chỉ định tôn kính tuyên đọc và chia sẻ ý nghĩa Bộ kinh Đại Phương Quảng Phật Hoa Nghiêm (Avatamsaka Sutra) do Pháp Sư Bát Nhã dịch từ Phạn ngữ ra Hán ngữ, được Trưởng Lão Hòa Thượng Thích Trí Tịnh dịch từ Đại Chính Tân Tu Đại Tạng Kinh ra tiếng Việt và dựa vào bài giảng sớ giải Hoa Nghiêm của Đại sư Giới Hoàn, Hòa thượng Tuyên Hóa, Hòa thượng Trí Quảng, Hòa thượng Duy Lực, Hòa thượng Đức Nhuận, Sư bà Hải Triều Âm và nhiều chư tôn thiền đức cùng các hành giả khác.

---

1   https://www.huongsentemple.com/index.php/vn/ung-dung/phap-am-video/7118-phap-am-vi-dieu-phap

https://viengiac.info/2021/04/phap-am-tang-gia-phat-giao-lien-huu-viet-my/

Thời gian hơn một năm đã trôi qua nhanh, đến hôm nay bộ Kinh Hoa Nghiêm đã được tuyên đọc và chia sẻ xong, trên các đài Tivi Vi Diệu Pháp Media, Cali Today, Global Tivi, Tivi AVA 57.7, Website và Fanpage Huong Sen, các phương tiện truyền thông và trang mạng khác.

Nói đến Kinh Hoa Nghiêm là nói đến tư tưởng Liên Hoa Tạng, pháp giới trùng trùng duyên khởi giao xen viên dung vô ngại, như giăng bày màng lưới báu châu ma ni của cung trời Đế Thích. Ánh sáng chiếu soi đan xuyên giao nhau qua lại hiện hữu trang nghiêm mà chư Phật đang ngự trụ trong đó, là cảnh giới thiền định để giáo giới vi trần chư Bồ Tát, hóa độ chúng sanh khắp mười phương. Đây là một bản kinh quan trọng mà chính Đức Phật Thích Ca Mâu Ni khi vừa giác ngộ dưới gốc cây bồ đề đã chia sẻ liền trong 21 ngày đầu tiên như Thiên Thai Trí Giả nói kệ:

Hoa Nghiêm đức Phật nói lần đầu trong hai mươi mốt ngày

A Hàm mười hai, Phương Đẳng tám năm

Hai mươi hai năm bàn về Bát Nhã

Pháp Hoa, Niết Bàn cộng tám năm.

Những gì hay và cao quý trong bộ Hoa Nghiêm được Đức Phật quyết định truyền trao liền cho chúng sanh ngay khi vừa giác ngộ, giống như người cha già có bao nhiêu của cải trân quý muốn trao hết liền cho đàn con dại. Những gì Đức Phật và Bồ Tát dạy trong 21 ngày đều nằm trong Bộ Kinh Hoa Nghiêm 4 quyển gồm 2940 trang[2] với nhiều triết lý thâm sâu cao siêu uyên áo. Tuy nhiên, đối với quần chúng bình dân bận rộn thì Hoa Nghiêm rất khó đọc, khó tụng và khó hiểu vì quá dày, quá uyên áo, đa dạng, muôn hình vạn trạng. Được sự khích lệ của Hòa thượng Thích Như Minh và chư

---

2   Kinh Đại Phương Quảng Phật Hoa Nghiêm Kinh. Hán dịch: Đại Sư Phật Xoa Nan Đà. Việt dịch HT Thích Trí Tịnh. 4 tập. Tái bản lần thứ 12. Nhà xuất bản Tôn Giáo. Pl 2563. DL 2019. Dày 2940 trang.

huynh đệ, con là Tỳ kheo Ni Giới Hương đảnh lễ phát nguyện soạn lại thành 2 quyển ngắn gọn:

Quyển 1: PHÁP NGỮ KINH HOA NGHIÊM

Chánh văn kinh trường hàng dài gồm các lời dạy của Đức Phật Tỳ-Lô-Giá-Na, Đức Phật Thích Ca, Chư Phật, Bồ Tát và các Thiện Thần, được lựa chọn làm ngắn lại và đặt tên: Pháp Ngữ Kinh Hoa Nghiêm. Đầu mỗi phẩm có mục lục, để giúp hành giả dễ tiếp cận chi tiết từng phẩm Kinh Hoa Nghiêm.

Từ phẩm 1-30 là tập 1 và từ phẩm 31-40 là tập 2.

Quyển 2: TINH HOA KINH HOA NGHIÊM

1. Nội dung triết học toát lên ở mỗi phẩm

2. Vài đoạn chánh văn tiêu biểu.

Mục đích hai tác phẩm này giúp Phật tử ít có thời gian học pháp, có thể có duyên lành học hỏi, tiếp cận nhanh một phần nào tinh hoa của triết lý Hoa Nghiêm uyên áo và ứng dụng lý tưởng Bồ Tát trong đời sống tu tập hàng ngày qua hình ảnh của Thiện Tài Đồng Tử du phương tham học Phật pháp không mệt mỏi.

Chúng con đê đầu đảnh lễ tri ân tôn sư Hải Triều Âm cùng nhiều chư tôn đức Hòa thượng pháp sư và các hành giả đã vẽ Bản đồ Kinh Hoa Nghiêm để chúng con lần theo đó mà thấy rõ lộ trình tu tập lên lầu Kinh Hoa Nghiêm.

Thế giới huyền hoa tạng Tỳ-lô-giá Na Phật cao siêu thâm áo là thế giới và trí tuệ của các bậc chứng nghiệm, chứng ngộ mà chúng con mạo muội dùng ngôn ngữ trần gian để giải thích mô tả trên sự hiểu biết còn non kém của mình, nên sẽ có nhiều sai xót vấp phải. Kính mong Chư Tôn Thiền Đức Tăng Ni, đạo cả thâm uyên và các hành giả Hoa Nghiêm từ bi chỉ dạy góp ý bổ sung, với ước nguyện mong cho ý Phật càng thấu vào lòng chúng sanh trong thời đại khoa học điện tử, có thể hiểu thế giới vật chất nguyên tử cùng với bản thể tâm thức pháp giới vốn là không hai, không một (bất nhị).

Chúng con kính đảnh lễ tri ân Chư tôn thiền đức và tất cả quý

Phật tử đã ủng hộ và đồng hành với chúng con trong sứ mạng tận lòng: *"Phục vụ chúng sanh là cúng dường chư Phật."*

Chúng con kính đảnh lễ và phát nguyện hành theo công hạnh của Đức Tỳ-lô-giá-na Phật, Chư Phật, Bồ Tát và Thiện Thần trong hải hội Hoa Nghiêm:

Ba đời Như-Lai bậc đạo sư

Trí nguyện quảng đại khó nghĩ bàn

Vô biên sát hải vô số cõi

Một niệm Như-Lai hiện Chân như.

Nam Mô Hoa Tạng Giáo Chủ Trang Nghiêm
Sát Hải Tỳ-Lô-Giá-Na Phật.

Nam mô Giáo Pháp Viên Dung Vô Ngại,

Đại Phương Quảng Phật Hoa Nghiêm Kinh tác đại chứng minh.

Mùa hạ Hương Sen Perris, tháng 5 năm 2023
Kính lạy,
Hậu học: **Thích Nữ Giới Hương**

Phẩm 1.

I. MỤC LỤC

1. Thế giới vi trần số đại Bồ Tát
2. Thế giới vi trần số chấp-kim-cang thần
3. Mười chín loại thần trong dị sinh chủng
4. Tám bộ chúng trời và tứ thiên vương
5. Dục giới có bảy chúng
6. Sắc giới có năm chúng
7. Thế giới vi trần của chư thiên ba cõi
8. Thế giới vi trần số chư thiên đạt giải thoát môn
9. Chư thiên vương giải thoát môn
10. Chư thần vương giải thoát môn
11. Chư thần-chủ giải-thoát-môn
12. Đại-bồ-tát giải-thoát-môn
13. Chư bồ-tát cúng-dường tán thán
14. Thế chủ cúng dường.
15. Hoa Tạng Thế Giới.

***

II. CHÁNH VĂN

Như vậy tôi nghe, một lúc Phật ở nước Ma-Kiệt-Đề, trong đạo-tràng bồ-đề, ban đầu thành Vô-thượng Chánh-giác.

- Do thần lực của Phật làm cho đạo-tràng này ảnh-hiện tất cả sự trang-nghiêm.

- Cây bồ-đề cao lớn lạ thường: thân bằng Kim-Cang và Lưu-Ly

- Lại do thần lực của Như-Lai, cây bồ-đề này thường vang ra tiếng vi-diệu, nói các thứ pháp-môn vô-cùng vô-tận.

- Cung-điện lâu-đài của Đức Như-Lai ở, rộng-rãi trang-nghiêm, tốt đẹp khắp đến mười Phương.

Thần-thông tự-tại của Như-Lai làm cho tất cả cảnh-giới đều hiện trong lưới báu. Tất cả chúng-sanh, cùng nơi chỗ nhà cửa của họ, đều hiện bóng trong đó.

-Lại do thần-lực của chư Phật, trong khoảng một niệm, cả pháp-giới đều bao gồm trong lưới báu.

- Lại do oai thần của chư Phật, chư Bồ-Tát diễn nói cảnh giới rộng lớn của Như-Lai, tiếng đó vi-diệu, vang xa khắp đến tất cả chỗ.

Lúc đó Đức Thế-Tôn ngự trên tòa sư-tử này thành vô thượng chánh giác: Trí Phật chứng nhập thời gian ba đời đều bình đẳng, thân Phật khắp đầy tất cả thế gian, tiếng Phật thuận khắp cõi nước mười phương.

(Kinh Hoa Nghiêm, Phẩm 1. Thế Chủ Diệu Nghiêm)

1. THẾ GIỚI VI TRẦN SỐ ĐẠI BỒ TÁT

Có mười thế-giới vi-trần số đại Bồ-Tát theo hầu quanh Phật. Danh hiệu của các ngài là: Phổ-Hiền Bồ-Tát, Phổ-Đức-Tối-Thắng-Đăng-Quang-Chiếu Bồ-Tát… **Từ xưa chư Bồ-Tát này cùng với Tỳ-Lô-Giá-Na Như-Lai đồng:**

- Tu tập thiện căn.

- Thật hành Bồ-Tát hạnh

- Từ biển căn lành của Như-Lai sanh ra

- Đã đầy đủ các môn ba-la-mật

- Huệ-nhãn sáng suốt thấy ba đời

- Nơi các môn tam-muội đều đầy đủ thanh-tịnh

- Biện tài rộng lớn vô tận như biển

- Đủ công-đức Phật tôn nghiêm đáng kính

- Biết căn tánh của chúng-sanh thuận theo giáo-hóa điều phục

- Vào tạng pháp-giới, trí vô-phân-biệt

- Chứng giải-thoát của Phật rất sâu rộng lớn

- Có thể tùy phương tiện, vào nơi một bực mà dùng tất cả hạnh nguyện.

- Thường đi chung với trí-tuệ, cùng tận thuở vị-lai rõ thấu cảnh-giới bí-mật rộng lớn của chư Phật

- Khéo biết tất cả pháp bình đẳng của Phật, đã đi trên bực Phổ-Quang-Minh của Như-Lai

- Nhập nơi vô-lượng môn tam-muội, đều tùy loại hiện thân khắp tất cả chỗ

- Đồng sự với thế-gian mà thật hành thế-pháp, tổng-trì rộng lớn chứa nhóm tất cả pháp.

- Biện tài thiện xảo chuyển pháp-luân bất-thối, biển cả công-đức của tất cả Như-Lai đều vào nơi thân của các ngài.

- Tất cả quốc-độ của chư Phật các ngài đều phát nguyện đi đến

- Đã từng cúng-dường tất cả chư Phật trải qua vô-biên số kiếp luôn hoan-hỷ không nhàm.

- Chỗ tất cả chư Phật chứng đạo bồ-đề các ngài thường ở trong đó gần gũi không rời.

- Thường đem nguyện-thệ Phổ-Hiền đã được, làm cho trí-thân của tất cả chúng-sanh đều đầy đủ.

Chư Bồ-Tát trên đây trọn nên vô-lượng công-đức như vậy.

(Kinh Hoa Nghiêm, Phẩm 1. Thế Chủ Diệu Nghiêm)

2. THẾ GIỚI VI TRẦN SỐ CHẤP-KIM-CANG THẦN

Lại có thế-giới vi-trần số Chấp-Kim-Cang Thần như Diệu-Sắc Na-La-Diên Thần… Chư thần này thường phát nguyện lớn trong vô-lượng kiếp quá-khứ:

- Nguyện thường gần-gũi cúng dường chư Phật

- Nguyện hạnh đã được viên-mãn

- Đã đến bỉ-ngạn, chứa nhóm vô-biên phước-nghiệp thanh-tịnh

- Đã thông đạt cảnh-giới của các môn tam-muội

- Đã được thần-thông theo ở bên Như-Lai

- Nhập cảnh-giới bất-khả tư-nghì giải-thoát

- Oai-quang các ngài rất hùng mãnh nơi chúng hội

- Tùy theo chúng-sanh mà hiện thân để điều phục

- Tất cả chư Phật hóa thân ở chỗ nào thời các cũng hóa thân theo qua, chỗ của tất cả Như-Lai ở các ngài thường siêng năng hộ vệ.

(Kinh Hoa Nghiêm, Phẩm 1. Thế Chủ Diệu Nghiêm)

3. MƯỜI CHÍN LOẠI THẦN TRONG DỊ SINH CHỦNG

- Lại có **thế-giới vi-trần số Chấp-Kim-Cang Thần**: Diệu-Sắc Na-La-Diên Thần... phát nguyện lớn trong vô-lượng kiếp quá-khứ: gần-gũi cúng dường chư Phật, chỗ của tất cả Như-Lai ở các ngài thường siêng năng hộ vệ.
- Lại có **thế-giới vi-trần số Thân-Chúng Thần**: Hoa-Kế Trang-Nghiêm Thần... Chư Thần này nguyện trong vô-lượng kiếp quá-khứ thường gần gũi Như-Lai.

- Lại có **thế-giới vi-trần số Đạo-Tràng Thần** : Tịnh Trang-Nghiêm-Tràng Thần... nguyện trong vô-lượng bất-tư-nghì kiếp, chư thần này đều trang nghiêm Thanh-Tịnh cung-điện của Như-Lai.

- Lại có **thế-giới vi-trần số Chủ-Địa Thần**: Phổ-Đức-Tịnh-Hoa Thần... phát-nguyện rộng lớn thường gần gũi chư Phật đồng tu phước-nghiệp.

- Lại có **vô-lượng chủ Sơn-thần**: Bửu-Phong-Khai-Hoa Thần... được pháp-nhãn thanh-tịnh đối với các pháp.

- Lại có **bất-tư-nghì số Chủ-Lâm Thần**: Bố-Hoa-Như-Vân Thần... đều có vô-lượng quang-minh khả-ái.

- Lại có **vô-lượng Chủ-Dược Thần**: Cát-Tường Thần... đều lìa cấu nhiễm, lòng nhơn từ cứu-giúp muôn vật.

- Lại có **vô-lượng Chủ-Giá Thần**: Nhu-Nhuyến-Thắng-Vị Thần... đều được thành tựu đại hỷ.

- Lại có **vô-lượng Chủ-Hà Thần**: Phổ-Phát-Tánh-Lưu Thần... đều ân cần để ý lợi ích chúng-sanh.

- Lại có **vô-lượng Chủ-Hải Thần**: Xuất-Hiện Bửu-Quang Thần,... đều dùng biển cả công-đức của Như-Lai để đầy đủ thân mình.

- Lại có **vô-lượng Chủ-Thủy Thần**: Phổ-Hưng-Vân-Tràng Thần... thường siêng năng cứu hộ và làm lợi ích tất cả chúng-sanh.

- Lại có **vô số Chủ-Hỏa Thần**: Phổ-Quang Diệm-Tàng Thần... thị-hiện các thứ quang-minh làm cho chúng-sanh dứt trừ những nhiệt-não.

- Lại có **vô-lượng Chủ-Phong Thần**: Vô-Ngại-Quang-Minh Thần... đều siêng năng làm tan dứt tâm ngã mạn.

- Lại có **vô-lượng Chủ-Không Thần**: Tịnh-Quang-Phổ Chiếu Thần... đều xa lìa trần cấu tâm rộng lớn sáng suốt trong sạch.

- Lại có **vô-lượng Chủ-Phương Thần**: Biến-Trụ-Nhứt-Thiết Thần... có thể dùng phương tiện phóng-quang-minh thường chiếu khắp mười phương chẳng dứt.

- Lại có **vô-lượng Chủ-Dạ Thần**: Phổ-Đức-Tịnh-Quang Thần... thường siêng năng tu-tập, vui với chánh-pháp.

- Lại có **vô-lượng Chủ-Trú Thần**: Thị-Hiện-Cung-Điện Thần... siêng năng nghiêm-sức cung-điện.

(Kinh Hoa Nghiêm, Phẩm 1. Thế Chủ Diệu Nghiêm)

4. TÁM BỘ CHÚNG TRỜI và TỨ THIÊN VƯƠNG

- Lại có **vô-lượng A-Tu-La-Vương**: La-Hầu-Vương... siêng-năng xô dẹp ngã-mạn và những phiền não.

- Lại có **bất-tư-nghì số Ca-Lâu-La Vương**: Đại-Tốc-Tật-Lực Vương... đã thành tựu sức phương tiện lớn, có thể cứu-hộ tất cả chúng-sanh.

- Lại có **vô-lượng Khẩn-Na-La Vương**: Thiện-Huệ-Quang-Minh-Thiên Vương... đều siêng-năng tinh-tấn quán tất cả pháp, lòng thường khoái-lạc du-hí tự-tại.

- Lại có **vô-lượng Ma-Hầu-La-Già Vương** : Thiện-Huệ Vương... đều siêng tu-tập phương-tiện rộng lớn làm cho chúng-sanh dứt hẳn ngu-si.

- Lại có **vô-lượng Dạ-Xoa Vương**: Tỳ-Sa-Môn Vương... đều siêng thủ-hộ tất cả chúng-sanh.

- Lại có **vô-lượng Đại-Long Vương**: Tỳ-Lâu-Bát-Xoa Vương... đều siêng tu-học pháp môn vô-ngại phóng quang-minh lớn.

- Lại có **vô-lượng Càn-Thác-Bà Vương**: Trì-Quốc-Càn-Thác-Bà Vương... siêng-năng tu-tập chẳng mỏi nhàm.

(Kinh Hoa Nghiêm, Phẩm 1. Thế Chủ Diệu Nghiêm)

5. DỤC GIỚI[3] CÓ BẢY CHÚNG

---

3   Dục Giới Thiên (có 6 cõi trời Dục giới)
Tứ Thiên Vương: vẫn ái ân với vợ hoặc chồng nhưng không tà hạnh, tâm sáng suốt, mạng chung sống gần mặt trời và mặt trăng.

Đao Lợi Thiên: ít ái ân với vợ hoặc chồng và thường tịnh cư, tâm sáng suốt, mạng chung vượt lên mặt trời và mặt trăng, ở trên chóp nhân gian.

Tu Diêm Ma Thiên: ít nhớ nghĩ việc ái ân, sống động ít, tĩnh nhiều, tâm sáng suốt, sáng rỡ ở cõi hư không mà ánh sáng mặt trời và mặt trăng không soi đến được.

Đâu suất đà thiên: lúc nào cũng tĩnh, nhưng khi có cảm xúc vẫn bị chi phối, mạng chung sanh lên chỗ tinh vi, những hoại kiếp và tam tai của nhân thiên cõi dưới không đến được.

Lạc biến hoá thiên: không còn ân ái dù có phải đáp ứng nhưng thấy vô vị như ăn sáp. Mệnh chung sanh vào cảnh biến hóa.

- **Vô-lượng Nguyệt-Thiên-Tử**: Nguyệt-Thiên-Tử... đều siêng năng mở bày tâm-bửu của chúng-sanh.

- **Vô-lượng Nhựt-Thiên-Tử**: Nhựt-Thiên-Tử... đều siêng tu-tập lợi ích chúng-sanh thêm lớn căn lành cho họ.

- **Vô-lượng Đao-Lợi Thiên-Vương**: Thích-Ca-Nhơn-Đà-La Thiên-Vương... đều siêng phát khởi phước-nghiệp rộng lớn của tất cả thế-gian.

- **Vô-lượng Dạ-Ma Thiên-Vương**: Thiện-Thời-Phần Thiên-Vương... đều siêng năng tu tập căn lành rộng lớn, thường có lòng hỷ-túc.

- **Bất-tư-nghì số Đâu-Suất Thiên-Vương**: Tri-Túc Thiên-Vương... đều siêng trì-niệm danh-hiệu của tất cả chư Phật.

- **Vô-lượng Hóa-Lạc Thiên-Vương**: Thiện-Biến-Hóa Thiên-Vương... đều siêng điều phục tất cả chúng-sanh cho họ được giải-thoát.

- **Vô-số Tha-Hóa-Tự-Tại Thiên-Vương**: Đắc-Tự-Tại Thiên-Vương... đều siêng tu-tập pháp-môn rộng lớn phương-tiện tự-tại.

(Kinh Hoa Nghiêm, Phẩm 1. Thế Chủ Diệu Nghiêm)

6. SẮC GIỚI[4] CÓ NĂM CHÚNG

Tha hóa tự tại: không có tâm thế gian, chỉ đồng với thế gian mà làm ngũ dục, khởi tâm chán bỏ (chánh nhân khiến lên vô sắc giới). Mạng chung vượt lên những cảnh biến hoá và không biến hoá.

Sáu cõi trời như thế hình thức tuy khởi động, nhưng tâm tính còn dính dấp ngũ dục. Từ các cõi trời ấy trở xuống gọi là Dục giới.

Trong Nhị khoá hiệp giải và Thắng pháp tập yếu luận nói rằng: tuổi thọ của cõi trời bằng mấy trăm ngàn tỷ năm cõi người.

Cõi Lục Dục thiên này cùng với các loài người, súc, quỷ, địa ngục… là ở trong Dục giới.

http://www.huongsentemple.com/index.php/vn/phat-phap/703-cac-coi-duc-gioi-sac-gioi-va-vo-sac-gioi-tn-gioi-huong

4 Sắc giới: các trời này thoát ly ngũ dục thường ở trong định, không dính dáng với trần cảnh, song chưa hết cái lụy hình hài nên gọi là sắc giới. Có 18 loài

trời như:

Trời Phạm chúng

Trời Phạm Phụ

Trời Đại Phạm -> Sơ Thiền (Ly sinh hỉ lạc địa)

Trời Thiểu Quang

Trời Vô Lượng

Trời Quang Âm ->Nhị Thiền (Định sinh hỉ lạc địa)

Trời Thiểu Tịnh

Trời Vô Lượng

Trời Biến Tịnh -> Tam Thiền (Ly hỉ diệu lạc địa)

Trời Phúc Sinh

Trời Phúc Ái

Trời Quảng Quả

Trời Vô Tưởng

Trời Vô Phiền

Trời Vô Nhiệt

Trời Thiện Kiến

Trời Thiện Hiện

Trời Sắc Cứu cánh -> Tứ thiền (Xả niệm thanh tịnh địa)

Theo dòng vận hành của tâm, nếu xả bỏ tham sân si, mạn, tà kiến (10 triền, 10 sử) thay vào đó cho hiện khởi hỉ, định, lạc xả thì tùy khả năng tâm đạt, tùy sức mạnh điều ngự tâm của mình mà có cảnh giới khác. Như pha ly cafê sữa vậy, tùy sữa nhiều hay ít mà lạt màu.

Trời Vô Sắc: không có sắc pháp ở trong và ngoài nên gọi vô sắc

Trời Không Vô Biên Xứ

Trời Thức Vô Biên Xứ

Trời Vô Sở Hữu Xứ

Trời Phi Tưởng Phi Phi Tưởng Xứ

Thắng Pháp Tập Yếu luận cũng trình bày khá đặc biệt về kiết sanh thức hay kiết sanh tâm liên hệ giữa đời này và đời sau của nhiều cảnh giới từ địa ngục cho đến cõi cao nhất của vô sắc giới. Như kiết sanh thức có bốn loại:

Ác thú (địa ngục, ngạ quỷ và bàng sanh) kiết sanh thức

Dục giới thiên sanh thức

Sắc giới thiên sanh thức

Vô sắc giới thiên sanh thức.

Ở các cõi trời này do phước báo nên y báo và chánh báo đều tốt hơn cõi người, nhưng phải biết sau một thọ mạng dài lâu hưởng vui, nghĩa là sáu căn bị gây mê tham luyến các dục (dục giới), an hưởng trạng thái an lạc của thiền (sắc giới và vô sắc giới) trụ vào tư thực kéo dài mạng sống, số đông chết đều đọa ác thú. Nên chư Phật thường thành đạo ở cõi người và khuyên đệ tử coi cõi trời là hiểm nạn, chướng ngại cho sự giải thoát, không nên cầu về.

(Trích trong sách Luân Hồi trong Kinh Lăng Nghiêm - Thích Nữ Giới Hương

- **Vô-số Đại-Phạm Thiên-Vương**: Thi-Khí Thiên-Vương... đều đủ đại-từ thương xót chúng-sanh, phóng quang chiếu khắp làm cho chúng-sanh đều vui đẹp.

- **Vô-lượng Quang-Âm Thiên-Vương**: Khả-Ái-Nhạo-Quang-Minh Thiên-Vương... đều an trụ nơi pháp-môn hỉ-lạc tịch-tịnh rộng-lớn vô-ngại.

- **Vô-lượng Biến-Tịnh Thiên-Vương**: Thanh-Tịnh-Danh-Xưng Thiên-Vương... đều đã an-trụ pháp-môn rộng-lớn, siêng làm lợi ích cho thế-gian.

- **Vô-lượng Quảng-Quả Thiên-Vương**: Ái-Nhạo-Pháp-Quang-Minh-Tràng Thiên-Vương... đều dùng pháp tịch-tịnh mà làm cung-điện và an-trụ trong đó.

- **Vô-số Đại-Tự-Tại Thiên-Vương**: Diệu-Diệm-Hải Thiên-Vương... đều siêng quán sát pháp vô tướng, chỗ thật hành bình đẳng.

Cả chúng hội này đều đã rời tất cả tâm cấu-nhiễm phiền-não và những tập-khí thừa, xô ngã tòa núi trọng-chướng, được thấy Phật không bị trệ-ngại.

Đại-chúng này, từ vô-lượng kiếp xa xưa, đã được sự nhiếp-thọ của Đức Tỳ-Lô-Giá-Na Phật, trong thời kỳ tu Bồ-tát-hạnh.

Họ đã được sức thắng-giải vào trong biển lớn công-đức của Như-Lai, đã được du-hí thần-thông nơi môn giải-thoát của chư Phật.

(Kinh Hoa Nghiêm, Phẩm 1. Thế Chủ Diệu Nghiêm)

7. THẾ GIỚI VI TRẦN của CHƯ THIÊN BA CÕI và 19 LOẠI THẦN TRONG DỊ SINH CHỦNG

Cả chúng hội thần và chư thiên này đều đã:

- Rời tất cả tâm cấu-nhiễm phiền-não và những tập-khí thừa

- Xô ngã tòa núi trọng-chướng

- Được thấy Phật không bị trệ-ngại.

* Đại-chúng thần này, từ vô-lượng kiếp xa xưa, đã được:

- Sự nhiếp-thọ của Đức Tỳ-Lô-Giá-Na Phật, trong thời ký tu Bồ-tát-hạnh.

- Được giáo-hóa thành-thục và đều được an-trụ nơi đạo nhứt-thiết-chủng-trí, - Vun trồng vô-lượng đức lành và đều được đại-phước

- Vào nơi nguyện hải phương-tiện, chỗ thật hành đều hoàn-toàn thanh-tịnh

- Khéo xuất-ly

- Thường thấy Phật được rõ ràng

- Dùng sức thắng-giải vào trong biển lớn công-đức của Như-Lai

- Được du-hí thần-thông nơi môn giải-thoát của chư Phật.

(Kinh Hoa Nghiêm, Phẩm 1. Thế Chủ Diệu Nghiêm)

8. THẾ GIỚI VI TRẦN SỐ CHƯ THIÊN ĐẠT GIẢI THOÁT MÔN

Thế giới vi trần số Chư thiên như Diệu-Diệm-Hải Đại-Tự-Tại Thiên-Vương… được giải-thoát-môn:

- Có sức phương-tiện tịch-tịnh khắp pháp-giới hư-không-giới.

- Quan-sát khắp tất cả pháp đều tự-tại.

- Biết tất cả các pháp vô-tướng, không sanh-diệt, không lai khứ, vô-công-dụng-hạnh.

- Hiện thấy thật-tướng của tất cả pháp.

- Đại-định phương-tiện đem lại vô-biên sự an-lạc cho chúng-sanh.

- Quan-sát pháp tịch-tịnh dứt những si-mê bố-úy.

- Công-hạnh tư-duy khéo vào vô-biên cảnh-giới chẳng khởi tất cả cõi hữu-lậu.

- Thuyết pháp khắp mười phương nhưng vẫn bất-động, vô-sở-y.

- Vào cảnh-giới tịch-tịnh, khắp hiện quang-minh của Phật.

- An-trụ nơi chỗ tự-ngộ, mà dùng vô-biên cảnh-giới rộng lớn làm cảnh sở-duyên.

(Kinh Hoa Nghiêm, Phẩm 1. Thế Chủ Diệu Nghiêm)

9. CHƯ THIÊN VƯƠNG GIẢI THOÁT MÔN

Vô số chúng Đại Tự Tại Thiên như Diệu-Diệm-Hải Đại-Tự-Tại Thiên-Vương... được giải-thoát-môn có sức phương-tiện tịch-tịnh khắp pháp-giới hư-không-giới, thừa oai-lực của Phật, quan-sát khắp tất cả Đao-Lợi thiên-chúng rồi nói kệ tán Phật rằng:

...Thế-gian tất cả sự an vui

Tất cả đều do Phật xuất-thế

Như-Lai công-đức bất-tư-nghì

Hoa-Quang Thiên-Vương môn giải-thoát.

(Kinh Hoa Nghiêm, Phẩm 1. Thế Chủ Diệu Nghiêm)

10. CHƯ THẦN VƯƠNG GIẢI THOÁT MÔN

Vô số chư Thần Vương như Trì-Quốc Càn-Thát-Bà Vương... được giải-thoát-môn phương-tiện tự-tại nhiếp tất cả chúng-sanh và thừa oai-lực của Phật quan-sát khắp tất cả chúng Càn-Thát-Bà rồi nói kệ rằng:

Chư Phật cảnh-giới vô-lượng môn

Tất cả chúng-sanh chẳng vào được

Phật tánh thanh-tịnh như hư-không

Vì khắp thế-gian khai chánh-đạo...

(Kinh Hoa Nghiêm, Phẩm 1. Thế Chủ Diệu Nghiêm)

11. CHƯ THẦN-CHỦ GIẢI-THOÁT-MÔN

Vô số chư Thần chủ như Thị-Hiện-Cung-Điện Chủ-Trú Thần.... được giải-thoát-môn khắp vào tất cả thế-gian và thừa oai-lực của Phật quan-sát khắp tất cả chúng Chủ-Trú-Thần rồi nói kệ rằng:

Chúng-sanh lưu chuyển trong hiểm nạn

Như-Lai xuất thế vì thương xót

Tất cả khổ hoạn đều dứt trừ

Đại-Bi-Oai-Lực môn giải-thoát.

(Kinh Hoa Nghiêm, Phẩm 1. Thế Chủ Diệu Nghiêm)

12. ĐẠI-BỒ-TÁT GIẢI-THOÁT-MÔN

Phổ-Hiền Bồ-Tát ma-ha-tát nhập bất-tư-nghì giải-thoát-môn phương-tiện hải, nhập Như-Lai công-đức hải và nương thừa oai-thần của Phật, quan-sát khắp tất tất cả chúng-hội rồi nói kệ rằng:

Như-Lai trang-nghiêm cõi rộng lớn

Đồng với tất cả vi-trần số

Phật-tử thanh-tịnh đều khắp đầy

Mưa bất-tư-nghì pháp vi-diệu.

(Kinh Hoa Nghiêm, Phẩm 1. Thế Chủ Diệu Nghiêm)

13. CHƯ BỒ-TÁT CÚNG-DƯỜNG TÁN THÁN

Phật sát vi-trần số Đại Bồ-Tát xuất hiện như Hải-Huệ-Tự-Tại-Thần-Thông-Vương Đại Bồ-Tát... đem những mây báu đẹp như vậy rưới khắp tất cả chúng-hội đạo-tràng để cúng-dường, rồi đi nhiễu Phật vô-lượng trăm ngàn vòng.

Công-hạnh của chư Bồ-Tát này thanh-tịnh rộng lớn như biển, được trí-huệ lớn soi sáng pháp phổ-môn, thừa oai-lực của Phật, quan sát khắp tất cả chúng hội đạo-tràng rồi nói kệ rằng:

Tỳ-Lô-Giá-Na đủ tướng hảo

Ngồi liên-hoa tạng sư-tử tòa

Tất cả chúng-hội đều thanh-tịnh

An-trụ vắng lặng đồng chiêm ngưỡng.

(Kinh Hoa Nghiêm, Phẩm 1. Thế Chủ Diệu Nghiêm)

14. THẾ CHỦ CÚNG DƯỜNG

Lúc đó Hoa-Tạng-Thế-Giới trang-nghiêm do thần lực của Phật, khắp nơi chấn động sáu cách mười tám tướng.

Các Thế-Chủ trên đây mỗi vị đều hiện bất-tư-nghì những cụm mây báu cúng-dường rưới xuống nơi chúng-hội đạo-tràng của Như-Lai.

Như trong thế-giới này mỗi vị Thế-Chủ hoan-hỷ cúng-dường như vậy, trong hoa-tạng thế-giới trang-nghiêm tất cả thế-chủ cũng cúng-dường như vậy.

Trong tất cả thế-giới, đều có Như-Lai ngồi đạo-tràng, mỗi vị Thế-Chủ đều riêng tin hiểu, đều riêng cảnh-duyên, đều riêng nhập môn-giải-thoát của Như-Lai.

Như Hoa-Tạng Thế-Giới này, thập phương tận pháp-giới hư-không giới trong tất cả thế-giới cũng đều như vậy.

(Kinh Hoa Nghiêm, Phẩm 1. Thế Chủ Diệu Nghiêm)

15. HOA TẠNG THẾ GIỚI

Như-Lai công-đức chẳng thể lường

Đầy khắp pháp-giới không ngằn mé

Nhẫn đến thần-thông các cảnh-giới

Do nơi Phật lực tuyên nói được.

Lúc đó *Hoa-Tạng-Thế-Giới* trang-nghiêm do thần lực của Phật, khắp nơi chấn động sáu cách mười tám tướng: động, biến-động, phổ-biến động; khởi biến-khởi, phổ-biến-khởi; dũng, biến-dũng, phổ-biến-dũng; chấn biến chấn, phổ-biến-chấn; hống, biến hống, phổ-biến-hống; kích, biến kích, phổ-biến-kích.

Các Thế-Chủ trên đây mỗi vị đều hiện bất-tư-nghì những cụm

mây báu cúng-dường rưới xuống nơi chúng-hội đạo-tràng của Như-Lai.

-Như trong thế-giới này mỗi vị Thế-Chủ hoan-hỷ cúng-dường như vậy, trong hoa-tạng thế-giới trang-nghiêm tất cả thế-chủ cũng cúng-dường như vậy.

- Trong tất cả thế-giới, đều có Như-Lai ngồi đạo-tràng, mỗi vị Thế-Chủ đều riêng tin hiểu, đều riêng cảnh-duyên, đều riêng môn Tam Muội phương tiện, đều riêng tu tập pháp trợ đạo, đều riêng thành-tựu, đều riêng hoan-hỷ, đều riêng chứng nhập, đều riêng ngộ hiểu các pháp môn, đều riêng nhập cảnh-giới thần-thông của Như-Lai, đều riêng vào cảnh-giới trí-lực của Như-Lai, đều riêng nhập môn-giải-thoát của Như-Lai.

Như *Hoa-Tạng Thế-Giới* này, thập phương tận pháp-giới hư-không giới trong tất cả thế-giới cũng đều như vậy.

(Kinh Hoa Nghiêm, Phẩm 1. Thế Chủ Diệu Nghiêm)

Phẩm 2.

Như-Lai Hiện Tướng

I. MỤC LỤC

19. Vô-sanh cũng vô-tướng
20. Trong tất cả chân lông
21. Sanh diệt bất-khả-đắc
22. Số vi-trần Phật-sát
23. Thần-thông nơi mỗi chân lông.

***

II. CHÁNH VĂN

1. 20 CÂU HỎI VỀ NHƯ-LAI HIỆN TƯỚNG

Lúc bấy giờ, chư Bồ-Tát và tất cả Thế-Gian-Chủ nghĩ rằng:

1. Thế nào là địa vị của chư Phật?
2. Thế nào là cảnh-giới của chư Phật?
3. Thế nào là chư Phật gia trì?
4. Thế nào là chỗ làm của chư Phật?
5. Thế nào là lực của chư Phật?
6. Thế nào là vô-sở-úy của chư Phật?
7. Thế nào là tam-muội của chư Phật?
8. Thế nào là thần-thông của chư Phật?
9. Thế nào là chư Phật tự-tại?
10. Thế nào là chư Phật không ai nhiếp-thủ được?
11. Thế nào là mắt của chư Phật?
12. Thế nào là tai của chư Phật?
13. Thế nào là mũi của chư Phật?
14. Thế nào là lưỡi của chư Phật?
15. Thế nào là thân của chư Phật?

16. Thế nào là ý của chư Phật?

17. Thế nào là thân quang của chư Phật?

18. Thế nào là quang-minh của chư Phật?

19. Thế nào là tiếng của chư Phật?

20. Thế nào là trí của chư Phật?

(Kinh Hoa Nghiêm, phẩm 2. Như-Lai Hiện Tướng)

2. 20 CÂU HỎI VỀ ĐẠI DỤNG CỦA NHƯ-LAI

Lại thập phương chư Phật đều vì chư Bồ-Tát mà diễn-thuyết:

1. Thế-giới hải

2. Chúng-sanh hải

3. Pháp-giới an-lập hải

4. Phật-hải

5. Phật Ba-la-mật hải

6. Phật giải-thoát hải

7. Phật biến-hóa hải

8. Phật diễn thuyết hải

9. Phật danh-hiệu hải

10. Phật thọ-lượng hải

11. Bồ-Tát thệ-nguyện hải

12. Bồ-Tát phát-thu hải

13. Bồ-Tát trợ-đạo hải

14. Bồ-Tát thừa hải

15. Bồ-Tát hạnh hải

16. Bồ-Tát xuất-ly hải

17. Bồ-Tát thần-thông hải

18. Bồ-Tát Ba-la-mật hải

19. Bồ-Tát địa-hải

20. Bồ-Tát trí-hải.

(Kinh Hoa Nghiêm, phẩm 2. Như-Lai Hiện Tướng)

3. VI TRẦN BỒ TÁT Ở HOA TẠNG THẾ GIỚI HẢI

Phương đông, nam, tây, bắc, đông-bắc, đông-nam, tây-nam, tây-bắc, phương dưới và trên của *Hoa-Tạng trang-nghiêm thế-giới hải này*, có nhiều thế giới hải, trong đó có vi-trần số Bồ-Tát đồng đến chỗ Phật, đều hiện mười thứ thân tướng, mười thứ mây báu quang minh đầy khắp hư-không mà chẳng tan mất.

- Trong mỗi quang-minh đều hiện mười thế-giới-hải vi-trần-số chư Bồ-Tát đều ngồi tòa sư-tử liên-hoa-tạng.

Chư Bồ-Tát này đều có thể vào khắp trong tất cả vi-trần của tất cả pháp-giới-hải.

Trong mỗi vi-trần đó đều có mười thế-giới vi-trần-số những cõi rộng lớn.

Trong mỗi cõi này đều có tam-thế chư Phật Thế-Tôn. Chư Bồ-Tát này đều có thể qua gần gũi cúng-dường khắp chư Thế-Tôn đó.

Lại có thể trong mỗi niệm dùng pháp-môn tự-tại thị-hiện để khai-ngộ thế-giới-hải vi-trần-số chúng-sanh.

(Kinh Hoa Nghiêm, phẩm 2. Như-Lai Hiện Tướng)

4. BỒ TÁT Ở MƯỜI PHƯƠNG HOA TẠNG THẾ GIỚI CÚNG DƯỜNG PHẬT TỲ-LÔ-GIÁ-NA

Lúc đó tất cả chúng-hội trong thập phương thế-giới đã nhờ quang-minh của Phật khai-thị, đều cùng nhau đến chỗ ***Phật Tỳ-lô-Giá-Na*** cung kính cúng-dường.

- Phương đông Hoa-Tạng trang-nghiêm thế-giới hải này, có thế-giới hải tên Thanh-Tịnh-Quang-Liên-Hoa-Trang-Nghiêm, có Đại Bồ-Tát tên Quán-Sát-Thắng-Pháp-Liên-Hoa-Tràng cùng vi-trần số Bồ-Tát đồng đến chỗ Phật, đều hiện *mười thứ thân tướng của Bồ-Tát* đầy khắp hư-không, hướng Phật cúng-dường. Rồi ở phương đông hóa làm tòa sư-tử ngồi kiết-già trên bảo-tòa đó.

- **Phương nam** của Hoa-Tạng thế-giới hải này có thế-giới tên Nhứt-Thiết-Bửu-Nguyệt-Quang-Minh-Trang-Nghiêm-Tạng, có Đại Bồ-Tát tên Phổ-Chiếu-Pháp-Hải-Huệ cùng vi-trần số Bồ-Tát đồng đến chỗ Phật, đều hiện mười thứ mây báu ma-ni châu-vương trang-nghiêm sáng chói đầy khắp hư-không, hướng Phật cúng-dường.

- **Phương tây** của Hoa-Tạng thế-giới hải này có thế-giới hải tên Khả-Ái-Nhạo-Bửu-Quang-Minh, có Đại Bồ-Tát tên Nguyệt-Quang-Hương-Diệm-Phổ-Trang-Nghiêm cùng vi-trần số Bồ-Tát đồng đến chỗ Phật, đều hiện mười thứ mây lầu-các châu bảo tốt đẹp thơm sáng, khắp hư-không.

Chư Bồ-Tát này hướng Phật kính lễ cúng-dường, liền ở nơi phương tây hóa làm tòa sư-tử chơn-kim đại-bửu, rồi đều ngồi kiết-gìa trên bảo-tòa ấy.

- **Phương bắc** của Hoa-Tạng thế-giới hải này, có thế-giới hải tên Tỳ-Lưu-Ly-Liên-Hoa-Quang-Viên-Mãn-Tạng, có Đại Bồ-Tát Sư-Tử-Phấn-Tấn-Quang-Minh cùng vi-trần số Bồ-Tát đồng đến chỗ Phật. Chư Bồ-Tát này đều hiện mười thứ mây những cây đẹp ma-ni thơm tho khắp hư-không, hướng Phật kính lễ cúng-dường.

- **Phương đông bắc** của Hoa-Tạng thế-giới hải này, có thế-giới hải tên Diêm-Phù-Đàn-Kim-Pha-Lê-Sắc-Tràng, có Đại Bồ-Tát tên Tối-Thắng-Quang-Minh-Đăng-Vô-Tận-Công-Đức-Tạng cùng vi-trần số Bồ-Tát đồng đến chỗ Phật.

Chư Bồ-Tát này đều hiện mười thứ mây bửu liên-hoa vô-biên sắc tướng khắp hư-không hướng Phật cúng-dường.

- **Phương đông-nam** của Hoa-Tạng thế-giới hải này, có thế-giới hải tên Kim-Trang-Nghiêm-Lưu-Ly-Quang-Phổ-Chiếu, có Đại Bồ-Tát tên Huệ-Đăng-Phổ-Minh cùng vi-trần số Bồ-Tát đồng đến chỗ Phật. Chư Bồ-Tát này đều hiện mười thứ mây màn trướng tất cả châu ma-ni khắp hư-không, hướng Phật cúng-dường.

- **Phương tây-nam** của Hoa-Tạng thế-giới-hải này có thế-giới-hải tên Nhựt-Quang-Biến-Chiếu, có Đại Bồ-Tát tên Phổ-Hoa-Quang-Diệm-Kế cùng vi-trần số Bồ-Tát đồng đến chỗ Phật. Chư Bồ-Tát này đều hiện mười thứ mây bửu-cái vi-diệu trang-nghiêm khắp hư-không, rồi hướng Phật cúng-dường.

- **Phương tây-bắc** của Hoa-Tạng thế-giới hải này, có thế-giới hải tên Bửu-Quang-Chiếu-Diệu, có Đại Bồ-Tát tên Vô-Tận-Quang-Ma-Ni-Vương cùng vi-trần số Bồ-Tát đồng đến chỗ Phật.

Chư Bồ-Tát này đều hiện mười thứ mây viên-mãn-quang tất cả châu-bửu khắp hư-không, rồi hướng Phật cúng dường.

- **Phương dưới** của Hoa-Tạng thế-giới hải này có thế-giới hải tên Liên-Hoa-Hương-Diệu-Đức-Tạng, có đại Bồ Tát tên Pháp Giới Quang Diệm-Huệ cùng vi-trần số Bồ-Tát đồng đến chỗ Phật. Chư Bồ-Tát này đều hiện mười thứ mây quang-minh tất cả tạng ma-ni, khắp hư-không rồi hướng Phật kính lễ cúng-dường.

- **Phương trên** của Hoa-Tạng thế-giới-hải này có thế-giới-hải tên Ma-Ni-Bửu-Chiếu-Diệu-Trang-Nghiêm, có Bồ-Tát tên Vô-Ngại-Lực-Tinh-Tấn-Huệ cùng vi-trần-số Bồ-Tát đồng đến chỗ Phật. Chư Bồ-Tát này đều hiện mây quang-diệm báu vô-biên sắc-tướng đầy hư-không, rồi hướng Phật kính lễ cúng-dường.

(Kinh Hoa Nghiêm, phẩm 2. Như-Lai Hiện Tướng)

5.MƯỜI ỨC PHẬT SÁT THẾ-GIỚI-HẢI CÓ MƯỜI ỨC VI-TRẦN-SỐ ĐẠI BỒ-TÁT

- Trong *mười ức Phật-sát vi-trần-số thế-giới-hải* như vậy có *mười ức vi-trần-số đại Bồ-Tát*, mỗi Đại Bồ-Tát có thế-giới-hải vi-trần-số chúng Bồ-Tát đồng đến tập hội.

- Mỗi Bồ-Tát đều hiện thế-giới-hải vi-trần-số mây, các thứ đồ trang-nghiêm cúng-dường đều khắp hư-không.

- ***Trong chân lông nơi thân của chư Bồ-Tát***, mỗi mỗi đều hiện mười thế-giới-hải vi-trần-số các thứ bửu-sắc quang-minh. Trong mỗi quang-minh đều hiện mười thế-giới-hải vi-trần-số chư Bồ-Tát đều ngồi tòa sư-tử *liên-hoa-tạng*.

Chư Bồ-Tát này đều có thể vào khắp trong tất cả vi-trần của tất cả pháp-giới-hải.

Trong mỗi vi-trần đó đều có mười thế-giới vi-trần-số những cõi rộng lớn.

Trong mỗi cõi này đều có tam-thế chư Phật Thế-Tôn.

(Kinh Hoa Nghiêm, phẩm 2. Như-Lai Hiện Tướng)

6. MỖI NIỆM DÙNG PHÁP MÔN ĐỘ SANH

Chư Bồ-Tát này đều có thể qua gần gũi cúng-dường khắp tam-thế chư Phật Thế-Tôn ở vi-trần-số Hoa-Tạng thế-giới hải.

Lại có thể trong mỗi niệm dùng pháp-môn tự-tại thị-hiện để khai-ngộ thế-giới-hải vi-trần-số chúng-sanh.

Trong mỗi niệm lại dùng pháp-môn thị-hiện tất cả chư Thiên chết rồi sanh để khai ngộ vi-trần-số chúng-sanh.

* Trong mỗi niệm lại dùng pháp-môn nói tất cả công-hạnh Bồ-Tát, dùng pháp-môn:

- Chấn động tất cả cõi tán-thán công-đức thần biến của Phật

- Nghiêm-tịnh tất cả cõi Phật hiển-thị tất cả đại-nguyện hải

- Dùng pháp-môn thinh-âm của Phật nhiếp khắp tất cả ngôn từ của chúng-sanh

- Dùng pháp-môn hay rưới tất cả Phật-pháp

- Dùng pháp-môn quang-minh chiếu khắp mười phương quốc-độ khắp pháp-giới thị-hiện thần biến

- Dùng pháp-môn hiện Phật-thân đầy khắp pháp-giới giải-thoát-lực của tất cả Như-Lai

- Dùng pháp-môn Phổ-Hiền Bồ-Tát kiến lập tất cả chúng-hội đạo-tràng

- Trong mỗi niệm dùng những pháp-môn như vậy để khai ngộ thế-giới-hải vi-trần-số chúng-sanh.

- Trong mỗi niệm, mỗi quốc-độ đều làm cho Tu-Di-Sơn vi-trần-số chúng-sanh, kẻ đọa ác-đạo được lìa hẳn khổ-não.

(Kinh Hoa Nghiêm, phẩm 2. Như-Lai Hiện Tướng)

7. TU DI SƠN VI TRẦN SỐ CHÚNG SANH

Ở trong quang minh, chư Bồ Tát khiến cho Tu-Di-Sơn vi-trần-số chúng-sanh, kẻ trụ tà-định được vào chánh-định.

Đều làm cho Tu-Di-Sơn vi-trần-số chúng-sanh tùy lòng ưa thích được sanh lên cõi trời.

Đều làm cho Tu-Di-Sơn vi-trần-số chúng-sanh an-trụ bực Thanh-Văn, bực Bích-Chi Phật.

Đều làm cho Tu-Di-Sơn vi-trần-số chúng-sanh thờ bực Thiện-tri-thức đủ những phước hạnh.

Đều khiến Tu-Di-Sơn vi-trần-số chúng-sanh phát bồ-đề tâm.

Đều làm Tu-Di-Sơn vi-trần-số chúng-sanh thẳng đến bực Bồ-Tát bất-thối-chuyển.

Đều làm cho Tu-Di-Sơn vi-trần-số chúng-sanh được trí-nhãn thanh-tịnh thấy tất cả pháp bình-đẳng của Như-Lai đã thấy.

Đều làm cho Tu-Di-Sơn vi-trần-số chúng-sanh an-trụ trong những lực, những nguyện, dùng trí vô-tận làm phương-tiện thanh-tịnh các Phật-độ.

Đều làm cho Tu-Di-Sơn vi-trần-số chúng-sanh đều được an-trụ nguyện-hải rộng lớn Tỳ-lô-Giá-Na, sanh trong nhà Như-Lai.

(Kinh Hoa Nghiêm, phẩm 2. Như-Lai Hiện Tướng)

8. PHÓNG QUANG MINH GIỮA CHẶNG MÀY

Lúc đó Đức Thế-Tôn muốn khiến tất cả đại-chúng Bồ-Tát được sức thần-thông vô-biên cảnh-giới của Như-Lai, nên *phóng quang-minh nơi giữa chặn mày, gọi là nhứt-thiết Bồ-Tát trí quang-minh*

- Chiếu khắp mười phương

- Trạng như mây sáng bửu-sắc

- Tất cả quốc-độ và chúng-sanh trong tất cả Phật-độ ở mười phương đều làm cho hiển hiện.

* Quang-minh ấy lại chấn động khắp các thế-giới.

Trong mỗi trần hiện vô số Phật.

Tùy theo tánh ưa thích chẳng đồng của các chúng-sanh khắp rưới mây diệu-pháp-luân của tam-thế chư Phật, hiển thị biển ba-la-mật của Như-Lai.

* Quang-minh ấy chiếu hiện những việc như vậy rồi, trở về nhiễu vòng quanh Phật, rồi nhập vào dưới chơn Phật.

(Kinh Hoa Nghiêm, phẩm 2. Như-Lai Hiện Tướng)

9. CHÂN LÔNG HIỆN CÁC THẦN THÔNG

Lúc đó, trước Phật có hoa sen lớn thoạt hiện ra. Hoa ấy có đủ mười thứ trang-nghiêm. Thắng-Âm-Bồ-Tát:

- Thấy rõ pháp-giới

- Lòng rất hoan-hỷ

- Nhập sở-hành của Phật trí không nghi trệ

- Vào biển pháp-thân chẳng thể lường của Phật

- Qua tất cả cõi chỗ của các Như-Lai

- *Các chân lông đều hiện thần-thông*

- Niệm niệm đều quán khắp tất cả pháp-giới.

- Thập phương chư Phật đồng ban thần lực khiến chư Bồ-Tát này khắp an-trụ tất cả tam-muội, cùng tận kiếp vị-lai thường thấy thân vô-biên pháp-giới công-đức-hải của Phật, nhẫn đến tất cả tam-muội, giải-thoát thần-thông biến-hóa.

(Kinh Hoa Nghiêm, phẩm 2. Như-Lai Hiện Tướng)

10. CHÂN LÔNG CỦA NHƯ-LAI

Trong mỗi chân lông của Như-Lai

Tất cả sát-trần chư Phật ngồi

Chúng hội Bồ-Tát cùng vây quanh
Diễn nói thắng-hạnh của Phổ-Hiền.

Như-Lai ngồi yên nơi Bồ-Đề
Một lòng thị-hiện nhiều sát-hải
Mỗi mỗi lông đều hiện như vậy
Như vậy khắp cùng cả pháp-giới.

Trong mỗi mỗi cõi đều an tọa
Tất cả sát-độ đều cùng khắp
Thập-phương Bồ-Tát như mây nhóm
Tất cả đồng đến hội đạo-tràng.
(Kinh Hoa Nghiêm, phẩm 2. Như-Lai Hiện Tướng)

11. PHÁP HẢI TỲ-LÔ-GIÁ-NA

Nơi nơi tu hành vô lượng kiếp
Đã vào hạnh nguyện của Phổ Hiền
Tất cả xuất sanh các Phật pháp
Trong pháp hải Tỳ-Lô-Giá-Na.

Tu hành chứng được Như-Lai địa
Phổ Hiền Bồ Tát đã khai giác
Tất cả Như-Lai đồng khen mừng
Đã được chư Phật đại thần thông.

Pháp giới châu lưu đều cùng khắp
Tất cả quốc độ vi trần số

Thường hiện hóa thân đều đầy khắp
Khắp vì chúng sanh phóng đại quang.

Trong pháp-hải Tỳ-lô-Giá-Na
Tu hành chứng được Như-Lai địa
Phổ-Hiền Bồ-Tát đã khai giác
Tất cả Như-Lai đồng khen mừng.
(Kinh Hoa Nghiêm, phẩm 2. Như-Lai Hiện Tướng)

Lúc đó trong đại-chúng lại có Đại Bồ-Tát tên Quán-Sát-Nhứt-Thiết-Thắng-Pháp-Liên-Hoa-Quang-Huệ-Vương, thừa oai-lực của Phật, quán-sát mười phương rồi nói kệ rằng:

12. THẦN THÔNG LỰC
Trong mỗi mỗi chân lông
Lưới sáng khắp mười phương
Diễn diệu-âm của Phật
Điều phục kẻ khó phục.

Trong quang-minh Như-Lai
Thường vang tiếng thâm diệu
Ca ngợi công-đức Phật
Và công-hạnh Bồ-Tát.

Phật chuyển chánh-pháp-luân
Vô-biên vô-lượng số
Pháp nói ra vô-đẳng
Trí cạn không lường được.

Trong tất cả thế-giới
Hiện thân thành chánh-giác
Mỗi mỗi khởi thần-biến
Pháp giới đều đầy đủ.

Như-Lai mỗi mỗi thân
Hiện Phật đồng chúng-sanh
Tất cả vi-trần cõi
Khắp hiện thần-thông lực.
(Kinh Hoa Nghiêm, phẩm 2. Như-Lai Hiện Tướng)

13. NHƯ-LAI KHẮP HIỆN THÂN

Lúc đó trong đại-chúng lại có Đại Bồ-Tát tên Pháp-Hỷ-Huệ-Quang-Minh, thừa oai-thần của Phật, quan-sát khắp mười phương, rồi nói kệ rằng:

Phật-thân thường hiển hiện
Pháp-giới đều đầy đủ
Hằng diễn quảng-đại-âm
Chấn động mười phương cõi.

Như-Lai khắp hiện thân
Thế-gian đều vào khắp
Tùy chúng-sanh thích ưa
Hiển thị thần-thông lực.
(Kinh Hoa Nghiêm, phẩm 2. Như-Lai Hiện Tướng)

14. KHẮP VÀO CHÂN LÔNG PHẬT

Lúc đó trong đại-chúng lại có Đại Bồ-Tát tên Hương-Diệm-

Quang-Phổ-Minh-Huệ thừa oai-thần của Phật, quán-sát mười phương rồi nói kệ rằng:

Bồ-Tát trong hội này
Vào Phật-địa khó lường
Mỗi mỗi đều được thấy
Thần-lực của chư Phật.

Đã chứng trí Như-Lai
Chiếu khắp trong pháp-giới
Khắp vào chân lông Phật
Tất cả những cõi nước.

Nơi trong khoảng một niệm
Hiện khắp những thần biến
Đạo-tràng thành chánh-giác
Và chuyển diệu-pháp-luân.

Tất cả cõi rộng lớn
Ức kiếp chẳng nghĩ bàn
Bồ-Tát trong chánh-định
Một niệm đều hiện được.

Tất cả những Phật-độ
Chư Bồ-Tát mỗi vị
Khắp vào nơi thân Phật
Vô-biên cũng vô-tận.

(Kinh Hoa Nghiêm, phẩm 2. Như-Lai Hiện Tướng)

15. TỲ-LÔ-GIÁ-NA PHẬT

Lúc đó lại có Đại Bồ-Tát tên Sư-Tử-Phấn-Tấn-Huệ-Quang-Minh, thừa oai-thần của Phật, quán-sát khắp mười phương rồi nói kệ rằng:

Tỳ-lô-Giá-Na Phật

Hay chuyển chánh pháp-luân

Pháp-giới các cõi nước

Như mây đều cùng khắp.

Trong mười phương chỗ có

Những thế-giới rộng lớn

Phật nguyện lực thần-thông

Chuyển pháp-luân khắp chỗ.

Tất cả những cõi nước

Trong chúng-hội rộng lớn

Danh-hiệu đều chẳng đồng

Tùy ưng diễn diệu-pháp.

Như-Lai oai-lực lớn

Phổ-Hiền nguyện tạo thành

Trong tất cả cõi nước

Diệu-âm đều khắp đến.

Phật thân khắp pháp-giới

Khắp rưới những mưa pháp

Vô-sanh vô-sai-biệt

Thế-gian hiện tất cả.

(Kinh Hoa Nghiêm, phẩm 2. Như-Lai Hiện Tướng)

16. CÁCH NGHIÊM-TỊNH QUỐC-ĐỘ

Lúc đó, trong đại-chúng lại có Đại Bồ-Tát tên Pháp-Hải-Huệ-Công-Đức-Tạng thừa oai-thần của Phật, quán sát thập phương rồi nói kệ rằng:

Trong mỗi mỗi tâm niệm

Xem khắp tất cả pháp

An-trụ chơn-như-địa

Rõ thấu biển chánh-pháp.

Trong mỗi mỗi Phật-thân

Ức kiếp chẳng nghĩ bàn

Tu tập ba-la-mật

Và nghiêm-tịnh quốc-độ.

Trong mỗi mỗi vi-trần

Chứng được tất cả pháp

Được vô-ngại như vậy

Đi khắp mười phương cõi.

(Kinh Hoa Nghiêm, phẩm 2. Như-Lai Hiện Tướng)

17. VÔ-SANH CŨNG VÔ-TƯỚNG

Lúc đó trong chúng lại có Đại Bồ-Tát tên Huệ-Đăng-Phổ-Minh thừa oai-lực của Phật, quan sát khắp mười phương rồi nói kệ rằng:

Chỉ một thân dày cứng

Trong vi-trần đều thấy

Vô-sanh cũng vô-tướng

Hiện khắp trong các cõi.

Tùy tâm của chúng-sanh
Hiện khắp ở trước họ
Hiện các môn điều-phục
Khiến mau đến Phật-đạo.

Do oai-thần của Phật
Xuất hiện các Bồ-Tát
Phật lực thường gia-trì
Thấy khắp các Như-Lai.

Tất cả đấng Đạo-Sư
Vô-lượng oai-thần-lực
Khai-ngộ các Bồ-Tát
Pháp-giới đều cùng khắp.
(Kinh Hoa Nghiêm, phẩm 2. Như-Lai Hiện Tướng)

18. TRONG TẤT CẢ CHÂN LÔNG

Lúc đó trong chúng lại có Đại Bồ-Tát tên Hoa-Diệm-Kế-Phổ-Minh-Trí, thừa oai-lực của Phật, quan sát mười phương rồi nói kệ rằng:

Trong tất cả các pháp
Pháp-môn nhiều vô-biên
Thành-tựu nhứt-thiết-trí
Vào nơi biển pháp-sâu.

An-trụ Phật quốc-độ

Hiện ra tất cả chỗ
Không đến cũng không đi
Pháp chư Phật như vậy.

Tất cả biển chúng-sanh
Phật thân như bóng hiện
Tùy họ hiểu sai khác
Đều được thấy Đạo-Sư.

Trong tất cả chân lông
Mỗi mỗi hiện thần-thông
Tu-hành nguyện Phổ-Hiền
Người thanh-tịnh được thấy.

Phật dùng mỗi mỗi thân
Nơi nơi chuyển pháp-luân
Pháp-giới đều cùng khắp
Nghĩ bàn chẳng thể đến.
(Kinh Hoa Nghiêm, phẩm 2. Như-Lai Hiện Tướng)

19. SANH DIỆT BẤT-KHẢ-ĐẮC

Lúc đó trong chúng lại có Đại Bồ-Tát tên Oai-Đức-Huệ-Vô-Tận-Quang, thừa oai-lực của Phật, quan sát mười phương rồi nói kệ rằng:

Trong mỗi mỗi cõi Phật
Nơi nơi ngồi đạo-tràng
Chúng-hội đồng bao quanh
Ma quân đều xô dẹp.

Thân Phật phóng quang-minh
Đầy khắp cả mười phương
Tùy ưng mà thị hiện
Sắc tướng hiện nhiều thứ.

Trong mỗi mỗi vi-trần
Quang-minh đều đầy đủ
Thấy khắp mười phương cõi
Chúng loại đều sai khác.

Trong tất cả quốc-độ
Thấy Phật ngồi đạo-tràng
Phật thân như bóng hiện
Sanh diệt bất-khả-đắc.
(Kinh Hoa Nghiêm, phẩm 2. Như-Lai Hiện Tướng)

20. SỐ VI-TRẦN PHẬT-SÁT

Lúc đó trong chúng lại có Đại Bồ-Tát tên Pháp-Giới-Phổ-Minh-Huệ, thừa oai-thần của Phật, quan sát mười phương rồi nói kệ rằng:

Như-Lai thân vi-diệu
Sắc tướng chẳng nghĩ bàn
Người thấy lòng vui-mừng
Cung-kính tin Phật pháp.

Phật thân tất cả tướng
Đều hiện vô-lượng Phật
Vào khắp mười phương cõi

Trong mỗi mỗi vi-trần.

Thập phương những quốc-độ
Vô-lượng vô-biên Phật
Đều ở trong mỗi niệm
Đều siêng hiện thần-thông.

Có thể nơi thân Phật
An-trụ cảnh trí-huệ
Mau vào Như-Lai địa
Nhiếp khắp cả pháp-giới.

Số vi-trần Phật-sát
Những quốc-độ như vậy
Hay khiến trong một niệm
Hiện trong mỗi vi-trần.
(Kinh Hoa Nghiêm, phẩm 2. Như-Lai Hiện Tướng)

21.THẦN-THÔNG NƠI MỖI CHÂN LÔNG

Lúc đó trong chúng có Đại Bồ-Tát tên Tinh-Tấn-Lực-Vô-Ngại-Huệ, thừa oai-thần của Phật, quan-sát mười phương rồi nói kệ rằng:

Phật diễn một diệu-âm
Nghe khắp mười phương cõi
Các tiếng đều đầy đủ
Pháp-vũ đều cùng khắp.

Phật-thân bất-khả-thủ

Vô-sanh cũng vô-tác
Ứng vật khắp hiện tiền
Bình-đẳng như hư-không.

Thập phương vô-lượng Phật
Đều nhập một chân lông
Đều riêng hiện thần-thông
Trí-nhãn xem thấy được.

Tỳ-lô-Gía-Na Phật
Nguyện-lực khắp pháp-giới
Trong tất cả quốc-độ
Thường chuyển pháp vô-thượng.

Một lông hiện thần-thông
Tất cả Phật đồng nói
Trải qua vô-lượng kiếp
Ngằn mé không thể hết.
(Kinh Hoa Nghiêm, phẩm 2. Như-Lai Hiện Tướng)

Phẩm 3.
Phổ Hiền Tam Muội

I. MỤC LỤC

***

II. CHÁNH VĂN

1. TẤT CẢ PHỔ-HIỀN BỒ-TÁT
TRONG THẾ-GIỚI VI-TRẦN

- Phổ-Hiền Bồ-Tát thừa thần-lực của Phật mà nhập tam-muội tên là *Nhứt-Thiết-Chư-Phật-Tỳ-Lô-Giá-Na Như-Lai Tạng-Thân.*

- Trước mỗi đức Phật, có thế-giới vi-trần Phổ-Hiền Bồ-Tát

cũng đều nhập tam-muội *Nhất-Thiết-Chư-Phật-Tỳ-Lô-Giá-Na-Như-Lai-Tạng-Thân* này.

- Trước mỗi Phổ-Hiền Bồ-Tát đều có thập phương tất cả chư Phật đều hiện ra khen ngợi công hạnh của Phổ Hiền.

- Tất cả Phổ-Hiền Bồ-Tát trong tất cả thế-giới vi-trần cũng đều được xoa đảnh như vậy.

(Kinh Hoa Nghiêm, phẩm 3. Phổ Hiền Tam Muội)

2. V I TRẦN SỐ TAM MUỘI

- Phổ-Hiền Bồ-Tát từ vi-trần-số tam-muội như:
- Tam-muội trí biết tam thế niệm vô-sai-biệt mà xuất,
- Biết số vi-trần trong tam-thế tất cả pháp-giới mà xuất,
- Hiện tam-thế tất cả Phật-độ mà xuất,
- Hiện xá-trạch của tất cả chúng-sanh mà xuất,
- Biết tâm hải của tất cả chúng sanh mà xuất,
- Biết danh-tự sai khác của tất cả chúng-sanh mà xuất,
- Biết thập phương pháp-giới chỗ nơi đều sai khác mà xuất,
- Biết trong tất cả vi-trần đều có vô-biên Phật-thân rộng lớn mà xuất
- Diễn nói lý-thú của tất cả pháp mà xuất.

(Kinh Hoa Nghiêm, phẩm 3. Phổ Hiền Tam Muội)

3. CHƯ BỒ TÁT ĐƯỢC LỢI ÍCH

- Lúc Phổ-Hiền Bồ-Tát xuất những môn tam-muội như vậy, chư Bồ-Tát đều được:
- Thế-giới vi-trần-số tam-muội
- Thế-giới vi-trần-số đà-la-ni
- Thế-giới vi-trần-số pháp phương-tiện
- Thế-giới vi-trần-số môn biện-tài

- Thế-giới vi-trần-số môn tu hành
- Thế-giới vi-trần-số trí quang-minh công-đức của chư Phật khắp chiếu pháp-giới
- Thế-giới vi-trần-số phương-tiện-lực trí-huệ vô-sai-biệt của chư Phật
- Thế-giới vi-trần-số hải-vân trong mỗi chân lông của tất cả chư Phật đều hiện các quốc-độ.
- Thế-giới vi-trần-số hải-vân mỗi Bồ-Tát thị-hiện từ Đâu-Xuất Thiên-Cung giáng sanh thành Phật chuyển pháp-luân nhập niết-bàn.
- Lúc đó, tất cả thế-giới ở mười phương, do thần-lực của Phật và Đại Bồ-Tát do sức tam-muội của Phổ-Hiền Bồ-Tát, nên các báu trang-nghiêm đều lay động nhẹ, đồng thời vang ra diệu-âm diễn nói các pháp.

(Kinh Hoa Nghiêm, phẩm 3. Phổ Hiền Tam Muội)

4. NHƯ-LAI KHEN PHỔ HIỀN

Tất cả Như-Lai khắp rưới mười thứ mây đại ma-ni-vương, rồi trong *các chân lông của chư Phật đều phóng quang-minh*. Trong quang-minh nói kệ rằng:

Phổ-Hiền ở khắp các quốc-độ

Ngồi bửu-liên-hoa chúng đều thấy

Tất cả thần-thông đều hiện ra

Vô-lượng tam-muội đều hay nhập.

Phổ-Hiền thường dùng các thứ thân

Châu lưu pháp-giới đều đầy khắp

Tam-muội phương-tiện sức thần-thông

Viên-âm rộng nói đều vô-ngại.

(Kinh Hoa Nghiêm, phẩm 3. Phổ Hiền Tam Muội)

5. PHỔ HIỀN NHẬP TAM MUỘI

Lúc bấy giờ Phổ-Hiền Bồ-Tát ma-ha-tát ngồi trên tòa liên hoa tạng sư-tử ở trước Phật, thừa thần-lực của Phật mà nhập tam-muội tên là *Nhứt-Thiết-Chư-Phật-Tỳ-Lô-Giá-Na Như-Lai Tạng-Thân*, vào khắp tánh bình-đẳng của tất cả Phật.

Như trong thế-giới này, Phổ-Hiền Bồ-Tát ở trước Phật nhập tam-muội đây, cũng vậy, khắp pháp-giới hư-không-giới, thập phương tam-thế vi-thế vô-ngại quang-minh rộng lớn.

- Phật nhãn chỗ thấy được

- Phật-lực đến được

- Phật-thân hiện được

- Tất cả quốc-độ, trong quốc-độ này có bao vi-trần

- Trong mỗi vi-trần có thế-giới vi-trần số Phật độ

- Trong mỗi độ có thế-giới vi-trần số Phật

- Trước mỗi đức Phật có thế-giới vi-trần Phổ-Hiền Bồ-Tát cũng đều nhập tam-muội Nhất-Thiết-Chư-Phật-Tỳ-Lô-Giá-Na-Như-Lai-Tạng-Thân này.

Lúc đó, trước mỗi Phổ-Hiền Bồ-Tát đều có thập phương tất cả chư Phật đều hiện ra.

Chư Phật này đồng khen rằng: Lành thay lành thay! Này thiện-nam-tử! Ông có thể nhập Nhất-Thiết-Chư-Phật-Tỳ-Lô-Giá-Na-Như-Lai-Tạng-Thân này.

Này Phật-tử! Đây là mười phương tất cả chư Phật đồng gia-hộ cho ông, do vì *nguyện-lực của đức Tỳ-Lô-Giá-Na Như-Lai, mà cũng do nguyện-lực tu tập tất cả Phật-hạnh của ông.*

(Kinh Hoa Nghiêm, phẩm 3. Phổ Hiền Tam Muội)

6. TAM MUỘI TRÍ

Lúc đó thập phương chư Phật đều đưa tay hữu xoa đảnh của Phổ-Hiền Bồ-Tát.

Tay Phật đủ tướng-hảo trang-nghiêm phóng lưới quang-minh thơm sáng, đồng thời phát ra tiếng vi-diệu và những sự thần-thông tự-tại. *Tất cả Phổ-Hiền nguyện-hải của tất cả Bồ-Tát quá-khứ, hiện-tại, vị-lai, những pháp-luân thanh-tịnh và ảnh-tượng của tam-thế chư Phật cũng đều hiện cả trong quang-minh ấy.*

Tất cả Phổ-Hiền Bồ-Tát trong tất cả thế-giới vi-trần cũng đều được xoa đảnh như vậy.

Bấy giờ, Phổ-Hiền Bồ-Tát liền từ tam-muội ấy mà xuất, đồng thời cũng từ vi-trần-số tam-muội mà xuất:

- Từ môn tam-muội trí biết tam thế niệm vô-sai-biệt mà xuất;

- Từ môn tam-muội biết số vi-trần trong tam-thế tất cả pháp-giới mà xuất;

- Từ môn tam-muội hiện tam-thế tất cả Phật-độ mà xuất;

- Từ môn tam-muội hiện xá-trạch của tất cả chúng-sanh mà xuất;

- Từ môn tam muội biết tâm hải của tất cả chúng sanh mà xuất;

- Từ môn tam-muội biết danh-tự sai khác của tất cả chúng-sanh mà xuất;

- Từ môn tam-muội biết thập phương pháp-giới chỗ nơi đều sai khác mà xuất;

- Từ môn tam-muội biết trong tất cả vi-trần đều có vô-biên Phật-thân rộng lớn mà xuất

- Từ môn tam-muội diễn nói lý-thú của tất cả pháp mà xuất.

(Kinh Hoa Nghiêm, phẩm 3. Phổ Hiền Tam Muội)

7. CÁC THẾ GIỚI VI TRẦN TAM MUỘI

Lúc Phổ-Hiền Bồ-Tát từ những môn tam-muội như vậy mà xuất, chư Bồ-Tát đều được thế-giới vi-trần-số tam-muội;

Được thế-giới vi-trần-số đà-la-ni, được thế-giới vi-trần-số pháp phương-tiện;

Được thế-giới vi-trần-số môn biện-tài, được thế-giới vi-trần-số môn tu hành;

Được thế-giới vi-trần-số trí quang-minh công-đức của chư Phật khắp chiếu pháp-giới

Được thế-giới vi-trần-số phương-tiện-lực trí-huệ vô-sai-biệt của chư Phật

Được thế-giới vi-trần-số hải-vân trong mỗi chân lông của tất cả chư Phật đều hiện các quốc-độ

Được thế-giới vi-trần-số hải-vân mỗi Bồ-Tát thị-hiện từ Đâu-Xuất Thiên-Cung giáng sanh thành Phật chuyển pháp-luân nhập niết-bàn.

(Kinh Hoa Nghiêm, phẩm 3. Phổ Hiền Tam Muội)

8. CHÂN LÔNG PHÓNG QUANG MINH

Rưới khắp mười thứ mây ma-ni-vương như vậy rồi trong *các chân lông của chư Phật đều phóng quang-minh*. Trong quang-minh nói kệ rằng:

Phổ-Hiền ở khắp các quốc-độ

Ngồi bửu-liên-hoa chúng đều thấy

Tất cả thần-thông đều hiện ra

Vô-lượng tam-muội đều hay nhập.

Phổ-Hiền thường dùng các thứ thân

Châu lưu pháp-giới đều đầy khắp

Tam-muội phương-tiện sức thần-thông

Viên-âm rộng nói đều vô-ngại.

Trong tất cả cõi chư Phật ngự

Các môn tam-muội hiện thần-thông

Mỗi mỗi thần-thông đều khắp cùng
Thập phương quốc-độ không chỗ sót.

Như tất cả cõi Như-Lai ngự
Trong sát-trần kia cũng như vậy
Chỗ hiện tam-muội sự thần-thông
Nguyện lực Tỳ-Lô-Giá-Na Phật.

Phổ-Hiền thân tướng như hư-không
Nương chơn tánh ở chẳng phải cõi
Tùy lòng chúng-sanh chỗ thích ưa
Thị-hiện thân hình đồng tất cả.

Phổ-Hiền an-trụ các đại nguyện
Vô-lượng thần-thông sức tự-tại
Tất cả Phật-thân các quốc-độ
Đều hiện hình kia mà đến đó.

Tất cả sát-hải vô-lượng biên
Phân thân ở đó cũng vô-lượng
Cõi nước hiện ra đều trang-nghiêm
Trong một sát-na thấy nhiều kiếp.
(Kinh Hoa Nghiêm, phẩm 3. Phổ Hiền Tam Muội)

Phẩm 4.

Thế Giới Thành Tựu

I. MỤC LỤC

19. Thế-giới-hải nhiều kiếp trụ

20. Thế giới hải có vô số kiếp nhiễm tịnh

21. Trụ kiếp thường thanh-tịnh

22. Thế-giới-hải vi-trần số vô sai biệt

23. Mỗi vi-trần vô-lượng Phật.

***

II. CHÁNH VĂN

1. THẾ GIỚI THÀNH TỰU

Phổ-Hiền Bồ-Tát nương thần-lực của Phật, quan-sát khắp tất cả thế-giới-hải và bảo chư Bồ Tát rằng: Chư Phật Thế-Tôn có trí-huệ thanh-tịnh bất-tư-nghì biết thế giới thành tựu, biết tất cả:

- Thế-giới-hải thành-hoại

- Chúng-sanh nghiệp-hải

- Pháp-giới an-lập-hải

- Vô-biên Phật-hải

- Căn-dục-hải

- Một niệm biết khắp tất cả tam-thế

- Hiển-thị tất cả Như-Lai vô-lượng-nguyện-hải

- Thị-hiện tất cả Phật thần-biến-hải

- Chuyển pháp-luân, kiến-lập diễn-thuyết-hải...

(Kinh Hoa Nghiêm, phẩm 4. Thế giới thành tựu)

2. ƯỚC NGUYỆN PHỔ HIỀN

Tất cả pháp bất-tư-nghì như vậy, Phổ Hiền Bồ Tát sẽ thừa thần-lực của Phật và oai-thần của tất cả Như-Lai mà tuyên-thuyết đầy đủ. Vì muốn chúng-sanh:

- Vào trí-huệ-hải của Phật
- An-trụ trong biển công-đức của Phật
- Khiến tất cả thế-giới-hải, tất cả Phật tự-tại được trang-nghiêm
- Vì muốn tất cả kiếp-hải chủng-tánh Phật thường chẳng dứt
- Vì muốn tất cả thế-giới-hải hiển thị tánh chơn thật của các pháp
- Vì muốn khiến tất cả Bồ-Tát an-trụ trong nguyện-hải Phổ-Hiền.

(Kinh Hoa Nghiêm, phẩm 4. Thế giới thành tựu)

3. CẢNH-GIỚI TỲ-LÔ-GIÁ-NA PHẬT

An-trụ Phổ-Hiền những hạnh nguyện
Tu hành Bồ-tát đạo thanh-tịnh
Quan-sát pháp-giới như hư-không
Bèn biết được chỗ làm của Phật.

Chư Bồ-Tát đây được lợi lành
Thấy Phật tất cả thần-thông-lực
Tu những đạo khác không biết được
Học hạnh Phổ-Hiền mới tỏ ngộ.

Chúng-sanh rộng lớn, vốn vô-biên
Như-Lai tất cả đều hộ-niệm
Chuyển chánh-pháp-luân khắp mọi nơi
Cảnh-giới Tỳ-Lô-Giá-Na Phật.

Tất cả cõi nước vào thân tôi

Chỗ chư Phật ngự cũng như vậy
Chúng nên xem các chân lông tôi
Nay tôi hiện bày cảnh-giới Phật.

Phổ-Hiền hạnh nguyện không ngằn mé
Tôi đã tu hành được đầy đủ
Cảnh-giới phổ-nhãn thân rộng lớn
Là Phật chỗ làm phải nghe kỹ.
(Kinh Hoa Nghiêm, phẩm 4. Thế giới thành tựu)

4. THẾ GIỚI HẢI CÓ MƯỜI VIỆC

Phổ-Hiền Bồ-Tát bảo đại-chúng rằng: "Thế-giới-hải có mười việc mà chư Phật trong ba đời quá-khứ, hiện-tại, vị-lai đã nói, hiện nói và sẽ nói.

Những gì là mười?
1. Nhơn-duyên khởi thế-giới-hải
2. Chỗ trụ-nương của thế-giới-hải
3. Hình-trạng của thế-giới-hải
4. Thể-tánh của thế-giới-hải
5. Sự trang-nghiêm của thế-giới-hải
6. Sự thanh-tịnh của thế-giới-hải
7. Phật xuất hiện nơi thế-giới-hải
8. Kiếp trụ của thế-giới-hải,
9. Kiếp chuyển biến sai biệt của thế-giới-hải
10. Môn vô-sai-biệt của thế-giới-hải.

Đó là lược nói mười thứ nhơn-duyên. Nếu rộng nói thời có thế-giới-hải vi-trần-số. Do mười thứ nhơn-duyên mà tất cả thế-giới-hải đã thành, hiện thành và sẽ thành.

(Kinh Hoa Nghiêm, phẩm 4. Thế giới thành tựu)

5. TỲ-LÔ-GIÁ-NA ĐỀU NGHIÊM-TỊNH

Đã nói vô-biên sát-độ-hải
Tỳ-Lô-Giá-Na đều nghiêm-tịnh
Thế-Tôn cảnh-giới bất-tư-nghì
Trí-huệ thần-thông-lực như vậy.

Bồ-Tát tu hành những *nguyện-hải*
Khắp tùy chúng-sanh tâm chỗ muốn
Chúng-sanh tâm hạnh rộng vô-biên
Bồ-Tát quốc-độ khắp mười phương.

Bồ-Tát thẳng đến nhứt-thiết-trí
Siêng tu các môn tự-tại-lực
Vô-lượng nguyện-hải khắp xuất sanh
Sát-độ rộng lớn đều thành-tựu.

Tu những *hạnh-hải* vô-lượng-biên
Vào cảnh-giới Phật cũng vô-lượng
Thanh-tịnh thập phương các cõi nước
Mỗi mỗi cõi trải vô-lượng kiếp.

Chúng-sanh phiền-não làm loạn đục
Phân biệt ưa thích chẳng phải một
Tùy tâm tạo nghiệp bất-tư-nghì
Tất cả *sát-hải* đây thành lập.

Phật tử sát-hải tạng trang-nghiêm

Ly-cấu quang-minh báu làm thành
Đây do rộng lớn tâm tín hải
Chỗ ở mười phương đều như vậy.

Bồ-Tát hay tu hạnh Phổ-Hiền
Du hành pháp-giới vi-trần đạo
Trong trần đều hiện vô-lượng cõi
Rộng lớn thanh-tịnh như hư-không.

Khắp cõi hư-không hiện thần-thông
Đều đến đạo-tràng chỗ chư Phật
Trên tòa liên-hoa hiện các tướng
Mỗi thân bao trùm tất cả cõi.

Một niệm hiện khắp nơi tam-thế
Tất cả sát-hải đều thành lập
Phật dùng phương-tiện đều vào trong
Là Phật Tỳ-Lô chỗ nghiêm-tịnh.
(Kinh Hoa Nghiêm, phẩm 4. Thế giới thành tựu)

6. CHỖ NƯƠNG TRỤ CỦA THẾ-GIỚI-HẢI

Phổ-Hiền Bồ-Tát lại bảo đại-chúng rằng: Mỗi mỗi thế-giới-hải có thế-giới-hải vi-trần-số chỗ nương trụ. Hoặc nương:

- Tất cả trang-nghiêm mà trụ.

- Nương hư-không mà trụ.

- Nương bửu-quang-minh mà trụ.

- Nương Phật quang minh mà trụ.

- Nương bửu-sắc quang-minh mà trụ.

- Nương thinh-âm chư Phật mà trụ.
- Nương Kim-Cang hình đại-lực a-tu-la chúng-sanh như huyễn mà trụ.
- Nương thân các Thế-Chủ mà trụ.
- Nương thân chư Bồ-Tát mà trụ.
- Nương tất cả biển trang-nghiêm sai khác hạnh-nguyện Phổ-Hiền mà trụ.

(Kinh Hoa Nghiêm, phẩm 4. Thế giới thành tựu)

7. TỲ-LÔ-GIÁ-NA ĐẲNG VÔ-THƯỢNG

Tỳ-Lô-Giá-Na đẳng vô-thượng
Thường ở cõi này chuyển pháp-luân.
Hoặc nương cây báu trụ bằng thẳng
Trong mây sáng thơm cũng như vậy
Có cõi nương trong những biển lớn
Hoặc trụ kim-cang rất bền chắc.

Có cõi nương-trụ Kim-cang tràng
Có cõi trụ trong biển Hoa-Tạng
Thần biến rộng lớn khắp các nơi
Tỳ-Lô-Giá-Na Phật hay hiện.

Pháp-giới quốc-độ mỗi vi-trần
Những cõi nước lớn ở trong đó
Phật-vân bình-đẳng đều giăng che
Tất cả mọi nơi đều đầy đủ.

Lực dụng tự-tại trong mỗi trần

Tất cả vi-trần cũng như vậy
Chư Phật Bồ-Tát đại thần-thông
Tỳ-Lô-Giá-Na đều hay hiện.
(Kinh Hoa Nghiêm, phẩm 4. Thế giới thành tựu)

8. HÌNH TƯỚNG CỦA THẾ GIỚI HẢI

Phổ-Hiền Bồ-Tát lại bảo đại-chúng rằng:

Thế-giới-hải có nhiều hình tướng sai khác, hoặc tròn, hoặc vuông, hoặc chẳng phải tròn vuông, hoặc hình như nước xoáy, hoặc hình như núi, hoặc hình như cây, hình như bông, hoặc hình như cung điện, như hình chúng-sanh, như hình Phật, có thế-giới vi-trần-số hình sai khác như vậy.

(Kinh Hoa Nghiêm, phẩm 4. Thế giới thành tựu)

9. TRONG MỘT CHÂN LÔNG VÔ-LƯỢNG CÕI

Trong một chân lông vô-lượng cõi
Như số-vi-trần mà an-trụ
Mỗi cõi đều có đấng Thế-Tôn
Ở trong chúng-hội tuyên diệu pháp.

Trong mỗi vi-trần cõi lớn nhỏ
Nhiều loại sai khác số vi-trần
Bằng phẳng cao thấp đều chẳng đồng
Phật đều qua đến mà thuyết pháp.

Tất cả vi-trần hiện quốc-độ
Đều là bổn nguyện thần-thông-lực
Tùy lòng ưa thích sai khác nhau

Trong khoảng hư-không đều làm được.

Tất cả quốc-độ những vi-trần

Trong mỗi vi-trần Phật đều nhập

Khắp vì chúng-sanh hiện thần-thông

Tỳ-Lô-Giá-Na pháp như vậy.

(Kinh Hoa Nghiêm, phẩm 4. Thế giới thành tựu)

10. THỂ TÁNH CỦA CÁC THẾ GIỚI

Phổ-Hiền Bồ-Tát lại bảo đại-chúng rằng: 'Chư Phật-tử! Nên biết thế-giới-hải có các loại thể.

- Hoặc dùng tất cả hay một bửu trang-nghiêm làm thể
- Hoặc dùng tất cả bửu sắc quang-minh làm thể.
- Hoặc dùng tất cả quang-minh trang-nghiêm hay kim-cang làm thể.
- Hoặc dùng Phật-lực nhiếp-trì hay tướng diệu-bửu làm thể.
- Hoặc dùng Phật biến-hóa hay nhựt ma-ni làm thể.
- Hoặc dùng cực-vi-trần hay tất cả bửu-diệm làm thể.
- Hoặc dùng các thứ hương hay bửu-hoa-quan làm thể.
- Hoặc dùng bửu ảnh-tượng hay trang-nghiêm thị-hiện làm thể.
- Hoặc dùng nhứt tâm thị-hiện cảnh-giới hay bửu hình Bồ-Tát làm thể.
- Hoặc dùng bửu-hoa-nhụy hay ngôn-âm của Phật làm thể.

Có thế-giới vi-trần số thể như vậy.

(Kinh Hoa Nghiêm, phẩm 4. Thế giới thành tựu)

11. NGUYỆN-LỰC TRANG-NGHIÊM

Hoặc Phổ-Hiền Bồ-Tát

Hóa hiện các quốc-độ

Dùng nguyện-lực trang-nghiêm

Tất cả đều tốt đẹp.

(Kinh Hoa Nghiêm, phẩm 4. Thế giới thành tựu)

12. CÁCH TRANG NGHIÊM THẾ GIỚI

Thế-giới-hải có nhiều loại trang-nghiêm.

- Hoặc dùng mây đẹp nhứt để trang-nghiêm.

- Hoặc dùng thuyết-minh công-đức của chư Bồ-Tát.

- Thuyết minh nghiệp báo của tất cả chúng-sanh để trang-nghiêm.

- Thị-hiện nguyện-lực của chư Bồ-Tát để trang-nghiêm.

- Biểu-thị ảnh-tượng của tam thế chư Phật để trang-nghiêm.

- Thị-hiện cảnh-giới thần-thông trải vô-biên kiếp để trang-nghiêm.

- Xuất hiện thân của chư Phật để trang-nghiêm.

- Xuất hiện tất cả mây hương báu để trang-nghiêm.

- Thị-hiện những vật trân diệu quang-minh chiếu sáng trong tất cả đạo-tràng để trang-nghiêm.

- Thị-hiện tất cả Phổ-Hiền hạnh nguyện để trang-nghiêm.

(Kinh Hoa Nghiêm, phẩm 4. Thế giới thành tựu)

13. VÔ-BIÊN KIẾP HẢI

Mười phương những nơi Phật thành-đạo

Các thứ trang-nghiêm đều đầy đủ

Phóng-quang chiếu xa như mây sáng

Trong thế-giới-hải đều khiến thấy.

Phổ-Hiền hạnh-nguyện chư Bồ-Tát

Vô-biên kiếp hải siêng tu tập
Vô-biên quốc-độ đều trang-nghiêm
Trong tất cả chỗ đều hiển hiện.
(Kinh Hoa Nghiêm, phẩm 4. Thế giới thành tựu)

14. THẾ GIỚI HẢI CÓ VI TRẦN
SỐ MÔN PHƯƠNG TIỆN THANH TỊNH

Thế-giới-hải có vi-trần số môn phương-tiện thanh-tịnh là do:

- Thiện-căn của chư Bồ-Tát gần gũi thiện-trí-thức.
- Thêm lớn những công-đức khắp pháp-giới
- Tu-tập những thắng-giải rộng lớn.
- Quan-sát cảnh-giới của tất cả Bồ-Tát mà an-trụ.
- Tu-tập những môn ba-la-mật đều viên-mãn.
- Quán-sát những địa-vị của chư Bồ-Tát mà nhập trụ
- Xuất sanh tất cả thệ nguyện thanh-tịnh.
- Tu-tập những hạnh xuất-yếu
- Nhập tất cả biển trang-nghiêm.
- Thành-tựu sức phương-tiện thanh-tịnh.

(Kinh Hoa Nghiêm, phẩm 4. Thế giới thành tựu)

15. VÔ-LƯỢNG NGHIỆP THANH-TỊNH HIỆN THÀNH

Tất cả cõi nước những trang-nghiêm
Do nguyện lực phương-tiện sanh ra
Tất cả quốc-độ thường chói sáng
Vô-lượng nghiệp thanh-tịnh hiện thành.

Nguyện lực rộng lớn không gì sánh
Khiến khắp chúng-sanh gieo thiện căn

Cúng-dường tất cả chư Như-Lai

Vô-biên quốc-độ đều thanh-tịnh.

(Kinh Hoa Nghiêm, phẩm 4. Thế giới thành tựu)

16. THẾ GIỚI HẢI CÓ VÔ SỐ THÂN SAI KHÁC

Mỗi thế-giới-hải có thế-giới-hải vi-trần số Phật xuất hiện sai khác: hoặc hiện thân nhỏ, hoặc hiện thân lớn, hoặc hiện đoản-thọ, hoặc hiện trường-thọ, hoặc chỉ nghiêm-tịnh một quốc-độ, hoặc hiện nghiêm-tịnh vô-lượng quốc-độ, hoặc chỉ hiển thị pháp nhứt-thừa, hoặc hiển thị vô-lượng thừa, hoặc hiện điều-phục thiểu số chúng-sanh, hoặc hiện điều-phục vô-biên chúng-sanh, có vi-trần số sai khác như vậy.

(Kinh Hoa Nghiêm, phẩm 4. Thế giới thành tựu)

17. VÔ-LƯỢNG CÕI TRANG-NGHIÊM

Phật có vô-lượng cõi trang-nghiêm

Chúng-hội thanh-tịnh ngồi nghiêm chỉnh

Phật như vầng mây che trong đó

Thập phương quốc-độ đều đầy khắp.

Chư Phật phương-tiện bất-tư-nghì

Tùy tâm chúng-sanh hiện ra trước

Ngự trong các cõi rất trang-nghiêm

Tất cả quốc-độ đều cùng khắp.

(Kinh Hoa Nghiêm, phẩm 4. Thế giới thành tựu)

18. THẾ GIỚI HẢI CÓ VÔ SỐ KIẾP TRỤ

Thế-giới-hải có thế-giới-hải vi-trần-số kiếp trụ, hoặc có a-tăng-kỳ kiếp trụ, hoặc có vô-lượng kiếp-trụ, hoặc có vô-biên kiếp-trụ, hoặc có vô-đẳng kiếp trụ, hoặc có bất-khả-số-kiếp trụ, hoặc có bất-khả-xung-kiếp trụ, hoặc có bất-khả-tư kiếp trụ, hoặc có bất-khả-lượng kiếp trụ, hoặc có bất-khả-thuyết bất-khả-thuyết kiếp trụ, hoặc có bất khả thuyết bất khả thuyết kiếp trụ, có vi-trần số kiếp trụ như vậy.

(Kinh Hoa Nghiêm, phẩm 4. Thế giới thành tựu)

19. THẾ-GIỚI-HẢI NHIỀU KIẾP TRỤ

Trong thế-giới-hải nhiều kiếp trụ
Phương-tiện rộng lớn để trang-nghiêm
Mười phương cõi nước đều xem thấy
Số lượng sai khác đều rành rẽ.

Tôi thấy mười phương thế-giới-hải
Kiếp số vô-lượng đồng chúng-sanh
Hoặc dài hoặc vắn hoặc vô-biên
Dùng Phật thinh âm nay diễn nói.

Hoặc thấy mười phương những quốc-độ
Hoặc trụ quốc-độ vi-trần kiếp
Hoặc chỉ một kiếp hoặc vô số
Bởi những tâm nguyện đều chẳng đồng.

(Kinh Hoa Nghiêm, phẩm 4. Thế giới thành tựu)

20. THẾ GIỚI HẢI CÓ VÔ SỐ KIẾP NHIỄM TỊNH

Thế-giới-hải có vi-trần số kiếp chuyển biến sai khác như:

- Vô-lượng kiếp thành, kiếp hoại chuyển biến.

- Vì chúng-sanh nhiễm-ô ở nên thế-giới-hải thành kiếp nhiễm-ô chuyển biến.

Vì chúng-sanh tu phước rộng lớn, nên thế-giới-hải thành kiếp nhiễm-tịnh chuyển biến.

Vì tín-giải Bồ-Tát ở, nên thế-giới-hải thành-kiếp nhiễm-tịnh chuyển-biến.

Vì vô-lượng chúng-sanh phát bồ-đề-tâm nên thế-giới-hải thuần kiếp thanh-tịnh chuyển biến.

Vì chư Bồ Tát đều đi khắp các thế giới, nên thế giới hải vô biên kiếp trang nghiêm chuyển biến.

Vì thập phương tất cả chư Bồ-Tát vân tập nên thế-giới-hải vô-lượng kiếp đại trang-nghiêm chuyển biến.

Vì chư Phật Thế-Tôn nhập Niết-bàn nên thế-giới-hải kiếp trang-nghiêm diệt chuyển biến.

Vì chư Phật xuất hiện ra đời nên tất cả thế-giới-hải kiếp rộng lớn trang-nghiêm thanh-tịnh chuyển biến.

Vì Như-Lai thần-thông biến hóa nên thế-giới-hải kiếp thanh-tịnh chuyển biến. Có vi-trần số kiếp chuyển biến như vậy.

(Kinh Hoa Nghiêm, phẩm 4. Thế giới thành tựu)

21. TRỤ KIẾP THƯỜNG THANH-TỊNH

Tất cả những quốc-độ

Đều tùy nghiệp-lực sanh

Các ngài nên quan-sát

Tướng chuyển biến như vậy.

Những chúng-sanh nhiễm ô

Nghiệp phiền-não đáng sợ

Tâm họ khiến quốc-độ

Tất cả thành nhiễm ô.

Nếu có tâm thanh-tịnh

Tu những hạnh phước-đức
Tâm họ khiến quốc-độ
Tạp nhiễm và thanh-tịnh.

Chư Bồ-Tát tín-giải
Sanh vào trong kiếp kia
Tùy tâm Bồ-Tát này
Quốc-độ đủ tịnh nhiễm.

Vô-lượng số chúng-sanh
Đều phát bồ-đề tâm
Tâm họ khiến quốc-độ
Trụ kiếp thường thanh-tịnh.

Vô-lượng ức Bồ-Tát
Qua đến mười phương cõi
Trang-nghiêm không có khác
Trong kiếp thấy sai khác.

Trong mỗi mỗi vi-trần
Bồ-Tát đồng vân tập
Quốc-độ đều thanh-tịnh.

Thế-Tôn nhập Niết-bàn
Cõi đó dứt trang-nghiêm
Chúng-sanh không pháp-khí
Thế-giới thành tạp-nhiễm.

Nếu có Phật ra đời
Cõi nước đều tốt đẹp
Tùy theo tâm thanh-tịnh
Đầy đủ sự trang-nghiêm.

Thần-thông của chư Phật
Thị-hiện bất-tư-nghì
Lúc đó những quốc-độ
Tất cả đều thanh-tịnh
(Kinh Hoa Nghiêm, phẩm 4. Thế giới thành tựu)

22. THẾ-GIỚI-HẢI VI-TRẦN SỐ VÔ SAI BIỆT

Trong mỗi thế-giới-hải có vi-trần số thế-giới vô-sai-biệt như:

- Chư Phật xuất hiện oai-đức thần-lực vô-sai-biệt.

- Tất cả đạo-tràng khắp thập phương pháp-giới vô-sai-biệt.

- Quang-minh của chư Phật khắp pháp-giới vô-sai-biệt.

- Chúng hội đạo-tràng của chư Phật vô-sai-biệt.

- Chư Phật biến hóa danh-hiệu vô-sai-biệt.

- Thinh-âm của chư Phật khắp thế-giới-hải vô-biên kiếp trụ vô-sai-biệt.

- Pháp-luân phương-tiện vô-sai-biệt.

- Tất cả thế-giới-hải vào khắp một vi-trần vô-sai-biệt.

- Tất cả tam thế chư Phật đều hiện trong đó vô-sai-biệt.

(Kinh Hoa Nghiêm, phẩm 4. Thế giới thành tựu)

23. MỖI VI-TRẦN VÔ-LƯỢNG PHẬT

Trong một vi-trần nhiều sát-hải
Chỗ nơi riêng khác đều nghiêm-tịnh

Vô-lượng như vậy và một cõi
Mỗi mỗi chia khác không xen tạp.

Trong mỗi vi-trần vô-lượng Phật
Tùy tâm chúng-sanh khắp hiện-tiền
Tất cả quốc-độ đều cùng khắp
Phương-tiện như vậy vô-sai-biệt.

Trong mỗi vi-trần những thọ vương
Nhiều thứ trang-nghiêm đều thòng rủ
Thập phương quốc-độ đều đồng hiện
Tất cả như vậy vô-sai-biệt.

Trong mỗi trần có vi-trần chúng
Cùng nhau bao quanh đức Thế-Tôn
Siêu-việt tất cả khắp thế-gian
Cũng chẳng chật hẹp tạp loạn nhau.

Trong mỗi trần có vô-lượng quang
Chiếu khắp mười phương các cõi nước
Đều hiện chư Phật hạnh bồ-đề
Tất cả sát-độ vô-sai-biệt.
Trong mỗi trần có vô-lượng thân
Biến hóa như mây đều cùng khắp
Phật dùng thần-thông độ chúng-sanh
Thập phương quốc-độ vô-sai-biệt.

Trong mỗi trần diễn nói các pháp
Pháp đó thanh-tịnh như luân chuyển
Các môn phương-tiện đều tự-tại
Tất cả diễn thuyết vô-sai-biệt.

Một trần diễn khắp tiếng chư Phật
Đầy khắp pháp-khí các chúng-sanh
Trụ khắp sát-hải vô-biên kiếp
Thinh-âm như vậy cũng không khác.

Sát-hải vô-lượng trang-nghiêm đẹp
Trong một vi trần đều vào cả
Thần thông chư Phật rất tự tại
Tất cả đều do nghiệp tánh hiện.

Trong mỗi vi-trần tam-thế Phật
Tùy chỗ sở-thích đều khiến thấy
Thể-tánh không đến cũng không đi
Do nơi nguyện-lực khắp thế-gian.
(Kinh Hoa Nghiêm, phẩm 4. Thế giới thành tựu)

Phẩm 5.

Hoa Tạng Thế Giới

I. MỤC LỤC

19. Tướng dáng của mười Phật-sát vi-trần-số thế-giới

20. Hoa-tạng-trang-nghiêm-thế-giới-hải

21. Hoa tạng thế giới có 20 tầng thế giới (ta bà và 19 tầng thế giới khác)

22. Biển hoa-tạng-thế-giới.

***

II. CHÁNH VĂN

1. HOA-TẠNG THẾ-GIỚI-HẢI

Phổ-Hiền Bồ-Tát thừa oai-thần của Phật mà nói với đại-chúng rằng:

Hoa-tạng thế-giới-hải này, được trang-nghiêm tịnh là do *đức Tỳ-lô-Giá-Na Như-Lai*, thuở xưa lúc tu hạnh Bồ-Tát trải qua thế-giới-hải vi-trần số kiếp, trong mỗi kiếp gần gũi vi-trần số Phật, nơi mỗi Phật tu-tập vi-trần số đại nguyện thanh-tịnh.

(Kinh Hoa Nghiêm, phẩm 5. Hoa Tạng Thế Giới)

2. TU-DI-SƠN VI-TRẦN SỐ PHONG-LUÂN NHIẾP-TRÌ HOA TẠNG THẾ GIỚI

Hoa-tạng thế-giới trang-nghiêm này có tu-di-sơn vi-trần số phong-luân nhiếp-trì. Từ thấp lên trên như hình chóp:

- Phong-luân bình-đẳng-trụ có thể nhiếp-trì phong-luân trang-nghiêm với vô-số ngọn lửa báu sáng rực rỡ.

- Xuất-sanh-chủng-chủng bửu-trang-nghiêm có thể nhiếp-trì từng trên tràng ma-ni-vương sáng rỡ.

- Bửu-oai-đức có thể nhiếp-trì từng trên vô-số bửu-linh.

- Bình-đẳng-diệm có thể nhiếp-trì từng trên ma-ni-vương sáng như mặt trời.

- Chủng-chủng Phổ-trang-nghiêm có thể nhiếp-trì từng vòng hoa sáng chói.

- Phổ-thanh-tịnh có thể nhiếp-trì từng trên tòa sư-tử hoa báu chiếu sáng.

- Thinh-biến-thập phương có thể nhiếp-trì từng trên tràng vô-số châu-vương.

- Thiết-bửu-quang-minh có thể nhiếp-trì từng trên cây báu vô-số ma-ni-vương.

- Tốc-tật-phổ-trì có thể nhiếp-trì từng trên mây tu-di tất cả hương ma-ni.

- Chủng-chủng-cung-điện-du-hành có thể nhiếp-trì từng trên mây hương-đài tất cả bửu-sắc.

- Tu-di-sơn vi-trần số phong-luân

- Thù-thắng-oai-quang-tạng có thể nhiếp-trì biển hương-thủy phổ-quang ma-ni trang-nghiêm.

- Biển hương-thủy này có liên-hoa lớn tên Chủng-chủng-quang-minh-nhụy-hương-tràng. Hoa-tạng thế-giới-hải trụ trong tràng đó, bốn phương bằng thẳng thanh-tịnh kiên cố, Kim-cang-luân-sơn bao giáp vòng, những cây nơi đất biển đều có khu vực sai khác.

(Kinh Hoa Nghiêm, phẩm 5. Hoa Tạng Thế Giới)

3. NGUYỆN-LỰC QUẢNG-ĐẠI

Thế-Tôn thuở xưa nơi các cõi

Chỗ chư Phật ngự tu tịnh nghiệp

Nên được các thứ bửu quang-minh

Hoa-tạng trang-nghiêm thế-giới-hải.

Từ-bi rộng lớn khắp tất cả

Xả thân vô-lượng số vi-trần

Do xưa nhiều kiếp sức tu hành
Nay thế-giới này không cấu nhiễm.

Phóng đại quang-minh trụ không-gian
Phong-luân nhiếp-trì không dao động
Phật-tạng ma-ni khắp nghiêm sức
Nguyện lực Như-Lai khiến thanh-tịnh.

Những vi-trần trong hoa-tạng-giới
Trong mỗi mỗi trần thấy pháp-giới
Bửu-quang hiện Phật như mây nhóm
Chư Phật như vậy cõi tự-tại.

Nguyện-lực quảng-đại khắp pháp-giới
Trong tất cả kiếp-độ chúng-sanh
Hạnh-nguyện Phổ-Hiền trí đều thành
Tất cả trang-nghiêm do đây có.
(Kinh Hoa Nghiêm, phẩm 5. Hoa Tạng Thế Giới)

4. HOA-TẠNG TRANG-NGHIÊM THẾ-GIỚI-HẢI

Hoa-Tạng trang-nghiêm thế-giới-hải này có:

- Đại luân-vi-sơn ở trên liên-hoa-nhụt-châu-vương

- Chiên-đàn ma-ni làm thân

- Oai-đức bửu-vương làm chót

- Diệu hương ma-ni làm luân

- Diệm tạng Kim cang hiệp thành

- Tất cả hương thủy chảy

- Rừng bằng châu báu

- Hoa tốt đua nở

- Cỏ thơm trải đất

- Minh-châu xen trang-nghiêm

- Khắp nơi đầy những hoa thơm

- Châu ma-ni làm lưới giăng trùm

- Có thế-giới-hải vi-trần số sự trang-nghiêm tốt-đẹp như vậy.

(Kinh Hoa Nghiêm, phẩm 5. Hoa Tạng Thế Giới)

5. THẾ-GIỚI ĐẠI-HẢI VÔ-LƯỢNG BIÊN

Thế-giới đại-hải vô-lượng biên
Bửu-luân thanh-tịnh nhiều màu sắc
Những sự trang-nghiêm đều đẹp lạ
Đây do thần-lực của Như-Lai.

Những cây ma-ni bằng chất báu
Mỗi chất báu đều phóng quang-minh
Tỳ-lô-Gía-Na thanh-tịnh thân
Hiện vào trong đó đều khiến thấy.

Trong những trang-nghiêm hiện thân Phật
Sắc tướng vô-biên vô-lượng số
Qua đến mười phương khắp mọi nơi
Hóa độ chúng-sanh cũng vô-lượng.

Tất cả trang-nghiêm vang tiếng diệu
Diễn nói bổn nguyện của Như-Lai

Sát-hải thanh-tịnh khắp mười phương

Thần-lực của Phật khiến đầy khắp.

(Kinh Hoa Nghiêm, phẩm 5. Hoa Tạng Thế Giới)

6. ĐẠI ĐỊA

Trong đại-luân-vi-sơn nơi thế-giới-hải này, tất cả đại-địa đều do:

- Kim-cang hiệp thành

- Kiên cố trang-nghiêm chẳng thể hư hoại

- Bằng phẳng thanh-tịnh

- Ma-ni làm luân, các thứ báu làm tạng

- Những ma-ni bửu xen lẫn trong đó, rải những mạt châu báu

- Hoa sen trải đất, hương tạng ma-ni xen trong hoa

- Những đồ trang-nghiêm đầy khắp như mây

- Tất cả sự trang-nghiêm trong tất cả quốc-độ của tam-thế chư Phật đều họp lại để nghiêm-sức

- Ma-ni diệu-bửu làm lưới hiện tất cả cảnh-giới của Như-Lai như lưới Thiên-đế giăng hàng trong đó.

-Trong đại-địa của thế-giới-hải này có mười bất-khả-thuyết Phật-sát vi-trần-số hương-thủy-hải. Tất cả diệu-bửu-trang-nghiêm đáy biển. Diệu-hương ma-ni trang-nghiêm bờ biển. *Tỳ-lô-Giá-Na ma-ni bửu-vương dùng làm lưới.*

(Kinh Hoa Nghiêm, phẩm 5. Hoa Tạng Thế Giới)

7. TẤT CẢ SÁT-HẢI ĐỀU NGHIÊM-TỊNH

Đại-địa ở trong thế-giới này

Có hương thủy-hải ma-ni đẹp

Diệu-bửu thanh-tịnh trải đáy biển

Ở trên kim-cang chẳng hư hoại.

Tỳ-lô Như-Lai thuở xa xưa

Tất cả sát-hải đều nghiêm-tịnh

Như vậy rộng lớn vô-lượng-biên

Đều là Như-Lai tự-tại-lực.

(Kinh Hoa Nghiêm, phẩm 5. Hoa Tạng Thế Giới)

8. THỦY ĐẠI

- Mỗi biển hương-thủy đều có tứ thiên hạ vi trần số sông Hương Thủy chảy vòng bên hữu.

- Tất cả con sông này đều dùng kim-cang làm bờ, tịnh-quang ma-ni dùng để trang-nghiêm, thường hiện mây sáng màu báu đẹp của chư Phật và những ngôn-âm của các chúng-sanh.

- Những chỗ nước xoáy trong các sông ấy, hiện ra hình tướng tất cả công-hạnh của chư Phật đã tu-tập.

- Lưới giăng bằng ma-ni treo linh và lạc báu, những sự trang-nghiêm của các thế-giới-hải đều hiện trong lưới đó.

- Mây báu ma-ni trùm trên đó. Mây này khắp hiện sự thần-thông của đức Tỳ-lô-Giá-Na, thập phương Hóa-Phật và tất cả chư Phật. Lại vang ra tiếng vi-diệu xưng dương danh hiệu của tam-thế chư Phật và chư Bồ-Tát.

- Trong hương thủy đó thường xuất-sanh tất cả bửu-diệm, mây sáng nối luôn chẳng dứt. Nếu nói rộng ra, thời mỗi con sông đều có thế-giới-hải vi-trần-số sự trang-nghiêm.

(Kinh Hoa Nghiêm, phẩm 5. Hoa Tạng Thế Giới)

9. NƯỚC THƠM NGHIÊM SỨC

Dòng nước thơm trong đầy cả sông

Kim-cang diệu-bửu làm bờ bực

Mạt báu làm luân trải đáy sông

Những thứ nghiêm-sức đều báu đẹp.

Thềm báu liệt hàng đẹp trang-nghiêm
Lan-can bao vòng rất tráng lệ
Chơn châu làm tạng những hoa đẹp
Những tràng chuỗi ngọc đồng rũ xuống.
(Kinh Hoa Nghiêm, phẩm 5. Hoa Tạng Thế Giới)

10. HOA TẠNG THẾ GIỚI BẤT KHẢ TƯ NGHÌ

Thế-giới-hải trang-nghiêm của chư Phật Thế-Tôn đều bất-tư-nghì. Vì sao vậy?

Vì mỗi mỗi đều dùng thế-giới-hải vi-trần-số công-đức thanh-tịnh để trang-nghiêm.

(Kinh Hoa Nghiêm, phẩm 5. Hoa Tạng Thế Giới)

11. BỔN-NGUYỆN CỦA TỲ-LÔ-GIÁ-NA

Những ngọc ma-ni diễn Phật-âm
Tiếng Phật mỹ diệu bất-tư-nghì
Tỳ-lô-Giá-Na xưa tu hành
Trong bảo-châu này luôn nghe thấy.

Quang-minh thanh-tịnh đấng Biến-Tri
Trong đồ trang-nghiêm đều hiện bóng
Biến-hóa phân-thân chúng vây quanh
Tất cả sát-hải đều cùng khắp.

Bất-khả tư-nghì ức đại kiếp
Gần-gũi tất cả chư Như-Lai
Tất cả công-hạnh đã tu hành
Trong một sát-na-do-tha đều hiện được.

Chư Phật quốc-độ như hư-không
Vô-đẳng vô-sanh và vô-tướng
Vì lợi chúng-sanh mà trang-nghiêm
Vì bổn-nguyện nên trụ trong đó.
(Kinh Hoa Nghiêm, phẩm 5. Hoa Tạng Thế Giới)

12. HOA TẠNG THẾ GIỚI CÓ NHIỀU CHỨC NĂNG

Hoa tạng thế giới đều có:

- Hình-trạng

- Thể-tánh

- Phương-sở

- Thu nhập

- Trang-nghiêm

- Chừng ngằn

- Năng-lực gia-trì riêng biệt.

(Kinh Hoa Nghiêm, phẩm 5. Hoa Tạng Thế Giới)

13. BẤT-KHẢ-THUYẾT PHẬT-SÁT
VI-TRẦN-SỐ HƯƠNG-THỦY-HẢI

Lúc đó Phổ-Hiền Bồ-Tát lại bảo đại-chúng rằng: 'Nay tôi sẽ nói trong đây có những thế-giới nào an-trụ. Trong mười bất-khả-thuyết Phật-sát vi-trần-số hương-thủy-hải này, có mười bất-khả-thuyết Phật-sát vi-trần-số thế-giới-chủng an-trụ.

Mỗi thế-giới-chủng lại có mười bất-khả-thuyết Phật-sát vi-trần-số thế-giới.

(Kinh Hoa Nghiêm, phẩm 5. Hoa Tạng Thế Giới)

14. THẾ-GIỚI-CHỦNG

Ở trong thế-giới-hải, các thế-giới-chủng kia đều riêng nương ở, đều riêng hình-trạng, đều riêng thể-tánh, đều riêng phương-sở, đều riêng thu nhập, đều riêng trang-nghiêm, đều riêng chừng ngắn, đều riêng bày hàng, đều riêng vô-sai-biệt, đều riêng năng-lực gia-trì.

(Kinh Hoa Nghiêm, phẩm 5. Hoa Tạng Thế Giới)

15. HOA TẠNG THẾ GIỚI AN TRỤ

Hoa Tạng thế giới nương:

- Đại-liên-hoa-hải mà an-trụ

- Vô-biên-sắc-bửu-hoa-hải

- Nhứt-thiết-chơn-châu-tạng-bửu-anh-lạc-hải

- Hương-thủy-hải

- Nhứt-thiết-hoa-hải

- Ma-ni-bửu-võng-hải

- Triền-lưu-quang-hải

- Bồ-Tát bửu-trang-nghiêm-quan-hải

- Chủng-chủng-chúng-sanh-thân-hải

- Nhứt-thiết-Phật-âm-thinh-ma-ni-vương-hải mà an-trụ.

Có thế-giới-hải vi-trần-số sự an-trụ như vậy.

(Kinh Hoa Nghiêm, phẩm 5. Hoa Tạng Thế Giới)

16. HOA TẠNG THẾ GIỚI CÓ NHIỀU TƯỚNG TRẠNG

Tất cả thế-giới-chủng đó hình trạng đều khác nhau:

- Hình núi Tu-Di

- Hình song

- Hình xoay chuyển

- Hình nước xoáy

- Hình trục xe

- Hình lễ-đàn

- Hình rừng cây

- Hình lầu gác

- Hình sơn-tràng

- Hình vuông góc

- Hình hoa-sen

- Hình thai-tạng

- Hình khư-lặc-ca

- Hình thân chúng-sanh

- Hình mây

- Hình tướng-hảo của Phật

- Hình quang-minh viên-mãn

- Hình lưới chơn-châu

- Hình ngạch cửa

- Hình đồ trang-nghiêm, có thế-giới-hải vi-trần-số hình trạng như vậy.

(Kinh Hoa Nghiêm, phẩm 5. Hoa Tạng Thế Giới)

17. THỂ CỦA HOA TẠNG THẾ GIỚI

Thể của những thế-giới-chủng đó là dùng:

- Thập phương ma-ni-vân

- Quang-minh

- Lửa báu thơm

- Tất cả báu trang-nghiêm

- Ảnh-tượng Bồ-Tát

- Quang-minh chư Phật

- Sắc tướng của Phật

- Bửu-quang

- Thinh âm những nghiệp-hải của tất cả chúng-sanh

- Thinh-âm thanh-tịnh cảnh-giới của tất cả chư Phật
- Thinh-âm đại-nguyện-hải của tất cả Bồ-Tát
- Thinh-âm phương-tiện của tất cả Phật
- Thinh-âm đồ trang-nghiêm thành hoại của tất cả cõi
- Thinh-âm của vô-biên Phật
- Thinh-âm biến-hóa của chư Phật
- Thinh-âm thiện của tất cả chúng-sanh
- Thinh-âm thanh-tịnh biển công-đức của tất cả Phật làm thể.

Có thế-giới-vi-trần-số thể-tánh như vậy.

(Kinh Hoa Nghiêm, phẩm 5. Hoa Tạng Thế Giới)

18. SÁT-CHỦNG TRANG-NGHIÊM

Sát-chủng kiên-cố diệu trang-nghiêm

Quảng-đại thanh-tịnh quang-minh tạng

An-trụ nơi bửu hải liên-hoa

Hoặc an-trụ nơi Hương-thủy hải.

Hình Tu- di, thành, cây, lễ-đàn

Tất cả sát-chủng khắp mười phương

Các loại trang-nghiêm hình chẳng đồng

Đều riêng bủa giăng mà an-trụ.

(Kinh Hoa Nghiêm, phẩm 5. Hoa Tạng Thế Giới)

19. TƯỚNG DÁNG CỦA MƯỜI PHẬT-SÁT VI-TRẦN-SỐ THẾ-GIỚI

Mười Phật-sát vi-trần-số thế-giới có vô số hình dáng như:

- Xoay chuyển
- Sông nước

- Nước xoáy

- Trục xe

- Lễ-đàn

- Rừng cây

- Nhà lầu

- Tràng thi-la

- Vuông

- Thai-tạng

- Liên hoa

- Khư-lặc-ca.

- Các loại chúng-sanh

- Thế-giới Phật-tướng.

- Viên-quang

-Mây

- Lưới

- Ngạch cửa.

Có bất-khả-thuyết Phật-sát vi-trần-số thế-giới như vậy. Mỗi thế-giới này đều có mười Phật-sát vi-trần-số thế-giới rộng lớn bao quanh.

(Kinh Hoa Nghiêm, phẩm 5. Hoa Tạng Thế Giới)

20. HOA-TẠNG-TRANG-NGHIÊM-THẾ-GIỚI-HẢI

Trong mười bất-khả-thuyết Phật-sát vi-trần-số hương-thủy-hải như vậy, có mười bất-khả-thuyết Phật-sát vi-trần-số thế-giới-chủng, đều y hiện-nhứt-thiết-Bồ-Tát-hình-ma-ni-vương-tràng-trang-nghiêm-liên-hoa mà trụ, đều riêng:

- Bửu-tế trang-nghiêm không gián đoạn

- Phóng bửu-sắc-quang-minh

- Quang-minh-vân giăng che

- Trang-nghiêm

- Kiếp sai khác

- Phật xuất-hiện

- Diễn pháp-hải

- Chúng-sanh khắp đầy dẫy

- Vào đến khắp mười phương

- Sự gia trì của thần lực chư Phật.

Trong mỗi thế-giới-chủng này, tất cả thế-giới đều y các loại trang-nghiêm mà trụ, liên tiếp lẫn nhau thành thế-giới-võng, kiến lập nhiều loại sai khác khắp cùng nơi Hoa-Tạng-Trang-Nghiêm-Thế-Giới-Hải.

21. HOA TẠNG THẾ GIỚI CÓ 20 TẦNG THẾ GIỚI (TA BÀ và 19 TẦNG THẾ GIỚI KHÁC)

Có 20 thế giới từ thấp lên cao (cách nhau là Phật-sát vi-trần-số thế-giới) với 20 vị Phật làm giáo chủ như:

Mười bất-khả-thuyết Phật-sát vi-trần-số hương-thủy-hải này ở trong Hoa-Tạng thế-giới-hải giăng bày như lưới báu của Thiên-đế. Hương-thủy-hải ở trung-ương tên Vô-Biên-Diệu-Hoa-Quang. Đáy biển là tràng ma-ni-vương hiện tất cả hình Bồ-Tát, xuất sanh một đại liên-hoa tên Nhứt-Thiết-Hương-Ma-Ni-Trang-Nghiêm.

1. Thế-giới-chủng tên Phổ-Chiếu-Thập-Phương-Xí-Nhiên-Bửu-Quang-Minh, dùng tất cả đồ trang-nghiêm làm thể. Trong đây có bất-khả-thuyết Phật-sát vi-trần-số thế-giới bao quanh, nương bửu-ma-ni-hoa mà trụ, trạng nhu ma ni bửu, Phật hiệu Tinh-Nhãn-Ly-Cấu-Đăng.

2. Thế-giới tên Chủng-Chủng-Hương-Liên-Hoa-Diệu-Trang-Nghiêm, nương bửu-liên-hoa-võng mà trụ, trạng như tòa sư-tử, mây bửu-sắc châu che trùm, hai Phật-sát vi-trần-số thế-giới bao quanh, Phật hiệu Sư-Tử-Quang-Thắng-Chiếu.

3. Thế-giới tên Bửu-Trang-Nghiêm-Phổ-Chiếu-Quang, nương

bửu-hoa anh-lạc mà trụ, hình tám góc, mây ma-ni-nhựt-luân giăng-che, ba Phật-sát vi-trần-số thế-giới bao quanh, Phật hiệu Tịnh-Quang-Trí-Thắng-Tràng.

4. Thế-giới tên Chủng-Chủng-Quang-Minh-Hoa-Trang-Nghiêm, nương biển Kim-cang-thi-la-tràng mà trụ, hình như liên-hoa ma-ni, mây kim-cang ma-ni bửu-quanh che giăng, bốn Phật-sát vi-trần-số thế-giới bao quanh, đều thuần thanh-tịnh, Phật hiệu Kim-Cang-Quang-Minh-Vô-Lượng-Tinh-Tấn-Lực-Thiện-Xuất-Hiện.

5. Thế-giới tên Phổ-Phóng-Diệu-Hoa-Quang, nương biển thọ lâm trang-nghiêm-bửu-luân-võng mà trụ, hình khắp vuông vức mà có nhiều cạnh góc, mây phạm-âm ma-ni-vương che giăng, năm Phật-sát vi-trần-số thế-giới bao quanh, Phật hiệu Hương-Quang-Hỉ-Lực-Hải.

6. Thế-giới tên Tịnh-Diệu-Quang-Minh, nương biển Kim-cang cung-điện mà trụ, hình vuông, mây ma-ni-luân-kế-trướng giăng che, sáu Phật-sát vi-trần-số thế-giới bao quanh, Phật hiệu Phổ-Quang-Tự-Tại-Tràng.

7. Thế-giới tên Chúng-Hoa-Diệm-Trang-Nghiêm, nương biển bửu-sắc-diệm mà trụ, hình như lầu các, mây bửu-sắc-ý-chơn-châu-lan-thuẫn giăng che, bảy Phật-sát vi-trần-số thế-giới bao quanh, thuần thanh-tịnh, Phật hiệu Hoan-Hỉ-Hải-Công-Đức-Danh-Xưng Tự-Tại-Quang.

8. Thế-giới tên Xuất-Sanh-Oai-Lực-Địa, nương biển bửu-sắc-liên-hoa-tòa-hư-không mà trụ, hình như lưới nhơn-đà-la, mây vô-biên-sắc-hoa-võng giăng che, tám Phật-sát-vi-trần-số thế-giới bao quanh, Phật hiệu Quảng-Đại-Danh-Xưng-Trí-Hải-Tràng.

9. Thế-giới tên Xuất-Diệu-Âm-Thinh, nương biển ma-ni-vương hằng xuất diệu âm-thinh trang-nghiêm vân mà trụ, hình như thân Phạm-Thiên, mây tòa sư-tử vô-lượng bửu-trang-nghiêm giăng che, chín Phật-sát vi-trần-số thế-giới bao quanh, Phật hiệu Thanh-Tịnh-Nguyện-Quang-Minh-Tướng-Vô-Năng-Tối-Phục.

10. Thế-giới tên Kim-Cang-Tràng, nương biển trang-nghiêm bửu sư-tử-tòa ma-ni mà trụ, hình tròn, mười tu-di-sơn vi-trần-số mây ma-ni-hoa-hương giăng che, mười Phật-sát vi-trần-số thế-giới bao quanh, thuần thanh-tịnh, Phật hiệu Nhứt-Thiết-Pháp-Hải-Tối-Thắng-Vương.

11. Trên đó, quá Phật-sát vi-trần-số thế-giới, có thế-giới tên Hằng-Xuất-Hiện-Đế-Thanh-Bửu-Quang-Minh, dùng Kim-Cang trang-nghiêm làm tế, nương biển chủng-chủng-thù- dị hoa mà trụ, hình bán nguyệt, mây thiên-bửu-trướng giăng che, mười một Phật-sát vi-trần-số thế-giới bao quanh, Phật hiệu Vô-Lượng-Công-Đức-Pháp.

12. Thế-giới tên Quang-Minh-Chiếu-Diệu, nương biển hoa-triền-hương-thủy mà trụ, hình như hoa-triền, nhiều thứ y-vân giăng che, mười hai Phật-sát vi-trần-số thế-giới bao quanh, Phật hiệu Siêu-Thích-Phạm.

13. **Thế-giới tên Ta-Bà do Đức Thích Ca Mâu Ni làm giáo chủ,** nương liên-hoa-võng do phong-luân nhiếp trì mà trụ, hình như hư-không, dùng mây thiên-cung-điện trang-nghiêm giăng che, mười ba Phật-sát vi-trần-số thế-giới bao quanh, Phật chính là đức Tỳ-Lô-Giá-Na Như-Lai. **Phương tây có Thế giới Cực lạc của Đức Phật A Di Đà.**

14. Thế-giới tên Tịch-Tịnh-Ly-Trần-Quang, nương biển chủng-chủng-bửu-y mà trụ, trạng như hình chấp-kim-cang, mây vô-biên-sắc-kim-cang giăng che, mười bốn Phật-sát vi-trần-số thế-giới bao quanh, Phật hiệu Biến-Pháp-Giới-Thắng-Âm.

15. Thế-giới tên Chúng-Diệu-Quang-Minh-Đăng, nương biển tịnh-hoa-võng mà trụ, hình như chữ vạn, mây ma-ni-thọ, hương-thủy-hải giăng che, mười lăm Phật-sát vi-trần-số thế-giới bao quanh, thuần thanh-tịnh, Phật hiệu Bất-Khả-Tồi-Phục-Lực-Phổ-Chiếu-Tràng.

16. Thế-giới tên Thanh-Tịnh-Quang-Biến-Chiếu, nương biển chủng-chủng-hương-diệm-liên-hoa mà trụ, hình như quy-giáp, mây ma-ni-luân-chiên-đàn giăng-che, mười sáu Phật-

sát vi-trần-số thế-giới bao quanh, Phật hiệu Thanh-Tịnh-Nhựt-Công-Đức-Nhãn.

17. Thế-giới tên Bửu-Trang-Nghiêm-Tạng, nương biển quang-minh-tạng-ma-ni-vương mà trụ, hình tám góc, dùng lưới luân-vi-trần-sơn-bửu-trang-nghiêm hoa-thọ giăng che, mười bảy Phật-sát vi-trần-số thế giới bao quanh, Phật hiện Vô-Ngại-Trí-Quang-Minh-Biến-Chiếu-Thập-Phương.

18. Thế-giới tên Ly-Trần, nương biển chúng-diệu-hoa-sư-tử-tòa mà trụ, hình như chuỗi ngọc, dùng mây ma-ni-vương viên-quang giăng che, mười tám Phật-sát vi-trần-số thế-giới bao quanh, thuần thanh-tịnh, Phật hiệu Vô-Lượng-Phương-Tiện-Tối-Thắng-Tràng.

19. Thế-giới tên Thanh-Tịnh-Quang-Phổ-Chiếu, nương biển vô-lượng-sắc-hương-diệm-tu-di-sơn mà trụ, hình như bửu-hoa xoay nở, mây vô-biên-sắc-quang-minh-ma-ni-vương-đế-thanh giăng che, mười chín Phật-sát vi-trần-số thế-giới bao quanh, Phật hiệu Phổ-Chiếu-Pháp-Giới-Hư-Không-Quang.

20. Thế-giới tên Diệu-Bửu-Diệm, nương biển thiên-hình-ma-ni-vương mà trụ, trạng như đồ bửu-trang-nghiêm, mây bửu-y-tràng và lưới ma-ni-đăng-tạng giăng che, hai mươi Phật-sát vi-trần-số thế-giới bao quanh, thuần thanh-tịnh, Phật hiệu Phước-Đức-Tướng-Quang-Minh.

Thế-giới-chủng Biến-chiếu-thập-phương-xí-nhiên-bửu-quang-minh này có bất-khả-thuyết Phật-sát vi-trần-số thế-giới rộng lớn như vậy: Đều riêng y trụ, đều riêng hình trạng, đều riêng thể-tánh, đều riêng phương-diện, đều riêng thu nhập, đều riêng trang-nghiêm, đều riêng chừng ngằn, đều riêng hàng-liệt, đều riêng vô-sai-biệt, đều riêng sức gia-trì, giáp vòng bao quanh, chính là Mười Phật-sát vi-trần-số thế-giới hình xoay chuyển. Mười Phật-sát vi-trần-số thế-giới hình giang-hà...

Phương đông, phương nam... nhiều phương của biển Vô-biên-diệu-hoa-hương-thủy này cũng có vô số vi trần thế giới với các vị

Phật giáo hóa, nhiều không tính kể.

Trong mười bất-khả-thuyết Phật-sát vi-trần-số hương-thủy-hải như vậy, có mười bất-khả-thuyết Phật-sát vi-trần-số thế-giới-chủng, đều y hiện-nhứt-thiết-Bồ-Tát-hình-ma-ni-vương-tràng-trang-nghiêm-liên-hoa mà trụ, đều riêng bửu-tế trang-nghiêm không gián đoạn, đều riêng phóng bửu-sắc-quang-minh, đều riêng quang-minh-vân giăng che, đều riêng trang-nghiêm, đều riêng kiếp sai khác, đều riêng Phật xuất-hiện, đều riêng diễn pháp-hải, đều riêng chúng-sanh khắp đầy dẫy, đều riêng vào đến khắp mười phương, đều riêng sự gia trì của thần lực chư Phật. Trong mỗi thế-giới-chủng này, tất cả thế-giới đều y các loại trang-nghiêm mà trụ, liên tiếp lẫn nhau thành thế-giới-võng, kiến lập nhiều loại sai khác khắp cùng nơi Hoa-Tạng-Trang-Nghiêm-Thế-Giới-Hải.

(Kinh Hoa Nghiêm, phẩm 5. Hoa Tạng Thế Giới)

22. BIỂN HOA-TẠNG-THẾ-GIỚI

Hoa-Tạng thế-giới-hải
Pháp-giới đồng không khác
Trang-nghiêm rất thanh-tịnh
An-trụ nơi hư-không.

Trong thế-giới-hải này
Sát-chủng khó nghĩ bàn
Mỗi mỗi đều tự-tại
Đều riêng không tạp loạn.

Biển Hoa-Tạng-Thế-Giới
Sát-chủng khéo an bày
Hình khác, trang-nghiêm khác
Các loại tướng không đồng.

Chư Phật biến-hóa-âm
Nhiều loại làm thể đó
Tùy nghiệp-lực mà thấy
Sát-chủng nghiêm-sức đẹp.

Hình Tu-Di, thành, lưới,
Nước xoáy, hình tròn, vuông
Hoa sen nở rộng lớn
Cõi cõi bao quanh nhau.

Hình sơn-tràng, lâu-các
Hình Kim-cang xây vòng
Những sát-chủng quảng-đại
Bất-tư-nghì như vậy.
(Kinh Hoa Nghiêm, phẩm 5. Hoa Tạng Thế Giới)

Phẩm 6.

I. MỤC LỤC

15. Thông đạt mười ngàn pháp môn

16. Như-lai tự tại dụng

17. Thế-giới-hải vi-trần-số khế-kinh

18. Lợi ích của thế-giới-hải vi-trần-số khế-kinh

19. Đại-oai-quang-bồ-tát trong đời vị Phật thứ ba trong mười tu-di-sơn vi-trần-số như-lai ra đời

20. Đại-oai-quang phước đức

21. Đại-oai-quang-bồ-tát trong đời vị Phật thứ tư trong mười tu-di-sơn vi-trần-số như-lai ra đời, chứng được Tam-muội phổ-môn-hoan-hỉ-tạng.

***

II. CHÁNH VĂN

1. ĐẠI-LIÊN-HOA-TU-DI-SƠN

Phổ-Hiền Bồ-Tát lại bảo đại-chúng rằng:

Chư Phật-tử! Quá thế-giới vô-trần-số kiếp về thuở quá-khứ, lại quá xấp bội thời-gian đó, có thế-giới-hải tên *Phổ-Môn-Tịnh-Quang-Minh.* Trong thế-giới-hải này có:

- Thế-giới tên Thăng-Âm, y biển ma-ni-võng mà trụ

- Có tu-điều-phục-sơn vi-trần-số thế-giới bao quanh, hình tròn và bằng phẳng

- Đủ vô-lượng sự trang-nghiêm

- Ba trăm lớp bửu-thọ Luân-vi-sơn bao bọc

- Những bửu-vân giăng che

- Thanh-tịnh không nhơ uế, ánh sáng rực rỡ

- Thành ấp cung-điện như Tu-Di-Sơn

- Y phục cùng thức ăn uống tùy niệm hiện đến.

- Kiếp đó tên Chủng-chủng-trang-nghiêm.

* Trong cõi Thắng-Âm đó có biển Thanh-Tịnh-Quang-Minh-Hương-Thủy. Trong biển này có ***đại-liên-hoa-tu-di-sơn*** xuất hiện, tên Hoa-Diệm-Phổ-Trang-Nghiêm-Tràng, lan-can bằng mười chất báu bao vòng.

(Kinh Hoa Nghiêm, phẩm 6. Tỳ-Lô-Giá-Na)

2. CẢNH GIỚI CỦA TỲ-LÔ-GIÁ-NA CÓ TRĂM VẠN ỨC NA-DO-THA LÂU-CÁC TRANG-NGHIÊM VÔ-LƯỢNG

Trên núi đó có một khu rừng lớn, tên Ma-Ni-Hoa-Chi-Luân.

-Nơi đây có vô-lượng lâu-các đẹp

- Cư dân không ai là chẳng có sanh-đắc-thần-thông bay đi tự-tại, nết hạnh như chư Thiên, những vật nhu-cầu, theo ý muốn hiện đến. Kế cận đại-thành này về hướng nam, có một Thiên-thành hiệu Thọ-Hoa-Trang-Nghiêm.

Xoay theo phía hữu của Thiên-thành, có Đại-Long thành tên Cứu-Cánh.

Kế đó là Dạ-Xoa thành tên Kim-Cang-Thắng-Diệu-Tràng.

Kế đó là Càn-Thát-Bà thành tên Diệu-Cung.

Kế đó là A-Tu-La thành tên Bửu-Luân.

Kế đó là Ca-Lâu-La thành tên Diệu-Bửu-Trang-Nghiêm.

Kế đó là Khẩn-Na-La thành tên Du-Hí-Khoái-Lạc.

Kế đó là Ma-Hầu-La thành tên Kim-Cang-Tràng.

Kế đó làm Phạm-Thiên-Vương thành tên Chủng-Chủng-Diệu-Trang-Nghiêm.

Có trăm vạn ức na-do-tha thành như vậy.

Mỗi thành này đều có trăm vạn ức na-do-tha lâu-các trang-nghiêm vô-lượng.

(Kinh Hoa Nghiêm, phẩm 6. Tỳ-Lô-Giá-Na)

3. HOA-NHỤY-DIỆM-LUÂN ĐẠI-LIÊN-HOA

Trong khu rừng lớn Ma-Ni-Hoa-Chi-Luân này có một đạo-tràng tên *Bửu-Hoa-Biến-Chiếu* dùng:

- Những châu báu trang-nghiêm khắp nơi

- Hoa báu Ma-Ni đua nở một chỗ.

- Thắp hương đăng đủ những màu báu đẹp.

- Mây sáng giăng che, lưới sáng rực rỡ.

- Những vật trang-nghiêm luôn sản xuất diệu-bửu.

- Tất cả nhạc khí thường tấu tiếng hòa nhã.

- Châu Ma-Ni-Vương hiện thân Bồ-Tát.

- Các loại hoa đẹp cùng khắp mười phương.

* Trước đạo-tràng đó có một biển to tên Hương-Ma-Ni-Kim-Cang, có *đại-liên-hoa tên Hoa-Nhụy-Diệm-Luân.*

- Hoa đó rộng lớn trăm ức do-tuần.

- Cọng, cánh, tua, gươn đều bằng diệu-bửu.

- Mười bất-khả-thuyết trăm ngàn ức na-do-tha liên-hoa bao quanh.

- Thường phóng quang-minh, luôn vang tiếng diệu, khắp đến mười phương.

(Kinh Hoa Nghiêm, phẩm 6. Tỳ-Lô-Giá-Na)

4. VỊ PHẬT TỐI SƠ TRONG
MƯỜI TU-DI-SƠN VI-TRẦN-SỐ NHƯ-LAI RA ĐỜI

Thế-giới Thắng-Âm, trong kiếp tối sơ, có mười tu-di-sơn vi-trần-số Như-Lai ra đời.

Đệ nhứt là đức *Nhất-Thiết-Công-Đức-Sơn-Tu-Di-Thắng-Vân.* Trước lúc đức Phật đó xuất thế một trăm năm, trong rừng Ma-Ni-Hoa-Chi-Luân, tất cả đều trang-nghiêm thanh-tịnh như:

- Xuất-hiện mây bửu-diệm.

- Vang tiếng ca ngợi công-đức của Phật.

- Diễn nói âm thinh của vô số Phật.

- Phóng ánh sáng như lưới giăng che mười phương.

- Cung điện lâu các chiếu sáng lẫn nhau.

- Hoa báu sáng bay nhóm thành mây.

- Lại vang ra tiếng vi-diệu trình bày căn lành quảng đại của chúng-sanh tu-hành từ thuở trước, kể danh-hiệu của tam-thế chư Phật, thuật đạo cứu-cánh và hạnh-nguyện của Bồ-Tát tu hành, nói những lời của Như-Lai chuyển-pháp-luân.

Hiện ra những tướng trang-nghiêm như vậy, để *ứng điềm đức Như-Lai sẽ xuất thế.*

(Kinh Hoa Nghiêm, phẩm 6. Tỳ-Lô-Giá-Na)

5. ĐỨC NHỨT-THIẾT-CÔNG-ĐỨC-SƠN-TU-DI-THẮNG-VÂN PHẬT XUẤT HIỆN

Lúc đó trong *đại liên-hoa nơi đạo-tràng,* đức Nhứt-Thiết-Công-Đức-Sơn-Tu-Di-Thắng-Vân Phật (tức là Tỳ-Lô-Giá-Na Phật) thoạt xuất hiện, đủ tướng báu tốt, vô-biên diệu-sắc thanh-tịnh.

- Tất cả cung-điện đều hiện bóng Phật.

- Tất cả chúng-sanh đều được thấy Phật.

- Từ nơi thân Phật xuất hiện vô-biên Hóa-Phật, nhiều loại màu sắc sáng rỡ khắp pháp-giới.

Trong thế-giới Thắng-Âm có *sáu mươi tám ngàn ức Tu-Di-Sơn,* Phật đều *hiện thân ngồi trên đảnh núi,* như hiện đang ngự trên bửu-tọa tại rừng Ma-Ni-Hoa-Chi-Luân.

Đức Phật phóng bạch hào tướng quang, quang-minh này tên Phát-khởi-nhứt-thiết-thiện-căn-âm, kèm theo mười Phật-sát vi-trần-số quang-minh, chiếu khắp cả quốc-độ ở mười phương. Nếu có chúng-sanh đáng được điều-phục, thời ánh sáng đó chiếu đến họ, liền được:

- Tự khai ngộ

- Dứt phiền não

- Phá lưới mê

- Xô ngã núi chướng

- Sạch cấu trược

- Phát tín giải lớn

- Sanh thiện-căn thù thắng

- Lìa hẳn tất cả nạn khủng bố

 -Diệt trừ tất cả khổ-não nơi thân-tâm

- Khởi tâm thấy Phật

- Hướng đến nhứt-thiết-trí.

Bấy giờ tất cả vua chúa cùng vô-lượng trăm ngàn quyến thuộc, nhờ quang-minh của Phật khai giác nên đều đến chỗ Phật ngự, đầu mặt lạy chơn Phật.

(Kinh Hoa Nghiêm, phẩm 6. Tỳ-Lô-Giá-Na)

6. THÁI-TỬ ĐẠI-OAI-QUANG – TIỀN THÂN CỦA ĐỨC TỲ-LÔ-GIÁ-NA PHẬT

Trong đại thành Diệm-Quang-Minh, Quốc-Vương-Hỷ-Kiến-Thiện-Huệ thống lãnh cả trăm vạn ức na-do-tha thành. Phu-Nhơn Phước-Kiết-Tường làm thượng-thủ, ba vạn bảy ngàn Phu-Nhơn thể nữ.

Thái-Tử Đại-Oai-Quang (**tiền thân của Đức Tỳ-Lô-Giá-Na Phật**) làm thượng-thủ trong năm trăm Vương-tử.

Thái-Tử có một vạn Phu-Nhơn và Diệu-Kiến phu-nhơn là thượng-thủ.

Khi đã được thấy quang-minh của Phật Nhứt-Thiết-Công-Đức-Sơn-Tu-Di-Thắng-Vân, nhờ sức tu căn lành từ trước, Thái-Tử Đại-Oai-Quang liền chứng được mười pháp-môn:

1. Chư-Phật-công-đức-luân-tam-muội

2. Chư-Phật-pháp-phổ-môn-đà-la-ni

3. Quảng-đại-phương-tiện-tạng-bát-nhã-ba-la-mật

4. Điều-phục-chúng-sanh-đại-trang-nghiêm đại từ

5. Phổ-vân-âm-đại-bình-đẳng

6. Sanh-vô-biên-công-đức-tối-thắng-tâm-đại-hỉ

7. Như-thật-giác-ngộ-nhứt-thiết-pháp-đại-xả

8. Quảng-đại-phương-tiện-bình-đẳng-tạng-đại-thần-thông

9. Tăng-trưởng-tín-giải-lực-đại-nguyện

10. Phổ-nhập-nhứt-thiết-trí-quang-minh-biện-tài.

(Kinh Hoa Nghiêm, phẩm 6. Tỳ-Lô-Giá-Na)

7. HÓA PHẬT BẤT-TƯ-NGHÌ

Lúc đó, Đại-Oai-Quang Thái-Tử thừa oai-lực của Phật, quan-sát khắp đại-chúng, rồi nói kệ rằng:

Thế-Tôn ngồi đạo-tràng

Đại quang-minh thanh-tịnh

Như ngàn mặt nhựt mọc (tức là Tỳ-Lô-Giá-Na Phật)

Chiếu khắp cõi hư-không.

Vô-lượng ức ngàn kiếp

Phật mới hiện một lần

Nay Phật hiện ra đời

Mọi người đều mến kính.

Xem trong quang-minh Phật

Hóa Phật bất-tư-nghì

Trong tất cả cung điện

Tịch-tịch mà chánh-thọ.

Hãy xem thần-thông Phật

Chưn lông tuôn mây sáng

Chói rực cả thế-gian

Quang-minh vô-cùng-tận.

Hãy nhìn xem thân Phật

Lưới sáng rất thanh-tịnh

Hiện hình đồng tất cả

Cùng khắp đến mười phương.

Lúc Đại-Oai-Quang Bồ-Tát nói kệ, do thần-lực của Phật, tiếng của Bồ Tát vang khắp thế-giới Thắng-Âm.

(Kinh Hoa Nghiêm, phẩm 6. Tỳ-Lô-Giá-Na)

8. THÍNH CHÚNG ĐẾN ĐẠO TRÀNG NGHE PHẬT THUYẾT GIẢNG

- Quốc-Vương Hỉ-Kiến-Thiện-Huệ cùng bảy mươi bảy trăm ngàn ức na-do-tha người

- Thiên-Vương Thiện-Hóa-Tràng ở thành Diệu-Hoa cùng với quyến-thuộc mười ức na-do-tha

- Long-Vương Tịnh-Quang ở thành Cứu-Cánh cùng với hai mươi lăm ức quyến-thuộc

- Dạ-Xoa-Vương Mãnh-Kiện ở thành Kim-Cang-Thắng-Tràng cùng quyến-thuộc bảy mươi bảy ức

- Càn-Thát-Bà-Vương Hỉ-Kiến ở thành Vô-Cấu cùng chín mươi bảy ức quyến-thuộc

- A-Tu-La Vương Tịnh-Sắc-Tư-Duy ở thành Diệu-Luân cùng năm mươi tám ức quyến thuộc

- Ca-Lâu-La Vương Thập-Lực-Hành ở thành Diệu-Trang-Nghiêm cùng chín mươi chín ngàn quyến thuộc

- Khẩn-Na-La-Vương Kim-Cang-Đức ở thành Du-Hí-Khoái-Lạc cùng mười tám ức quyến thuộc

- Ma-Hầu-La-Già Vương Bửu-Xưng-Tràng ở thành Kim-Cang-Tràng cùng bất-khả-thuyết ức trăm ngàn na-do-tha quyến thuộc

- Pham-Vương Tối-Thắng ở thành Tịnh-Diệu-Trang-Nghiêm cùng mười tám ức quyến thuộc

- Trong trăm vạn ức na-do-tha đại thành như vậy, tất cả chư Vương cùng với quyến thuộc đồng đến đạo-tràng đảnh lễ đức Nhứt-Thiết-Công-Đức-Sơn-Tu-Di-Thắng-Vân Như-Lai, rồi ngồi qua một phía.

(Kinh Hoa Nghiêm, phẩm 6. Tỳ-Lô-Giá-Na)

9. ĐẠI-OAI-QUANG BỒ-TÁT CHỨNG QUẢ QUANG MINH

Đức Phật Thắng-Vân-Như-Lai ở trong hải-hội đạo-tràng diễn thuyết khế-kinh Phổ-Tập-Tam-Thế-Chư-Phật-Tự-Tại-Pháp, cùng với thế-giới vi-trần-số khế-kinh khác.

Đại-Oai-Quang Bồ-Tát, sau khi nghe pháp này, liền chứng được:

- Pháp-hải quang-minh của đức Phật Thắng-Vân

- Trí-quang-minh tất cả pháp tự bình-đẳng tam-muội

- Trí quang-minh thập phương pháp-giới phổ quang-minh tạng thanh-tịnh nhãn

- Trí quang-minh quan-sát tất cả Phật-pháp đại-nguyện hải

- Trí quang-minh vào vô-biên công-đức-hải thanh-tịnh-hạnh

- Trí quang-minh hướng đến bất-thối-chuyển đại-lực tốc-tật-tạng

- Trí quang-minh sức vô-lượng biến-hóa trong pháp-giới xuất-ly-luân

- Trí quang-minh quyết-định vào biển vô-lượng công-đức viên-mãn

- Trí quang-minh rõ biết biển thần-thông hiện trước tất cả

chúng-sanh của vô-biên Phật trong pháp-giới

- Trí quang-minh rõ biết pháp-lực vô-sở-úy của chư Phật. Đại Oai-Quang Bồ-Tát được vô-lượng trí quang-minh như vậy rồi, thừa thừa oai-lực của Phật mà hiển thị trang-nghiêm thanh-tịnh vô-lượng Phật-độ, *hiển thị những hạnh nguyện của Phổ-Hiền Bồ-Tát.* Vì thế-gian hiển thị như vậy khiến tu-di-sơn vi-trần-số chúng-sanh phát bồ-đề-tâm.

Phật-sát-vi-trần-số chúng-sanh thành tựu Như-Lai thanh-tịnh quốc-độ.

(Kinh Hoa Nghiêm, phẩm 6. Tỳ-Lô-Giá-Na)

10. THỌ MẠNG CỦA KIẾP ĐẠI-TRANG-NGHIÊM

Trong kiếp Đại-Trang-Nghiêm đó, có hằng-hà sa-số tiểu kiếp, loài người *thọ hai tiểu-kiếp.* Đức Nhứt-Thiết-Công-Đức-Sơn-Tu-Di-Thắng-Vân Phật thọ năm mươi ức tuổi.

Sau khi đức Phật đây diệt độ, thời đức Ba-La-Mật-Thiện-Nhãn-Trang-Nghiêm-Vương Phật ra đời, cũng thành chánh-giác nơi đạo-tràng ở rừng Ma-Ni-Hoa-Chi-Luân.

(Kinh Hoa Nghiêm, phẩm 6. Tỳ-Lô-Giá-Na)

11. NGHIÊM TỊNH CÁC THẾ-GIỚI

Đại Oai-Quang Bồ-Tát được vô-lượng trí quang-minh như vậy rồi, thừa thừa oai-lực của Phật mà nói kệ rằng:

Thuở xưa chỗ chư Phật

Đều kính thờ tất cả

Vô-lượng kiếp tu-hành

Nghiêm tịnh các thế-giới.

Thí xả chính thân mình

Quảng đại không ngằn mé

Tu tập hạnh tối-thắng
Nghiêm-tịnh các quốc-độ.

Tai, mũi, đầu, tay, chân
Và đến những cung điện
Thí xả số vô-lượng
Nghiêm tịnh các sát-hải.

Nơi mỗi mỗi thế-giới
Ức-kiếp bất-tư-nghì
Tu tập hạnh bồ-đề
Nghiêm tịnh các thế-giới.

Phổ-Hiền đại nguyện lực
Trong tất cả chư Phật
Tu hành vô-lượng hạnh
Nghiêm tịnh các quốc-độ.

Như nhơn nhựt-quang chiếu
Trở lại thấy mặt trời
Tôi do Phật-trí-quang
Thấy đạo của Phật làm.

Tôi xem Phật sát-hải
Thanh-tịnh rất sáng suốt
Tịch-tịnh chứng bồ-đề
Pháp-giới đều cùng khắp.

Tôi sẽ như Thế-Tôn

Nghiêm tịnh các sát-hải

Nhờ oai-thần của Phật

Tu tập hạnh bồ-đề.

(Kinh Hoa Nghiêm, phẩm 6. Tỳ-Lô-Giá-Na)

12. TRÍ THANH-TỊNH VÀO KHẮP TẤT CẢ PHÁP-GIỚI

Lúc đó, Đại-Oai-Quang-Bồ-Tát, do thấy và cúng-dường *đức Phật Nhứt-Thiết-Công-Đức-Tu-Di-Thắng-Vân,* nên tâm được tỏ ngộ, rồi vì thế-gian mà hiển thị:

- Hạnh-hải thuở xưa của Như-Lai

- Phương-tiện tu hành của Bồ-Tát thuở xưa

- Biển công đức của chư Phật

- Trí thanh-tịnh vào khắp tất cả pháp-giới

- Sức thành Phật tự tại trong tất cả đạo-tràng

- Lực vô-sở-úy trí vô sai biệt của Phật

- Khắp thị hiện thân Như-Lai

- Thần biến bất-khả-tư-nghì của Phật

- Trang-nghiêm thanh-tịnh vô-lượng Phật-độ, hiển thị những hạnh nguyện của Phổ-Hiền Bồ-Tát.

Vì thế-gian hiển thị như vậy khiến *tu-di-sơn vi-trần-số chúng-sanh* phát bồ-đề-tâm.

Phật-sát-vi-trần-số chúng-sanh thành tựu Như-Lai thanh-tịnh quốc-độ.

(Kinh Hoa Nghiêm, phẩm 6. Tỳ-Lô-Giá-Na)

13. TRANG-NGHIÊM PHẬT SÁT-HẢI

Lúc đó, Nhứt-Thiết-Công-Đức-Sơn-Tu-Di-Thắng-Vân-Như-Lai vì Đại-Oai-Quang-Bồ-Tát mà nói kệ rằng:

104

Lành thay Đại-Oai-Quang
Phước-tạng danh tiếng lớn
Vì lợi ích chúng-sanh
Hướng đến bồ-đề-đạo.

Người tu hạnh Phổ-Hiền
Bồ-Tát tiếng tăm lớn
Trang-nghiêm Phật sát-hải
Pháp-giới đều cùng khắp.
(Kinh Hoa Nghiêm, phẩm 6. Tỳ-Lô-Giá-Na)

14. ĐẠI-OAI-QUANG-BỒ-TÁT TRONG ĐỜI VỊ PHẬT ĐỆ NHỊ TRONG MƯỜI TU-DI-SƠN VI-TRẦN-SỐ NHƯ-LAI RA ĐỜI

Trong kiếp Đại-Trang-Nghiêm đó, có hằng-hà sa-số tiểu kiếp, loài người thọ hai tiểu-kiếp.

Đức Nhứt-Thiết-Công-Đức-Sơn-Tu-Di-Thắng-Vân Phật thọ năm mươi ức tuổi.

Sau khi đức Phật đây diệt độ, thời *đức Ba-La-Mật-Thiện-Nhãn-Trang-Nghiêm-Vương Phật* ra đời, cũng thành chánh-giác nơi đạo-tràng ở rừng Ma-Ni-Hoa-Chi-Luân.

15. THÔNG ĐẠT MƯỜI NGÀN PHÁP MÔN

Lúc đó, Đại-Oai-Quang-Đồng-Tử thấy đức Thiện-Nhãn-Trang-Nghiêm-Vương (vị Phật đệ nhị trong mười tu-di-sơn vi-trần-số Như-Lai ra đời) thành Phật hiện thần-thông, liền chứng được:

- *Niệm-Phật tam-muội tên Vô-Biên-Hải-Tạng-Môn*

- Đà-la-ni tên đại trí lực pháp-uyên

- Đại từ tên Phổ-tùy-chúng-sanh-điều-phục-độ-thoát

- Đại-bi tên Biến-phú-nhứt-thiết-cảnh-giới-vân

- Đại-hỉ tên Nhứt-thiết-Phật-công-đức-hải-oai-lực-tạng

- Đại xả tên Pháp-tánh-hư-không-bình-đẳng-thanh-tịnh

- Bát-nhã-ba-la-mật tên Tự-tánh-ly-cấu pháp-giới thanh-tịnh-thân

- Thần-thông tên Vô-ngại-quang-phổ-tùy-hiện

- Biện-tài Thiện-nhập-ly-cấu-uyên

- Trí-quang tên Nhứt-thiết-Phật-pháp-thanh-tịnh-tạng

- Thông đạt mười ngàn pháp môn như vậy.

(Kinh Hoa Nghiêm, phẩm 6. Tỳ-Lô-Giá-Na)

16. NHƯ-LAI TỰ TẠI DỤNG

Đại-Oai-Quang-Đồng-Tử, thừa oai lực của Phật, vì các quyến thuộc mà nói kệ rằng:

Trong số bất-tư-nghì ức kiếp

Đấng Đại Đạo Sư khó gặp gỡ

Cõi này chúng-sanh nhiều lợi lành

Nên nay được thấy đệ-nhị Phật.

Thân Phật khắp phóng đại quang-minh

Sắc tướng vô-biên rất thanh-tịnh

Như mây đầy khắp tất cả cõi

Mọi nơi ca ngợi công-đức Phật.

Phật-quang chiếu đến đều hoan hỷ

Chúng-sanh có khổ đều trừ diệt

Đều khiến cung kính khởi từ-tâm

Đây là Như-Lai tự tại dụng.

Phát tâm hồi hướng đến Bồ-đề

Xót thương tất cả các chúng-sanh

Trụ nơi Phổ-Hiền nguyện rộng lớn

Sẽ như Pháp-Vương được tự-tại.

(Kinh Hoa Nghiêm, phẩm 6. Tỳ-Lô-Giá-Na)

17.THẾ-GIỚI-HẢI VI-TRẦN-SỐ KHẾ-KINH

Nhờ thần-lực của đức Phật, nên tiếng kệ của Đại-Oai-Quang Đồng-Tử Bồ Tát được vô-ngại. Tất cả thế-giới đều được nghe. Vô-lượng chúng-sanh phát bồ-đề-tâm.

Đại-Oai-Quang Đồng-Tử Bồ Tát cùng Vương-Phụ, Vương-Mẫu và quyến thuộc, với vô-lượng trăm ngàn ức na-do-tha chúng-sanh giăng lọng báu như mây, cùng đến đạo-tràng Phật Ba-La-Mật-Thiện-Nhãn-Trang-Nghiêm-Vương.

Đức Phật vì đại-chúng này diễn nói *khế kinh Pháp-tánh thanh-tịnh trang-nghiêm* cùng với *thế-giới-hải vi-trần-số khế-kinh.*

18. LỢI ÍCH CỦA THẾ-GIỚI-HẢI VI-TRẦN-SỐ KHẾ-KINH

Sau khi đại-chúng nghe *khế kinh Pháp-tánh thanh-tịnh trang-nghiêm và kinh thế-giới-hải vi-trần-số khế-kinh,* tất cả đều đạt được:

- Trí thanh-tịnh

- Vào tất cả phương tiện thanh-tịnh

- Bực Ly-Cấu-Quang-Địa

- Môn ba-la-mật Thị-hiện-nhứt-thiết thế-gian ái-nhạo trang-nghiêm

- Môn tăng-quảng-hạnh Phổ-nhập-nhứt-thiết sát độ vô-biên-quang-minh thanh-tịnh-kiến

- Môn thu-hướng-hạnh Ly-cấu-phước-đức-vân-quang-minh-tràng

- Môn tùy-nhập-chứng Nhứt-thiết-pháp-hải-quảng-đại-quang-minh

- Hạnh chuyển-thâm-phát-thu tên Đại-trí trang-nghiêm

- Quán-đảnh-trí tên vô-công-dụng-tu-cực-diệu-kiến

- Đại quang-minh hiển-liễu tên Như-Lai công-đức-hải tướng-quang-ảnh biến-chiếu

- Nguyện-lực-trí tên vô-lượng-nguyện-lực tín-giảng tạng.

(Kinh Hoa Nghiêm, phẩm 6. Tỳ-Lô-Giá-Na)

19. ĐẠI-OAI-QUANG-BỒ-TÁT TRONG ĐỜI VỊ PHẬT THỨ BA TRONG MƯỜI TU-DI-SƠN VI-TRẦN-SỐ NHƯ-LAI RA ĐỜI

Sau khi đức Ba-La-Mật-Thiện-Nhãn-Trang-Nghiêm-Vương Phật nhập niết-bàn, Quốc-Vương Hỉ-Kiến-Thiện-Huệ cũng băng hà. *Đại-Oai-Quang Đồng-Tử lên ngôi Chuyển-Luân-Vương.*

Lúc đó, nơi đạo-tràng ở rừng Ma-Ni-Hoa-Chi-Luân, đức Phật thứ xuất thế hiệu là *Tối-Thắng-Công-Đức-Hải.* Đại-Oai-Quang-Vương cùng quyến-thuộc, nhơn dân đồng đến chỗ Phật ngự đem lâu các trang-nghiêm lớn dâng cúng Phật.

Đức Phật diễn nói khế-kinh *Bồ-Tát-Phổ-Nhãn-Quang-Minh-Hạnh, và thế-giới vi-trần-số khế-kinh khác.*

Đại-Oai-Quang-Vương, sau khi nghe kinh, được *tam-muội tên Đại-phước-đức-phổ-quang-minh.*

Do được tam-muội này nên có thể rõ biết biển phước cũng chẳng phải phước thuở quá-khứ, hiện-tại, vị-lai của tất cả Bồ-Tát và tất cả chúng-sanh.

(Kinh Hoa Nghiêm, phẩm 6. Tỳ-Lô-Giá-Na)

20. ĐẠI-OAI-QUANG PHƯỚC ĐỨC

Lúc đó đức Phật Tối-Thắng-Công-Đức-Hải vì Đại-Oai-

Quang-Vương mà nói kệ rằng:

Lành thay Đại-Oai-Quang phước đức

Các ông nay đến chỗ Phật ngự

Xót thương tất cả chúng-sanh hải

Phát tâm bồ-đề thắng đại nguyện.

Ông vì tất cả chúng-sanh khổ

Khởi tâm đại-bi khiến giải-thoát

Sẽ làm chỗ tựa cho quần-mê

Đây gọi phương-tiện của Bồ-Tát.

Nay đây chúng-hội đạo-tràng này

Nghe ông phát nguyện đều mừng rỡ

Đều vào nguyện lớn của Phổ-Hiền

Phát tâm hồi hướng bồ-đề-đạo.

Vô-biên quốc-độ trong mỗi cõi

Đều vào tu hành trải kiếp-hải

Bởi những nguyện-lực được viên mãn

Phổ-Hiền Bồ-Tát tất cả hạnh.

21. ĐẠI-OAI-QUANG-BỒ-TÁT TRONG ĐỜI VỊ PHẬT THỨ TƯ TRONG MƯỜI TU-DI-SƠN VI-TRẦN-SỐ NHƯ-LAI RA ĐỜI VÀ CHỨNG ĐƯỢC TAM-MUỘI PHỔ-MÔN-HOAN-HỈ-TẠNG

Sau đó, lại có Phật xuất thế hiệu là *Danh-Xưng-Phổ-Văn-Liên-Hoa-Nhãn-Tràng*.

Đại-Oai-Quang-Vương Bồ Tát băng hà trong thời-kỳ này, rồi sanh trong Thiên-thành Tịch-Tịnh Bửu-Cung trên núi Tu-Di, làm

Đại-Thiên-Vương hiệu là Ly-Cấu-Phước-Đức-Tràng, cùng Thiên-chúng đồng đến chỗ Phật rải hoa báu cúng dường.

Lúc đó, đức Phật Danh-Xưng-Phổ-Văn-Liên-Hoa-Nhãn-Tràng vì Thiên-Vương mà diễn nói *khế-kinh Quảng-Đại-Phương-Tiện-Phổ-Môn-Biến-Chiếu, và thế-giới-hải vi-trần-số khế-kinh* khác. Nghe kinh xong, Thiên-Vương *Ly-Cấu-Phước-Đức-Tràng* (tiền thân của Đức Phật Tỳ-Lô-Giá-Na Phật) và Thiên-chúng được *tam-muội tên Phổ-Môn-Hoan-Hỉ-Tạng.* Do sức tam-muội, nên được nhập *thật-tướng-hải của tất cả pháp.*

Sau đó Thiên-Vương và Thiên-chúng lễ Phật, rời đạo-tràng trở về bổn cung.

(Kinh Hoa Nghiêm, phẩm 6. Tỳ-Lô-Giá-Na)

Phẩm 7.

I. MỤC LỤC

1. Đạo tràng Bồ đề

2. Mười Phật-sát vi-trần-số chư bồ-tát thính chúng

3. Các Bồ Tát nhất-sanh-bổ-xứ nêu các đề tài thỉnh đức Phật khai thị

4. Bồ Tát thượng thủ xuất hiện

5. Phật quốc độ chẳng thể nghĩ bàn

6. Đức Như-Lai thế giới tà bà

7. Danh hiệu của Như-Lai trong tứ châu thiên hạ

8. Danh hiệu Như-Lai ở mười phương của tứ châu thiên hạ

9. Cõi ta bà có trăm ức tứ châu thiên hạ, nên Như-Lai có trăm ức danh hiệu

10. Lý do danh hiệu Như-Lai không đồng.

***

II. CHÁNH VĂN

1.ĐẠO TRÀNG BỒ ĐỀ

Lúc bấy giờ đức Thế-Tôn ở nước *Ma-Kiệt-Đề*, trong *đạo-tràng bồ-đề*, sơ-thỉ thành chánh-giác, nơi điện Phổ-Quang-Minh, ngồi trên tòa *Liên-Hoa-tạng-sư-tử*:

- Diệu-ngộ đều viên mãn

- Tuyệt hẳn hai hạnh

- Đạt pháp vô-tướng

- An-trụ nơi chỗ trụ của chư Phật

- Được Phật bình đẳng

- Đến chỗ vô-chướng

- Chỗ làm vô-ngại

- Đứng nơi bất-tư-nghì

- Thấy khắp tam-thế.

(Kinh Hoa Nghiêm, phẩm 7. Như-Lai Danh Hiệu)

2. MƯỜI PHẬT-SÁT VI-TRẦN-SỐ CHƯ BỒ-TÁT THÍNH CHÚNG

Cùng với *mười Phật-sát vi-trần-số chư Bồ-Tát* câu hội, tất cả đều là bậc nhứt-sanh-bổ-xứ, từ phương khác đồng vân tập đến, khéo quan-sát:

- Chúng-sanh-giới

- Pháp-giới

- Thế-giới

- Niết-bàn-giới

- Các nghiệp quả báo

- Tâm-hành thứ đệ

- Tất cả văn nghĩa thế-gian

- Xuất thế-gian

 - Hữu-vi

- Vô-vi

- Quá-khứ, hiện-tại, vị-lai

Những pháp như vậy đều khéo quan-sát cả.

(Kinh Hoa Nghiêm, phẩm 7. Như-Lai Danh Hiệu)

3. CÁC BỒ TÁT NHẤT-SANH-BỔ-XỨ NÊU CÁC ĐỀ TÀI THỈNH ĐỨC PHẬT KHAI THỊ

Mười Phật-sát vi-trần-số chư Bồ-Tát câu hội đều là bực nhứt-sanh-bổ-xứ, từ phương khác đồng vân tập đến, thỉnh Đức Phật khai thị những điều:

- Phật-sát

- Phật-trụ

- Phật-sát trang-nghiêm

- Phật-pháp-tánh

- Phật-sát thanh-tịnh

- Phật-thuyết-pháp

- Phật-sát thể-tánh

- Phật oai-đức

- Phật-sát thành-tựu

- Phật đại bồ-đề.

- Thập-trụ

- Thập-hạnh

- Thập hồi-hướng

- Thập-tạng

- Thập-địa

- Thập-nguyện

- Thập-định

- Thập-thông

- Thập-đảnh

- Như-Lai địa

- Như-Lai cảnh-giới

- Như-Lai thần-lực

- Như-Lai vô-úy

- Như-Lai tam-muội

- Như-Lai thần-thông

- Như-Lai tự-tại

- Như-Lai vô-ngại

- Nhãn-nhĩ-tỷ-thiệt-thân-ý của Như-Lai

- Như-Lai biện-tài

- Như-Lai trí-huệ

- Như-Lai tối-thắng

Mong đức Thế-Tôn cũng vì chúng con mà diễn thuyết cho!

(Kinh Hoa Nghiêm, phẩm 7. Như-Lai Danh Hiệu)

4. BỒ TÁT THƯỢNG THỦ XUẤT HIỆN

Lúc đó đức Thế-Tôn rõ tâm niệm của chư Bồ-Tát, đều tùy theo từng loại mà vì họ hiện thần-thông. Sau khi, đức Phật hiện thần-thông:

- *Phương đông* quá mười Phật-sát-vi-trần-số thế-giới, có thế-giới hiệu Kim-Sắc, Phật hiệu Bất-Động-Trí, nơi đó có Bồ-Tát tên **Văn-Thù-Sư-Lợi,** cùng mười Phật-sát vi-trần-số Bồ-Tát đồng đến đây lễ Phật, rồi hóa hiện tòa liên-hoa-tạng-sư-tử ở phía đông mà ngồi kiết-già trên đó.

- *Phương nam* có Bồ-Tát Giác-Thủ cùng mười Phật-sát vi-trần-số chư Bồ-Tát

- *Phương tây* có Bồ-Tát Tài-Thủ cùng mười Phật-sát vi-trần-số Bồ-Tát

- *Phương bắc* có Bồ-Tát Nhựt-Bửu-Thủ cùng mười Phật-sát vi-trần-số Bồ-Tát

- *Phương đông-bắc* có Bồ-Tát Công-Đức-Thủ cùng mười Phật-sát vi-trần-số Bồ-Tát

- *Phương đông-nam* có Bồ-Tát Mục-Thủ cùng mười Phật-sát vi-trần-số Bồ-Tát

- *Phương tây-nam* có Bồ-Tát Tinh-Tấn-Thủ cùng mười Phật-sát vi-trần-số Bồ-Tát

- *Phương tây-bắc* có Bồ-Tát Pháp-Thủ cùng mười Phật-sát vi-trần-số Bồ-Tát

- *Hạ phương* có Bồ-Tát Trí-Thủ cùng mười Phật-sát vi-trần-số Bồ-Tát đồng đến đây lễ Phật

- *Thượng phương* có Bồ-Tát Hiền-Thủ cùng mười Phật-sát vi-trần-số Bồ-Tát đồng đến đây lễ Phật, rồi hóa hiện tòa Liên-hoa-tạng-sư-tử ở thượng phương mà ngồi kiết-già trên đó.

Bấy giờ, Văn-Thù-Sư-Lợi Đại Bồ-Tát thừa thừa oai-lực của Phật quan-sát tất cả chúng-hội Bồ-Tát mà nói rằng: 'Chư Bồ-Tát này rất hi hữu'.

(Kinh Hoa Nghiêm, phẩm 7. Như-Lai Danh Hiệu)

5. PHẬT QUỐC ĐỘ CHẲNG THỂ NGHĨ BÀN

- Phật quốc-độ chẳng thể nghĩ bàn

- Phật trụ, Phật-sát trang-nghiêm

- Phật pháp-tánh, Phật-sát thanh-tịnh

- Phật thuyết-pháp

- Phật xuất-hiện

- Phật-sát thành-tựu

- Phật vô-thượng bồ-đề đều chẳng thể nghĩ bàn.

Tại sao thế?

Chư Phật-tử! Tất cả chư Phật trong mười phương biết rằng chúng-sanh ưa thích không đồng, nên tùy chỗ thích nghi mà thuyết pháp điều-phục họ, nhẫn đến khắp pháp-giới, hư-không-giới.

(Kinh Hoa Nghiêm, phẩm 7. Như-Lai Danh Hiệu)

6. ĐỨC NHƯ-LAI THẾ GIỚI TÀ BÀ

Đức Như-Lai nơi thế-giới Ta-Bà này, trong những tứ châu thiên hạ:

- Thị hiện nhiều thân, nhiều hiệu

- Nhiều sắc tướng, nhiều dài ngắn

- Nhiều tuổi thọ, nhiều xứ sở

- Nhiều căn, nhiều chỗ sanh

- Nhiều tiếng lời, nhiều quan-sát, khiến chúng sanh đều thấy biết khác nhau.

7. DANH HIỆU CỦA NHƯ-LAI TRONG TỨ CHÂU THIÊN HẠ

Văn-Thù-Sư-Lợi Đại Bồ-Tát thừa oai-lực của Phật giới thiệu danh hiệu của Đức Như-Lai ở tứ châu thiên hạ này, hoặc hiệu:

- Nhứt-Thiết-Nghĩa-Thành

- Viên-Mãn-Nguyệt

- Sư-Tửu-Hống

- *Thích-Ca-Mâu-Ni*

- Đệ-Nhất-Tiên

- *Tỳ-Lô-Giá-Na*

- Cù-Đàm-Thị

- Đại-Sa-Môn

- Tối-Thắng

- Đạo-Sư

Có mười ngàn hiệu như vậy, khiến chúng-sanh thấy biết riêng khác.

(Kinh Hoa Nghiêm, phẩm 7. Như-Lai Danh Hiệu)

8.DANH HIỆU NHƯ-LAI Ở MƯỜI PHƯƠNG CỦA TỨ CHÂU THIÊN HẠ

Phương đông của tứ thiên hạ này, có thế-giới tên Thiện-Hộ, Đức Như-Lai ở tại thế-giới đó, hoặc hiệu Kim-Cang... có mười ngàn hiệu như vậy, khiến các chúng-sanh thấy biết riêng khác.

Phương nam của tứ thiên hạ này, có thế-giới tên Nan-Nhẫn. Đức Như-Lai ở thế-giới đó hoặc tên Đế-Thích... có mười ngàn hiệu như vậy, khiến các chúng-sanh thấy biết riêng khác.

Phương tây của tứ thiên hạ này, có thế-giới tên Thân-Huệ... có mười ngàn hiệu như vậy, khiến các chúng-sanh thấy biết khác nhau.

Phương bắc của tứ thiên hạ này có thế-giới tên Hữu-Sư-Tử. Đức Như-Lai ở thế-giới đó hoặc hiệu Đại-Mâu-Ni... có mười ngàn hiệu như vậy, khiến các chúng-sanh thấy biết khác nhau.

Phương đông bắc của tứ thiên hạ này có thế-giới tên Diệu-Quan-Sát. Đức Như-Lai ở thế-giới đó hoặc hiệu Điều-Phục-Ma... có mười ngàn hiệu như vậy, khiến các chúng-sanh thấy biết khác nhau.

Phương đông nam của thứ thiên hạ này có thế-giới tên Hỉ-Lạc. Đức Như-Lai ở thế-giới đó hoặc hiệu Cực Oai Nghiêm... có mười ngàn hiệu như vậy khiến các chúng-sanh thấy biết khác nhau.

Phương tây nam của tứ thiên hạ này có thế-giới tên Thậm-Kiên-Lao. Đức Như-Lai ở thế-giới đó hoặc hiệu An-Trụ... có mười ngàn hiệu như vậy, khiến các chúng-sanh thấy biết khác nhau.

Phương tây bắc của tứ thiên này có thế-giới tên Diệu-Địa. Đức Như-Lai ở đó hoặc hiệu Phổ-Biến... có mười ngàn hiệu như vậy, khiến các chúng-sanh thấy biết sai khác.

Hạ phương của tứ thiên-hạ này có thế-giới tên Diệm-Huệ. Đức Như-Lai ở đó hoặc hiệu là Tập-Thiện-Căn… có mười ngàn hiệu như vậy, khiến các chúng-sanh thấy biết sai khác.

* Thượng phương của tứ thiên hạ này có thế-giới tên Nhựt-Trì-Địa, Đức Như-Lai ở đó, hoặc hiệu Hữu-Trí-Huệ… có mười ngàn hiệu như vậy, khiến các chúng-sanh thấy biết sai khác.

(Kinh Hoa Nghiêm, phẩm 7. Như-Lai Danh Hiệu)

9. CÕI TA BÀ CÓ TRĂM ỨC TỨ CHÂU THIÊN HẠ, NÊN NHƯ-LAI CÓ TRĂM ỨC DANH HIỆU

Chư Phật-tử! Cõi Ta-Bà này có trăm ức tứ châu thiên hạ. Đức Như-Lai ở đây có tất cả trăm vạn ức danh hiệu, khiến các chúng-sanh thấy biết sai khác.

* *Phương đông* của cõi Ta-Bà này, có thế-giới tên Mật-Huấn. Đức Như-Lai ở đó hoặc hiệu Bình-Đẳng… có trăm vạn ức hiệu như vậy, khiến các chúng-sanh thấy biết sai khác.

* *Phương nam* của cõi Ta-Bà này có thế-giới tên Phong-Dật. Đức Như-Lai ở đó hoặc hiệu Bổn-Tánh… có trăm vạn ức hiệu như vậy khiến chúng-sanh thấy biết sai khác.

* *Phương tây* của cõi Ta-Bà này có thế-giới tên Ly-Cấu. Đức Như-Lai ở đó hoặc hiệu Ý-Thành… có trăm vạn ức hiệu như vậy khiến các chúng-sanh thấy biết sai khác.

* *Phương bắc* của cõi Ta-Bà này có thế-giới tên Phong-Lạc. Đức Như-Lai ở đó hoặc hiệu Chiêm-Bặc-Hoa-Sắc… có trăm vạn ức hiệu như vậy khiến các chúng-sanh thấy biết sai khác.

* *Phương đông bắc* của cõi Ta-Bà này có thế-giới tên Nhiếp-Thủ. Đức Như-Lai ở đó hoặc hiệu Vĩnh-Ly-Khổ… có trăm vạn ức hiệu như vậy khiến các chúng-sanh thấy biết sai khác.

* *Phương đông nam* của cõi Ta-Bà này có thế-giới tên Nhiêu-Ích. Đức Như-Lai ở đó hoặc hiệu Hiện-Quang-Minh… có trăm vạn ức hiệu như vậy khiến các chúng-sanh thấy biết sai khác.

* *Phương tây nam* của cõi Ta-Bà này có thế-giới tên Tiển-Thiểu. Đức Như-Lai ở đó hoặc hiệu *Mâu-Ni-Chủ...* có trăm vạn ức hiệu như vậy khiến các chúng-sanh thấy biết sai khác.

* *Phương tây bắc* của thế-giới Ta-Bà này có thế-giới tên Hoan-Hỉ. Đức Như-Lai ở đó hoặc hiệu Diệu-Hoa-Tụ... có trăm vạn ức hiệu như vậy khiến các chúng-sanh thấy biết sai khác.

* *Hạ phương* của cõi Ta-Bà này có thế-giới tên Quan-Thược. Đức Như-Lai ở đó hoặc hiệu Phát-Khởi-Diệm... có trăm vạn ức hiệu như vậy khiến các chúng-sanh thấy biết sai khác.

* *Thượng phương* của cõi Ta-Bà này có thế-giới tên Chấn-Âm... có trăm vạn ức hiệu như vậy khiến các chúng-sanh thấy biết sai khác.

(Kinh Hoa Nghiêm, phẩm 7. Như-Lai Danh Hiệu)

10. LÝ DO DANH HIỆU NHƯ-LAI KHÔNG ĐỒNG

Mười phương quanh cõi Ta-Bà này mỗi phương đều có trăm ngàn ức:

- Vô-số

- Vô-lượng

- Vô-biên

- Vô-đẳng

- Bất-khả-sổ

- Bất-khả-xưng

- Bất-khả-tư

- Bất-khả-lượng

- Bất-khả-thuyết thế-giới

- Tận pháp-giới

- Hư-không-giới

Trong đó danh hiệu của Như-Lai đều không đồng.

(Kinh Hoa Nghiêm, phẩm 7. Như-Lai Danh Hiệu)

Đức Như-Lai khi là Bồ Tát, ngài đã thành tựu nhiều công hạnh (tín giải, ngôn ngữ, xứ sở, thuyết pháp...) và vì chúng sanh nhiều căn tánh, địa vị, trình độ…nên ngài phương tiện có vô số danh hiệu.

(Kinh Hoa Nghiêm, phẩm 7. Như-Lai Danh Hiệu)

Phẩm 8.

I. MỤC LỤC

***

II. CHÁNH VĂN

Văn-Thù-Sư-Lợi Đại Bồ-Tát nói với các Bồ-Tát về Tứ Thánh Đế trong thế-giới Mật-Huấn như sau:

1. TỨ THÁNH ĐẾ TRONG THẾ-GIỚI MẬT-HUẤN

1. Khổ-Diệt Thánh-Đế là:

- Vô-tránh

- Ly-trần

- Tịch-tịnh

- Vô tướng

- Vô-một

- Vô-tự-tánh

- Vô chướng ngại

- Diệt

- Thể chơn-thật

- Trụ tự-tánh...

2. Khổ-Diệt-Đạo Thánh-Đế là

- Nhứt-Thừa

- Thú-tịch

- Đạo-dẫn

- Cứu-cánh vô-phân-biệt

- Bình-đẳng

- Xả-đảm

- Vô-sở-thú

- Tùy-thánh-ý

- Tiên-nhơn-hành

- Thập-tạng...

3. Khổ-Tập-Thánh-Đế là

- Thuận sanh-tử

- Nhiễm trước

- Đốt cháy

- Lưu chuyển

- Gốc bại hoại

- Mối hữu-lậu

- Ác hạnh

- Ái-trước

- Nguồn bịnh

- Phân số...

4. Khổ Thánh Đế là

- Doanh cầu căn

- Bất xuất ly

- Hệ phược bổn

- Làm điều không nên làm

- Khắp tranh đấu

- Phân tách điều vô lực

- Chỗ để tựa

- Cực khổ

- Tháo động

- Hình trạng vật...

Ở thế-giới Mật-Huấn có bốn trăm ức mười ngàn danh từ như vậy, tùy tâm ý của chúng-sanh để khiến họ điều-phục.

(Kinh Hoa Nghiêm, phẩm 8. Tứ Thánh Đế)

2. TỨ THÁNH ĐẾ TRONG THẾ-GIỚI TỐI THẮNG

1. Khổ thánh-đế là

- Khủng bố

- Phần đoạn

- Khả-yểm-ố

- Phải thừa-sự

- Biến dị

- Chiếu-dẫn-oan

- Đoạt

- Khó cộng-sự

- Vọng phân biệt

- Có thế lực...

2. Khổ-Tập Thánh-Đế là

  - Bại-hoại

  - Si-căn

  - Đại-oan

  - Dao bén

  - Dứt mùi vị

  - Cừu-thù

  - Chẳng phải vật của mình

  - Ác-đạo-dẫn

  - Thêm đen tối

  - Hư lợi lành...

3. Khổ-diệt thánh-đế là

  - Đại-nghĩa

  - Nhiêu-ích

  - Nghĩa-trung-nghĩa

  - Vô-lượng

  - Chỗ phải thấy

- Ly phân-biệt
- Tối-thượng-điều-phục
- Thường-bình-đẳng
- Khả-đồng-trụ
- Vô-vị...

4. Khổ-diệt-đạo thánh-đế là
  - Hay đốt cháy
  - Tối-thượng-phẩm
  - Quyết-định
  - Vô-năng-phá
  - Thâm-phương-tiện
  - Xuất-ly
  - Bất-hạ-liệt
  - Thông-đạt
  - Giải-thoát-tánh
  - Năng-độ-thoát...

Ở thế-giới Tối-Thắng, về tứ thánh-đế, có bốn trăm ức mười ngàn danh từ như vậy, tùy tâm ý chúng-sanh khiến họ điều-phục.

(Kinh Hoa Nghiêm, phẩm 8. Tứ Thánh Đế)

3. TỨ THÁNH ĐẾ TRONG THẾ-GIỚI LY CẤU

1. Khổ thánh-đế là
  - Hối-hận
  - Tư-đải
  - Triển-chuyển
  - Trụ-thành
  - Nhứt-vị

- Phi-pháp
- Cư-trạch
- Chỗ vọng-trước
- Thấy hư-vọng
- Không có số...

2. Khổ-tập thánh-đế là
  - Vật không thật
  - Chỉ có lời nói
  - Chẳng trong trắng
  - Sanh-địa
  - Chấp-thủ
  - Bỉ-tiện
  - Tăng-trưởng
  - Gánh nặng
  - Hay sanh
  - Thô rắn...

3. Khổ-diệt thánh-đế là
  - Vô đẳng-đẳng
  - Khắp trừ sạch
  - Ly-cấu
  - Tối-thắng-căn
  - Xưng hội
  - Không tư-đãi
  - Diệt-hoặc
  - Tối-thượng

- Tất-cánh

- Phá-noãn...

4. Khổ-diệt-đạo thánh-đế là

- Vật kiên cố

- Phương-tiện-phần

- Giải-thoát-bổn

- Bổn-tánh-thật

- Chẳng thể chê mắng

- Rất thanh-tịnh

- Mé hữu-lậu

- Toàn nhận gởi

- Làm rốt-ráo

- Tịnh phân biệt...

Chư Phật-tử! Ở thế-giới Ly-Cấu, tứ thánh-đế, có bốn trăm ức mười ngàn danh từ như vậy, tùy tâm ý chúng-sanh khiến họ điều-phục.

(Kinh Hoa Nghiêm, phẩm 8. Tứ Thánh Đế)

4. TỨ THÁNH ĐẾ TRONG THẾ-GIỚI PHONG DẬT

1. Khổ thánh-đế là

- Chỗ ái-nhiễm

- Gốc hiểm hại

- Biển hữu lậu

- Chứa nhóm lên

- Gốc sai biệt

- Tăng trưởng

- Sanh-diệt

- Chướng-ngại

- Cây đao gươm
- Số làm thành...

2. Khổ-tập thánh-đế là
- Đáng ghét
- Danh-tự
- Vô-tận
- Phân số
- Chẳng đáng ưa
- Chụp cắn
- Vật thô bỉ
- Ái trước
- Khí cụ
- Dao động...

3. Khổ-diệt thánh-đế là
- Dứt tương-tục
- Khai-hiển
- Vô-văn-tự
- Vô-sở-tu
- Vô-sở-kiến
- Vô-sở-tác
- Tịch-diệt
- Đốt sạch
- Xả-trọng-đảm
- Trừ hoại...

4. Khổ-diệt-đạo thánh-đế là

  - Hạnh tịch-diệt

  - Hạnh xuất-ly

  - Siêng tu-chứng

  - Đi an ổn

  - Vô-lượng-thọ

  - Khéo rõ biết

  - Đạo cứu-cánh

  - Khó tu-tập

  - Đến bờ kia

  - Vô-năng thắng....

Ở thế-giới Phong-Dật, về tứ thánh-đế, có bốn trăm ức mười ngàn danh từ như vậy, tùy tâm chúng-sanh, khiến họ điều-phục.

(Kinh Hoa Nghiêm, phẩm 8. Tứ Thánh Đế)

5. TỨ THÁNH ĐẾ TRONG THẾ-GIỚI NHIẾP THỦ

1. Khổ thánh-đế là

  - Cướp dựt

  - Bạn chẳng lành

  - Nhiều khủng bố

  - Hí-luận

  - Địa ngục tánh

  - Không thật nghĩa

  - Gánh tham dục

  - Gốc sâu nặng

  - Tùy tâm chuyển

  - Bổn trống rỗng...

2. Khổ-tập thánh-đế là
  - Tham trước
  - Ác thành biện
  - Quá-ác
  - Tốc-tật
  - Hay chấp-thủ
  - Tưởng
  - Có quả
  - Vô-khả-thuyết
  - Vô-khả-thủ
  - Là lưu-chuyển...

3. Khổ-diệt thánh-đế là
  - Bất-thối-chuyển
  - Ly-ngôn-thuyết
  - Vô-tướng-trạng
  - Khả-hân-lạc
  - Kiên-cố
  - Thượng-diệu
  - Ly-si
  - Diệt-tận
  - Viễn-ác
  - Xuất-ly...

4. Khổ-diệt đạo thánh-đế là
  - Ly-ngôn
  - Vô-tránh
  - Giáo-đạo

- Thiện-hồi-hướng

- Đại-thiện-xảo

- Sai-biệt phương tiện

- Hư-không

- Tịch-tịnh-hạnh

- Thắng-trí

- Năng-liễu-nghĩa...

Về tứ thánh-đế, ở Nhiếp-Thủ thế-giới có bốn trăm ức mười ngàn danh từ như vậy, tùy tâm ý của chúng-sanh, khiến họ điều-phục.

(Kinh Hoa Nghiêm, phẩm 8. Tứ Thánh Đế)

Thế-giới Nhiêu-Ích, Tiển Thiểu, Hoan Hỉ, Quan Thược, và Chấn Âm đều nói tứ thánh-đế với bốn trăm ức mười ngàn danh từ, tùy tâm ý của chúng-sanh khiến họ được điều-phục.

6. TỨ THÁNH ĐẾ TRONG THẾ-GIỚI NHIÊU ÍCH

1. Khổ thánh-đế là:

 - Trọng-đảm

 - Chẳng bền

 - Giặc

 - Lão tử

 - Ái-sở-thành

 - Lưu chuyển

 - Mệt nhọc

 - Tướng-trạng-ác

 - Sanh trưởng

 - Dao bén.

2. Khổ-tập thánh-đế là
- Bại hoại
- Hỗn-trược
- Thối thất
- Vô lực
- Táng-thất
- Oai-vi-trần
- Bất hòa hợp
- Sở tác
- Thủ
- Ý-dục.

3. Khổ-diệt thánh-đế là:
- Xuất ngục
- Chơn thật
- Ly nạn
- Phúc hộ
- Ly ác
- Tùy thuận
- Căn bổn
- Xả-nhơn
- Vô vi
- Không tương tục.

4. Khổ-diệt-đạo thánh-đế là:
- Đạt-vô-sở-hữu
- Nhứt-thiết-ấn

- Tam-muội-tạng

- Đắc-quang-minh

- Bất-thối-pháp

- Năng-tận-hữu

- Quảng-đại-lộ

- Năng điều-phục

- Hữu an-ổn

- Gốc bất lưu chuyển.

Về tứ thánh-đế, ở thế-giới Nhiêu-Ích, có bốn trăm ức mười ngàn danh từ như vậy, tùy tâm ý của chúng-sanh khiến họ điều-phục.

(Kinh Hoa Nghiêm, phẩm 8. Tứ Thánh Đế)

7. TỨ THÁNH ĐẾ TRONG THẾ-GIỚI TIỂN THIỂU

1. Khổ thánh-đế là:

- Hiểm-lạc-dục

- Hệ-phược

- Tà-hạnh

- Tùy-thọ

- Vô-tâm-sĩ

- Tham-dục-căn

- Hằng-hà-lưu

- Phá hoại

- Khói lửa

- Ưu não.

2. Khổ-tập thánh-đế là:

- Quảng-địa

- Năng-thú

- Viễn-huệ
- Lưu-nạn
- Khủng-bố
- Phóng-dật
- Nhiếp-thú
- Trước-xứ
- Trạch-chủ
- Liên-phược.

3. Khổ-diệt thánh-đế là:
   -Sung-mãn
   - Bất-tử
   - Vô-ngã
   - Tự-tánh
   - Phận-biệt-tận
   - An-lạc-trụ
   - Vô-hạn-lượng
   - Đoạn luân chuyển
   - Tuyệt-hành-xứ
   - Bất nhị.

4. Khổ-diệt-đạo thánh-đế là:
   - Đại quang-minh
   - Diễn-thuyết hải
   - Giản-trạch-nghĩa
   - Hòa-hiệp-pháp
   - Ly-thủ-trước

- Đoạn tương-tục

- Quảng-đại-lộ

- Bình đẳng nhơn

- Tịnh phương tiện

- Tối-thắng-kiến.

Về tứ thánh-đế, ở Tiển-Thiểu thế-giới có bốn trăm ức mười ngàn danh hiệu như vậy, tùy tâm ý của chúng-sanh khiến họ điều-phục.

(Kinh Hoa Nghiêm, phẩm 8. Tứ Thánh Đế)

8. TỨ THÁNH ĐẾ TRONG THẾ-GIỚI HOAN HỈ

1. Khổ thánh-đế là:

- Lưu-chuyển

- Xuất sanh

- Thất lợi

- Nhiễm trước

- Trọng đảm

- Sai biệt

- Nội hiểm

- Tập hội

- Ác xá trạch

- Khổ-não-tánh.

2. Khổ-tập thánh-đế là:

- Địa

- Phương tiện

- Phi thời

- Phi-thật-pháp

- Vô-để

- Nhiếp-thủ

- Ly giới

- Phiền-não-pháp

- Hiếp-liệt-kiến

- Cấu-tụ.

3. Khổ-diệt thánh-đế là:

- Phá-y-chỉ

- Bất-phóng-dật

- Chơn thật

- Bình đẳng

- Thiện tịnh

- Vô bịnh

- Vô khúc

- Vô tướng

- Tự tại

- Vô sanh.

4. Khổ-diệt-đạo thánh-đế là:

- Nhập thắng-giới

- Đoạn tập

- Siêu-đẳng-loại

- Quảng đại tánh

- Phân biệt tận

- Thần lực đạo

- Chúng phương tiện

- Chánh niệm hạnh

- Thường tịch lộ

- Nhiếp-giải-thoát.

Về tứ-thánh-đế, ở Hoan-Hỉ thế-giới có bốn trăm ức mười ngàn danh hiệu như vậy, tùy tâm ý của chúng-sanh khiến họ điều-phục.

(Kinh Hoa Nghiêm, phẩm 8. Tứ Thánh Đế)

9. TỨ THÁNH ĐẾ TRONG THẾ-GIỚI QUAN THƯỢC

1. Khổ thánh-đế là:

- Bại hoại tướng

- Phố-khí

- Ngã sở thành

- Chư-thú-thân

- Sát lưu chuyển

- Chúng ác môn

- Tánh khổ

- Khả-khí-xả

- Vô vị

- Lai khứ.

2. Khổ-tập thánh-đế là:

- Hành

- Phẫn độc

- Hòa hiệp

- Thọ chi

- Ngã tâm

- Tạp độc

- Hư xưng

- Oai-vị

- Nhiệt-não

- Kinh hãi.

3. Khổ-diệt thánh-đế là:

- Vô tích tập

- Bất khả đắc

- Diệu dược

- Bất khả hoại

- Vô trước

- Vô lượng

- Quảng đại

- Giác phần

- Ly nhiễm

- Vô chướng ngại.

4. Khổ-diệt-đạo thánh-đế là:

- An ổn hạnh

- Ly dục

- Cứu cánh thật

- Nhập nghĩa

- Tánh cứu cánh

- Tịnh hiện

- Nhiếp niệm

- Thu giải thoát

- Cứu tế

- Thắng hạnh.

Về tứ thánh-đế, ở Quan-Thược thế-giới có bốn trăm ức mười ngàn danh hiệu như vậy, tùy tâm ý của chúng-sanh khiến họ điều-phục.

(Kinh Hoa Nghiêm, phẩm 8. Tứ Thánh Đế)

10. TỨ THÁNH ĐẾ TRONG THẾ-GIỚI CHÂN ÂM

1. Khổ thánh-đế là:

- Dấu-lỗi

- Thế-gian

- Sở y

- Ngạo mạn

- Tánh nhiễm trước

- Dòng chảy mau

- Chẳng vui được

- Che dấu

- Mau diệt

- Khó điều.

2. Khổ-tập thánh-đế là:

- Cần chế phục

- Tâm thú

- Năng phược

- Tùy niệm khởi

- Hậu biên

- Cộng hòa hiệp

- Phân biệt

- Môn

- Phiêu động

- Ẩn che.

3. Khổ-diệt thánh-đế là:

  - Vô y xứ

  - Bất khả thủ

  - Chuyển hườn

  - Ly tránh

  - Tiểu

  - Đại

  - Thiện tịnh

  - Vô tận

  - Quảng bác

  - Vô đẳng giá.

4. Khổ-diệt-đạo thánh-đế là:

  - Quan sát

  - Năng tồi địch

  - Liễu tri ấn

  - Năng nhập tánh

  - Nan địch đối

  - Vô hạn nghĩa

  - Năng nhập trí

  - Hòa hiệp đạo

  - Hằng bất động

  - Thù thắng nghĩa.

Về tứ thánh-đế, ở Chấn-Âm thế-giới có bốn trăm ức mười ngàn danh từ như vậy, tùy tâm ý của chúng-sanh khiến họ điều-phục.

(Kinh Hoa Nghiêm, phẩm 8. Tứ Thánh Đế)

11. TỨ THÁNH-ĐẾ
CÓ BỐN TRĂM ỨC MƯỜI NGÀN DANH TỪ

Như cõi Ta-Bà này nói tứ thánh-đế có bốn trăm ức mười ngàn danh hiệu, cũng vậy, mười phương tất cả:

- Vô-lượng, vô-biên, bất-khả-thuyết thế-giới

- Tận pháp-giới hư-không-giới

- Trong mỗi thế-giới nói tứ thánh-đế đều có bốn trăm ức mười ngàn danh từ, tùy tâm ý của chúng-sanh khiến họ được điều-phục.

(Kinh Hoa Nghiêm, phẩm 8. Tứ Thánh Đế)

Phẩm 9.

I. MỤC LỤC

***

II. CHÁNH VĂN

1. BÀN CHÂN PHÓNG QUANG CHIẾU KHẮP ĐẠI THIÊN THẾ GIỚI

Lúc bấy giờ, đức Thế-Tôn, từ *dưới lòng hai bàn chân*, phóng ra trăm ức tia sáng chiếu khắp Đại-thiên thế-giới trăm ức:

- Diêm-Phù-Đề
- Phất-Bà-Đề
- Cù-Gia-Ni
- Uất-Đơn-Việt
- Đại-hải
- Luân-Vi-Sơn
- Bồ-Tát thọ sanh
- Bồ-Tát xuất gia
- Như-Lai thành chánh giác
- Như-Lai chuyển pháp luân
- Như-Lai nhập niết-bàn
- Tu-Di-Sơn
- Tứ-Vương-Thiên
- Đao-Lợi-Thiên
- Dạ-Ma-Thiên
- Đâu-Suất-Thiên
- Hóa-Lạc-Thiên
- Tha-Hóa-Thiên
- Sơ-Thiền-Thiên
- Nhị-Thiền-Thiên
- Tam-Thiền-Thiên
- Tứ-Thiền-Thiên
- Sắc-Cứu-Cánh-Thiên.

Tất cả vật cảnh trong Đại-Thiên thế-giới đều được quang-minh của Thế-Tôn soi sáng hiển hiện cả.

Như nơi đây hiện thấy đức Thế-Tôn ngồi tòa *Liên-Hoa-Tạng-Sư-Tử,* mười Phật-sát vi-trần-số Bồ-Tát vây quanh. Trong trăm ức

Diêm-Phù-Đề khác, cũng đều có Như-Lai an-tọa như thế cả.

(Kinh Hoa Nghiêm, phẩm 9. Quang Minh Giác)

2. MƯỜI PHẬT-SÁT VI-TRẦN-SỐ BỒ-TÁT

Do thần lực của Phật, trong mười phương, mỗi phương đều có một đại Bồ-Tát cùng mười Phật-sát vi-trần-số Bồ-Tát đồng câu hội đến chỗ đức Phật ngự:

- *Đông-phương* Kim-Sắc thế-giới có Văn-Thù-Sư-Lợi Bồ-Tát

- *Nam-phương* Diệu-Sắc thế-giới có Giác-Thủ Bồ-Tát

- *Tây-phương* Liên-Hoa-Sắc thế-giới có Tài-Thủ Bồ-Tát

- *Bắc-phương* Chiêm-Bặc-Hoa-Sắc thế-giới có Bửu-Thủ Bồ-Tát

- *Đông-bắc-phương* Ưu-Bát-La-Hoa-Sắc thế-giới có Bồ-Tát Công-Đức-Thủ - *Đông-nam-phương* Kim-Sắc thế-giới có Mục-Thủ Bồ-Tát

- *Tây-nam-phương* Bửu-Sắc thế-giới có Tinh-Tấn-Thủ Bồ-Tát

- *Tây-bắc-phương* Kim-Cang-Sắc thế-giới có Pháp-Thủ Bồ-Tát

- *Hạ-phương* Pha-Lê-Sắc thế-giới có Trí-Thủ Bồ-Tát

- *Thượng-phương* Bình-Đẳng-Sắc thế-giới có Hiềm-Thủ Bồ-Tát.

(Kinh Hoa Nghiêm, phẩm 9. Quang Minh Giác)

3. TRĂM ỨC ĐẠO TRÀNG
và TRĂM ỨC VĂN THÙ SƯ LỢI

Lúc đó, trong *tất cả trăm ức đạo-tràng*, nơi chư Phật ngự, **trăm ức Văn-Thù-Sư-Lợi Bồ-Tát** đồng thời ứng thinh nói kệ rằng:

Nếu có ai thấy Phật

Giải-thoát lìa hữu lậu

Chẳng tham trước thế-gian

Người này chẳng chứng đạo.

Nếu ai biết Như-Lai
Thể-tướng vô-sở-hữu
Tu tập được rõ ràng
Người này mau thành Phật.

Nếu thấy thế-giới này
Tâm được chẳng dao-động
Với Phật-thân cũng vậy
Sẽ thành bực Thắng-Trí.

Nếu với Phật cùng Pháp
Được tâm trọn bình đẳng
Chẳng móng khởi nhị niệm
Sẽ lên bực Nan-Tư.

Nếu thấy Phật và thân
Bình đẳng mà an-trụ
Vô trụ vô sở nhập
Sẽ thành bực Nam-Ngộ.

Sắc, Thọ không có số
Tưởng, Hành, Thức cũng vậy
Nếu biết được như đây
Sẽ là Đại-Mâu-Ni.

Kiến chấp thế, xuất thế
Tất cả đều vượt khỏi

Mà hay khéo biết pháp
Sẽ thành bực Đại-Quang.

Nếu nơi đấng Toàn-Trí
Phát sanh tâm hồi hướng
Thấy tâm không chỗ sanh
Sẽ được bực Hồng-Danh.

Chúng-sanh không có sanh
Cũng lại không có hoại
Nếu được trí như vậy
Sẽ thành vô-thượng-đạo.

Trong một, hiểu vô-lượng
Trong vô-lượng: hiểu một
Rõ kia sanh lẫn nhau
Sẽ thành vô-sở-úy.
(Kinh Hoa Nghiêm, phẩm 9. Quang Minh Giác)

4. QUANG MINH CHIẾU SUỐT
TRĂM THẾ GIỚI Ở MƯỜI PHƯƠNG

Lúc đó quang-minh của đức Phật chiếu quá mười phương thế-giới, rồi chiếu *suốt trăm thế-giới ở mỗi phương* trong mười phương. Nơi các thế-giới ấy đều có Như-Lai ngự tòa sư-tử như ở tại đây, và do thần-lực của đức Phật, mỗi phương đều có một đại Bồ-Tát, tức là Văn-Thù-Sư-Lợi Bồ-Tát v.v... cùng mười Phật-sát-vi-trần-số Bồ-Tát đồng đến chỗ Phật.

Bấy giờ, trước mỗi đức Phật, *Văn-Thù-Sư-Lợi Bồ-Tát đồng ứng thinh nói* kệ rằng:

Phật rõ pháp như huyễn
Thông đạt không chướng ngại
Tâm tịnh lìa tham chấp
Điều phục các chúng-sanh.

Hoặc có thấy sơ sanh
Sắc đẹp như núi vàng
Trụ thân tối hậu này
Làm mặt nguyệt nhơn loại.

Hoặc thấy Phật kinh hành
Đủ vô-lượng công-đức
Niệm huệ đều thiện xảo
Bước đi Đại-Sư-Tử.

(Kinh Hoa Nghiêm, phẩm 9. Quang Minh Giác)

5. QUANG MINH CHIẾU SUỐT TRĂM NGÀN VẠN THẾ GIỚI Ở MƯỜI PHƯƠNG

Lúc bấy giờ, quang-minh của đức Thế-Tôn chiếu quá trăm ngàn thế-giới, suốt đến *trăm vạn thế-giới*, ở mỗi phương, trong mười phương. Nơi đó đều có đức Phật ngự đạo-tràng chúng hội mười Phật-sát vi-trần-số Bồ-Tát.

Do thần lực của đức Phật, mỗi phương đều có một đại Bồ-Tát, Văn-Thù-Sư-Lợi Bồ-Tát v.v... cùng mười Phật-sát vi-trần-số Bồ-Tát đồng câu hội đến chỗ Phật ngự.

Bấy giờ, trước mỗi đức Phật, Văn-Thù Sư-Lợi Bồ-Tát đồng ứng thinh nói kệ rằng:

Như-Lai rất tự-tại
Siêu thế vô-sở-y

Đủ tất cả công-đức
Độ thoát nơi các cõi.

Không nhiễm cũng không trước
Vô-tưởng vô-y-chỉ
Thể tánh không thể lường
Ai thấy cũng ca ngợi.

Quang-minh khắp thanh-tịnh
Trần lụy đều rửa bỏ
Bất-động lìa hai bên
Đây là trí Như-Lai.

Nếu ai thấy Như-Lai
Thân tâm lìa phân biệt
Thời với tất cả pháp
Thoát hẳn những nghi trệ.

Chúng-sanh và quốc-độ
Tất cả đều tịch-diệt
Vô-y vô phân biệt
Vào được Phật bồ-đề.

Chúng-sanh và quốc-độ
Đồng dị đều chẳng được
Khéo quan-sát như vậy
Là biết nghĩa Phật-pháp.
(Kinh Hoa Nghiêm, phẩm 9. Quang Minh Giác)

6. QUANG MINH CHIẾU SUỐT
MỘT ỨC THẾ GIỚI Ở MƯỜI PHƯƠNG

Lúc bấy giờ, quang-minh của đức Phật chiếu quá *trăm vạn thế-giới suốt đến một ức thế-giới* ở mỗi phương trong mười phương. Nơi đó đều có đức Phật ngự giữa chúng hội mười Phật-sát vi-trần-số Bồ-Tát.

Do thần lực của đức Phật, mỗi phương đều có một đại Bồ-Tát, Văn-Thù Sư-Lợi Bồ-Tát v.v... cùng mười Phật-sát vi-trần-số Bồ-Tát đồng câu hội đến chỗ Phật ngự.

Bấy giờ, Văn-Thù Sư-Lợi Bồ-Tát, ở trước mỗi đức Phật, đồng thời ứng thinh nói kệ rằng:

Trí huệ vô đẳng pháp vô-biên

Vượt biển hữu lậu đến bờ kia

Thọ lượng quang-minh đều vô tỉ

Phương-tiện-lực của đẳng công-đức.

Bao nhiêu Phật-pháp đều rõ ràng

Thường quán tam-thế không nhàm mỏi

Dầu duyên cảnh-giới không phân biệt

Đây phương-tiện của bậc nan-tư.

Thích quán chúng-sanh vốn vô-sanh

Khắp thấy các loài vốn không loài

Hằng trụ thiền-tịch chẳng hệ lụy

Đây phương tiện của Vô-Ngại-Huệ.

(Kinh Hoa Nghiêm, phẩm 9. Quang Minh Giác)

7. QUANG MINH CHIẾU SUỐT
MƯỜI ỨC THẾ GIỚI Ở MƯỜI PHƯƠNG

Lúc bấy giờ, quang-minh của đức Phật chiếu quá một ức thế-giới, suốt khắp *mười ức thế-giới,* ở mỗi phương, trong mười phương. Nơi đó đều có đức Phật ngự giữa đạo-tràng mười Phật-sát vi-trần-số Bồ-Tát.

Do thần lực của đức Phật, mỗi phương đều có một vị đại Bồ-Tát, Văn-Thù-Sư-Lợi Bồ-Tát v.v... đều cùng mười Phật-sát vi-trần-số Bồ-Tát đồng câu hội nơi Phật ngự.

Bấy giờ, Văn-Thù-Sư-Lợi Bồ-Tát, ở trước mỗi đức Phật, đồng ứng thinh nói kệ rằng :

Khổ hạnh lớn khó đều tu tập

Ngày đêm tinh cần không nhàm trễ

Đã độ khó độ sư tử hống

Độ khắp chúng-sanh là hạnh Phật.

Chúng-sanh lưu chuyển biển ái-dục

Vô-minh che đậy rất khổ ngặt

Chí-Nhơn dũng mãnh đều dứt trừ

Thệ nguyện như vậy là hạnh Phật.

(Kinh Hoa Nghiêm, phẩm 9. Quang Minh Giác)

8. HẠNH PHẬT

Thế-gian phóng dật say ngũ dục

Phân biệt sai lầm chịu những khổ

Phụng hành Phật-giáo đều nhiếp tâm

Nguyện độ chúng-sanh là hạnh Phật.

Chúng-sanh chấp ngã vào sanh tử

Cầu tột mé kia không thể được
Khắp thờ chư Phật được diệu pháp
Vì họ giảng pháp là hạnh Phật.

Chúng-sanh bơ vơ bịnh khổ vây
Thường trôi nẻo ác khởi ba độc
Ngọn lửa hừng lớn luôn đốt cháy
Tịnh tâm động chúng là hạnh Phật.

Chúng-sanh mê lầm mất chánh đạo
Thường đi đường tà vào nhà tối
Vì họ thắp sáng đèn chánh pháp
Luôn luôn soi sáng là hạnh Phật.

Chúng-sanh trôi chìm biển hữu lậu
Khổ lo không bờ chẳng ở được
Vì họ sửa sang đại pháp thuyền
Đều khiến thoát khổ là hạnh Phật.

Chúng-sanh vô tri chẳng thấy cội
Mê lầm cuồng si trong hiểm nạn
Phật thương xót họ xây pháp-kiều
Khiến trụ chánh niệm là hạnh Phật.

Thấy các chúng-sanh ở đường hiểm
Khổ già bịnh chết luôn bức ngặt
Tu các phương tiện không hạn lượng

Thệ độ tất cả là hạnh Phật.

Nghe pháp tin hiểu không nghi lầm
Rõ tánh không tịch chẳng kinh sợ
Tùy hình lục đạo khắp mười phương
Cứu khắp quần mê là hạnh Phật.
(Kinh Hoa Nghiêm, phẩm 9. Quang Minh Giác)

9. QUANG MINH CHIẾU SUỐT TRĂM NGÀN NA-DO-THA ỨC THẾ GIỚI Ở MƯỜI PHƯƠNG

Lúc bấy giờ, quang-minh của đức Phật chiếu quá mười ức thế-giới, suốt khắp đến *trăm ức thế-giới, ngàn ức, vạn ức, trăm ngàn ức, na-do-tha ức,* trăm na-do-tha ức, ngàn na-do-tha ức, trăm ngàn na-do-tha ức, nhẫn đến vô số, vô-lượng, vô-biên, vô-đẳng, bất khả số, bất khả xưng, bất khả tư, bất khả lượng, bất khả thuyết, tận pháp-giới, hư-không giới, tất cả thế-giới ở mười phương.

Nơi mỗi thế-giới từ Diêm-Phù-Đề đến Sắc-Cứu-Cánh Thiên mọi vật cảnh đều được hiển hiện. Nơi mỗi Diêm-Phù-Đề đều có đức Phật ngự giữa đạo-tràng mười Phật-sát vi-trần-số Bồ-Tát.

Do thần-lực của đức Phật, mỗi phương đều có một đại Bồ-Tát, Văn-Thù-Sư-Lợi Bồ-Tát v.v... đều cùng mười Phật-sát vi-trần-số Bồ-Tát đồng câu-hội đến chỗ Phật ngự.

Bấy giờ, Văn-Thù-Sư-Lợi Bồ-Tát ở trước mỗi đức Phật, đều ứng thinh nói kệ rằng:

Một niệm quán khắp vô-lượng kiếp

Vô khứ vô lai cũng vô trụ

Như vậy rõ biết việc ba thời

Siêu xuất phương tiện thành thập lực.

Mười phương vô tỉ hồng danh tốt

Lìa hẳn các hạnh thường hoan hỉ
Khắp đến trong tất cả quốc-độ
Vì người tuyên dương pháp như vậy.

Pháp luân vi-diệu của Phật dạy
Tất cả đều là bồ-đề phần
Nếu được nghe rồi ngộ pháp tánh
Người như đây là thường thấy Phật.

Chẳng thấy thập lực không như huyễn
Dầu thấy nhưng chẳng thấy như lòa
Phân biệt chấp tướng chẳng thấy Phật
Rốt ráo lìa chấp mới thấy Phật.

Chúng-sanh tùy nghiệp đều sai khác
Mười phương trong ngoài khó thấy hết
Thân Phật vô ngại khắp mười phương
Chẳng thể thấy hết cũng như vậy.

Như trong không-giới vô-lượng cõi
Không lai không khứ khắp mười phương
Sanh thành diệt hoại vô-sở-y
Phật khắp hư-không cũng như vậy.
(Kinh Hoa Nghiêm, phẩm 9. Quang Minh Giác)

Phẩm 10.

I. MỤC LỤC

11. Pháp sai biệt.

***

II. CHÁNH VĂN

Văn-Thù-Sư-Lợi Bồ-Tát hỏi các Bồ Tát như Giác-Thủ, Tài Thủ, Bửu Thủ, Đức Thủ, Mục Thủ, Cần Thủ, Pháp Thủ, Trí Thủ, và Hiền Thủ Bồ-Tát và các Bồ Tát trả lời như sau:

1. TÂM-TÁNH VỐN LÀ MỘT
(Văn Thù Sư Lợi hỏi và Giác Thủ Bồ Tát trả lời)

Văn Thù Bồ Tát hỏi: Tâm-tánh vốn là một, sao lại thấy có các thứ sai khác?

Giác-Thủ Bồ-Tá đáp:

Các pháp không tác dụng

Cũng không có thể tánh

Vì thế nên các pháp

Đều chẳng biết được nhau.

Ví như nước trong sông

Các dòng đua nhau chảy

Chúng đều chẳng biết nhau

Các pháp cũng như vậy.

Hoặc vọng hay chẳng vọng

Hoặc thiệt hoặc chẳng thiệt

Thế-gian cùng xuất-thế

Chỉ là giả ngôn-thuyết.

(Kinh Hoa Nghiêm, phẩm 10. Bồ Tát Vấn Minh)

2. HIỆN THÂN PHẬT ĐỂ GIÁO-HÓA CHÚNG-SANH
(Văn Thù Sư Lợi hỏi và Tài Thủ Bồ Tát trả lời)

Văn-Thù hỏi: Đức Như-Lai do nhân duyên gì mà hiện thân Phật để giáo-hóa chúng-sanh?

Tài-Thủ Bồ-Tát đáp:

Những pháp thấy ở đời

Chỉ do tâm làm chủ,

Tùy hiểu chấp lấy tướng

Điên-đảo chẳng đúng thật.

Những ngôn-luận trong đời

Đều do phân biệt cả

Chưa từng có một pháp

Được vào nơi pháp-tánh.

Sức năng-duyên, sở-duyên

Sanh ra những pháp-tướng

Chóng diệt, chẳng tạm dừng

Niệm niệm đều như vậy.

(Kinh Hoa Nghiêm, phẩm 10. Bồ Tát Vấn Minh)

3. CHÚNG-SANH CÓ KHỔ VUI, TỐT XẤU, NHƯNG TRONG PHÁP-GIỚI VẪN KHÔNG TỐT XẤU
(Văn Thù Sư Lợi hỏi và Bửu Thủ Bồ Tát trả lời)

Văn-Thù hỏi: Tất cả chúng-sanh đồng có khổ vui, tốt xấu, nhưng trong pháp-giới vẫn không tốt xấu?

Bửu-Thủ Bồ-Tát nói kệ đáp rằng:

Cứ theo nghiệp đã tạo

Sanh quả báu như vậy

Đều không có tác-giả

Đây là lời chư Phật...

Lại như các thế-giới

Lúc đại-hỏa cháy tan

Lửa này không từ đâu

Nghiệp-tánh cũng như vậy.

(Kinh Hoa Nghiêm, phẩm 10. Bồ Tát Vấn Minh)

4. MỘT PHÁP DUY-NHỨT, SAO LẠI HIỆN VÔ-LƯỢNG-PHÁP

(Văn Thù Sư Lợi hỏi và Đức Thủ Bồ Tát trả lời)

Văn-Thù hỏi: Chỗ giác-ngộ của Đức Như-Lai chỉ là một pháp duy-nhứt, sao lại hiện vô-lượng-pháp, vô-biên cảnh-giới sai-biệt?

Đức-Thủ Bồ-Tát đáp:

Như đất chỉ một tánh

Mọi loài ở riêng chỗ

Đất không nghĩ đồng khác

Pháp chư Phật như vậy.

Cũng như một đại-hải

Ngàn vạn lượng sóng trào

Nước biển vẫn duy nhứt

Pháp chư Phật như vậy.

Như mặt nguyệt trên cao

Mọi nơi đều nhìn thấy

Mặt nguyệt vẫn một chỗ

Pháp chư Phật như vậy.

Ví như Đại-Phạm-Vương
Ứng hiện khắp đại-thiên
Thân ngài vẫn không khác
Pháp chư Phật như vậy.
(Kinh Hoa Nghiêm, phẩm 10. Bồ Tát Vấn Minh)

5. NHƯ-LAI PHƯỚC-ĐIỀN ĐỒNG MỘT KHÔNG SAI KHÁC, SAO CHÚNG-SANH BỐ-THÍ QUẢ-BÁO CHẲNG ĐỒNG

(Văn Thù Sư Lợi hỏi và Mục Thủ Bồ Tát trả lời)

Văn-Thù hỏi: Như-Lai phước-điền đồng một không sai khác, sao chúng-sanh bố-thí quả-báo chẳng đồng?

Mục-Thủ Bồ-Tát đáp:
Như tất cả vẫn là một
Theo giống mọc mầm khác
Đất không ý thân sơ
Phật phước-điền cũng vậy...

Như đại hỏa nổi lên
Đốt cháy tất cả vật
Phật phước-điền cũng vậy
Đốt tất cả hữu-vi.
(Kinh Hoa Nghiêm, phẩm 10. Bồ Tát Vấn Minh)

6. PHẬT ĐỐI VỚI CHÚNG-SANH

(Văn Thù Sư Lợi hỏi và Căn Thủ Bồ Tát trả lời)

Văn-Thù hỏi: Phật-giáo, đối với chúng-sanh, hoặc có lợi ích, hoặc không có lợi ích?

Cần-Thủ Bồ-Tát đáp:

Nếu muốn cầu dứt trừ

Vô-lượng những lỗi ác

Nên ở trong Phật-pháp

Dũng-mãnh thường tinh-tấn.

Như người ngó hư-không

Ngồi yên không giao-động

Nói mình bay đi khắp

Người giải-đãi cũng vậy.

(Kinh Hoa Nghiêm, phẩm 10. Bồ Tát Vấn Minh)

7. CHÚNG-SANH THỌ-TRÌ CHÁNH-PHÁP

(Văn Thù Sư Lợi hỏi và Pháp Thủ Bồ Tát trả lời)

Văn-Thù hỏi: Chúng-sanh thọ-trì Chánh-pháp thời đều có thể dứt trừ tất cả phiền-não? Nhưng cớ sao có người thọ-trì chánh-pháp mà tâm hành vẫn khởi phiền-não?

Pháp-Thủ Bồ-Tát đáp:

Như người trôi giữa dòng

Sợ chìm mà chết khát

Nơi pháp chẳng tu-hành

Đa-văn cũng như vậy.

Như người đếm châu báu

Tự mình vẫn nghèo nàn

Nơi pháp chẳng tu-hành

Đa-văn cũng như vậy.

Như ở ngã tư đường

Giảng nói những điều tốt

Mà tự không thật-đức

Chẳng tu cũng như vậy.

(Kinh Hoa Nghiêm, phẩm 10. Bồ Tát Vấn Minh)

8. HẠNH NÀO QUÝ NHẤT TRONG LỤC ĐỘ
(Văn Thù Sư Lợi hỏi và Trí Thủ Bồ Tát trả lời)

Văn-Thù hỏi: Trong Phật-pháp, trí-huệ là trên tất cả, cớ sao đức Phật ca ngợi bố-thí, trì-giới, nhẫn-nhục, tinh-tấn, thiền-định, từ-bi, hỉ xả...?

Trí-Thủ Bồ-Tát đáp:

Chư Phật thuở quá-khứ

Hiện-tại và vị-lai

Không có nói một pháp

Mà chứng được đạo-quả.

Phật biết tâm chúng-sanh

Tánh phận đều chẳng đồng

Tùy chỗ họ đáng thọ

Theo đó mà thuyết pháp.

Ví như Đại-Lực-Vương

Cả nước đều ngưỡng vọng

Định huệ cũng như vậy

Chỗ tựa của Bồ-Tát.

Cũng như vua chuyển-luân

Ban vui cho nhân-loại

Từ bi và hỉ xả

Làm Bồ-Tát an vui.

(Kinh Hoa Nghiêm, phẩm 10. Bồ Tát Vấn Minh)

9. VÌ SAO GIÁP PHÁP KHÔNG ĐỒNG

(Văn Thù Sư Lợi hỏi và Hiền Thủ Bồ Tát trả lời)

Văn-Thù hỏi: Chư Phật chỉ do một đạo mà được giải-thoát. Cớ sao hiện nay thấy tất cả Phật-độ lại có nhiều sự không đồng, những là: Thế-giới, chúng-sanh-giới, thuyết-pháp, điều-phục, thọ-lượng, quang-minh, thần-thông, chúng-hội, giáo-nghĩa, pháp-trụ v.v... đều sai khác nhau?

Hiền-Thủ Bồ-Tát đáp:

Tất cả các cõi Phật

Trang-nghiêm đều viên-mãn

Tùy chúng-sanh hạnh khác

Thấy chẳng đồng như vậy.

Cõi Phật cùng thân Phật

Chúng hội và ngôn thuyết

Các Phật-pháp như vậy

Chúng-sanh chẳng thấy được.

Cõi Phật vô-sai-biệt

Không ghét cũng không thương

Chỉ tùy tâm chúng-sanh

Thấy có khác như vậy.

(Kinh Hoa Nghiêm, phẩm 10. Bồ Tát Vấn Minh)

10. CẢNH GIỚI PHẬT

(Các Bồ Tát hỏi và Văn Thù Sư Lợi trả lời)

Chư Bồ-Tát hỏi Văn-Thù-Sư-Lợi Bồ-Tát:

- Những gì là cảnh-giới của Phật?

- Những gì là nhơn của cảnh-giới Phật?

- Những gì là sự tế độ của cảnh giới Phật?

- Những gì là sự nhập vào của cảnh-giới Phật?

- Những gì là trí của cảnh-giới Phật?

- Những gì là pháp của cảnh-giới Phật?

- Những gì là ngôn-thuyết của cảnh-giới Phật?

- Những gì là sự hiểu biết của cảnh-giới Phật?

- Những gì là sự chứng của cảnh-giới Phật?

- Những gì là sự hiện ở của cảnh-giới Phật?

- Những gì là sự rộng lớn của cảnh-giới Phật?

Văn-Thù-Sư-Lợi Bồ-Tát đáp:

Như-Lai cảnh-giới sâu

Lượng đó khắp hư-không

Tất cả chúng-sanh vào

Mà thật không chỗ nhập.

Như-Lai cảnh-giới sâu

Bao nhiêu nhơn thắng diệu

Ức kiếp thường tuyên nói

Cũng lại chẳng thể hết.

Tùy tâm trí huệ mình
Khuyến tấn đều khiến lợi
Độ chúng-sanh như vậy
Là cảnh-giới chư Phật.

Tất cả tâm chúng-sanh
Khắp ở trong ba thời
Như-Lai nơi một niệm
Tất cả đều rõ thấu.
(Kinh Hoa Nghiêm, phẩm 10. Bồ Tát Văn Minh)

11. PHÁP SAI BIỆT

Lúc bấy giờ trong cõi Ta-Bà này, tất cả chúng-sanh, bao nhiêu pháp sai-biệt:

- Nghiệp sai-biệt

- Thế-gian sai-biệt

- Thân sai-biệt

- Căn sai-biệt

- Thọ sanh sai-biệt

- Trì-giới quả sai-biệt

- Phạm-giới quả sai-biệt

- Quốc-độ quả sai-biệt do thần-lực của Phật thảy đều hiện rõ.

Phương đông, trăm ngàn ức na-do-tha vô-số, vô-lượng, vô-biên, vô-đẳng, bất-khả-số, bất-khả-xưng, bất-khả-tư, bất-khả-lượng, bất-khả-thuyết, tận pháp-giới hư-không-giới, trong tất cả thế-giới, bao nhiêu chúng-sanh pháp sai-biệt, nhẫn đến quốc độ quả sai biệt đều do thần-lực của Phật mà hiển hiện rõ ràng.

Những phương Nam, Tây, Bắc, Đông-Bắc, Đông-Nam, Tây-Nam, Tây-Bắc, thượng, hạ, cũng đều như vậy.

(Kinh Hoa Nghiêm, phẩm 10. Bồ Tát Vấn Minh)

Phẩm 11.

I. MỤC LỤC

Văn Thù Sư Lợi dạy có 141 oai nghi tế hạnh giúp thân khẩu ý ba nghiệp không lỗi lầm:

1. Giai đoạn còn ở nhà	2. Hiếu thờ cha mẹ
3. Hội họp	4. Ngũ-dục
5. Tụ hội	6. Ở thất
7. Đeo trang-sức	8. Lâu-các
9. Bố-thí	10. Tu tập
11. Gặp ách nạn	12. Xuất-gia
13. Vào tăng già-lam	14. Thờ Thầy
15. Cầu xin xuất-gia	16. Chánh kiến
17. Cạo bỏ râu tóc	18. Đắp y ca-sa
19. Đồng chơn xuất-gia	20. Quy y Phật
21. Quy y Pháp	22. Quy y Tăng
23. Học giới	24. Thầy dạy học
25. Hòa-Thượng dạy	26. Thọ giới cụ-túc
27. Vào nhà cửa	28. Trải giường tòa
29. Chánh thân an tọa	30. Ngồi kiết-già
31. Tu hành nơi định	32. Pháp quán

33. Xả ngồi kiết-già

34. Chân đứng

35. Cất chân lên

36. Mặc quần

37. Mặc áo

38. Mặc áo

39. Đắp tăng-già-lê

40. Cầm nhành dương
    (Tăm xỉa răng)

41. Dùng nhành dương

42. Đại tiểu tiện

43. Tẩy tịnh

44. Rửa thân nhơ

45. Rửa tay

46. Rửa mặt

47. Cầm tích-trượng

48. Cầm ứng khí

49. Chân bước

50. Ra đường

51. Đi trên đường

52. Thấy đường cao

53. Thấy đường thấp

54. Thấy đường quanh co

55. Thấy đường thẳng

56. Thấy đường nhiều bụi

57. Thấy đường không bụi

58. Thấy đường hiểm

59. Thấy chúng-hội

60. thấy trụ lớn

61. Thấy trụ lớn

62. Thấy tòng-lâm

63. Thấy núi cao

64. Thấy cây gai

65. Thấy cây lá rậm

66. Thấy hoa nở

67. Thấy cây hoa

68. Thấy trái hột

69. Thấy sông lớn

70. Thấy bờ đầm

71. Thấy ao hồ

72. Thấy giếng nước

73. Thấy suối chảy

74. Thấy cầu

75. Thấy nước chảy

76. Thấy dọn vườn tược

77. Thấy rừng vô-ưu

78. Thấy công viên

79. Thấy người nghiêm-sức

80. Thấy không nghiêm-sức

81. Thấy người ham vui

82. Thấy người vui sướng

83. Thấy người khổ-não

84. Thấy người mạnh khỏe

85. Thấy người tật bịnh

86. Thấy người xinh đẹp

87. Thấy người xấu-xí

88. Thấy người báo ơn

89. Thấy người bội ơn

90. Thấy Sa-Môn

91. Thấy Bà-La-Môn

92. Thấy người khổ hạnh

93. Thấy người hạnh tốt

94. Thấy mặc giáp-trụ

95. Thấy không võ-trang

96. Thấy người luận nghị

97. Thấy người chánh-mạng

98. Thấy Quốc-vương

99. Thấy vương-tử

100. Thấy trưởng-giả

101. Thấy đại-thần

102. Thấy thành quách

103. Thấy kinh-đô

104. Thấy ở rừng vắng

105. Vào xóm khất thực

106. Đến cửa nhà người

107. Vào nhà người

108. Thấy không thí-xả

109. Thấy người thí-xả

110. Thấy bát không

111. Thấy bát đầy

112. Cung-kính

113. Chẳng được cung-kính

114. Hổ-thẹn

115. Không hổ-thẹn

116. Thực phẩm ngon

117. Thực phẩm dở

118. Vật thực mềm

119. Vật thực cứng

120. Ăn cơm

121. Thọ mùi vị

122. Ăn cơm xong

123. Thuyết-pháp

124. Ra khỏi nhà

125. Lúc xuống nước tắm

126. Tắm rửa thân thể

127. Nắng nóng

128. Trời mát

129. Tụng kinh

130. Thấy Phật

131. Chiêm ngưỡng Phật

132. Thấy tháp Phật

133. Cung kính xem tháp

134. Đảnh lễ tháp Phật

135. Đi nhiễu tháp Phật

136. Nhiễu tháp ba vòng

137. Khen công-đức Phật

138. Khen tướng-hảo Phật

139. Rửa chân140. Ngủ nghỉ   141. Ngủ vừa tỉnh-giấc

***

II. CHÁNH VĂN

1. TRÍ-THỦ BỒ-TÁT HỎI LÀM THẾ NÀO ĐỂ THÂN, NGỮ, Ý, BA NGHIỆP ĐƯỢC KHÔNG LỖI LẦM?

Trí-Thủ Bồ-Tát hỏi Văn-Thù-Sư-Lợi Bồ-Tát:

Bồ-Tát làm thế nào thân, ngữ, ý, ba nghiệp được không lỗi lầm?

2. VĂN-THÙ-SƯ-LỢI TRẢ LỜI BẰNG 140 BÀI KỆ CHÁNH NIỆM

Văn-Thù-Sư-Lợi trả lời bằng cách nói 140 bài kệ chánh niệm và cách phát bồ đề tâm trong các oai nghi hàng ngày như sau:

1. Bồ-Tát ở nhà, nên nguyện chúng-sanh, biết nhà tánh không, khỏi sự bức ngặt.

2. Hiếu thờ cha mẹ, nên nguyện chúng-sanh, kính thờ chư Phật, hộ dưỡng tất cả.

3. Vợ con hội họp, nên nguyện chúng-sanh, oán thân bình-đẳng, lìa hẳn tham trước.

4. Nếu được ngũ-dục, nên nguyện chúng-sanh, nhổ mũi tên dục, rốt ráo an-ổn.

5. Kỹ nhạc tụ hội, nên nguyện chúng-sanh, vui nơi chánh-pháp, rõ nhạc chẳng thật.

6. Nếu ở cung thất, nên nguyện chúng-sanh, vào nơi thánh-địa, trừ hẳn uế-dục.

7. Lúc đeo trang-sức, nên nguyện chúng-sanh, bỏ tư-trang giả, đến chỗ chơn thật.

8. Lên trên lâu-các, nên nguyện chúng-sanh, lên lầu chánh-pháp, thấy suốt tất cả.

9. Nếu có bố-thí, nên nguyện chúng-sanh, bỏ được tất cả, lòng không ái trước.

10. Chúng-hội tu-tập, nên nguyện chúng-sanh, xả những tụ pháp, thành nhứt-thiết-trí.

11. Nếu ở ách nạn, nên nguyện chúng-sanh, tùy ý tự-tại, chỗ làm vô-ngại.

12. Lúc bỏ cư-gia, nên nguyện chúng-sanh, xuất-gia vô-ngại, tâm được giải-thoát.

13. Vào tăng già-lam, nên nguyện chúng-sanh, diễn-thuyết các thứ pháp không tranh cãi.

14. Đến đại, tiểu sư, nên nguyện chúng-sanh, khéo thờ sư-trưởng, tập làm điều lành.

15. Cầu xin xuất-gia, nên nguyện chúng-sanh, được pháp bất-thối, lòng không chướng-ngại.

16. Thoát bỏ tục nhãn, nên nguyện chúng-sanh, siêng tu căn lành, bỏ những tội ách.

17. Cạo bỏ râu tóc, nên nguyện chúng-sanh, lìa hẳn phiền-não, rốt ráo tịch-diệt.

18. Đắp y ca-sa, nên nguyện chúng-sanh, lòng không nhiễm trước, đủ đạo đại-tiên.

19. Lúc chánh xuất-gia, nên nguyện chúng-sanh, đồng Phật xuất-gia, cứu hộ tất cả.

20. Tự quy-y Phật, nên nguyện chúng-sanh, nối thạnh Phật-chủng, phát tâm vô-thượng.

21. Tự quy-y Pháp, nên nguyện chúng-sanh, sâu vào kinh-tạng, trí-huệ như biển.

22. Tự quy-y Tăng, nên nguyện chúng-sanh, thống-lý đại-chúng, tất cả vô-ngại.

23. Lục thọ học giới, nên nguyện chúng-sanh, khéo học nơi

giới, chẳng làm điều ác.

24. Thọ Xà-Lê dạy, nên nguyện chúng-sanh, đầy đủ oai-nghi, chỗ làm chơn thật.

25. Thọ Hòa-Thượng dạy, nên nguyện chúng-sanh, vào trí vô-sanh, đến chỗ vô-y.

26. Thọ giới cụ-túc, nên nguyện chúng-sanh, đủ các phương-tiện, được pháp tối-thắng.

27. Nếu vào nhà cửa, nên nguyện chúng-sanh, lên nhà vô-thượng, an-trụ bất-động.

28. Nếu trải giường tòa, nên nguyện chúng-sanh, trải mở pháp lành, thấy tướng chơn thật.

29. Chánh thân đoan tọa, nên nguyện chúng-sanh, ngồi bồ-đề toà, tâm không tham trước.

30. Lúc ngồi kiết-già, nên nguyện chúng-sanh, căn lành kiên-cố, được bực bất-động.

31. Tu hành nơi định, nên nguyện chúng-sanh, dùng định phục tâm, rốt ráo không thừa.

32. Nếu tu pháp quán, nên nguyện chúng-sanh, thấy lý như thật, trọn không tranh cãi.

33. Xả ngồi kiết-già, nên nguyện chúng-sanh, quan-sát hành pháp, đều quy tan mất.

34. Lúc để chân đứng, nên nguyện chúng-sanh, tâm được giải-thoát, an-trụ bất động.

35. Nếu cất chân lên, nên nguyện chúng-sanh, khỏi biển sanh-tử, đủ các pháp lành.

36. Lúc mặc quần dưới, nên nguyện chúng-sanh, mặc những căn lành, đầy đủ hổ thẹn.

37. Chỉnh áo cột giải, nên nguyện chúng-sanh, kiểm thúc căn lành, chẳng để tan mất.

38. Nếu mặc áo trên, nên nguyện chúng-sanh, được căn lành lớn, đến bờ pháp kia.

39. Đắp tăng-già-lê, nên nguyện chúng-sanh, vào ngôi đệ-nhứt, được pháp bất động.

40. Tay cầm nhành dương, nên nguyện chúng-sanh, đều được diệu-pháp, rốt-ráo thanh-tịnh.

41. Lúc nhăn nhành dương, nên nguyện chúng-sanh, tâm-ý điều tịnh, nhai các phiền-não.

42. Lúc đại tiểu tiện, nên nguyện chúng-sanh, bỏ tham sân si, dẹp trừ điều tội.

43. Việc rồi đến nước, nên nguyện chúng-sanh, trong pháp xuất-thế, qua đến mau chóng.

44. Rửa ráy thân nhơ, nên nguyện chúng-sanh, thanh-tịnh điều nhu, rốt ráo không nhơ.

45. Xối nước trên tay, nên nguyện chúng-sanh, được tay thanh-tịnh, thọ trì Phật-pháp.

46. Dùng nước rửa mặt, nên nguyện chúng-sanh, được tịnh pháp-môn, trọn không nhơ bợn.

47. Tay cầm tích-trượng, nên nguyện chúng-sanh, lập hội bố-thí, bày đạo như Phật.

48. Tay cầm ứng khí, nên nguyện chúng-sanh, thành-tựu pháp-khí, thọ trời người-cúng.

49. Bước chân lên đường, nên nguyện chúng-sanh, đến chỗ Phật đi, vào nơi vô-y.

50. Nếu ở nơi đường, nên nguyện chúng-sanh, hay đi đường Phật, hướng pháp vô-dư.

51. Theo đường mà đi, nên nguyện chúng-sanh, noi tịnh pháp-giới, tâm không chướng ngại.

52. Thấy lên đường cao, nên nguyện chúng-sanh, khỏi hẳn ba cõi, tâm không khiếp nhược.

53. Thấy xuống đường thấp, nên nguyện chúng-sanh, tâm ý khiêm hạ lớn căn lành Phật.

54. Thấy đường quanh co, nên nguyện chúng-sanh, bỏ đạo bất

chánh, trừ hẳn ác-kiến.

55. Nếu thấy đường thẳng, nên nguyện chúng-sanh, tâm ý chánh-trực, không dua không dối.

56. Thấy đường nhiều bụi, nên nguyện chúng-sanh, xa lìa bụi bặm, được pháp thanh-tịnh.

57. Thấy đường không bụi, nên nguyện chúng-sanh, thường tu đại-bi, tâm ý nhuần thấm.

58. Nếu thấy đường hiểm, nên nguyện chúng-sanh, trụ chánh pháp-giới, lìa những tội nạn.

59. Nếu thấy chúng-hội, nên nguyện chúng-sanh, nói pháp thậm-thâm, tất cả hòa hiệp.

60. Nếu thấy trụ lớn, nên nguyện chúng-sanh, lìa tâm chấp ngã, không có phẩn hận.

61. Nếu thấy tòng-lâm, nên nguyện chúng-sanh, chư thiên và nhơn, chỗ nên kính lễ.

62. Nếu thấy núi cao, nên nguyện chúng-sanh, căn lành siêu thoát, không thể tột đảnh.

63. Lúc thấy cây gai, nên nguyện chúng-sanh, chóng được cắt bỏ, những gai tam độc.

64. Thấy cây lá rậm, nên nguyện chúng-sanh, dùng định giải thoát, để làm che chói.

65. Nếu thấy hoa nở, nên nguyện chúng-sanh, các pháp thần-thông, như hoa đua nở.

66. Nếu thấy cây hoa, nên nguyện chúng-sanh, tướng tốt như hoa, đủ ba mươi hai.

67. Nếu thấy trái hột, nên nguyện chúng-sanh, được pháp tối-thắng, chứng đạo bồ-đề.

68. Nếu thấy sông lớn, nên nguyện chúng-sanh, được dự pháp-lưu, vào Phật-trí-hải.

69. Nếu thấy bờ đầm, nên nguyện chúng-sanh, chóng ngộ diệu-pháp, nhứt vị của Phật.

70. Nếu thấy ao hồ, nên nguyện chúng-sanh, ngữ-nghiệp hoàn-toàn, hay khéo diễn-thuyết.

71. Nếu thấy giếng nước, nên nguyện chúng-sanh, đầy đủ biện tài, diễn tất cả pháp.

72. Nếu thấy suối chảy, nên nguyện chúng-sanh, thêm lớn phương-tiện, thiện căn vô-tận.

73. Nếu thấy kiều-lộ, nên nguyện chúng-sanh, rộng độ tất cả, dường như cầu đò.

74. Nếu thấy nước chảy, nên nguyện chúng-sanh, được ý nguyện lành, rửa nhơ phiền-não.

75. Thấy dọn vườn tược, nên nguyện chúng-sanh, trong vườn ngũ dục, dọn sạch cỏ ái.

76. Thấy rừng vô-ưu, nên nguyện chúng-sanh, lìa hẳn tham-ái, chẳng còn lo sợ.

77. Nếu thấy công viên, nên nguyện chúng-sanh, siêng tu hạnh lành, đến Phật bồ-đề.

78. Thấy người nghiêm-sức, nên nguyện chúng-sanh, trang-nghiêm thân đẹp, ba mươi hai tướng.

79. Thấy không nghiêm-sức, nên nguyện chúng-sanh, bỏ những trang-sức, đủ hạnh đầu-đà.

80. Thấy người ham vui, nên nguyện chúng-sanh, vui nơi chánh-pháp, ưa thích chẳng bỏ.

81. Thấy không ham vui, nên nguyện chúng-sanh, trong sự hữu-vi, lòng không ưa thích.

82. Thấy người vui sướng, nên nguyện chúng-sanh, thường được an vui, thích cúng-dường Phật.

83. Thấy người khổ-não, nên nguyện chúng-sanh, được căn-bổn trí, dứt trừ sự khổ.

84. Thấy người mạnh khỏe, nên nguyện chúng-sanh, vào chơn-thật-huệ, trọn không bịnh Khổ.

85. Thấy người tật bịnh, nên nguyện chúng-sanh, biết

thân không tịch, lìa sự tranh cãi.

86. Thấy người xinh đẹp, nên nguyện chúng-sanh, với Phật Bồ-Tát, thường kính thường tin.

87. Thấy người xấu-xí, nên nguyện chúng-sanh, với điều bất thiện, chẳng ưa chẳng thích.

88. Thấy người báo ơn, nên nguyện chúng-sanh, với Phật Bồ-Tát, hay biết ơn đức.

89. Thấy người bội ơn, nên nguyện chúng-sanh, với kẻ làm ác, chẳng trả thù oán.

90. Nếu thấy Sa-Môn, nên nguyện chúng-sanh, điều-nhu tịch-tịnh, rốt ráo đệ-nhứt.

91. Thấy Bà-La-Môn, nên nguyện chúng-sanh, giữ trọn phạm-hạnh, lìa tất cả ác.

92. Thấy người khổ hạnh, nên nguyện chúng-sanh, y nơi khổ hạnh, đến bực rốt ráo.

93. Thấy người hạnh tốt, nên nguyện chúng-sanh, giữ bền chí-hạnh, chẳng bỏ Phật-đạo.

94. Thấy mặc giáp-trụ, nên nguyện chúng-sanh, thường mặc giáp lành, đến pháp vô-sư.

95. Thấy không võ-trang, nên nguyện chúng-sanh, lìa hẳn tất cả, những nghiệp bất-thiện.

96. Thấy người luận nghị, nên nguyện chúng-sanh, đều dẹp phá được, tất cả dị-luận.

97. Thấy người chánh-mạng, nên nguyện chúng-sanh, được mạng thanh-tịnh, không dối giả dạng.

98. Nếu thấy Quốc-vương, nên nguyện chúng-sanh, được làm pháp-vương, thường chuyển chánh-pháp.

99. Nếu thấy vương-tử, nên nguyện chúng-sanh, từ pháp hóa-sanh, mà làm Phật-tử.

100. Nếu thấy trưởng-giả, nên nguyện chúng-sanh, xét đoán sáng suốt, chẳng làm điều ác.

101. Nếu thấy đại-thần, nên nguyện chúng-sanh, hằng giữ chánh-niệm, tập làm điều thiện.

102. Nếu thấy thành quách, nên nguyện chúng-sanh, được thân kiên cố, tâm không hèn nhát.

103. Nếu thấy kinh-đô, nên nguyện chúng-sanh, công-đức đồng nhóm, lòng luôn vui vẻ.

104. Thấy ở rừng vắng, nên nguyện chúng-sanh, đáng được trời người, ca ngợi kính ngưỡng.

105. Vào xóm khất thực, nên nguyện chúng-sanh, nhập thâm pháp-giới, tâm không chướng ngại.

106. Đến cửa nhà người, nên nguyện chúng-sanh, vào trong tất cả, cửa nhà Phật-pháp.

107. Vào nhà người rồi, nên nguyện chúng-sanh, được vào Phật-thừa, ba thời bình-đẳng.

108. Thấy không thí-xả, nên nguyện chúng-sanh, thường chẳng bỏ rời, pháp công-đức lớn.

109. Thấy người thí-xả, nên nguyện chúng-sanh, được bỏ lìa hẳn, khổ ba ác-đạo.

110. Nếu thấy bát không, nên nguyện chúng-sanh, tâm ý thanh-tịnh, trống sạch phiền-não.

111. Nếu thấy bát đầy, nên nguyện chúng-sanh, đầy đủ trọn vẹn, tất cả thiện-pháp.

112. Nếu được cung-kính, nên nguyện chúng-sanh, cung-kính tu hành, tất cả Phật-pháp.

113. Chẳng được cung-kính, nên nguyện chúng-sanh, chẳng làm tất cả, những điều bất thiện.

114. Thấy người hổ-thẹn, nên nguyện chúng-sanh, đủ hạnh hổ-thẹn, che giữ căn-thân.

115. Thấy không hổ-thẹn, nên nguyện chúng-sanh, lìa bỏ không thẹn, trụ đạo đại-từ.

116. Được thực phẩm ngon, nên nguyện chúng-sanh, đều

được mãn nguyện, không lòng tham muốn.

117. Được thực phẩm dở, nên nguyện chúng-sanh, ai cũng đều được, pháp-vị tam-muội.

118. Được vật thực mềm, nên nguyện chúng-sanh, huân-tập đại-bi, tâm ý nhu nhuyến.

119. Được vật thực cứng, nên nguyện chúng-sanh, tâm không nhiễm trước, dứt hết tham ái.

120. Nếu lúc ăn cơm, nên nguyện chúng-sanh, ăn món thiền-duyệt, pháp-hỉ no đủ.

121. Lúc thọ mùi vị, nên nguyện chúng-sanh, được Phật thượng-vị, cam-lộ đầy đủ.

122. Lúc ăn cơm xong, nên nguyện chúng-sanh, việc làm đều xong, đủ những Phật-pháp.

123. Nếu lúc thuyết-pháp, nên nguyện chúng-sanh, biện-luận vô-tận, tuyên rộng pháp yếu.

124. Lúc ra khỏi nhà, nên nguyện chúng-sanh, thâm nhập Phật-trí, khỏi hẳn ba cõi.

125. Nếu lúc xuống nước, nên nguyện chúng-sanh, vào nhứt-thiết-trí, rõ ba thời đồng.

126. Tắm rửa thân thể, nên nguyện chúng-sanh, thân tâm không nhơ, trong ngoài sáng sạch.

127. Mùa nắng nóng độc, nên nguyện chúng-sanh, bỏ lìa khổ não, tất cả đều hết.

128. Hết nắng vừa mát, nên nguyện chúng-sanh, chứng pháp vô-thượng, rốt ráo mát mẻ.

129. Lúc đọc tụng kinh, nên nguyện chúng-sanh, thuận lời Phật dạy, tổng trì chẳng quên.

130. Nếu được thấy Phật, nên nguyện chúng-sanh, được vô-ngại-nhãn, thấy tất cả Phật.

131. Lúc ngắm kỹ Phật, nên nguyện chúng-sanh, đều như Phổ-Hiền, xinh đẹp nghiêm tốt.

132. Lúc thấy tháp Phật, nên nguyện chúng-sanh, tôn-trọng như tháp, thọ trời người cúng.

133. Cung kính xem tháp, nên nguyện chúng-sanh, chư thiên và người, cùng nhau chiêm ngưỡng.

134. Đảnh lễ tháp Phật, nên nguyện chúng-sanh, tất cả trời người, chẳng thấy đảnh được.

135. Đi nhiễu tháp Phật, nên nguyện chúng-sanh, tu hành không trái, thành nhứt-thiết-trí.

136. Nhiễu tháp ba vòng, nên nguyện chúng-sanh, siêng cầu Phật-đạo, lòng không biếng trễ.

137. Khen công-đức Phật, nên nguyện chúng-sanh, đều đủ công-đức, ca-ngợi vô-tận.

138. Khen tướng-hảo Phật, nên nguyện chúng-sanh, thành tựu Phật-thân, chứng pháp vô-tướng.

139. Nếu lúc rửa chân, nên nguyện chúng-sanh, đủ sức thần-túc, chỗ đi vô-ngại.

140. Ngủ nghỉ phải thời, nên nguyện chúng-sanh, thân được an-ổn, lòng không động loạn.

141. Ngủ vừa tỉnh-giấc, nên nguyện chúng-sanh, tất cả trí-giác, ngó khắp mười phương.

Nếu chư Bồ-Tát dụng tâm như vậy thời được tất cả công-đức thắng-diệu. Tất cả thế-gian: chư thiên, ma, phạm, sa-môn, bà-la-môn, càn-thát-bà, a-tu-la v.v... nhẫn đến tất cả Thanh-Văn, Duyên-Giác không thể làm lay động được.

(Kinh Hoa Nghiêm, phẩm 11. Tịnh Hạnh)

Phẩm 12.

I. MỤC LỤC

***

II. CHÁNH VĂN

1. HIỀN THỦ BỒ TÁT NÓI VỀ CÔNG ĐỨC BỒ-ĐỀ TÂM VÀ MÔN GIẢI-THOÁT

Văn-Thù-Sư-Lợi dùng kệ hỏi Hiền-Thủ Bồ-Tát về công-đức lớn của *bồ-đề tâm và môn giải-thoát* của chư Bồ-Tát

Hiền thủ Bồ Tát trả lời như sau:

Lành thay xin ngài lóng nghe đây
Những công-đức đó chẳng lường được
Nay tôi tùy sức, nói ít phần
Như một giọt nước trong biển lớn.

Nếu có Bồ-Tát sơ phát tâm
Thệ cầu sẽ chứng Phật bồ-đề
Công-đức của kia không ngằn mé
Không thể cân lường, chẳng gì sánh.

Huống là vô-lượng vô-biên kiếp
Tu đủ địa, độ, các công-đức
Mười phương tất cả chư Như-Lai
Đều cùng ngợi khen chẳng hết được.
(Kinh Hoa Nghiêm, phẩm 12. Hiền Thủ)

2. TỰ-TẠI NHIẾP CHÚNG-SANH

Vô-biên công-đức lớn như vậy
Nay tôi trong đây nói ít phần
Ví như chân chim vạch không gian
Và như hạt bụi trên đại địa...

Bồ-Tát trụ trong môn tam-muội
Các thứ tự-tại nhiếp chúng-sanh
Đều đem pháp công-đức đã làm
Vô-lượng phương-tiện để chỉ dạy...

Tám vạn bốn ngàn các pháp-môn
Chư Phật dùng đây độ chúng-sanh
Bồ-Tát cũng theo pháp sai-biệt
Tùy nghi theo đời mà hóa độ.
(Kinh Hoa Nghiêm, phẩm 12. Hiền Thủ)

3.TRÊN ĐẦU MỘT LÔNG, NHẬP VÀ XUẤT ĐỊNH

Ở trong ý-căn nhập chánh-định
Nơi trong pháp-trần từ định xuất
Phân biệt tất cả các pháp-tướng
Chư Thiên, thế-nhơn chẳng biết được.

Ở trong pháp-trần nhập chánh-định
Nơi ý xuất định, tâm chẳng loạn
Thuyết ý, vô-sanh và vô-khởi
Tánh: không, tịch-diệt và vô-tác...

Trên đầu một lông từ định xuất,
Trên đầu một lông nhập chánh-định
Trong một vi-trần từ định xuất,
Trong một vi-trần nhập chánh-định.
(Kinh Hoa Nghiêm, phẩm 12. Hiền Thủ)

4. TAM-MUỘI SỨC TỰ-TẠI

Tam-muội tự-tại khó nghĩ bàn.
Mười-phương tất cả chư Như-Lai
Trong vô-lượng kiếp nói chẳng hết,
Tất cả Như-Lai đều cùng nói.

Như mặt nhựt, nguyệt trên hư-không
Bóng tượng cùng khắp cả mười-phương
Trong nước ao hồ, đầm, chậu, chén
Sông ngòi, biển lớn đều hiện cả.

Bồ-Tát sắc tượng cũng như vậy
Hiện khắp mười-phương bất-tư-nghị;
Đều do tam-muội sức tự-tại
Chỉ có Như-Lai là chứng biết.

Trí-huệ đệ-nhứt, huệ quảng-đại,
Trí-huệ chơn-thiệt, huệ vô-biên,
Thắng-huệ và cùng huệ thù-thắng,
Pháp môn như vậy nay đã nói.
(Kinh Hoa Nghiêm, phẩm 12. Hiền Thủ)

5. HOA-NGHIÊM TAM-MUỘI LỰC

Chúng-sanh hình tướng đều chẳng đồng
Hành-nghiệp, âm-thinh cũng vô-lượng
Tất cả như vậy đều hiện được
Hải-ấn tam-muội oai-thần lực.

Nghiêm-tịnh bất-tư-nghị quốc-độ
Cúng-dường tất cả chư Như-Lai
Phóng-đại quang-minh vô-lượng-biên
Độ thoát chúng-sanh cũng vô-hạn.

Trí-huệ tự-tại, bất-tư-nghị
Ngôn-từ thuyết-pháp không chướng ngại
Thí, giới, nhẫn, tấn và thiền-định
Trí-huệ, phương-tiện, thần-thông thảy.

Tất cả như vậy đều tự-tại
Do Phật hoa-nghiêm tam-muội lực.
Trong một vi-trần nhập tam-muộI
Thành-tựu vi-trần tất cả định.

Mà vi-trần kia cũng không thêm
Nơi một hiện khắp vô-biên cõi.
(Kinh Hoa Nghiêm, phẩm 12. Hiền Thủ)

6. PHƯƠNG-VÕNG TAM-MUỘI
Có thắng tam-muội tên phương-võng
Trụ đây Bồ-Tát rộng khai-thị
Trong tất cả phương khắp hiện thân
Hoặc hiện nhập-định hoặc xuất-định.

Hoặc ở phương Đông nhập chánh-định
Rồi ở phương Tây nhập chánh-định
Rồi ở phương Đông mà xuất-định,
Hoặc ở phương khác nhập chánh-định.

Rồi ở phương khác mà xuất-định,
Nhập xuất như vậy khắp mười-phương

Đây gọi Bồ-Tát tam-muội-lực.
Cùng tận phương Đông các quốc-độ.

Chư Phật Như-Lai vô-lượng-số
Đều hiện trước Phật thân-cận cả
Trụ nơi tam-muội tịch bất-động,
Nhưng nơi phương Tây các thế-giới.

Chỗ của tất cả chư Phật ngự
Đều hiện từ nơi tam-muội xuất
Sắm sửa vô-lượng đồ cúng-dường
Cùng tận phương Tây các quốc-độ.
(Kinh Hoa Nghiêm, phẩm 12. Hiền Thủ)

7. ĐẦU ĐỘI ĐẠI-THIÊN THẾ-GIỚI MỘT KIẾP THÂN CHẲNG ĐỘNG

Pháp này hi-hữu rất kỳ-đặc
Nếu người nghe xong lãnh thọ được
Hay tin, hay thọ, hay khen nói
Việc làm như vậy rất là khó.

Tất cả phàm-phu ở thế-gian
Người tin pháp này rất là khó
Nếu ai siêng tu- phước thanh-tịnh
Do nhơn lành xưa mới tin được.

Quần-sanh trong tất cả thế-giới
Ít ai muốn cầu Thanh-Văn thừa

Người cầu Độc-Giác lại càng ít
Người hướng Đại-Thừa rất khó gặp.

Người hướng Đại-Thừa còn là dễ
Tin được pháp này lại khó hơn
Huống lại trì tụng vì người nói
Đúng pháp tu-hành hiểu chơn thật.

Hoặc người đem Đại-thiên thế-giới
Đầu đội một kiếp thân chẳng động
Việc người này làm chưa là khó
Người tin pháp này mới là khó.
(Kinh Hoa Nghiêm, phẩm 12. Hiền Thủ)

8. PHƯỚC TỐI THẮNG CỦA NGƯỜI TRÌ KINH

Hoặc người tay bưng mười quốc-độ
Đứng giữa không-gian trọn mười kiếp
Việc người này làm chưa là khó
Tin được pháp này mới là khó.

Nơi mười cõi vi-trần số chúng
Cho vật sở-thích trọn một kiếp
Phước-đức người này chưa là thắng
Người tin pháp này mới tối-thắng.

Nơi mười cõi vi-trần số Phật
Đều kính cúng thờ trọn một kiếp
Nếu tụng trì được phẩm kinh này

Phước này tối-thắng hơn người trước.

Lúc Hiền-Thủ Bồ-Tát nói kệ này rồi, thập phương thế-giới chấn-động sáu cách, cung ma ẩn khuất, ác đạo thôi dứt.

Thập phương chư Phật đều hiện ra trước đồng đưa tay hữu xoa đảnh ngài và đồng tiếng khen: 'Lành thay! Ông khéo nói pháp này. Chúng tinh-tấn tất cả đều tùy-hỷ'.

(Kinh Hoa Nghiêm, phẩm 12. Hiền Thủ)

Phẩm 13.

I. MỤC LỤC

1. Đức Phật chẳng rời dưới cây bồ-đề mà thăng lên đảnh núi tu-di

2. Căn lành của Mười đức Phật đã tu thời quá-khứ:

   2.1. Ca-Diếp Như-Lai

   2.2 Câu-Na-Mâu-Ni

   2.3. Câu-Lưu-Tôn Phật

   2.4. Tỳ-Xá-Phù Phật

   2.5. Thi-Khí Như-Lai

   2.6. Tỳ-Bà-Thi Phật

   2.7. Phất-Sa Phật

   2.8. Đề-Xá Như-Lai

   2.9. Ba-Đầu-Ma Phật

   2.10. Nhiên-Đăng Như-Lai.

***

II. CHÁNH VĂN

1. ĐỨC PHẬT CHẲNG RỜI DƯỚI CÂY BỒ-ĐỀ, MÀ THĂNG LÊN ĐẢNH NÚI TU-DI

- Lúc bấy giờ, do nơi thần-lực của đức Như-Lai, thập phương tất cả thế-giới, trong mỗi Diêm-Phù-Đề, đều thấy *đức Phật ngự dưới cội cây bồ-đề,* đều có Bồ-Tát thừa oai-thần của Phật mà thuyết pháp, tất cả đều cho rằng mình luôn đối trước Phật.

- Đức Phật chẳng rời dưới cây bồ-đề, mà thăng lên đảnh núi Tu-Di, hướng đến điện của Đế-Thích.

- Thiên-Đế ở trước điện Diệu-Thắng thấy vọi Phật đến, liền dùng thần-lực trang-nghiêm điện này.

(Kinh Hoa Nghiêm, phẩm 13. Thăng Tu Di Sơn Đảnh)

2. CĂN LÀNH CỦA MƯỜI ĐỨC PHẬT

- Thiên-Đế liền tự nhớ đến những căn lành của **mười đức Phật** đã tu thời quá-khứ, nên nói kệ rằng:

1. *Ca-Diếp Như-Lai* đủ đại-bi

Trong những cát-tường rất vô-thượng

Phật ấy từng đến cung-điện này

Thế nên chốn này rất cát-tường.

2. *Câu-Na-Mâu-Ni* thấy vô-ngại

Trong những cát-tường rất vô-thượng

Phật ấy từng đến cung-điện này

Thế nên chốn này rất cát-tường.

3. *Câu-Lưu-Tôn Phật* như núi vàng

Trong những cát-tường rất vô-thượng

Phật ấy từng đến cung-điện này
Thế nên chốn này rất cát-tường.

4. ***Tỳ-Xá-Phù Phật*** sạch ba hoặc
Trong những cát-tường rất vô-thượng
Phật ấy từng đến cung-điện này
Thế nên chốn này rất cát-tường.

5. ***Thi-Khí Như-Lai*** lìa phân biệt
Trong những cát-tường rất vô-thượng
Phật ấy từng đến cung-điện này
Thế nên chốn này rất cát-tường.

6. ***Tỳ-Bà-Thi Phật*** như trăng tròn
Trong những cát-tường rất vô-thượng
Phật ấy từng đến cung-điện này
Thế nên chốn này rất cát-tường.

7. ***Phất-Sa Phật*** đạt đệ-nhứt nghĩa
Trong những cát-tường rất vô-thượng
Phật ấy từng đến cung-điện này
Thế nên chốn này rất cát-tường.

8. ***Đề-Xá Như-Lai*** biện vô-ngại
Trong những cát-tường rất vô-thượng
Phật ấy từng đến cung-điện này
Thế nên chốn này rất cát-tường.

9. ***Ba-Đầu-Ma Phật*** tịnh vô-cấu
Trong những cát-tường rất vô-thượng
Phật ấy từng đến cung-điện này
Thế nên chốn này rất cát-tường.

10. ***Nhiên-Đăng Như-Lai*** quang-minh lớn
Trong những cát-tường rất vô-thượng
Phật ấy từng đến cung-điện này
Thế nên chốn này rất cát-tường.

Như Đao-Lợi Thiên-Vương trong thế-giới này, do thần-lực của Như-Lai, nói kệ ca ngợi công-đức của mười đức Phật thời quá-khứ, trong thế-giới ở mười-phương, chư Thiên-Đế cũng ca ngợi công-đức của chư Phật như vậy.

Lúc đức Thế-Tôn ngự kiết-già trong điện Diệu-Thắng, thoạt nhiên điện này rộng rãi bằng chỗ ở của tất cả chư Thiên. Thập phương thế-giới cũng đều như vậy.

(Kinh Hoa Nghiêm, phẩm 13. Thăng Tu Di Sơn Đảnh)

Phẩm 14.

I. MỤC LỤC

***

II. CHÁNH VĂN

1. QUANG MINH TỪ CÁC NGÓN CHÂN PHÓNG RA

Lúc đó trên đỉnh Tu Di, đức Thế-Tôn từ nơi *các ngón của hai chân phóng trăm ngàn ức quang minh màu đẹp chiếu khắp trong cung* của Đế-Thích ở mười phương thế-giới, Phật và đại-chúng đều hiển hiện cả.

(Kinh Hoa Nghiêm, phẩm 14. Tu Di Sơn Đảnh Kệ Tán)

2. MƯỜI VỊ ĐẠI BỒ TÁT DÙNG KỆ TÁN THÁN ĐỨC NHƯ-LAI

2.1. PHÁP HUỆ BỒ-TÁT

Pháp Huệ Bồ-Tát thừa oai-thần của Phật quan-sát khắp mười-phương rồi nói kệ rằng:

Chúng ta nay thấy Phật

Trụ nơi đảnh Tu-Di

Thập-phương cũng như vậy

Như-Lai tự-tại-lực...

Trong mỗi mỗi thế-giới

Phát tâm cầu Phật-đạo

Nương nơi nguyện như vậy

Tu tập hạnh bồ-đề...

Phật dùng nhiều thân hình

Du hành khắp thế-gian

Pháp-giới không chướng ngại

Không ai trắc lượng được.

(Kinh Hoa Nghiêm, phẩm 14. Tu Di Sơn Đảnh Kệ Tán)

2.2. NHỨT-THIẾT-HUỆ BỒ-TÁT

Nhứt-Thiết-Huệ Bồ-Tát thừa oai-lực của đức
Phật, quan-sát khắp mười-phương rồi nói kệ rằng:

Tất cả pháp vô-sanh

Tất cả pháp vô-diệt

Nếu hiểu được như vậy

Chư Phật thường hiện tiền...

Pháp-tánh vốn không tịch

Vô-thủ, cũng vô-kiến

Tánh không, tức là Phật

Chẳng thể nghĩ lường được...

Pháp-Huệ trước đã nói

Như-Lai chơn-thiệt tánh,

Tôi từ đó rõ biết

Bồ-đề khó nghĩ bàn.

(Kinh Hoa Nghiêm, phẩm 14. Tu Di Sơn Đảnh Kệ Tán)

2.3. THẮNG-HUỆ BỒ-TÁT

Thắng-Huệ Bồ-Tát thừa oai-lực của Phật, quan-sát khắp mười-
phương rồi nói kệ rằng:

Rõ biết tất cả pháp

Đều không có tự-tánh

Hiểu pháp-tánh như vậy
Thời thấy Lô-Xá-Na...

Vì do tiền-ngũ-uẩn
Có hậu-uẩn tương-tục
Rõ biết nơi tánh này
Thấy Phật khó nghĩ bàn...
Nhứt-Thiết-Huệ đã nói
Chư Phật Bồ-Đề pháp
Tôi nghe lời ngài nói
Được thấy Lô-Xá-Na.

(Kinh Hoa Nghiêm, phẩm 14. Tu Di Sơn Đảnh Kệ Tán)

2.4. CÔNG-ĐỨC-HUỆ BỒ-TÁT

Công-Đức-Huệ Bồ-Tát thừa oai-lực của Phật quan-sát khắp mười-phương rồi nói kệ rằng:

Các pháp không chơn-thật
Vọng chấp là chơn-thật
Cho nên các phàm-phu
Luân-hồi ngục sanh-tử...

Tất cả các pháp-tánh
Không sanh cũng không diệt
Lạ thay đấng Đạo-Sư
Tự-giác hay giác-tha.

Ngài Thắng-Huệ đã nói
Pháp của Như-Lai ngộ

Chúng tôi nghe Ngài nói

Biết được Phật chơn-tánh.

(Kinh Hoa Nghiêm, phẩm 14. Tu Di Sơn Đảnh Kệ Tán)

2.5. TINH-TẤN-HUỆ BỒ-TÁT

Tinh-Tấn-Huệ Bồ-Tát thừa oai-lực của Phật, quan-sát khắp mười phương rồi nói kệ rằng:

Pháp-tánh vốn thanh-tịnh

Vô-tướng như hư-không

Tất cả không năng thuyết

Người trí quán như vậy.

Xa lìa nơi pháp-tưởng

Chẳng thích tất cả pháp

Đây cũng không chỗ tu

Thấy được Đại-Mâu-Ni.

Như ngài Đức-Huệ nói

Đây gọi là thấy Phật;

Chỗ có tất cả hạnh

Thể-tánh đều tịch-diệt.

(Kinh Hoa Nghiêm, phẩm 14. Tu Di Sơn Đảnh Kệ Tán)

2. 6. THIỆN-HUỆ BỒ-TÁT

Lúc đó Thiện-Huệ Bồ-Tát thừa oai-lực của Phật quan-sát khắp mười phương rồi nói kệ rằng:

Nếu người rõ biết Phật

Và pháp của Phật nói

Thời hay chiếu thế-gian
Như Phật Lô-Giá-Na.

Chánh-giác khéo khai thị
Đạo một pháp thanh-tịnh,
Đại-Sĩ tinh-tấn huệ
Diễn nói vô-lượng pháp.
Hoặc có hoặc không có
Tưởng niệm này đều trừ
Như thế thấy được Phật
An-trụ nơi thiệt-tế.
(Kinh Hoa Nghiêm, phẩm 14. Tu Di Sơn Đảnh Kệ Tán)

2.7. TRÍ-HUỆ BỒ-TÁT

Lúc đó Trí-Huệ Bồ-Tát thừa oai-lực của Phật quan-sát khắp mườI phương rồi nói kệ rằng:

Tôi nghe pháp tối-thắng
Liền sanh trí-huệ quang
Chiếu khắp mười-phương cõi
Đều thấy tất cả Phật.

Trong đây không chút vật
Chỉ có danh-tự giả
Nếu chấp có ngã nhơn
Thời là vào đường hiểm.

Những phàm-phu chấp trước
Chấp thân là thiệt có

Phật chẳng phải sở-thủ

Họ trọn chẳng thấy được.

(Kinh Hoa Nghiêm, phẩm 14. Tu Di Sơn Đảnh Kệ Tán)

2.8. CHƠN-THẬT-HUỆ BỒ-TÁT

Chơn-Thật-Huệ Bồ-Tát thừa oai-lực của Phật quan-sát khắp mườI phương rồi nói kệ rằng:

Thà thọ khổ địa-ngục

Được nghe hồng-danh Phật

Chẳng thích vô-lượng vui

Mà chẳng nghe danh Phật.

Sở-dĩ nơi thời xưa

Chịu khổ vô-số kiếp

Lưu chuyển trong sanh-tử

Vì chẳng nghe danh Phật.

Với pháp chẳng điên-đảo

Mà hiện chứng như thật

Lìa các tướng hòa hiệp

Gọi là Vô-Thượng-Giác.

(Kinh Hoa Nghiêm, phẩm 14. Tu Di Sơn Đảnh Kệ Tán)

2.9. VÔ-THƯỢNG-HUỆ BỒ-TÁT

Vô-Thượng-Huệ Bồ-Tát thừa oai-lực của Phật quan-sát khắp mườI phương rồi nói kệ rằng:

Đấng đại-thừa vô-thượng

Xa lìa tưởng chúng-sanh

Không có ai hơn được
Nên hiệu là Vô-Thượng.

Chỗ chư Phật đã được
Vô-tác, vô-phân-biệt
Thô-thần-thông vô-sở-hữu
Vi-tế cũng như vậy.

Cảnh chư Phật sở-hành
Trong đó không có số
Là chơn-pháp của Phật
Như-Lai quang chiếu khắp.
(Kinh Hoa Nghiêm, phẩm 14. Tu Di Sơn Đảnh Kệ Tán)

2.10. KIÊN-CỐ-HUỆ BỒ-TÁT

Lúc đó Kiên-Cố-Huệ Bồ-Tát thừa oai-lực của Phật quan-sát khắp mười phương rồi nói kệ rằng:

Chư Bồ-Tát quá-khứ
Do thần-lực của Phật
Được huệ-nhãn thanh-tịnh
Rõ cảnh-giới chư Phật.

Nay thấy Lô-Xá-Na
Càng thêm thanh-tịnh-tính
Phật-trí không ngằn mé
Diễn thuyết chẳng thể hết.

Thắng-Huệ Bồ-Tát thảy

Và tôi Kiên-Cố-Huệ

Trong vô-số ức kiếp

Cũng nói chẳng thể hết.

(Kinh Hoa Nghiêm, phẩm 14. Tu Di Sơn Đảnh Kệ Tán)

Phẩm 15.

I. MỤC LỤC

1. Pháp-huệ Bồ-Tát nhập tam-muội để diễn thuyết thập trụ

2. Thập trụ

    2.1.Phát-tâm-trụ trong thập trụ:

    2.2. Trị-địa-trụ trong thập trụ

    2.3. Tự-tại hành-trụ trong thập trụ

    2.4. Sanh-quý-trụ trong thập trụ

    2.5. Cụ-túc phương-tiện-trụ trong thập trụ

    2.6. Chánh-tâm-trụ trong thập trụ

    2.7. Bất thối-trụ trong thập trụ

    2.8. Đồng-chơn-trụ trong thập trụ

    2.9. Pháp-vương-tử-trụ trong thập trụ

    2.10. Quán-đảnh-trụ trong thập trụ

3. Bồ Tát tu tập trụ

4. Mười trí của Như-lai

5. Một vạn Phật-sát vi-trần-số Bồ-Tát đến chứng minh

6. Sơ phát tâm – chân lông phóng quang

7. Thập trụ (thơ)

    7.1. Bồ-Tát phát-tâm-trụ

***

II. CHÁNH VĂN

1. PHÁP-HUỆ BỒ-TÁT NHẬP TAM-MUỘI ĐỂ DIỄN THUYẾT THẬP TRỤ

Pháp-Huệ Bồ-Tát thừa oai-lực của Phật, nhập Bồ-Tát vô-lượng phương tiện tam-muội.

Nương *nguyện-lực và thần-lực của đức Tỳ-Lô-Giá-Na Như-Lai*, cùng năng-lực thiện-căn của Pháp-Huệ Bồ-Tát đã tu, nhập tam-muội này để diễn thuyết mười bực Trụ (Thập Trụ) của Bồ-Tát.

1. Sơ-phát-tâm-trụ

2. Trị-địa-trụ

3. Tu-hành-trụ

4. Sanh-quý-trụ

5. Cụ-túc phương-tiện-trụ

6. Chánh-tâm-trụ

7. Bất-thối-trụ

8. Đồng-chơn-trụ

9. Pháp-vương-tử-trụ

10. Quán-đảnh-trụ.

(Kinh Hoa Nghiêm, phẩm 15. Thập Trụ)

2. THẬP TRỤ

2.1. PHÁT-TÂM-TRỤ TRONG THẬP TRỤ:

Bồ Tát phát bồ-đề-tâm, cầu nhứt-thiết-trí.

Vị Bồ-Tát này duyên mười pháp khó được mà phát tâm như:

1. Siêng cúng-dường Phật

2. Thích ở sanh-tử

3. Chủ-trương dìu dắt thế-gian khiến trừ ác nghiệp

4. Thường đem pháp thắng-diệu dạy bảo

5. Ca ngợi pháp vô-thượng

6. Học công-đức của Phật

7. Sanh ở trước Phật luôn được nhiếp thọ

8. Phương-tiện diễn nói tam-muội tịch-tịnh

9. Ngợi khen xa lìa sanh-tử luân-hồi

10. Làm chỗ quy-y cho chúng-sanh đang bị khổ.

Vì muốn vị Bồ-Tát này, ở trong Phật-pháp, tâm thêm rộng lớn, có nghe được pháp liền tự hiểu, chẳng do người khác dạy.

(Kinh Hoa Nghiêm, phẩm 15. Thập Trụ)

2.2. TRỊ-ĐỊA-TRỤ TRONG THẬP TRỤ

Vị Bồ-Tát này đối với chúng-sanh phát mười thứ tâm an trụ:

1. Tâm-lợi-ích

2. Tâm đại-bi

3. Tâm an-lạc

4. Tâm an-trụ

5. Tâm lân-mẫn

6. Tâm nhiếp-thọ

7. Tâm thủ-hộ

8. Tâm đồng với mình

9. Tâm làm thầy

10. Tâm làm đạo-sư.

Do học mười pháp trên đây, vị Bồ-Tát này đối với chúng-sanh, thêm lớn đại-bi, có được nghe pháp liền tự hiểu chẳng do người khác dạy.

(Kinh Hoa Nghiêm, phẩm 15. Thập Trụ)

2.3. TỰ-TẠI HÀNH-TRỤ TRONG THẬP TRỤ

Vị Bồ-Tát này dùng mười hạnh để quan-sát tất cả pháp:

1. Quán tất cả pháp vô-thường

2. Tất cả pháp khổ

3. Tất cả pháp không

4. Tất cả pháp vô-ngã

5. Tất cả pháp vô-tác

6. Tất cả pháp vô-vị

7. Tất cả pháp bất-như-danh

8. Tất cả pháp vô-xứ-sở

9. Tất cả pháp rời phân-biệt

10. Tất cả pháp không kiên thiệt.

Vì muốn vị Bồ-Tát này được trí huệ sáng tỏ, có được nghe pháp liền tự hiểu, chẳng do người khác dạy.

(Kinh Hoa Nghiêm, phẩm 15. Thập Trụ)

2.4. SANH-QUÝ-TRỤ TRONG THẬP TRỤ

Vị Bồ-Tát này từ thánh-giáo sanh, thành-tựu mười pháp:

1. Trọn chẳng thối chuyển nơi Phật-đạo
2. Sanh lòng tin sâu thanh-tịnh
3. Khéo quan-sát pháp
4. Rõ biết chúng-sanh
5. Rõ biết quốc-độ
6. Rõ biết thế-giới
7. Rõ biết nghiệp-hạnh
8. Rõ biết quả-báo
9. Rõ biết sanh-tử
10. Rõ biết niết-bàn.

Đây là vì muốn cho vị Bồ-Tát này được thăng tiến, nơi trong tam-thế tâm được bình-đẳng, có được nghe pháp liền tự hiểu, chẳng do người khác dạy.

(Kinh Hoa Nghiêm, phẩm 15. Thập Trụ)

2.5. CỤ-TÚC PHƯƠNG-TIỆN-TRỤ TRONG THẬP TRỤ

Vị Bồ-Tát này trọn đủ mười pháp:

1. Căn lành tu tập đều vì cứu hộ tất cả chúng-sanh
2. Lợi ích tất cả chúng-sanh
3. An-lạc tất cả chúng-sanh
4. Ai-mẫn tất cả chúng-sanh
5. Độ-thoát tất cả chúng-sanh
6. Khiến tất cả chúng-sanh lìa những tai nạn
7. Thoát khổ sanh-tử
8. Phát-sanh tịnh-tín
9. Được điều-phục

10. Chứng niết-bàn.

Vì muốn vị Bồ-Tát này, tâm lại càng tăng-thắng hơn không bị nhiễm trước, có được nghe pháp liền tự hiểu, chẳng do người khác dạy.

(Kinh Hoa Nghiêm, phẩm 15. Thập Trụ)

2.6. CHÁNH-TÂM-TRỤ TRONG THẬP TRỤ

Vị Bồ-Tát này nghe mười pháp tâm định chẳng động:

1. Nghe khen Phật hay chê Phật,

2. Nghe khen pháp hay chê pháp,

3. Nghe khen Bồ-Tát hay chê Bồ-Tát

4. Nghe khen hay chê công-hạnh của vị Bồ-Tát

5. Nghe nói chúng-sanh hữu-lượng hay vô-lượng

6. Nghe nói chúng-sanh hữu-cấu hay vô-cấu

7. Nghe nói chúng-sanh dễ độ hay khó độ

8. Nghe nói pháp-giới hữu-lượng hay vô-lượng

9. Nghe nói pháp-giới có thành có hoại

10. Nghe nói Phật-pháp hoặc có hoặc không

11. Đối với Phật-pháp tâm định chẳng động.

Vì muốn vị Bồ-Tát này tâm lại càng thêm tăng-tiến được chẳng thối chuyển vô-sanh-pháp-nhãn. Có được nghe pháp liền tự hiểu chẳng do người khác dạy.

(Kinh Hoa Nghiêm, phẩm 15. Thập Trụ)

2.7. BẤT THỐI-TRỤ TRONG THẬP TRỤ

1. Vị Bồ-Tát này nghe mười pháp kiên-cố bất-thối:

2. Nghe có Phật hay không có Phật

3. Nghe có pháp hay không pháp

4. Nghe có Bồ-Tát hay không Bồ-Tát

5. Nghe có Bồ-Tát hạnh hay không Bồ-Tát hạnh

6. Nghe có Bồ-Tát tu hành được xuất-ly hay chẳng xuất-ly

7. Nghe quá-khứ có Phật hay không Phật

8. Nghe vị-lai có Phật hay không Phật

9. Nghe hiện-tại có Phật hay không Phật

10. Nghe Phật trí hữu-tận hay vô-tận

Nghe tam-thế là một tướng hay chẳng phải một tướng, đối với trong Phật-pháp tâm đều chẳng thối chuyển cả.

Vì muốn khiến vị Bồ-Tát này tăng-tiến, nơi tất cả pháp khéo hay xuất-ly, có được nghe pháp liền tự hiểu chẳng do người khác dạy.

(Kinh Hoa Nghiêm, phẩm 15. Thập Trụ)

2.8. ĐỒNG-CHƠN-TRỤ TRONG THẬP TRỤ

Vị Bồ-Tát này trụ mười hạnh nghiệp:

1. Thân-hạnh không lỗi

2. Ngữ-hạnh không lỗi

3. Ý-hạnh không lỗi

4. Tùy ý thọ sanh

5. Biết chúng-sanh các thứ dục

6. Biết chúng-sanh các thứ tri-giải

7. Biết chúng-sanh các thứ cảnh-giới

8. Biết chúng-sanh các thứ nghiệp

9. Biết thế-giới thành hoại

10. Thần-túc tự-tại vô-ngại.

Vì muốn khiến vị Bồ-Tát này tăng tiến tâm không chướng-ngại, có được nghe pháp liền tự hiểu chẳng do người khác dạy.

(Kinh Hoa Nghiêm, phẩm 15. Thập Trụ)

2.9. PHÁP-VƯƠNG-TỬ-TRỤ TRONG THẬP TRỤ

Vị Bồ-Tát này khéo biết mười pháp:

1. Khéo biết chúng-sanh thọ sanh
2. Khéo biết phiền-não hiện khởi
3. Khéo biết tập-khí tương-tục
4. Khéo biết chỗ làm phương-tiện
5. Khéo biết vô-lượng-pháp
6. Khéo biết các oai-nghi
7. Khéo biết thế-giới sai biệt
8. Khéo biết những việc của thế-gian trước, thời-gian sau
9. Khéo biết diễn thuyết thế đế
10. Khéo biết diễn thuyết đệ-nhứt-nghĩa.

Vì muốn khiến vị Bồ-Tát này tăng tiến tâm không chướng-ngại, có được nghe pháp liền tự hiểu chẳng do người khác dạy.

(Kinh Hoa Nghiêm, phẩm 15. Thập Trụ)

2.10. QUÁN-ĐẢNH-TRỤ TRONG THẬP TRỤ

Vị Bồ-Tát này được thành-tựu mười thứ trí:

1. Chấn-động vô-số thế-giới
2. Chiếu diệu vô-số thế-giới
3. Trụ-trì vô-số thế-giới
4. Qua đến vô-số thế-giới
5. Nghiêm-tịnh vô-số thế-giới
6. Khai-thị vô-số chúng-sanh
7. Quan-sát vô-số chúng-sanh
8. Biết căn-tánh của vô-số chúng-sanh
9. Khiến vô-số chúng-sanh thu nhập
10. Khiến vô-số chúng-sanh điều-phục.

Vì muốn khiến vị Bồ-Tát này tăng trưởng nhứt-thiết chủng-trí, có được nghe pháp liền tự hiểu, chẳng do người khác dạy.

(Kinh Hoa Nghiêm, phẩm 15. Thập Trụ)

3. BỒ TÁT TU TẬP TRỤ

Vị Bồ-Tát đạt Thập Trụ thân và thân-nghiệp, thần-thông biến hiện, quá-khứ trí, vị-lai trí, hiện-tại trí, thành-tựu Phật-độ tâm cảnh-giới, trí cảnh-giới, tất cả đều chẳng thể biết được, nhẫn đến Pháp-Vương-Tử Bồ-Tát cũng chẳng biết được.

(Kinh Hoa Nghiêm, phẩm 15. Thập Trụ)

4. MƯỜI TRÍ CỦA NHƯ-LAI

1. Tam-thế-trí
2. Phật-pháp-trí
3. Pháp-giới vô-ngại-trí
4. Phật-giới vô-biên-trí
5. Sung-mãn nhứt-thiết thế-giới-trí
6. Phổ-chiếu nhứt-thiết thế-giới-trí
7. Trụ-trì nhứt-thiết thế-giới-trí
8. Tri nhứt-thiết chúng-sanh-trí
9. Tri nhứt-thiết pháp trí
10. Tri vô-biên chư Phật trí.

Vì muốn khiến vị Bồ-Tát này tăng trưởng nhứt-thiết chủng-trí, có được nghe pháp liền tự hiểu, chẳng do người khác dạy.

(Kinh Hoa Nghiêm, phẩm 15. Thập Trụ)

5. MỘT VẠN PHẬT-SÁT VI-TRẦN-SỐ BỒ-TÁT ĐẾN CHỨNG MINH

Lúc bấy giờ, do thần-lực của đức Phật trong mười phương,

mỗi phương đều một vạn Phật-sát vi-trần-số thế-giới sáu thứ chấn-động.

Như ở thế-giới này, thập-phương thế-giới, nơi điện Thiên-Đế-Thích nói pháp thập-trụ và hiện thần-biến cũng như vậy cả.

Lại do thần lực của Phật, mười phương đều có *một vạn Phật-sát vi-trần-số Bồ-Tát* đến nơi đây và đồng nói rằng: 'Lành thay! Lành thay! Này Phật-tử! Ngài khéo nói pháp Thập Trụ này.

Chúng tôi đồng tên Pháp-Huệ, quốc-độ đồng hiệu Pháp-Vân, Như-Lai ở các cõi đó đều hiệu Diệu-Pháp.

Nơi pháp-hội của Thế-Tôn chúng tôi cũng giảng thuyết thập-trụ, câu văn nghĩa lý và chúng-hội quyến-thuộc cũng đồng như nơi đây, không có tăng giảm

Chúng tôi thừa thần-lực của đức Phật mà đến nơi pháp-hội này để chứng-minh.

(Kinh Hoa Nghiêm, phẩm 15. Thập Trụ)

6. SƠ PHÁT TÂM – CHÂN LÔNG PHÓNG QUANG

Tất cả các pháp lìa ngôn thuyết
Tánh không tịch-diệt vốn vô-tác
Muốn đều rõ thấu chơn-nghĩa này
Bồ-Tát do đây sơ-phát-tâm.

Muốn đều chấn-động mười phương cõi
Nghiên úp tất cả những đại-hải
Đầy đủ chư Phật đại thần-thông
Bồ-Tát do đây sơ-phát-tâm.
Muốn *một chân lông phóng quang-minh*
Chiếu khắp mười phương vô-lượng cõi
Trong mỗi quang-minh giác tất cả

Bồ-Tát do đây sơ-phát-tâm.

Muốn đem nan-tư vô-lượng cõi
Để trong bàn tay mà chẳng động
Rõ biết tất cả như huyễn hóa
Bồ-Tát do đây *sơ-phát-tâm.*

Muốn dùng *một lông chấm nước biển*
Tất cả đại-hải đều làm cạn
Mà đều phân-biệt biết số kia
Bồ-Tát do đây sơ-phát-tâm.

Bất khả tư nghì các quốc độ
Đều nghiền làm bụi không còn sót
Muốn đều phân biệt biết số bụi
Bồ Tát do đây sơ phát tâm.

Quá-khứ vị-lai vô-lượng kiếp
Tất cả thế-gian tướng thành hoại
Đều muốn thấu rõ cùng biên-tế
Bồ-Tát do đây sơ-phát-tâm.

Tam thế tất cả chư Như-Lai
Tất cả Độc-Giác và Thanh-Văn
Muốn biết hết cả những pháp đó
Bồ-Tát do đây sơ-phát-tâm.

Vô-lượng vô-biên các thế-giới
Muốn *dùng một lông đều cân nổi*
Như thể tướng kia đều biết rõ
Bồ-Tát do đây sơ-phát-tâm.

Vô-lượng vô-số Luân-Vi-sơn
Muốn khiến đều *vào trong chân lông*
Lớn nhỏ của kia đều biết rõ
Bồ-Tát do đây sơ-phát-tâm.
(Kinh Hoa Nghiêm, phẩm 15. Thập Trụ)

7. THẬP TRỤ (Thơ)
7.1. BỒ-TÁT PHÁT-TÂM-TRỤ

Nơi vô-lượng vô-biên chư Phật
Đều được qua đến để gần gũi
Thường được chư Phật luôn nhiếp thọ
Dạy như vậy khiến chẳng thối chuyển.
Bao nhiêu những tam-muội tịch-tịnh
Thảy đều diễn đạt không còn thừa
Vì Bồ-Tát kia nói như vậy
Do đây khiến kia chẳng thối-chuyển.
Dẹp trừ vòng sanh-tử các cõi
Mà chuyển diệu-pháp thanh-tịnh luân
Tất cả thế-gian không chỗ chấp
Vì các Bồ-Tát nói như vậy.
Tất cả chúng-sanh đọa ác-đạo
Vô-lượng khổ nặng làm bức ngặt

Làm chỗ quy-y cứu hộ họ
Vì các Bồ-Tát nói như vậy.
Đây là *'Bồ-Tát phát-tâm-trụ'*
Nhứt hướng chí cầu vô-thượng-đạo,
Như tôi đã nói pháp dạy bảo
Tất cả chư Phật cũng như vậy.
(Kinh Hoa Nghiêm, phẩm 15. Thập Trụ)

7.2. BỒ-TÁT TRỊ-ĐỊA-TRỤ

Thứ hai: 'Bồ-Tát trị-địa-trụ'
Phải nên phát khởi tâm như vầy:
Mười phương tất cả những chúng-sanh
Nguyện đều thuận theo lời Phật dạy,
Tâm đại-bi, lợi-ích, an-lạc,
Tâm an-trụ, xót-thương, nhiếp-thọ,
Tâm thủ-hộ chúng-sanh đồng mình,
Tâm làm thầy và tâm đạo-sư,
Đã trụ tâm thắng-diệu như vậy
Kế khiến tụng tập cầu học rộng
Thường thích tịch-tịnh, chánh tư-duy
Gần-gũi tất cả thiện-tri-thức.
Nói lời hòa vui, lìa thô cứng
Nói tất cả biết thời, không e sợ
Rõ thấu nghĩa lý làm đúng pháp
Xa lìa ngu mê tâm bất động:
Đây là sơ-học bồ-đề hạnh
Làm được hạnh này: Chơn-Phật-tử

Nay tôi nói chỗ kia nên làm

Như vậy Phật-tử phải siêng học.

(Kinh Hoa Nghiêm, phẩm 15. Thập Trụ)

7.3. BỒ-TÁT TU-HÀNH-TRỤ

Thứ ba: 'Bồ-Tát tu-hành-trụ'

Thường y Phật-giáo siêng quan-sát

Các pháp vô-thường, khổ, và không

Cũng không ngã nhơn, không động-tác.

Tất cả các pháp chẳng đáng ưa

Không đúng danh-tự, không xứ-sở

Không chỗ phân-biệt, không chơn thiệt

Người quán như vậy gọi Bồ-Tát .

Kế, khiến quan-sát chúng-sanh giớI

Và cũng quan-sát nơi pháp-giới

Thế-giới sai biệt trọn không thừa

Nơi kia đều nên khuyên quan-sát.

Thập phương thế-giới và hư-không

Bao nhiêu địa, thủy, cùng hỏa, phong

Dục-giới, sắc-giới, vô-sắc-giới

Đều khuyên quán-sát đến cùng tận.

Quán-sát cõi kia đều sai khác

Và thể-tánh nó, đều rốt ráo

Dạy siêng tu hành được như vậy

Đây thời gọi là chơn Phật-tử.

(Kinh Hoa Nghiêm, phẩm 15. Thập Trụ)

7.4. BỒ-TÁT SANH-QUÝ-TRỤ

Thứ tư: 'Bồ-Tát sanh-quý-trụ'

Từ các thánh-giáo mà xuất sanh

Rõ thấu các cõi không chỗ có

Vượt qua pháp kia sanh pháp-giới.

Tin Phật kiên-cố, chẳng thể hoại

Quán pháp tịch-diệt, tâm an-trụ

Tùy những chúng-sanh đều rõ biết

Thể-tánh hư-vọng không chơn thiệt.

Thế-gian, sát-độ, nghiệp và báo

Sanh-tử, niết-bàn đều như vậy

Phật-tử nơi pháp quán như vậy

Từ Phật thân sanh, gọi Phật-tử.

Quá-khứ vị-lai và hiện-tại

Trong đó bao nhiêu những Phật-pháp

Rõ biết chứa họp và viên-mãn

Tu học như vậy khiến rốt ráo.

Tam-thế tất cả chư Như-Lai

Hay tùy quán-sát đều bình-đẳng

Các thứ sai biệt bất-khả-đắc

Người quán như vậy đạt tam-thế.

Như tôi tán dương ca ngợi đó

Là những công-đức đệ-tứ-trụ

Nếu hay y pháp siêng tu hành

Mau thành Phật bồ-đề vô-thượng.

(Kinh Hoa Nghiêm, phẩm 15. Thập Trụ)

7.5. CỤ-TÚC-PHƯƠNG-TIỆN-TRỤ

Đây đến Bồ-Tát trụ thứ năm
Hiệu là 'cụ-túc-phương-tiện-trụ'
Vào sâu vô-lượng phương-tiện khéo
Phát-sanh nghiệp công-đức rốt ráo.
Bồ-Tát chỗ tu các phước-đức
Đều vì cứu hộ các quần-sanh
Chuyên tâm làm lợi-ích an-lạc
Một mặt xót thương khiến độ thoát.
Vì tất cả đời trừ các nạn
Dẫn thoát sanh-tử, khiến vui mừng
Mỗi mỗi điều-phục không để sót
Đều khiến đủ đức hướng niết-bàn.
Tất cả chúng-sanh vô-lượng-biên
Vô-lượng, vô-số, bất-tư-nghị
Nhẫn đến bất-khả-xưng-lượng thảy
Nghe lãnh Như-Lai pháp như vậy.
Đây là Phật-tử đệ-ngũ-trụ
Thành-tựu phương-tiện độ chúng-sanh
Đấng đại-trí viên-mãn công-đức
Đem pháp như vậy để khai-thị.
(Kinh Hoa Nghiêm, phẩm 15. Thập Trụ)

7.6. CHÁNH-TÂM-VIÊN-MÃN-TRỤ

Thứ sáu: 'chánh-tâm-viên-mãn-trụ'
Nơi pháp tự-tánh không mê hoặc
Chánh-niệm tư-duy, rời phân-biệt

Tất cả trời người chẳng động được.

Nghe khen chê Phật, cùng Phật-pháp

Bồ-Tát và cùng Bồ-Tát hạnh

Chúng-sanh hữu-lượng hoặc vô-lượng

Hữu-cấu vô-cấu, độ khó dễ,

Pháp-giới lớn nhỏ và thành hoại

Hoặc có hoặc không, lòng chẳng động

Quá-khứ, vị-lai và hiện-tại

Nhớ kỹ tư-duy hằng quyết-định.

Tất cả các pháp đều vô-tướng

Vô-thể, vô-tánh, không, vô-thiệt

Như ảo, như mộng, rời phân-biệt

Thường thích được nghe nghĩa như vậy.

(Kinh Hoa Nghiêm, phẩm 15. Thập Trụ)

7.7. BẤT-THỐI-CHUYỂN BỒ-TÁT

Thứ bảy: 'Bất-thối-chuyển Bồ-Tát '

Nơi Phật, Phật-pháp, Bồ-Tát -hạnh

Hoặc có, hoặc không, xuất, chẳng xuất

Dầu nghe thuyết ấy không thối-chuyển.

Quá-khứ, vị-lai và hiện-tại

Tất cả chư Phật có cùng không

Phật-trí hữu-tận hoặc vô-tận

Tam-thế một tướng các thứ tướng.

Một tức là nhiều, nhiều là một

Văn tùy nơi nghĩa, nghĩa tùy văn

Như vậy tất cả xoay vần thành

Bực bất-thối nên vì chúng nói.
Hoặc pháp có tướng và vô-tướng
Hoặc pháp có tánh và vô-tánh
Các thứ sai biệt thuộc lẫn nhau
Người này nghe được rồi rốt ráo.
(Kinh Hoa Nghiêm, phẩm 15. Thập Trụ)

7.8. BỒ-TÁT ĐỒNG-CHƠN-TRỤ

Thứ tám: 'Bồ-Tát đồng-chơn-trụ'
Thân ngữ ý hạnh đều đầy đủ
Tất cả thanh-tịnh không có lỗi
Tùy ý thọ sanh được tự-tại.
Biết những chúng-sanh lòng sở-thích
Các thứ ý-giải đều sai khác
Và kia chỗ có tất cả pháp
Thập-phương quốc-độ tướng thành hoại,
Đến được diệu thần-thông mau chóng
Trong tất cả chỗ tùy niệm qua
Nơi chư Phật được nghe diệu-pháp
Khen ngợi tu hành không lười mỏi,
Rõ biết tất cả các Phật-độ
Chấn-động, gia-trì và quán-sát
Vượt qua Phật-độ vô-lượng-số
Du hành thế-giới vô-biên-số.
Vô-số diệu-pháp đều hỏi han
Chỗ muốn thọ thân đều tự-tại
Ngôn âm thiện-xảo đều sung mãn

Chư Phật vô-số đều thờ kính.
(Kinh Hoa Nghiêm, phẩm 15. Thập Trụ)

7.9. BỒ-TÁT VƯƠNG-TỬ-TRỤ

Thứ chín: 'Bồ-Tát vương-tử-trụ'
Hay thấy chúng-sanh thọ sanh khác
Phiền-não hiện, tập, đều biết cả
Chỗ làm phương tiện đều khéo rõ,
Các pháp đều khác, oai-nghi khác
Thế-giới chẳng đồng, thuở trước sau
Như kia thế-tục, đệ-nhứt-nghĩa
Đều khéo biết rõ không có thừa,
Chỗ Pháp-Vương thiện-xảo an lập
Tùy nơi chỗ kia có diệu-pháp
Pháp-Vương cung-điện hoặc thu nhập
Và trong nơi đó quan-sát thấy,
Pháp-Vương chỗ có pháp quán-đảnh
Thần-lực, gia-trì, không khiếp sợ
Yên nghỉ cung thất, và ngợi khen
Đem đây dạy bảo Pháp-Vương-Tử.
Như vậy vì nói đều hết cả
Mà khiến tâm kia không chấp trước
Nơi đây rõ biết tu chánh-niệm
Tất cả chư Phật hiện ra trước.
(Kinh Hoa Nghiêm, phẩm 15. Thập Trụ)

7.10. QUÁN-ĐẢNH CHƠN-PHẬT-TỬ

Thứ mười: 'Quán-đảnh chơn-Phật-tử'

Thành mãn pháp tối-thượng đệ-nhứt

Thập phương vô-số các thế-giới

Đều hay chấn-động quang chiếu khắp,

Trụ trì, qua đến, cũng không thừa

Thanh-tịnh trang-nghiêm đều đầy đủ

Khai thị chúng-sanh vô-hạn số

Quan-sát căn-tánh đều biết cả.

Phát tâm điều-phục cũng vô-biên

Đều khiến thu-hướng đại bồ-đề

Tất cả pháp-giới đều quan-sát

Thập phương quốc-độ đều khiến đến.

Nơi đó, thân và thân hành-động

Thần-thông biến hiện khó lường được

Tam-thế Phật-độ các cảnh-giới

Nhẫn đến Vương-Tử không rõ được.

Pháp-giới vô-ngại vô-biên trí

Sung mãn nhất-thiết thế-giới-trí

Chiếu-diệu thế-giới trụ-trì trí

Rõ biết chúng-sanh chư pháp-trí

Và biết chánh-giác vô-biên trí

Như-Lai vì nói đều đủ cả.

(Kinh Hoa Nghiêm, phẩm 15. Thập Trụ)

8. LỢI ÍCH CỦA THẬP TRỤ

Thập-trụ Bồ-Tát như vậy thảy
Đều từ Như-Lai pháp hóa-sanh
Tùy kia chỗ có công-đức hạnh
Tất cả trời người chẳng lường được.

Quá-khứ, vị-lai và hiện-tại
Phát tâm cầu Phật số vô-biên
Thập-phương quốc-độ đều sung-mãn
Đều sẽ được thành nhứt-thiết-trí.

Tất cả quốc-độ không ngằn mé
Thế-giới chúng-sanh pháp cũng vậy
Hoặc, nghiệp, sở-thích đều khác biệt
Nương đó mà phát bồ-đề tâm.

Ban đầu một niệm cầu Phật-đạo
Chúng-sanh thế-gian và nhị-thừa
Hết sức suy gẫm còn chẳng biết
Huống là bao nhiêu công-đức khác.

Thập-phương tất cả các thế-giới
Dùng một lông đều cân nhắc được,
Người đó biết được Phật-tử này
Công-hạnh hướng đến Phật đại-trí.

Thập phương chỗ có những biển lớn

Đều dùng sợi lông chấm khiến cạn,
Người đó biết được Phật-tử này
Công-đức tu hành trong một niệm.
Tất cả thế-giới nghiền làm bụi
Đều phân-biệt được biết rõ số,
Người như vậy mới có thể thấy
Đạo tu hành của Bồ-Tát này.

Thập phương chư Phật trong tam-thế
Tất cả Độc-Giác và Thinh-Văn
Đều dùng tất cả diệu biệt-tài
Khai thị sơ phát bồ-đề tâm.

Phát tâm công-đức chẳng lường được
Sung-mãn tất cả cõi chúng-sanh
Chúng trí cùng nói không hết được
Huống là bao nhiêu diệu-hạnh khác.
(Kinh Hoa Nghiêm, phẩm 15. Thập Trụ)

Phẩm 16.

I. MỤC LỤC

1. Mười phạm hạnh thanh tịnh

2. Không sở trước

3. Nếu tam bảo là phạm hạnh

4. Nếu giới là phạm hạnh

5. Chức năng của phạm hạnh

6. Mười trí lực của Như-Lai

7. Thành tựu huệ thân giác ngộ chẳng do người khác.

***

II. CHÁNH VĂN

Chánh Niệm Thiên Tử bạch Pháp Huệ Bồ Tát rằng:

Thế nào là phạm hạnh thanh tịnh từ địa vị Bồ Tát đến đạo vô thượng bồ đề?

1. MƯỜI PHẠM HẠNH THANH TỊNH

Pháp Huệ Bồ Tát đáp: Nên tác ý quán sát vào mười pháp sở duyên như:

1. Thân,	2. Thân nghiệp
3. Ngữ	4. Ngữ nghiệp
5. Ý	6. Ý nghiệp
7. Phật	8. Pháp
9. Tăng	10. Giới.

(Kinh Hoa Nghiêm, phẩm 16. Phạm Hạnh)

2. KHÔNG SỞ TRƯỚC

Quan sát nơi thân không sở thủ

Nơi tu không sở trước

Nơi pháp không sở trụ

Quá khứ đã diệt, vị lai chưa đến, hiện tại không tịch

Không người tác nghiệp

Không kẻ thọ báo

Đời nầy chẳng dời động, đời kia chẳng cải đổi.

Như vậy, trong đây pháp nào gọi là phạm hạnh?

Phạm hạnh từ chỗ nào đến?

Là sở hữu của ai?

Thể là gì? Do ai làm?

Là có? Là không?

Là Sắc? Là phi sắc?

Là thọ? Là phi thọ?

Là tướng? Là phi tướng?

Là hành? Là phi hành?

Là thức? Là phi thức?

(Kinh Hoa Nghiêm, phẩm 16. Phạm Hạnh)

3. NẾU TAM BẢO LÀ PHẠM HẠNH

- Nếu Phật là phạm hạnh, thời sắc là Phật?

Hay thọ, tưởng, hành, thức là Phật?

Tướng hảo hay thần thông là Phật?

Nghiệp hạnh hay quả báo là Phật?

- Nếu pháp là phạm hạnh, thời tịch diệt hay niết bàn là pháp?

Bất sanh hay bất khởi là pháp?

Bất khả thuyết hay vô phân biệt, vô sở hành, bất hiệp tập, bất tùy thuận, vô sở đắc là pháp?

- Nếu Tăng là phạm hạnh, thời Dự Lưu Hướng hay Dự Lưu Quả là Tăng? Nhứt Lai Hướng hay Nhứt Lai Quả là Tăng? Bất Hoàn Hướng hay Bất Hoàn Quả, Vô Sanh Hướng hay Vô Sanh Quả là Tăng? Tam minh hay lục thông là Tăng?

(Kinh Hoa Nghiêm, phẩm 16. Phạm Hạnh)

4. NẾU GIỚI LÀ PHẠM HẠNH

Nếu giới là phạm hạnh, thời đàn tràng là giới, hay hỏi thanh tịnh là giới? Dạy oai nghi hay tam yết ma là giới?

Hoà Thượng hay A Xà Lê là giới?

Thế phát là giới, hay đắp y ca sa, hay khất thực, hay chánh mạng là giới?

(Kinh Hoa Nghiêm, phẩm 16. Phạm Hạnh)

5. CHỨC NĂNG CỦA PHẠM HẠNH

- Vì pháp phạm hạnh bất khả đắc

- Vì pháp tam thế đều không tịch

- Vì ý không thủ trước

- Vì tâm không chướng ngại

- Vì sở hành vô nhị

- Vì phương tiện tự tại

- Vì thọ pháp vô tướng

- Vì quán pháp vô tướng

- Vì biết Phật pháp bình đẳng

- Vì đủ tất cả Phật pháp.

Như đây gọi là phạm hạnh thanh tịnh.

(Kinh Hoa Nghiêm, phẩm 16. Phạm Hạnh)

6. MƯỜI TRÍ LỰC CỦA NHƯ-LAI

Lại phải tu tập mười pháp, chính là mười trí lực của Như-Lai.

Phải quan sát mỗi trí lực.

Trong mỗi trí lực có vô lượng nghĩa đều phải hạn hỏi.

Sau khi nghe phải khởi tâm đại từ bi

Quan sát chúng sanh mà chẳng bỏ lìa.

Tư duy các pháp không có thôi dứt

Thật hành nghiệp vô thượng không cần quả báo

Rõ biết cảnh giới như ảo mộng, như bóng vang, như biến hóa.

(Kinh Hoa Nghiêm, phẩm 16. Phạm Hạnh)

7. THÀNH TỰU HUỆ THÂN GIÁC NGỘ CHẲNG DO NGƯỜI KHÁC

Nếu Bồ Tát nào được tương ứng với quán hạnh như vậy, ở trong các pháp chẳng sanh hai kiến giải, tất cả Phật pháp mau được hiện tiền. Lúc sơ phát tâm liền được a nậu đa la tam miệu tam bồ đề.

Biết tất cả pháp tức là tâm tự tánh, thành tựu huệ thân giác ngộ chẳng do người khác.

(Kinh Hoa Nghiêm, phẩm 16. Phạm Hạnh)

Phẩm 17.

I. MỤC LỤC

12. Muốn biết phương-tiện của chúng-sanh trong tất cả thế-giới mà phát tâm công đức

13. Muốn biết tâm sai-biệt của chúng-sanh trong tất cả thế-giới mà phát tâm công đức

14. Muốn biết nghiệp sai-biệt của chúng-sanh trong tất cả thế-giới và cả tam-thế mà phát tâm công đức

15. Muốn biết phiền-não sai-biệt của chúng-sanh trong tất cả thế-giới mà phát tâm công đức

16. Muốn biết chướng phiền não của chúng-sanh trong tất cả thế-giới và cả tam-thế mà phát tâm công đức

17. Cúng-dường thập-phương tam-thế tất cả chư Phật

18. Chẳng dứt Phật-chủng mà phát tâm

19. Mục đích chính của Bồ Tát sơ phát tâm

20. Lợi ích của công đức sơ phát tâm

21. Đồng thể với tam-thế chư Phật

22. Cầu nhất thiết chủng trí

23. Mười ngàn Phật-sát vi-trần-số chư Phật cũng thuyết pháp sơ phát tâm

24. Nguyện lực của Phật

25. Tăng-trưởng thiện-căn thanh-tịnh

26. Vì chúng sanh sơ phát đại tâm.

***

II. CHÁNH VĂN

1. KHÓ NÓI ĐƯỢC CÔNG ĐỨC BỒ TÁT SƠ PHÁT TÂM

Thiên-Đế-Thích bạch Pháp-Huệ Bồ-Tát rằng:

Bồ-Tát sơ phát bồ-đề tâm được bao nhiêu công-đức?

Pháp-Huệ Bồ-Tát thừa oai-thần của đức Phật trả lời: Nghĩa đó rất sâu

- Khó nói

- Khó biết

- Khó phân-biệt

- Khó tin hiểu

- Khó chứng

- Khó làm

- Khó thông-đạt

- Khó tư-duy

- Khó đạt-lượng

- Khó thu nhập.

(Kinh Hoa Nghiêm, phẩm 17. Sơ Phát Tâm Công Đức)

2. SO SÁNH CÔNG ĐỨC SƠ PHÁT TÂM

Giả sử có người đem tất cả đồ sở-thích cúng-dường chúng-sanh trong vô-số thế-giới ở mười phương trọn một kiếp; rồi sau đó dạy họ thọ-trì ngũ-giới thanh-tịnh...

Công-đức của người này đem so với công-đức sơ-phát-tâm của Bồ-Tát chẳng bằng:

- Một phần trăm

- Một phần ngàn

- Một phần trăm ngàn

- Một phần ức

- Một phần trăm ngàn na-do-tha ức

- Một phần số

- Một phần ca-la

- Một phần toán

- Một phần dụ nhẫn đến chẳng bằng một phần ưu-ba-ni-sa-đà.

(Kinh Hoa Nghiêm, phẩm 17. Sơ Phát Tâm Công Đức)

3. CÔNG ĐỨC SƠ PHÁT TÂM CHỈ CÓ PHẬT MỚI BIẾT

Giả sử có người đem tất cả đồ sở-thích cúng-dường chúng-sanh trong mười vô-số thế-giới ở mười phương trọn trăm kiếp, rồi sau đó dạy họ đều tu thập-thiện.

Cúng-dường như vậy trọn trăm ngàn kiếp rồi dạy trụ tứ-vô-lượng-tâm. Cúng-dường trọn ức kiếp rồi dạy trụ tứ-vô-sắc-định.

Cúng-dường trọn trăm ức kiếp rồi dạy trụ quả Tu-Đà-Hoàn.

Cúng-dường trọn ngàn ức kiếp, rồi dạy trụ quả Tư Đà Hàm.

Cúng dường trọn trăm ngàn ức kiếp, rồi dạy trụ quả A Na Hàm.

Cúng dường na do tha ức kiếp rồi dạy trụ quả A-La-Hán.

Cúng-dường trọn trăm ngàn na-do-tha ức kiếp, rồi dạy trụ Bích-Chi-Phật.

Này Phật-tử! Cứ theo ý của ông, công-đức của người này có nhiều chăng?

Thiên-Đế thưa: '*Công-đức của người này chỉ có Phật là biết được thôi.*'

Pháp-Huệ Bồ-Tát nói: 'Này Phật-tử! Công-đức của người này đem so với công-đức của Bồ-Tát sơ-phát-tâm chẳng bằng một phần trăm, nhẫn đến chẳng bằng một phần ưu-ba-ni-sa-đà.

(Kinh Hoa Nghiêm, phẩm 17. Sơ Phát Tâm Công Đức)

4. BỒ-TÁT PHÁT BỒ-ĐỀ TÂM KHÔNG CÓ TẾ-HẠN

Giả-sử có người trong một khoảng một niệm có thể qua khỏi phương đông vô-số thế-giới, đi luôn như vậy trọn vô-số kiếp, số thế-giới của người này đã trải qua khó có ai biết được.

Người thứ hai, trong một niệm có thể qua khỏi tất cả thế-giới của người thứ nhứt đã trải qua trong vô-số kiếp, người này cũng đi luôn mãi trọn vô-số kiếp.

Cứ lần lượt tuần-tự như vậy đến người thứ mười. Chín phương kia cũng đều như vậy. Thế là trong mười phương có cả thảy trăm người. Số thế-giới của trăm người này đã trải qua còn có thể biết được tế-hạn.

Công-đức căn lành của Bồ-Tát sơ-phát vô-thượng bồ-đề tâm, không ai có thể biết tế-hạn được.

Này Phật-tử! Tại sao vậy? vì *Bồ-Tát phát bồ-đề tâm không có tế-hạn.*

(Kinh Hoa Nghiêm, phẩm 17. Sơ Phát Tâm Công Đức)

5. VÌ MUỐN BIẾT RÕ THẬP PHƯƠNG THẾ GIỚI MÀ PHÁT TÂM CÔNG ĐỨC

Vì muốn biết rõ thập-phương tất cả thế-giới

- Muốn biết diệu thế-giới tức là thô thế-giới, và thô tức là diệu

- Thế-giới ngửa tức là thế-giới úp, và úp tức là ngửa

- Tiểu thế-giới tức là đại thế-giới và đại tức là tiểu

- Thế-giới rộng tức là thế-giới hẹp và hẹp tức là rộng

- Một thế-giới tức là bất-khả-thuyết thế-giới và bất-khả-thuyết tức là một

- Bất-khả-thuyết thế-giới vào trong một thế-giới và một thế-giới vào trong bất-khả-thuyết

- Thế-giới tức là tịnh thế-giới, và tịnh tức là uế

-Muốn biết trong đầu một đầu sợi lông tất cả thế-giới tánh sai-biệt, trong tất cả thế-giới một đầu lông một thể-tánh

- Muốn biết trong một thế-giới xuất-sanh tất cả thế-giới, muốn biết tất cả thế-giới không thể-tánh

- Muốn dùng một niệm mà biết hết tất cả thế-giới rộng lớn mà không chướng-ngại.

Vì cớ trên đây mà phát tâm vô-thượng bồ-đề.

(Kinh Hoa Nghiêm, phẩm 17. Sơ Phát Tâm Công Đức)

6. VÌ MUỐN BIẾT RÕ SỰ THÀNH HOẠI CỦA TẤT CẢ THẾ-GIỚI KHÔNG THỪA KHÔNG SÓT NÊN PHÁT TÂM

- Giả-sử có người trong khoảng một niệm có thể biết kiếp số thành hoại trong vô-số thế-giới ở phương Đông, cứ niệm niệm biết như vậy trọn vô-số kiếp.

- Người thứ hai trong khoảng một niệm có thể biết tất cả kiếp số của người thứ nhứt đã biết trong vô-số kiếp, rồi niệm niệm biết như vậy trọn vô-số kiếp.

Cứ tuần tự tăng lên đến người thứ mười, chín phương kia cũng như vậy.

Thế là có cả thảy trăm người. Kiếp số thành hoại của tất cả thế-giới trong mười phương qua sự hiểu biết của trăm người này, còn có thể biết được ngằn mé.

Công-đức căn lành của Bồ-Tát sơ-phát-tâm không ai có thể biết được ngằn mé.

Tại sao vậy? Vì Bồ-Tát chẳng phải chỉ vì biết sự thành hoại của bao nhiêu thế-giới đó mà phát tâm vô-thượng bồ-đề. Mà vì muốn biết rõ sự thành hoại của tất cả thế-giới không thừa không sót nên phát tâm.

(Kinh Hoa Nghiêm, phẩm 17. Sơ Phát Tâm Công Đức)

7. SƠ-PHÁT-TÂM ĐẠI-THỆ TRANG-NGHIÊM TRÍ THẦN-THÔNG RÕ BIẾT TẤT CẢ KIẾP

- Muốn biết kiếp dài tức là kiếp ngắn, ngắn tức là dài, dài ngắn bình-đẳng.

- Một kiếp bình-đẳng với vô-số kiếp, vô-số với một cũng vậy.

- Kiếp có Phật bình-đẳng với kiếp không Phật, không với có cũng vậy.

- Trong kiếp một Phật có bất-khả-thuyết Phật, trong kiếp bất-khả-thuyết Phật có một Phật

- Hữu-lượng kiếp bình-đẳng với vô-lượng kiếp

- Vô-lượng kiếp bình-đẳng với hữu-lượng kiếp

- Hữu-tận kiếp bình-đẳng với vô-tận kiếp

- Vô-tận với hữu-tận cũng vậy

- Bất-khả-thuyết kiếp bình-đẳng với một niệm

- Một niệm bình-đẳng với bất-khả-thuyết kiếp

- Tất cả kiếp vào phi-kiếp

- Phi-kiếp vào tất cả kiếp.

Vì muốn trong một niệm biết hết kiếp số thành hoại của tất cả thế-giới trong ba thời quá-khứ, vị-lai và hiện-tại, nên phát tâm vô-thượng bồ-đề.

Đây gọi là sơ-phát-tâm đại-thệ trang-nghiêm trí thần-thông rõ biết tất cả kiếp.

(Kinh Hoa Nghiêm, phẩm 17. Sơ Phát Tâm Công Đức)

8. MUỐN BIẾT NHỮNG TRI-GIẢI CỦA CÁC CHÚNG-SANH TRONG TẤT CẢ THẾ-GIỚI

Giả-sử có người, trong khoảng một niệm có thể biết những tri-giải sai biệt của tất cả chúng-sanh trong vô-số thế-giới ở phương Đông. Niệm niệm biết rõ như vậy mãn vô-số kiếp.

Người thứ hai trong khoảng một niệm có thể biết những tri-giải của tất cả chúng-sanh mà người thứ nhứt đã biết trọn vô-số kiếp. Niệm niệm như vậy trọn vô số kiếp lần lượt tuần-tự đến người thứ mười. Chín phương kia cũng đều như vậy.

Những tri-giải riêng biệt của tất cả chúng-sanh trong mười phương như vậy, còn có thể biết được ngằn mé.

Công-đức căn lành của Bồ-Tát sơ-phát-tâm, không ai có thể biết được ngằn mé.

Tại sao vậy? Vì Bồ-Tát phát tâm chẳng phải vì chỉ muốn biết bao nhiêu tri-giải của bao nhiêu chúng-sanh đó, mà vì *muốn biết những tri-giải của các chúng-sanh trong tất cả thế-giới.*

(Kinh Hoa Nghiêm, phẩm 17. Sơ Phát Tâm Công Đức)

9. MUỐN ĐƯỢC VÔ-NGẠI Ở NƠI TẤT CẢ DIỆU-GIẢI NÊN PHÁT TÂM CÔNG ĐỨC

Bồ-Tát phát tâm vô-thượng bồ-đề, vì muốn biết:

- Tất cả tri-giải sai-biệt vô-biên

- Tri-giải sai-biệt của một chúng-sanh bình-đẳng với tri-giải của vô-số chúng-sanh

- Vì muốn được trí phương-tiện biết rõ bất-khả-thuyết tri-giải sai-biệt

- Muốn biết rõ mỗi mỗi tri-giải sai-biệt của tất cả chúng-sanh trọn vẹn không thừa sót

- Muốn biết rõ tri-giải thiện, bất-thiện, quá-khứ, hiện-tại, vị-lai

- Muốn biết rõ tri-giải tương-tợ và chẳng tương-tợ

- Muốn biết rõ tất cả tri-giải tức là một tri-giải

- Một tri-giải tức là tất cả tri-giải

- Muốn biết được sức tri-giải của Như-Lai

- Muốn biết rõ sự sai-biệt của hữu-thượng-giải, vô-thượng-giải, hữu-dư-giải, vô-dư-giải, đẳng-giải, bất-đẳng-giải, hữu-y-giải, vô-y-giải, cộng-giải, bất-cộng-giải, hữu-biên-giải, vô-biên-giải, sai-biệt-giải, vô-sai-biệt-giải, thiện-giải, bất-thiện-giải, thế-gian-giải, xuất-thế-gian-giải

- Muốn được vô-ngại ở nơi tất cả diệu-giải, đại-giải, vô-lượng-giải, chánh-vị-giải, muốn dùng vô-lượng phương-tiện biết rõ trọn vẹn thập-phương tất cả chúng-sanh-giới, mỗi chúng-sanh có nào là tịnh-giải, nhiễm giải, quảng giải, lượt giải, tế-giải, thô-giải, muốn biết rõ trọn vẹn thâm-mật-giải, phương-tiện-giải, phân-biệt-giải, tự-nhiên-giải, tùy-nhân-khởi-giải, tùy-duyên-khởi-giải.

Vì muốn được như trên đây mà Bồ-Tát phát tâm vô-thượng chánh-đẳng chánh-giác.

(Kinh Hoa Nghiêm, phẩm 17. Sơ Phát Tâm Công Đức)

10. MUỐN BIẾT TẤT CẢ LƯỚI CĂN-TÁNH MÀ PHÁT TÂM CÔNG ĐỨC

- Giả-sử có người trong khoảng một niệm, có thể biết căn tánh sai-biệt của tất cả chúng-sanh trong vô-số thế-giới phương Đông, niệm niệm biết như vậy trọn vô-số kiếp.

- Người thứ hai, trong một niệm, có thể rõ biết tất cả sự biết về căn-tánh chúng-sanh trọn vô-số kiếp của người thứ nhứt. Lần lượt tuần-tự đến người thứ mười. Chín phương kia cũng đều như vậy.

- Những căn-tánh sai-biệt của bao nhiêu chúng-sanh trong bao nhiêu thế-giới của trăm người đó rõ biết trọn vô-số kiếp, còn có thể biết được ngằn mé.

Công-đức căn lành của Bồ-Tát sơ-phát-tâm, không ai có thể biết được ngằn mé.

Tại sao vậy? Vì Bồ-Tát phát tâm chẳng phải chỉ vì biết bao nhiêu căn-tánh đó, mà chính vì muốn biết rõ trọn vẹn những căn-tánh sai-biệt của tất cả chúng-sanh trong tất cả thế-giới.

Nói rộng ra, nhẫn đến muốn biết trọn vẹn tất cả lưới căn-tánh mà Bồ-Tát phát tâm vô-thượng bồ-đề.

(Kinh Hoa Nghiêm, phẩm 17. Sơ Phát Tâm Công Đức)

11. MUỐN BIẾT SỞ-THÍCH CỦA CHÚNG-SANH TRONG TẤT CẢ THẾ-GIỚI MÀ BỒ-TÁT PHÁT TÂM CÔNG ĐỨC

Giả-sử có người trong khoảng một niệm có thể biết những chỗ sở-thích của những chúng-sanh trong vô-số thế-giới ở phương Đông, niệm niệm biết như vậy trọn vô-số kiếp. Tuần tự nói rộng đến người thứ mười. Chín phương kia cũng đều như vậy. Chỗ sở-thích của thập phương chúng-sanh này còn có thể biết được ngằn mé.

Công-đức thiện-căn của Bồ-Tát sơ-phát-tâm, không ai có thể biết được ngằn mé.

Tại sao vậy? Vì Bồ-Tát phát-tâm chẳng phải vì chỉ để biết chừng ấy sở-thích của bao nhiêu chúng-sanh đó, mà chính là vì muốn biết tất cả sở-thích của tất cả chúng-sanh trong tất cả thế-giới.

(Kinh Hoa Nghiêm, phẩm 17. Sơ Phát Tâm Công Đức)

12. MUỐN BIẾT PHƯƠNG-TIỆN CỦA CHÚNG-SANH TRONG TẤT CẢ THẾ-GIỚI MÀ PHÁT TÂM CÔNG ĐỨC

Giả-sử có người trong khoảng một niệm có thể biết những phương-tiện của những chúng-sanh trong vô-số thế-giới ở phương Đông. Tuần tự nói rộng như vậy nhẫn đến người thứ mười. Chín phương kia cũng đều như vậy.

Những loại phương-tiện cùng thập phương chúng-sanh đó còn có thể biết được ngằn mé.

Công-đức căn lành của Bồ-Tát sơ-phát-tâm không ai có thể biết được ngằn mé.

Tại sao vậy ? Vì Bồ-Tát phát-tâm chẳng phải vì để biết bao nhiêu phương-tiện của thập phương chúng-sanh đó, mà chính là để biết trọn vẹn những phương-tiện của tất cả chúng-sanh trong tất cả thế-giới.

(Kinh Hoa Nghiêm, phẩm 17. Sơ Phát Tâm Công Đức)

13. MUỐN BIẾT TÂM SAI-BIỆT CỦA CHÚNG-SANH TRONG TẤT CẢ THẾ-GIỚI MÀ PHÁT TÂM CÔNG ĐỨC

Giả-sử có người trong khoảng một niệm có thể biết những tâm sai-biệt của những chúng-sanh trong vô-số thế-giới ở phương Đông. Nói rộng nhẫn đến những tâm sai-biệt của những chúng-sanh trong thập-phương thế-giới, còn có thể biết ngằn mé.

Công-đức căn lành của Bồ-Tát sơ-phát-tâm, không ai có thể biết được ngằn mé.

Tại sao vậy? Vì Bồ-Tát phát tâm chẳng phải chỉ vì để biết ngần ấy tâm sai-biệt, mà chính vì để biết trọn vẹn những tâm sai-biệt của tất cả chúng-sanh trong tất cả thế-giới.

(Kinh Hoa Nghiêm, phẩm 17. Sơ Phát Tâm Công Đức)

14. MUỐN BIẾT NGHIỆP SAI-BIỆT CỦA CHÚNG-SANH TRONG TẤT CẢ THẾ-GIỚI VÀ CẢ TAM-THẾ MÀ PHÁT TÂM CÔNG ĐỨC

Giả-sử có người trong khoảng một niệm có thể biết những nghiệp sai-biệt của những chúng-sanh trong vô-số thế-giới ở phương Đông. Nói rộng nhẫn đến những nghiệp sai-biệt của những chúng-sanh trong thập phương thế-giới, còn có thể biết ngằn mé.

Công-đức căn lành của Bồ-Tát sơ-phát-tâm, không ai có thể biết được ngằn mé.

Tại sao vậy? Vì Bồ-Tát phát tâm chẳng phải chỉ vì để biết những nghiệp sai-biệt của bao nhiêu chúng-sanh đó, mà chính là vì để biết rõ trọn vẹn những nghiệp sai-biệt của tất cả chúng-sanh trong tất cả thế-giới và cả tam-thế.

(Kinh Hoa Nghiêm, phẩm 17. Sơ Phát Tâm Công Đức)

15. MUỐN BIẾT PHIỀN-NÃO SAI-BIỆT CỦA CHÚNG-SANH TRONG TẤT CẢ THẾ-GIỚI MÀ PHÁT TÂM CÔNG ĐỨC

Giả-sử có người trong khoảng một niệm, có thể biết những phiền-não của chúng-sanh trong vô-số thế-giới ở phương Đông. Lần lượt rộng nói đến người thứ mười và chín phương kia, còn có thể biết được ngằn mé.

Công-đức căn lành của Bồ-Tát sơ-phát-tâm, không ai có thể biết được ngằn mé.

Tại sao vậy ? Vì Bồ-Tát phát tâm chẳng phải chỉ vì để biết những phiền-não của bao nhiêu chúng-sanh đó, mà chính vì để biết rõ trọn vẹn những phiền-não sai-biệt của những chúng-sanh trong tất cả thế-giới.

(Kinh Hoa Nghiêm, phẩm 17. Sơ Phát Tâm Công Đức)

16. MUỐN BIẾT CHƯỚNG PHIỀN NÃO CỦA CHÚNG-SANH TRONG TẤT CẢ THẾ-GIỚI VÀ CẢ TAM-THẾ MÀ PHÁT TÂM CÔNG ĐỨC

- Muốn biết rõ trọn vẹn những phiền-não nhẹ, nặng, chủng-tử hiện-hành, tất cả chúng-sanh có vô-lượng phiền-não, các loại sai-biệt, các loại giác-quán để đối trị sạch tất cả những tạp-nhiễm.

- Muốn biết trọn vẹn phiền-não y tựa vô-minh, phiền-não tương-ưng với ai, để dứt kiết-sử phiền-não của tất cả loài.

- Muốn biết trọn vẹn tham-phần, sân-phần, si-phần và đẳng-phần phiền-não, để dứt căn-bổn phiền-não.

- Muốn biết trọn vẹn ngã phiền-não, ngã-sở phiền-não, ngã-mạn phiền-não, để giác-ngộ hết tất cả phiền-não.

- Muốn biết trọn vẹn từ điên-đảo phân-biệt sanh ra căn-bổn phiền-não, tùy phiền-não, nhơn thân-kiến sanh sáu mươi hai kiến chấp, để điều-phục tất cả phiền-não.

- Muốn biết trọn vẹn cái phiền-não, chướng-phiền-não, để phát tâm đại-bi, tâm cứu hộ dứt tất cả phiền-não khiến tất cả trí-tánh thanh-tịnh.

Vì muốn được như vậy mà Bồ-Tát phát tâm vô-thượng bồ-đề.

(Kinh Hoa Nghiêm, phẩm 17. Sơ Phát Tâm Công Đức)

17. CÚNG-DƯỜNG THẬP-PHƯƠNG TAM-THẾ TẤT CẢ CHƯ PHẬT

Giả-sử có người trong khoảng một niệm đem các thứ thượng-vị ẩm-thực, y-phục, hoa hương, phan lọng, tăng-già-lam, cung-điện thượng-diệu, màn-trướng báu, những tòa sư-tử trang-nghiêm và những diệu-bửu cung kính cúng-dường vô-số chư Phật phương Đông và những chúng-sanh trong vô-số thế-giới, luôn trọn vô-số kiếp và cũng khuyên những chúng-sanh đó đồng cúng-dường Phật. Đến khi chư Phật nhập diệt đều xây tháp cao rộng trang-nghiêm để thờ xá-lợi và hình tượng của Phật trọn vô-số kiếp. Chín phương kia cũng đều như vậy.

Này Phật-tử! Công-đức của người trên đây, theo ý ông, có nhiều chăng?

Thiên-Đế thưa: 'Công-đức đó chỉ có đức Phật là biết được thôi'.

Pháp-Huệ Bồ-Tát nói: 'Công-đức đem sánh với công-đức của Bồ-Tát sơ-phát-tâm không bằng một phần trăm, nhẫn đến chẳng bằng một phần ưu-ba-ni-sa-đà.

Nói rộng như thế tuần-tự đến người thứ mười. Công-đức cúng-dường của tất cả người trên đây cũng không bằng một phần ưu-ba-ni-sa-đà đối với công-đức của Bồ-Tát sơ-phát-tâm.

Tại sao vậy? Vì Bồ-Tát phát tâm chẳng phải chỉ hạn cúng-dường bao nhiêu đức Phật như vậy, mà chính vì để cúng-dường thập-phương tam-thế tất cả chư Phật.

(Kinh Hoa Nghiêm, phẩm 17. Sơ Phát Tâm Công Đức)

18. CHẲNG DỨT PHẬT-CHỦNG MÀ PHÁT TÂM

Bồ-Tát phát tâm công đức này rồi, có thể biết và tin:

- Tất cả quá-khứ chư Phật lúc mới thành chánh-giác đến lúc nhập niết-bàn

- Bao nhiêu thiện-căn của tất cả vị-lai chư Phật

- Bao nhiêu trí-huệ của tất cả hiện-tại chư Phật.

Tam-thế chư Phật có bao nhiêu công-đức, Bồ-Tát này có thể tin được, thọ được, có thể biết, có thể tu, có thể được, có thể chứng, có thể trọn nên, có thể cùng chư Phật bình-đẳng một tánh.

Tại sao vậy?

Bồ-Tát này vì chẳng dứt Phật-chủng mà phát tâm

- Vì đầy khắp tất cả thế-giới

- Vì độ thoát tất cả chúng-sanh

- Vì biết rõ sự thành hoại của tất cả thế-giới

- Vì biết rõ sự cấu-tịnh của tất cả chúng-sanh

- Vì biết rõ ba cõi thanh-tịnh của tất cả thế-giới

- Vì biết rõ sở-thích, phiền-não, tập-khí của tất cả chúng-sanh

- Vì biết rõ tất cả chúng-sanh chết đây sanh kia

- Vì biết rõ căn-tánh phương-tiện của tất cả chúng-sanh

- Vì biết rõ tâm hành của tất cả chúng-sanh

- Vì trí biết rõ tam-thế của tất cả chúng-sanh.

Vì những điều trên đây mà Bồ-Tát phát tâm vô-thượng bồ-đề.

(Kinh Hoa Nghiêm, phẩm 17. Sơ Phát Tâm Công Đức)

19. MỤC ĐÍCH CHÍNH CỦA BỒ TÁT SƠ PHÁT TÂM

Tất cả chư Phật lúc sơ-phát-tâm

Không phải vì cúng dường vật chất trong mười vô-số thế-giới ở mười phương; cũng chẳng phải chỉ vì giáo-hóa những chúng-sanh ấy tu ngũ-giới, thập-thiện, tứ-thiền, tứ-không, nhẫn đến khiến trụ nơi quả A-La-Hán và Bích-Chi-Phật mà phát bồ-đề tâm.

Mục đích chính là vì khiến:

Chủng-tánh Như-Lai chẳng dứt

Vì đầy khắp tất cả thế-giới

Vì độ thoát tất cả chúng-sanh trong tất cả thế-giới

Vì biết rõ cả sự thành hoại của tất cả thế-giới

V biết rõ chúng-sanh cấu tịnh trong tất cả thế-giới

Vì biết rõ tự tánh thanh tịnh của tất cả thế giới

Vì biết rõ sở-thích, phiền-não, tập-khí của tất cả chúng-sanh

Vì biết rõ sự chết đây sanh kia của tất cả chúng-sanh

Vì biết rõ căn tánh phương-tiện của tất cả chúng-sanh

Vì biết rõ tâm hành của tất cả chúng-sanh

Vì trí biết rõ tam-thế chúng-sanh

Vì biết rõ cảnh-giới bình-đẳng của tất cả Phật, vì những điều trên đây mà phát tâm vô-thượng bồ-đề, nên công đức vô lượng.

(Kinh Hoa Nghiêm, phẩm 17. Sơ Phát Tâm Công Đức)

20. LỢI ÍCH CỦA CÔNG ĐỨC SƠ PHÁT TÂM

Do phát tâm nên thường được tất cả tam-thế chư Phật ức-niệm, ban diệu-pháp

Sẽ được vô-thượng bồ-đề

Cùng tất cả tam-thế chư Phật thể-tánh bình-đẳng

Đã tu pháp trợ-đạo của tất cả tam-thế chư Phật

Thành tựu lực vô úy của tất cả tam thế chư Phật.

Trang-nghiêm Phật-pháp bất cộng của tất cả tam-thế chư Phật.

Được trọn vẹn trí-huệ thuyết pháp của tất cả tam-thế chư Phật.

Tại sao vậy? Vì phát tâm như đây sẽ được thành Phật.

Nên biết người này đồng với tam-thế chư Phật, bình-đẳng với cảnh-giới của chư Phật, bình-đẳng với công-đức của chư Phật, được trí-huệ chơn-thật một thân cùng vô-lượng thân rốt ráo bình-đẳng của chư Phật.

(Kinh Hoa Nghiêm, phẩm 17. Sơ Phát Tâm Công Đức)

21. ĐỒNG THỂ VỚI TAM-THẾ CHƯ PHẬT

Do phát tâm nên thường được tất cả tam-thế chư Phật ức-niệm, sẽ được vô-thượng bồ-đề.

- Liền được tất cả tam-thế chư Phật ban diệu-pháp.

- Liền cùng tất cả tam-thế chư Phật thể-tánh bình-đẳng.

- Đã tu pháp trợ-đạo của tất cả tam-thế chư Phật.

- Thành tựu lực vô úy của tất cả tam thế chư Phật.

- Trang-nghiêm Phật-pháp bất cộng của tất cả tam-thế chư Phật.

- Được trọn vẹn trí-huệ thuyết pháp của tất cả tam-thế chư Phật.

Tại sao vậy? Vì phát tâm như đây sẽ được thành Phật.

Nên biết người này đồng với tam-thế chư Phật, bình-đẳng với cảnh-giới của chư Phật, bình-đẳng với công-đức của chư Phật, được trí-huệ chơn-thật một thân cùng vô-lượng thân rốt ráo bình-đẳng của chư Phật.

(Kinh Hoa Nghiêm, phẩm 17. Sơ Phát Tâm Công Đức)

22. CẦU NHẤT THIẾT CHỦNG TRÍ

Bồ-Tát sơ-phát-tâm đây chẳng phải cầu được một ít trong tam-thế, như là Phật, Phật-pháp, Bồ-Tát, bồ-tát-pháp, Độc-giác, Độc-giác-pháp, Thinh-văn, thinh-văn-pháp, thế-gian, thế-gian-pháp, xuất-thế-gian, xuất-thế-gian-pháp, chúng-sanh, chúng-sanh-pháp, mà *chỉ cầu được nhứt-thiết-chủng-trí, nơi các pháp-giới, tâm không chấp trước.*

Lúc bấy giờ, do thần-lực của Phật, mười phương đều mười ngàn Phật-sát vi-trần-số thế-giới chấn-động sáu cách, mưa hoa trời, hương trời, tràng hoa trời, y-phục trời, báu-trời, đồ trang-nghiêm-trời, trỗi kỹ-nhạc trời, phóng quang-minh trời và âm-thinh trời.

(Kinh Hoa Nghiêm, phẩm 17. Sơ Phát Tâm Công Đức)

23. MƯỜI NGÀN PHẬT-SÁT VI-TRẦN-SỐ CHƯ PHẬT CŨNG THUYẾT PHÁP SƠ PHÁT TÂM

Lúc đó, mười phương, đều qua khỏi ngoài mười Phật-sát vi-trần-số thế-giới, có mười ngàn Phật-sát vi-trần-số Phật đồng hiệu Pháp-Huệ, và đều hiện thân ra trước Pháp-Huệ Bồ-Tát mà bảo rằng:

Lành thay! Lành thay! Này Pháp-Huệ! Nay ông có thể thuyết được pháp đó. Chúng Ta ở mười phương, đều *mười ngàn Phật-sát vi-trần-số chư Phật cũng thuyết pháp đó.*

(Kinh Hoa Nghiêm, phẩm 17. Sơ Phát Tâm Công Đức)

Lúc Pháp-Huệ Bồ-Tát thuyết pháp đó, có mười ngàn Phật-sát vi-trần-số Bồ-Tát phát tâm vô-thượng bồ-đề. Chư Phật đều thọ-ký cho họ:

- Qua khỏi ngàn bất-khả-thuyết vô-biên kiếp

- Đồng xuất thế thành Phật trong một kiếp và đồng hiệu Thanh-Tịnh-Tâm Như-Lai, thế-giới khác nhau.

- Chư Phật sẽ hộ-trì pháp này, khiến chư Bồ-Tát thời vị-lai, người chưa nghe đều được nghe.

(Kinh Hoa Nghiêm, phẩm 17. Sơ Phát Tâm Công Đức)

24. NGUYỆN LỰC CỦA PHẬT

Như ở Ta-Bà thế-giới này, trên đảnh Tu-di thuyết pháp như vậy khiến các chúng-sanh nghe pháp thọ hóa, *mười phương trăm ngàn ức-na-do-tha vô-lượng, vô-biên, tận pháp-giới hư-không-giới, trong tất cả thế-giới cũng nói pháp này giáo-hóa chúng-sanh. Bồ-Tát thuyết-pháp đồng tên Pháp-Huệ.*

Đều do thần-lực của Phật, nguyện-lực của Phật

- Vì muốn hiển-thị Phật-pháp

- Vì dùng trí-quang chiếu khắp

- Vì muốn khai xiển thật nghĩa

- Vì khiến chứng được pháp-tánh

- Vì khiến hội chúng đều hoan-hỷ

- Vì muốn khai thị nhơn Phật-pháp

- Vì được tất cả Phật bình-đẳng, vì rõ pháp-giới vô-nhị, nên thuyết-pháp như vậy.

(Kinh Hoa Nghiêm, phẩm 17. Sơ Phát Tâm Công Đức)

25. TĂNG-TRƯỞNG THIỆN-CĂN THANH-TỊNH

Lúc đó Pháp-Huệ Bồ-Tát quan-sát khắp tất cả chúng-hội mười phương thế-giới:

- Muốn đều thành-tựu các chúng-sanh

- Muốn đều trừ sạch những nghiệp quả báo

- Muốn đều khai hiển thanh-tịnh pháp-giới

- Muốn đều nhổ trừ căn-bổn tạp-nhiễm

- Muốn đều tăng-trưởng tín giải rộng lớn

- Muốn đều khiến biết rõ căn-tánh vô-lượng chúng-sanh

- Muồn đều khiến biết pháp tam-thế bình-đẳng

- Muốn đều khiến quan-sát niết-bàn-giới

- Muốn tăng-trưởng thiện-căn thanh-tịnh của mình, thừa oai-lực của Phật mà nói kệ rằng:

Vì lợi thế-gian phát đại tâm

Tâm đó khắp cùng cả mười phương

Chúng-sanh, quốc-độ pháp tam-thế

Phật và Bồ-Tát biển tối-thắng.

(Kinh Hoa Nghiêm, phẩm 17. Sơ Phát Tâm Công Đức)

26. VÌ CHÚNG SANH SƠ PHÁT ĐẠI TÂM

Rốt ráo hư-không khắp pháp-giới

Chỗ có tất cả những thế-gian

Như các Phật-pháp đều qua đến

Phát tâm như vậy không thối-chuyển...

Muốn biết tất cả các Phật-pháp

Phải nên mau phát bồ-đề-tâm

Tâm này hơn hết trong công-đức

Tất được Như-Lai vô-ngại-trí...

Muốn thấy thập-phương tất cả Phật

Muốn ban vô tận công-đức tạng

Muốn diệt chúng-sanh tất cả khổ

Phải nên mau phát bồ-đề-tâm.

(Kinh Hoa Nghiêm, phẩm 17. Sơ Phát Tâm Công Đức)

Phẩm 18.

I. MỤC LỤC

1. Mười pháp chẳng phóng dật

2. Mười điều thanh tịnh từ bất phóng dật

3. Mười đại tinh tấn

4. Mười pháp hoan hỉ

5. Mười pháp an trụ

6. .Mười pháp mau nhập các địa

7. Bồ đề địa

8. Mười chỗ thật hành thanh-tịnh

9. Mười pháp tăng thắng

10. Mười nguyện thanh-tịnh

11. Thập đại nguyện

12. Mười vô-tận-tạng

13. Bồ-tát tùy nghi thuyết-pháp

14. Bồ Tát nhẫn thọ tất cả sự khổ hại

15. Mười pháp môn tùy nghi khiến cho tam-bảo-chủng trọn chẳng đoạn tuyệt

16. Mười trang nghiêm

17. Công đức tùy hỉ

18. Tùy nghi độ thoát vô biên chúng sanh

19. Thứ-đệ thành-tựu các bồ-tát-hạnh

20. Vì tâm hành phiền-não của các chúng-sanh mà thuyết pháp

21. Bồ-tát được tự-tại-lực thắng-nguyện-trí

22. Bồ-tát thành-tựu vô-lượng môn trí-huệ

23. Như-Lai chánh pháp tạng.

***

II. CHÁNH VĂN

1. MƯỜI PHÁP CHẲNG PHÓNG DẬT

-Tinh-Tấn-Huệ Bồ-Tát bạch Pháp-Huệ Bồ-Tát rằng: Chư Bồ-tát dùng phương-tiện gì có thể sẽ viên-mãn đại-hạnh, nối thạnh Phật-chủng?

- Pháp-Huệ Bồ-Tát nói với Tinh-Tấn-Huệ Bồ-Tát về mười pháp chẳng phóng dật:

1. Giữ gìn giới cấm

2. Xa lìa ngu-si, tâm bồ-đề thanh-tịnh

3. Lòng thích ngay thẳng rời điều dua phỉnh

4. Siêng tu căn lành không thối-chuyển

5. Luôn khéo tư-duy tâm của mình đã phát

6. Chẳng thích gần-gũi tất cả phàm-phu tại-gia hay xuất-gia

7. Tu những nghiệp lành mà chẳng mong cầu quả báo thế-gian

8. Lìa hẳn nhị-thừa mà thật hành bồ-tát-hạnh

9. Thích tu-tập điều lành chẳng để đoạn tuyệt

245

10. Luôn khéo quan-sát sức tương-tục của mình.

(Kinh Hoa Nghiêm, phẩm 18. Minh Pháp)

2. MƯỜI ĐIỀU THANH TỊNH TỪ BẤT PHÓNG DẬT

1. Thật hành đúng như lời nói

2. Niệm-trí được thành-tựu

3. Trụ nơi thâm định chẳng trầm chẳng điệu

4. Thích cầu Phật-pháp không lười bỏ

5. Theo pháp được nghe quan-sát đúng lý sanh diệu trí-huệ

6. Nhập thâm thiền-định được Phật-thần-thông

7. Tâm bình-đẳng không cao hạ

8. Tâm không chướng-ngại đối với chúng-sanh loại thượng trung hạ, bình-đẳng lợi-ích như đại-địa

9. Nếu thấy chúng-sanh nhẫn đến một phen phát bồ-đề-tâm thời tôn trọng kính thờ xem như hoà-thượng

10. Đối với hòa-thượng và a-xà-lê thọ-giới, chư Bồ-Tát, các thiện-tri-thức, các pháp-sư luôn tôn trọng kính thờ.

(Kinh Hoa Nghiêm, phẩm 18. Minh)

3. MƯỜI ĐẠI TINH TẤN

1. Bồ-Tát trụ bất-phóng-dật

2. Phát đại-tinh-tấn

3. Khởi chánh-niệm

4. Sanh-thắng-nguyện

5. Tu hành chẳng dứt

6. Tâm không y tựa tất cả pháp

7. Siêng tu tập pháp thậm-thâm

8. Vào môn vô-tránh thêm tâm quảng-đại

9. Có thể thuận biết rõ vô-biên Phật-pháp

10. Khiến chư Phật đều hoan-hỷ.

(Kinh Hoa Nghiêm, phẩm 18. Minh Pháp)

4. MƯỜI PHÁP HOAN HỈ

1. Tinh-tấn bất-thối

2. Chẳng tiếc thân mạng

3. Không mong cầu lợi-dưỡng

4. Biết tất cả pháp đều như hư-không

5. Khéo quan-sát vào khắp pháp-giới

6. Biết các pháp-ấn lòng không ỷ-trước

7. Luôn phát đại-nguyện

8. Thành tựu nhẫn-trí

9. Quan-sát pháp lành của mình lòng không tăng giảm

10. Y vô-tác-môn tu những tịnh hạnh.

(Kinh Hoa Nghiêm, phẩm 18. Minh Pháp)

5. MƯỜI PHÁP AN TRỤ

1. An-trụ bất phóng-dật

2. An-trụ vô-sanh-nhẫn

3. An-trụ đại-từ

4. An-trụ đại-bi

5. An-trụ đầy đủ các môn ba-la-mật

6. An-trụ đại-hạnh

7. An-trụ đại-nguyện

8. An-trụ xảo phương-tiện

9. An-trụ dũng mãnh lực

10. An-trụ trí-huệ, quan-sát tất cả pháp đều vô-trụ, như hư-không.

(Kinh Hoa Nghiêm, phẩm 18. Minh Pháp)

6. MƯỜI PHÁP MAU NHẬP CÁC ĐỊA

1. Khéo viên-mãn hai hạnh phước và trí
2. Trang-nghiêm đạo ba-la-mật
3. Trí-huệ sáng suốt chẳng tùy tha-ngữ
4. Kính thờ thiện-hữu luôn không bỏ lìa
5. Thường hành tinh-tấn không giải-đãi
6. Khéo an-trụ Như-Lai thần-lực
7. Tu các căn lành chẳng sanh mỏi nhọc
8. Thâm-tâm lợi-trí dùng pháp đại-thừa để tự trang-nghiêm
9. Đối với pháp-môn của các địa tâm không trụ
10. Đồng một thể-tánh với thiện-căn phương-tiện của tam-thế chư Phật.

(Kinh Hoa Nghiêm, phẩm 18. Minh Pháp)

7. BỒ ĐỀ ĐỊA

1. Bồ-Tát lúc sơ-trụ-địa phải khéo quan-sát tùy nơi mình có:
2. Tất cả pháp-môn
3. Thậm-thâm trí-huệ
4. Tùy nhơn đã tu
5. Tùy quả đã được
6. Tùy cảnh-giới mình
7. Tùy lực dụng mình
8. Tùy chỗ thị-hiện của mình
9. Tùy mình phân biệt

10. Tùy mình đã được

11. Đều khéo quan-sát biết tất cả pháp đều là tự-tâm mà không sở-trước.

12. Biết được như vậy vào bồ-đề-địa hay khéo an-trụ.

(Kinh Hoa Nghiêm, phẩm 18. Minh Pháp)

8. MƯỜI CHỖ THẬT HÀNH THANH-TỊNH

1. Xả hết của cải để làm vừa ý chúng-sanh

2. Trì-giới thanh-tịnh không hủy phạm

3. Nhu hòa nhẫn nhục không cùng tận

4. Siêng tu các hạnh trọn chẳng thối chuyển

5. Do chánh-niệm lực tâm không mê loạn

6. Phân biệt rõ biết vô-lượng pháp

7. Tu tất cả hạnh mà không sở-trước

8. Tâm bất động dường như núi Tu-Di

9. Rộng độ chúng-sanh dường như cầu đò

10. Biết tất cả chúng-sanh cùng chư Phật đồng một thể-tánh.

(Kinh Hoa Nghiêm, phẩm 18. Minh Pháp)

9. MƯỜI PHÁP TĂNG THẮNG

1. Chư Phật phương khác đều hộ-niệm

2. Thiện-căn tăng thắng siêu-việt đẳng cấp

3. Khéo lãnh thọ được sức gia-trì của Phật

4. Thường được thiện-nhơn làm chỗ nương tựa

5. An-trụ tinh-tấn hằng chẳng phóng-dật

6. Biết tất cả pháp bình-đẳng không khác

7. Lòng luôn an-trụ đại-bi vô-thượng

8. Quan-sát các pháp đúng thật xuất sanh diệu-huệ

9. Khéo có thể tu hành phương-tiện thiện-xảo

10. Có thể biết sức phương-tiện của Như-Lai.

   (Kinh Hoa Nghiêm, phẩm 18. Minh Pháp)

10. MƯỜI NGUYỆN THANH-TỊNH

1. Nguyện thành-thục chúng-sanh không mỏi nhàm

2. Nguyện thật hành đủ điều lành để nghiêm tịnh thế-giới

3. Nguyện thừa sự Như-Lai luôn kính trọng

4. Nguyện hộ-trì chánh-pháp chẳng tiếc thân mạng

5. Năm là nguyện dùng trí quan-sát vào các Phật-độ

6. Nguyện cùng các Bồ-Tát đồng một thể-tánh

7. Nguyện vào cửa Như-Lai rõ tất cả pháp

8. Nguyện người thấy sanh tin đều được lợi-ích

9. Nguyện thần-lực trụ thế tận-kiếp vị-lai

10. Nguyện đủ phổ-hiền-hạnh tu tập môn nhứt-thiết-chủng-trí.

   (Kinh Hoa Nghiêm, phẩm 18. Minh Pháp)

11. THẬP ĐẠI NGUYỆN

1. Lòng không nhàm chán

2. Đủ đại trang-nghiêm

3. Nhớ nguyện lực thù-thắng của chư Bồ-Tát

4. Nghe các Phật-độ đều nguyện vãng-sanh

5. Thâm-tâm lâu dài tận kiếp vị-lai

6. Nguyện trọn thành-tựu tất cả chúng-sanh

7. Trụ tất cả kiếp chẳng lấy làm nhọc

8. Thọ tất cả khổ chẳng sanh nhàm lìa

9. Nơi tất cả chỗ vui lòng không tham trước

10. Thường siêng gìn giữ pháp-môn vô-thượng.

(Kinh Hoa Nghiêm, phẩm 18. Minh Pháp)

12. MƯỜI VÔ-TẬN-TẠNG

1. Vô-tận-tạng thấy khắp chư Phật

2. Vô-tận-tạng tổng-trì chẳng quên

3. Vô-tận-tạng quyết rõ các pháp

4. Vô-tận-tạng đại-bi cứu hộ

5. Vô-tận-tạng các môn tam-muội

6. Vô-tận-tạng phước-đức rộng lớn làm thỏa mãn lòng chúng-sanh

7. Vô-tận-tạng trí-huệ rất sâu diễn tất cả pháp

8. Vô-tận-tạng báo được thần-thông

9. Vô-tận-tạng trụ vô-lượng kiếp

10. Vô-tận-tạng vào vô-biên thế-giới.

11. Bồ-Tát đã được mười tạng vô-tận thời đầy đủ phước-đức, trí-huệ thanh-tịnh, tùy nghi mà thuyết-pháp với chúng-sanh.

(Kinh Hoa Nghiêm, phẩm 18. Minh Pháp)

13. BỒ-TÁT TÙY NGHI THUYẾT-PHÁP

1. Lúc Bồ-Tát thuyết-pháp:

2. Văn liên-thuộc nhau

3. Nghĩa không sai lầm

4. Quan-sát pháp trước sau dùng trí phân-biệt

5. Thẩm định phải quấy

6. Chẳng trái pháp-ấn

7. Thứ-đệ kiến-lập vô-biên hạnh-môn khiến các chúng-sanh

dứt tất cả nghi ngờ

8. Khéo biết căn-tánh và giáo pháp Như-Lai, chứng chơn-lý, biết pháp bình-đẳng, dứt những pháp-ái, trừ tất cả pháp

9. Thường nhớ chư Phật không rời nơi lòng, rõ biết âm-thinh thể-tánh bình-đẳng

10. Nơi các ngôn thuyết tâm không chấp-trước, khó nói ví dụ không trái nghịch nhau, đều khiến được ngộ tất cả chư Phật

11. Tùy nghi khắp hiện trí-thân bình-đẳng.

12. Bồ-Tát vì các chúng-sanh mà thuyết-pháp như vậy thời tự mình tu tập tăng-trưởng nghĩa lợi, chẳng bỏ các độ, trang-nghiêm đầy đủ đạo ba-la-mật.

(Kinh Hoa Nghiêm, phẩm 18. Minh Pháp)

14. BỒ TÁT NHẪN THỌ TẤT CẢ SỰ KHỔ HẠI

1. Tâm bình-đẳng đối với chúng-sanh không hề xao động (Nhẫn ba-la-mật)

2. Không lười trễ (Tinh tấn ba-la-mật)

3. Không thối chuyển

4. Thế-lực dũng-mãnh không bị chế phục

5. Nơi các công-đức không lấy không bỏ mà có thể đầy đủ tất cả trí-môn

6. Không tham trước cảnh ngũ dục, đều thành-tựu được các thứ-đệ định

7. Chánh tư-duy, chẳng trụ chẳng xuất mà có thể tiêu diệt tất cả phiền-não

8. Xuất sanh vô-lượng môn tam-muội, thành-tựu vô-biên thần-thông, nghịch thuận thứ-đệ nhập các tam-muội (Định ba-la-mật)

9. Nơi chư Phật nghe pháp thọ-trì, gần thiện trí-thức kính thờ chẳng mỏi, thường thích nghe pháp không nhàm đủ, được

thiệt-tướng-ấn, rõ biết đạo vô-công-dụng của Như-Lai, thừa phổ-môn-huệ

10. Nhập nơi môn nhứt-thiết-chủng-trí, trọn được thôi nghỉ, đây là hay tu bát-nhã-ba-la-mật.

(Kinh Hoa Nghiêm, phẩm 18. Minh Pháp)

15. MƯỜI PHÁP MÔN TÙY NGHI KHIẾN CHO TAM-BẢO-CHỦNG TRỌN CHẲNG ĐOẠN TUYỆT

1. Bồ-Tát dạy các chúng-sanh phát tâm bồ-đề Khiến Phật-chủng chẳng dứt

2. Vì thường khai xiển pháp tạng cho chúng-sanh, nên có thể làm cho pháp-chủng chẳng dứt.

3. Vì khéo thọ-trì giáo-pháp không trái nghịch, nên có thể làm cho tăng-chủng chẳng dứt.

4. Vì đều hay ca ngợi tất cả đại-nguyện nên có thể làm cho Phật-chủng chẳng dứt.

5. Vì phân biệt diễn thuyết môn nhơn duyên nên có thể làm cho pháp-chủng chẳng dứt.

6. Vì thường siêng tu tập sáu pháp hòa kính nên có thể làm cho tăng-chủng chẳng dứt.

7. Lại vì ở trong ruộng chúng-sanh gieo hột giống Phật nên có thể làm cho Phật-chủng chẳng dứt.

8. Vì hộ-trì chánh-pháp chẳng tiếc thân mạng nên có thể làm cho Pháp-chủng chẳng dứt.

9. Vì thống-lý đại-chúng không mệt mỏi nên có thể làm cho Tăng-chủng chẳng dứt.

10. Lại vì đối với giáo-pháp và cấm-giới của tam-thế chư Phật đều phụng-trì trọn vẹn lòng chẳng bỏ lìa, nên có thể làm cho chủng-tử Phật, Pháp, Tăng vĩnh viễn chẳng đoạn-tuyệt.

11. Bồ-Tát nối thạnh tam-bảo như vậy, tất cả việc làm không có lỗi, bao nhiêu công-hạnh đều đem hồi-hướng nhứt-thiết-

trí, do đây nên ba nghiệp không có tỳ vết.

12. Vì ba nghiệp thân, ngữ và ý không tỳ vết nên những điều thiện đã làm, những công-hạnh đã làm, giáo-hóa chúng-sanh, tùy nghi thuyết-pháp, nhẫn đến một niệm đều không sai lầm, đều tương ưng với phương-tiện trí-huệ, đều đem hồi-hướng nơi nhứt-thiết-chủng-trí không để luống qua.

(Kinh Hoa Nghiêm, phẩm 18. Minh Pháp)

16. MƯỜI TRANG NGHIÊM

1. Thân trang-nghiêm, vì tùy theo các chúng-sanh đáng được điều-phục mà thị-hiện.

2. Ngữ trang-nghiêm, vì dứt tất cả nghi ngờ khiến họ đều hoan-hỷ.

3. Tâm trang-nghiêm, vì trong một niệm nhập các tam-muội.

4. Phật-sát trang-nghiêm, vì tất cả thanh-tịnh lìa những phiền-não.

5. Quang-minh trang-nghiêm, vì phóng vô-biên-quang chiếu khắp chúng-sanh.

6. Chúng-hội trang-nghiêm, vì nhiếp khắp chúng-hội đều làm cho hoan-hỷ.

7. Thần-thông trang-nghiêm, vì tùy tâm chúng-sanh mà tự-tại thị-hiện.

8. Chánh-giáo trang-nghiêm, vì có thể nhiếp tất cả người thông-huệ.

9. Niết-bàn địa trang-nghiêm, vì một chỗ thành đạo cùng khắp mười phương đều không thừa.

10. Xảo thuyết trang-nghiêm, vì tùy xứ tùy thời tùy căn-khí chúng-sanh mà thuyết-pháp.

(Kinh Hoa Nghiêm, phẩm 18. Minh Pháp)

17. CÔNG ĐỨC TÙY HỈ

1. Với chư Bồ-tát dùng các phương-tiện viên-mãn đại-hạnh

2. Nối thạnh Phật-chủng này

3. Nếu ai được nghe tên, hoặc cúng-dường, hoặc ở chung, hoặc ghi nhớ, hoặc theo xuất-gia, hoặc nghe thuyết-pháp, hoặc tùy hỉ thiện-căn, hoặc có lòng vọng kính phục, nhẫn đến ca ngợi truyền dương danh tự, thời tất cả sẽ đều được vô-thượng bồ-đề.

4. Ví như vị thuốc thiện-kiến, ai thấy thuốc này thời tất cả bịnh độc đều tiêu trừ.

5. Cũng vậy, Bồ-Tát thành-tựu pháp này, nếu chúng-sanh nào thấy Bồ-Tát thời các độc phiền-não đều được dứt trừ và tăng-trưởng thiện-pháp.

   (Kinh Hoa Nghiêm, phẩm 18. Minh Pháp)

18. TÙY NGHI ĐỘ THOÁT VÔ BIÊN CHÚNG SANH

1. Bồ-Tát trụ trong pháp này, siêng năng tu tập

2. Dùng ánh sáng trí-huệ dứt trừ si tối

3. Dùng sức từ-bi dẹp phục quân ma

4. Dùng trí-huệ lớn và sức phước-đức chế các ngoại-đạo

5. Dùng kim-cang-định dứt trừ tất cả tâm nhơ phiền-não

6. Dùng sức tinh-tấn họp các căn lành

7. Dùng những sức thiện-căn tịnh Phật-độ mà xa lìa tất cả ác-đạo và các nạn

8. Dùng sức vô-trước mà thanh-tịnh cảnh-giới của trí

9. Dùng sức trí-huệ phương-tiện mà xuất-sanh tất cả Bồ-Tát-địa, các ba-la-mật, các tam-muội, lục-thông, tam minh, tứ vô-úy đều khiến thanh-tịnh

10. Dùng tất cả thiện-pháp-lực để hoàn thành tất cả Phật-độ, vô-biên tướng-hảo, thân, ngữ và tâm trang-nghiêm toàn vẹn

11. Dùng sức trí tự-tại quan-sát thập-lực, tứ vô-úy, pháp bất-cộng của tất cả Như-Lai đều bình-đẳng

12. Dùng sức trí-huệ rộng lớn rõ biết cảnh-giới của nhứt-thiết-chủng-trí

13. Dùng nguyện-lực thuở trước mà tùy nghi ứng-hóa hiện Phật-độ, chuyển pháp luân, độ thoát vô-lượng vô-biên chúng-sanh.

(Kinh Hoa Nghiêm, phẩm 18. Minh Pháp)

19. THỨ-ĐỆ THÀNH-TỰU CÁC BỒ-TÁT-HẠNH

Bồ-Tát siêng tu pháp này thời thứ-đệ thành-tựu các bồ-tát-hạnh

- Cùng chư Phật bình-đẳng

- Trong vô-biên thế-giới làm đại pháp-sư hộ-trì chánh-pháp

- Chư Phật hộ-niệm, giữ-gìn và thọ-trì pháp-tạng rộng lớn

- Vô-ngại-biện thâm nhập pháp-môn

- Ở trong đại-chúng nơi vô-biên thế-giới tùy loại chẳng đồng mà khắp hiện thân hình xinh đẹp

- Dùng vô-ngại-biện khéo nói thâm pháp

- Vì âm-thinh viên-mãn khéo phân bố

- Làm cho người nghe vào môn trí-huệ vô-tận.

(Kinh Hoa Nghiêm, phẩm 18. Minh Pháp)

20. VÌ TÂM HÀNH PHIỀN-NÃO
CỦA CÁC CHÚNG-SANH MÀ THUYẾT PHÁP

Bồ Tát biết tâm hành phiền-não của các chúng-sanh mà vì họ thuyết-pháp

1. Vì ngôn-âm hoàn-toàn thanh-tịnh nên nhứt-âm diễn-xướng có thể làm hoan-hỷ tất cả

2. Vì thân đoan-chánh có oai-lực lớn nên không ai hơn khi ở

trong chúng-hội

3. Vì khéo biết tâm chúng-sanh nên có thể khắp hiện thân

4. Vì thuyết-pháp khéo léo nên âm-thinh vô-ngại

5. Vì được tâm tự-tại nên khéo thuyết đại-pháp không bị trở hoại

6. Vì được vô-sở-úy nên lòng không khiếp nhược

7. Vì nơi pháp tự-tại nên không ai hơn

8. Vì nơi trí tự-tại nên không ai thắng

9. Vì bát-nhã ba-la-mật tự-tại nên những pháp-tướng đã nói không chống trái

10. Vì biện-tài tự-tại nên tùy thích thuyết-pháp tương-tục chẳng dứt

11. Vì đà-la-ni tự tại nên quyết định khai thị thật tướng của các pháp

12. Vì biện-tài tự-tại nên tùy chỗ diễn thuyết có thể khai các môn ví-dụ

13. Vì đại bi tự-tại nên siêng dạy chúng-sanh không lười trễ

14. Vì đại-từ tự-tại nên phóng lưới quang-minh vui đẹp lòng đại-chúng.

(Kinh Hoa Nghiêm, phẩm 18. Minh Pháp)

21. BỒ-TÁT ĐƯỢC TỰ-TẠI-LỰC THẮNG-NGUYỆN-TRÍ

Bồ-Tát được tự-tại-lực thắng-nguyện-trí như vậy rồi, giả sử có đạo-tràng rộng lớn lượng bằng bất-khả-thuyết thế-giới, chúng-sanh đông đầy trong đó, mỗi chúng-sanh sắc-tướng oai-đức đều như Đại-thiên thế-giới-chủ, Bồ-Tát này vừa hiện thân đến *đạo-tràng thời có thể che chói tất cả đại-chúng trên đây.*

Rồi dùng đại từ-bình-đẳng an-định sự khiếp nhược của chúng, dùng thâm trí-huệ xét sở-thích của chúng, dùng biện-tài vô-úy vì chúng thuyết-pháp, làm cho tất cả chúng đều vui mừng.

(Kinh Hoa Nghiêm, phẩm 18. Minh Pháp)

22. BỒ-TÁT THÀNH-TỰU VÔ-LƯỢNG MÔN TRÍ-HUỆ

Bồ-Tát này đã thành-tựu vô-lượng môn trí-huệ

- Vô-lượng xảo phân-biệt

- Chánh niệm-lực rộng lớn

- Vô-tận thiện-xảo-huệ

- Thành-tựu đà-la-ni quyết liễu thật-tướng của các pháp

- Vô-biên bồ-đề-tâm, diệu biện-tài

- Thâm tín-giải, thành-tựu trí-huệ-lực khắp vào đạo-tràng của tam-thế chư Phật

- Thành-tựu tâm thanh-tịnh biết tam-thế chư Phật đồng một thể-tánh

- Thành-tựu Như-Lai trí, Bồ-Tát đại-nguyện trí

- Làm đại pháp-sư khai-thị chánh-pháp tạng của chư Phật và hộ-trì.

(Kinh Hoa Nghiêm, phẩm 18. Minh Pháp)

23. NHƯ-LAI CHÁNH PHÁP TẠNG

Ngày đêm siêng tu không lười mỏi

Khiến Tam-bảo-chủng chẳng đoạn tuyệt

Tất cả pháp lành đã thật hành

Đều đem hồi-hướng Như-Lai địa.

Tu hành như vậy được Phật-trí

Thâm nhập Như-Lai chánh-pháp-tạng

Làm đại pháp-sư diễn diệu-pháp

Ví như cam-lộ trọn rưới nhuần.

Từ-bi thương xót khắp tất cả

Tâm hành chúng-sanh đều biết cả

Đúng sở-thích họ mà khai diễn

Vô-lượng vô-biên các Phật-pháp.

Cử động an lành như tượng-vương

Dũng-mãnh vô-úy dường sư-tử

Bất-động như núi, trí như biển

Cũng như mưa to trừ nóng bức.

Lúc Pháp-Huệ Bồ-Tát nói kệ xong, đức Như-Lai hoan-hỷ đại chúng đều phụng hành.

(Kinh Hoa Nghiêm, phẩm 18. Minh Pháp)

Phẩm 19.

Thăng Dạ Ma Thiên Cung

I. MỤC LỤC

1. Không rời cội bồ-đề mà đến Dạ-ma thiên-cung thuyết pháp

2. Mười Đức Như-Lai quá khứ từng giảng pháp ở điện Ma-ni

3. Bửu vương Như-Lai từng giảng pháp ở điện Thanh tịnh

4. Khổ-hạnh Như-Lai từng giảng pháp ở điện Trang-nghiêm

5. Nhiên đăng Như-Lai từng giảng pháp ở điện Thù thắng

6. Nhiêu ích Như-Lai từng giảng pháp ở điện Vô cấu

7. Thiện giác Như-Lai từng giảng pháp ở điện Bửu hương

8. Thắng thiên Như-Lai từng giảng pháp ở điện Diệu hương

9. Vô khứ Như-Lai từng giảng pháp ở điện Phổ-nhãn

10. Vô thắng Như-Lai từng giảng pháp ở điện Thiện-nghiêm

11. Khổ-hạnh Như-Lai từng giảng pháp ở điện Phổ-nghiêm.

***

II. CHÁNH VĂN

1. KHÔNG RỜI CỘI BỒ-ĐỀ
MÀ ĐẾN DẠ-MA THIÊN-CUNG THUYẾT PHÁP

- Do thần lực của đức Phật, khắp thập phương thế-giới, trong Diêm-Phù-Đề và trên đảnh Tu-Di đều thấy Như-Lai ngự giữa chúng-hội.

Đức Thế-Tôn không rời cội Bồ-đề và đảnh núi Tu-Di mà hướng đến điện Bửu-Trang-Nghiêm nơi Dạ-Ma Thiên-Cung.

-Trăm vạn Dạ-Ma Thiên-Vương cung-kính đảnh lễ, trăm vạn Phạm-Vương vui mừng hớn-hở, trăm vạn Bồ-Tát xưng-dương ca ngợi, trăm vạn kỹ-nhạc hòa tấu, trăm vạn pháp-âm không dứt tiếng.

(Kinh Hoa Nghiêm, phẩm 19. Thăng Dạ Ma Thiên Cung)

2. CÁC ĐỨC NHƯ-LAI QUÁ KHỨ
TỪNG GIẢNG PHÁP Ở ĐIỆN MA-NI

Lúc đó Thiên-Vương liền tự nhớ thiện-căn đã vun trồng nơi chư Phật thời quá-khứ, thừa oai-lực của đức Phật mà nói kệ rằng:

Danh-Xưng Như-Lai khắp mười phương

Trong những cát-tường vô-thượng nhứt

Phật từng vào điện Ma-ni này

Vì thế chỗ này rất cát-tường.

(Kinh Hoa Nghiêm, phẩm 19. Thăng Dạ Ma Thiên Cung)

3. BỬU VƯƠNG NHƯ-LAI TỪNG GIẢNG PHÁP
Ở ĐIỆN THANH TỊNH

Bửu-Vương Như-Lai đèn thế-gian

Trong những cát-tường vô-thượng-nhứt

Phật từng vào điện thanh-tịnh này

Vì thế chỗ này rất cát-tường.

(Kinh Hoa Nghiêm, phẩm 19. Thăng Dạ Ma Thiên Cung)

4. KHỔ-HẠNH NHƯ-LAI TỪNG GIẢNG PHÁP Ở ĐIỆN TRANG-NGHIÊM

Hỷ-Mục Như-Lai thấy vô-ngại

Trong những cát-tường vô-thượng-nhứt

Phật từng vào điện trang-nghiêm này

Vì thế chỗ này rất cát-tường.

(Kinh Hoa Nghiêm, phẩm 19. Thăng Dạ Ma Thiên Cung)

5. NHIÊN ĐĂNG NHƯ-LAI TỪNG GIẢNG PHÁP Ở ĐIỆN THÙ THẮNG

Nhiên-Đăng Như-Lai chiếu thế-gian

Trong những cát-tường vô-thượng-nhứt

Phật từng vào điện thù thắng này

Vì thế chỗ này rất cát tường.

(Kinh Hoa Nghiêm, phẩm 19. Thăng Dạ Ma Thiên Cung)

6. NHIÊU ÍCH NHƯ-LAI TỪNG GIẢNG PHÁP Ở ĐIỆN VÔ CẤU

Nhiêu Ích Như-Lai lợi thế gian

Trong những cát tường vô thượng nhất

Phật từng vào điện vô-cấu này

Vì thế chỗ này rất cát-tường.

(Kinh Hoa Nghiêm, phẩm 19. Thăng Dạ Ma Thiên Cung)

7. THIỆN GIÁC NHƯ-LAI TỪNG GIẢNG PHÁP Ở ĐIỆN BỬU HƯƠNG

Thiện-Giác Như-Lai không có thầy

Trong những cát-tường vô-thượng-nhứt

Phật từng vào điện bửu-hương này

Vì thế chỗ này rất cát-tường.

(Kinh Hoa Nghiêm, phẩm 19. Thăng Dạ Ma Thiên Cung)

8. THẮNG THIÊN NHƯ-LAI TỪNG GIẢNG PHÁP Ở ĐIỆN DIỆU HƯƠNG

Thắng-Thiên Như-Lai đèn trong đời

Trong những cát-tường vô-thượng-nhứt

Phật từng vào điện diệu-hương này

Vì thế chỗ này rất cát-tường.

(Kinh Hoa Nghiêm, phẩm 19. Thăng Dạ Ma Thiên Cung)

9. VÔ KHỨ NHƯ-LAI TỪNG GIẢNG PHÁP Ở ĐIỆN PHỔ-NHÃN

Vô-Khứ Như-Lai hùng-biện nhứt

Trong những cát-tường vô-thượng-nhứt

Phật từng vào điện phổ-nhãn này

Vì thế chỗ này rất cát-tường.

(Kinh Hoa Nghiêm, phẩm 19. Thăng Dạ Ma Thiên Cung)

10. VÔ THẮNG NHƯ-LAI TỪNG GIẢNG PHÁP Ở ĐIỆN THIỆN-NGHIÊM

Vô-Thắng Như-Lai đủ công-đức

Trong những cát-tường vô-thượng-nhứt

Phật từng vào điện thiện-nghiêm này

Vì thế chỗ này rất cát-tường.

(Kinh Hoa Nghiêm, phẩm 19. Thăng Dạ Ma Thiên Cung)

11. KHỔ-HẠNH NHƯ-LAI TỪNG GIẢNG PHÁP Ở ĐIỆN PHỔ-NGHIÊM

Khổ-Hạnh Như-Lai lợi thế-gian

Trong những cát-tường vô-thượng-nhứt

Phật từng vào điện phổ-nghiêm này

Vì thế chỗ này rất cát-tường.

(Kinh Hoa Nghiêm, phẩm 19. Thăng Dạ Ma Thiên Cung)

Khắp thập-phương thế-giới, tất cả Dạ-Ma Thiên-Vương đều ca-ngợi công-đức của Phật như vậy cả.

Lúc đức Thế-Tôn vào điện Ma-Ni ngồi kiết-già trên bửu-tòa sư-tử, điện này bỗng rộng-rãi bao-la bằng tất cả chỗ ở của thiên-chúng. Thập phương thế-giới cũng như vậy.

Phẩm 20.

Dạ Ma Cung Kệ Tán

I. MỤC LỤC

1. Mười vị Bồ Tát thượng thủ ở mười quốc độ
2. Phóng hào quang từ hai bàn chân
3. Công đức lâm Bồ Tát nói về thân-tướng bất-khả-đắc
4. Huệ-lâm bồ-tát nói về đẳng ly-cấu vô-thượng
5. Thắng-lâm bồ-tát nói về bất-khả-tư-nghị kiếp
6. Vô-úy-lâm bồ-tát nói về đẳng lưỡng-túc-tôn
7. Tàm-quý-lâm bồ-tát nói về Như-Lai tối thượng
8. Tinh-tấn-lâm bồ-tát nói về các pháp vô-sai-biệt
9. Lực-lâm bồ-tát nói về nghĩa vô sanh
10. Hạnh-lâm bồ-tát nói về vô-tướng, vô-phân-biệt
11. Giác-lâm bồ-tát nói về tất cả duy tâm tạo

<blockquote>
Nếu người muốn rõ biết

Tất cả Phật ba đời

Phải quán pháp-giới-tánh

Tất cả duy tâm tạo.
</blockquote>

(Bài kệ nổi tiếng của Tông Hoa Nghiêm)

12. Trí-lâm bồ-tát nói về ấm thanh chẳng phải Phật.

***

II. CHÁNH VĂN

1. MƯỜI VỊ BỒ TÁT THƯỢNG THỦ Ở MƯỜI QUỐC ĐỘ

Do thần-lực của đức Phật, mười phương đều có một đại Bồ-Tát, mỗi vị đều cùng Phật-sát vi-trần-số Bồ-Tát câu hội, từ những thế-giới ngoài mười vạn Phật-sát vi-trần-số quốc-độ mà đến cõi Dạ Ma Thiên.

Công-Đức-Lâm Bồ-Tát, Huệ-Lâm Bồ-Tát, Thắng-Lâm Bồ-Tát, Vô-Úy-Lâm Bồ-Tát, Tàm-Quý-Lâm Bồ-Tát, Tinh-Tấn-Lâm Bồ-Tát, Lực-Lâm Bồ-Tát, Hạnh-Lâm Bồ-Tát, Giác-Lâm Bồ-Tát, Trí-Lâm Bồ-Tát.

Quốc-độ của các Ngài từ đó mà đến theo thứ-tự là:

Thân-Huệ thế-giới, Tràng-Huệ thế-giới, Bửu-Huệ thế-giới, Thắng-Huệ thế-giới, Đăng-Huệ thế-giới, Kim-Cang-Huệ thế-giới, An-Lạc-Huệ thế-giới, Nhựt-Huệ thế-giới, Tịnh-Huệ thế-giới, Phạm-Huệ thế-giới.

Chư Phật Thế-Tôn nơi thế-giới đó theo thứ tự là:

Thường-Trụ-Nhãn Phật, Vô-Thắng-Nhãn Phật, Võ-Trụ-Nhãn Phật, Bất-Động-Nhãn Phật, Thiên-Nhãn Phật, Giải-Thoát-Nhãn Phật, Thẩm-Đế-Nhãn Phật, Minh-Tướng-Nhãn Phật, Tối-Thượng-Nhãn Phật, Cám-Thanh-Nhãn Phật.

(Kinh Hoa Nghiêm, phẩm 20. Dạ Ma Cung Kệ Tán)

2. PHÓNG HÀO QUANG TỪ HAI BÀN CHÂN

Lúc đó đức Thế-Tôn, từ trên **hai bàn chân**, phóng ra trăm ngàn ức quang-minh màu đẹp chiếu khắp thập phương thế-giới. Tất cả đạo-tràng, Phật và Bồ-Tát đều hiển hiện cả.

(Kinh Hoa Nghiêm, phẩm 20. Dạ Ma Cung Kệ Tán)

3. CÔNG ĐỨC LÂM BỒ TÁT

NÓI VỀ THÂN-TƯỚNG BẤT-KHẢ-ĐẮC

Bấy giờ, Công-Đức-Lâm Bồ-Tát thừa oai-lực của đức Phật, quan-sát mười phương rồi nói kệ rằng:

Du hành mười phương cõi

Như hư-không vô-ngại

Một thân vô-lượng thân

Thân-tướng bất-khả-đắc.

Phật công-đức vô-biên

Thế nào lường biết được

Không dừng cũng không đi

Vào khắp trong pháp-giới.

(Kinh Hoa Nghiêm, phẩm 20. Dạ Ma Cung Kệ Tán)

4. HUỆ-LÂM BỒ-TÁT
NÓI VỀ ĐẤNG LY-CẤU VÔ-THƯỢNG

Huệ-Lâm Bồ-Tát thừa oai-lực của đức Phật, quan-sát mười phương rồi nói kệ rằng:

Đấng đạo-sư thế-gian

Đấng ly-cấu vô-thượng

bất-khả-tư-nghị kiếp

Khó được gặp gỡ Phật.

Phật phóng đại quang-minh

Thế-gian đều khắp thấy

Vì chúng rộng diễn bày

Lợi ích những quần-sanh...

(Kinh Hoa Nghiêm, phẩm 20. Dạ Ma Cung Kệ Tán)

5. THẮNG-LÂM BỒ-TÁT
NÓI VỀ BẤT-KHẢ-TƯ-NGHỊ KIẾP

Thắng-Lâm Bồ-Tát thừa oai-lực của Phật, quan-sát mười phương rồi nói kệ rằng:

Ví như tháng mạnh-hạ

Tạnh ráo không mây mù

Mặt trời phóng quang-huy

Thập phương đều sáng chói.

Quang-minh không hạn lượng

Không ai lường biết được

Người mắt sáng còn vậy

Huống là kẻ mù lòa.

Chư Phật cũng như vậy

Công-đức vô-biên-tế

Bất-khả-tư-nghị kiếp

Chẳng thể phân-biệt biết.

(Kinh Hoa Nghiêm, phẩm 20. Dạ Ma Cung Kệ Tán)

6. VÔ-ÚY-LÂM BỒ-TÁT NÓI VỀ
ĐẤNG LƯỠNG-TÚC-TÔN

Vô-Úy-Lâm Bồ-Tát thừa oai-lực của đức Phật, quan-sát mười phương rồi nói kệ rằng:

Thân Như-Lai rộng lớn

Rốt ráo nơi pháp-giới

Chẳng rời bửu-tòa này

Mà khắp tất cả chỗ...

Nếu ai thời quá-khứ

Tin Phật-pháp như vậy

Đã thành Lưỡng-Túc-Tôn

Làm đèn sáng thế-gian.

Nếu ai sẽ được nghe

Sức tự-tại của Phật

Nghe rồi có lòng tin

Người này sẽ thành Phật.

(Kinh Hoa Nghiêm, phẩm 20. Dạ Ma Cung Kệ Tán)

7. TÀM-QUÝ-LÂM BỒ-TÁT NÓI VỀ NHƯ-LAI TỐI THƯỢNG

Tàm-Quý-Lâm Bồ-Tát, thừa oai-lực của đức Phật, quan-sát mười phương rồi nói kệ rằng:

Nếu ai được nghe pháp

Hi-hữu tự-tại này

Sanh được lòng hoan-hỷ

Chóng trừ lưới si lầm...

Như thuốc a-già-đà

Hay diệt tất cả độc

Có trí cũng như vậy

Hay diệt sự vô-trí.

Như-Lai không ai trên

Cũng không ai sánh bằng

Tất cả không so được

Thế nên khó gặp gỡ.

(Kinh Hoa Nghiêm, phẩm 20. Dạ Ma Cung Kệ Tán)

8. TINH-TẤN-LÂM BỒ-TÁT NÓI VỀ CÁC PHÁP VÔ-SAI-BIỆT

Tinh-Tấn-Lâm Bồ-Tát thừa oai-lực của đức Phật, quan-sát mười phương rồi nói kệ rằng:

Các pháp vô-sai-biệt

Không ai biết được đó

Chỉ Phật cùng Phật biết

Vì trí-huệ rốt ráo...

Ví như các thế-gian

Kiếp hỏa có hư diệt

Hư-không chẳng tổn hư

Phật-trí cũng như vậy.

Như thập phương chúng-sanh

Đều lấy tướng hư-không,

Chư Phật cũng như vậy

Thế-gian vọng phân-biệt.

(Kinh Hoa Nghiêm, phẩm 20. Dạ Ma Cung Kệ Tán)

9. LỰC-LÂM BỒ-TÁT NÓI VỀ NGHĨA VÔ SANH

Lực-Lâm Bồ-Tát thừa oai-lực của Phật quan-sát mười phương rồi nói kệ rằng:

Phân-biệt các uẩn này

Tánh nó vốn không tịch

Vì không, nên chẳng diệt
Đây là nghĩa vô-sanh.

Chúng-sanh đã như vậy
Chư Phật cũng như vậy
Phật và các Phật-pháp
Tự-tánh vốn không có.

Biết được các pháp này
Như thật không điên-đảo.
Người thấy biết tất cả
Thường thấy ở nơi trước.
(Kinh Hoa Nghiêm, phẩm 20. Dạ Ma Cung Kệ Tán)

10. HẠNH-LÂM BỒ-TÁT NÓI VỀ VÔ-TƯỚNG, VÔ-PHÂN-BIỆT

Hạnh-Lâm Bồ-Tát thừa oai-lực của đức Phật quan-sát mười phương rồi nói kệ rằng:

Nếu thấy được thân Phật
Thanh-tịnh như pháp-tánh
Với tất cả Phật-pháp
Người này không nghi lầm.

Nếu thấy tất cả pháp
Bổn-tánh như niết-bàn
Đây thời thấy Như-Lai
Rốt ráo vô-sở-trụ.

Nếu tu tập chánh-niệm
Sáng tỏ thấy chánh-giác
Vô-tướng, vô-phân-biệt
Đây gọi Pháp-Vương-Tử.
(Kinh Hoa Nghiêm, phẩm 20. Dạ Ma Cung Kệ Tán)

11. GIÁC-LÂM BỒ-TÁT NÓI VỀ TẤT CẢ DUY TÂM TẠO
(bài kệ nổi tiếng của tông Hoa Nghiêm)

Lúc đó Giác-Lâm Bồ-Tát thừa oai-lực của đức Phật, quan-sát mười phương rồi nói kệ rằng:

Nếu người biết tâm hành
Bảo khắp các thế-gian
Người này thời thấy Phật
Rõ Phật chơn-thật-tánh.

Tâm chẳng trụ nơi thân
Thân chẳng trụ nơi tâm
Mà làm được Phật-sự
Tự-tại chưa từng có.

Nếu người muốn rõ biết
Tất cả Phật ba đời
Phải quán pháp-giới-tánh
Tất cả duy tâm tạo.

(Kinh Hoa Nghiêm, phẩm 20. Dạ Ma Cung Kệ Tán)

12. TRÍ-LÂM BỒ-TÁT NÓI VỀ
ÂM THANH CHẲNG PHẢI PHẬT

Trí-Lâm Bồ-Tát thừa oai-lực của đức Phật, quan-sát mười

phương rồi nói kệ rằng:

Dầu nghe tiếng Như-Lai
Âm-thinh chẳng phải Phật
Cũng chẳng ngoài âm-thinh
Biết được đấng Chánh-Giác.

Bồ-đề không lai khứ
Lìa tất cả phân-biệt
Thế nào ở trong đó
Tự nói là thấy được.

Chư Phật không có pháp
Phật chỗ nào có nói,
Chỉ theo tự-tâm chúng
Cho rằng Phật nói pháp.
(Kinh Hoa Nghiêm, phẩm 20. Dạ Ma Cung Kệ Tán)

Phẩm 21.

I. MỤC LỤC

1. Thiện-tư-duy tam-muội

2. Phát khởi mười hạnh của bồ-tát

3. Mười trí để giảng Thập hạnh

4. Thập hạnh

    4.1. Bồ Tát Hoan-hỷ-hạnh

    4.2. Bồ Tát Nhiêu-ích-hạnh

    4.3. Bồ-tát Vô-vi-nghịch-hạnh

    4.4. Bồ-tát Vô-khuất-nhiễu-hạnh

    4.5. Bồ-tát Ly-si-loạn-hạnh

    4.6. Bồ-tát Thiện-hiện-hạnh

    4.7. Bồ Tát Vô trước hành

    4.8. Bồ-tát Nan-đắc-hạnh

    4.9. Bồ-tát Thiện-pháp-hạnh

    4.10. Bồ-tát Chơn-thiệt-hạnh

5. Vì soi rõ bồ đề mà nói Thập hạnh

6. Chủng-tánh Bồ-tát thanh-tịnh.

***

II. CHÁNH VĂN

1.THIỆN-TƯ-DUY TAM-MUỘI

- Nương thần-lực của Phật Tỳ-Lô-Giá-Na và thiện-căn-lực của chúng Bồ-Tát, Công-Đức-Lâm Bồ-tát nhập thiện-tư-duy tam-muội để diễn thuyết pháp.

- Nhập tam-muội này rồi, trong mười phương vi-trần-số thế-giới, có vạn Phật-sát vi-trần-số chư Phật đều hiện Công-Đức-Lâm hiện ra nơi trước mà bảo Công-Đức-Lâm Bồ-tát diễn thuyết pháp Thập hạnh.

1. Hoan-hỷ-hạnh

2. Nhiêu-ích-hạnh

3. Vô-vi-nghịch hạnh

4. Vô-khuất-nhiễu-hạnh

5. Vô-si-loạn-hạnh

6. Thiện-hiện-hạnh

7. Vô-trước-hạnh

8. Nan-đắc-hạnh

9. Thiện-pháp-hạnh

10. Chơn-thiệt-hạnh.

(Kinh Hoa Nghiêm, phẩm 21. Thập Hạnh)

2. PHÁT KHỞI MƯỜI HẠNH CỦA BỒ-TÁT

1. Vì tăng-trưởng Phật-trí

2. Vì thâm-nhập pháp-giới

3. Vì rõ chúng-sanh-giới

4. Vì sở-nhập vô-ngại

5. Vì sở-hành vô-chướng

6. Vì được vô-lượng phương-tiện

7. Vì nhiếp-thủ nhứt-thiết-trí tánh

8. Vì giác-ngộ tất cả pháp

9. Vì biết tất cả căn-tánh

10. Vì có thể thọ-trì giảng-thuyết tất cả pháp Nghĩa là phát khởi mười hạnh của Bồ-Tát.

3. MƯỜI TRÍ ĐỂ GIẢNG THẬP HẠNH

Công-Đức-Lâm Bồ-tát có mười trí như:

1. Vô-ngại-trí

2. Vô-trước-trí

3. Vô-đoạn-trí

4. Vô-sư-trí

5. Vô-si-trí

6. Vô-dị-trí

7. Vô-thất-trí

8. Vô-lượng-trí

9. Vô-thắng-trí

10. Vô-giải-đãi-trí

11. Vô-đoạt-trí để giảng Thập Hạnh.

(Kinh Hoa Nghiêm, phẩm 21. Thập Hạnh)

4. THẬP HẠNH
4.1. BỒ TÁT HOAN-HỶ-HẠNH

Bồ-tát này làm đại-thí-chủ, phàm có vật gì đều bố-thí được cả, vì nhớ đến bổn-hạnh của chư Phật, vì thích mến bổn-hạnh của chư Phật, vì thanh-tịnh bổn-hạnh của chư Phật, vì khiến chúng-sanh thoát khổ được vui, khiến tất cả hoan-hỷ mến thích.

Nếu còn một chúng-sanh lòng chưa thỏa-mãn, tôi trọn chẳng chứng vô-thượng bồ-đề.

Bồ Tát tu học để chứng nhứt-thiết-trí, biết nhứt-thiết-pháp, rồi vì chúng-sanh diễn thuyết tam-thế bình-đẳng tùy thuận pháp-tánh tịch-tịnh bất-hoại, khiến họ được vĩnh-viễn an-ổn khoái-lạc.

(Kinh Hoa Nghiêm, phẩm 21. Thập Hạnh)

4.2. BỒ TÁT NHIÊU-ÍCH-HẠNH

Bồ-tát này hộ-trì tịnh-giới, lòng không nhiễm trước sắc thinh hương vị xúc.

Học hạnh Phật, rời bỏ ác-hạnh, chấp-ngã, si-mê. Dùng trí-huệ vào tất cả Phật-pháp. Giảng thuyết cho chúng-sanh khiến họ trừ điên-đảo.

Bồ-tát này liền suy nghĩ rằng: Cảnh ngũ-dục này là thứ chướng đạo, nhẫn đến chướng vô-thượng bồ-đề. Do đây nên Bồ-tát chẳng có mộ niệm dục-tưởng, lòng thanh-tịnh như Phật.

Bồ Tát tùy thuận tất cả Như-Lai, rời tất cả hành-vi thế-gian, trọn nên tất cả Phật-pháp, trụ nơi vô-thượng bình-đẳng, xem chúng-sanh bình-đẳng, rõ suốt cảnh-giới lìa lỗi, dứt phân biệt, bỏ chấp-trước, khéo xuất-ly, tâm luôn an-trụ nơi thậm-thâm trí-huệ vô-thượng vô-thuyết vô-y vô-độc vô-lượng vô-biên vô-tận vô-sắc.

(Kinh Hoa Nghiêm, phẩm 21. Thập Hạnh)

4.3. BỒ-TÁT VÔ-VI-NGHỊCH-HẠNH

Bồ-tát khiêm hạ cung-kính, chẳng tự hại, chẳng hại người, chẳng hại mình người, chẳng tự thủ-trước, chẳng thủ-trước người, chẳng thủ-trước cả hai, cũng chẳng tham cầu danh tiếng lợi lộc.

Giả-sử có vô-số chúng-sanh ác, đến chỗ Bồ-Tát, đem vô-số lời ác mắng nhiếc trêu chọc nguyền rủa, đồng thời cầm dao gậy đập chém trải qua vô-số kiếp không thôi.

Bồ-tát bị sự bức khổ vô cùng này, sắp phải chết, tự nghĩ rằng: Tôi nhơn sự khổ nhục này, nếu lòng động loạn thời là tự chẳng điều-phục, tự chẳng giữ-gìn, tự chẳng sáng suốt, tự chẳng tu-tập, tự chẳng chánh-định, tự chẳng tịch-tịnh, tự chẳng ái-tích, tự sanh chấp-trước, thời đâu có thể làm cho người khác lòng được thanh-tịnh.

Vì thế nên dầu nay bị khổ nhục, Bồ Tát phải nhẫn thọ, vì thương xót chúng-sanh, vì lợi-ích chúng-sanh, vì an vui chúng-sanh, vì nhiếp-thọ chúng-sanh, vì chẳng bỏ chúng-sanh, vì để tự giác-ngộ và khiến người giác-ngộ, vì lòng không thối-chuyển xu-hướng Phật-đạo.

Suy nghĩ như vậy rồi càng tự khích lệ thêm, khiến lòng thanh-tịnh mà được vui mừng, khéo tự điều-nhiếp, tự có thể tự an-trụ nơi trong Phật-pháp, cũng khiến chúng-sanh đồng được pháp này.

(Kinh Hoa Nghiêm, phẩm 21. Thập Hạnh)

4.4. BỒ-TÁT VÔ-KHUẤT-NHIỄU-HẠNH

Bồ-tát này tu hạnh tinh-tấn: đệ nhứt tinh-tấn, đại tinh-tấn, thắng tinh-tấn, thù-thắng tinh-tấn, tối-thắng tinh-tấn, tối-diệu tinh-tấn, thượng tinh-tấn, vô-thượng tinh-tấn, vô-đẳng tinh-tấn, phổ-biến tinh-tấn.

Bồ Tát có thể vì mỗi mỗi chúng-sanh trong vô-số thế-giới mà chịu khổ ở vô-gián địa-ngục trọn vô-số kiếp, để những chúng-sanh đó được gặp Phật, được hưởng vui, nhẫn đến được vô-dư niết-bàn, rồi mình sẽ chứng vô-thượng bồ-đề.

Giả-sử có người bảo: có vô-lượng vô-số đại-hải, ông sẽ lấy đầu sợi lông chấm từ giọt đến khô cạn, và nghiền vô-lượng vô-số thế-giới làm bụi, đếm biết rõ số giọt số bụi ấy, ông vì chúng-sanh trải qua kiếp số bằng số giọt số bụi ấy mà chịu khổ chẳng dứt.

Bồ-tát dầu nghe lời trên đây, nhưng không hề có một niệm thối khiếp. Chỉ càng thêm hớn hở vui mừng: tôi may mắn được lợi lành lớn. Vì do sức của tôi mà vô-lượng chúng-sanh kia thoát khổ hẳn.

Bồ-tát này đem phương-tiện thật hành trong tất cả thế-giới, làm cho tất cả chúng-sanh được rốt ráo vô-dư niết-bàn.

(Kinh Hoa Nghiêm, phẩm 21. Thập Hạnh)

4.5. BỒ-TÁT LY-SI-LOẠN-HẠNH

Bồ-tát thành-tựu chánh-niệm, tâm không tán loạn kiên-cố bất-động tối-thượng thanh-tịnh rộng lớn vô-lượng không có mê-hoặc.

Vì do chánh-niệm này nên khéo hiểu tất cả ngôn ngữ thế-gian, hay trì ngôn thuyết của các pháp xuất-thế.

Bồ-tát này dầu nghe vô-lượng vô-số âm thinh hay dở như vậy, nhưng chưa từng có một niệm tán-loạn.

Bồ-tát này thành-tựu vô-lượng chánh-niệm như vậy. Trong vô-lượng vô-số-kiếp được nghe chánh-pháp nơi chư Phật, Bồ-Tát, thiện-tri-thức. Như là thậm-thâm pháp, quảng-đại pháp, trang-nghiêm pháp, những thứ trang-nghiêm pháp, pháp diễn thuyết các loại danh cú văn thân, pháp Bồ-tát trang-nghiêm, pháp Phật thần-lực quang-minh vô-thượng, pháp chánh-thắng-giải thanh-tịnh, pháp chẳng nhiễm-trước tất cả thế-gian, pháp phân-biệt tất cả thế-gian, pháp rất quảng-đại, pháp rời mê-si chiếu rõ tất cả cả chúng-sanh, pháp cùng đồng với tất cả thế-gian, pháp chẳng cùng đồng với tất cả thế-gian, pháp Bồ-tát trí vô-thượng, pháp nhứt-thiết-trí tự-tại.

Bồ-tát được nghe những pháp như vậy rồi trải qua vô-số kiếp chẳng quên chẳng mất, tâm thường ghi nhớ không gián-đoạn.

Tại sao vậy? Vì trong vô-lượng kiếp, lúc tu hành, Bồ-tát trọn chẳng làm não loạn một chúng-sanh khiến họ mất chánh-niệm, chẳng hoại chánh-pháp, chẳng đoạn thiện-căn, tâm luôn tăng-trưởng trí-huệ rộng-lớn.

Bồ-tát này thành-tựu hạnh thân ngữ ý tịch-tịnh như vậy, thẳng đến nhứt-thiết-trí không thối-chuyển, khéo vào tất cả môn thiền-định, biết các tam-muội đồng một thể-tánh.

Khiến cho tất cả chúng-sanh an-trụ trong niệm thanh-tịnh vô-thượng, nơi nhứt-thiết-trí được bất-thối-chuyển rốt ráo thành-tựu vô-dư niết-bàn.

(Kinh Hoa Nghiêm, phẩm 21. Thập Hạnh)

4.6. BỒ-TÁT THIỆN-HIỆN-HẠNH

Bồ-tát này ba nghiệp thân-ngữ-ý đều thanh-tịnh, trụ và thị-hiện đều vô-sở-đắc.

Như vậy, Bồ-tát này hiểu tất cả pháp thảy đều rất sâu, tất cả thế-gian thảy đều tịch-tịnh, tất cả Phật-pháp không chỗ thêm, Phật-pháp không khác pháp thế-gian, pháp thế-gian không khác Phật-pháp.

Bồ-tát này lại nghĩ rằng: Nếu tôi tự hiểu pháp thậm-thâm này, thời chỉ một tôi riêng được giải-thoát chứng vô-thượng bồ-đề, mà các chúng-sanh mù tối sa vào đường hiểm lớn bị những phiền-não triền-phược, như người bệnh nặng luôn thọ khổ thống, ở trong ngục tham-ái không tự ra khỏi, chẳng rời địa-ngục, ngạ-quỷ, súc-sanh, cõi vua Diêm-La, chẳng diệt được khổ, chẳng bỏ nghiệp ác, thường ở si-ám chẳng thấy chơn-thiệt, luân-hồi sanh-tử không ra khỏi được, trụ nơi bát-nạn, những cấu nhiễm vấy nhơ, những phiền-não che chướng tâm họ, tà-kiến làm mê chẳng thật hành chánh-đạo.

Bồ-tát này quán-sát những chúng-sanh rồi nghĩ rằng: Nếu những chúng-sanh này chưa thành-thục, chưa điều-phục, tôi bỏ họ mà chứng vô-thượng bồ-đề thời không nên.

Tôi sẽ trước giáo hóa chúng-sanh trong bất-khả-thuyết bất-khả-thuyết kiếp thật hành hạnh Bồ-Tát.

Bồ-tát này lúc trụ hạnh trên đây, hàng chư Thiên, Ma, Phạm, Sa-môn, Bà-la-môn, tất cả thế-gian, Càn-thát-bà, A-tu-la v.v... Nếu có ai được thấy và tạm thời đồng ở chung với Bồ-tát này, rồi kính trọng cúng-dường, và tạm nghe qua tai một phen để tâm, đều không luống uổng, tất định sẽ thành vô-thượng bồ-đề.

(Kinh Hoa Nghiêm, phẩm 21. Thập Hạnh)

4.7. BỒ TÁT VÔ TRƯỚC HÀNH

Bồ-tát dùng tâm vô-trước, ở trong mỗi niệm sẽ nhập vô-số thế-giới, nghiêm-tịnh vô-số thế-giới, với các thế-giới tâm không chấp-trước.

Bồ-tát này qua đến chỗ của vô-số Như-Lai mà kính lễ cúng dường. Cúng-dường như vậy để rốt ráo pháp vô-tác, để trụ pháp bất-tư-nghị, ở trong mỗi niệm thấy vô-số Phật.

Bồ-tát này trong bất-khả-thuyết kiếp, thấy bất-khả-thuyết Phật xuất thế, nơi mỗi đức Phật tôn thờ cúng-dường thảy đều trọn bất-khả-thuyết kiếp tâm không nhàm đủ. Thấy Phật nghe pháp và thấy Bồ-tát chúng-hội trang-nghiêm đều không chấp trước. Thấy thế-giới uế trược cũng không ghét chán. Tại sao vậy? Vì Bồ-tát này quán-sát đúng với Phật-pháp. Trong Phật-pháp, không cấu, không tịnh, không tối, không sáng, không khác, không đồng, không thiệt, không vọng, không an-ổn, không hiểm-nạn, không chánh-đạo, không tà-đạo.

Bồ-tát thâm nhập pháp-giới như vậy giáo-hóa chúng-sanh, mà với chúng-sanh chẳng sanh chấp-trước; thọ-trì các pháp mà nơi các pháp chẳng chấp-trước; phát bồ-đề tâm trụ nơi Phật trụ, mà nơi Phật-trụ chẳng sanh chấp trước; dầu có ngôn thuyết mà không chấp ngôn thuyết; vào chúng-sanh-đạo mà không chấp chúng-sanh-đạo.

Rõ biết tam-muội, hay nhập hay trụ mà nơi tam-muội mà tâm không chấp-trước. Qua đến vô-lượng Phật-độ, hoặc vào, hoặc thấy, hoặc trụ mà nơi Phật-độ tâm không chấp-trước, lúc bỏ đi cũng không luyến tiếc.

Trong những chúng-sanh đó: các thứ tiếng, các thứ nghiệp, các thứ chấp, các thứ thi-vi, các thứ hòa-hợp, các thứ lưu-chuyển, các thứ việc làm, các thứ cảnh-giới, các thứ sanh, các thứ chết, Bồ-tát này do đại-nguyện ở trong đó mà giáo-hóa họ, chẳng để tâm họ có động có thối, cũng chẳng có một niệm nhiễm-trước.

Tại sao vậy? Vì Bồ-tát này đã được vô-trước, vô-y, tự-lợi và lợi-tha đều thanh-tịnh đầy đủ.

(Kinh Hoa Nghiêm, phẩm 21. Thập Hạnh)

4.8. BỒ-TÁT NAN-ĐẮC-HẠNH

Bồ-tát này an-trụ nơi nan-đắc-hạnh rồi ở trong mỗi niệm có thể chuyển vô-số kiếp sanh tử mà chẳng bỏ đại-nguyện của Bồ-Tát.

Nếu có chúng-sanh nào tôn-kính cúng-dường nhẫn đến thấy nghe, Bồ-tát này đều được chẳng thối-chuyển nơi vô-thượng bồ-đề.

Bồ-tát này dầu biết chúng-sanh chẳng phải có, nhưng chẳng bỏ tất cả chúng-sanh-giới. Ví như thuyền-trưởng chẳng dừng bờ này, chẳng đậu bờ kia, chẳng dừng giữa dòng, mà có thể đưa chúng từ bờ này qua đến bờ kia, vì qua lại không thôi nghỉ vậy.

Bồ-tát này cũng như thế, chẳng trụ sanh-tử, chẳng trụ niết-bàn, cũng chẳng trụ giữa dòng sanh-tử, mà có thể độ chúng-sanh từ bờ sanh-tử này, đặt họ trên bờ niết-bàn-kia, nơi an-ổn vô-úy không ưu-não.

Bồ-tát này lại nghĩ rằng: Chúng-sanh thế-gian chẳng biết ân báo, lại thù oán nhau, tà-kiến chấp-trước mê-lầm điên-đảo ngu-si vô-trí, không có tín-tâm, theo bọn ác sanh niệm ác, tham ái vô-minh các thứ phiền-não đều đầy dẫy, chính nơi đây là chỗ tôi thành-tựu bồ-tát-hạnh. Giả-sử đầy cả thế-gian này đều là người biết ân-nghĩa thông-minh trí-tuệ và thiện-tri-thức, thời tôi không thật hành bồ-tát-hạnh trong đó.

Tại sao vậy? Vì đối với chúng-sanh, tôi trọn không mong, không cầu gì cả. Tôi tu bồ-tát-hạnh tận vị-lai kiếp, chưa từng có một niệm vị-kỷ.

Tôi chỉ muốn độ thoát chúng-sanh, khiến họ thanh-tịnh được giải-thoát vĩnh-viễn. Vì tôi là nhà dìu-dắt sáng suốt của chúng-sanh, thời theo phép, phải không chấp lấy không mong cầu, chỉ vì chúng-sanh mà tu đạo Bồ-tát khiến họ được đến nơi bờ an-ổn kia và thành vô-thượng bồ-đề.

(Kinh Hoa Nghiêm, phẩm 21. Thập Hạnh)

4.9. BỒ-TÁT THIỆN-PHÁP-HẠNH

Bồ-tát này vì tất cả thế-gian: Trời, Người, Ma, Phạm, Sa-Môn, Bà-La-Môn, Càn-Thát-Bà v.v... mà làm ao pháp thanh-lương, nhiếp trì chánh-pháp, chẳng dứt Phật-chủng.

Bồ-tát này tâm đại-bi kiên-cố nhiếp khắp chúng-sanh, nơi đại-thiên thế-giới, biến ra thân kim-sắc mà làm Phật-sự. Tùy theo căn-tánh và sở-thích của các chúng-sanh, dùng lưỡi rộng dài, trong một tiếng hiện vô-lượng tiếng, đúng theo thời nghi mà thuyết pháp làm cho chúng-sanh đều hoan-hỷ.

Giả-sử có bất-khả-thuyết nghiệp-báo vô-số chúng-sanh đồng họp chung một chỗ, hội đó rộng lớn khắp bất-khả-thuyết thế-giới, Bồ-tát này ngồi trong chúng-hội ấy. Chúng-sanh trong hội-trường đó, mỗi mỗi đều có vô-số miệng, mỗi miệng nói ra trăm ngàn ức na-do-tha tiếng, đồng thời nói, lời lẽ khác nhau, câu hỏi khác nhau.

Bồ-tát này liền trong một niệm đều có thể nhận hiểu và giải

đáp tất cả cho họ đều hết nghi lầm.

Như trong một đại-hội trên đây, trong bất-khả-thuyết hội cũng đều như vậy cả.

Lại giả-sử nơi đầu một sợi lông, trong mỗi niệm xuất-hiện bất-khả-thuyết bất-khả-thuyết đạo-tràng chúng-hội, bất-khả-thuyết bất-khả-thuyết đầu sợi lông đều như vậy tận vị-lai kiếp, số kiếp đó có thể tận, chúng-hội vô-tận. Những chúng-hội này, trong mỗi niệm dùng ngôn từ riêng biệt, gạn hỏi riêng biệt. *Bồ-tát này trong một niệm có thể nhận biết cả,* không sợ không khiếp, không nghi không lầm, mà nghĩ rằng: dầu tất cả chúng-sanh đồng thời đến hỏi tôi, tôi sẽ vì họ mà thuyết pháp không dứt không cùng, khiến họ đều vui mừng trụ nơi thiện-đạo, lại khiến họ khéo hiểu tất cả ngôn từ.

Bồ-tát an-trụ thiệp pháp hạnh này làm ao pháp mát-mẻ cho tất cả chúng-sanh, vì có thể cùng tận nguồn tất cả Phật-pháp.

(Kinh Hoa Nghiêm, phẩm 21. Thập Hạnh)

4.10. BỒ-TÁT CHƠN-THIỆT-HẠNH

Bồ-tát này thành-tựu lời chắc thật đệ-nhứt, có thể làm đúng như lời, có thể nói đúng như làm.

Bồ-tát này học chơn-thiệt ngữ của tam-thế chư Phật, nhập chủng-tánh của tam-thế chư Phật, đồng thiện-căn với tam-thế chư Phật, được lời vô-nhị của tam-thế chư Phật, theo Như-Lai học thành-tựu trí-huệ.

Bồ-tát hiện vô-lượng thân vào khắp thế-gian mà không sở-y. Ở trong thân mình hiện tất cả cõi, tất cả chúng-sanh, tất cả pháp, tất cả Phật.

Bồ-tát này biết chúng-sanh: Các thứ tưởng niệm, các thứ ưa muốn, các thứ hiểu biết, các thứ nghiệp báo, các thứ thiện-căn, tùy cơ nghi mà hiện thân để điều-phục họ.

Bồ-tát này quán-sát chư Bồ-tát như huyễn, tất cả pháp như hóa, Phật xuất thế như bóng, tất cả thế-gian như giấc mơ, được tạng nghĩa-thân, văn-thân vô-tận, chánh-niệm tự-tại, trí-huệ tối-thắng quyết-định rõ biết tất cả các pháp, nhập tất cả tam-muội chơn-thật-tánh, trụ nơi nhứt-tánh không hai.

Vì chúng-sanh đều chấp-trước nơi hai, nên Bồ-tát này an-trụ nơi đại-bi bình-đẳng thành-tựu hành pháp tịch-diệt như vậy, được Phật thập-lực, nhập nhơn-đà-la võng pháp-giới, thành-tựu Như-Lai vô-ngại giải-thoát, hùng-mãnh trong loài người, đại sư-tử hống, được vô-úy chuyển pháp-luân vô-ngại thanh-tịnh, được trí-huệ giải-thoát rõ biết tất cả cảnh-giới thế-gian, tuyệt dứt dòng sanh tử vào biển lớn trí-huệ, vì tất cả chúng-sanh mà hộ-trì chánh-pháp của tam-thế Phật, đến tột đáy nguồn thiệt-tướng của biển lớn tất cả pháp.

Bồ-tát trụ nơi Chơn-Thiệt-Hạnh này rồi, tất cả thế-gian: Trời, Người, Ma, Phạm, Sa-Môn, Bà-La-Môn, Càn-Thát-Bà, A-Tu-La v.v... có ai gần-gũi, thời đều làm cho được tỏ ngộ hoan-hỷ thanh-tịnh.

(Kinh Hoa Nghiêm, phẩm 21. Thập Hạnh)

5. VÌ SOI RÕ BỒ ĐỀ MÀ NÓI THẬP HẠNH

Công-Đức-Lâm Bồ-tát thừa thần-lực của đức Phật quan-sát khắp mười phương tất cả chúng-hội, cùng tận pháp-giới

Vì muốn Phật-chủng chẳng dứt

Vì muốn chủng-tánh Bồ-tát thanh-tịnh

Vì muốn nguyện chủng-tánh chẳng thối chuyển

Vì muốn hạnh chủng-tánh thường tương-tục

Vì muốn tam-thế chủng-tánh đều bình-đẳng

Vì muốn nhiếp tam-thế tất cả Phật-chủng

Vì muốn khai diễn những thiện-căn của mình vun-trồng

Vì muốn quan-sát tất cả căn-tánh

Vì muốn hiểu phiền-não, tập-khí, tâm-hành chỗ-làm

Vì muốn soi rõ Phật bồ-đề mà nói Pháp Thập Hạnh.

(Kinh Hoa Nghiêm, phẩm 21. Thập Hạnh)

6. CHỦNG-TÁNH BỒ-TÁT THANH-TỊNH

Nhứt tâm kính lễ đấng Thập-Lực
Ly-cấu, thanh-tịnh, thấy vô-ngại
Cảnh-giới sâu xa, không ngang sánh
Trụ, như hư-không, có trong đạo...

Vì khiến chúng-sanh xuất thế-gian
Tất cả diệu-hạnh đều tu-tập
Hạnh này rộng lớn không ngằn mé
Thế nào mà có người biết được.

Giả-sử phân-thân bất-khả-thuyết
Đồng với pháp-giới đồng hư-không
Đều đồng ca ngợi công-đức kia
Trăm ngàn muôn kiếp không hết được.

Công-đức Bồ-tát vô-lượng-biên
Tất cả tu hành đều đầy đủ
Giả-sử vô-lượng vô-biên Phật
Trong vô-lượng kiếp nói chẳng hết.

Huống là thế-gian trời và người
Tất cả Thinh-Văn cùng Duyên-Giác
Có thể vô-lượng vô-biên kiếp
Ca ngợi tuyên-dương rốt-ráo được!
(Kinh Hoa Nghiêm, phẩm 21. Thập Hạnh)

Phẩm 22.

I. MỤC LỤC

1. Đại Bồ-tát có mười tạng vô tận

2. Mười tạng công đức

    2.1. Đại Bồ-tát Tín-tạng

    2.2. Đại Bồ-tát Giới-tạng

    2.3. Đại Bồ-tát Tàm-tạng

    2.4. Đại Bồ-tát Quý-tạng

    2.5. Đại Bồ-tát Văn-tạng

    2.6. Đại Bồ-tát Thí-tạng

        2.6.1. Thế nào là Bồ-tát phân-giảm-thí?

        2.6.2. Thế nào là Bồ-tát kiệt-tận-thí?

        2.6.3. Thế nào là Bồ-tát nội-thí?

        2.6.4. Thế nào là Bồ-tát ngoại-thí?

        2.6.5. Thế nào là Bồ-tát nội-ngoại-thí?

        2.6.6. Thế nào là Bồ-tát thí tất cả?

        2.6.7. Thế nào là Bồ-tát quá-khứ-thí?

        2.6.8. Thế nào là Bồ-tát vị-lai-thí?

        2.6.9. thế nào là Bồ-tát hiện-tại thí?

        2.6.10. Thế nào là Bồ-tát cứu-cánh-thí?

2.7. Đại Bồ-tát Huệ-tạng

2.8. Đại Bồ-tát Niệm-tạng

2.9. Đại Bồ-tát Trì-tạng

2.10. Đại Bồ-tát Biện-tạng

3. Lợi ích của 10 pháp vô tận tạng.

***

II. CHÁNH VĂN

1. ĐẠI BỒ TÁT CÓ MƯỜI TẠNG VÔ TẬN

Công-Đức-Lâm Bồ-tát lại nói với chư Bồ-tát rằng: Đại Bồ-tát có mười tạng mà tam-thế chư Phật đã nói, sẽ nói và hiện nay nói như sau:

1. Tín-tạng

2. Giới-tạng

3. Tàm-tạng

4. Quý-tạng

5. Văn-tạng

6. Thí-tạng

7. Huệ-tạng

8. Niệm-tạng

9. Trì-tạng

10. Biện-tạng.

(Kinh Hoa Nghiêm, phẩm 22. Vô Tận Tạng)

2. MƯỜI TẠNG CÔNG ĐỨC
2.1. ĐẠI BỒ-TÁT TÍN-TẠNG

Thế nào là đại Bồ-tát tín-tạng?

Bồ-tát nầy tin tất cả pháp là không, là vô-tướng, là vô-nguyện, là vô-tác, là vô-phân-biệt, là vô-sở-y, là bất-khả-lượng, là vô-thượng, là nan siêu-việt, là vô-sanh.

Nếu Bồ-tát có thể tùy thuận tất cả pháp mà sanh lòng tin như vậy rồi, thời nghe Phật-pháp bất-khả-tư-nghì lòng không khiếp sợ, nghe tất cả Phật bất-tư-nghì, chúng-sanh-giới bất-tư-nghì, pháp giới bất-tư-nghì, hư-không-giới bất-tư-nghì, niết-bàn-giới bất-tư-nghì, đời quá-khứ bất-tư-nghì, đời vị-lai bất-tư-nghì, đời hiện tại bất-tư-nghì, và nghe nhập tất cả kiếp bất-tư-nghì đều không lòng khiếp sợ.

Tại sao vậy? Vì đối với chư Phật, Bồ-tát nầy một bề tin chắc. Biết trí-huệ của Phật vô-biên vô-tận.

Trong thập phương vô-lượng thế-giới, mỗi mỗi thế-giới đều có vô-lượng Phật đã, nay, và sẽ được vô-thượng bồ-đề; đã, nay, và sẽ xuất-thế; đã, nay, và sẽ nhập niết-bàn.

Trí-huệ của chư Phật: bất tăng bất giảm, bất sanh, bất diệt, bất tấn, bất thối, bất cận, bất viễn, vô tri, vô xả.

Bồ-tát nầy nhập trí-huệ của Phật được thành-tựu vô-biên vô-tận đức tin.

Được đức tin nầy rồi thời tâm chẳng thối-chuyển, tâm chẳng tạp loạn, chẳng bị phá hoại, không bị nhiễm-trước, thường có căn-bổn, tùy thuận thánh-nhơn, trụ nhà Như-Lai, hộ-trì chủng-tánh của tất cả Phật, tăng trưởng tín giải của tất cả Bồ-Tát, tùy thuận thiện-căn của tất cả Phật, xuất sanh phương-tiện của tất cả Phật.

Đây gọi là đại Bồ-tát tín-tạng. Bồ-tát trụ nơi tín-tạng nầy thời có thể nghe và trì tất cả Phật-pháp, giảng nói cho chúng-sanh khiến họ đều được khai ngộ.

(Kinh Hoa Nghiêm, phẩm 22. Vô Tận Tạng)

2.2. ĐẠI BỒ-TÁT GIỚI-TẠNG

Những gì là đại Bồ-tát giới-tạng?

Bồ-tát nầy thành-tựu giới khắp lợi ích, giới chẳng thọ, giới chẳng trụ, giới không hối-hận, giới không trái cãi, giới chẳng tồn não, giới không tạp-uế, giới không tham cầu, giới không lỗi lầm, giới không hủy phạm.

Thế nào là giới khắp lợi ích? Bồ-tát nầy thọ-trì tịnh-giới vốn vì lợi ích tất cả chúng-sanh.

Thế nào là giới chẳng thọ? Bồ-tát nầy chẳng thọ hành những giới của ngoại-đạo, chỉ bổn-tánh tự tinh-tấn phụng-trì tịnh-giới bình-đẳng của tam-thế Phật.

Thế nào là giới chẳng trụ? Bồ-tát nầy lúc phụng-trì giới, lòng không trụ dục-giới, sắc-giới, vô-sắc-giới, vì trì giới không cầu sanh về các cõi đó.

Thế nào là giới không hối hận? Bồ-tát nầy thường được an-trụ tâm không hối-hận, vì chẳng làm tội nặng, chẳng làm dối trá, chẳng phá tịnh-giới.

Thế nào là giới không trái cãi? Bồ-tát nầy chẳng bác bỏ giới của Phật đã chế ra cũng chẳng tạo lập lại, lòng luôn tùy thuận giới hướng đến niết-bàn, thọ trì toàn vẹn không hủy phạm, chẳng vì trì giới mà làm nhiễu não chúng-sanh khác khiến họ sanh khổ, chỉ nguyện cầu tất cả chúng-sanh đều thường hoan-hỷ mà trì giới.

Thế nào là giới chẳng não hại? Bồ-tát nầy chẳng nhơn nơi giới mà học những chú thuật, tạo làm phương thuốc não hại chúng-sanh, chỉ vì cứu hộ chúng-sanh mà trì giới.

Thế nào là giới chẳng tạp? Bồ-tát nầy chẳng chấp biên-kiến, chẳng trì giới tạp, chỉ quán duyên-khởi trì giới xuất-ly.

Thế nào là giới không tham cầu? Bồ-tát này chẳng hiện dị-tướng tỏ bày mình có đức, chỉ vì đầy đủ pháp xuất-ly mà trì giới.

Thế nào là giới không lầm lỗi? Bồ-tát nầy chẳng tự cống cao nói tôi trì giới. Thấy người phá giới cũng chẳng khinh hủy khiến họ hổ-thẹn, chỉ nhứt tâm trì giới.

Thế nào là không hủy phạm giới? Bồ-tát nầy dứt hẳn mười ác-nghiệp, thọ trì trọn vẹn mười thiện-nghiệp.

Lúc Bồ-tát trì giới không hủy phạm tự nghĩ rằng: Tất cả kẻ phạm giới đều do điên đảo cả. Chỉ có Phật là biết được chúng-sanh do nhơn-duyên gì mà sanh điên-đảo hủy phạm tịnh-giới. Tôi sẽ thành-tựu vô-thượng bồ-đề, rộng vì chúng-sanh nói pháp chơn-thật khiến họ rời điên-đảo.

(Kinh Hoa Nghiêm, phẩm 22. Vô Tận Tạng)

2.3. ĐẠI BỒ-TÁT TÀM-TẠNG

Những gì là đại Bồ-tát tàm-tạng?

Bồ-tát nầy ghi nhớ các điều ác đã làm thời quá khứ mà sanh lòng tự hổ, nghĩ rằng: Từ thuở vô-thỉ đến nay, tôi cùng chúng-sanh lẫn nhau làm cha mẹ con cái anh em chị em, đủ cả tham sân si kiêu-mạn dua-dối tất cả phiền-não, tổn hại lẫn nhau, lăng đoạt lẫn nhau, gian dâm giết hại lẫn nhau, không việc ác nào mà chẳng phạm.

Tất cả chúng-sanh cũng đều như vậy, do phiền-não mà tạo đủ tội ác. Do đây nên chẳng kính nhau, chẳng trọng nhau, chẳng thuận nhau, chẳng nhường nhau, chẳng dạy bảo nhau, chẳng hộ vệ nhau, trái lại, giết hại nhau, thành cừu thù của nhau.

Tự nghĩ mình và các chúng-sanh đã, sẽ, và hiện thật-hành những tội lỗi, tam-thế chư Phật đều thấy biết cả.

Nếu nay không dứt hẳn hành vi tội lỗi thời tam-thế chư Phật cũng sẽ thấy rõ tôi. Nếu tôi vẫn còn phạm mãi không thôi thời là điều rất không nên. Vì thế tôi phải chuyên tâm dứt bỏ để được chứng vô-thượng bồ-đề, rộng vì chúng-sanh mà nói pháp chơn-thiệt.

(Kinh Hoa Nghiêm, phẩm 22. Vô Tận Tạng)

2.4. ĐẠI BỒ-TÁT QUÝ-TẠNG

Những gì là đại Bồ-tát quý-tạng?

Bồ-tát nầy tự thẹn: Từ xưa đến nay ở trong ngũ-dục tham cầu

mãi không nhàm, nhơn đó mà tăng-trưởng các phiền-não. Nay tôi chẳng nên phạm lỗi ấy nữa.

Bồ-tát nầy lại nghĩ rằng: Các chúng-sanh vì vô-trí mà khởi phiền-não tạo đủ tội ác, chẳng kính trọng nhau, nhẫn đến làm oán thù của nhau, gây tạo đủ mọi tội ác, tạo xong lại vui mừng tự tán thưởng, thật là mù lòa không huệ-nhãn, không thấy biết. Nơi bụng mẹ, vào thai, sanh ra thành thân nhơ-uế, trọn đến tóc bạc mặt nhăn.

Người có trí quán-sát biết chỉ là từ dâm-dục mà sanh ra thứ bất-tịnh. Tam-thế chư Phật đều thấy biết rõ điều nầy. Nếu nay tôi vẫn còn phạm mãi lỗi nầy thời thật là khi dối tam-thế chư Phật. Thế nên tôi phải tu hành pháp hổ thẹn để mau thành vô-thượng bồ-đề, rồi khắp vì chúng-sanh mà thuyết pháp chơn-thật.

(Kinh Hoa Nghiêm, phẩm 22. Vô Tận Tạng)

2.5. ĐẠI BỒ-TÁT VĂN-TẠNG

Bồ-tát nầy biết rằng vì sự nầy có nên sự nầy có, vì sự nầy không nên sự nầy không, vì sự nầy sanh nên sự nầy sanh, vì sự nầy diệt nên sự nầy diệt, đây là pháp thế-gian, đây là pháp xuất-thế, đây là pháp hữu-vi, đây là pháp vô-vi, đây là pháp hữu-ký, đây là pháp vô-ký.

Những gì là vì sự nầy có nên sự nầy có? Chính là vì có vô-minh nên có hành.

Những gì là vì sự nầy không nên sự nầy không? Chính là vì thức không nên danh-sắc không.

Những gì là vì sự nầy sanh nên sự nầy sanh? Chính là vì ái sanh nên khổ sanh.

Những gì là vì sự nầy diệt nên sự nầy diệt? Chính là vì hữu diệt nên sanh diệt.

Những gì là pháp thế-gian? Chính là sắc, thọ, tưởng, hành, thức.

Những gì là pháp xuất-thế? Chính là giới, định, huệ, giải-thoát, giải-thoát tri-kiến.

Những gì là pháp hữu-vi? Chính là dục-giới, sắc-giới, vô sắc-giới, chúng-sanh-giới.

Những gì là pháp vô-vi? Chính là hư-không, niết-bàn, trạch diệt, phi-trạch-diệt, duyên khởi, pháp-tánh-trụ.

Những gì là pháp hữu-ký? Chính là bốn thánh-đế, bốn quả sa-môn, bốn biện-tài, bốn vô-úy, bốn niệm-xứ, bốn chánh-cần, bốn thần-túc, năm căn, năm lực, bảy giác chi, tám thánh-đạo.

Những gì là pháp vô-ký? Chính là thế-gian hữu-biên, vô biên, cũng hữu-biên cũng vô-biên, chẳng phải hữu-biên chẳng phải vô-biên; thế-gian hữu-thường, vô-thường, cũng hữu-thường cũng vô-thường, chẳng phải hữu-thường chẳng phải vô-thường;

Như-Lai sau khi diệt-độ là có, là không, cũng có cũng không, chẳng có chẳng không; ngã và chúng-sanh có, không, cũng có cũng không, chẳng có chẳng không; thời quá-khứ có bao nhiêu Như-Lai nhập niết-bàn, bao nhiêu Thanh-Văn, Độc-Giác nhập niết-bàn; thời vị-lai sẽ có bao nhiêu Phật, Thanh-Văn, Độc-Giác, chúng-sanh; những Như-Lai nào ra đời trước nhứt, những Thanh-Văn, Độc-Giác nào ra đời trước nhứt, những chúng-sanh nào ra đời trước nhứt; những Như-Lai nào ra đời sau cả, những Thanh-Văn Độc-Giác nào ra đời sau cả, những chúng-sanh nào ra đời sau cả; pháp gì trước cả, pháp gì sau cả; thế-gian từ đâu đến, đi qua đâu; có bao nhiêu thế-giới thành, bao nhiêu thế-giới hoại, thế-giới từ đâu lại, đi đến chỗ nào; gì là ngằn tối-sơ của sanh tử, gì là mé tối-hậu của sanh-tử. Đây gọi là pháp vô-ký.

Đại Bồ-tát nghĩ rằng: Tất cả chúng-sanh ở trong sanh-tử không có đa-văn, chẳng rõ được tất cả pháp; tôi phải phát tâm trì tạng đa-văn, chứng vô-thượng bồ-đề, rồi vì chúng sanh mà thuyết-pháp chơn-thật.

(Kinh Hoa Nghiêm, phẩm 22. Vô Tận Tạng)

2.6. ĐẠI BỒ-TÁT THÍ-TẠNG

Bồ-tát nầy thật hành mười điều bố-thí:

1. Phân-giảm-thí

2. Kiệt-tận-thí

3. Nội-thí

4. Ngoại-thí

5. Nội-ngoại-thí

6. Nhứt-thiết-thí

7. Quá-khứ-thí

8. Vị-lai-thí

9. Hiện-tại-thí

10. Cứu-cánh-thí.

(Kinh Hoa Nghiêm, phẩm 22. Vô Tận Tạng)

2.6.1. *Thế nào là Bồ-tát phân-giảm-thí?*

Bồ-tát nầy bẩm tánh nhân từ ưa ban cho. Nếu được thức ngon thời chẳng chuyên tự dung, cần phải chia cho chúng-sanh rồi sau mới ăn. Phàm thọ được vật gì cũng thế cả. Nếu lúc tự mình ăn, Bồ-tát nầy tự nghĩ rằng trong thân thể của tôi có tám vạn thi-trùng, thân tôi sung túc, chúng nó cũng sung túc, thân tôi đói khổ, chúng nó cũng đói khổ. Nay tôi ăn uống những thức nầy, nguyện khắp chúng-sanh đều được no đủ. Vì chúng trùng mà tôi ăn uống, chẳng tham mùi vị.

Bồ-tát nầy lại nghĩ rằng: từ lâu tôi vì mến chấp thân nầy muốn cho nó được no đủ nên ăn uống. Nay tôi đem thức ăn nầy ban cho chúng-sanh. Nguyện tôi đối với thân thể dứt hẳn sự tham chấp.

(Kinh Hoa Nghiêm, phẩm 22. Vô Tận Tạng)

2.6.2. *Thế nào là Bồ-tát kiệt-tận-thí?*

Bồ-tát nầy được những thức uống ăn thượng-vị, hương, hoa, y-phục, những vật tư-sanh, nếu tự dùng thời an-vui sống lâu, còn nếu đem cho người thời cùng khổ chết yểu.

Lúc đó có người đến xin tất cả. Bồ-tát tự nghĩ: Từ vô-thỉ đến giờ tôi vì đói khát nên chết mất vô-số thân chưa từng được có mảy may lợi-ích cho chúng-sanh để được phước lành. Nay tôi cũng sẽ phải xả bỏ thân mạng nầy đồng như thuở xưa kia, thế nên tôi phải làm điều lợi ích cho chúng-sanh, tùy mình có gì đều thí-xả tất cả, nhẫn đến tận mạng cũng không lẫn tiếc.

(Kinh Hoa Nghiêm, phẩm 22. Vô Tận Tạng)

2.6.3. *Thế nào là Bồ-tát nội-thí?*

Bồ-tát nầy đương lúc trẻ mạnh xinh đẹp, mới thọ lễ quán-đảnh lên ngôi chuyển-luân vương, đủ bảy báu, trị bốn châu thiên-hạ. Bấy giờ có người đến tâu với nhà vua rằng vì họ già yếu nhiều bịnh, nếu được tay chơn máu thịt đầu mắt xương tủy nơi thân thể của nhà vua, thời họ tất được mạnh giỏi sống còn.

Bồ-tát nầy nghĩ rằng: thân thể của tôi đây, sau nầy tất sẽ chết vô ích, tôi phải mau thí xả để cứu khổ chúng sanh.

Bồ-tát nầy suy nghĩ rồi liền đem thân xả thí không có lòng hối tiếc. Đây gọi là nội thí.

(Kinh Hoa Nghiêm, phẩm 22. Vô Tận Tạng)

2.6.4. *Thế nào là Bồ-tát ngoại-thí?*

Bồ-tát nầy tuổi trẻ sắc đẹp lên ngôi vua chuyển-luân, đủ bảy báu, trị bốn châu thiên-hạ.

Bấy giờ hoặc có người đến tâu: hiện tôi nghèo khổ, xin nhà vua nhường ngôi cho tôi, để tôi được hưởng thọ sự giàu vui của nhà vua.

Bồ-tát tự nghĩ rằng: tất cả sự giàu sang tất sẽ suy đổ. Lúc suy đổ không lợi-ích gì cho chúng-sanh.

Nay tôi nên làm vừa lòng cầu xin của người nầy.

Nghĩ xong, Bồ-tát liền đem ngôi vua nhường cho người ấy, không hối tiếc.

(Kinh Hoa Nghiêm, phẩm 22. Vô Tận Tạng)

2.6.5. *Thế nào là Bồ-tát nội-ngoại-thí?*

Bồ-tát nầy đương ở ngôi chuyển-luân-vương như trên.

Có người đến tâu xin vua nhường ngôi và vua phải làm thầnbộc cho họ.

Bồ-tát tự nghĩ rằng: Thân tôi và của cải cùng ngôi vua nầy đều là vô-thường bại hoại. Nay có người đến xin, tôi nên đem những thứ chẳng bền nầy để cầu lấy quả bền chắc.

Nghĩ xong, Bồ-tát liền làm vừa ý người xin không hối tiếc. Đây gọi là nội-ngoại-thí.

2.6.6. *Thế nào là Bồ-tát thí tất cả?*

Bồ-tát nầy cũng như trên đã nói ở ngôi chuyển-luân-vương.

Bấy giờ có số đông người nghèo cùng đến tâu xin: kẻ xin ngôi vua, kẻ xin vợ con của vua, kẻ xin tay chưn máu thịt tim phổi đầu mắt tủy óc của vua.

Bồ-tát tự nghĩ rằng: tất cả ân-ái hội họp tất có biệt-ly không lợi ích gì cho người.

Nay tôi nên rời bỏ tham ái, đem những vật tất sẽ ly tán nầy để làm vừa lòng chúng-sanh.

Nghĩ xong, theo chỗ xin của mỗi người đều ban cho không hối tiếc, cũng không khinh nhàm chúng-sanh.

(Kinh Hoa Nghiêm, phẩm 22. Vô Tận Tạng)

2.6.7. *Thế nào là Bồ-tát quá-khứ-thí?*

Bồ-tát nầy nghe những công-đức của chư Phật, Bồ-tát thời quá-khứ, nghe rồi không tham trước, rõ thấu là chẳng phải có, chẳng khởi lòng phân-biệt, chẳng tham, chẳng đắm, cũng chẳng cầu lấy, không nương cậy, thấy pháp như giấc mơ không kiên-cố, nơi các thiện-căn chẳng tưởng là có cũng không nương cậy, chỉ vì giáo-hóa những chúng-sanh thủ trước khiến thành-thục Phật-pháp mà diễn-thuyết cho họ.

Lại quán-sát các pháp quá-khứ tìm cầu mười phương đều không thể được.

Nghĩ như thế xong, nơi pháp quá-khứ đều xả bỏ tất cả.

(Kinh Hoa Nghiêm, phẩm 22. Vô Tận Tạng)

2.6.8. *Thế nào là Bồ-tát vị-lai-thí?*

Bồ-tát nầy nghe công-hạnh tu hành của chư Phật hời vị-lai, rõ thấu là chẳng phải có, chẳng chấp tướng, chẳng riêng thích vãng-sanh quốc-độ chư Phật, chẳng ham chẳng trước, cũng chẳng sanh nhàm, chẳng đem thiện-căn hồi-hướng nơi đó, cũng chẳng nơi đó mà thối thiện-căn, thường siêng tu hành chưa từng phế bỏ. Chỉ muốn nhơn cảnh-giới đó để nhiếp thủ chúng-sanh, vì họ giảng thuyết chơn thật khiến thành-thục Phật-pháp, nhưng pháp nầy chẳng phải có chỗ nơi, chẳng phải không chỗ nơi, chẳng phải trong, chẳng phải ngoài, chẳng phải gần, chẳng phải xa.

Bồ-tát lại nghĩ rằng nếu pháp đã là chẳng phải có thời chẳng được chẳng xả.

(Kinh Hoa Nghiêm, phẩm 22. Vô Tận Tạng)

2.6.9. *Thế nào là Bồ-tát hiện-tại thí?*

Bồ-tát nầy nghe các cõi trời: Tứ-Thiên-Vương, Đao-Lợi, Dạ-ma, Đâu-Suất, Hóa-Lạc, Tha-Hóa, Phạm-Chúng, Phạm-Phụ, Phạm-Vương, Thiểu-Quang, Vô-Lượng-Quang, Quang-Âm, Thiểu-Tịnh, Vô-Lượng-Tịnh, Biến-Tịnh, Phước-Sanh, Phước-Ái, Quảng-quả, Vô-Tưởng, Vô-Phiền, Vô-Nhiệt, Thiện-Kiến, Thiện-Hiện, Sắc-Cứu-Cánh, và nghe Thanh-Văn, Duyên-Giác đầy-đủ công-đức.

Nghe xong, tâm của Bồ-tát nầy chẳng mê, chẳng mất, chẳng tụ, chẳng tan. Chỉ quán-sát các hành-pháp như giấc mơ chẳng thiệt, lòng không tham-trước. Vì làm cho chúng-sanh bỏ lìa ác-thú, tâm vô-phân-biệt, tu bồ-tát-đạo thành-tựu Phật-pháp, nên khai thị diễn thuyết cho họ. Đây gọi là hiện-tại-thí.

(Kinh Hoa Nghiêm, phẩm 22. Vô Tận Tạng)

2.6.10. *Thế nào là Bồ-tát cứu-cánh-thí?*

Giả-sử có vô-lượng chúng-sanh hoặc không mắt, hoặc không tai, hoặc không mũi, không lưỡi, hoặc không tay không chân... đồng đến xin Bồ-tát nầy bố-thí mắt, tai, mũi, lưỡi, tay, chưn nơi thân của Bồ-tát cho họ được toàn vẹn hết tật nguyền.

Bồ-tát nầy liền bố-thí theo chỗ họ muốn, dầu đến phải tự mang tật trải qua vô-số kiếp vẫn không có lòng hối tiếc.

Chỉ quán-sát thân thể từ khi nhập thai thành hình toàn là bất-tịnh ở trong phạm-vi sanh, già, bịnh, chết.

Lại quán-sát thân thể không thiệt, không tàm quý, chẳng phải vật của Hiền-Thánh, là vật hôi nhơ chẳng sạch, xương lóng chỏi nhau, máu thịt kết lại, cửu khiếu luôn chảy chất hôi nhơ ai cũng nhờm gớm.

Do sự quán-sát nầy nên không có một niệm ái-trước nơi thân thể. Lại tự nghĩ rằng thân thể nầy mỏng manh không bền, không nên luyến ái, phải đem bố-thí cho mọi người được toại nguyện xin cầu.

Việc làm của tôi đây dùng khai-thị dìu-dắt chúng-sanh, khiến họ chẳng tham-ái nơi thân thể mà đều được thành-tựu trí-thân thanh-tịnh. Đây gọi là cứu-cánh-thí.

(Kinh Hoa Nghiêm, phẩm 22. Vô Tận Tạng)

2.7. ĐẠI BỒ-TÁT HUỆ-TẠNG

Những gì là đại Bồ-tát Huệ-Tạng?

Bố-Tát nầy đối với sắc, sắc tập, sắc diệt, sắc diệt-đạo đều biết đúng như thiệt. Đối với bốn uẩn thọ, tưởng, hành, thức, bốn uẩn tập, bốn uẩn diệt, bốn uẩn diệt-đạo đều biết đúng thiệt. Đối với vô-minh và ái, vô-minh ái tập, vô-minh ái diệt, vô-minh ái diệt-đạo đều biết đúng thiệt.

Bồ-tát nầy đối với Thanh-Văn, Duyên-Giác, Bồ-tát đều biết đúng thiệt; với Thanh-Văn tập, Duyên-Giác tập, Bồ-tát tập đều biết đúng thiệt; với Thanh-Văn niết-bàn Duyên-Giác niết-bàn, Bồ-tát niết-bàn đều biết đúng thiệt.

Biết thế nào?

Biết từ nhơn-duyên của nghiệp báo tạo ra, tất cả đều hư-giả, là không, là chẳng thiệt, chẳng phải ngã, chẳng kiên-cố, không có chút pháp nào thành lập được.

Vì muốn cho chúng-sanh biết thiệt-tánh của các pháp nên rộng tuyên thuyết cho họ. Tuyên thuyết các pháp bất-khả-hoại.

Những pháp gì bất-khả-hoại? Sắc, thọ, tưởng, hành, thức bất-khả-hoại; vô-minh bất-khả-hoại; Thanh-Văn pháp, Duyên-Giác pháp, Bồ-tát pháp đều bất-khả-hoại.

Tại sao vậy? Vì tất cả pháp là vô-tác, không tác giả, không ngôn thuyết, không xứ sở, chẳng sanh khởi, chẳng cho chẳng lấy, không động chuyển, không tác dụng.

Bồ-tát nầy thành-tựu vô-lượng huệ-tạng như vậy, dùng chút ít phương-tiện rõ tất cả pháp, tự-nhiên tỏ thấu chẳng do người khác mà giác-ngộ.

Tạng huệ vô-tận nầy có mười thứ bất-khả-tận nên được gọi là vô-tận:

Vì đa-văn thiện-xảo bất-khả-tận, vì thân cận thiện-tri-thức bất-khả-tận, vì thiện phân-biệt cú-nghĩa bất-khả-tận, vì nhập thâm pháp-giới bất-khả-tận, vì dùng trí nhứt-vị trang-nghiêm bất-khả-tận, vì họp tất cả phước-đức tâm không mỏi mệt bất-khả-tận, vì nhập tất cả môn đà-la-ni bất-khả-tận, vì hay phân-biệt âm thanh ngữ ngôn của tất cả chúng-sanh bất-khả-tận, vì hay dứt nghi lầm của tất cả chúng-sanh bất-khả-tận, vì tất cả chúng-sanh mà hiện Phật thần-lực để giáo-hóa điều-phục khiến họ tu hành không dứt bất-khả-tận.

Bực trụ trong huệ-tạng nầy được vô-tận trí-huệ, có thể khai ngộ khắp tất cả chúng-sanh.

(Kinh Hoa Nghiêm, phẩm 22. Vô Tận Tạng)

2.8. ĐẠI BỒ-TÁT NIỆM-TẠNG

Những gì là đại Bồ-tát niệm-tạng?

Chư Phật-tử! Bồ-tát nầy lìa bỏ sự si lầm, được niệm lực đầy đủ.

Nhớ thời quá-khứ một đời, hai đời, nhẫn đến mười đời, trăm ngàn vô-lượng đời, nhớ kiếp thành kiếp hoại, đến trăm ngàn ức kiếp, nhẫn đến bất-khả-thuyết bất-khả-thuyết kiếp. Nhớ hồng-danh của một đức Phật đến bất-khả-thuyết bất-khả-thuyết đức Phật. Nhớ một đức Phật xuất-thế nói thọ-ký nhẫn đến bất-khả-thuyết bất-khả-thuyết đức Phật xuất-thế nói thọ-ký. Nhớ một đức

Phật xuất thế nói mười hai bộ kinh nhẫn đến bất-khả-thuyết bất-khả thuyết đức Phật xuất thế nói mười hai bộ kinh. Nhớ một chúng-hội nhẫn đến bất-khả-thuyết bất-khả-thuyết chúng-hội. Nhớ diễn một pháp nhẫn đến diễn bất-khả-thuyết bất-khả-thuyết chúng-hội. Nhớ diễn một pháp nhẫn đến diễn bất-khả-thuyết pháp. Nhớ một căn-tánh nhẫn đến bất-khả-thuyết bất-khả-thuyết căn-tánh. Nhớ những tánh của một phiền-não nhẫn đến bất-khả-thuyết bất-khả-thuyết phiền-não. Nhớ những tánh của một tam-muội nhẫn đến bất-khả-thuyết bất-khả-thuyết tam-muội.

Niệm-Tạng nầy có mười thứ:

1. Tịch-tịnh niệm

2. Thanh-tịnh niệm

3. Bất-trược niệm

4. Minh-triệt niệm

5. Ly-trần niệm

6. Ly-chủng-chủng trần niệm

7. Ly-cấu niệm

8. Quang-diệu niệm

9. Khả-ái-nhạo niệm

10. Vô-chướng-ngại niệm.

Lúc Bồ-tát trụ trong niệm-tạng nầy, tất cả thế-gian không nhiễu loạn được, tất cả dị-luận không biến-động được, thiện căn đời trước đều được thanh-tịnh, nơi thế-pháp không nhiễm trước, các ma ngoại-đạo không phá hoại được, đổi thân thọ sanh không bị quên mất, quá-khứ hiện-tại vị-lai thuyết pháp đều vô-tận, trong tất cả thế-giới cùng chúng-sanh đồng ở không hề có lầm lỗi, vào tất cả chúng-hội đạo-tràng của chư Phật không bị chướng-ngại, đều được gần-gũi tất cả chư Phật.

(Kinh Hoa Nghiêm, phẩm 22. Vô Tận Tạng)

2.9. ĐẠI BỒ-TÁT TRÌ-TẠNG

Những gì là đại Bồ-tát trì-tạng? Bồ-tát nầy thọ-trì, văn cú nghĩa lý khế-kinh của chư Phật nói không quên sót.

Một đời thọ-trì nhẫn đến bất-khả-thuyết bất-khả-thuyết đời thọ-trì.

Thọ-trì danh hiệu của một đức Phật nhẫn đến bất-khả-thuyết bất-khả-thuyết danh hiệu Phật.

Thọ-trì một kiếp-số nhẫn đến bất-khả-thuyết bất-khả-thuyết kiếp số.

Thọ trì một đức Phật thọ-ký nhẫn đến bất-khả-thuyết bất-khả-thuyết Phật thọ-ký.

Thọ-trì một khế-kinh nhẫn đến bất-khả-thuyết bất-khả-thuyết khế-kinh.

Thọ-trì một chúng-hội nhẫn đến bất-khả-thuyết bất-khả-thuyết chúng-hội.

Thọ-trì diễn một pháp nhẫn đến diễn bất-khả-thuyết bất-khả-thuyết Phật-pháp.

Thọ-trì một căn vô-lượng chủng-tánh nhẫn đến bất-khả-thuyết bất-khả-thuyết căn vô-lượng chủng-tánh.

Thọ-trì một phiền-não nhiều thứ tánh nhẫn đến bất-khả-thuyết phiền não nhiều thứ tánh.

Thọ-trì một tam-muội các thứ tánh nhẫn đến bất-khả-thuyết bất-khả-thuyết tam-muội các thứ tánh.

Trì-tạng nầy vô-biên, khó đầy, khó đến được đáy, khó được thân-cận, không gì chế phục được, vô-lượng vô-tận, đủ oai-lực lớn, là cảnh-giới Phật, chỉ có Phật rõ được.

(Kinh Hoa Nghiêm, phẩm 22. Vô Tận Tạng)

2.10. ĐẠI BỒ-TÁT BIỆN-TẠNG

Những gì là đại Bồ-tát biện-tạng? Bồ-tát nầy có trí-huệ rất sâu, biết rõ thiệt-tướng, rộng vì chúng-sanh diễn thuyết các pháp chẳng trái với kinh điển của chư Phật. Diễn thuyết một phẩm-pháp nhẫn đến bất-khả-thuyết bất-khả-thuyết phẩm pháp. Diễn-thuyết một Phật-hiệu nhẫn đến bất khả-thuyết Phật- hiệu.

Như vậy, diễn thuyêt thế-giới, Phật thọ-ký, khế-kinh, chúng-hội, diễn pháp, căn-tánh, phiền-não-tánh, tam-muôi-tánh, cũng đều từ một đến bất-khả-thuyết bất-khả-thuyết cả.

Hoặc diễn thuyết trong một ngày, hoặc nửa tháng, một tháng, trăm năm, ngàn năm, nhẫn đến bất-khả-thuyết bất-khả-thuyết kiếp. Kiếp số có thể cùng tận, nghĩa lý một chữ, một câu khó cùng tận.

Tại sao vậy? Vì Bồ-tát nầy thành-tựu mười thứ tạng vô-tận, nhiếp được nhứt-thiết-pháp đà-la-ni môn hiệu ở trước, có trăm vạn vô-số đà-la-ni làm quyến thuộc. Được đà-la-ni nầy rồi, dùng pháp quang-minh rộng vì chúng-sanh diễn thuyết các pháp. Lúc thuyết pháp, dùng lưỡi rộng dài ra tiếng vi-diệu khắp đến tất cả thế-giới mười phương, tùy căn-tánh đều làm cho đầy đủ, lòng hoan-hỷ, dứt trừ tất cả phiền-não, khéo vào tất cả âm thinh ngữ ngôn văn tự biện-tài, khiến tất cả chúng-sanh chẳng dứt Phật-chủng, tâm thanh-tịnh được tương tục. Cũng dùng pháp quang-minh mà thuyết pháp không cùng tận, chẳng mỏi mệt.

Tại sao vậy? Vì Bồ-tát nầy thành-tựu thân vô-biên cùng tận hư-không pháp-giới.

(Kinh Hoa Nghiêm, phẩm 22. Vô Tận Tạng)

3. LỢI ÍCH CỦA 10 PHÁP VÔ TẬN TẠNG

Tạng nầy vô cùng tận, không phân chia, không gián-đoạn, không đổi khác, không cách ngại, không thối chuyển, rất sâu không đáy khó vào được, vào khắp tất cả môn Phật pháp.

Chư Phật-tử! Mười tạng vô-tận nầy có mười pháp vô-tận khiến chư Bồ-tát rốt ráo thành vô-thượng bồ-đề.

Đây là mười pháp: vì lợi ích tất cả chúng-sanh, vì bổn-nguyện khéo hồi-hướng, vì tất cả kiếp không đoạn tuyệt, vì tận hư-không-giới đều khai ngộ tâm vô-hạn, vì hồi-hướng hữu-vi mà không tham-trước, vì cảnh-giới một niệm tất cả pháp vô-tận, vì tâm đại-nguyện không đổi khác, vì khéo nhiếp thủ các đà-la-ni, vì tất cả chư Phật hộ-niệm, vì rõ tất cả pháp đều như huyễn.

Mười pháp vô-tận nầy có thể khiến chỗ thật hành của tất cả thế-gian trọn được rốt ráo tạng lớn vô-tận.

(Kinh Hoa Nghiêm, phẩm 22. Vô Tận Tạng)

Phẩm 23.

Thăng Đâu-Suất Thiên-Cung

I. MỤC LỤC

1. Mỗi diêm phủ đề đều thấy Phật đang thuyết pháp
2. Thính chúng dự hội ở đâu suất thiên cung
3. Công đức đã gieo trồng nơi mười vị Phật quá khứ
4. Năng lực của đức thế tôn tại đâu suất thiên cung.

***

II. CHÁNH VĂN

1. MỖI DIÊM PHỦ ĐỀ ĐỀU THẤY PHẬT ĐANG THUYẾT PHÁP

Lúc bây giờ, do thần-lực của đức Phật, thập phương tất cả thế-giới, trong *mỗi Diêm-Phù-Đề đều thấy đức Phật ngự dưới cây bồ-đề, đều có Bồ-Tát thừa oai-lực của Phật mà thuyết pháp, không ai chẳng cho rằng đức Phật luôn ở trước mình.*

Đức Thế-Tôn lại dùng thần-lực chẳng rời các chỗ: cây bồ-đề, đảnh Tu-Di-Sơn, Dạ-Ma thiên-cung, mà qua đến Đâu-Suất-Đà thiên nơi điện Diệu-Bửu-Trang-Nghiêm.

Đâu-Suất Thiên-Vương vọng thấy đức Phật đến, liền dọn tòa Ma-Ni-Tạng Sư-Tử tại giữa điện.

(Kinh Hoa Nghiêm, phẩm 23. Thăng Đâu Suất Thiên Cung)

2. THÍNH CHÚNG DỰ HỘI Ở ĐÂU SUẤT THIÊN CUNG

- Trăm vạn ức sơ-phát-tâm Bồ-Tát

- Trăm vạn ức Trị-Địa Bồ-Tát

- Trăm vạn ức Sanh-Quý Bồ-Tát trụ thắng-chí-lạc

- Trăm vạn ức Phương-Tiện-Cụ-Túc Bồ-Tát khởi đại-thừa-hạnh

- Trăm vạn ức Chánh-Tâm-Trụ Bồ-Tát

- Trăm vạn ức Pháp-Vương-Tử Bồ-Tát nhập bất-tư nghì

- Trăm vạn ức Thiên-Vương

- Trăm vạn ức Long-Vương

- Trăm vạn ức Dạ-Xoa-Vương

- Trăm vạn ức Càn-Thác-Bà Vương

- Trăm vạn ức A-Tu-La Vương

- Trăm vạn ức Ca-Lâu-La Vương

- Trăm vạn ức Khẩn-Na-La Vương

- Trăm vạn ức Ma-Hầu-La-Già-Vương

- Trăm vạn ức Đao-lợi Thiên-Vương

- Trăm vạn ức Da-Ma Thiên-Vương

- Trăm vạn ức Đâu-Suất Thiên-Vương

- Trăm vạn ức Hóa-Lạc Thiên-Vương

- Trăm vạn ức Tha-Hóa Thiên-Vương

- Trăm vạn ức Phạm-Vương

- Trăm vạn ức Đại-Tự-Tại Thiên-Vương

- Trăm vạn ức thiên-nữ

- Trăm vạn ức Đồng-Nguyện-Thiên

- Trăm vạn ức Đồng-Trụ-Thiên

- Trăm vạn ức Phạm-Thân-Thiên

- Trăm vạn ức Phạm-Phụ-Thiên

- Trăm vạn ức Phạm-Chúng-Thiên

- Trăm vạn ức Đại-Phạm-Thiên

- Trăm vạn ức Quang-Thiên

- Trăm vạn ức Thiểu-Quang-Thiên

- Trăm vạn ức Vô-Lượng-Quang-Thiên

- Trăm vạn ức Quang-Âm Thiên

- Trăm vạn ức Tịnh-Thiên

- Trăm vạn ức Thiểu-Tịnh-Thiên

- Trăm vạn ức Vô-Lượng-Tịnh Thiên

- Trăm vạn ức Biến-Tịnh-Thiên

- Trăm vạn ức Quảng-Thiên

- Trăm vạn ức Thiểu-Quang-Thiên

- Trăm vạn ức Vô-Lượng-Quảng Thiên

- Trăm vạn ức Quảng-Quả-Thiên

- Trăm vạn ức Vô-Phiền-Thiên

- Trăm vạn ức Vô-Nhiệt-Thiên

- Trăm vạn ức Thiện-Kiến Thiên đảnh lễ.

- Trăm vạn ức Thiện-Hiện Thiên

- Trăm vạn ức Sắc-Cứu-Cánh Thiên

- Trăm vạn ức chư Thiên

- Trăm vạn ức Bồ-Tát Thiên hộ-trì...

(Kinh Hoa Nghiêm, phẩm 23. Thăng Đâu Suất Thiên Cung)

3. CÔNG ĐỨC ĐÃ GIEO TRỒNG
NƠI MƯỜI VỊ PHẬT QUÁ KHỨ

Đâu-Suất Thiên-Vương thừa oai-lực của đức Phật, liền tự nhớ căn lành đã gieo trồng nơi mười vị Phật quá-khứ như Vô-Ngại-Nguyệt Như-Lai, Quảng-Trí Như-Lai, Phổ-Nhãn Như-Lai, San-Hô Như-Lai, Luận-Sư-Tử Như-Lai, Nhựt-Chiếu Như-Lai, Vô-Biên-Quang Như-Lai, Pháp-Tràng Như-Lai, Trí-Đăng Như-Lai và Công-Đức-Quang Như-Lai, nên nói kệ rằng:

Xưa có Phật hiệu ***Vô-Ngại-Nguyệt***

Trong những cát-tường là bực nhứt

Phật từng vào điện Trang-Nghiêm nầy

Thế nên chốn nầy rất cát-tường.

Xưa có Như-Lai hiệu ***Quảng-Trí***

Trong những cát-tường là bực nhứt

Phật từng vào điện Kim-Sắc nầy

Thế nên chốn nầy rất cát-tường.

Xưa có Như-Lai hiệu ***Phổ-Nhãn***

Trong những cát-tường là bực nhứt

Phật từng vào điện Liên-Hoa nầy

Thế nên chốn nầy rất cát-tường.

Xưa có Như-Lai hiệu ***San-Hô***

Trong những cát-tường là bực nhứt

Phật từng vào điện Bửu-Tạng nầy

Thế nên chốn nầy rất cát-tường.

Xưa có Phật hiệu *Luận-Sư-Tử*

Trong những cát-tường là bực nhứt
Phật từng vào điện Sơn-Vương nầy
Thế nên chốn nầy rất cát-tường.

Xưa có Như-Lai hiệu **Nhựt-Chiếu**
Trong những cát-tường là bực nhứt
Phật từng vào điện Chúng-Hoa nầy
Vì thế chốn này rất cát-tường.

Xưa có Phật hiệu **Vô-Biên-Quang**
Trong những cát-tường là bực nhứt
Phật từng vào điện Thọ-Nghiêm nầy
Thế nên chốn nầy rất cát-tường.

Xưa có Như-Lai hiệu **Pháp-Tràng**
Trong những cát-tường là bực nhứt
Phật từng vào điện Bửu-Cung nầy
Thế nên chốn nầy rất cát tường.

Xưa có Như-Lai hiệu **Trí-Đăng**
Trong những cát-tường là bực nhứt
Phật từng vào điện Hương-Sơn nầy
Thế nên chốn nầy rất cát-tường.

Xưa có Phật hiệu **Công-Đức-Quang**
Trong những cát-tường là bực nhứt
Phật từng vào điện Ma-Ni nầy

Thế nên chốn nầy rất cát-tường.

Trong tất cả thế-giới ở mười phương các Đâu-Suất Thiên-Vương cũng đều thừa thần-lực của Phật mà nói kệ tán thán chư Phật quá-khứ như vậy.

(Kinh Hoa Nghiêm, phẩm 23. Thăng Đâu Suất Thiên Cung)

4. NĂNG LỰC CỦA ĐỨC THẾ TÔN TẠI ĐÂU SUẤT THIÊN CUNG

Lúc đó, đức Thế-Tôn ngồi kiết-già trên tòa sư-tử Ma-Ni-Bửu-Tạng trong điện Bửu-Trang-Nghiêm

Pháp-thân thanh-tịnh diệu-dụng tự-tại

Đồng một cảnh-giới cùng tam-thế chư Phật

Trụ nhứt-thiết-trí đồng vào một tánh với tất cả Phật

Phật-nhãn sáng rõ thấy tất cả pháp đều vô-ngạt

Oai-lực lớn đi khắp pháp-giới chưa từng thôi nghỉ

Đủ đại thần-thông tùy chỗ có chúng-sanh có thể hóa-độ thời đều qua đến.

Dùng tất cả sự trang-nghiêm vô-ngại của tất cả chư Phật để tự trang-nghiêm.

Khéo biết thời cơ mà vì chúng-sanh thuyết pháp.

Bất-khả-thuyết chúng Bồ-Tát đều từ những quốc-độ phương khác cùng đến nhóm họp.

(Kinh Hoa Nghiêm, phẩm 23. Thăng Đâu Suất Thiên Cung)

Phẩm 24.

I. MỤC LỤC

1. Vi trần số Bồ-tát đồng tên Tràng câu hội tại các quốc độ đều tên Diệu

2. Chúng Bồ-tát thành tựu vô lượng công đức

3. Năng lực tu tập của các Bồ-tát cùng với đức Tỳ-Lô-Giá-Na Như-Lai

4. Mười vị Bồ-tát thượng thủ

   4.1. Kim cang tràng Bồ-tát

   4.2. Kiên cố tràng Bồ-tát

   4.3. Dũng mãnh tràng Bồ-tát

   4.4. Quang minh tràng Bồ-tát

   4.5. Trí tràng Bồ-tát

   4.6. Bửu tràng Bồ-tát

   4.7. Tinh tấn tràng Bồ-tát

   4.8. Ly cấu tràng Bồ-tát

   4.9. Tinh tú tràng Bồ-tát

   4.10. Pháp tràng Bồ-tát.

***

II. CHÁNH VĂN

1. VI TRẦN SỐ BỒ-TÁT TÊN TRÀNG VÀ CÂU HỘI TẠI CÁC QUỐC ĐỘ ĐỀU TÊN DIỆU

Lúc đó do thần lực của Đức Phật, mười Phương vạn Phật sát vi trần số thế giới, mỗi phương đều có một đại Bồ-tát cùng vạn Phật sát vi trần số Bồ-tát câu hội.

Tất cả Đâu Suất Thiên cung trong thập phương thế giới đều có chư Bồ Tát đồng số lượng, đồng danh hiệu, thế giới và Chư Phật cũng đồng như nơi đây cả.

Bấy giờ đức Thế Tôn *từ hai gối phóng trăm ngàn ức na do tha quang minh*, chiếu khắp tất cả thế giới tận pháp giới hư không giới.

Lúc đó do thần lực của Đức Phật, Mười Phương ngoài vạn Phật sát vi trần số thế giới, mỗi phương đều có một đại Bồ Tát cùng vạn Phật sát vi trần số Bồ Tát câu hội.

Kim Cang Tràng Bồ Tát từ Diệu Bửu thế giới của Đức Phật Vô Tận Tràng;

Kiên Cố Tràng Bồ Tát từ Diệu Lạc thế giới của Đức Phật Phong Tràng;

Dũng Mãnh Tràng Bồ Tát từ Diệu Ngân thế giới của Đức Phật Giải Thoát Tràng;

Quang Minh Tràng Bồ Tát từ Diệu Kim thế giới của Đức Phật oai Nghi Tràng;

Trí Tràng Bồ Tát từ Diệu Ma Ni thế giới của Đức Phật Minh Tường Tràng;

Bửu Tràng Bồ Tát từ Diệu Kim Cang thế giới của Đức Phật Thường Tràng;

Tinh Tấn Tràng Bồ Tát từ Diệu Ba Đầu Ma thế giới của Đức Phật Tối Thắng Tràng;

Ly Cấu Tràng Bồ Tát từ Diệu Ưu Bát La thế giới của Đức Phật

Tự Tại Tràng;

Tinh Tú Tràng Bồ Tát từ Diệu Chiên Đàn thế giới của Đức Phật Phạm Tràng;

Pháp Tràng Bồ Tát từ Diệu Hương thế giới của Đức Phật Quan Sát Tràng.

Chúng Bồ Tát khi đến trước Đức Phật và đảnh lễ Phật xong, tùy theo phương của mình đến, đều hóa hiện tòa sư tử Diệu Bửu Tạng rồi ngồi kiết già trên đó.

Thân của chư Bồ Tát đều phóng trăm ngàn ức na do tha vô số quang minh thanh tịnh, quang minh này đều từ tâm thanh tịnh, cùng đại nguyện rời lìa những lỗi ác mà phát khởi, hiển thị pháp tự tại thanh tịnh của tất cả Phật.

(Kinh Hoa Nghiêm, phẩm 24. Đâu Suất Kệ Tán)

2. CHÚNG BỒ-TÁT THÀNH TỰU VÔ LƯỢNG CÔNG ĐỨC

Chúng Bồ-tát này đều đã thành tựu vô lượng công đức như là:

- Đi khắp tất cả cõi Phật không chướng ngại

- Thấy pháp thân thanh tịnh không nương đỗ

- Dùng trí huệ thân hiện vô lượng thân

- Đến khắp Mười Phương phụng thờ Chư Phật

- Vào nơi vô lượng vô biên bất tư nghì pháp tự tại của Chư Phật

- Trụ nơi vô lượng môn Nhất thiết trí

- Dùng trí quang minh khéo rõ các pháp

- Ở trong các pháp được vô úy biện tài thuyết pháp vô tận

- Dùng đại trí huệ khai môn tổng trì

- Huệ nhãn thanh tịnh thâm nhập pháp giới cảnh giới trí huệ không ngần mé, rốt ráo thanh tịnh như hư không.

Tất cả Đâu Suất Thiên cung trong thập phương thế giới đều có chư Bồ-tát đồng số lượng, đồng danh hiệu, thế giới và Chư Phật cũng đồng như nơi đây cả.

Bấy giờ đức Thế Tôn từ hai gối phóng trăm ngàn ức na do tha quang minh, chiếu khắp tất cả thế giới tận pháp giới hư không giới.

Chúng Bồ-tát ở các cõi kia đều thấy thần biến của Đức Phật ở đây. Chúng Bồ-tát ở cõi đây đều thấy biến của tất cả Chư Phật kia.

(Kinh Hoa Nghiêm, phẩm 24. Đâu Suất Kệ Tán)

3. NĂNG LỰC TU TẬP CỦA CÁC BỒ-TÁT CÙNG VỚI ĐỨC TỲ-LÔ-GIÁ-NA NHƯ-LAI

Tất cả chúng Bồ-tát như vậy, cùng với *đức Tỳ-Lô-Giá-Na Như-Lai*, từ thuở xưa

- Đồng trồng căn lành tu Bồ-tát hạnh

- Ngộ nhập thậm thâm giải thoát tự tại của Chư Phật

- Pháp giới thân bình đẳng

- Vào tất cả thế giới mà vẫn vô trụ

- Thấy vô lượng Phật đều qua kính thờ

- Trong một niệm đi khắp pháp giới tự tại vô ngại

- Tâm ý thanh tịnh như bửu châu vô giá

- Vô lượng vô số Chư Phật thường hộ niệm và đồng ban cho thần lực

- Đến nơi bờ rốt ráo đệ nhứt kia luôn dùng tịnh niệm trụ vô thượng giác

- Niệm niệm luôn vào chỗ Nhứt thiết trí

- *Đem nhỏ vào lớn, đem lớn vào nhỏ đều tự tại*

- Thông đạt vô ngại đã được Phật thân

- Cùng Phật đồng an trụ, được Nhứt thiết trí

- Từ Nhứt thiết trí mà sanh ra thân, đều có thể theo vào chỗ sở hành của tất cả Như-Lai mà khai xiển vô lượng pháp môn trí huệ

- Đến bờ Kim Cang tràng đại trí kia, được Kim Cang định dứt

các điều nghi hoặc, đã được tự tại thần thông của Chư Phật, vào khắp tất cả quốc độ mười

phương, giáo hóa điều phục trăm ngàn muôn ức vô số chúng sanh, dầu không tham trước nơi tất cả số lượng mà có thể tu học thành tựu cứu cánh, phương tiện an lập các pháp.

- Trăm ngàn ức na do tha bất khả thuyết vô lượng tạng công đức thanh tịnh vô tận như vậy, chúng Bồ-tát này đều được thành tựu.

(Kinh Hoa Nghiêm, phẩm 24. Đâu Suất Kệ Tán)

4. MƯỜI VỊ BỒ-TÁT THƯỢNG THỦ

Bấy giờ đức Thế Tôn từ *hai gối phóng trăm ngàn ức na do tha quang minh,* chiếu khắp tất cả thế giới tận pháp giới hư không giới.

Chúng Bồ-tát ở các cõi kia đều thấy thần biến của Đức Phật ở đây.

Kim Cang Tràng Bồ-tát , Kiên Cố Tràng Bồ-tát , Dũng Mãnh Tràng Bồ-tát , Quang Minh Tràng Bồ-tát , Trí Tràng Bồ-tát , Bửu Tràng Bồ-tát , Tinh Tấn Tràng Bồ-tát , Ly Cấu Tràng Bồ-tát , Tinh Tú Tràng Bồ-tát , Pháp Tràng Bồ-tát cùng với đức Tỳ-Lô-Giá-Na Như-Lai, từ thuở xưa, đồng trồng căn lành tu Bồ-tát hạnh, đều đã ngộ nhập thậm thâm giải thoát tự tại của Chư Phật.

Mỗi vị Bồ-tát nơi cõi trời Đâu Xuất nói kệ khen Đức Phật Thế Tôn.

(Kinh Hoa Nghiêm, phẩm 24. Đâu Suất Kệ Tán)

4.1. KIM CANG TRÀNG BỒ-TÁT

Kim Cang Tràng Bồ-tát thừa thần lực của Đức Phật, quán sát khắp mười phương rồi nói kệ khen Đức Phật Thế Tôn rằng:

Như-Lai chẳng xuất thế

Cũng chẳng nhập Niết Bàn

Dùng sức bổn nguyện lớn

Thị hiện pháp tự tại.

Pháp này khó nghĩ bàn

Tâm không duyên đến được

Trí huệ đến bời kia

Mới thấy cảnh giới Phật.

Sắc thân chẳng phải Phật.

Âm thinh cũng chẳng phải

Nhưng chẳng lìa sắc, thinh

Thấy thần lực của Phật.

(Kinh Hoa Nghiêm, phẩm 24. Đâu Suất Kệ Tán)

4.2. KIÊN CỐ TRÀNG BỒ-TÁT

Kiên Cố Tràng Bồ-tát thừa thần lực của Đức Phật quán sát khắp mười phương rồi nói kệ khen Đức Phật Thế Tôn rằng:

Phật tối thắng vô tỷ

Rất sâu bất khả thuyết

Vượt khỏi đường ngôn ngữ

Thanh tịnh như hư không.

Quán sát đấng Đạo Sư

Sức tự tại thần thông

Đã lìa nơi phân biệt.

Mà khiến phân biệt thấy.

Đức Phật vì khai diễn

Pháp vi diệu thậm thâm

Vì do nhơn duyên ấy

Hiện thân vô tỷ này.

(Kinh Hoa Nghiêm, phẩm 24. Đâu Suất Kệ Tán)

4.3. DŨNG MÃNH TRÀNG BỒ-TÁT

Dũng Mãnh Tràng Bồ-tát thừa thần lực của Phật quan sát khắp mười phương rồi nói kệ khen Đức Phật Thế Tôn rằng:

Vô lượng những hình sắc

Trang nghiêm nơi thân Phật.

Chẳng phải trong hình sắc

Mà thấy được Đức Phật.

Như-Lai Đẳng Chánh Giác

Tịch nhiên hằng bất động

Có thể khắp hiện thân

Đầy khắp mười phương cõi.

Ví như hư không giới

Bất sanh cũng bất diệt

Phật pháp cũng như vậy

Rốt ráo không sanh diệt.

(Kinh Hoa Nghiêm, phẩm 24. Đâu Suất Kệ Tán)

4.4. QUANG MINH TRÀNG BỒ-TÁT

Quang Minh Tràng Bồ-tát thừa thần lực của Đức Phật quan sát khắp mười phương rồi nói kệ khen Đức Phật Thế Tôn rằng:

Nhơn gian và Thiên thượng

Tất cả các thế giới

Khắp thấy đức Như-Lai
Sắc thân diệu thanh tịnh.

Ví như một tâm niệm
Hay sanh các thứ tâm
Như vậy một Phật thân
Khắp hiện tất cả Phật.

Bồ đề không hai pháp
Cũng không có các tướng
Mà ở trong hai pháp
Hiện thân tướng trang nghiêm.
(Kinh Hoa Nghiêm, phẩm 24. Đâu Suất Kệ Tán)

4.5. TRÍ TRÀNG BỒ-TÁT

Trí Tràng Bồ-tát thừa thần lực của Đức Phật quan sát khắp mười phương rồi nói kệ khen Đức Phật Thế Tôn rằng:

Tam thế các chúng sanh
Trọn biết được số lượng
Việc thị hiện của Phật
Số lượng chẳng thể được.

Có lúc hiện một hai
Nhẫn đến vô lượng thân
Hiện khắp mười phương cõi
Thiệt ra không hai thứ.

Ví như trăng tròn sáng

Hiện khắp các dòng nước

Bóng hình dầu vô lượng

Mặt trăng vẫn không hai.

(Kinh Hoa Nghiêm, phẩm 24. Đâu Suất Kệ Tán)

4.6. BỬU TRÀNG BỒ-TÁT

Bửu Tràng Bồ-tát thừa thần lực của Phật quan sát khắp mười phương rồi nói kệ khen Đức Phật Thế Tôn rằng:

Như-Lai lìa phân biệt

Rời thời gian, không gian

Tam thế chư Như-Lai

Xuất hiện đều như vậy.

Ví như mặt trời sáng

Chẳng hiệp cùng đêm tối

Mà nói ngày đêm ấy

Phật pháp đều như vậy.

Tam thế tất cả kiếp

Chẳng cùng Như-Lai hiệp

Mà nói tam thế Phật

Phật pháp đều như vậy.

(Kinh Hoa Nghiêm, phẩm 24. Đâu Suất Kệ Tán)

4.7. TINH TẤN TRÀNG BỒ-TÁT

Tinh tấn Tràng Bồ-tát thừa thần lực của Đức Phật quan sát khắp mười phương rồi nói kệ khen Đức Phật Thế Tôn rằng:

Ví như tất cả pháp

Do các duyên sanh khởi

Thấy Phật cũng như vậy

Tất nhờ các thiện nghiệp.

Ví như châu như ý

Hay thoả mãn lòng chúng

Chư Phật pháp như vậy

Thỏa mãn tất cả nguyện.

Trong vô lượng quốc độ

Đạo Sư hiện ra đời

Vì tùy theo nguyện lực

Ứng hiện khắp mười phương.

(Kinh Hoa Nghiêm, phẩm 24. Đâu Suất Kệ Tán)

4.8. LY CẤU TRÀNG BỒ-TÁT

Ly Cấu Tràng Bồ-tát thừa thần lực của Đức Phật quan sát khắp mười phương rồi nói kệ khen Đức Phật Thế Tôn rằng:

Thế gian thân như vậy

Chư Phật thân cũng vậy

Rõ biết tự tánh kia

Đây thời nói là Phật.

Như-Lai thấy biết khắp

Thấu rõ tất cả pháp

Phật pháp và bồ đề

Cả hai bất khả đắc.

Đạo sư không lai khứ

Cũng lại không sở trụ

Xa lìa các điên đảo

Đây hiệu đẳng chánh giác

(Kinh Hoa Nghiêm, phẩm 24. Đâu Suất Kệ Tán)

4.9. TINH TÚ TRÀNG BỒ-TÁT

Tinh Tú Tràng Bồ-tát thừa thần lực của đức Phật quan sát khắp mười phương rồi nói kệ khen Đức Phật Thế Tôn rằng:

Thần lực tự tại hiện

Chính đây gọi là Phật

Trong tất cả thế giới

Tìm cầu trọn không có.

Nếu biết được như vậy

Tâm ý và các pháp

Thấy biết trọn tất cả

Chóng được thành Như-Lai.

Trong ngôn ngữ hiển thị

Tất cả Phật tự tại

Chánh giác siêu ngôn ngữ

Giả mượn ngôn ngữ nói.

(Kinh Hoa Nghiêm, phẩm 24. Đâu Suất Kệ Tán)

4.10. PHÁP TRÀNG BỒ-TÁT

Pháp Tràng Bồ-tát thừa thần lực của Đức Phật quán sát khắp mười phương rồi nói kệ khen Đức Phật Thế Tôn rằng:

Dầu tận vị lai tế
Đi khắp các cõi Phật
Chẳng cầu diệu pháp này
Trọn chẳng thành Bồ đề.

Chúng sanh vô thủy lại
Mãi lưu chuyển sanh tử
Chẳng rõ pháp chơn thật
Nên Chư Phật ra đời.

Các pháp chẳng thể hoại
Cũng không ai hoại được
Tự tại đại quang minh
Hiện khắp nơi thế gian.
(Kinh Hoa Nghiêm, phẩm 24. Đâu Suất Kệ Tán)

Phẩm 25.

I. MỤC LỤC

***

II. CHÁNH VĂN

1. KIM CANG TRÀNG BỒ-TÁT

Lúc bấy giờ Kim Cang Tràng Bồ-Tát thừa thần lực của Phật nhập Bồ-Tát trí quang tam muội và nương oai lực bổn nguyện của *đức Tỳ-Lô-Giá-Na Như-Lai để diễn nói về Thập hồi hướng.*

(Kinh Hoa Nghiêm, phẩm 25. Thập Hồi Hướng)

2. BỒ-TÁT TRÍ QUANG TAM MUỘI TỪ OAI LỰC BỔN NGUYỆN CỦA ĐỨC TỲ-LÔ-GIÁ-NA NHƯ-LAI

Lúc bấy giờ Kim Cang Tràng Bồ-Tát thừa thần lực của Phật nhập Bồ-Tát trí quang tam muội.

Nhập tam muội này rồi, mười phương đều quá mười vạn Phật sát vi trần số thế giới, có *mười vạn Phật sát vi trần số Phật đồng một hiệu Kim Cang Tràng* hiện ra trước Bồ-Tát mà đồng khen rằng:

Lành thay! Ông có thể nhập Bồ-Tát trí quang tam muội này!

Thiện nam tử! Đây là mười phương đều mười vạn Phật sát vi trần số Chư Phật dùng thần lực cùng gia hộ ông.

Mà cũng là *oai lực bổn nguyện của đức Tỳ-Lô-Giá-Na Như-Lai.* Và vì ông được trí huệ thanh tịnh, cùng chư Bồ-Tát thiện căn tăng thắng, khiến ông nhập tam muội này để thuyết pháp, khiến chư Bồ-Tát được thanh tịnh vô úy:

- Vì để đủ vô ngại biện tài

- Vì nhập trí địa vô ngại

- Vì trụ đại tâm Nhứt thiết trí

- Vì thành tựu vô tận thiện căn

- Vì đầy đủ pháp lành vô ngại

- Vì nhập phổ môn pháp giới

- Vì hiện thần lực tất cả Phật

- Vì niệm trí về thời quá khứ chẳng dứt

- Vì được tất cả Phật hộ trì các căn

- Vì dùng vô lượng môn nói rộng các pháp

- Vì nghe rồi trọn hiểu rõ thọ trì chẳng quên

- Vì nhiếp tất căn lành của chư Bồ-Tát

- Vì trọn nên những pháp trợ đạo xuất thế

- Vì chẳng dứt Nhứt thiết chủng trí

- Vì khai phát đại nguyện

- Vì giải thích thiệt nghĩa

- Vì rõ biết pháp giới

- Vì khiến chư Bồ-Tát đều trọn hoan hỷ

- Vì tu tất cả Phật bình đẳng thiện căn

- Vì hộ trì chúng tánh Phật.

Sẽ diễn thuyết pháp gì? Chính là diễn nói Thập hồi hướng của chư Bồ-Tát vậy.

(Kinh Hoa Nghiêm, phẩm 25. Thập Hồi Hướng)

3. LÝ DO DIỄN NÓI THẬP HỒI HƯỚNG

Thiện nam tử! Ông nên thừa thần lực của Phật mà diễn pháp Thập Hồi Hướng:

- Vì để được Phật hộ niệm

- Vì an trụ nhà Phật

- Vì thêm lớn công đức xuất thế

- Vì được đà la ni quang minh

- Vì nhập Phật pháp vô ngại

- Vì đại quang chiếu khắp pháp giới

- Vì họp pháp thanh tịnh không lỗi

- Vì trụ cảnh giới trí quảng đại

- Vì được pháp quang vô ngại.

(Kinh Hoa Nghiêm, phẩm 25. Thập Hồi Hướng)

4. KIM CANG TRÀNG BỒ-TÁT CÓ CĂN LÀNH

Kim Cang Tràng Bồ-Tát có:

- Vô lượng trí huệ cùng vô ngại biện

- Thiện phương tiện phân biệt cú nghĩa

- Pháp quang minh vô ngại

- Thân Như-Lai bình đẳng

- Vô lượng âm thinh thanh tịnh sai biệt

- Bồ-Tát bất tư nghì thiện quán sát tam muội

- Thiện căn hồi hướng trí kiên cố

- Quan sát Nhứt thiết pháp thành tựu xảo phương tiện

- Biện tài ở tất cả chỗ, thuyết tất cả pháp vô đoạn.

Tại sao vậy? Vì do sức căn lành nhập tam muội này từ được như vậy.

Chư Phật đều đưa tay hữu xoa đảnh Kim Cang Tràng Bồ-Tát.

Được Chư Phật xoa đảnh xong, Kim Cang Tràng Bồ-Tát xuất định nói với chúng Bồ-Tát rằng: "Thưa Chư Phật tử! Đại Bồ-Tát có đại nguyện bất tư nghì đầy khắp pháp giới cứu hộ được tất cả chúng sanh. Chính là tu học tam thế Chư Phật hồi hướng.

(Kinh Hoa Nghiêm, phẩm 25. Thập Hồi Hướng)

5. THẬP HỒI HƯỚNG

1. Cứu hộ tất cả chúng sanh ly chúng sanh tướng hồi hướng

2. Bất hoại hồi hướng

3. Đẳng nhứt thiết Chư Phật hồi hướng

4. Chí nhứt thiết xứ hồi hướng

5. Vô tận công đức tạng hồi hướng

6. Nhập nhứt thiết bình đẳng thiện căn hồi hướng

7. Đẳng tùy thuận nhứt thiết chúng sanh hồi hướng

8. Chơn như tướng hồi hướng

9. Vô phược, Vô trước giải thoát hồi hướng

10. Nhập pháp giới vô lượng hồi hướng.

(Kinh Hoa Nghiêm, phẩm 25. Thập Hồi Hướng)

5.1.CỨU HỘ TẤT CẢ CHÚNG SANH LY CHÚNG SANH TƯỚNG HỒI HƯỚNG

Đại Bồ-Tát tu vô lượng thiện căn như thật hành Nhẫn nhục Ba la mật, Tinh tấn Ba la mật, Thiền Ba la mật...

Nguyện những thiện căn này có thể khắp lợi ích tất cả chúng sanh đều làm cho thanh tịnh đến nơi giác ngộ rốt ráo, quyết tâm che chở cho họ lìa hẳn vô lượng khổ não Địa ngục, Ngạ quỷ, Súc sanh, Diêm La Vương v.v…

Đại Bồ-Tát đem thiện căn của mình hồi hướng như vầy:

- Làm chỗ quy y của tất cả chúng sanh

- Làm chỗ xu hướng của tất cả chúng sanh khiến họ được đến nơi Nhứt thiết trí

- Xây nơi an ổn để chúng sanh hết bất ổn đau khổ

- Chuyển hóa để tất cả các loài được rốt ráo thanh tịnh

- Làm thiện tri thức cho tất cả chúng sanh giúp họ tu tập

- Vì lòng đại bi, sẽ thay chúng sinh chịu khổ nãotận kiếp vị lai

- Nguyện bảo hộ cứu độ chúng sinh khiến họ thoát ác đạo

- Dùng ấn pháp giới, ấn các thiện căn giúp chúng sanh đạt tánh bình đẳng

Lúc Bồ-Tát hồi hướng như vậy, Bồ-Tát luôn độ thoát chúng

sanh không thôi, chẳng trụ pháp tướng.

Dầu biết các pháp không nghiệp, không báo, mà khéo hay xuất sanh tất cả nghiệp báo không trái nghịch.

Như vậy hồi hướng đến bờ kia

Khiến khắp quần sanh lìa cấu nhiễm

Lìa hẳn tất cả những sở y.

Được vào chỗ vô y rốt ráo.

Ngôn ngữ của tất cả chúng sanh

Tùy theo chủng loại đều sai khác

Bồ-Tát trọn hay phân biệt nói

Mà lòng vẫn vô trước vô ngại.

Bồ-Tát tu hồi hướng như vậy

Công đức phương tiện bất khả thuyết

Hay khiến trong thế giới mười phương

Tất cả Chư Phật đều khen ngợi.

(Kinh Hoa Nghiêm, phẩm 25. Thập Hồi Hướng)

5.1.a. BA LA MẬT

Thế nào là đại Bồ-Tát cứu hộ nhứt thiết chúng sanh ly chúng sanh tướng hồi hướng? Đại Bồ-Tát này thật hành:

- Đàn Ba la mật

- Thanh tịnh Thi Ba la mật

- Tu Nhẫn nhục Ba la mật

- Khởi Tinh tấn Ba la mật

- Nhập Thiền Ba la mật

- Trụ Bát nhã Ba la mật

- Đại từ, đại bi, đại hỷ, đại xả, tu vô lượng thiện căn như vậy.

Lúc tu thiện căn tự nghĩ rằng: Nguyện những thiện căn này có thể khắp lợi ích tất cả chúng sanh đều làm cho thanh tịnh đến nơi rốt ráo, lìa hẳn vô lượng khổ não Địa ngục, Ngạ quỷ, Súc sanh, Diêm La Vương v.v…

(Kinh Hoa Nghiêm, phẩm 25. Thập Hồi Hướng)

5.1.b. HỒI HƯỚNG THIỆN CĂN

* Đại Bồ-Tát lúc trồng thiện căn, đem thiện căn của mình hồi hướng như vầy:

- Tôi sẽ làm nhà cho tất cả chúng sanh để họ khỏi tất cả sự khổ

- Tôi sẽ làm chỗ cứu hộ của tất cả chúng sanh khiến họ đều được giải thoát phiền não

- Tôi sẽ làm chỗ quy y của tất cả chúng sanh khiến họ đều được lìa sự bố úy;

Tôi sẽ làm chỗ xu hướng của tất cả chúng sanh khiến họ được đến nơi Nhứt thiết trí;

- Tôi sẽ làm chỗ an ổn cho tất cả chúng sanh khiến họ được chỗ an ổn rốt ráo;

- Tôi sẽ làm ánh sáng cho tất cả chúng sanh khiến họ được trí quang diệt si ám;

- Tôi sẽ làm ngọn đuốc cho tất cả chúng sanh để phá tất cả tối vô minh cho họ;

- Tôi sẽ làm đèn cho tất cả chúng sanh khiến họ an trụ nơi rốt ráo thanh tịnh;

- Tôi sẽ là Đạo Sư cho tất cả chúng sanh dẫn dắt họ vào pháp chơn thệt;

- Tôi sẽ làm đại Đạo Sư của tất cả chúng sanh ban cho họ trí huệ lớn vô ngại.

Đại Bồ-Tát đem những thiện căn hồi hướng như vậy, bình đẳng lợi ích tất cả chúng sanh, rốt ráo đều khiến được Nhứt thiết trí.

Kinh Hoa Nghiêm, phẩm 25. Thập Hồi Hướng)

5.1.c. LỢI ÍCH CHÚNG SANH

* Đại Bồ-Tát lợi ích hướng cho hàng chẳng phải thân hữu đồng như đối với hàng thân hữu của mình. Vì đại Bồ-Tát đã nhập tánh bình đẳng của tất cả pháp, với các chúng sanh không có một quan niệm là chẳng phải thân hữu. Giả sử có chúng sanh nào đem lòng oán hại Bồ-Tát, Bồ-Tát này cũng vẫn thương mến họ trọn không hờn giận.

Bồ-Tát này làm thiện tri thức cho khắp tất cả chúng sanh, đem chánh pháp diễn thuyết khiến họ tu tập.

Đại Bồ-Tát lại nghĩ rằng:

- Do căn lành này khiến tất cả chúng sanh thừa sự cúng dường tất cả Chư Phật không bỏ qua

- Khởi lòng tin Chư Phật thanh tịnh không hư hoại, được nghe chánh pháp dứt các sự nghi hoặc, và ghi nhớ không quên

- Tu hành đúng pháp, cung kính Chư Phật, thân nghiệp thanh tịnh an trụ vô lượng thiện căn rộng lớn

- Lìa hẳn sự nghèo cùng, đầy đủ bảy Thánh tài, thường theo Chư Phật tu học, thành tựu vô lượng thiện căn thắng diệu

- Tỏ ngộ bình đẳng trụ Nhứt thiết trí, dùng vô ngại nhãn bình đẳng nhìn chúng sanh

- Các tướng hảo nghiêm thân không tỳ vết, lời nói tinh diệu, công đức viên mãn

- Các căn điều phục, thành tựu thập lực, tâm lành đầy đủ, không chỗ y trụ, khiến tất cả chúng sanh đều được sự vui của Phật

- Trụ nơi chỗ Phật an trụ.

Đại Bồ-Tát thấy các chúng sanh gây tạo ác nghiệp, chịu nhiều khổ, bị đây làm chướng mà không thấy được Phật, chẳng được nghe pháp, chẳng biết Tăng, Bồ-Tát bèn nghĩ rằng :

Tôi sẽ ở trong các ác đạo kia, thay thế các chúng sanh chịu các sự khổ, khiến họ được giải thoát.

(Kinh Hoa Nghiêm, phẩm 25. Thập Hồi Hướng)

5.1.d. HỐI HƯỚNG

Đại Bồ-Tát lại nghĩ rằng: Tôi phải như mặt nhật, chiếu khắp tất cả mà chẳng cầu báo ân; chúng sanh có kẻ ác hại tôi, tôi đều dung thọ, trọn chẳng do đây mà bỏ thệ nguyện; chẳng vì một chúng sanh ác mà bỏ tất cả chúng sanh, tôi chỉ siêng tu tập thiện căn hồi hướng, khiến khắp chúng sanh đều được an lạc. Thiện căn dầu ít, nhưng vì nhiếp khắp chúng sanh tôi dùng tâm hoan hỷ hồi hướng quảng đại.

Nếu có thiện căn mà chẳng muốn lợi ích tất cả chúng sanh thời chẳng gọi là hồi hướng.

Tùy một thiện căn dùng khắp chúng sanh làm cảnh sở duyên mới gọi là hồi hướng.

Hồi hướng đặt để chúng sanh nơi pháp tánh vô trước.

Hồi hướng thấy chúng sanh bất động bất chuyển.

Hồi hướng vô y vô thủ đối với sự hồi hướng.

Hồi hướng chẳng chấp lấy tướng thiện căn.

Hồi hướng chẳng phân biệt nghiệp báo thể tánh.

Hồi hướng chẳng tham trước tướng ngũ uẩn.

Hồi hướng chẳng phá hoại tướng ngũ uẩn.

Hồi hướng chẳng chấp lấy nghiệp.

Hồi hướng chẳng cầu báo.

Hồi hướng chẳng nhiễm trước nhơn duyên.

Hồi hướng chẳng phân biệt nhơn duyên khởi.

Hồi hướng chẳng chấp xứ sở.

Hồi hướng chẳng chấp pháp hư vọng.

Hồi hướng chẳng chấp tướng chúng sanh, tướng thế giới, tướng tâm ý.

Hồi hướng chẳng khởi tâm điên đảo, tưởng điên đảo, kiến điên đảo.

Hồi hướng chẳng chấp đường ngôn ngữ.

Hồi hướng quán tánh chơn thật của tất cả pháp.

Hồi hướng quán tánh bình đẳng của tất cả chúng sanh.

Hồi hướng dùng ấn pháp giới ấn các thiện căn.

Hồi hướng quán các pháp lìa tham dục.

(Kinh Hoa Nghiêm, phẩm 25. Thập Hồi Hướng)

5.1.e. CÁC THIỆN CĂN PHƯƠNG TIỆN HỒI HƯỚNG

Hiểu tất cả pháp không gieo trồng, thiện căn cũng như vậy. Quán các pháp không hai, không sanh, không diệt, hồi hướng cũng như vậy. Dùng những thiện căn hồi hướng như vậy mà tu hành pháp đối trị thanh tịnh. Bao nhiêu thiện căn thảy đều tùy thuận pháp xuất thế, chẳng làm hai tướng. Chẳng phải tức nghiệp tu tập Nhứt thiết trí. Chẳng phải lìa nghiệp hồi hướng Nhứt thiết trí. Nhứt thiết trí chẳng phải tức nghiệp, nhưng cũng chẳng phải lìa nghiệp mà được Nhứt thiết trí. Bởi nghiệp thanh tịnh như bóng sáng, nên quả báo cũng cũng thanh tịnh như bóng sáng, báo như bóng sáng thanh tịnh, nên nhất thiết trí, trí cũng thanh tịnh như bóng sáng, lìa ngã ngã sở tất cả động loạn tư duy phân biệt. Rõ biết như vậy, đem các thiện căn phương tiện hồi hướng.

Lúc Bồ-Tát hồi hướng như vậy, Bồ-Tát luôn độ thoát chúng sanh không thôi, chẳng trụ pháp tướng.

Dầu biết các pháp không nghiệp, không báo, mà khéo hay xuất sanh tất cả nghiệp báo không trái nghịch.

Bồ-Tát phương tiện khéo tu hồi hướng như vậy.

Lúc đại Bồ-Tát hồi hướng như vậy lìa tất cả lỗi, được Chư Phật khen ngợi.

Đây là đại Bồ-Tát cứu hộ nhứt thiết chúng sanh ly chúng sanh tướng hồi hướng thứ nhứt.

(Kinh Hoa Nghiêm, phẩm 25. Thập Hồi Hướng)

5.2. BỒ-TÁT BẤT HOẠI HỒI HƯỚNG

Có đức tin bất hoại vào chư Phật, có đức tin bất hoại vào chúng sinh.

Họ đi tìm để học hỏi không hề xao nhãng "Cầu nhất thiết trí không hề thoái chuyển"

Đại Bồ-Tát có đức tin bất hoại đối với:

- Tam thế Chư Phật

- Tất cả chư Bồ-Tát, nhẫn đến đối với các Bồ-Tát sơ phát tâm cầu Vô thượng - Tất cả Phật pháp.

- Tất cả chúng sanh.

Vì lòng từ bình đẳng xem chúng sanh đem thiện căn hồi hướng khắp lợi ích vậy.

Đại Bồ-Tát dùng sức bất hoại hồi hướng này nhiếp các thiện căn.

(Kinh Hoa Nghiêm, phẩm 25. Thập Hồi Hướng)

5.2.a. ĐỨC TIN BẤT HOẠI

Đại Bồ-Tát này được đức tin bất hoại đối với tam thế Chư Phật, vì hay:

-Trọn phụng thờ tất cả Chư Phật vậy

- Đức tin bất hoại đối với tất cả chư Bồ-Tát, nhẫn đến đối với các Bồ-Tát sơ phát tâm cầu Vô thượng đạo,

- Vì thệ tu tất cả Bồ-Tát thiện căn không mỏi nhàm vậy; được đức tin hoại đối với tất cả Phật pháp.

- Vì phát chí nguyện sâu vậy; được đức tin bất hoại đối với tất cả Phật giáo.

- Vì thủ hộ Trụ trì vậy; được đức tin bất hoại đối với tất cả chúng sanh.

- Vì lòng từ bình đẳng xem chúng sanh đem thiện căn hồi hướng khắp lợi ích vậy; được đức tin bất hoại đối với tất cả pháp lành thanh tịnh

- Vì khắp họp vô biên thiện căn vậy, được đức tin bất hoại đối với đạo hồi hướng của tất cả Bồ-Tát

- Vì đầy đủ những thắng nguyện vậy; được đức tin bất hoại đối với các Bồ-Tát Pháp sư

- Vì đối với Bồ-Tát tưởng là Phật vậy; được đức tin bất hoại đối với thần thông tự tại của tất cả Phật

- Vì thâm tín Chư Phật khó nghĩ bàn vậy; được đức tin bất hoại đối với phương tiện thiện xảo của tất cả Bồ-Tát

- Vì nhiếp thủ vô lượng vô số công hạnh vậy.

Đại Bồ-Tát lúc an trụ đức tin bất hoại như vậy, đối với Phật, Bồ-Tát, Độc Giác, Thanh Văn, Phật pháp, Phật giáo, chúng sanh v.v… đều ở trong đó khéo vun trồng thiện căn vô lượng vô biên, khiến thêm tâm Bồ đề, lớn lòng từ bi, quán sát bình đẳng, tùy thuận tu học chỗ làm của Chư Phật, nhiếp thủ tất cả thiện căn thanh tịnh vào nghĩa chơn thật, nhóm công hạnh phước đức thật hành bố thí lớn, tu các công đức, xem tam thế bình đẳng.

(Kinh Hoa Nghiêm, phẩm 25. Thập Hồi Hướng)

5.2.b. HỒI HƯỚNG NHẤT THIẾT TRÍ

Đại Bồ-Tát dùng thiện căn công đức như vậy hồi hướng Nhứt thiết trí, nguyện thường:

- Thấy Phật, gần bạn lành, cùng ở với chư Bồ-Tát

- Nhớ Nhứt thiết trí không rời

- Thọ trì Phật giáo siêng thủ hộ

- Giáo hóa thành thục tất cả chúng sanh

- Tâm thường hồi hướng đạo xuất thế

- Cúng dường hầu hạ tất cả Pháp sư

- Hiểu rõ các pháp ghi nhớ chẳng quên

- Tu hành đại nguyện đều khiến đầy đủ.

(Kinh Hoa Nghiêm, phẩm 25. Thập Hồi Hướng)

5.2.c. THIỆN CĂN

Đại Bồ-Tát như vậy mà chứa nhóm thiện căn

- Thành tựu thiện căn

- Tăng trưởng thiện căn

- Tư duy thiện căn

- Hộ niệm thiện căn

- Phân biệt thiện căn

- Mến thích thiện căn

- Tu tập thiện căn

- An trụ thiện căn.

Đại Bồ-Tát chứa nhóm những thiện căn như vậy rồi, dùng những y báo của thiện căn này mà tu Bồ-Tát hạnh, trong mỗi niệm thấy vô lượng Phật và phụng thờ cúng dường.

(Kinh Hoa Nghiêm, phẩm 25. Thập Hồi Hướng)

5.2.d. CÚNG DƯỜNG XÁ LỢI PHẬT

Sau khi mỗi đức Như-Lai diệt độ, Bồ-Tát cúng dường Xá lợi

- Vì muốn khiến chúng sanh khởi làng tin thanh tịnh

- Nhiếp thiện căn, lìa các khổ, hiểu biết rộng

- Dùng đại trang nghiêm để tự trang nghiêm

- Chỗ tu hành được rốt ráo

- Biết Chư Phật xuất thế rất khó gặp

- Đủ vô lượng trí lực của Như-Lai

- Trang nghiêm cúng dường tháp miếu của Chư Phật

- Trụ trì Phật pháp.

Bồ-Tát cúng dường hiện tại Chư Phật và Xá lợi của Phật như vậy, dầu cả vô số kiếp nói cũng không thể biết.

(Kinh Hoa Nghiêm, phẩm 25. Thập Hồi Hướng)

5.2.e. PHÁT TÂM HỒI HƯỚNG

Bồ-Tát tu tập vô lượng công đức này đều vì thành thục tất cả chúng sanh

- Không thối chuyển, không dứt nghỉ

- Không nhàm, không chấp, lìa tâm tưởng

- Không y chỉ, tuyệt hẳn sở y

- Xa lìa ngã ngã sở, dùng pháp ấn như thiệt ấn các nghiệp môn

- Pháp vô sanh, trụ chỗ trụ của Phật

- Quán tánh vô sanh, ấn các cảnh giới.

- Chư Phật hộ niệm, phát tâm hồi hướng

- Hồi hướng tương ưng với pháp tánh

- Hồi hướng phương tiện nhập pháp vô tác chỗ làm được thành tựu

- Hồi hướng phương tiện bỏ lìa chấp trước

- Phương tiện hồi hướng an trụ nơi vô lượng thiện xảo

- Hồi hướng ra khỏi hẳn tất cả cõi hữu lậu

- Hồi hướng khéo tu hành chẳng trụ nơi tướng

- Hồi hướng nhiếp khắp tất cả thiện căn

- Hồi hướng thanh tịnh khắp tất cả Bồ-Tát hạnh rộng lớn

- Hồi hướng phát tâm Vô thượng Bồ đề

- Hồi hướng đồng trụ tất cả thiện căn

- Hồi hướng đầy đủ tâm tín giải vô thượng.

(Kinh Hoa Nghiêm, phẩm 25. Thập Hồi Hướng)

5.2.f. NHẤT THIẾT TRÍ LỰC

Đại Bồ-Tát lúc đem thiện căn hồi hướng như vậy, dầu theo sanh tử mà chẳng biến đổi

- Cầu Nhứt thiết trí chưa từng thối chuyển

- Ở trong tam giới tâm không động loạn

- Trọn có thể độ thoát tất cả chúng sanh

343

- Chẳng nhiễm pháp hữu vi

- Chẳng mất trí vô ngại

- Bồ-Tát hàng vì nhơn duyên vô tận

- Các pháp thế gian không biến động được

- Thanh tịnh đầy đủ các Ba la mật

- Trọn có thể thành tựu Nhứt thiết trí lực.

(Kinh Hoa Nghiêm, phẩm 25. Thập Hồi Hướng)

5.2.g. SỨC BẤT HOẠI HỒI HƯỚNG NÀY NÊN NHIẾP CÁC THIỆN CĂN

Đại Bồ-Tát lúc trụ Bất hoại hồi hướng thứ hai, được:

- Thấy vô số Chư Phật

- Thành tựu vô lượng diệu pháp thanh tịnh

- Tâm bình đẳng với khắp chúng sanh

- Với tất cả pháp không nghi hoặc

- Tất cả Chư Phật thần lực gia hộ

- Hàng phục chúng ma lìa hẳn nghiệp ma

- Thành tựu sanh quý viên mãn Bồ đề tâm

- Trí vô ngại hiểu chẳng do người

- Khéo hay khai xiển nghĩa của tất cả pháp, có thể tùy năng lực tư tưởngvào tất cả cõi, soi sáng khắp chúng sanh đều khiến thanh tịnh.

Đại Bồ-Tát dùng sức bất hoại hồi hướng này nhiếp các thiện căn.

Bồ-Tát đã được ý bất hoại

Tu hành tất cả những nghiệp lành

Nên có thể khiến Phật hoan hỷ

Người trí do đây mà hồi hướng.

Cúng dường vô lượng vô biên Phật

Bố thí trì giới phục các căn

Vì muốn lợi ích các chúng sanh
Khiến khắp tất cả đều thanh tịnh.

Trụ nơi pháp thủ hộ trí địa
Chẳng lấy Niết Bàn nơi thừa khác
Chỉ nguyện được Phật đạo vô thượng
Bồ-Tát như vậy khéo hồi hướng.

Dùng một trang nghiêm nghiêm tất cả.
Cũng chẳng phân biệt nơi các pháp
Như vậy khai ngộ các quần sanh
Tất cả vô tánh vô sở quán.

(Kinh Hoa Nghiêm, phẩm 25. Thập Hồi Hướng)

5.3. BỒ-TÁT ĐẲNG NHỨT THIẾT PHẬT HỒI HƯỚNG

Đại Bồ-Tát này tùy thuận tu học đạo hồi hướng của tam thế Chư Phật.

Khi tâm được an vui, tự tại, rộng lớn thanh tịnh, hoan hỷ vui thích, lìa những ưu não, tâm ý như nhuyến các căn thanh lương... Bồ-Tát nguyện đem thiện căn vun trồng hiện nay làm cho sự vui của Chư Phật và chu Bồ-Tát càng thêm.

- Sự vui nơi an trụ bất tư nghì của Phật

- Sự nơi tam muội vô tỷ của Chư Phật

- Sự vui đại từ bi vô hạn lượng

- Sự vui giải thoát của tất cả Chư Phật

- Sự vui đại thần thông không ngằn mé

- Sự vui đại tự tại rất mực tôn trọng

- Sự vui vô lượng lực rốt ráo rộng lớn

- Sự vui tịch tịnh lìa những tri giác

- Sự vui thường chánh định trụ nơi vô ngại trụ

- Sự vui thật hành hạnh vô nhị không đổi khác.

Đại Bồ-Tát đem những thiện căn hồi hướng Phật quá khứ, hiện tại và vị lai...

(Kinh Hoa Nghiêm, phẩm 25. Thập Hồi Hướng)

5.3.a. ĐẠI BỒ-TÁT ĐEM THIỆN CĂN HỒI HƯỚNG

Đại Bồ-Tát đem thiện căn hồi hướng Bồ-Tát khiến:

- Người chưa viên mãn làm cho được viên mãn

- Người tâm chưa thanh tịnh làm cho được thanh tịnh

- Người chưa tròn đủ Ba la mật làm cho được tròn đủ

- An trụ nơi tâm Kim Cang Bồ đề

- Nơi Nhứt thiết trí được bất thối chuyển

- Chẳng bỏ đại tinh tấn, thủ hộ môn Bồ đề

- Tất cả thiện căn có thể khiến chúng sanh bỏ lìa ngã mạn phát Bồ đề tâm chí nguyện được thành tựu viên mãn

- An trụ nơi chỗ trụ của Bồ-Tát, được các căn minh lợi của Bồ-Tát, tu tập thiện căn chứng Phật chủng trí.

(Kinh Hoa Nghiêm, phẩm 25. Thập Hồi Hướng)

5.3.b. ĐẠI NGUYỆN PHÁT KHỞI

Đại Bồ-Tát nguyện cho tất cả chúng sanh có bao nhiêu thiện căn nhẫn đến rất ít chừng khoảng khảy ngón tay, đều được thấy Phật nghe pháp, kính Tăng.

Những thiện căn kia đều lìa chướng ngại, niệm Phật viên mãn, niệm Pháp phương tiện, niệm Tăng tôn trọng, chẳng lìa thấy Phật, tâm được thanh tịnh được các Phật pháp, họp vô lượng đức, thanh tịnh những thần thông, bỏ niệm nghi pháp an trụ đúng Phật giáo.

Bồ-Tát này vì Thanh Văn và Bích Chi Phật hồi hướng cũng như vậy.

Lại nguyện tất cả chúng sanh lìa hẳn Địa ngục, Ngạ quỷ, Súc sanh, Diêm La Vương v.v... Tất cả nơi ác khổ, tăng trưởng tâm Vô thượng Bồ Đề, chuyên ý siêng cầu Nhứt thiết chủng trí, lìa hẳn hủy báng chánh pháp Chư Phật được Phật an lạc thân tâm thanh tịnh chứng Nhứt thiết trí.

Đại Bồ-Tát có bao nhiêu thiện căn đều do đại nguyện phát khởi, chánh phát khởi, tích tập chánh tích tập, tăng trưởng chánh tăng trưởng, đều khiến rộng lớn đầy đủ.

(Kinh Hoa Nghiêm, phẩm 25. Thập Hồi Hướng)

5.3.c. BỒ-TÁT TẠI GIA

Vì muốn lợi ích tất cả chúng sanh, mà Bồ-Tát an trụ vô lượng đại nguyện Bồ Đề, nhiếp thủ vô số thiện căn rộng lớn, siêng thật hành những đều lành, cứu độ khắp tất cả mọi loài, xa lìa tất cả kiêu mạn phóng dật, quyết định đến bực Nhứt thiết trí, trọn chẳng để tâm đến những đạo khác, thường quán sát Chư Phật Bồ Đề, bỏ hẳn tất cả những pháp tạp nhiễm, tu hành tất cả chỗ sở học của Bồ-Tát, nơi đạo Nhứt thiết trí, không bị chướng ngại, trụ nơi trí địa, ưa thích tụng tập, dùng vô lượng trí huệ họp những thiện căn, tâm chẳng luyến thích tất cả thế gian, cũng chẳng nhiễm trước nơi công hạnh của mình thật hành, chuyên tâm thọ trì giáo pháp của Chư Phật.

Bồ-Tát ở tại gia nhiếp khắp những thiện căn khiến được tăng trưởng mà hồi hướng Chư Phật vô thượng Bồ Đề như vậy.

(Kinh Hoa Nghiêm, phẩm 25. Thập Hồi Hướng)

5.3.d. BỒ-TÁT BỐ THÍ CHO SÚC SANH

Bấy giờ Bồ-Tát nhẫn đến thí cho Súc sanh ăn một nắm, một hột, đều nguyện rằng:

Tôi sẽ làm cho các loài này thoát khỏi báo Súc sanh mà được lợi ích an vui rốt ráo giải thoát, khỏi hẳn biển khổ, dứt hẳn khổ thọ, trừ hẳn khổ uẩn, dứt hẳn khổ giác, khổ tụ, khổ hạnh, khổ nhơn, khổ bổn và các khổ xứ. Nguyện cho những chúng sanh kia đều được giải thoát tất cả khổ.

Bồ-Tát chuyên tâm tưởng nhớ tất cả chúng sanh như vậy,

dùng thiện căn này làm trên hết, vì họ mà hồi hướng Nhứt thiết chủng trí.

(Kinh Hoa Nghiêm, phẩm 25. Thập Hồi Hướng)

5.3.e. BỒ-TÁT SƠ PHÁT TÂM

Bồ-Tát sơ phát tâm Bồ Đề nhiếp khắp chúng sanh tu những thiện căn đều đem hồi hướng cả, muốn cho họ thoát hẳn sanh tử, được sự khoái lạc vô ngại của các Như-Lai, ra khỏi biển phiền não, tu Phật đạo, từ tâm cùng khắp, bi lực rộng lớn, khiến khắp tất cả được vui tịch tịnh, gìn giữ thiện căn, gần gũi Phật pháp, ra khỏi cảnh ma, vào cảnh Phật, dứt giống thế gian, gieo giống Phật, trụ trong pháp tam thế bình đẳng.

Bao nhiêu thiện căn đã, sẽ và hiện tập họp đều đem hồi hướng như vậy cả.

Bồ-Tát lại nghĩ rằng : như Chư Phật và Bồ-Tát quá khứ thật hành những sự cung kính cúng dường Chư Phật, độ chúng sanh khiến được giải thoát, siêng năng tu tập tất cả thiện căn đều đem hồi hướng mà không chấp trước. Nghĩa là chẳng tựa nơi sắc, chẳng nhiễm nơi thọ, không tưởng điên đảo, chẳng khởi hành, chẳng theo thức, bỏ rời sáu trần, chẳng trụ thế pháp, thích đạo xuất thế, biết tất cả pháp đều như hư không, không từ đâu đến, bất sanh, bất diệt, không chơn thiệt, không nhiễm trước, xa lìa tất cả những kiến chấp phân biệt; động chẳng chuyển, chẳng mất, chẳng hoại, trụ nơi thiệt tế không tướng lìa tướng chỉ là nhứt tướng.

(Kinh Hoa Nghiêm, phẩm 25. Thập Hồi Hướng)

5.3.f. TẤT CẢ NHƯ-LAI QUÁ KHỨ ĐỀU HỒI HƯỚNG THIỆN CĂN

Bồ-Tát thâm nhập tất cả pháp tánh như vậy, thường thích tu tập thiện căn phổ môn, đều thấy tất cả chúng hội Chư Phật.

Như thiện căn hồi hướng của tất cả Như-Lai thời quá khứ, tôi cũng hồi hướng như vậy hiểu pháp như vậy, chứng pháp như vậy, y pháp như vậy mà phát tâm tu tập chẳng trái pháp tướng, biết chỗ tu hành như huyễn, như ảnh, như trăng đáy nước, như tượng trong gương, nhơn duyên hòa hiệp mà hiển hiện nhẫn đến bực Như-Lai rốt ráo.

Bồ-Tát lại nghĩ rằng: Như Chư Phật thời quá khứ lúc tu hạnh Bồ-Tát đem những thiện căn hồi hướng như vậy, Chư Phật hiện tại và vị lai đều cũng như vậy.

(Kinh Hoa Nghiêm, phẩm 25. Thập Hồi Hướng)

5.3.g. NHỨT THIẾT PHẬT HỒI HƯỚNG

Nay tôi cũng nên phát tâm như chỗ phát tâm của Chư Phật; đem những thiện căn mà dùng hồi hướng:

- Hồi hướng đệ nhứt

- Hồi hướng thắng

- Hồi hướng tối thắng

- Hồi hướng thượng

- Hồi hướng vô thượng

- Hồi hướng vô đẳng

- Hồi hướng vô đẳng đẳng

- Hồi hướng vô tỉ

- Hồi hướng vô đối

- Hồi hướng tôn

- Hồi hướng diệu

- Hồi hướng bình đẳng

- Hồi hướng chánh trực

- Hồi hướng đại công đức

- Hồi hướng quảng đại

- Hồi hướng thiện

- Hồi hướng thanh tịnh

- Hồi hướng ly ác

- Hồi hướng bất tùy ác.

(Kinh Hoa Nghiêm, phẩm 25. Thập Hồi Hướng)

5.3.h. THÂN KHẨU Ý THANH TỊNH

Bồ-Tát đem những thiện căn chánh hồi hướng như thế rồi, thời:

- Thành tựu thân, ngữ, ý nghiệp thanh tịnh

- Trụ nơi an trụ của Bồ-Tát, không có các lỗi lầm

- Tu tập nghiệp lành, lìa sự ác nơi thân, ngữ, tâm, ý không tội lỗi

- Tu Nhứt thiết trí, trụ nơi tâm quảng đại

- Biết tất cả pháp không sở tác, trụ pháp xuất thế

- Chẳng nhiễm thế pháp

- Phân biệt rõ biết vô lượng các nghiệp

- Thành tựu hồi hướng phương tiện khéo léo, nhổ hẳn tất cả cội gốc chấp trước.

(Kinh Hoa Nghiêm, phẩm 25. Thập Hồi Hướng)

Đại Bồ-Tát trụ bực hồi hướng Nhất Thiết Phật, thâm nhập nghiệp hạnh của tất cả Như-Lai, xu hướng công đức thắng diệu của Như-Lai, vào sâu trong cảnh giới trí huệ thanh tịnh, chẳng rời hạnh nghiệp của tất cả Bồ-Tát, hay khéo phân biệt phương tiện xảo diệu, nhập thâm pháp giới, khéo biết thứ đệ tu hành của Bồ-Tát, vào chúng tánh của Phật, dùng phương tiện xảo diệu phân biệt rõ biết vô lượng vô biên tất cả các pháp.

Dầu hiện thân sanh vào thế gian nhưng không nhiễm trước thế pháp.

(Kinh Hoa Nghiêm, phẩm 25. Thập Hồi Hướng)

5.4. ĐẠI BỒ-TÁT CHÍ NHỨT THIẾT XỨ HỒI HƯỚNG

Đại Bồ-Tát này lúc tu tập tất cả thiện căn tự nghĩ rằng: Nguyện năng lực của thiện căn công đức này đến tất cả chỗ.

- Không chỗ nào là chẳng đến

- Đến tất cả vật

- Đến tất cả thế gian

- Đến tất cả chúng sanh

- Đến tất cả quốc độ

- Đến tất cả pháp

- Đến tất cả không gian

- Đến tất cả thời gian

- Đến tất cả hữu vi và vô vi

- Đến tất cả ngôn ngữ âm thinh.

- Đến khắp mọi chỗ của tất cả Như-Lai, cúng dường tất cả Chư Phật trong ba thời.

Khắp không gian, tột thời gian, trong tất cả kiếp, chư Phật Thế Tôn được Nhứt thiết trí thành đạo Bồ đề, có vô lượng danh tự sai biệt.

Trong những lúc hiện thành bực Chánh Giác trọn đều trụ thọ tận thuở vị lai. Chư Phật đều dùng pháp giới trang nghiêm mà trang nghiêm thân mình, đạo tràng chúng hội khắp cùng pháp giới tất cả quốc độ, tùy lúc xuất thế mà làm Phật sự.

(Kinh Hoa Nghiêm, phẩm 25. Thập Hồi Hướng)

5.4.a. CÁC LOẠI THẾ GIỚI

Đại Bồ-Tát lại nghĩ rằng: Chư Phật Thế Tôn cùng khắp tất cả hư không pháp giới, những hạnh nghiệp tạo ra:

Bất khả thuyết thế giới ở mười phương

Bất khả thuyết Phật độ, Phật cảnh giới

Các loại thế giới

Vô lượng thế giới

Thế giới xoay chuyển

Thế giới nghiêng

Thế giới úp

Thế giới ngửa.

Trong tất cả thế giới như vậy, Chư Phật hiện tại trụ thế thị hiện những thần thông biến hóa.

Trong những thế giới đó, có Bồ-Tát dùng sức thắng giải vì những chúng sanh đáng được giáo hóa mà khắp khai thị vô lượng thần lực tự tại của Như-Lai, pháp thân đến khắp không sai biệt, bình đẳng vào khắp tất cả pháp giới, thân Như-Lai tạng bất sanh bất diệt, dùng phương tiện thiện xảo hiện khắp thế gian chứng pháp thiệt tánh, vì vượt hơn tất cả vậy, vì được sức bất thối vô ngại vậy, vì sanh ở trong tri kiến vô ngại đức tánh rộng lớn của Như-Lai.

(Kinh Hoa Nghiêm, phẩm 25. Thập Hồi Hướng)

5.4.b. TÂM TỊCH TỊNH HỒI HƯỚNG

Đem thiện căn này hồi hướng như vậy như là:

Bất loạn hồi hướng

Nhứt tâm hồi hướng

Tự ý hồi hướng

Tôn kính hồi hướng

Bất động hồi hướng

Vô trụ hồi hướng

Vô y hồi hướng

Không tâm chúng sanh hồi hướng

Không tâm đua tranh hồi hướng

Tâm tịch tịnh hồi hướng.

Đại Bồ-Tát lại nghĩ rằng: Khắp không gian, tột thời gian, trong tất cả kiếp, chư Phật Thế Tôn được Nhứt thiết trí thành đạo Bồ đề, có vô lượng danh tự sai biệt.

Trong những lúc hiện thành bực Chánh Giác trọn đều trụ thọ tận thuở vị lai. Chư Phật đều dùng pháp giới trang nghiêm mà trang nghiêm thân mình, đạo tràng chúng hội khắp cùng pháp giới tất cả quốc độ, tùy lúc xuất thế mà làm Phật sự.

Tất cả Chư Phật Như-Lai như vậy, tôi đem thiện căn đều hồi

hướng khắp cả.

(Kinh Hoa Nghiêm, phẩm 25. Thập Hồi Hướng)

5.4.c. HỘ TRÌ PHẬT CHỦNG

Nguyện cho tất cả thế gian đều được thanh tịnh, tất cả chúng sanh đều được giải thoát *trụ bực Thập địa*, trong tất cả pháp được pháp minh vô ngại, khiến tất cả chúng sanh đầy đủ thiện căn đều được điều phục, tâm họ quảng đại vô lượng khắp cõi hư không, qua tất cả cõi mà không chỗ đến, vào tất cả cõi thật hành pháp lành, thường được thấy Phật vun trồng căn lành, thành tựu Đại thừa chẳng chấp trước các pháp, đủ các điều lành lập vô lượng hạnh, vào khắp vô biên pháp giới, thành tựu thần lực của Chư Phật, được Phật trí.

Đại Bồ-Tát đem các thiện căn hồi hướng như vậy, làm vừa lòng Chư Phật, nghiêm tịnh tất cả Phật độ, giáo hóa thành tựu tất cả chúng sanh, thọ trì đầy đủ tất cả Phật pháp, làm phước điền tối thượng của tất cả chúng sanh, là Đạo Sư trí huệ của tất cả người hành đạo, là mặt nhựt sáng của tất cả thế gian, mỗi mỗi thiện căn rộng khắp pháp giới đều có thể cứu hộ tất cả chúng sanh, đều khiến họ thanh tịnh có đủ công đức.

Lúc đại Bồ-Tát hồi hướng như vậy, có thể *hộ trì tất cả Phật chủng*, có thể thành thục tất cả chúng sanh, có thể nghiêm tịnh tất cả quốc độ, có thể chẳng hư hoại tất cả hạnh nghiệp, có thể rõ biết tất cả pháp, có thể bình đẳng quán sát các pháp vô nhị, có thể qua khắp thế giới mười phương, có thể rõ thấu thiệt tế ly dục, có thể thành tựu tín giải thanh tịnh, có thể đầy đủ căn thân minh lợi.

(Kinh Hoa Nghiêm, phẩm 25. Thập Hồi Hướng)

5.4.d. BẬC CHIẾU THẾ ĐĂNG

Bấy giờ Kim Cang Tràng Bồ-Tát thừa oai lực của Đức Phật, quán sát khắp mười phương rồi nói kệ rằng:

Những chúng sanh trong mười phương cõi

Nhiếp khắp tất cả không để sót

Quán thể tánh kia không sở hữu

Chí nhứt thiết xứ khéo hồi hướng.

Nhiếp khắp pháp hữu vi vô vi
Chẳng ở trong đó sanh vọng niệm
Nơi pháp thế gian cũng như vậy
Bực Chiếu Thế Đăng được giác ngộ.

Bồ-Tát tu hành những nghiệp hạnh
Phẩm thượng, trung, hạ đều sai khác
Đều đem thiện căn hồi hướng đến
Tất cả Chư Phật ở mười phương.

Cảnh giới như vậy đều thâm nhập
Chẳng ở trong đó khởi phân biệt.
Bực Điều Ngự Sư của chúng sanh
Nơi đây sáng tỏ khéo hồi hướng.

(Kinh Hoa Nghiêm, phẩm 25. Thập Hồi Hướng)

5.5. ĐẠI BỒ-TÁT VÔ TẬN CÔNG ĐỨC TẠNG HỒI HƯỚNG

Đại Bồ-Tát này đem thiện căn do:

Sám trừ những nghiệp chướng nặng mà phát sanh

Lễ kính tam thế Chư Phật mà phát sanh

Khuyến thỉnh Chư Phật thuyết pháp mà phát sanh

Nghe Phật thuyết pháp siêng năng tu tập ngộ cảnh giới rộng lớn bất tư nghì mà phát sanh.

Đem hồi hướng trang nghiêm tất cả Phật độ.

Chỗ sở hành của Chư Phật trong tất cả thế giới nơi vô biên

kiếp *quá khứ* như:

Vô lượng vô số thế giới chủng, chỗ Phật trí biết, chỗ Bồ-Tát biết, chỗ đại tâm nhẫn thọ, cõi Phật trang nghiêm do nghiệp hạnh thanh tịnh cảm ra ứng theo chúng sanh thần lực của Như-Lai thị hiện ra, tịnh nghiệp xuất thế của Chư Phật làm thành, diệu hạnh của Phổ Hiền Bồ-Tát hưng khởi.

Chư Phật thành đạo thị hiện những thần lực tự tại.

- Cùng tận thời *vị lai*, tất cả Chư Phật Như-Lai sẽ thành Phật đạo, sẽ được tất cả Phật độ công đức trang nghiêm thanh tịnh. Cùng tột pháp giới hư không giới, vô biên, vô tế, vô đoạn, vô tận đều từ trí huệ của Như-Lai sanh ra, trang nghiêm với vô lượng diệu bửu.

-Tất cả những hương trang nghiêm, hoa trang nghiêm, y phục trang nghiêm, công đức tạng trang nghiêm, Phật lực trang nghiêm, Phật độ trang nghiêm.

Nơi đây là chỗ ngự trị của đức Như-Lai, là chỗ cùng đồng ở của bất tư nghì chúng thanh tịnh đồng duyên đồng hành, sẽ thành Chánh giác ở thời vị lai.

Đây là chỗ thành tựu của Chư Phật, thế gian chẳng thấy được, tịnh nhãn của Bồ-Tát mới có thể thấy.

(Kinh Hoa Nghiêm, phẩm 25. Thập Hồi Hướng)

5.5.a. NGUYỆN TRANG NGHIÊM THẾ GIỚI

Tùy thuận các bực thiện tri thức có duyên đời trước thị hiện tất cả công đức trang nghiêm không cùng tận.

Tất cả Phật độ trong ba thời có bao nhiêu sự trang nghiêm, đại Bồ-Tát đem thiện căn của mình mà phát tâm hồi hướng.

Nguyện dùng tất cả sự trang nghiêm của tất cả quốc độ trong ba thời mà trang nghiêm nơi một thế giới, cũng đều thành tựu, đều thanh tịnh, đều tu tập, đều hiển hiện, đều tốt đẹp, đều trụ trì.

Một thế giới được trang nghiêm như vậy, tất cả thế giới tận pháp giới hư không giới cũng trang nghiêm như vậy.

Đại Bồ-Tát lại đem thiện căn hồi hướng như vầy: Nguyện tất cả Phật sát của tôi tu đều đầy dẫy những bực đại Bồ-Tát.

Nguyện được chư đại Bồ-Tát như trên đây trang nghiêm cõi nước của tôi tu.

5.5.b. PHƯƠNG TIỆN HỒI HƯỚNG

Đại Bồ-Tát đem những thiện căn mà phương tiện hồi hướng tất cả Phật

- Phương tiện hồi hướng tất cả Bồ-Tát

- Phương tiện hồi hướng tất cả Như-Lai

- Phương tiện hồi hướng Phật Bồ đề

- Phương tiện hồi hướng tất cả nguyện rộng lớn

- Phương tiện hồi hướng tất cả đạo xuất yếu

- Phương tiện hồi hướng thanh tịnh tất cả chúng sanh giới, phương tiện hồi hướng nơi tất cả thế giới thường thấy Chư Phật hiện ra đời, phương tiện hồi hướng thường thấy Như-Lai thọ mạng vô lượng, phương tiện hồi hướng thường thấy Chư Phật cùng khắp pháp giới chuyển Pháp luân vô ngại bất thối.

-Đại Bồ-Tát hồi hướng như vậy rồi, được vô tận thiện căn.

Những là vì niệm tam thế Chư Phật nên được vô tận thiện căn, vì niệm tất cả Bồ-Tát nên được vô tận thiện căn, vì thanh tịnh Phật độ nên được vô tận thiện căn, vì tịnh chúng sanh giới nên được vô tận thiện căn, vì thâm nhập pháp giới nên được vô tận thiện căn, vì tu vô lượng tâm đồng hư không giới nên được vô tận thiện căn, vì hiểu sâu cảnh giới Phật nên được vô tận thiện căn, vì nơi Bồ-Tát hạnh siêng tu tập nên được vô tận thiện căn, vì rõ thấu tam thế, nên được vô tận thiện căn.

(Kinh Hoa Nghiêm, phẩm 25. Thập Hồi Hướng)

5.5.c. KHÔNG XỨ SỞ

Lúc đại Bồ-Tát đem tất cả thiện căn hồi hướng như vậy, rõ chúng sanh giới không có chúng sanh, hiểu tất cả pháp không có thọ mạng, biết tất cả pháp không có tác giả, ngộ tất cả pháp không có ngã, rõ tất cả pháp không có giận hờn tranh cãi, quán tất cả pháp đều từ duyên khởi không có trụ xứ, biết tất cả vật đều không sở y, rõ tất cả cõi đều không sở trụ, quán tất cả Bồ-Tát hạnh cũng không xứ sở, thấy tất cả cảnh giới đều không sở hữu.

5.5.d. KHÔNG THẤY NHỮNG ĐIỀU TIÊU CỰC

Lúc đại Bồ-Tát vô tận công đức tạng hồi hướng như vậy

- Mắt trọn chẳng thấy Phật sát bất tịnh

- Cũng chẳng thấy chúng sanh dị tướng

- Không có chút pháp nào là sở nhập của trí

- Cũng không có chút trí nào nhập nơi pháp

- Hiểu thân Như-Lai chẳng phải như hư không vì do vô lượng diệu pháp tất cả công đức mà được viên mãn

- Vì nơi tất cả chỗ khiến các chúng sanh chứa họp thiện căn đều đầy đủ.

(Kinh Hoa Nghiêm, phẩm 25. Thập Hồi Hướng)

5.5.e. NHIẾP THỦ PHƯỚC ĐỨC TU TẬP CÁC CÔNG HẠNH

Đại Bồ-Tát này ở trong mỗi niệm được:

- Bất khả thuyết bất khả thuyết Thập lục địa

- Đầy đủ tất cả phước đức

- Thành tựu thiện căn thanh tịnh làm phước điền của tất cả chúng sanh.

- Thành tựu tạng công đức như ý

- Tùy chỗ cần dùng tất cả đồ thích ý thời đều được có đủ

- Tùy chỗ nào mà Bồ-Tát này đặt chân đến đều có thể nghiêm tịnh tất cả Phật độ

- Bất khả thuyết bất khả thuyết chúng sanh đều thanh tịnh cả

- Nhiếp thủ phước đức tu tập các công hạnh vậy.

Lúc đại Bồ-Tát hồi hướng như vậy thời tu tất cả Bồ-Tát hạnh, phước đức thù thắng, sắc tướng vô tỷ, oai lực quang minh đều siêu việt thế gian, ma và ma dân chẳng đối lập được, đầy đủ thiện căn, thành tựu đại nguyện, tâm rộng rãi đồng Nhứt Thiết trí, trong một niệm đều có thể cùng khắp vô lượng cõi Phật, trí lực vô lượng có thể rõ thấu tất cả cảnh giới Phật, với tất cả Phật được tín giải sâu, trụ nơi trí vô biên, tâm Bồ đề rộng lớn như pháp giới rốt ráo như hư không.

(Kinh Hoa Nghiêm, phẩm 25. Thập Hồi Hướng)

5.5.f. MƯỜI THỨ VÔ TẬN TẠNG

Đại nhứt thiết trụ bực hồi hướng này được mười thứ vô tận tạng như sau:

Được kiến Phật vô tận tạng vì nơi *một chân lông thấy vô số Phật xuất thế.*

Được nhập pháp vô tận tạng vì dùng Phật trí lực quán tất cả pháp đều vào một pháp.

Được ức trì vô tận tạng, vì thọ trì tất cả Phật pháp không quên mất.

Được quyết định huệ vô tận tạng vì khéo biết tất cả Phật pháp bí mật phương tiện.

Được giải nghĩa thú vô tận tạng, vì khéo biết tế hạn lý thú của các pháp.

Được vô biên ngộ giải vô tận tạng vì dùng trí như hư không, thông đạt tam thế tất cả pháp.

Được phước đức vô tận tạng, vì làm cho ý của tất cả chúng sanh được sung mãn chẳng cùng tận.

Được dũng mãnh trí giác vô tận tạng vì đều có thể trừ diệt sự ngu si của tất cả chúng sanh.

Được quyết định biện tài vô tận tạng, vì diễn thuyết tất cả Phật pháp bình đẳng khiến chúng sanh đều hiểu rõ.

Được thập lực vô úy vô tận tạng, vì đầy đủ Bồ-Tát hạnh, được ly cấu đến Nhứt Thiết trí vô ngại.

(Kinh Hoa Nghiêm, phẩm 25. Thập Hồi Hướng)

5.5.g. CÔNG ĐỨC PHẬT ĐỘ

Kim Cang Tràng Bồ-Tát thừa oai lực của Đức Phật quán sát khắp mười phương nói kệ rằng:

Bồ-Tát thành tựu thâm tâm lực
Nơi các pháp được khắp tự tại
Do nơi phước khuyến thỉnh tùy hỉ
Phương tiện vô ngại khéo hồi hướng.

Tam thế tất cả chư Như-Lai
Nghiêm tịnh Phật độ khắp thế gian
Tất cả công đức đều đầy đủ
Hồi hướng tịnh độ cũng như vậy.

Tam thế tất cả những Phật pháp
Bồ-Tát thảy đều tư duy kỹ
Dùng tâm nhiếp lấy không để thừa
Như vậy trang nghiêm các Phật độ.

Cùng tận tam thế tất cả kiếp
Khen những công đức một Phật độ
Những kiếp số kia còn cùng tận
Công đức Phật độ không cùng tận.
(Kinh Hoa Nghiêm, phẩm 25. Thập Hồi Hướng)

6. ĐẠI BỒ-TÁT TÙY THUẬN KIÊN CỐ NHỨT THIẾT THIỆN CĂN HỒI HƯỚNG
5.6.a. LẤY PHÁP TRỊ DÂN

Bực Bồ-Tát Tùy Thuận Kiên Cố Nhất Thiết Thiện Căn Hồi Hướng hoặc làm Đế Vương ngự nơi đại quốc, có Oai Đức lớn danh chấn thiên hạ, phàm các oán địch đều quy thuận, hiệu lịnh ban ra đều dựa theo chánh pháp, cầm một cây lọng che mát mười phương, đi khắp cõi nước không bị trở ngại, đầu vấn lụa ly cấu, tự tại đối với các pháp, người thấy đều phục tùng.

Chẳng cần đến hình phạt, chỉ dùng đức cảm hóa.

Bực Bồ-Tát Tùy Thuận Kiên Cố Nhất Thiết Thiện Căn Hồi Hướng hoặc làm Chuyển Luân Vương bố thí:

- Pháp thí như Tứ nhiếp pháp (bố thí, ái ngữ, lợi hành và đồng sự) để thu nhiếp chúng sanh. Không dùng hình phạt, chỉ dùng đức cảm hóa độ dân.

-Nội thí như thân thể, mắt, tai, mũi, lưỡi, tay, chân, đầu, máu, xương, tủy..

-Ngoại thí như thực phẩm, y phục, tràng hoa, các loại hương, giường ghế, nhà cửa, đèn đuốc, thuốc men, khí cụ báu, xe cộ, xe báu, ngựa giỏi, voi hay..... đem thiện căn hồi hướng, khiến chúng sanh đều được viên mãn trí vô ngại.

Bồ-Tát dùng tâm Đại thừa, tâm thanh tịnh, tâm quảng đại, tâm vui thích, tâm hân hạnh, tâm hoan hỷ, tâm tăng thượng, tâm an lạc, tâm không ô trược, mà đem thiện căn hồi hướng như sau:

Nguyện tất cả chúng sanh an trụ nơi pháp Nhứt thiết trí của Phật, vào nơi trí địa bình đẳng bất động, trọn chẳng thối chuyển Vô thượng Bồ đề.

- Đại Bồ-Tát đem căn lành ca ngợi Đức Phật ra đời mà hồi hướng cho chúng sanh được thấy Phật, cúng dường Phật, nơi pháp vô thượng được rốt ráo thanh tịnh.

(Kinh Hoa Nghiêm, phẩm 25. Thập Hồi Hướng)

5.6.b. LỜI NGUYỆN KHI BỐ THÍ TÀI VẬT

- Đại Bồ-Tát Tùy Thuận Kiên Cố Nhất Thiết Thiện Căn Hồi Hướng bố thí tài vật thân mạng thứ nào cũng đến số vô lượng vô biên, đem thiện căn đó hồi hướng như vậy:

Đại Bồ-Tát lúc bố thí những thứ uống ăn, thượng vị thanh tịnh có thể làm cho thân tứ đại điều hòa tráng kiện, da thứa tươi nhuần, căn khiếu minh mẫn, tạng phủ mạnh tốt, không nhiễm độc, không nhuốm bịnh, luôn được an vui, trong lòng thanh tịnh thường hoan hỷ, đem thiện căn này hồi hướng như vầy:

Nguyện cho tất cả chúng sanh được đầy đủ cam lồ tối thượng vị.

Nguyện cho tất cả chúng sanh được pháp trí vị rõ biết nghiệp dụng của tất cả vị.

Nguyện cho tất cả chúng sanh được vô lượng pháp vị rõ thấu pháp giới an trụ trong thành trì đại pháp thiệt tế. Nguyện cho tất cả chúng sanh làm mây đại pháp khắp tất cả pháp giới rưới pháp võ giáo hóa điều phục tất cả chúng sanh.

Nguyện cho tất cả chúng sanh được thắng trí vị, pháp hỷ vô thượng sung mãn thân tâm.

Nguyện cho tất cả chúng sanh không tham trước tất cả thượng vị, chẳng nhiễm tất cả vị thế gian, thường siêng tu tập tất cả Phật pháp.

Nguyện tất cả chúng sanh được pháp nhứt vị rõ các Phật pháp đều không sai khác.

Nguyện tất cả chúng sanh được vị tối thắng trọn không thối chuyển nơi Nhứt thiết trí.

Nguyện cho tất cả chúng sanh được vào pháp vị bình đẳng của Chư Phật đều có thể phân biệt được tất cả những căn tánh.

Nguyện cho tất cả chúng sanh thêm lớn pháp vị thường được đầy đủ Phật pháp vô ngại.

Đây là đại Bồ-Tát lúc bố thí thượng vị đem thiện căn hồi hướng, khiến tất cả chúng sanh siêng tu phước đức đều được đầy đủ trí thân vô ngại.

(Kinh Hoa Nghiêm, phẩm 25. Thập Hồi Hướng)

5.6.c. BỐ THÍ XE NHẤT THIẾT PHÁP

Đại Bồ-Tát lúc bố thí xe cộ, đem thiện căn căn hồi hướng như vầy:

Nguyện cho tất cả chúng sanh đều được đầy đủ Nhứt thiết trí ngồi xe Đại thừa, xe bất hoại, xe tối thắng, xe tối thượng, xe tốc tật, xe đại lực, xe phước đức đầy đủ, xe xuất thế, xe xuất sanh vô lượng Bồ-Tát. Đây là đại Bồ-Tát đem thiện căn hồi hướng lúc bố thí xe cộ.

(Kinh Hoa Nghiêm, phẩm 25. Thập Hồi Hướng)

5.6.d. BỐ THÍ Y PHỤC TÀM QUÝ

Đại Bồ-Tát lúc bố thí y phục đem các thiện căn hồi hướng như vầy:

Nguyện tất cả chúng sanh được y phục tàm quý để che thân họ, bỏ lìa tà đạo ác pháp, da thứa mịn màng, nhan sắc tươi sáng, thành tựu sự vui đệ nhứt của Phật, được Nhứt thiết chủng trí.

Đây là lúc đại Bồ-Tát bố thí y phục đem thiện căn hồi hướng.

(Kinh Hoa Nghiêm, phẩm 25. Thập Hồi Hướng)

5.6.e. PHÁT NGUYỆN KHI CÚNG DƯỜNG HOA

Lúc bố thí hoa, Bồ-Tát đem thiện căn hồi hướng như vầy:

Nguyện tất cả chúng sanh đều được *hoa tam muội của Phật* có thể đơm nở tất cả pháp.

Nguyện tất cả chúng sanh đều được như Phật, ai xem thấy cũng đều hoan hỷ không chán.

Nguyện tất cả chúng sanh tâm không động loạn, chỗ thấy đều thuận hiệp.

Nguyện tất cả chúng sanh làm đủ những nghiệp hạnh rộng lớn thanh tịnh.

Nguyện tất cả chúng sanh luôn nhớ thiện hữu lòng không đổi dời.

Nguyện tất cả chúng sanh như thuốc A già đà có thể trừ tất cả độc phiền não.

Nguyện tất cả chúng sanh trọn nên đại nguyện đều thành bực Pháp Vương vô thượng.

Nguyện tất cả chúng sanh phóng trí quang phá tối ngu si.

Nguyện tất cả chúng sanh đầy đủ trí giác.

Nguyện tất cả chúng sanh gặp thiện trí thức thành tựu đầy đủ tất cả thiện căn. Đây là lúc đại Bồ-Tát bố thí hoa đẹp đem thiện căn hồi hướng khiến chúng sanh được trí huệ thanh tịnh vô ngại.

(Kinh Hoa Nghiêm, phẩm 25. Thập Hồi Hướng)

5.6.f. CÚNG DƯỜNG NĂM PHẦN HƯƠNG

Lúc đại Bồ-Tát bố thí hương thoa, đem thiện căn hồi hướng như vầy:

Nguyện cho tất cả chúng sanh được thí hương xông khắp đều có thể huệ xả tất cả sở hữu.

Nguyện cho tất cả chúng sanh được giới hương xông khắp đều được tịnh giới rốt ráo của Như-Lai.

Nguyện cho tất cả chúng sanh được nhẫn hương xông khắp lìa bỏ tâm hiểm hại.

Nguyện cho tất cả chúng sanh được tinh tấn hương xông khắp thường mặc mão giáp tinh tấn Đại thừa.

Nguyện cho tất cả chúng sanh được định hương xông khắp an trụ nơi chánh định hiện tiền của Chư Phật.

Nguyện cho tất cả chúng sanh được huệ hương xông khắp trong một niệm được thành Trí Vương vô thượng. Nguyện cho tất cả chúng sanh được pháp hương xông khắp nơi pháp vô thượng được vô úy.

Nguyện cho tất cả chúng sanh được đức hương xông khắp thành tựu hương đại công đức.

Nguyện cho tất cả chúng sanh được Bồ đề hương xông khắp được Phật Thập lực đến nơi bờ kia.

Nguyện cho tất cả chúng sanh được hương bạch pháp thanh tịnh xông khắp dứt hẳn tất cả pháp bất thiện.

Đây là đại Bồ-Tát lúc bố thíhương thoa đem thiện căn hồi hướng.

(Kinh Hoa Nghiêm, phẩm 25. Thập Hồi Hướng)

5.6.g. BỐ THÍ GIƯỜNG GHẾ CHƯ THIÊN

Lúc bố thí giường ghế, đại Bồ-Tát đem thiện căn hồi hướng như vầy:

Nguyện cho tất cả chúng sanh được giường ghế Chư Thiên và chứng trí huệ lớn.

Nguyện cho tất cả chúng sanh được giường ghế Thánh Hiền bỏ

ý phàm phu trụ tâm Bồ đề.

Nguyện cho tất cả chúng sanh được giường ghế an lạc lìa hẳn tất cả khổ não sanh tử.

Nguyện cho tất cả chúng sanh được giường ghế rốt ráo thấy thần thông tự tại của Phật.

Nguyện cho tất cả chúng sanh được giường ghế bình đẳng, luôn huân tu khắp tất cả pháp lành.

Nguyện cho tất cả chúng sanh được giường ghế tối thắng đủ nghiệp thanh tịnh, thế gian không sánh kịp.

Nguyện cho tất cả chúng sanh được giường ghế an ổn chứng pháp chơn thiệt rốt ráo đầy đủ.

Nguyện cho tất cả chúng sanh được giường ghế thanh tịnh tu tập tịnh trí của Như-Lai.

Nguyện cho tất cả chúng sanh được an trụ nơi giường ghế, được hàng thiện tri thức luôn theo che chở.

Nguyện cho tất cả chúng sanh được giường ghế sư tử thường nằm nghiêng hông mặt như Phật. Đây là lúc đại Bồ-Tát bố thí giường ghế đem thiện căn hồi hướng, khiến chúng sanh tu tập chánh niệm khéo thủ hộ các căn.

(Kinh Hoa Nghiêm, phẩm 25. Thập Hồi Hướng)

5.6.i. BỐ THÍ PHÒNG NHÀ

Lúc đại Bồ-Tát bố thí phòng nhà đem thiện căn hồi hướng như vầy:

Nguyện cho tất cả chúng sanh đều được an trụ Phật độ thanh tịnh

Siêng năng tu tập tất cả công đức

An trụ cảnh giới tam muội thậm thâm

Rời bỏ tất cả chỗ chấp trước

Rõ chỗ trụ đều là vô sở hữu

Lìa thế gian mà nơi Nhứt thiết trí, nhiếp lấy chỗ trụ của Phật, trụ nơi đạo rốt ráo, nơi chốn an vui, luôn trụ nơi thiện căn thanh tịnh đệ nhứt, trọn chẳng rời bỏ chỗ trụ Vô thượng của Phật.

Đây là đại Bồ-Tát lúc bố thí phòng nhà đem thiện căn hồi hướng, vì muốn lợi ích tất cả chúng sanh tùy chỗ họ đáng được độ mà tư duy cứu hộ.

(Kinh Hoa Nghiêm, phẩm 25. Thập Hồi Hướng)

5.6.j. BỐ THÍ CHỖ Ở

Lúc đại Bồ-Tát bố thí chỗ ở, đem thiện căn hồi hướng như vầy:

Nguyện cho tất cả chúng sanh thường được lợi lành lòng họ an vui.

Nguyện cho tất cả chúng sanh y tựa:

- Đức Phật mà trụ

- Đại trí mà trụ

- Thiện trí thức mà trụ

- Tôn thắng mà trụ

- Thiện hạnh mà trụ

- Đại từ mà trụ

- Đại bi mà trụ

- Sáu môn Ba la mật mà trụ

- Đại Bồ đề tâm mà trụ

- Bồ-Tát đạo mà trụ.

Đây là đại Bồ-Tát lúc bố thí chỗ ở đem thiện căn hồi hướng để cho tất cả phước đức được thanh tịnh, rốt ráo thanh tịnh, trí thanh tịnh, đạo thanh tịnh, pháp thanh tịnh, giới thanh tịnh, chí nguyện thanh tịnh, tín giải thanh tịnh, tất cả thần thông công đức thanh tịnh.

(Kinh Hoa Nghiêm, phẩm 25. Thập Hồi Hướng)

5.6.k. BỐ THÍ CÁC ĐÈN SÁNG

Đại Bồ-Tát lúc bố thí các thứ đèn sáng: đèn tô, đèn dầu, đèn báu, đèn ma ni, đèn sơn, đèn lửa, đèn trầm thủy, đèn chiên đàn, tất cả đèn thơm, đèn vô lượng màu sắc sáng chói …, vì muốn lợi ích tất cả chúng sanh, vì muốn nhiếp thọ tất cả chúng sanh, nên đem thiện căn này hồi hướng như vầy:

Nguyện tất cả chúng sanh được vô lượng quang chiếu khắp chánh pháp của Chư Phật.

Nguyện tất cả chúng sanh được thanh tịnh quang soi thấy sắc cực vi tế của thế gian.

Nguyện tất cả chúng sanh được ly tế quang rõ biết chúng sanh giới rỗng không vô sở hữu.

Nguyện tất cả chúng sanh được vô biên quang, thân phóng ánh sáng vi diệu chiếu khắp tất cả.

Nguyện tất cả chúng sanh được phổ chiếu quang, tâm không thối chuyển đối với Phật pháp.

Nguyện tất cả chúng sanh được Phật tịnh quang, thảy đều hiển hiện trong tất cả cõi.

Nguyện tất cả chúng sanh được vô ngại quang, một ánh sáng chiếu khắp pháp giới.

Nguyện tất cả chúng sanh được vô đoạn quang, ánh sáng chiếu các Phật độ chẳng gián đoạn.

Nguyện tất cả chúng sanh được trí tràng quang chiếu khắp thế gian.

Nguyện tất cả chúng sanh được vô lượng sắc quang chiếu tất cả cõi thị hiện thần lực.

Đây là lúc đại Bồ-Tát bố thí các thứ đèn sáng đem thiện căn hồi hướng như vậy không bị chướng ngại, khiến khắp chúng sanh an trụ trong thiện căn.

(Kinh Hoa Nghiêm, phẩm 25. Thập Hồi Hướng)

5.6.1. BỐ THÍ THUỐC MEN

Lúc bố thí thuốc men, đại Bồ-Tát đem thiện căn hồi hướng như vầy:

Nguyện tất cả chúng sanh rốt ráo ra khỏi những phiền não.

Nguyện tất cả chúng sanh lìa hẳn thân bịnh được thân Như-Lai.

Nguyện tất cả chúng sanh làm thuốc hay, dứt trừ tất cả bịnh bất thiện.

Nguyện tất cả chúng sanh thành thuốc A già đà an trụ bực bất thối.

Nguyện tất cả chúng sanh thành thuốc Như-Lai có thể nhổ tất cả tên độc phiền não.

Nguyện tất cả chúng sanh gần gũi Hiền Thánh dứt trừ phiền não tu hạnh thanh tịnh.

Nguyện tất cả chúng sanh làm vị Dược Vương trừ hẳn các bịnh chẳng cho tái phát.

Nguyện tất cả chúng sanh làm cây thuốc bất hoại có thể chữa lành tất cả loài.

Nguyện tất cả chúng sanh được ánh sáng Nhứt thiết trí nhổ tên các bịnh tật.

Nguyện tất cả chúng sanh khéo hiểu phương thuốc thế gian chữa trị cho những người bịnh.

Vì muốn lợi ích cho tất cả chúng sanh, nên lúc bố thí thuốc men, Bồ-Tát đem thiện căn hồi hướng như vậy.

(Kinh Hoa Nghiêm, phẩm 25. Thập Hồi Hướng)

5.6.m. BỐ THÍ THẤT BẢO

Đại Bồ-Tát lúc đem những khí cụ bằng thất bửu đựng đầy châu báu bố thí cúng dường Chư Phật, chư Bồ-Tát, các Thánh Tăng, cúng dường hàng Thanh Văn, Độc Giác, cha mẹ, Sư Trưởng, nhẫn đến bố thí cho những kẻ nghèo cùng côi cút, chẳng chấp có vật thí người lãnh, tất cả thiện căn đều hồi hướng như vầy:

Nguyện cho tất cả chúng sanh thành tạng vô biên đồng như hư không, niệm lực rộng lớn, có thể thọ trì trọn vẹn tất cả kinh sách thế gian và xuất thế gian không quên sót.

Nguyện tất cả chúng sanh thành khí cụ thanh tịnh tỏ ngộ được chánh pháp thậm thâm của Chư Phật.

Nguyện tất cả chúng sanh thành bửu khí vô thượng có thể thọ

trì trọn vẹn tam thế Phật pháp.

Nguyện tất cả chúng sanh thành tựu pháp khí rộng lớn của Như-Lai dùng lòng tin bất hoại nhiếp thọ pháp Bồ đề của tam thế Phật.

Nguyện tất cả chúng sanh thành tựu khí cụ bửu trang nghiêm tối thắng trụ tâm Bồ đề Oai Đức lớn.

Nguyện tất cả chúng sanh thành tựu khí cụ làm chỗ tựa cho tất cả công đức, tin hiểu thanh tịnh đối với vô lượng trí huệ của Như-Lai.

Nguyện tất cả chúng sanh thành tựu khí cụ nhập Nhứt thiết trí rốt ráo giải thoát vô ngại của Như-Lai.

Nguyện tất cả chúng sanh được khí cụ Bồ-Tát hạnh có thể làm cho mọi loài đều được an trụ Nhứt thiết trí.

Nguyện tất cả chúng sanh thành tựu thắng công đức tam thế Phật tánh, có thể thọ trì pháp âm của Chư Phật. Nguyện tất cả chúng sanh thành tựu khí cụ dung nạp tất cả Phật hội đạo tràng khắp pháp giới, là thượng thủ ca ngợi Phật và khuyến thỉnh chuyển pháp luân. Vì muốn tất cả chúng sanh đều được viên mãn hạnh Phổ Hiền, nên lúc bố thí khí cụ, Bồ-Tát đem thiện căn hồi hướng như vầy.

(Kinh Hoa Nghiêm, phẩm 25. Thập Hồi Hướng)

5.6.n. BỐ THÍ XE VÀNG

Đại Bồ-Tát lúc bố thí các loại xe cộ, những là xe bằng vàng bạc thất bửu, hoặc ngựa kéo hay voi kéo, trang nghiêm với những thứ châu ngọc vật báu, cúng dường lên Chư Phật, hoặc dâng lên điện tháp thờ Phật, đem công đức này hồi hướng như vầy:

Nguyện cho tất cả chúng sanh đều biết cúng dường phước điền vô thượng, tin chắc rằng cúng Phật được vô lượng quả báo.

Nguyện tất cả chúng sanh nhứt tâm hướng đến Phật, thường gặp vô lượng phước điền thanh tịnh.

Đây là lúc cúng dường xe cộ cho Chư Phật hoặc điện tháp thờ Phật, đại Bồ-Tát đem thiện căn hồi hướng như vậy, vì muốn cho chúng sanh được Phật thừa rốt ráo giải thoát vô ngại.

(Kinh Hoa Nghiêm, phẩm 25. Thập Hồi Hướng)

5.6.o. CÚNG DƯỜNG XE PHÁP

Lúc bố thí các loại xe cộ cho chư Bồ-Tát các thiện tri thức, đại Bồ-Tát đem thiện căn hồi hướng như vầy:

Nguyện tất cả chúng sanh tâm thường ghi nhớ lời dạy của thiện tri thức, chuyên cần gìn giữ chẳng để quên mất. Nguyện tất cả chúng sanh đồng được lợi ích như thiện tri thức, nhiếp khắp tất cả cùng đồng một thiện căn.

Nguyện tất cả chúng sanh gần thiện tri thức tôn trọng cúng dường, xả trọn sở hữu để thuận theo lòng thiện tri thức.

Nguyện tất cả chúng sanh được chí muốn lành chẳng rời thiện hữu.

Nguyện tất cả chúng sanh thường được gặp gỡ các thiện tri thức, kính thờ chẳng trái lời dạy.

Lúc Bồ-Tát bố thí xe báu cho Chư Tăng, liền khởi tâm học tất cả hạnh bố thí, tâm trí huệ khéo rõ biết, tâm công đức thanh tịnh, tâm tùy thuận hạnh xả, tâm Tăng Bửu khó gặp, tâm tin sâu Tăng Bửu, tâm nhiếp trì Chánh pháp, trụ nơi chí muốn thù thắng được chưa từng có làm hội đại thí, xuất sanh vô lượngcông đức rộng lớn, tin sâu Phật pháp không bị ngăn trở phá hoại.

(Kinh Hoa Nghiêm, phẩm 25. Thập Hồi Hướng)

5.6.p. HỒI HƯỚNG THIỆN CĂN

Đem thiện căn này hồi hướng như vầy:

Nguyện tất cả chúng sanh vào khắp Phật pháp ghi nhớ chẳng quên.

Nguyện tất cả chúng sanh rời pháp phàm ngu, vào chỗ Thánh Hiền.

Nguyện tất cả chúng sanhđược phương tiện vô ngại nhập pháp giới khoảng một niệm đi khắp cõi nước mười phương. Đây là lúc bố thí xe báu cho Chư Tăng đại Bồ-Tát đem thiện căn hồi hướng, vì muốn cho chúng sanh đều ngồi xe vô thượng trí thanh tịnh, chuyển pháp luân trí huệ vô ngại nơi tất cả thế gian.

(Kinh Hoa Nghiêm, phẩm 25. Thập Hồi Hướng)

5.6.q. CÚNG DƯỜNG XE BÁU CHO THANH VĂN

Lúc đại Bồ-Tát bố thí xe báu cho Thanh Văn và Độc Giác, liền khởi những tâm phước điền, công đức, tôn kính, tâm xuất sanh công đức trí huệ, tâm từ thế lực công đức của Như-Lai sanh ra, tâm tu tập từ trăm ngàn ức na do tha kiếp, tâm có thể tu Bồ-Tát hạnh nơi bất khả thuyết kiếp, tâm giải thoát tất cả sự hệ phược của ma, tâm trừ diệt tất cả ma quân, tâm huệ quang chiếu rõ pháp vô thượng.

Đem thiện căn này hồi hướng như vầy:

Nguyện tất cả chúng sanh được thế gian tin là phước điền đệ nhứt trọn đủ Đàn Ba la mật vô thượng.

Nguyện tất cả chúng sanh tin hiểu côngđức chơn thật của Phật pháp, trọn bỏ sở hữu để cung kính cúng dường.

Đây là lúc bố thí xe báu cho Thanh Văn, Độc Giác, đại Bồ-Tát đem thiện căn hồi hướng, vì muốn cho chúng sanh đều được thành tựu trí huệ Thần thông thanh tịnh đệ nhứt, tinh tấn tu hành được trí lực vô úy.

(Kinh Hoa Nghiêm, phẩm 25. Thập Hồi Hướng)

5.6.r. BỐ THÍ XE BÁU CHO NGƯỜI NGHÈO

Đại Bồ-Tát đem xe báu nhẫn đến bố thí cho những kẻ nghèo cùng côi cút, tùy họ cầu xin đều đem cho cả, lòng luôn hoan hỷ không nhàm mỏi mà còn bảo họ rằng đáng lẽ tôi phải tự mình mang đến phân phát cho các Ngài, không dám để các Ngài phải nhọc nhằn tìm đến.

Đem thiện căn này hồi hướng như vầy:

Nguyện tất cả chúng sanh ngồi xe pháp luân quảng đại vô ngại bất thối thẳng đến dưới cội cây Bồ đề bất tư nghì.

Nguyện tất cả chúng sanh ngồi xe pháp trí thanh tịnh lớn, mãi mãi tu Bồ-Tát không thối chuyển.

Nguyện tất cả chúng sanh ngồi xe tất cả pháp vô sở hữu lìa hẳn sự phân biệt chấp trước mà thường tu tập đạo Nhứt thiết trí.

Nguyện tất cả chúng sanh ngồi xe chánh trực, không dua dối, qua đến các Phật độ tự tại vô ngại.

Nguyện tất cả chúng sanh tùy thuận an trụ nơi xe Nhứt thiết trí cùng nhau hoan lạc nơi Phật pháp.

Nguyện tất cả chúng sanh ngồi xe Bồ-Tát thạnh thanh tịnh đầy đủ mười đạo xuất ly của Bồ-Tát và vui nơi tam muội.

Nguyện tất cả chúng sanh ngồi xe bốn bánh: nghĩa là ở quốc độ tốt, y tựa bực Thiện nhơn, họp phước đức thù thắng, phát thệ nguyện lớn, dùng bốn điều này thành tựu viên mản tất cả Bồ-Tát hạnh thanh tịnh.

Nguyện tất cả chúng sanh được xe pháp quang chiếu khắp mười phương, tu học Phật trí lực.

(Kinh Hoa Nghiêm, phẩm 25. Thập Hồi Hướng)

5.6.s. NGUYỆN NGỒI XE NHẤT THIẾT TRÍ

Nguyện tất cả chúng sanh ngồi xe Phật pháp rốt ráo đến bờ kia.

Nguyện tất cả chúng sanh ngồi xe pháp chở những phước lành hiển bày đạo chơn chánh an ổn khắp mười phương.

Nguyện tất cả chúng sanh ngồi xe đại thí bỏ lòng bỏn xẻn.

Nguyện tất cả chúng sanh ngồi xe tịnh giới trì vô biên giới hạnh thanh tịnh.

Nguyện tất cả chúng sanh ngồi xe nhẫn nhục, rời lòng sân hận.

Nguyện tất cả chúng sanh ngồi xe tinh tấn lớn, bền tu tập công hạnh thù thắng đến đạo Bồ đề.

Nguyện tất cả chúng sanh ngồi xe thiền định mau đến đạo tràng chứng trí Bồ đề.

Nguyện tất cả chúng sanh ngồi xe trí huệ phương tiện khéo Hóa thận khắp cả Phật độ trong pháp giới.

Nguyện tất cả chúng sanh ngồi xe Pháp Vương thành tựu vô úy luôn ban bố pháp Nhứt thiết trí khắp tất cả.

Nguyện tất cả chúng sanh ngồi xe trí huệ vô trước đều có thể vào khắp tất cả mười phương mà chẳng động chơn pháp tánh.

Nguyện tất cả chúng sanh ngồi xe Phật pháp thị hiện thọ sanh khắp mười phương cõi mà chẳng hư mất đạo Đại Thừa.

Nguyện tất cả chúng sanh ngồi xe báu Nhứt thiết trí vô thượng, trọn đủ hạnh nguyện Phổ Hiền.

Đây là đại Bồ-Tát lúc bố thí các loại xe báu cho tất cả phước điền, đem thiện căn hồi hướng vì muốn cho chúng sanh đủ vô lượng trí, vui mừng hớn hở rốt ráo đều được xe Nhứt thiết trí.

(Kinh Hoa Nghiêm, phẩm 25. Thập Hồi Hướng)

5.6.s. BỐ THÍ TƯỢNG BỬU

Đại Bồ-Tát bố thí tượng bửu cùng mã bửu, trang nghiêm với bành vàng, yên ngọc, giây vàng, lục lạc báu, cho cha mẹ, thiện hữu, nhẫn đến kẻ nghèo cùng, không chút hối tiếc, đem thiện căn này hồi hướng như vầy:

Nguyện tất cả chúng sanh ngồi xe điều thuận thêm lớn công đức của Bồ-Tát.

Nguyện tất cả chúng sanh được xe thiện xảo, có thể tùy ý xuất sanh tất cả Phật pháp.

Nguyện tất cả chúng sanh thành tựu Đại thừa kiên cố rất cao rộng có thể khắp chuyên chở tất cả chúng sanh đều được đến bực Nhứt thiết trí. Đây là lúc bố thí voi, ngựa, đại Bồ-Tát đem thiện căn hồi hướng, vì muốn cho chúng sanh đều được ngồi nơi xe vô ngại trí viên mãn Phật thừa.

(Kinh Hoa Nghiêm, phẩm 25. Thập Hồi Hướng)

5.6.t. BỐ THÍ TỌA NGỒI

Lúc bố thí các thứ tòa ngồi, hoặc bửu tòa sư tử vô lượng trang nghiêm dâng lên Đức Phật, chư Bồ-Tát, Thiện tri thức, Thánh Tăng, Pháp sư, cha mẹ, tôn thân, Thanh Văn, Độc Giác, người xu hướng Bồ-Tát thừa, hoặc tháp miếu của Như-Lai, nhẫn đến kẻ nghèo cùng, tùy họ cần dùng thứ chi đều ban cho cả, Bồ-Tát đem công đức này hồi hướng như vầy :

Nguyện tất cả chúng sanh ngồi tòa Bồ đề đều có thể giác ngộ chánh pháp của Chư Phật.

Nguyện tất cả chúng sanh được tòa tất cả bửu, tòa tất cả hượng, tòa tất cả hoa, tòa tất cả y phục, tòa tất cả tràng hoa, tòa tất cả ma ni, tòa tất cả lưu ly v.v… bất tư nghì bửu tòa, tòa vô lượng thế giới, tòa trang nghiêm thanh tịnh, tòa Kim Cang thị hiện Oai Đức tự tại thành vô thượng chánh giác. Đây là đại Bồ-Tát lúc bố thí bửu tòa đem thiện căn hồi hướng vì muốn cho chúng sanh được tòa đại Bồ đề xuất thế gian tự nhiên giác ngộ tất cả Phật pháp.

(Kinh Hoa Nghiêm, phẩm 25. Thập Hồi Hướng)

5.6.u. CÚNG DƯỜNG TRÀNG PHAN LỌNG

Lúc đại Bồ-Tát với tâm thanh tịnh đem vô lượng bửu cái trang nghiêm thù thắng dâng cúng Chư Phật, tháp miếu của Chư Phật, hoặc vì pháp mà dâng cúng chư Bồ-Tát, các thiện tri thức, đại Pháp sư, Chư Tăng, cha mẹ, dâng cúng Phật pháp, bực phát Bồ đề tâm, nhẫn đến kẻ nghèo cùng, tất cả thiện căn này đều hồi hướng như vầy:

Nguyện tất cả chúng sanh siêng tu thiện căn luôn được Chư Phật che chở.

Nguyện tất cả chúng sanh dùng công đức trí huệ làm lọng lìa hẳn tất cả phiền não.

Nguyện tất cả chúng sanh được lọng tối thượng được vô thượng trí tự nhiên giác ngộ.

(Kinh Hoa Nghiêm, phẩm 25. Thập Hồi Hướng)

5.6.v. PHƯỚC BÁU BỬU CÁI TRÍ HUỆ TRANG NGHIÊM

Đại Bồ-Tát lúc bố thí lọng báu đem thiện căn hồi hướng khiến tất cả chúng sanh được lọng tự tại có thể giữ gìn tất cả thiện pháp

- Có thể dùng một cây lọng che trùm tất cả, hư không pháp giới, tất cả cõi nước, thị hiện thần thông tự tại không thối chuyển

- Có thể trang nghiêm mười phương thế giới để cúng dường Phật

- Có thể dùng tràng phan tốt và bửu cái đẹp cúng dường tất cả Phật

- Có thể được bửu cái phổ trang nghiêm che khắp trọn vẹn tất cả Phật độ

- Được bửu cái quảng đại che khắp chúng sanh khiến họ đối với Phật sanh lòng tín giải

- Khiến tất cả chúng sanh dùng bất khả thuyết bửu cái cúng dường một Đức Phật

- Với bất khả thuyết Đức Phật, cũng cúng dường như vậy

- Khiến tất cả chúng sanh được bửu cái Bồ đề rộng lớn che khắp tất cả Phật, - Khiến tất cả chúng sanh được bửu cái trí huệ trang nghiêm vô chướng vô ngại che khắp tất cả Phật.

(Kinh Hoa Nghiêm, phẩm 25. Thập Hồi Hướng)

5.6.w. THIỆN CĂN CHE TRÙM TẤT CẢ

Lại vì muốn khiến tất cả chúng sanh được trí huệ đệ nhứt, được Phật công đức trang nghiêm, có chí nguyện thanh tịnh đối với công đức của Phật, được vô lượng vô biên tâm bửu tự tại, được toàn vẹn trí huệ tự tại.

Lại muốn khiến chúng sanh dùng những *thiện căn che trùm tất cả*, thành tựu bửu cái trí huệ tối thắng, thành tựu bửu cái Thập lực, với tất cả pháp được tự tại làm đẳng Pháp Vương.

Lại muốn khiến chúng sanh được tâm tự tại Oai Đức lớn, được trí rộng lớn không gián đoạn, được vô lượng công đức che khắp tất cả đều trọn vẹn.

Lại muốn khiến tất cả chúng sanh dùng lọng công đức che tâm mình, dùng tâm bình đẳng che chúng sanh, được trí huệ lớn bình đẳng, được phương tiện thiện xảo hồi hướng lớn, được tâm nguyện thanh tịnh thù thắng, được tâm nguyện thanh tịnh thuần thiện, được đại hồi hướng che khắp tất cả chúng sanh.

(Kinh Hoa Nghiêm, phẩm 25. Thập Hồi Hướng)

5.6.x. HỒI HƯỚNG CÔNG ĐỨC

Đại Bồ-Tát với tâm tín giải thanh tịnh, đem vô lượng tràng phan cực tốt đẹp vi diệu trang nghiêm toàn vàng ngọc, châu báu dâng lên hiện tại Chư Phật và tháp miếu của Chư Phật đã diệt độ, hoặc dâng lên Pháp bửu, Tăng bửu, hoặc dâng cho chư Bồ-Tát thiện tri thức, hàng Thanh Văn, Độc Giác, hoặc thí cho đại chúng, cùng tất cả người đến cầu xin.

Đại Bồ-Tát dùng thiện căn này hồi hướng như vầy:

- Nguyện tất cả chúng sanh đều có thể kiến lập tràng phan thiện căn phước đức kiên cố chẳng hư hoại, kiến lập tràng phan tự tại nơi tất cả pháp tôn trọng mến thích siêng năng giữ gìn, thường dùng lụa báu biên chép chánh pháp hộ trì pháp tạng của Chư Phật Bồ-Tát.

Đây là lúc đại Bồ-Tát bố thí tràng phan đem thiện căn hồi hướng khiến tất cả chúng sanh được tràng Bồ-Tát hạnh cao rộng thậm thâm và được tràng thanh tịnh đạo hạnh thần thông của Bồ-Tát.

(Kinh Hoa Nghiêm, phẩm 25. Thập Hồi Hướng)

5.6.y. KHAI NHỮNG BỬU TẠNG

Đại Bồ-Tát khai những bửu tạng đem trăm ngàn ức na do tha thứ trân bửu cấp cho vô số chúng sanh, tùy theo ý của họ muốn không hề lẫn tiếc.

Đại Bồ-Tát đem thiện căn này hồi hướng như vầy:

Nguyện tất cả chúng sanh thường thấy Phật Bửu rời bỏ ngu si mà tu hành chánh niệm.

Nguyện tất cả chúng sanh được đầy đủ Pháp Bửu sáng chói hộ trì pháp tạng của Chư Phật.

Nguyện tất cả chúng sanh được thành bửu vương vô thượng đệ nhứt dùng biện tài vô tận khai diễn các pháp.

Đây là đại Bồ-Tát lúc bố thí các châu báu đem thiện căn hồi hướng khiến tất cả chúng sanh thành tựu trí bửu đệ nhứt và nhãn bửu thanh tịnh của Như-Lai.

(Kinh Hoa Nghiêm, phẩm 25. Thập Hồi Hướng)

5.6.z. BỒ-TÁT XEM CHÚNG SANH NHƯ CON MỘT

Đại Bồ-Tát xem tất cả chúng sanh ở thế gian như con một, muốn cho họ đều được thân thanh tịnh trang nghiêm, thành tựu sự an lạc tối thượng ở thế gian và sự vui trí huệ của Phật, an trụ Phật pháp lợi ích chúng sanh, nên đem vô lượng thứ trang nghiêm cụ báu đẹp chuyên cần bố thí, mà hồi hướng như vầy:

Nguyện tất cả chúng sanh thành tựu đồ nghiêm sức tốt đẹp vô thượng dùng các công đức trí huệ thanh tịnh trang nghiêm Nhơn, Thiên.

Đây là bố thí các thứ trang sức đại Bồ-Tát đem thiện căn hồi hướng, khiến tất cả chúng sanh đầy đủ vô lượng Phật pháp, công đức trí huệ đều viên mãn trang nghiêm rời hẳn tất cả sự kiêu mạn, phóng dật.

Đại Bồ-Tát đem bửu quang ma ni và bửu châu trong búi tóc thí cho chúng sanh không lòng lẫn tiếc, thường siêng tu tập làm đại thí chủ, tu học thí huệ, tăng trưởng xả căn, trí huệ thiện xảo, tâm lượng quảng đại.

(Kinh Hoa Nghiêm, phẩm 25. Thập Hồi Hướng)

5.6.aa. HỒI HƯỚNG ĐƯỢC PHÁP QUÁN ĐẢNH CỦA CHƯ PHẬT

Đại Bồ-Tát đem thiện căn Tùy Thuận Kiên Cố Nhất Thiết để hồi hướng như vầy:

Nguyện tất cả chúng sanh được *pháp quán đảnh của Chư Phật thành bực Nhứt thiết trí.*

Nguyện tất cả chúng sanh được thành đảnh vương vô thượng đệ nhứt, được đảnh Nhứt thiết trí sáng chói, không gì làm lu mờ được.

Đây là lúc bố thí mão báu, đại Bồ-Tát đem thiện căn hồi hướng khiến chúng sanh được bực trí huệ thanh tịnh đệ nhứt, dùng trí huệ làm bửu quang ma ni vi diệu vậy.

(Kinh Hoa Nghiêm, phẩm 25. Thập Hồi Hướng)

5.6.ab. HỒI HƯỚNG VÀO TRÍ TUỆ CỦA CHƯ PHẬT

Đại Bồ-Tát lúc cứu chúng sanh như vậy, đem công đức này hồi hướng như vầy:

Nguyện tất cả chúng sanh giải thoát rốt ráo sự triền phược của tham ái.

Đây là đại Bồ-Tát lúc cứu độ chúng sanh thoát khổ ngục tù đem thiện căn hồi hướng, khiến chúng sanh khắp vào bực trí huệ của Như-Lai vậy.

Chư Phật tử Đại Bồ-Tát thấy tù nhơn, cổ mang gông, tay chơn bị trói, sắp bị xử tử, hoặc lóc thịt, hoặc giáo đâm, hoặc hỏa thiêu, hoặc bêu đầu, phải xa bỏ gia đình thân tộc mà bị mọi điều thống khổ. Bồ-Tát liền đem thân mình chịu khổ thay thế cho họ, như A Dật Đa Bồ-Tát, Thù Thắng Hạnh Vương Bồ-Tát v.v…

(Kinh Hoa Nghiêm, phẩm 25. Thập Hồi Hướng)

5.6.ac. HỒI HƯỚNG KHI BỒ-TÁT XẢ THÂN MẠNG CỨU CHÚNG SANH

Lúc đại Bồ-Tát tự xả thân mạng cứu chúng sanh, đem thiện căn này hồi hướng như vầy:

Nguyện tất cả chúng sanh được thân mạng rốt ráo tận, lìa hẳn tất cả tai hoạnh bức não.

Nguyện tất cả chúng sanh đến chỗ vô úy, thường nhớ cứu hộ những chúng sanh khổ.

Đây là đại Bồ-Tát lúc tự xả thân cứu những tử tù sắp bị hành hình mà đem thiện căn hồi hướng, muốn cho chúng sanh lìa khổ sanh tử được sự vui vi diệu vô thượng của Như-Lai.

(Kinh Hoa Nghiêm, phẩm 25. Thập Hồi Hướng)

5.6.ad. BỐ THÍ TỪNG PHẦN THÂN THỂ ĐỂ CẦU NHẤT THIẾT CHỦNG TRÍ ĐỦ THẬP LỰC

Đại Bồ-Tát bố thí cả búi tóc liền với da đầu cho kẻ đến xin, như Bửu Kế Vương Bồ-Tát, Thắng Diệu thân Bồ-Tát và vô lượng Bồ-Tát khác.

Lúc tay cầm dao bén lóc trọn da đầu, liền với búi tóc cung kính trao cho kẻ đến xin, đại Bồ-Tát không lòng động loạn, chỉ chánh niệm tam thế Chư Phật, lòng hoan hỷ thêm lớn chí nguyện.

Nguyện tất cả chúng sanh đều được tóc vô nhiễm của Như-Lai không hề bợn nhơ.

Đây là đại Bồ-Tát lúc bố thí búi tóc liền cả da đầu đem thiện căn hồi hướng, khiến chúng sanh được tâm niệm tịch tịnh đều được viên mãn các môn đà la ni, rốt ráo Nhứt thiết chủng trí đủ Thập lực.

(Kinh Hoa Nghiêm, phẩm 25. Thập Hồi Hướng)

5.6.ae. BỐ THÍ MẮT TRÍ NHÃN

Đại Bồ-Tát đem tròng mắt bố thí cho người xin như Hoan Hỷ Hạnh Bồ-Tát, Nguyệt Quang Vương Bồ-Tát và vô lượng Bồ-Tát khác.

Lúc bố thí tròng mắt, đại Bồ-Tát khởi tâm thanh tịnh thí nhãn, tâm thanh tịnh trí nhãn, tâm y chỉ pháp quang minh, tâm hiện quán Phật đạo vô thượng, pháp tâm hồi hướng trí huệ rộng lớn, phát tâm xả thí bình đẳng đồng chư Bồ-Tát trong ba thuở, phát tâm trí nhãn vô ngại chẳng hư lòng tin thanh tịnh.

Đối với người xin sanh tâm hoan hỷ nhiếp thọ vì để rốt ráo tất cả thần thông, vì sanh Phật nhãn, vì thêm lớn tâm Bồ đề, vì tu tập đại từ bi, vì chế phục sáu căn.

Đại Bồ-Tát lúc bố thí tròng mắt, đối với người xin sanh lòng thương mến, vì họ mà lập hội bố thí, thêm lớn pháp lực, rời bỏ những ái khiến phóng dật của thế gian, dứt trừ dục nhiễm mà tu tập hạnh Bồ đề, tâm an vi bất động làm vừa lòng người xin cho họ được thỏa mãn.

(Kinh Hoa Nghiêm, phẩm 25. Thập Hồi Hướng)

5.6.af. HỒI HƯỚNG KHI BỐ THÍ NHỤC NHÃN

Đem thiện căn này hồi hướng như vầy:

Nguyện tất cả chúng sanh được mắt tối thắng dìu dắt tất cả mọi loài.

Nguyện tất cả chúng sanh được mắt vô ngại mở kho trí huệ rộng lớn.

Nguyện tất cả chúng sanh được nhục nhãn thanh tịnh quang minh soi suốt không gì che được.

Nguyện tất cả chúng sanh được thiên nhãn thanh tịnh trọn thấy nghiệp quả của tất cả chúng sanh.

Nguyện tất cả chúng sanh được pháp nhãn thanh tịnh, có thể tùy thuận vào cảnh giới Như-Lai.

Nguyện tất cả chúng sanh được huệ nhãn lìa bỏ tất cả sự phân biệt chấp trước.

Nguyện tất cả chúng sanh viên mãn Phật nhãn đều có thể giác ngộ tất cả các pháp.

Nguyện tất cả chúng sanh thành tựu phổ nhãn cùng tận các cảnh giới không bị chướng ngại.

Nguyện tất cả chúng sanh thành tựu mắt thanh tịnh không mê mờ, rõ chúng sanh giới rỗng không vô sở hữu.

Nguyện tất cả chúng sanh đầy đủ mắt thanh tịnh vô ngại trọn vẹn mười trí lực. Đây là đại Bồ-Tát lúc bố thí tròng mắt đem thiện căn hồi hướng khiến tất cả chúng sanh được mắt thanh tịnh Nhứt thiết trí.

(Kinh Hoa Nghiêm, phẩm 25. Thập Hồi Hướng)

5.6.ag. BỐ THÍ TAI VÀ MŨI NHƯ CÁC BỒ-TÁT

Đại Bồ-Tát có thể đem vành tai và cái mũi cho người xin, như Thắng Hạnh Vương Bồ-Tát, Vô Oán Thắng Bồ-Tát và vô lượng Bồ-Tát khác.

Lúc bố thí, Bồ-Tát gần gũi người xin, chuyên tâm tu tập các hạnh Bồ-Tát, đủ chủng tánh Phật, sanh nhà Như-Lai, nhớ hạnh bố thí của Bồ-Tát tu, luôn siêng phát khởi Phật Bồ đề, làm cho các căn công đức trí huệ đều thanh tịnh, quan sát ba cõi không một mảy kiên cố. Nguyện luôn được thấy Chư Phật và Bồ-Tát, tùy thuận ghi nhớ tất cả Phật pháp, rõ biết thân thể là hư giả rỗng không, không một mảy tham tiếc.

Lúc đại Bồ-Tát bố thí tai, mũi như vậy, lòng luôn tịch tịnh điều phục các căn, cố gắng cứu giúp chúng sanh thoát nạn hiểm ác, sanh trưởng tất cả trí huệ công đức, chúng sanh, vào biển đại bố thí, rõ thấu nghĩa của các pháp, tu đủ các đạo hạnh, thật hành theo trí huệ, được pháp tự tại, đem thân chẳng bền đổi lấy thân bền.

(Kinh Hoa Nghiêm, phẩm 25. Thập Hồi Hướng)

5.6.ah. HỒI HƯỚNG KHI BỐ THÍ TAI VÔ NGẠI

Lúc đại Bồ-Tát bố thí vành tai đem những thiện căn hồi

hướng như vầy:

Nguyện tất cả chúng sanh được tai vô ngại nghe khắp tất cả âm thinh thuyết pháp.

Nguyện tất cả chúng sanh được tai vô ngại có thể hiểu rõ trọn tất cả âm thinh.

Nguyện tất cả chúng sanh được tai nghe khắp thanh tịnh rộng lớn.

Nguyện tất cả chúng sanh đầy đủ Thiên nhĩ nhẫn đến Phật nhĩ.

Đây là lúc bố thí tai, đại Bồ-Tát đem thiện căn hồi hướng, khiến các chúng sanh đều được tai thanh tịnh.

(Kinh Hoa Nghiêm, phẩm 25. Thập Hồi Hướng)

5.6.ai. HỒI HƯỚNG KHI BỐ THÍ MŨI TỊNH DIỆU

Đại Bồ-Tát lúc bố thí cái mũi hồi hướng như vầy:

Nguyện tất cả chúng sanh được mũi cao và thẳng, được mũi đẹp, được mũi có tướng lành, được mũi khả ái, được mũi tịnh diệu, được mũi tùy thuận, được mũi cao rõ, được mũi phục oán, được mũi thiện kiến, được mũi Phật. Đây là đại Bồ-Tát lúc bố thí cái mũi đem thiện căn hồi hướng, khiến chúng sanh rốt ráo vào Phật pháp Nhiếp thọ Phật pháp, rõ biết Phật pháp, trụ trì Phật pháp, thường thấy Phật, đều chứng pháp môn của Phật thành tựu tâm không gì phá hoại được, có thể chiếu rõ chánh pháp của Phật, trang nghiêm thanh tịnh khắp những Phật độ, được thân oai lực lớn của Phật.

Trên đây là đại Bồ-Tát lúc bố thí tai và mũi đem thiện căn hồi hướng.

(Kinh Hoa Nghiêm, phẩm 25. Thập Hồi Hướng)

5.6.aj. BỐ THÍ RĂNG ĐỂ NGUYỆN CHO CHÚNG SANH

Đại Bồ-Tát an trụ trong bực tự tại kiên cố, có thể đem nanh răng thí cho chúng sanh, như thuở xưa Hoa Xỉ Vương Bồ-Tát, Lục Nha Tượng Vương Bồ-Tát và vô lượng Bồ-Tát khác.

Lúc bố thí răng, lòng Bồ-Tát thanh tịnh hy hữu như hoa sen xanh: Những là tâm bố thí vô tận, tâm bố thí tin sâu, tâm bố thí thành tựu vô lượng hạnh xả trong mỗi bước đi, tâm bố thí điều phục các căn, tâm bố thí xả tất cả, tâm bố thí Nhứt thiết trí, tâm bố thí an lạc chúng sanh, bố thí lớn, bố thí tột mức, bố thí thù thắng, tối thắng bố thí không lòng ghét giận.

Bồ-Tát đem thiện căn này hồi hướng như vầy:

Nguyện tất cả chúng sanh được nanh răng trắng bén thành tháp tối thắng thọ sự cúng dường của Nhơn, Thiên.

Nguyện tất cả chúng sanh nơi kẻ răng thường phóng quang minh thọ ký chư Bồ-Tát.

(Kinh Hoa Nghiêm, phẩm 25. Thập Hồi Hướng)

5.6.ak. BỐ THÍ RĂNG ĐEM THIỆN CĂN HỒI HƯỚNG

Đây là đại Bồ-Tát lúc bố thí nanh răng đem thiện căn hồi hướng, khiến chúng sanh đủ Nhứt thiết trí, vì được trí huệ thanh tịnh ở trong các pháp vậy.

Chư Phật tử! Nếu lúc có người đến xin cái lưỡi, đối với người xin, đại Bồ-Tát dùng tâm từ bi nói lời dịu dàng khả ái, như thuở xưa Đoan Chánh Diện Vương Bồ-Tát, Bất Thối Chuyển Bồ-Tát và vô lượng Bồ-Tát khác.

Bấy giờ, đại Bồ-Tát mời người xin ngồi trên toà sư tử. Với tấm lòng thanh tịnh hiền hòa an vui, không chấp lấy thân, không chấp lấy lời, Bồ-Tát quỳ gối hả miệng le lưỡi cho người xin mà bảo rằng: Thân của tôi đây hiện nay hoàn toàn thuộc về Ngài, xin cắt lấy lưỡi này tùy ý Ngài sử dụng, cho Ngài được thỏa lòng mong muốn.

(Kinh Hoa Nghiêm, phẩm 25. Thập Hồi Hướng)

5.6.al. BỐ THÍ LƯỠI ĐỂ NGUYỆN LƯỠI BIỆN TÀI

Bồ-Tát đem thiện căn bố thí lưỡi này hồi hướng như vầy:

Nguyện tất cả chúng sanh được lưỡi cùng khắp, có thể tuyên nói các lời, các pháp.

Nguyện tất cả chúng sanh được lưỡi trùm cả mặt, lời nói trọn chơn thiệt, không hai lời.

Nguyện tất cả chúng sanh được lưỡi thông đạt khắp cả, khéo

vào tất cả biển ngôn ngữ.

Nguyện tất cả chúng sanh được lưỡi khéo nói tất cả những pháp môn, nơi trí ngôn ngữ, đều đến bỉ ngạn.

Đây là đại Bồ-Tát lúc bố thí cái lưỡi đem thiện căn hồi hướng, khiến chúng sanh đều được viên mãn trí vô ngại.

(Kinh Hoa Nghiêm, phẩm 25. Thập Hồi Hướng)

5.6.am. BỐ THÍ ĐẦU ĐỂ CẦU TRÍ THỦ BỒ-TÁT

Đại Bồ-Tát dùng đầu bố thí cho những người đến xin, như Tối Thắng Trí Bồ-Tát, Quốc Vương Ca Thi và các Bồ-Tát khác. Đại Bồ-Tát bố thí như vậy là vì:

- Muốn thành tựu trí thủ tối thắng vào tất cả pháp

- Muốn thành tựu đều đại Bồ đề cứu chúng sanh

- Muốn đầy đủ đầu đệ nhứt thấy tất cả pháp

- Muốn được đầu trí huệ chánh kiến thanh tịnh

- Muốn thành tựu đầu vô ngại

- Muốn được đầu bực đệ nhứt

- Muốn được đầu trí tối thắng nơi thế gian

- Muốn được đầu trí huệ thanh tịnh vô kiến đảnh

- Muốn được đầu trí huệ thị hiện khắp đến mười phương

- Muốn được đầu tự tại đối với tất cả pháp.

(Kinh Hoa Nghiêm, phẩm 25. Thập Hồi Hướng)

5.6.an. HẠNH BỐ THÍ CỦA PHẬT

Đại Bồ-Tát an trụ pháp bố thí này siêng cầu tu tập thời là đã vào:

- Chủng tánh Phật

- Học hạnh bố thí của Phật

- Sanh lòng tin thanh tịnh đối với Phật

- Thêm lớn thiện căn

- Khiến người xin đều được thoả mãn vui mừng

- Lòng họ thanh tịnh vui mừng vô lượng

- Lòng tin hiểu thanh tịnh soi rõ Phật pháp

- Phát tâm Bồ đề

- An trụ tâm xả

- Các căn thơ thới

- Công đức tăng trưởng

- Phát chí nguyện lành

- Thường ưa tu hành hạnh bố thí rộng lớn.

(Kinh Hoa Nghiêm, phẩm 25. Thập Hồi Hướng)

5.6.ao. THIỆN CĂN HỒI HƯỚNG CỦA BỐ THÍ ĐẦU

Bấy giờ Bồ-Tát đem thiện căn này hồi hướng như vầy:

Nguyện tất cả chúng sanh được đầu Như-Lai, được vô kiến đảnh, nơi tất cả chỗ không bị che khuất, là thượng thủ nhứt trong các Phật độ, tóc xoắn phía hữu nhuần bóng sáng sạch, chữ "Vạn" nghiêm sức rất hy hữu trong đời, toàn vẹn đầu Phật, thành tựu đầu trí, đầu đệ nhứt trong tất cả thế gian, là đầu hoàn toàn, là đầu thanh tịnh, là trí thủ viên mãn ngồi nơi đạo tràng. Đây là đại Bồ-Tát lúc bố thí đầu đem thiện căn hồi hướng, khiến chúng sanh được pháp tối thắng, thành trí huệ vô thượng.

(Kinh Hoa Nghiêm, phẩm 25. Thập Hồi Hướng)

5.6.ap. BỒ-TÁT NHIỀU ĐỜI BỐ THÍ TAY CHÂN

Đại Bồ-Tát bố thí tay và chân cho chúng sanh, như Thường Tinh Tấn Bồ-Tát, Vô Ưu Vương Bồ-Tát và vô lượng Bồ-Tát khác. Ở trong các loài, Bồ-Tát nhiều đời bố thí tay chân.

Dùng tín làm tay mà khởi hạnh nhiêu ích, qua lại xoay vần siêng tu chánh pháp. Nguyện được tay báu dùng tay làm vật bố thí, đầy đủ Bồ-Tát đạo, thường dang rộng hai tay sẵn sàng bố thí, bước đi an lành dũng mãnh không khiếp sợ.

Dùng sức tin thanh tịnh tròn đủ hạnh tinh tấn, trừ diệt ác đạo thành tựu Bồ đề.

Đại Bồ-Tát lúc bố thí như vậy dùng vô lượng vô biên tâm quảng đại khai thị pháp môn thanh tịnh và biển Chư Phật thành tựu tay bố thí châu cấp khắp mọi nơi, nguyện lực nhậm trì đạo Nhứt thiết trí, trụ nơi tâm rốt ráo ly cấu, pháp thân và trí thân không dứt không hư, tất cả nghiệp ma chẳng khuynh động được y tựa nơi thiện tri thức để kiên cố tâm mình, tu hành Bố thí Ba la mật đồng như chư Bồ-Tát.

(Kinh Hoa Nghiêm, phẩm 25. Thập Hồi Hướng)

5.6.aq. THIỆN CĂN HỒI HƯỚNG CỦA BỐ THÍ TAY BÁU

Đại Bồ-Tát đem căn lành này hồi hướng như vầy:

Nguyện tất cả chúng sanh tròn đủ sức thần thông đều được tay báu. Được tay báu rồi, thời đều tôn kính nhau, xem là phước điền, đem các vật báu cúng dường nhau, lại đem các báu cúng dường Chư Phật, nổi mây báu đẹp khắp các Phật độ, khiến các chúng sanh thương yêu nhau, chẳng não hại nhau, dạo đi các cõi Phật an trụ vô úy, tự nhiên đầy đủ trọn vẹn thần thông.

Lại khiến chúng sanh đều được tay báu, tay hoa, tay hương thơm, tay y phục, tay lọng, tay tràng hoa, tay hương bột, tay đồ trang nghiêm, tay vô biên, tay vô lượng, tay rộng khắp.

Được tay này rồi, dùng sức thần thông thường siêng năng qua đến tất cả Phật độ. Có thể dùng một tay rờ khắp tất cả thế giới của Chư Phật. Dùng tay tự tại giữ gìn các chúng sanh. Được tay đủ tướng vi diệu phóng vô lượng quang minh. Có thể dùng một tay che khắp chúng sanh. Thành tựu tay Như-Lai: Ngón có màng lưới, móng như đồng đỏ.

Bấy giờ Bồ-Tát dùng tay đại nguyện che khắp các chúng sanh. Nguyện tất cả chúng sanh chí thường thích cầu Vô thượng Bồ đề, xuất sanh tất cả biển công đức lớn. Thấy người đến xin thời lòng hoan hỷ không nhàm. Vào biển Phật pháp, thiện căn đồng với Phật.

Đây là đại Bồ-Tát lúc bố thí tay chân đem thiện căn hồi hướng.

(Kinh Hoa Nghiêm, phẩm 25. Thập Hồi Hướng)

5.6.ar. BỐ THÍ MÁU ĐỂ HƯỚNG BỒ-TÁT ĐẠO

Chư Phật tử Đại Bồ-Tát hoại thân thể để lấy máu bố thí chúng sanh, như Pháp Nghiệp Bồ-Tát, Thiện Ý Vương Bồ-Tát và vô lượng Bồ-Tát khác.

Ở trong các loài, lúc bố thí máu nơi thân, đại Bồ-Tát khởi tâm thành tựu Nhứt thiết trí, khởi tâm hân ngưỡng đại Bồ đề, khởi tâm thích tu hạnh Bồ-Tát, khởi tâm chẳng chấp lấy khổ thọ, khởi tâm thích thấy người xin, khởi tâm chẳng hiềm người đến xin, khởi tâm xu hướng Bồ-Tát đạo, khởi tâm gìn giữ hạnh xả của tất cả Bồ-Tát, khởi tâm làm thêm rộng hạnh bố thí lành của Bồ-Tát, khởi tâm bất thối chuyển, tâm chẳng thôi nghỉ, tâm không luyến nơi mình.

(Kinh Hoa Nghiêm, phẩm 25. Thập Hồi Hướng)

5.6.as. THIỆN CĂN HỒI HƯỚNG CỦA BỐ THÍ THÂN

Bồ-Tát đem căn lành này hồi hướng như vầy:

Nguyện tất cả chúng sanh đều được thành tựu pháp thân, trí thân.

Nguyện tất cả chúng sanh được thân không mỏi nhọc như Kim Cang.

Đây là lúc bố thí máu nơi thân, Bồ-Tát dùng tâm Đại thừa, tâm thanh tịnh, tâm quảng đại, tâm vui thích, tâm hân hạnh, tâm hoan hỷ, tâm tăng thượng, tâm an lạc, tâm không ô trược, mà đem thiện căn hồi hướng như vậy.

(Kinh Hoa Nghiêm, phẩm 25. Thập Hồi Hướng)

5.6.at. BỐ THÍ THỊT TỦY CHO NHIỀU LOÀI

Đại Bồ-Tát thấy có người đến xin, thịt và tủy nơi thân thể mình, liền hoan hỷ dịu dàng bảo người xin rằng: Thịt và tủy nơi thân tôi đây tùy ý Ngài lấy dùng, như Nhiêu Ích Bồ-Tát, Nhứt Thiết Thí Vương Bồ-Tát và vô lượng Bồ-Tát khác.

Đại Bồ-Tát ở trong các loài, nhiều đời đem tủy và thịt nơi thân mình mà bố thí cho người đến xin, lòng rất hoan hỷ càng thêm lớn tâm bố thí, tu tập thiện căn đồng với chư Bồ-Tát, lìa trần cấu thế gian được chí nguyện sâu, đem thân bố thí khắp nơi, lòng vẫn vô tận, tròn đủ vô lượng thiện căn rộng lớn nhiếp thọ tất cả công đức vi diệu, thọ trì thật hành mãi không nhàm, đúng như pháp tắc của Bồ-Tát, lòng thường ưa thích công đức bố thí, châu cấp tất cả lòng không hối tiếc, quan sát khắp các pháp đều tùy duyên sanh vốn không có tự thể, chẳng luyến hạnh nghiệp bố thí cũng chẳng tham quả báo bố thí, tùy chỗ hội ngộ bình đẳng thí cho.

Lúc đại Bồ-Tát bố thí như vậy, Chư Phật đều hiện tiền, vì khiến được an trụ khắp các pháp thanh tịnh. Tất cả thế giới đều hiện tiền vì khiến nghiêm tịnh tất cả Phật độ. Tất cả chúng sanh đều hiện tiền vì dùng tâm đại bi cứu hộ khắp tất cả.

(Kinh Hoa Nghiêm, phẩm 25. Thập Hồi Hướng)

5.6.au. TẤT CẢ HẠNH ĐỀU HIỆN TIỀN

Tất cả Phật đạo đều hiện tiền, vì quan sát mười trí lực của Như-Lai. Quá khứ, vị lai, hiện tại.

Tất cả Bồ-Tát đều hiện tiền vì đồng chung viên mãn những thiện căn.

Tất cả vô úy đều hiện tiền vì có thể làm bực thuyết pháp tối thượng.

Tất cả tam thế thời gian đều hiện tiền vì được trí bình đẳng quan sát khắp cả.

Tất cả thế gian đều hiện tiền vì phát nguyện rộng lớn tu hạnh Bồ đề trọn kiếp vị lai.

Tất cả hạnh không mệt nhàm của Bồ-Tát đều hiện tiền vì phát tâm rộng lớn vô lượng.

(Kinh Hoa Nghiêm, phẩm 25. Thập Hồi Hướng)

5.6.av. THIỆN CĂN HỒI HƯỚNG
KHI BỐ THÍ THỊT VÀ TỦY

Đại Bồ-Tát, lúc bố thí thịt và tủy, đem thiện căn hồi hướng như vầy:

Nguyện tất cả chúng sanh được thân Kim Cang chẳng bị ngăn trở phá hoại.

Nguyện tất cả chúng sanh được thân kiên mật chẳng khuyết giảm.

Nguyện tất cả chúng sanh được ý sanh thân, trang nghiêm thanh tịnh như thân Phật.

Nguyện tất cả chúng sanh được thân Bồ đề tạng, dung nạp tất cả thế gian.

Đây là Bồ-Tát vì cầu Nhứt thiết trí, lúc bố thí thịt và tủy đem thiện căn hồi hướng, vì muốn cho chúng sanh đều được thân vô lượng thanh tịnh rốt ráo của Như-Lai.

(Kinh Hoa Nghiêm, phẩm 25. Thập Hồi Hướng)

5.6.aw. BỐ THÍ TIM ĐỂ TẬP THÍ XẢ

Đại Bồ-Tát đem quả tim bố thí cho người đến xin, như Vô Hối Yểm Bồ-Tát, Vô Ngại Vương Bồ-Tát và vô lượng đại Bồ-Tát khác.

Lúc Bồ-Tát đem tim mình cho người xin, thời học tâm bố thí tự tại, tu tâm bố thí tất cả, tập tâm Đàn Ba la mật, thành tựu tâm Đàn Ba la mật, học tâm bố thí của tất cả Bồ-Tát, tâm vô tận thí xả tất cả, tâm tập quán đều bố thí tất cả, tâm thật hành bố thí gánh vác tất cả của Bồ-Tát, tâm chánh niệm tất cả Chư Phật hiện tiền, tâm cúng dường tất cả người đến xin không hề đoạn tuyệt.

(Kinh Hoa Nghiêm, phẩm 25. Thập Hồi Hướng)

5.6.aw. HỒI HƯỚNG TÂM KIM CANG TẠNG KHI BỐ THÍ TIM

Vì thành tựu Nhứt thiết trí, Thập lực, an trụ Bồ-Tát đạo, nên lúc bố thí tim mình, đại Bồ-Tát đem thiện căn hồi hướng như vầy:

Nguyện tất cả chúng sanh được tâm Kim Cang tạng. Nguyện tất cả chúng sanh được tướng chữ "Vạn" trang nghiêm tâm Kim Cang giới, được tâm không thể dao động, được tâm chẳng thể khủng bố, được tâm lợi ích thế gian thường vô tận, được tạng tâm trí huệ đại dũng mãnh, được tâm na la diên kiên cố, được tâm vô tận như chúng sanh giới, được tâm trừ diệt các ma nghiệp ma quân, được tâm vô úy, tâm đại Oai Đức, tâm thường tinh tấn, tâm đại dũng mãnh, tâm chẳng kinh sợ, tâm áo giáp Kim Cang, tâm Tối thượng của Bồ-Tát, thành tựu tâm Phật Bồ đề sáng chói, được ngồi dưới cội Bồ đề, an trụ Phật pháp, hết mê hoặc, hoàn thành tâm Nhứt thiết trí, tâm Thập lực.

Đây là đại Bồ-Tát lúc bố thí quả tim mình đem thiện căn hồi hướng, vì muốn cho chúng sanh chẳng nhiễm thế gian, tròn đủ tâm Thập lực của Như-Lai.

(Kinh Hoa Nghiêm, phẩm 25. Thập Hồi Hướng)

5.6.ax. BỐ THÍ NỘI THÂN CẦU THÂN PHƯỚC TẠNG

Nếu có người đến xin gan, phổi, ruột, cật của mình, đại Bồ-Tát đều bố thí cho họ, như Thiện Thí Bồ-Tát, Hàng Ma Tự Tại Vương Bồ-Tát và vô lượng Bồ-Tát khác.

Nguyện tất cả chúng sanh được *thân phước tạng* có thể nhậm trì tất cả trí nguyện.

Nguyện tất cả chúng sanh được thân thượng diệu, trong chứa hương thơm, ngoài phát ánh sáng.

Nguyện tất cả chúng sanh được thân không lộ bụng, trên dưới ngay thẳng, lóng đốt xứng nhau.

Nguyện tất cả chúng sanh được thân trí huệ, dùng pháp vị của Phật để dinh dưỡng thơ thới.

Nguyện tất cả chúng sanh được thân vô tận, tu tập an trụ nơi pháp tánh thậm thâm.

Nguyện tất cả chúng sanh được thân tổng trì thanh tịnh dùng diệu biện tài hiển thị các pháp.

Nguyện tất cả chúng sanh được thân thanh tịnh, cả thân và tâm trong ngoài đều thanh tịnh.

Nguyện tất cả chúng sanh được thân trí hạnh sâu rộng của Phật, trí huệ trùm khắp, mưa pháp vũ lớn.

Nguyện tất cả chúng sanh được thân ở trong thời tịch tịnh, ở ngoài thời vì chúng sanh mà làm tràng trí huệ phóng đại quang minh soi sáng tất cả.

Đây là đại Bồ-Tát lúc bố thí tạng phủ đem thiện căn hồi hướng. Vì muốn cho chúng sanh thân tâm thanh tịnh, đều được an trụ trong trí huệ vô ngại.

(Kinh Hoa Nghiêm, phẩm 25. Thập Hồi Hướng)

5.6.ay. ĐẠI BỒ-TÁT BỐ THÍ XƯƠNG THỊT

Đại Bồ-Tát bố thí những lóng xương của mình, như Pháp Tạng Bồ-Tát, Quang Minh Vương Bồ-Tát và vô lượng Bồ-Tát khác.

Lúc thấy người đến xin những lóng xương của mình, đại Bồ-Tát rất hoan hỷ kính mến họ. Lòng Bồ-Tát luôn an lạc thanh tịnh dũng mãnh, vững lòng tin, thêm lòng từ mẫn, lòng vô ngại, bố thí đúng theo chỗ nhu cầu của người xin. Bồ-Tát đem thiện căn này hồi hướng như vầy:

Nguyện tất cả chúng sanh được:

- Hóa thân

- Thân Kim Cang bất hoại

- Pháp thân viên mãnNhứt thiết trí

- Thân trí lực

- Thân pháp lực

- Thân kiên cố

- Thân tùy loại ứng hiện

- Thân trí huân

- Thân kiên cố

- Thân đầy đủ đại lực tinh tấn.

- Pháp thân bình đẳng

- Thân phước đức

- Thân Phật nhiếp thọ

- Thân phổ hiện

- Thân thanh tịnh

- Thân nhà Phật, lìa hẳn tất cả sanh tử thế gian.

Đây là đại Bồ-Tát lúc bố thí những lóng xương nơi thân mình đem thiện căn hồi hướng. Vì muốn cho chúng sanh được Nhứt thiết trí vĩnh viễn thanh tịnh vậy.

(Kinh Hoa Nghiêm, phẩm 25. Thập Hồi Hướng)

5.6.az. HOAN HỈ KHI CÓ NGƯỜI CẦM DAO ĐẾN XIN DA

Đại Bồ-Tát thấy có người cầm dao bén xin da nơi thân mình, thời rất hoan hỷ xem như là có trọng ân đối với mình. Bồ-Tát liền tiếp rước mời ngồi tòa cao, rồi đem thân dâng nạp cho người xin làm vừa ý họ với lòng kính mến, như Thanh Tịnh Tạng Bồ-Tát, Kim Hiếp Lộc Vương Bồ-Tát và vô lượng Bồ-Tát khác.

Bấy giờ Bồ-Tát đem thiện căn hồi hướng như vầy:

Nguyện tất cả chúng sanh được da thanh tịnh vi diệu đệ nhứt đủ các tướng hảo của Phật, phóng đại quang minh chiếu khắp tất cả.

Đây là đại Bồ-Tát lúc bố thí da nơi thân mình đem thiện căn hồi hướng, vì muốn chúng sanh đều được tất cả cõi Phật trang nghiêm thanh tịnh đầy đủ công đức lớn của Như-Lai.

(Kinh Hoa Nghiêm, phẩm 25. Thập Hồi Hướng)

5.6.ba. BỐ THÍ NGÓN TAY NGÓN CHÂN ĐỂ CẦU THẬP LỰC

Chư Phật tử! Đại Bồ-Tát đem ngón tay ngón chân bố thí cho người xin, như Kiên Tinh Tấn Bồ-Tát, Diêm Phù Đề Tự Tại Vương Bồ-Tát và vô lượng Bồ-Tát khác.

Lúc bố thí, Bồ-Tát hòa nhan vui vẻ, lòng an lành không điên đảo, chẳng cầu tư lợi chẳng chuộng tiếng tăm, an trụ nơi Đại thừa phát ý quảng đại, lìa bỏ lòng ganh ghét bỏn xẻn và tất cả phiền não, chuyên hướng đến diệu pháp vô thượng của Như-Lai.

Bồ-Tát đem thiện căn này hồi hướng như vầy:

Nguyện tất cả chúng sanh được ngón tay ngón chân dài thon, đều đặn, tròn trịa, ngay thẳng trên dưới xứng nhau, móng như đồng đỏ nổi cao chói sáng, như *ngón của Đức Phật, đầy đủ Thập lực.*

Đây là đại Bồ-Tát lúc bố thí ngón, đem thiện căn hồi hướng vì muốn cho chúng sanh đều được tâm thanh tịnh vậy.

5.6.bb. ĐEM THIỆN CĂN BỐ THÍ ĐỂ HỒI HƯỚNG

Đại Bồ-Tát lúc thỉnh cầu chánh pháp, vui lòng dâng móng liền thịt cho người thí pháp, nếu người này muốn, như Pháp Tự Tại Vương Bồ-Tát, Vô Tận Bồ-Tát và vô lượng Bồ-Tát khác

Bấy giờ Bồ-Tát đem thiện căn này hồi hướng như vầy:

Nguyện tất cả chúng sanh đều được móng tướng đồng đỏ như Phật.

Nguyện tất cả chúng sanh được móng bóng láng trang nghiêm xinh đẹp chói sáng đệ nhứt.

Nguyện tất cả chúng sanh được móng Nhứt thiết trí toàn vẹn tướng đại nhơn,

Nguyện tất cả chúng sanh được móng Nhứt thiết trí đại Đạo Sư, phóng tạng quang minh vô lượng sắc vi diệu.

Đây là đại Bồ-Tát vì cầu pháp mà bố thí móng liền thịt, đem thiện căn hồi hướng, vì muốn chúng sanh được Nhứt thiết trí vô ngại.

(Kinh Hoa Nghiêm, phẩm 25. Thập Hồi Hướng)

5.6.bc. SẴN SÀNG NHẢY VÀO HẦM LỬA ĐỂ CẦU PHÁP TẠNG

Đại Bồ-Tát cầu pháp tạng của Phật, hết lòng cung kính tôn trọng, dầu được nghe chánh pháp rồi phải tự nhảy vào hầm lửa sâu cũng rất vui mừng, như Cầu Thiện Pháp Vương Bồ-Tát, Kim Cang Tư Duy Bồ-Tát và chư đại Bồ-Tát khác.

Bấy giờ Bồ-Tát đem căn lành này hồi hướng như vầy:

Nguyện tất cả chúng sanh an trụ nơi pháp Nhứt thiết trí của Phật, trọn chẳng thối chuyển Vô thượng Bồ đề.

Nguyện tất cả chúng sanh khéo nói chánh pháp, đối với pháp cứu cánh luôn không quên sót.

Nguyện tất cả chúng sanh toàn vẹn sự vui vi diệu thần thông của Bồ-Tát, rốt ráo an trụ nơi Nhứt thiết chủng trí.

Đây là đại Bồ-Tát vì cầu chánh pháp, lúc đem thân tự nhảy vào hầm lửa dùng thiện căn hồi hướng muốn cho chúng sanh lìa nghiệp chướng ngại, đều được đầy đủ lửa trí huệ.

(Kinh Hoa Nghiêm, phẩm 25. Thập Hồi Hướng)

5.6.bd. VÌ PHÁP MÀ THỌ KHỔ

Đại Bồ-Tát vì cầu chánh pháp để khai thị diễn thuyết đạo hạnh Bồ-Tát, chỉ đường Bồ đề, đến trí Vô thượng, siêng tu Thập lực, hiển thị tâm Nhứt thiết trí, được trí vô ngại, cho chúng sanh được thanh tịnh trụ nơi cảnh giới Bồ-Tát siêng tu tập đại trí được Phật Bồ đề, mà tự thân phải thọ lấy vô lượng sự khổ não, như Cầu Thiện Pháp Bồ-Tát, Dũng Mãnh Vương Bồ-Tát và vô lượng đại Bồ-Tát khác.

Lúc vì pháp mà thọ khổ, Bồ-Tát đem thiện căn này hồi hướng như vầy:

Nguyện tất cả chúng sanh lìa hẳn tất cả sự khổ não bức bách, thành tựu thần thông tự tại an vui.

Nguyện tất cả chúng sanh được tất cả sự vui thù thắng vô ngại của Phật.

Đây là đại Bồ-Tát lúc chịu khổ để cầu chánh pháp đem thiện căn hồi hướng vì muốn cứu hộ tất cả chúng sanh, khiến họ khỏi những hiểm nạn mà an trụ nơi giải thoát vô ngại Nhứt thiết chủng trí vậy.

(Kinh Hoa Nghiêm, phẩm 25. Thập Hồi Hướng)

5.6.be. QUÝ TRỌNG Ý KINH MÀ THÍ XẢ CỦA CẢI VÀ ĐẢNH LỄ TỪNG CHỮ

Đại Bồ-Tát lúc ở ngôi vua mà cầu chánh pháp, đến đỗi có thể vì qúy trọng một chữ, một câu, một nghĩa mà thí xả tất cả sở hữu trong nước, thành ấp, nhơn dân, đất đai, kho tàng, vàng bạc, châu báu, cung điện, quyến thuộc vợ con, đến cả ngôi vua cũng thí xả được, để đem sự lợi ích lại cho tất cả chúng sanh, cần cầu đạo Nhứt thiết trí vô ngại thanh tịnh của Chư Phật, như Đại Thế Đức Bồ-Tát, Thắng Đức Vương Bồ-Tát và vô lượng đại Bồ-Tát khác.

Bấy giờ đại Bồ-Tát đem các thiện căn hồi hướng như vầy:

Nguyện tất cả chúng sanh thường thích bố thí tất cả sở hữu không lòng hối tiếc.

Đây là lúc đại Bồ-Tát thí xả ngôi vua để cầu chánh pháp, đem thiện căn hồi hướng như vậy, vì muốn cho chúng sanh được tri kiến viên mãn thường được trụ nơi đạo an ổn vậy.

(Kinh Hoa Nghiêm, phẩm 25. Thập Hồi Hướng)

5.6.bf. QUỐC VƯƠNG BAN LỊNH GIỮ GIỚI KHÔNG SÁT SANH

Đại Bồ-Tát làm đại Quốc Vương được tự tại, ban chỉ dụ trừ bỏ nghiệp sát sanh. Cấm dứt sự giết thịt trong toàn thể quốc nội. Những sanh vật không chân, hai chân, bốn chân, nhiều chân, tất cả đều ban cho sự vô úy.

Đem thiện căn này hồi hướng như vầy:

Nguyện tất cả chúng sanh phát tâm Bồ-Tát đầu đủ trí huệ, thọ mạng được bảo đảm không cùng tận.

Nguyện tất cả chúng sanh được thọ mạng thường trụ, dũng mãnh tinh tấn nhập trí huệ của Phật.

Đây là đại Bồ-Tát trụ ba Tự tịnh giới dứt hẳn nghiệp sát sanh đem thiện căn hồi hướng, muốn cho chúng sanh được toàn vẹn mười trí lực của Phật vậy.

(Kinh Hoa Nghiêm, phẩm 25. Thập Hồi Hướng)

5.6.bg. BỒ-TÁT CHUYỂN HÓA TÂM SÁT HẠI CỦA CHÚNG SANH

Đại Bồ-Tát thấy có chúng sanh ôm lòng tàn nhẫn làm tổn hại loài người và thú vật, vì thế nên phải thọ lấy thân nam hình thiếu sứt khổ sở, Bồ-Tát khởi lòng từ bi mà thương xót cứu vớt họ, làm cho tất cả nhơn dân nơi Diêm phù Đề đều bỏ nghiệp sát hại, đem tất cả tài vật của mình bố thí cho họ, rồi dạy họ hiểu biết chánh pháp, khiến họ vui mừng sanh lòng từ ái thương yêu lẫn nhau, dứt bỏ ác tâm.

Bấy giờ Bồ-Tát đem thiện căn này hồi hướng như vầy:

Nguyện tất cả chúng sanh toàn vẹn thân trượng phu thành tựu tướng Phật mã âm tàng.

Đây là đại Bồ-Tát cấm tuyệt tất cả sự hủy hoại thân nam tử, đem thiện căn hồi hướng, vì muốn cho chúng sanh toàn vẹn thân trượng phu, đều có thể thủ hộ các điều lành của bực trượng phu, sanh vào nhà Hiền Thánh, đầy đủ trí huệ, thường siêng tu tập thắng hạnh của bực trượng phu, có lực dụng bực trượng phu, khéo hay hiển thị bảy đạo hạnh bực trượng phu, đầy đủ thiện chủng trượng phu, chánh giáo trượng phu, dũng mãnh trượng phu, tinh tấn trượng phu, trí huệ trượng phu, thanh tịnh trượng phu, làm cho tất cả chúng sanh rốt ráo cũng đều được như vậy, như đấng Như-Lai Điều Ngự Trượng Phu.

(Kinh Hoa Nghiêm, phẩm 25. Thập Hồi Hướng)

5.6.bh. NGHE DANH HIỆU PHẬT ĐỂ RỜI BỎ NGÃ MẠN HÍ LUẬN

Bực đại Bồ-Tát nếu thấy đức Như-Lai xuất thế thuyết pháp, liền cả tiếng bảo tất cả chúng sanh:

Đức Như-Lai xuất thế! Đức Như-Lai xuất thế!

Làm cho mọi loài chúng sanh được *nghe danh hiệu của Phật mà rời bỏ tất cả ngã mạn hí luận.*

Đại Bồ-Tát lại dìu dắt chúng sanh được mau thấy Phật, niệm Phật, về với Phật, tưởng nơi Phật, quan sát Phật, ca ngợi Phật.

Đại Bồ-Tát lại vì chúng sanh mà nói gặp Phật là việc rất khó. Vì ngàn vạn ức kiếp, Đức Phật mới xuất thế một lần.

Nhờ sự khuyên bảo của đại Bồ-Tát mà chúng sanh được thấy Phật rồi sanh lòng tin thanh tịnh vui mừng hớn hở tôn trọng cúng dường.

Nơi Đức Phật, chúng sanh được nghe danh hiệu của Chư Phật, nên rồi lại được gặp gỡ vô số Chư Phật khác, do đây sự tu tập các căn lành càng lớn thêm.

Đối với Bồ-Tát, các chúng sanh này đều coi là những bực thiện tri thức tối thượng.

Do đại Bồ-Tát mà các chúng sanh được thành tựu Phật pháp, rồi tự đem căn lành đã vun trồng trong vô số kiếp mà thật hành Phật sự khắp thế gian.

(Kinh Hoa Nghiêm, phẩm 25. Thập Hồi Hướng)

5.6.bi. NGỢI KHEN CHƯ PHẬT XUẤT THẾ

Chư Phật tử! Lúc khai thị cho các chúng sanh được thấy Đức Phật, bực đại Bồ-Tát đem những căn lành hồi hướng như vầy:

Nguyện cho tất cả chúng sanh, chẳng cần chờ khuyên bảo, tự đến gặp Phật để cúng dường và sanh lòng hoan hỷ.

Nguyện tất cả chúng sanh đều có thể *ngợi khen Chư Phật xuất thế*, làm cho người thấy Phật đều được thanh tịnh.

Trên đây là đại Bồ-Tát đem căn lành ca ngợi Đức Phật ra đời mà hồi hướng cho chúng sanh được thấy Phật, cúng dường Phật, nơi pháp vô thượng được rốt ráo thanh tịnh.

(Kinh Hoa Nghiêm, phẩm 25. Thập Hồi Hướng)

5.6.bj. BỐ THÍ ĐẤT XÂY TỊNH XÁ

Bực đại Bồ-Tát đem đất bố thí cho Phật xây dựng Tinh xá. Hoặc đem đất bố thí cho chư Bồ-Tát, các bực thiện tri thức tùy ý sử dụng. Hoặc đem đất bố thí cho Chư Tăng cất chỗ ở. Hoặc đem bố thí cho cha mẹ, cho các bực Thanh Văn, Độc Giác, hoặc là người khác, nhẫn đến kẻ nghèo khó côi cút, tùy ý họ sử dụng. Hoặc đem đất bố thí để xây cất tháp miếu thờ Phật. Trong tất cả cơ sở đã xây cất lên đó, đại Bồ-Tát đều vì họ mà sắm đủ đồ dùng, khỏi lo sợ thiếu thốn.

Đại Bồ-Tát lúc bố thí đất, đem căn lành hồi hướng như vầy:

Nguyện tất cả chúng sanh trọn vẹn thanh tịnh Nhứt thiết trí, rốt ráo hạnh Phổ Hiền.

Nguyện tất cả chúng sanh được trí huệ như quả đất, tự tại tu hành tất cả Phật pháp.

Trên đây là đại Bồ-Tát lúc bố thí đất đai, đem căn lành hồi hướng, vì muốn cho chúng sanh đều được rốt ráo bực thanh tịnh của Chư Phật.

(Kinh Hoa Nghiêm, phẩm 25. Thập Hồi Hướng)

5.6.bk. BỐ THÍ NHỮNG ĐỒNG BỘC
ĐỂ THANH TỊNH PHẬT ĐỊA

Bực đại Bồ-Tát đem trăm ngàn muôn ức kẻ đồng bộc tùy thời nghi mà dâng hiến cho Chư Phật, Bồ-Tát, thiện tri thức, chúng Tăng; hoặc cung cấp cho cha mẹ, người bịnh tật, kẻ nghèo cùng côi cút, và tất cả người không kẻ giúp đỡ săn sóc; hoặc để gìn giữ tháp miếu của đức Như-Lai; hoặc để biên chép chánh pháp của Chư Phật. Những đồng bộc này đều thông minh khéo léo, tánh nết điều thuận, siêng năng không lười biếng, đều có tâm ngay thẳng, tâm vui vẻ, tâm lợi ích, nhơn từ, cung kính, không có lòng oán hận, thù địch.

Lại vì do tịnh nghiệp của đại Bồ-Tát cảm hóa nên những đồng bộc này đều có tài năng, tùy theo phương tục, hay làm cho người chủ được lợi ích, được vừa ý.

Đại Bồ-Tát đem căn lành này mà hồi hướng như vầy:

Nguyện tất cả chúng sanh được tâm điều thuận tu tập căn lành nơi tất cả Chư Phật.

Nguyện tất cả chúng sanh tùy thuận cúng dường tất cả Chư Phật, có thể nghe Trên đây là Bồ-Tát lúc bố thí những đồng bộc đem căn lành hồi hướng, để làm cho chúng sanh xa lìa trần cấu, *thanh tịnh Phật địa*, có thể hiện thân tự tại của đức Như-Lai.

(Kinh Hoa Nghiêm, phẩm 25. Thập Hồi Hướng)

5.6.bl. NGUYỆN TẤT CẢ CHÚNG SANH THƯỜNG
KHÔNG THIẾU NHỮNG ĐỒ DÙNG MÀ MÌNH MUỐN

Bực đại Bồ-Tát lúc đem thân thể bố thí cho người đến xin thời sanh lòng khiêm tốn, lòng như mặt đất, chịu đựng mọi sự khổ lòng không xao động, sanh lòng muốn hầu hạ giúp đỡ chúng sanh không hề nhàm, sanh lòng xem chúng sanh như mẹ hiền có bao nhiêu căn lành đều muốn đem cấp cho cả, sanh lòng tha thứ cho những chúng sanh cực ác thường xâm lăng mình, lại luôn siêng năng giúp đỡ họ.

Đại Bồ-Tát đem căn lành này hồi hướng như vầy:

Nguyện tất cả chúng sanh thường không thiếu những đồ dùng

mà mình muốn; không ngớt thật hành hạnh Bồ-Tát; chẳng bỏ việc làm lợi ích của tất cả Bồ-Tát; khéo an trụ lợi đạo hạnh Bồ-Tát; rõ thấu pháp tánh bình đẳng của Bồ-Tát; được ở trong số chủng tộc của Như-Lai; gìn lời chơn thật, giữ hạnh Bồ-Tát; làm cho thế gian được Phật pháp thanh tịnh, tin hiểu sâu chắc, chứng pháp rốt ráo; làm cho chúng sanh xuất sanh thiện căn tăng thượng thanh tịnh, được công đức lớn, đủ Nhứt thiết trí.

Đại Bồ-Tát đem thiện căn này làm cho tất cả chúng sanh thường được cúng dường tất cả Chư Phật, hiểu tất cả pháp và thọ trì, đọc tụng, chẳng quên sót, chẳng sai lầm, khéo điều phục tâm, dùng pháp tịch tịnh để rèn luyện tâm mình. Đại Bồ-Tát làm cho chúng sanh ở trong Phật pháp được những công hạnh như vậy.

(Kinh Hoa Nghiêm, phẩm 25. Thập Hồi Hướng)

5.6.bm. TRÍ THÂN PHƯỚC ĐIỀN VÔ THƯỢNG

Đại Bồ-Tát lại đem thiện căn này khiến tất cả chúng sanh:

- Được ngôi tháp đệ nhứt

-Đáng thọ những sự cúng dường của thế gian

- Khiến tất cả chúng sanh thành phước điền vô thượng

- Được Phật trí rồi khai ngộ mọi loài

- Làm lợi ích tất cả chúng sanh

- Đầy đủ tất cả thiện căn

- Vô lượng phước báu, ra khỏi tam giới

- Làm đấng đệ nhứt Đạo Sư

- Chỉ bày đạo như thật cho thế gian

- Làm cho tất cả chúng sanh được tổng trì vi diệu thọ trì đủ tất cả chánh pháp của Chư Phật ; làm cho tất cả chúng sanh chứng được pháp giới đệ nhứt đầy đủ đạo vô ngại như hư không.

Trên đây là đại Bồ-Tát bố thí thân thể của mình rồi đem tất cả hồi hướng làm cho chúng sanh đều được *trí thân phước điền vô thượng.*

(Kinh Hoa Nghiêm, phẩm 25. Thập Hồi Hướng)

5.6.bn. KHAI THỊ PHẬT PHÁP CHO CHÚNG SANH

Đại Bồ-Tát nghe pháp vui mừng sanh lòng tin thanh tịnh, có thể đem thân mạng mình cúng dường Chư Phật, xem Chư Phật như cha mẹ, ưa thích tin hiểu pháp bảo vô thượng, thọ trì, đọc tụng, chánh pháp vô ngại, vào khắp vô số na do tha pháp bảo đại trí huệ và những môn thiện căn, lòng luôn nhớ tưởng vô lượng Phật, vào nghĩa lý sâu xa cảnh giới của Phật, có thể dùng phạm âm của Phật để hưng khởi mây Phật pháp, rưới mưa Phật pháp, tự tại dũng mãnh có thể giảng thuyết địa vị của bực đại trí đệ nhứt, hoàn mãn đầy đủ trí huệ, dùng vô lượng đại pháp để thành tựu các thiện căn.

Đại Bồ-Tát được nghe những pháp như vậy nơi Chư Phật, thời hoan hỷ vô lượng, đứng vững trong chánh pháp tự dứt sự nghi lầm, và cũng làm cho người khác dứt, lòng luôn thơ thới, hoàn mãn công đức, đầy đủ thiện căn, luôn luôn có lòng làm lợi ích cho chúng sanh chẳng để thiếu sót, được trí tối thắng thành Kim Cang tạng, gần gũi Chư Phật, thanh tịnh Phật độ, thường siêng cúng dường Chư Phật.

5.6.bo. HỒI HƯỚNG THIỆN CĂN
CÚNG DƯỜNG THÂN MẠNG

Bấy giờ đại Bồ-Tát đem những thiện căn trên đây hồi hướng như vầy:

Nguyện tất cả chúng sanh đều được viên mãn thân tối thắng, được tất cả Chư Phật nhiếp thọ.

Nguyện tất cả chúng sanh thường được ở gần bên Phật, luôn được chiêm ngưỡng đức Thế Tôn.

Nguyện tất cả chúng sanh thành tựu thân công đức xuất thế sanh vào nơi pháp giới thanh tịnh vô sở đắc.

Trên đây là đại Bồ-Tát đem thân mạng cúng dường Đức Phật, rồi hồi hướng thiện căn cho tất cả chúng sanh được vĩnh viễn ở trong nhà của tam thế Chư Phật.

(Kinh Hoa Nghiêm, phẩm 25. Thập Hồi Hướng)

5.6.bp. NGUYỆN LÀM CON ĐƯỜNG BÌNH THẢN CHO CHÚNG SANH ĐI

Đại Bồ-Tát đem thân bố thí cho tất cả chúng sanh, vì muốn cho tất cả chúng sanh đều thành tựu thiện căn, ghi nhớ thiện căn.

Đại Bồ-Tát tự nguyện thân mình làm đèn sáng lớn, soi sáng khắp tất cả chúng sanh.

Làm những nhạc khí, nhiếp thọ khắp tất cả chúng sanh.

Làm diệu pháp tạng nhiếp trì khắp tất cả chúng sanh.

Làm tịnh quang minh, khai ngộ khắp tất cả chúng sanh.

Làm bóng sáng thế gian, khắp tất cả chúng sanh đều thường được ngó thấy.

Làm nhơn duyên cho thiện căn, khắp chúng sanh thường được gặp gỡ.

Làm chơn thiện tri thức, khắp chúng sanh đều được dạy dỗ.

Làm con đường bình thản, tất cả chúng sanh đều được đi trên đó.

Nguyện tất cả chúng sanh hộ trì đầy đủ tất cả Phật pháp.

Trên đây là đại Bồ-Tát bố thí thân mạng đem căn lành hồi hướng nguyện cho tất cả chúng sanh được sự lợi ích *ở nơi an ổn vô thượng*.

(Kinh Hoa Nghiêm, phẩm 25. Thập Hồi Hướng)

5.6.bq. PHỤNG SỰ CHÚNG SANH

Đại Bồ-Tát tự đem thân mình hầu hạ Chư Phật. Đối với Chư Phật luôn nghĩ nhớ đền đáp ơn nặng như nhớ cha mẹ, rất kính tin Chư Phật, hộ trì đạo Bồ đề của Chư Phật với tấm lòng thanh tịnh, an trụ nơi Phật pháp xa lìa quan niệm thế gian, sanh vào nhà Chư Phật, thuận theo Chư Phật xa lìa cảnh ma, rõ thấu công hạnh của Chư Phật, trọn nên pháp khí của tất cả Chư Phật.

Bấy giờ, đại Bồ-Tát đem căn lành này hồi hướng như vầy

Nguyện tất cả chúng sanh được lòng thanh tịnh, tự trang nghiêm với báu Nhứt thiết trí.

Nguyện tất cả chúng sanh thường làm thị giả bực nhứt của Chư Phật, thường tu hạnh trí huệ.

Trên đây là đại Bồ-Tát hầu hạ Chư Phật đem căn lành hồi hướng, vì muốn chứng Vô thượng Bồ đề, cứu hộ tất cả chúng sanh, thoát khỏi ba cõi, trọn nên tâm lành không tổn não, được Bồ đề rộng lớn vô lượng, được trí huệ soi rõ Phật pháp, vì muốn thường được Chư Phật nhiếp thọ, được Chư Phật hộ trì, muốn tin hiểu tất cả Phật pháp, muốn được thiện căn bình đẳng với tam thế chư Phật, muốn được trọn vẹn tâm không hối hận, để được chứng tất cả Phật pháp.

(Kinh Hoa Nghiêm, phẩm 25. Thập Hồi Hướng)

5.6.br. NGUYỆN CHÚNG SANH LÀM VUA PHÁP THÍ CỦA MUÔN LOÀI

Đối với tất cả tài vật, cõi nước, nhẫn đến ngôi vua, đại Bồ-Tát đều thí xả được tất cả.

Với mọi thế sự, lòng của đại Bồ-Tát đều được tự tại, không ràng buộc, không luyến ái, lìa hẳn nghiệp ác, làm lợi ích cho chúng sanh, chẳng chấp nghiệp quả, chẳng thích thế pháp, chẳng còn tham nhiễm chốn sanh tử.

Dầu Bồ-Tát ở thế gian nhưng thật ra nơi đây không phải là chỗ sanh của Bồ-Tát. Lòng Bồ-Tát không chấp trước những pháp: Uẩn, xứ, giới. Không trụ không tựa nơi pháp trong, pháp ngoài.

Nguyện cho tất cả *chúng sanh làm vua pháp thí của tất cả mọi loài* trong khắp pháp giới hư không giới, làm cho mọi loài đều được trụ nơi đại thừa.

Nguyện cho tất cả chúng sanh được thành bực đầy đủ pháp lành bình đẳng với chư Phật.

Trên đây là đại Bồ-Tát lúc bố thí ngôi vua đem thiện căn hồi hướng, vì muốn khiến cho tất cả chúng sanh được ở chỗ an ổn rốt ráo.

(Kinh Hoa Nghiêm, phẩm 25. Thập Hồi Hướng)

5.6.bs. NGUYỆN ĐƯỢC NHỨT THIẾT CHỦNG TRÍ

Đại Bồ-Tát hiện thân làm vua lúc thấy có người đến xin thành phố tốt, kinh đô của nhà vua, chỗ thâu thuế, đều bố thí cho cả, không chút hối tiếc. Trong tâm của Bồ-Tát chỉ chuyên hướng về đạo bồ đề phát nguyện lớn, ở vững nơi đức đại từ, thật hành đại bi, luôn vui vẻ làm lợi ích cho chúng sanh, dùng trí huệ rộng lớn hiểu rõ pháp sâu xa, trụ nơi pháp tánh bình đẳng.

Như thế là vì phát tâm cầu được nhứt thiết trí, vì thích pháp tự tại, vì muốn được trí huệ tự tại, vì tịnh tu tất cả công đức, vì muốn trụ nơi trí huệ rộng lớn bền chắc, vì muốn chứa nhóm tất cả căn lành, vì nguyện tu hành tất cả Phật pháp, vì muốn được đại trí tự nhiên giác ngộ, vì được an trụ không thối chuyển nơi tâm Bồ đề, vì muốn tu tập tất cả hạnh nguyện để trọn rốt ráo Nhứt thiết chủng trí.

(Kinh Hoa Nghiêm, phẩm 25. Thập Hồi Hướng)

5.6.bt. BỐ THÍ KINH ĐÔ ĐỂ CẦU TRANG NGHIÊM CÕI PHẬT

Vì những điều trên đây mà Bồ-Tát thật hành việc bố thí, rồi đem thiện căn này mà hồi hướng như vầy:

Nguyện cho tất cả chúng sanh đều có thể trang nghiêm thanh tịnh vô lượng cõi nước rồi đem dưng lên chư Phật để làm chỗ ở.

Nguyện tất cả chúng sanh trang nghiêm thanh tịnh tất cả thế giới ở mười phương rồi đem dâng lên chư Phật.

Trên đây là đại Bồ-Tát lúc bố thí kinh đô đem căn lành hồi hướng, vì muốn cho chúng sanh trang nghiêm thanh tịnh các cõi Phật.

(Kinh Hoa Nghiêm, phẩm 25. Thập Hồi Hướng)

5.6.bu. BỐ THÍ CÁC QUYẾN THUỘC

Do nghiệp lành rộng lớn nên tất cả quyến thuộc của Bồ-Tát, nhẫn đến thị nữ đều tài mạo xuất chúng, xinh đẹp đoan trang, tài năng đầy đủ, trên thân trang sức đủ đồ báu lạ tất cả đều thuận thảo.

Nếu có ai đến xin những quyến thuộc thị nữ này, Bồ-Tát đều vui vẻ bố thí, trọn không luyến ái, không say mê, không ràng buộc, không chấp lấy, không tham nhiễm, không phân biệt, không theo dõi, không chấp tướng, không thích, không muốn.

Nguyện tất cả chúng sanh được vô trước tam muội, tâm luôn

trụ trong chánh thọ chẳng chấp lấy hai pháp.

Trên đây là đại Bồ-Tát lúc bố thí tất cả quyến thuộc trong cung nội rồi đem căn lành hồi hướng.

(Kinh Hoa Nghiêm, phẩm 25. Thập Hồi Hướng)

5.6.bv. NGUYỆN LÀM QUYẾN THUỘC ĐẠI THỪA

Vì muốn cho tất cả chúng sanh đều được quyến thuộc thanh tịnh không tan vỡ, được quyến thuộc Đại thừa, được đầy đủ Phật pháp, được đầy đủ sức Nhứt thiết trí, được chứng trí huệ vô thượng, được quyến thuộc thuận thảo, được bạn đồng chí nguyện cùng ở chung, được đầy đủ tất cả phước trí, được trọn vẹn căn lành thanh tịnh, được quyến thuộc hiền hòa, được pháp thân thanh tịnh của Phật, được biện tài chơn chánh khéo diễn nói vô tận tạng pháp của Phật, rời bỏ hẳn phước nghiệp thế gian mà đồng tu căn lành xuất thế thanh tịnh, được đầy đủ hạnh nghiệp thanh tịnh để trọn nên pháp thanh tịnh, tất cả Phật pháp đều được hiện tiền, dùng quang minh của Phật pháp trang nghiêm thanh tịnh khắp nơi.

(Kinh Hoa Nghiêm, phẩm 25. Thập Hồi Hướng)

5.6.bw. NGUYỆN KHAI HÓA VÔ LƯỢNG NAM NỮ TRỞ THÀNH PHẬT TỬ

Nguyện cho tất cả chúng sanh an trụ nơi vô thượng giác, hóa thân khắp pháp giới chuyển pháp luân bất thối. Nguyện cho tất cả chúng sanh được thân tự tại nương nguyện lực đi khắp tất cả cõi Phật.

Nguyện tất cả chúng sanh được tâm chánh định, mọi chướng duyên không phá hoại được.

Nguyện tất cả chúng sanh ngồi tòa Bồ đề thành Vô Thượng Giác, khai hóa vô lượng nam nữ trở thành Phật tử.

(Kinh Hoa Nghiêm, phẩm 25. Thập Hồi Hướng)

5.6.bx. BỐ THÍ NHÀ CỬA CẦU MỐN TRÍ HUỆ THẦN THÔNG

Đại Bồ-Tát sửa soạn nhà cửa và những vật cần dùng. Có ai đến xin Bồ-Tát đều vui lòng cấp cho cả, không hề tham luyến nhà cửa, xa lìa quan niệm ở nhà, nhàm chán gia nghiệp và mọi vật cần dùng, lòng không tham, không thích, không chút ràng buộc. Biết nhà cửa dễ hư hoại nên lòng Bồ-Tát luôn nhàm bỏ, chỉ muốn xuất gia tu tập hạnh Bồ-Tát, chỉ muốn trang nghiêm mình bằng Phật pháp, xả thí tất cả sở hữu không một mảy hối tiếc, thấy người đến xin hết sức vui mừng. Bồ-Tát này thường được chư Phật ngợi khen.

Bấy giờ Bồ-Tát đem căn lành này hồi hướng như vầy:

Nguyện cho tất cả chúng sanh lìa bỏ vợ con, trọn nên sự vui xuất gia đệ nhứt.

Nguyện tất cả chúng sanh hiện ở tại gia mà không rời nhà Phật, làm cho mọi loài sanh lòng hoan hỷ.

Trên đây là đại Bồ-Tát lúc bố thí nhà cửa đem thiện căn hồi hướng, vì muốn cho tất cả chúng sanh trọn nên các môn trí huệ thần thông hạnh nguyện Bồ-Tát.

(Kinh Hoa Nghiêm, phẩm 25. Thập Hồi Hướng)

5.6.by. BỐ THÍ VƯỜN RỪNG ĐỂ CẦU NGUYỆN CĂN LÀNH SANH TRƯỞNG

Đại Bồ-Tát lúc bố thí những loại vườn rừng, đình đài, chổ vui chơi thời nghĩ rằng:

Tôi sẽ vì tất cả chúng sanh làm vườn rừng tốt.

Tôi sẽ vì tất cả chúng sanh mà thị hiện pháp lạc.

Tôi sẽ bố thí cho tất cả chúng sanh ý niệm vui vẻ.

Tôi sẽ chỉ cho chúng sanh vô biên sự hỷ lạc.

Tôi sẽ vì tất cả chúng sanh mà khai thị pháp môn thanh tịnh.

Tôi sẽ làm cho chúng sanh phát tâm hoan hỷ.

Tôi sẽ làm cho Tất cả chúng sanh được Phật trí.

Tôi sẽ làm cho chúng sanh trọn nên nguyện rộng lớn.

Tôi sẽ như là Từ phụ của tất cả chúng sanh.

Tôi sẽ làm cho tất cả chúng sanh được trí huệ quan sát.

Tôi sẽ bố thí tất cả đồ cần dùng cho chúng sanh.

Tôi sẽ như là Từ mẫu của tất cả chúng sanh, sanh trưởng tất cả căn lành nguyện lớn cho họ.

(Kinh Hoa Nghiêm, phẩm 25. Thập Hồi Hướng)

5.6.bz. NGUYỆN ĐƯỢC ĐI TRONG VƯỜN RỪNG CỦA CHƯ PHẬT

Đại Bồ-Tát lúc tu hành những căn lành như vậy, đối với chúng sanh ác không hề nhàm bỏ. Dầu cho tất cả chúng sanh khắp thế gian đều không biết ơn, Bồ-Tát không hề có một niệm hờn ghét, cũng không mảy may cầu báo đáp, mà chỉ muốn trừ diệt vô lượng sự khổ não cho họ.

Đối với thế gian, lòng Bồ-Tát như hư không, chẳng chút nhiễm trước.

Bồ-Tát quan sát tướng chơn thật của các pháp, phát thệ nguyện lớn cứu khổ chúng sanh, trọn chẳng nhàm bỏ chí nguyện Đại thừa, dứt tất cả kiến chấp, tu tập các hạnh nguyện bình đẳng của Bồ-Tát.

Chư Phật tử! Đại Bồ-Tát quán sát như thế rồi, nhiếp các căn lành đều đem hồi hướng như vầy:

Nguyện tất cả chúng sanh luôn luôn sanh thêm vô lượng pháp lành, trọn nên tâm vô thượng.

Nguyện tất cả chúng sanh được tâm nguyện lành, trang nghiêm thanh tịnh tất cả cõi Phật.

Trên đây là đại Bồ-Tát lúc bố thí vườn rừng đình đài đem căn lành hồi hướng, vì muốn tất cả chúng sanh được thấy chư Phật, được *đi trong vườn rừng của Phật.*

(Kinh Hoa Nghiêm, phẩm 25. Thập Hồi Hướng)

5.6.ca. BỐ THÍ ĐỂ CẦU PHẬT CHỦNG

Đại Bồ-Tát mở trăm ngàn ức na do tha vô lượng vô số hội bố thí rộng lớn, tất cả đều thanh tịnh, chư Phật đều ấn khả, trọn không tổn não đến một chúng sanh, làm cho khắp mọi loài xa lìa các điều ác, ba nghiệp thanh tịnh, trọn nên trí huệ, sắp bày trăm ngàn ức na do tha vô lượng vô số cảnh giới thanh tịnh, chứa nhóm trăm ngàn ức na do tha vô lượng, vô số đồ dùng tốt đẹp, phát tâm bồ đề Vô thượng, bố thí không giới hạn, làm cho tất cả chúng sanh an trụ nơi đạo thanh tịnh, tất cả đều lành, đều có lòng tin hiểu thanh tịnh. Tùy theo chỗ sở thích của trăm ngàn ức vô lượng chúng sanh mà làm cho họ đều hoan hỷ, dùng lòng đại bi cứu hộ tất cả, cúng dường phụng thờ tam thế chư Phật.

Vì muốn thành tựu tất cả Phật chủng nên Bồ-Tát tu hành công hạnh bố thí không hề hối tiếc, thêm lớn lòng tin, trọn vẹn hạnh lớn, luôn luôn tiến đến Đàn Ba La mật.

(Kinh Hoa Nghiêm, phẩm 25. Thập Hồi Hướng)

5.6.cb. LẬP HỘI BỐ THÍ LỚN ĐEM CĂN LÀNH HỒI HƯỚNG

Bấy giờ đại Bồ-Tát đem căn lành hồi hướng như vầy:

Nguyện tất cả chúng sanh phát tâm Đại thừa đều được thành tựu hạnh bố thí rộng lớn.

Nguyện tất cả chúng sanh bố thí đúng thời, xa hẳn sự bố thí trái thời.

Nguyện tất cả chúng sanh làm bực đại thí chủ của thế gian, thệ độ mọi loài đến quả địa Như-Lai.

Trên đây là đại Bồ-Tát lập hội bố thí lớn đem căn lành hồi hướng, vì muốn cho tất cả chúng sanh thật hành sự bố thí vô thượng, sự bố thí rốt ráo của Phật, sự bố thí trọn lành, sự bố thí bất hoại, sự bố thí vì cúng dường Phật, sự bố thí không xen hờn giận, sự bố thí cứu khổ mọi loài, sự bố thí trọn nên Nhứt thiết trí, sự bố thí thường thấy Chư Phật, sự bố thí tinh tấn trọn lành, sự bố thí rộng lớn trọn nên công đức của Bồ-Tát và trí huệ của Phật.

(Kinh Hoa Nghiêm, phẩm 25. Thập Hồi Hướng)

5.6.cc. TÀI THÍ (NỘI VÀ NGOẠI THÂN)

Đại Bồ-Tát bố thí tất cả vật dụng không chút hối tiếc, chẳng mong đền đáp, chẳng cầu quả báo, không hề mong được sự giàu vui ở đời, rời tâm vọng tưởng, khéo suy gẫm chánh pháp, chỉ vì muốn lợi ích tất cả chúng sanh, xét kỹ thật tánh của tất cả Pháp, tùy theo mọi loài chúng sanh sai khác, chỗ cần chỗ muốn đều khác nhau mà sắm sửa vô lượng vật dụng, tất cả đều bền chắc tốt đẹp, rồi thật hành hạnh bố thí vô biên, bố thí tất cả, bố thí trong thân ngoài của.

Lúc bố thí như thế, Bồ-Tát thêm lớn chí nguyện, được công đức lớn, thấy bổn tâm, có thể thường gia hộ cho tất cả chúng sanh đều làm cho họ phát sanh chí nguyện thù thắng. Bồ-Tát trọn không có một niệm cầu đền đáp, do đây thiện căn của Bồ-Tát này được đồng với Chư Phật, đều để viên mãn Nhứt thiết chủng trí.

(Kinh Hoa Nghiêm, phẩm 25. Thập Hồi Hướng)

5.6.cd. THẬT HÀNH SỰ NGHIỆP
CỦA TAM THẾ CHƯ PHẬT

Đại Bồ-Tát đem tất cả căn lành bố thí trên đây hồi hướng như vầy:

Nguyện tất cả chúng sanh được điều phục thanh tịnh.

Nguyện tất cả chúng sanh trong mỗi niệm luôn *thật hành sự nghiệp của tam thế Chư Phật*, giáo hóa mọi loài thắng đến Nhứt thiết trí.

(Kinh Hoa Nghiêm, phẩm 25. Thập Hồi Hướng)

5.6.ce. NGƯỜI NHẬN THÍ VUI MỪNG

Tùy theo chỗ cần dùng của chúng sanh, đem vô số vật dụng đẹp tốt cung cấp cho họ. Như thế là vì đại Bồ-Tát muốn Phật pháp được nối luôn không dứt, vì lòng đại bi cứu khổ tất cả mọi loài, vì lòng đại từ tu hạnh Đại thừa, không hề trái lời Phật dạy, dùng phương tiện khéo tu những hạnh lành, chẳng dứt chủng tánh của Chư Phật, tùy theo chỗ cầu xin của người mà cấp cho không hề nhàm, xả thí tất cả không hề tiếc, luôn luôn hướng về Nhứt thiết trí.

Những người đến xin đều rất hài lòng, hết sức truyền tụng tán dương đức hạnh của Bồ-Tát.

Thấy họ vui sướng, lòng Bồ-Tát cũng hoan hỷ vô lượng. Đem sự hỷ lạc trong trăm ngàn ức na do tha kiếp của trời Đế Thích, sự hỷ lạc trong vô số kiếp của trời Dạ Ma, trong vô lượng kiếp của trời Đâu Suất, trong vô biên kiếp của trời Biến Hóa, trong vô đẳng kiếp của trời Tha Hóa, trong bất khả số kiếp của trời Phạm Vương, trong bất khả kiếp của Chuyển Luân Vương, trong bất khả tư kiếp của trời Biến Tịnh, sự diệu lạc trong bất khả thuyết kiếp của trời Tịnh Cư, so sánh cũng không bằng lòng hoan hỷ của đại Bồ-Tát lúc thấy người đến cầu xin. Do đây đại Bồ-Tát được thêm lớn đức tin, chí nguyện thanh tịnh, sáu căn điều thuận, đầy đủ tín giải nhẫn đến tăng tấn Phật trí.

(Kinh Hoa Nghiêm, phẩm 25. Thập Hồi Hướng)

5.6.cf. NGUYỆN TRỌN HẠNH NGUYỆN PHỔ HIỀN

Đại Bồ-Tát đem căn lành này hồi hướng, muốn cho tất cả chúng sanh được:

- Lợi ích

- An lạc

- Lợi lớn

- Thanh tịnh

- Cầu Phật đạo

- Bình đẳng

- Hiền lành

- Vào Đại thừa

- Trí huệ lành

- Trọn đủ hạnh nguyện Phổ Hiền

- Viên mãn mười trí lực

- Chánh giác.

(Kinh Hoa Nghiêm, phẩm 25. Thập Hồi Hướng)

5.6.cg. HỒI HƯỚNG BUÔNG XẢ

Đại Bồ-Tát lúc đem căn lành trên đây hồi hướng như thế, thời thân, ngữ, ý, ba nghiệp đều giải thoát cả:

- Không dính mắc

- Không buộc ràng

- Không chúng sanh tưởng

- Không mạng giả tưởng

- Không ngã tưởng

- Không nhơn tưởng

- Không đồng tử tưởng

- Không sanh giả tưởng

- Không tác giả tưởng

- Không thọ giả tưởng

- Không hữu tưởng

- Không vô tưởng

- Không tưởng đời này đời sau

- Không tưởng chết đây sanh kia

- Không tưởng thường

- Không tưởng vô thường

- Không tưởng có ba cõi

- Không tưởng không ba cõi

- Chẳng phải tưởng

- Không phải chẳng phải tưởng.

(Kinh Hoa Nghiêm, phẩm 25. Thập Hồi Hướng)

5.6.ch. HỒI HƯỚNG KHÔNG HỆ PHƯỢC

- Hồi hướng không hệ phược

- Hồi hướng không hệ phược giải thoát

- Hồi hướng chẳng phải nghiệp

- Hồi hướng chẳng phải nghiệp báo

- Hồi hướng chẳng phải phân biệt

- Hồi hướng chẳng phải vô phân biệt

- Hồi hướng chẳng phải đã tư duy

- Hồi hướng chẳng phải tâm

- Hồi hướng chẳng phải vô tâm.

(Kinh Hoa Nghiêm, phẩm 25. Thập Hồi Hướng)

5.6.ci. HỒI HƯỚNG KHÔNG CHẤP TRONG VÀ NGOÀI

Đại Bồ-Tát lúc hồi hướng như thế không chấp trong chấp ngoài

- Không chấp năng duyên, không chấp sở duyên

- Chẳng chấp nhơn, chẳng chấp quả

- Chẳng chấp pháp, chẳng chấp phi pháp

- Chẳng chấp tu duy, không chấp chẳng tư duy

- Chẳng chấp sắc, thọ, tưởng, hành, thức

- Chẳng chấp sắc, thọ, tưởng, hành, thức sanh

- Chẳng chấp sắc, thọ, tưởng, hành, thức diệt.

Đại Bồ-Tát nếu không chấp trước các pháp, thời không hệ phược nơi sắc, thọ, tưởng, hành, thức; không hệ phược sắc, thọ, tưởng, hành, thức sanh; không hệ phược sắc, thọ, tưởng, hành, thức diệt.

Nếu có thể không hệ phược với các pháp, thời đối với các pháp cũng không giải thoát.

Bởi vì không có chút pháp nào là hiện sanh, đã sanh, sẽ sanh. Không có pháp nào có thể lấy, có thể chấp.

Tất cả các pháp, tự tướng nó là như vậy.

Bồ-Tát quan sát các pháp là chẳng phải pháp, trong lời nói, thuận theo thế gian, kiến lập chẳng phải pháp làm pháp, chẳng dứt các nghiệp đạo, chẳng bỏ hạnh Bồ-Tát, cầu Nhứt thiết trí trọn không thối chuyển, rõ biết tất cả nghiệp duyên như giấc mơ, tất cả âm thanh như vang, tất cả chúng sanh như bóng, tất cả pháp như ảo, nhưng cũng chẳng hoại nhơn duyên nghiệp lực, rõ biết các nghiệp lực công dụng nó rộng lớn, hiểu thấu tất cả pháp đều không sở tác, thật hành đạo vô tác chưa bao giờ tạm bỏ.

(Kinh Hoa Nghiêm, phẩm 25. Thập Hồi Hướng)

5.6.ck. HỒI HƯỚNG KHÔNG THỐI CHUYỂN

Đại Bồ-Tát này trụ Nhứt thiết trí, hoặc xứ hay phi xứ thảy đều hồi hướng nơi Nhứt thiết trí, nơi tất cả chỗ đều hồi hướng không thối chuyển.

Do nghĩa gì gọi là Hồi hướng?

- Vì vĩnh viễn độ thế gian đến bờ giác

- Vì thoát khỏi năm uẩn đến bờ giác

- Vì vượt qua ngôn ngữ đến bờ giác

- Vì xa lìa các vọng tưởng đến bờ giác

- Vì dứt hẳn thân kiến đến bờ giác

- Vì lìa hẳn chỗ sở y đến bờ giác

- Vì tuyệt hẳn sở tác đến bờ giác

- Vì ra khỏi hẳn các cõi đến bờ giác

- Vì bỏ hẳn các sự chấp lấy đến bờ giác

- Vì thoát hẳn thế pháp đến bờ giác

- Vì những điều trên đây mà gọi là Hồi hướng.

(Kinh Hoa Nghiêm, phẩm 25. Thập Hồi Hướng)

5.6.cl. HỒI HƯỚNG THUẬN THEO BỒ ĐỀ

Đại Bồ-Tát lúc hồi hướng như thế thời là:

- Thuận theo Phật mà trụ

- Thuận theo pháp mà trụ

- Thuận theo trí mà trụ

- Thuận theo Bồ đề mà trụ

- Thuận theo nghĩa mà trụ

- Thuận theo hồi hướng mà trụ

- Thuận theo cảnh giới mà trụ

- Thuận theo hạnh mà trụ

- Thuận theo chơn thật mà trụ

- Thuận theo thanh tịnh mà trụ.

(Kinh Hoa Nghiêm, phẩm 25. Thập Hồi Hướng)

5.6.cm. HỒI HƯỚNG LIỄU ĐẠT CÁC PHÁP

Đại Bồ-Tát hồi hướng như thế thời là liễu đạt tất cả các pháp, thời là trọn vẹn thừa phụng tất cả Chư Phật, không có một Đức Phật nào mà chẳng thừa phụng, không có một pháp nào mà chẳng cúng dường, không có một pháp nào mà có thể hoại diệt được, không có một pháp nào mà có thể chống trái được, không có một vật nào mà có thể tham trước, không có một pháp nào mà có thể nhàm lìa, với tất cả pháp trong, pháp ngoài không thấy có một chút diệt hoại trái với luật nhơn duyên. Bồ-Tát này đầy đủ pháp lực không hề thôi ngớt.

(Kinh Hoa Nghiêm, phẩm 25. Thập Hồi Hướng)

5.6.cn. TÙY THUẬN PHÁP TÁNH

Lúc đại Bồ-Tát an trụ nơi bực tùy thuận kiên cố nhứt thiết thiện căn này thời thường được Chư Phật hộ niệm nên được kiên cố bất thối, nhập pháp tánh tu Nhứt thiết trí:

- Tùy thuận pháp nghĩa

- Tùy thuận pháp tánh

- Tùy thuận kiên cố tất cả căn lành

- Tùy thuận tất cả đại nguyện viên mãn

- Tùy thuận đầy đủ pháp kiên cố

- Tất cả như Kim Cang không gì phá hoại được, được tự tại với tất cả pháp.

(Kinh Hoa Nghiêm, phẩm 25. Thập Hồi Hướng)

5.7. ĐẠI BỒ-TÁT BÌNH ĐẲNG TÙY THUẬN
NHỨT THIẾT CHÚNG SANH HỒI HƯỚNG

Đại Bồ-Tát tùy theo tất cả căn lành mà mình đã tích tập, như là:

Căn lành nhỏ

Căn lành lớn

Căn lành rộng

Căn lành nhiều

Vô lượng căn lành

Các loại căn lành

Vi trần số căn lành

Vô số căn lành

Căn lành chứa nhóm vô biên công đức

Căn lành siêng tu tập hạnh Bồ-Tát

Căn lành khắp bao trùm nuôi nấng tất cả thế gian.

(Kinh Hoa Nghiêm, phẩm 25. Thập Hồi Hướng)

5.7.a. BỒ-TÁT ĐỐI VỚI CĂN LÀNH

Đại Bồ-Tát đối với căn lành này, an trụ tu hành nhiếp nhập chứa nhóm đầy đủ, tâm thanh tịnh hiểu rõ.

Nguyện do năng lực của căn lành này mà tôi tu hạnh Bồ-Tát suốt kiếp vị lai, đều đem ban bố cho tất cả chúng sanh.

Nguyện cho vô số thế giới tràn đầy châu báu... phát tâm cầu Nhứt thiết trí, phát tâm thí xả tất cả, phát tâm thương xót chúng sanh giáo hóa họ được thành thục đến bực Vô Thượng Giác.

(Kinh Hoa Nghiêm, phẩm 25. Thập Hồi Hướng)

5.7.b. Ở TRONG PHẬT NGUYỆN, THẬT HÀNH PHẬT NGHIỆP

Đại Bồ-Tát đối với căn lành này, an trụ tu hành nhiếp nhập chứa nhóm đầy đủ, tâm thanh tịnh hiểu rõ. Lúc phát khởi khai thị, được tâm kham nhẫn, đóng cửa ác đạo, khéo điều nhiếp sáu căn trọn vẹn oai nghi, viên mãn chánh hạnh, rời xa sự điên đảo, kham làm pháp khí của Chư Phật, có thể làm phước điền tốt của chúng sanh.

Bồ-Tát khéo điều phục tâm, sanh vào nhà Phật, Phật chủng thanh tịnh đầy đủ công đức, là phước điền lớn làm chỗ nương tựa cho đời. Đặt để chúng sanh đều làm cho họ thanh tịnh thường siêng tu tập tất cả căn lành.

(Kinh Hoa Nghiêm, phẩm 25. Thập Hồi Hướng)

5.7.c. NĂNG LỰC CỦA TÂM ĐẠI BỒ ĐỀ

Đại Bồ-Tát lúc dùng năng lực của tâm đại Bồ Đề chí nguyện thanh tịnh mà tu các căn lành, thời tự nghĩ rằng:

Các căn lành này là chỗ chứa nhóm của tâm bồ đề

- Chỗ tư duy của tâm Bồ đề

- Chỗ phát khởi của tâm bồ đề

- Chỗ mong muốn của tâm Bồ đề

- Chỗ thêm lớn của tâm Bồ đề, đều vì xót thương tất cả chúng sanh, đều vì thắng cầu Nhứt thiết chủng trí, đều trọn nên mười trí lực của Như-Lai.

Do tự suy nghĩ như vậy nên căn lành thêm lớn, trọn không thối chuyển.

(Kinh Hoa Nghiêm, phẩm 25. Thập Hồi Hướng)

5.7.d. BỐ THÍ KHÔNG HỀ MỆT MÕI

Đại Bồ-Tát lại tự suy nghĩ: Nguyện do năng lực của căn lành này mà tôi tu hạnh Bồ-Tát suốt kiếp vị lai, đều đem ban bố cho tất cả chúng sanh. Nguyện cho:

-Vô số thế giới tràn đầy châu báu

- Vô số thế giới tràn đầy y phục

- Vô số thế giới tràn đầy hương thơm

- Vô số thế giới tràn đầy đồ trang sức

- Vô số thế giới tràn đầy báu ma ni

- Vô số thế giới tràn đầy hoa đẹp

- Vô số thế giới tràn đầy thức ăn ngon

- Vô số thế giới tràn đầy của cải

- Vô số thế giới tràn đầy gường ghế

- Vô số thi tràn đầy mũ báu, trải y đẹp, giăng màn báu.

Giả sử có một người thường đến Bồ-Tát để cầu xin mãi

đến cùng tận kiếp vị lai. Bồ-Tát đem những đồ vật trên đây ban cho họ không hề biết mỏi, biết nhàm, cũng không tạm nghỉ. Như nói một người, với tất cả chúng sanh cũng như vậy.

(Kinh Hoa Nghiêm, phẩm 25. Thập Hồi Hướng)

5.7.e. BỐ THÍ TẬN KIẾP VỊ LAI

Chư Phật tử! Đại Bồ-Tát lúc bố thí như vậy, không lòng hư dối, không lòng mong cầu, không lòng danh dự, không lòng hối tiếc, không lòng buồn phiền, chỉ phát tâm cầu Nhứt thiết trí, phát tâm thí xả tất cả, phát tâm thương xót chúng sanh giáo hóa họ được thành thục đến bực Vô Thượng Giác.

Chư Phật tử! Đại Bồ-Tát đem các căn lành hồi hướng như vậy, luôn bố thí cùng tận kiếp vị lai, thường an trụ nơi tâm Nhứt thiết trí.

(Kinh Hoa Nghiêm, phẩm 25. Thập Hồi Hướng)

5.7.f. LÒNG ĐẠI BI BAO TRÙM KHẮP CẢ

Đại Bồ-Tát ở nơi một thế giới tu Bồ-Tát hạnh suốt kiếp vị lai đem những vật như vậy ban bố cho một chúng sanh, nhẫn đến ban bố cho tất cả chúng sanh đều được đầy đủ. Như sự bố thí nơi một thế giới, nơi tất cả thế giới cùng tận hư không giới khắp pháp giới đều cũng như vậy.

Lòng đại bi của Bồ-Tát trùm bao khắp cả, không hở không ngớt, xót thương tất cả, tùy theo chỗ cần dùng của người xin mà cung cấp cho. Không để việc bố thí vì gặp trở duyên mà ngừng nghỉ, nhẫn đến không chút lòng mỏi mệt dầu trong khoảng đờn chỉ.

(Kinh Hoa Nghiêm, phẩm 25. Thập Hồi Hướng)

5.7.g. TÂM CHỨNG NHẬP NHỨT THIẾT TRÍ

Đại Bồ-Tát lúc bố thí như vậy bèn sanh những tâm này:

- Tâm vô trước

- Tâm vô phược

- Tâm giải thoát

- Tâm đại lực

- Tâm thậm thâm

- Tâm thiện nhiếp

- Tâm vô chấp

- Tâm không thọ giả

- Tâm khéo điều phục

- Tâm chẳng tán loạn

- Tâm chẳng vọng chấp

- Tâm bửu tánh

- Tâm chẳng cầu báo

- Tâm rõ thấu tất cả pháp

- Tâm đại hồi hướng

- Tâm khéo giải quyết các nghĩa lý

- Tâm làm cho tất cả chúng sanh trụ vô thượng trí

- Tâm sanh đại pháp quang minh

- Tâm chứng nhập Nhứt thiết trí.

(Kinh Hoa Nghiêm, phẩm 25. Thập Hồi Hướng)

5.7.h. MỖI NIỆM HỒI HƯỚNG

Đại Bồ-Tát đem căn lành đã chứa nhóm, trong mỗi niệm hồi hướng như vầy:

Nguyện tất cả chúng sanh của báu dẫy dầy không thiếu thốn.

Nguyện tất cả chúng sanh thành tựu vô tận tạng đại công đức.

Nguyện tất cả chúng sanh đầy đủ tất cả an ổn khoái lạc.

Nguyện tất cả chúng sanh thêm lớn hạnh Bồ-Tát.

Nguyện tất cả chúng sanh trọn nên vô lượng pháp thù thắng đệ nhứt.

Nguyện tất cả chúng sanh được chẳng thối chuyển nơi Phật thừa.

Nguyện tất cả chúng sanh thấy khắp tất cả Chư Phật ở mười phương.

Nguyện tất cả chúng sanh xa hẳn những phiền não thế gian.

Nguyện tất cả chúng sanh đều được tâm thanh tịnh bình đẳng.

Nguyện tất cả chúng sanh lìa những chướng nạn được Nhứt thiết trí.

(Kinh Hoa Nghiêm, phẩm 25. Thập Hồi Hướng)

5.7.i. PHÁT TÂM HOAN HỈ

Chư Phật tử! Đại Bồ-Tát lúc hồi hướng như thế phát tâm hoan hỷ.

Vì làm cho tất cả chúng sanh được lợi ích an lạc.

Vì làm cho tất cả chúng sanh được tâm bình đẳng.

Vì làm cho tất cả chúng sanh được tâm xả thí.

Vì làm cho tất cả chúng sanh được sáu mươi thứ âm thanh lời nói chắc thiệt đều đáng tin nhận, trang nghiêm với trăm ngàn pháp môn, âm thanh công đức vi diệu vô ngại của Như-Lai đều được viên mãn.

Vì làm cho tất cả chúng sanh đầy đủ tất cả thiện căn bình đẳng, được khắp Chư Phật xoa đảnh.

Vì làm cho tất cả chúng sanh đều được viên mãn trí thân thanh tịnh, là bực tôn qúy nhứt trong các cõi.

Đại Bồ-Tát xót thương làm lợi ích an lạc cho tất cả chúng sanh như vậy.

(Kinh Hoa Nghiêm, phẩm 25. Thập Hồi Hướng)

5.7.j. SỰ VUI THẮNG DIỆU

Bồ-Tát đều làm cho họ được thanh tịnh, xa rời tham ganh, được sự vui thắng diệu, đủ công đức lớn, phát tín giải lớn, lìa hẳn lòng giận hờn và lòng nhơ đục, lòng họ thanh tịnh ngay thẳng hiền hòa, không còn dua vạy ngu si, thật hành công hạnh xuất ly bền vững không lay động, tâm bình đẳng trọn không thối chuyển, thành tựu đầy đủ pháp lực trắng trong, không mất không hại, khéo hồi hướng, thường tu chánh hạnh điều phục chúng sanh, diệt trừ tất cả nghiệp ác, tự tu các khổ hạnh và tất cả thiện căn, lại khuyên chúng sanh đồng tu tập, vì chúng sanh mà chịu đủ mọi sự khổ, dùng mắt trí huệ quan sát các căn lành, biết các căn lành đều lấy trí huệ làm tánh.

(Kinh Hoa Nghiêm, phẩm 25. Thập Hồi Hướng)

5.7.k. PHƯƠNG TIỆN HỒI HƯỚNG CHO TẤT CẢ CHÚNG SANH

Vì làm cho tất cả chúng sanh đều được an trụ nơi tất cả công đức thanh tịnh.

Vì làm cho tất cả chúng sanh đều có thể nhiếp thọ tất cả căn lành, biết tánh và nghĩa của các công đức.

Vì làm cho tất cả chúng sanh khắp thanh tịnh tất cả những căn lành.

Vì làm cho tất cả chúng sanh ở trong cảnh giới phước đức gieo trồng pháp lành, lòng không hối hận.

Vì làm cho tất cả chúng sanh có thể nhiếp thọ khắp tất cả chúng sanh, đều đưa mỗi người đến bực Nhứt thiết trí.

Vì làm cho tất cả chúng sanh nhiếp khắp tất cả thiện căn, mỗi mỗi đều tương ưng với bình đẳng hồi hướng.

Đại Bồ-Tát này lại đem các căn lành hồi hướng như vầy:

Nguyện tất cả chúng sanh đều được rốt ráo an ổn.

Nguyện tất cả chúng sanh đều được con mắt vô ngại.

Nguyện tất cả chúng sanh khéo điều phục tâm mình.

Nguyện tất cả chúng sanh đủ cả mười trí lực điều phục mọi loài.

(Kinh Hoa Nghiêm, phẩm 25. Thập Hồi Hướng)

5.7.l. CHẲNG CHẤP TẤT CẢ PHÁP

Đại Bồ-Tát lúc hồi hướng như vậy lòng:

- Chẳng chấp nghiệp

- Chẳng chấp báo

- Chẳng chấp thân

- Chẳng chấp vật

- Chẳng chấp cõi

- Chẳng chấp phương

- Chẳng chấp chúng sanh

- Chẳng chấp không chúng sanh

- Chẳng chấp tất cả pháp

- Chẳng chấp không tất cả pháp.

Đại Bồ-Tát lúc hồi hướng như vậy đem căn lành này bố thí khắp thế gian. Nguyện tất cả chúng sanh thành tựu Phật trí, được tâm thanh tịnh trí huệ sáng suốt, nội tâm tịch tịnh, ngoại duyên chẳng động, thêm lớn và thành tựu chủng tánh Phật ba đời! Đại Bồ-Tát lúc tu hành hồi hướng như vậy, vượt ta tất cả không ai hơn được. Bao nhiêu ngôn ngữ của tất cả thế gian đều đồng ngợi khen cũng chẳng hết được.

(Kinh Hoa Nghiêm, phẩm 25. Thập Hồi Hướng)

5.7.m. THẦN THÔNG VÔ SỞ ĐẮC

Tu khắp tất cả Bồ-Tát hạnh.

Đều có thể qua đến tất cả cõi Phật.

Thấy khắp Chư Phật không bị chướng ngại.

Lại có thể thấy khắp công hạnh của chư Bồ-Tát.

Dùng phương tiện lành phân biệt câu nghĩa thậm thâm của các pháp cho chúng sanh.

Bồ-Tát này trụ nơi thần thông vô sở đắc, vô y chỉ, vô tác, vô trước, trong khoảng một sát na, một đờn chỉ, phân thân đến khắp bất khả thuyết cõi Phật, cùng chư Bồ-Tát đồng một thấy biết.

(Kinh Hoa Nghiêm, phẩm 25. Thập Hồi Hướng)

5.7.n. PHẬT ĐỘ BÌNH ĐẲNG

Đại Bồ-Tát lúc tu tập hạnh Bồ-Tát như vậy còn có thể thành tựu viên mãn vô lượng bất khả thuyết bất khả thuyết công đức thanh tịnh, huống là thành bực Vô thượng Bồ đề.

Tất cả Phật độ bình đẳng thanh tịnh, tất cả chúng sanh bình

đẳng thanh tịnh, tất cả thân bình đẳng thanh tịnh, tất cả căn bình đẳng thanh tịnh, tất cả nghiệp quả bình đẳng thanh tịnh, tất cả chúng hội đạo tràng bình đẳng thanh tịnh, tất cả hạnh viên mãn bình đẳng thanh tịnh, tất cả pháp trí phương tiện bình đẳng thanh tịnh, tất cả chí nguyện hồi hướng bình đẳng thanh tịnh, tất cả thần thông cảnh giới bình đẳng thanh tịnh.

(Kinh Hoa Nghiêm, phẩm 25. Thập Hồi Hướng)

5.7.o. CÕI BÌNH ĐẲNG CHẲNG TRÁI CHÚNG SANH BÌNH ĐẲNG

Đại Bồ-Tát lúc hồi hướng như vậy được pháp môn tất cả công đức thanh tịnh hoan hỷ, vô lượng công đức đều viên mãn trang nghiêm.

Lúc đại Bồ-Tát hồi hướng như vậy, chúng sanh chẳng trái tất cả cõi; cõi chẳng trái tất cả chúng sanh;

Cõi và chúng sanh chẳng trái tất cả nghiệp; nghiệp chẳng trái chúng sanh và cõi;

Quá khứ chẳng trái vị lai; vị lai chẳng trái quá khứ; quá khứ vị lai chẳng trái hiện tại; hiện tại chẳng trái quá khứ vị lai; thế gian bình đẳng chẳng trái Phật bình đẳng; Phật bình đẳng chẳng trái thế gian bình đẳng; Bồ-Tát hạnh chẳng trái Nhứt thiết trí; Nhứt thiết trí chẳng trái Bồ-Tát hạnh.

(Kinh Hoa Nghiêm, phẩm 25. Thập Hồi Hướng)

5.7.p. VIÊN MÃN TẤT CẢ PHÁP LÀNH

Đại Bồ-Tát lúc hồi hướng như vậy được:

- Nghiệp bình đẳng

- Báo bình đẳng

- Thân bình đẳng

- Phương tiện bình đẳng

- Nguyện bình đẳng

- Tất cả chúng sanh bình đẳng

- Tất cả cõi bình đẳng

- Tất cả hạnh bình đẳng

- Tất cả trí bình đẳng

- Tam thế Phật bình đẳng, được phụng thờ tất cả Phật, được cúng dường tất cả Bồ-Tát, được gieo trồng tất cả căn lành, viên mãn tất cả nguyện lớn, giáo hóa tất cả chúng sanh, rõ biết tất cả nghiệp, thờ cúng tất cả thiện tri thức, vào tất cả đạo tràng, thông đạt tất cả chánh giáo, thành tựu viên mãn tất cả pháp lành.

Đây là bực Đại Bồ-Tát bình đẳng tùy thuận nhứt thiết chúng sanh hồi hướng thứ bảy.

(Kinh Hoa Nghiêm, phẩm 25. Thập Hồi Hướng)

5.7.q. TẤT CẢ PHÁP VÔ SỞ ĐẮC

Đại Bồ-Tát thành tựu bực hồi hướng này thời có thể xô dẹp tất cả ma oán, nhổ gai dục nhiễm, được vui xuất ly, trụ nơi tánh vô nhị, đủ oai đức lớn cứu độ chúng sanh, là vua công đức thần thông vô ngại, qua tất cả cõi, vào nơi tịch diệt, đủ tất cả thân, thành hạnh Bồ-Tát, nơi các hạnh nguyện tâm được tự tại, phân biệt rõ biết tất cả pháp, đều có thể vãng sanh khắp tất cả Phật độ, được nhĩ căn vô ngại nghe tất cả âm thanh của tất cả cõi, được huệ nhãn thanh tịnh thấy tất cả Phật chưa từng tạm rời, nơi tất cả cảnh giới thành tựu thiện căn, tâm không cao hạ, nơi tất cả pháp được vô sở đắc.

(Kinh Hoa Nghiêm, phẩm 25. Thập Hồi Hướng)

5.7.r. HỒI HƯỚNG VÔ BIÊN LƯỢNG

Đại Bồ-Tát đem tất cả thiện căn bình đẳng tùy thuận tất cả chúng sanh mà hồi hướng như vậy.

Bấy giờ Kim Cang Tràng Bồ-Tát nương thần lực của Phật quán sát khắp mười phương mà nói kệ rằng:

> Bồ-Tát tu hành những công đức
>
> Vi diệu rộng lớn rất sâu xa
>
> Nhẫn đến một niệm mà tu hành
>
> Đều hay hồi hướng vô biên lượng.

Bao nhiêu sở hữu của Bồ-Tát

Nhiều thứ dẫy đầy vô lượng ức

Hương tượng, bửu mã để thắng xe

Y phục, châu báu đều đẹp lạ...

Bồ-Tát lợi ích khắp quần sanh

Vô biên công đức đều hồi hướng

Nguyện cho oai quang hơn thế gian

Được thành thân dũng mãnh đại lực.

Bao nhiêu công đức đã tu tập

Nguyện khắp thế gian đều thanh tịnh

Chư Phật thanh tịnh không ai sánh

Chúng sanh thanh tịnh cũng như vậy.

(Kinh Hoa Nghiêm, phẩm 25. Thập Hồi Hướng)

5.8. ĐẠI BỒ-TÁT CHƠN NHƯ TƯỚNG HỒI HƯỚNG

Đại Bồ-Tát do phát tâm đại Bồ đề cầu Nhứt thiết chủng trí mà kiến lập tâm vững chắc, xa rời mê lầm, chuyên tâm tu hành, thâm tâm chẳng lay động. Bồ-Tát đem thiện căn hồi hướng như vầy:

Nguyện được sanh khởi trí vô sai biệt, trong khoảng sát na vào tất cả cõi.

Nguyện đem tất cả sự trang nghiêm của các cõi hiển thị ra tất cả để giáo hóa vô lượng vô biên chúng sanh.

Nguyện ở trong một cõi Phật hiển thị vô biên pháp giới, tất cả cõi Phật cũng đều như vậy.

Nguyện được trí tự tại đại thần thông có thể qua đến tất cả cõi Phật....

Được vô lượng sức viên mãn **của Phật, trong mỗi chân lông** có thể dung nạp khắp tất cả cõi nước.

Được vô lượng thần thông viên mãn của Phật, **để các chúng sanh trong một vi trần.**

Được vô lượng giải thoát viên mãn của Phật, nơi thân một chúng sanh thị hiện tất cả cảnh giới của Chư Phật thành Vô thượng Giác.

Được vô lượng tam muội viên mãn của Phật, trong mỗi tam muội có thể hiện khắp tất cả tam muội.

Được vô lượng biện tài viên mãn của Phật, diễn nói một câu pháp cùng tận kiếp vị lai vẫn không hết, trừ sạch tất cả sự nghi lầm của chúng sanh.

Bồ-Tát chí nguyện thường an trụ

Chánh niệm kiên cố lìa mê lầm

Tâm Ngài lành mềm luôn sạch mát

Chứa nhóm vô biên hạnh công đức...

Những hạnh sai khác vô lượng thứ

Bồ-Tát tất cả đều siêng tu

Tùy thuận chúng sanh chẳng trái ý

Khiến họ tâm tịnh sanh hoan hỷ.

Bực trí rõ biết các Phật pháp

Đem hạnh như vậy mà hồi hướng

Thương xót tất cả các chúng sanh

Khiến tánh tu duy nơi thiệt pháp.

(Kinh Hoa Nghiêm, phẩm 25. Thập Hồi Hướng)

5.8.1. DÙNG TRÍ PHƯƠNG TIỆN ĐEM HỒI HƯỚNG

Đại Bồ-Tát này chánh niệm rõ ràng, tâm vững chắc, xa

rời mê lầm, chuyên tâm tu hành, thâm tâm chẳng lay động, thành nghiệp chẳng hư hoại, thẳng đến Nhứt thiết trí trọn không thối chuyển, chí cầu Đại thừa, dũng mãnh vô úy, trồng các cội lành, an ổn khắp thế gian, sanh căn lành tối thắng, tu pháp lành thanh tịnh, thêm lớn đức đại bi, thành tựu tâm bửu, thường niệm Chư Phật, hộ trì chánh pháp, tin chắc đạo Bồ-Tát, thành tựu vô lượng thiện căn vi diệu thanh tịnh, siêng tu tập tất cả công đức trí huệ, là Điều Ngự Dư sanh những pháp lành, dùng trí phương tiện đem hồi hướng.

(Kinh Hoa Nghiêm, phẩm 25. Thập Hồi Hướng)

5.8.2. THIỆN CĂN VÔ LƯỢNG

Bấy giờ Bồ-Tát dùng huệ nhãn xem khắp những thiện căn đã có vô lượng vô biên. Lúc tu tập những thiện căn này, hoặc cầu duyên, hoặc sắm sửa, hoặc dọn sạch, hoặc thắng tiến, hoặc chuyên gắng, hoặc khởi hành, hoặc sáng suốt, hoặc thuần gẫm xét, hoặc khai thị. Tất cả như vậy có:

- Nhiều môn

- Nhiều cảnh

- Nhiều tướng

- Nhiều sự

- Nhiều phần

- Nhiều hạnh

- Nhiều danh tự

- Nhiều phân biệt

- Nhiều xuất sanh

- Nhiều tu tập.

(Kinh Hoa Nghiêm, phẩm 25. Thập Hồi Hướng)

5.8.3. THIỆN CĂN DO CẦU NHỨT THIẾT CHỦNG TRÍ MÀ KIẾN LẬP

Nơi đây có tất cả thiện căn đều là do phát tâm đại Bồ đề cầu Nhứt thiết chủng trí mà kiến lập cả, chỉ có một không hai, Bồ-Tát đem thiện căn hồi hướng như vầy:

Nguyện được thân viên mãn vô ngại tu hạnh Bồ-Tát.

Nguyện được khẩu thanh tịnh vô ngại tu hạnh Bồ-Tát.

Nguyện được sanh khởi trí vô sai biệt, trong khoảng sát na vào tất cả cõi.

Nguyện đem tất cả sự trang nghiêm của các cõi hiển thị ra tất cả để giáo hóa vô lượng vô biên chúng sanh.

Nguyện ở trong một cõi Phật hiển thị vô biên pháp giới, tất cả cõi Phật cũng đều như vậy.

Nguyện được trí tự tại đại thần thông có thể qua đến tất cả cõi Phật.

(Kinh Hoa Nghiêm, phẩm 25. Thập Hồi Hướng)

5.8.4. NGUYỆN TỊNH QUANG SOI KHẮP

Đại Bồ-Tát dùng các căn lành nguyện được trang nghiêm tất cả cõi Phật. Nguyện được khắp cùng tất cả thế giới. Nguyện được thành tựu trí huệ quán sát.

Như vì thân mình mà hồi hướng như vậy, vì tất cả chúng sanh cũng như vầy:

Nguyện tất cả chúng sanh lìa hẳn tất cả địa ngục, súc sanh, ngạ quỷ.

Nguyện tất cả chúng sanh trừ diệt tất cả nghiệp chướng ngại.

Nguyện tất cả chúng sanh dùng chí nguyện thanh tịnh thắng cầu Bồ đề được trí vô lượng.

Nguyện tất cả chúng sanh có thể hiện khắp chỗ ở an ổn.

(Kinh Hoa Nghiêm, phẩm 25. Thập Hồi Hướng)

5.8.5. PHƯỚC ĐIỀN CẢNH GIỚI TỐI THẮNG

Đại Bồ-Tát luôn dùng thiện căn hồi hướng như vậy, vì muốn tất cả chúng sanh gặp được mây mát mẻ rưới mưa pháp. Vì muốn tất cả chúng sanh thường gặp phước điền cảnh giới tối thắng.

Vì muốn tất cả chúng sanh đều khéo vào được và tự hộ trì tâm đại Bồ đề.

Vì muốn tất cả chúng sanh đều được rốt ráo Nhứt thiết trí.

Vì muốn tất cả chúng sanh tâm chẳng động lay, không chướng ngại.

(Kinh Hoa Nghiêm, phẩm 25. Thập Hồi Hướng)

5.8.6. THIỆN CĂN CHƠN NHƯ BÌNH ĐẲNG

Trí của Bồ-Tát thường quán sát tất cả chúng sanh, tâm luôn nghĩ nhớ cảnh giới căn lành, đem thiện căn chơn như bình đẳng không ngớt hồi hướng cho chúng sanh.

Bấy giờ Bồ-Tát đem các căn lành hồi hướng như vầy:

Nguyện tất cả chúng sanh được trí vô thượng của Như-Lai, thấy chơn tánh các pháp bình đẳng, viên mãn thanh tịnh không chấp lấy.

Nguyện tất cả chúng sanh thiện căn vô ngại đáng ưa thích xô dẹp tất cả phiền não.

Nguyện tất cả chúng sanh được môn Nhứt thiết trí đáng ưa thích, hiện thân thành bực Đẳng Chánh Giác khắp thế gian.

(Kinh Hoa Nghiêm, phẩm 25. Thập Hồi Hướng)

5.8.7. HỒI HƯỚNG TỘT NGUỒN THIỆN CĂN

Lúc đại Bồ-Tát tu tập những thiện căn như vậy được trí huệ minh, các Thiện tri thức đều nhiếp thọ, Phật trí chiếu sáng tâm của Bồ-Tát này, do đây dứt hẳn si mê, siêng tu chánh pháp, vào các trí nghiệp, khéo học trí địa, giăng bủa căn lành khắp pháp giới, dùng trí huệ hồi hướng tột nguồn đáy thiện căn của chư Bồ-Tát, dùng trí vào sâu biển phương tiện lớn, thành tựu vô lượng căn lành rộng lớn.

Đại Bồ-Tát đem căn lành này hồi hướng như vầy:

- Chẳng chấp thế gian

- Chẳng chấp chúng sanh

- Trong tâm luôn thanh tịnh không y tựa

- Chánh niệm đối với các pháp, rời phân biện kiến

- Chẳng bỏ trí huệ tự tại của Chư Phật, chẳng trái môn hồi hướng chơn tánh của tam thế Chư Phật

- Tùy thuận tất cả chánh pháp bình đẳng, chẳng mất tướng chơn thật của Như-Lai

- Bình đẳng quán sát tam thế không tướng chúng sanh, khéo thuận Phật đạo, khéo thuyết chánh pháp, hiểu sâu ý nghĩa, vào bực tối thắng, ngộ pháp chơn thiệt

- Trí huệ viên mãn, tín nguyện bền chắc, dầu khéo tu chánh nghiệp mà biết nghiệp tánh vốn không rõ tất cả pháp đều như huyễn hóa, biết tất cả pháp không có tự tánh

- Quán sát tất cả nghĩa và các công hạnh tùy thuận ngôn thuyết thế gian mà không chấp trước, diệt trừ tất cả nhân duyên chấp trước, biết lý như thật, quán các pháp tánh thảy đều tịch diệt, rõ tất cả pháp đồng một thiệt tướng, biết các pháp tướng chẳng chống trái nhau, cùng ở chung với chư Bồ-Tát

- Ttu hạnh Bồ-Tát khéo nhiếp chúng sanh vào môn hồi hướng của tam thế Bồ Đề.

(Kinh Hoa Nghiêm, phẩm 25. Thập Hồi Hướng)

5.8.8. RÕ PHÁP CHƠN NHƯ

Bồ-Tát nơi tất cả Phật pháp không lòng hãi sợ, dùng vô lượng tâm làm cho khắp chúng sanh đều được thanh tịnh, nơi thập phương thế giới không sanh tâm chấp lấy ngã và ngã sở, nơi các thế gian không lòng phân biệt, nơi các cảnh giới chẳng hề nhiễm trước, siêng tu tất cả pháp xuất thế, nơi các thế gian không lấy không nương, nơi đạo thâm dịu bền vững chánh kiến, lìa các vọng kiến, rõ pháp chơn thiệt.

Ví như chơn như khắp tất cả chỗ không có ngằn mé, thiện căn hồi hướng cũng khắp tất cả chỗ như vậy.

Ví như chơn như không phân biệt đối với tam thế, thiện căn hồi hướng tâm thường giác ngộ trong hiện tại, nơi quá khứ và vị lai thảy đều thanh tịnh.

Ví như chơn như thành tựu tất cả Chư Phật và Bồ-Tát, thiện

căn hồi hướng phát khởi tất cả đại nguyện phương tiện thành tựu trí huệ rộng lớn của Chư Phật.

Ví như chơn như rốt ráo thanh tịnh không cùng chung với tất cả phiền não, thiện căn hồi hướng cũng hay diệt tất cả phiền não của chúng sanh, làm cho viên mãn tất cả trí huệ thanh tịnh.

(Kinh Hoa Nghiêm, phẩm 25. Thập Hồi Hướng)

5.8.9. THIỆN CĂN THUẬN THEO CHƠN NHƯ TƯỚNG MÀ HỒI HƯỚNG

Đại Bồ-Tát lúc hồi hướng như vậy, thời được thế này:

Vì trang nghiêm thanh tịnh khắp tất cả thế giới nên được tất cả cõi Phật bình đẳng.

Vì khắp chuyển Pháp luân vô ngại nên được tất cả chúng sanh bình đẳng.

Vì khắp phát tất cả trí nguyện nên được tất cả Bồ-Tát bình đẳng.

Vì quan sát Chư Phật thể tánh vô nhị nên được tất cả Chư Phật bình đẳng.

Vì biết khắp các pháp tánh thể không đổi dời nên được tất cả pháp bình đẳng.

Vì dùng trí phương tiện khéo hiểu tất cả ngữ ngôn nên được tất cả thế gian bình đẳng.

Vì tùy theo các thứ thiện căn đều hồi hướng hết cả nên được tất cả Bồ-Tát bình đẳng.

Vì siêng tu hành Phật sự trong tất cả thời gian không ngớt hở nên được tất cả thời gian bình đẳng.

Vì nơi các thiện căn thế gian và xuất thế đều không nhiễm trước và đều rốt ráo nên được tất cả nghiệp quả bình đẳng.

Vì tùy thuận thế gian hiện Phật sự nên được tất cả thần thông tự tại của Phật bình đẳng.

Đây là đại Bồ-Tát đem tất cả thiện căn thuận theo chơn như tướng mà hồi hướng.

(Kinh Hoa Nghiêm, phẩm 25. Thập Hồi Hướng)

5.8.10. NGUYỆN LỰC BỒ-TÁT

Bấy giờ Kim Cang Tràng Bồ-Tát thừa oai lực của Phật, quan sát khắp mười phương mà nói kệ rằng:

Bồ-Tát chí nguyện thường an trụ

Chánh niệm kiên cố lìa mê lầm

Tâm Ngài lành mềm luôn sạch mát

Chứa nhóm vô biên hạnh công đức.

Nguyện lực Bồ-Tát khắp tất cả

Ví như chơn như đâu cũng có

Hoặc thấy chẳng thấy, niệm đều cùng

Trọn đem công đức mà hồi hướng.

An trụ trong đêm, ngày cũng trụ

Nửa tháng, một tháng cũng an trụ

Cũng đều trụ trong năm cùng kiếp

Chơn như dường ấy, hạnh cũng vậy.

Tất cả thời gian và không gian

Tất cả chúng sanh và các pháp

Đều trụ trong đó, nhưng vô trụ

Dùng hạnh như vậy mà hồi hướng.

Bồ-Tát trí huệ lớn như vậy

Chí nguyện kiên cố không động lay

Dùng sức trí huệ khéo thông đại

Vào tạng phương tiện của Chư Phật.

(Kinh Hoa Nghiêm, phẩm 25. Thập Hồi Hướng)

5.9. VÔ PHƯỢC, VÔ TRƯỚC GIẢI THOÁT HỒI HƯỚNG

Dạy Bồ-Tát phải có lòng tôn trọng đối với tất cả các thiện căn.

Dùng tâm vô trước, vô phược giải thoát để thành tựu thân nghiệp, ngữ nghiệp, ý nghiệp của Phổ Hiền.

Dùng tâm này để thành tựu môn Đà La Ni hiểu rõ tất cả các Âm thanh.

Được thân Phật thanh tịnh, tâm thanh tịnh, hiểu biết thanh tịnh, ở cảnh giới Phật.

Dùng tâm vô trước, vô phược giải thoát thành tựu nguyện trí lớn Phổ Hiền, ở trong một chỗ biết bất khả thuyết vô lượng chỗ. Vì Phật thân là hư không, vào được hư không sẽ thấy mình ở khắp nơi, như chư Phật.

Dùng Tâm vô trước, vô phược, được trí rất vi tế biết vô lượng pháp giới.

Như vậy Hạnh mình và hạnh Phật đều bình đẳng

Như vậy là Đại Bồ-Tát muốn chúng sinh thành tựu Nhứt thiết Trí.

Nguyện chúng sinh thành những Pháp Sư chân chính.

Có bổn tính bình đẳng

Biết được âm thanh diễn thuyết vô lương tất cả các Pháp.

Có được Pháp Thân thanh tịnh.

Nếu ai hay tu hạnh hồi hướng

Thời là học đạo của Phật làm

Sẽ được tất cả Phật công đức

Và được tất cả Phật trí huệ.

Tất cả thế gian chẳng pháp được

Tất cả công hạnh đều thành tựu

Thường hay nhớ nghĩ tất cả Phật

Thường thấy tất cả đấng Thế Tôn.

Bồ-Tát thắng hạnh chẳng thể lường
Các pháp công đức cũng như vậy
Đã chứng Như-Lai hạnh vô thượng
Đều biết chư Phật sức tự tại.

(Kinh Hoa Nghiêm, phẩm 25. Thập Hồi Hướng)

5.9.a. TÔN TRỌNG VỚI SỰ NHIẾP THỦ

Đại Bồ-Tát này sanh lòng tôn trọng đối với tất cả thiện căn, như là:

Lòng tôn trọng với sự thoát khỏi sanh tử. Lòng tôn trọng với sự nhiếp thủ tất cả căn lành. Lòng tôn trọng với sự mong cầu tất cả căn lành. Lòng tôn trọng với sự ăn năn tội lỗi. Lòng tôn trọng với sự tùy hỷ căn lành. Lòng tôn trọng với sự lễ kính Chư Phật. Lòng tôn trọng với sự chắp tay cung kính. Lòng tôn trọng với sự đảnh lễ tháp miếu. Lòng tôn trọng với sự khuyến thỉnh Đức Phật thuyết pháp. Với những thiện căn như vậy, Bồ-Tát đều tôn trọng tùy thuận bằng lòng.

Chư Phật tử! Lúc đại Bồ-Tát sanh lòng tôn trọng đối với những thiện căn thời tín giải kiên cố, rất mực mừng vui, tự mình được an trụ và làm cho người khác được an trụ, siêng tu không chấp trước, tự tại chứa nhóm công đức, trọn nên chí nguyện thù thắng, ở cảnh giới Như-Lai thêm lớn thế lực, đều được thấy biết.

(Kinh Hoa Nghiêm, phẩm 25. Thập Hồi Hướng)

5.9.b. ĐEM CĂN LÀNH HỒI HƯỚNG

Đại Bồ-Tát đem các căn lành hồi hướng như vầy:

Dùng tâm vô trước vô phược giải thoát để thành tựu thân nghiệp, ngữ nghiệp, ý nghiệp của Phổ Hiền. Cũng dùng tâm này để phát khởi hạnh tinh tấn rộng lớn của Phổ Hiền, để đầy đủ môn đà la ni âm thanh vô ngại của Phổ Hiền, âm thanh này vang lớn khắp đến mười phương, cũng để đầy đủ môn đà la ni thấy tất cả

Phật của Phổ Hiền, thường thấy tất cả Chư Phật ở mười phương.

Dùng tâm vô trước vô phược giải thoát thành tựu môn đà la ni hiểu rõ tất cả cam thanh, đồng tất cả âm thanh thuyết vô lượng pháp, dùng tâm này để thành tựu môn đà la ni trụ tất cả kiếp của Phổ Hiền, tu hạnh Bồ-Tát khắp mười phương.

Dùng tâm này để thành tựu sức tự tại của Phổ Hiền, ở trong thân một chúng sanh thị hiện tu tất cả hạnh Bồ-Tát cùng tận kiếp vị lai không xen dứt, như nơi thân của một chúng sanh, trong tất cả thân chúng sanh cũng như vậy.

Dùng tâm này để thành tựu sức tự tại của Phổ Hiền vào khắp tất cả đạo tràng, hiện ở khắp trước tất cả Chư Phật mà tu hạnh Bồ-Tát.

Dùng tâm này để thành tựu sức Phật tự tại của Phổ Hiền, ở trong một môn thị hiện trải qua bất khả thuyết bất khả thuyết, kiếp trọn không cùng tận, làm cho tất cả chúng sanh đều được ngộ nhập. Như trong một môn, trong tất cả môn thị hiện cũng như vậy, hiện thân ở khắp trước tất cả Chư Phật.

Dùng tâm này để thành tựu sức tự tại của Phổ Hiền, trong mỗi niệm làm cho bất khả thuyết bất khả thuyết chúng sanh trụ nơi mười trí lực, không hề mệt mỏi.

(Kinh Hoa Nghiêm, phẩm 25. Thập Hồi Hướng)

5.9.c. DÙNG MỘT BÔNG TRANG NGHIÊM TẤT CẢ THẾ GIỚI

Dùng tâm vô trước này để thành tựu sức tự tại của Phổ Hiền, trong thân của tất cả chúng sanh hiện tất cả thần thông tự tại của Phật, làm cho tất cả chúng sanh trụ hạnh Phổ Hiền. Cũng để thành tựu sức tự tại của Phổ Hiền, ở trong ngữ ngôn của tất cả chúng sanh làm ra tất cả ngữ ngôn, cho tất cả chúng sanh đều trụ nơi bực Nhứt thiết trí. Cũng để thành tựu sức tự tại của Phổ Hiền, ở trong thân mỗi chúng sanh dung nạp tất cả thân chúng sanh, khiến họ đều tự cho là trọn nên thân Phật.

Dùng tâm vô trước vô phược giải thoát này để thành tựu sức tự tại của Phổ Hiền, có thể dùng *một bông hoa để trang nghiêm tất cả thế giới ở mười phương.*

(Kinh Hoa Nghiêm, phẩm 25. Thập Hồi Hướng)

5.9.d. DÙNG TÂM VÔ TRƯỚC
ĐỂ THÀNH TỰU HẠNH PHỔ HIỀN

Dùng tâm này để thành tựu sức tự tại thiện tri thức của Phổ Hiền phát âm thanh lớn khắp pháp giới tất cả cõi Phật đều nghe, nhiếp thọ điều phục tất cả chúng sanh.

Dùng tâm giải thoát vô trước vô phược để thành tựu sức tự tại của Phổ Hiền, cùng tận thuở vị lai bất khả thuyết bất khả thuyết kiếp, trong mỗi niệm đều có thể vào khắp tất cả thế giới dùng Phật thần lực mà trang nghiêm tùy ý.

Cũng dùng đây để thị hiện thành Phật xuất thế. Cũng dùng đây để thành tựu Phổ Hiền, một tia sang chiếu khắp tất cả thế giới. Cũng dùng tâm này để thành tựu hạnh Phổ Hiền, được vô lượng trí huệ tất cả thần thông diễn thuyết các pháp.

(Kinh Hoa Nghiêm, phẩm 25. Thập Hồi Hướng)

5.9.e. CHỨNG NHẬP MỘT PHÁP MÔN PHÓNG
VÔ LƯỢNG QUANG MINH CHIẾU THẤU TẤT CẢ
BẤT TƯ NGHÌ PHÁP MÔN

Dùng tâm giải thoát vô trước vô phược để thành tựu hạnh Phổ Hiền vào vô lượng thần thông trí huệ bất tư nghì của Phật suốt tất cả kiếp.

Cũng dùng tâm này để thành tựu hạnh Phổ Hiền, ở khắp pháp giới, chỗ của Chư Phật, dùng thần lực Phật để tu tập tất cả hạnh Bồ-Tát, thân, khẩu, ý không hề mỏi nhọc.

Cũng dùng tâm này để thành tựu hạnh Phổ Hiền: chẳng trái nghĩa, chẳng hoại pháp, biện tài vô tận, lời nói đều thanh tịnh, giáo hóa điều phục tất cả chúng sanh, làm cho họ đều được Vô thượng Bồ đề.

Dùng tâm vô trước vô phược giải thoát tu hạnh Phổ Hiền, lúc *chứng nhập một pháp môn liền phóng vô lượng quang minh chiếu thấu tất cả bất tư nghì pháp môn. Như chứng nhập một pháp môn,* tất cả pháp môn cũng như vậy, đều thông đạt vô ngại, rốt ráo sẽ được bực Nhứt thiết trí.

(Kinh Hoa Nghiêm, phẩm 25. Thập Hồi Hướng)

5.9.f. PHƯƠNG TIỆN TRÍ BIẾT TẤT CẢ PHƯƠNG TIỆN

Dùng tâm giải thoát vô trước vô phược trụ hạnh Bồ-Tát tự tại đối với các pháp, đến nơi cảnh tự tại trang nghiêm của Phổ Hiền, nơi mỗi cảnh giới đều dùng Nhứt thiết trí quan sát chứng nhập nhưng Nhứt thiết trí vẫn không cùng tận. Dùng tâm giải thoát vô trước vô phược, từ đời này đến cùng tận thuở vị lai an trụ nơi hạnh Phổ Hiền thường không xen hở, được Nhứt thiết trí, ngộ bất khả thuyết bất khả thuyết pháp chơn thiệt, đối với các pháp đều rốt ráo không còn mê lầm.

Dùng tâm vô trước vô phược giải thoát tu hạnh Phổ Hiền, phương tiện tự tại được pháp quang minh, đối với công hạnh của Bồ-Tát tu đều rành rẽ vô ngại.

Cũng dùng tâm này tu hạnh Phổ Hiền, được *phương tiện trí biết tất cả phương tiện*, như là : Phương tiện vô lượng, phương tiện bất tư nghì, phương tiện Bồ-Tát, phương tiện Nhứt thiết trí, phương tiện điều phục của tất cả Bồ-Tát, phương tiện chuyển vô lượng pháp luân, phương tiện bất khả thuyết, phương tiện diễn nói các pháp, phương tiện vô biên tế vô úy tạng, phương tiện diễn nói đủ tất cả pháp.

(Kinh Hoa Nghiêm, phẩm 25. Thập Hồi Hướng)

5.9.g. VÌ CHÚNG SANH THỊ HIỆN THÀNH CHÁNH GIÁC

Dùng tâm vô trước vô phược giải thoát an trụ hạnh Phổ Hiền thành tựu thân nghiệp, khiến tất cả chúng sanh đều hoan hỷ khi được thấy, chẳng sanh lòng chê, do đây họ phát tâm Bồ đề trọn không thối chuyển rốt ráo thanh tịnh.

Cũng dùng tâm này tu hạnh Phổ Hiền, được trí thanh tịnh hiểu rõ tất cả ngôn ngữ của chúng sanh, tất cả lời nói ra đều đầy đủ và trang nghiêm, ứng hiệp với khắp chúng sanh đều làm cho họ vui mừng. Cũng dùng tâm này an trụ nơi hạnh Phổ Hiền, lập chí thù thắng, đủ tâm thanh tịnh, được thần thông rộng lớn, trí huệ rộng lớn, đến khắp tất cả thế gian rộng lớn, cõi nước rộng lớn, chúng sanh rộng lớn, diễn nói vô lượng pháp rộng lớn và tạng trang nghiêm viên mãn của Như-Lai.

Dùng tâm vô trước vô phược giải thoát thành tựu viên mãn hạnh nguyện hồi hướng của Phổ Hiền, được thân Phật thanh tịnh, tâm thanh tịnh, hiểu biết thanh tịnh, công đức thanh tịnh ở cảnh giới Phật, trí huệ chiếu khắp, thị hiện công nghiệp thanh tịnh của Bồ-Tát, khéo vào tất cả cú nghĩa sai biệt, vì tất cả chúng sanh thị hiện thành Chánh giác.

(Kinh Hoa Nghiêm, phẩm 25. Thập Hồi Hướng)

5.9.h. THẦN LỰC VÔ LƯỢNG TỰ TẠI TRÍ

Dùng tâm vô trước vô phược giải thoát siêng tu thiện căn hạnh nguyện Phổ Hiền được thiện căn thông lợi, căn điều thuận, căn tất cả pháp tự tại, căn vô tận, căn siêng tu tất cả căn lành, căn cảnh giới bình đẳng của tất cả Phật, căn đại tinh tấn thọ ký tất cả Bồ-Tát bất thối chuyển, căn kim cang giới rõ biết tất cả Phật pháp, căn kim cang diệm trí huệ quang minh của tất cả Phật, căn tự tại phân biệt tất cả căn, căn an lập vô lượng chúng sanh nơi Nhứt thiết trí, căn rộng lớn vô biên, căn viên mãn tất cả, căn thanh tịnh vô ngại.

Dùng tâm vô trước vô phược giải thoát tu hạnh Phổ Hiền được tất cả thần lực của Bồ-Tát như là:

- Thần lực vô lượng quảng đại lực

- Thần lực vô lượng tự tại trí

- Thần lực hiện ở khắp cõi Phật mà thân chẳng động

- Thần lực tự tại vô ngại chẳng dứt

- Thần lực nhiếp khắp tất cả cõi Phật để ở một chỗ

- Thần lực một thân khắp đầy tất cả cõi Phật

- Thần lực giải thoát du hí vô ngại

- Thần lực nhứt niệm tự tại vô tác

- Thần lực trụ vô tánh vô y

- Thần lực thứ tự đặt để bất khả thuyết *thế giới trong một chân lông đi khắp đạo tràng của Chư Phật* trong pháp giới giáo hóa chúng sanh đều làm cho được vào môn trí huệ.

(Kinh Hoa Nghiêm, phẩm 25. Thập Hồi Hướng)

5.9.i. MỘT CHÂN LÔNG BAO TRÙM KHẮP HƯ KHÔNG

Dùng tâm vô trước vô phược giải thoát vào môn Phổ Hiền sanh hạnh Bồ-Tát, dùng trí tự tại trong khoảng một niệm vào khắp vô lượng cõi Phật, một thân dung thọ vô lượng nước Phật, được trí hay trang nghiêm thanh tịnh vô lượng Phật quốc, thường dùng trí huệ xem thấy vô biên Phật độ, vĩnh viễn chẳng khởi tâm Nhị thừa.

Dùng tâm vô trước vô phược giải thoát tu hạnh phương tiện Phổ Hiền vào cảnh giới trí huệ, sanh vào nhà Phật, trụ đạo Bồ-Tát, đầy đủ bất khả thuyết bất khả thuyết vô lượng tâm thù thắng bất tư nghì, thật hành vô lượng nguyện luôn không dứt, rõ biết tất cả pháp giới suốt ba đời.

Dùng tâm vô trước vô phược giải thoát thành tựu pháp môn thanh tịnh Phổ Hiền, nơi *một chân lông bao dung tất cả tận hư không biến pháp giới bất khả thuyết bất khả thuyết thế giới đều làm cho mọi người thấy rõ, như nơi một chân lông, nơi tất cả chân lông mỗi mỗi cũng đều như vậy.*

(Kinh Hoa Nghiêm, phẩm 25. Thập Hồi Hướng)

5.9.j. THÂN NHƯ-LAI RÕ BIẾT LÀ VÔ SỞ ĐẮC

Dùng tâm vô trước vô phược giải thoát thành tựu phương tiện thâm tâm Phổ Hiền, trong khoảng một niệm, hiện bất khả thuyết bất khả thuyết kiếp niệm tâm của một chúng sanh, nhẫn đến hiện ngần ấy kiếp niệm tâm của tất cả chúng sanh cũng như vậy.

Dùng tâm vô trước vô phược giải thoát vào bực phương tiện hồi hướng Phổ Hiền, ở trong một thân đều có thể bao nạp tận pháp giới bất khả thuyết, bất khả thuyết thân, nhưng chúng sanh giới không hề tổn giảm, nhẫn đến tất cả thân khắp pháp giới mỗi mỗi dung nạp cũng đều như vậy.

Dùng tâm vô trước vô phược giải thoát, thành tựu đại nguyện phương tiện Phổ Hiền, lìa bỏ tất cả tưởng điên đảo, tâm điên đảo, kiến điên đảo vào khắp cảnh giới của Chư Phật, thường thấy pháp thân thanh tịnh của Chư Phật đồng hư không giới, tướng tốt trang nghiêm thần thông tự tại, thường dung diệu âm khai thị diễn thuyết không ngại không dứt, khiến người nghe thọ trì đúng pháp, đối với thân Như-Lai rõ biết là vô sở đắc.

(Kinh Hoa Nghiêm, phẩm 25. Thập Hồi Hướng)

5.9.k. ĐEM TẤT CẢ PHÁP GIỚI AN LẬP VÔ LƯỢNG THẾ GIỚI VÀO MỘT THẾ GIỚI

Dùng tâm vô trước vô phược giải thoát tu hạnh Phổ Hiền, trụ bực Bồ-Tát, nơi trong một niệm vào tất cả thế giới. Như là vào *thế giới ngửa, thế giới úp, thế giới rộng lớn bất khả thuyết bất khả thuyết như lưới giăng khắp tất cả mười phương.*

Dùng phương tiện phân biệt nhơn đà la võng phân biệt khắp tất cả pháp giới, đem các thế giới vào một thế giới, đem bất khả thuyết bất khả thuyết vô lượng thế giới vào một thế giới, *đem tất cả pháp giới an lập vô lượng thế giới vào một thế giới*, đem tất cả hư không giới an lập vô lượng thế giới vào một thế giới, nhưng vẫn không hư hoại tướng an lập, đều làm cho được thấy rõ.

(Kinh Hoa Nghiêm, phẩm 25. Thập Hồi Hướng)

5.9.l. CÁC THỨ TÂM TƯỞNG

Dùng tâm vô trước vô phược giải thoát tu tập hạnh nguyện Phổ Hiền, được Phật quán đảnh, ở trong một niệm vào bực phương tiện thành tựu viên mãn trí an trụ các hạnh, có thể rõ biết cả các thứ tâm tưởng, như là :

- Tưởng chúng sanh

- Tưởng Pháp

- Tưởng cõi

- Tưởng phương

- Tưởng Phật

- Tưởng thế

- Tưởng nghiệp

- Tưởng hành

- Tưởng giới

- Tưởng giải

- Tưởng căn

- Tưởng thời

- Tưởng trì

- Tưởng phiền não

- Tưởng thanh tịnh

- Tưởng thành thục

- Tưởng thấy Phật

- Tưởng chuyển pháp luân

- Tưởng nghe pháp hiểu rõ

- Tưởng điều phục

- Tưởng vô lượng

- Tưởng xuất ly

- Tưởng các thứ bực

- Tưởng vô lượng bực

- Tưởng Bồ-Tát rõ biết

- Tưởng Bồ-Tát tu tập

- Tưởng Bồ-Tát tam muội

- Tưởng Bồ-Tát tam muội khởi

- Tưởng Bồ-Tát thành

- Tưởng Bồ-Tát hoại

- Tưởng Bồ-Tát sanh

- Tưởng Bồ-Tát diệt

- Tưởng Bồ-Tát giải thoát

- Tưởng Bồ-Tát tự tại

- Tưởng Bồ-Tát trụ trì

- Tưởng Bồ-Tát cảnh giới

- Tưởng kiếp thành, hoại

- Tưởng sáng

- Tưởng tối

- Tưởng ngày

- Tưởng đêm

- Tưởng nửa tháng, một tháng, một giờ, một năm biến khác

- Tưởng đi, tưởng đến, tưởng đứng

- Tưởng ngồi, tưởng ngủ, tưởng thức.

Các thứ tưởng như vậy, trong một khoảng một niệm đều có thể rõ biết cả, nhưng vẫn lìa tất cả tưởng không hề phân biệt, dứt tất cả chướng, không hề chấp trước, Phật trí tràn đầy nơi tâm, Phật pháp làm lớn căn lành, đồng một thân với Chư Phật, được tất cả Chư Phật nhiếp thọ ly cấu thanh tịnh, với tất cả Phật pháp đều tu học theo đến bờ đại giác.

(Kinh Hoa Nghiêm, phẩm 25. Thập Hồi Hướng)

5.9.m. HẠNH NGHIỆP TRÍ ĐỊA PHỔ HIỀN

Dùng tâm vô trước vô phược giải thoát vì tất cả chúng sanh mà tu hạnh Phổ Hiền sanh trí huệ lớn, ở trong mỗi tâm biết vô lượng tâm, tùy theo chỗ y chỉ, chỗ phân biệt, những chủng tánh, sự tạo tác, các nghiệp dụng, những tướng tạng, chỗ tư giác, các loại chẳng đồng của tâm đều thấy rõ cả.

Dùng tâm vô trước vô phược giải thoát thành tựu nguyện trí lớn Phổ Hiền, ở trong một chỗ biết bất khả thuyết vô lượng chỗ, ở trong tất cả chỗ cũng rõ biết như vậy.

Dùng tâm vô trước vô phược giải thoát tu tập hạnh nghiệp trí địa Phổ Hiền ở trong một nghiệp có thể biết bất khả thuyết vô lượng nghiệp. Thấy rõ những nghiệp đó đều do các nhơn duyên tạo thành. Ở trong tất cả nghiệp cũng đều rõ biết như vậy.

(Kinh Hoa Nghiêm, phẩm 25. Thập Hồi Hướng)

5.9.n. NƠI VÔ LƯỢNG THỜI GIAN DÙNG ÂM THANH CỦA PHẬT ĐỂ THUYẾT PHÁP

Dùng tâm vô trước vô phược giải thoát an trụ nơi hạnh Bồ-Tát được trọn vẹn nhĩ căn vô ngại của Phổ Hiền, ở trong một ngôn âm biết rõ bất khả thuyết vô lượng ngôn âm nhiều loại sai khác nhưng vẫn không chấp trước. Nơi tất cả ngôn âm cũng đều như vậy.

Dùng tâm vô trước vô phược giải thoát tu trí Phổ Hiền, khởi hạnh Phổ Hiền, trụ bực Phổ Hiền ở trong mỗi mỗi pháp diễn nói bất khả thuyết vô lượng pháp, những pháp đó rộng lớn vô lượng sai khác giáo hóa nhiếp thọ tương ứng với phương tiện bất tư nghì.

Nơi vô lượng thời gian, tất cả thời gian, tùy theo chỗ ưa thích, chỗ hiểu biết, theo căn, theo thời của chúng sanh mà dùng âm thanh của Phật để thuyết pháp cho họ.

(Kinh Hoa Nghiêm, phẩm 25. Thập Hồi Hướng)

5.9.o. MỘT ÂM THANH VI DIỆU CHO VÔ LƯỢNG CHÚNG SANH

Dùng một âm thanh vi diệu là cho vô lượng chúng sanh trong vô lượng đạo tràng đều hoan hỷ.

Ở chỗ Chư Phật vô lượng Bồ-Tát dẫy đầy pháp giới mà lập chí thù thắng, sanh tri kiến rộng lớn, rõ biết rốt ráo tất cả hạnh, trụ bực Phổ Hiền, tùy chỗ thuyết pháp, trong mỗi niệm đều chứng nhập được cả. Trong khoảng một sát na thêm lớn vô lượng bất khả thuyết bất khả thuyết trí huệ lớn, thuyết pháp suốt thuở vị lai không cùng tận. Trong tất cả cõi tu tập hạnh rộng lớn đồng hư không, đều thành tựu viên mãn.

Dùng tâm vô trước vô phược giải thoát tu tập những căn hạnh Phổ Hiền thành vua Đại Hạnh. Ở trong mỗi mỗi căn, đều có thể rõ biết vô lượng căn, vô lượng tâm sở thích, diệu hạnh từ cảnh giới bất tư nghì phát sanh.

Dùng tâm vô trước vô phược giải thoát an trụ nơi tâm đại hồi hướng Phổ Hiền hạnh, được trí huệ rõ thấu sắc thậm vi tế, thân thâm vi tế, cõi thậm vi tế, thế thậm vi tế, phương thậm vi tế, thời thậm vi tế, số thậm vi tế, nghiệp báo thậm vi tế, thanh tịnh thậm vi tế.

Tất cả những thứ thậm vi tế như vậy, trong khoảng một niệm đều rõ biết cả mà không lòng kinh sợ, chẳng mê lầm, chẳng tán loạn, chẳng nhiễm nhơ, chẳng ty liệt. Tâm vẫn duyên nơi một, khéo tịch định, khéo phân biệt, khéo an trụ.

(Kinh Hoa Nghiêm, phẩm 25. Thập Hồi Hướng)

5.9.p. TU HẠNH BỒ-TÁT VI TẾ

Dùng tâm vô trước vô phược giải thoát an trụ nơi trí Bồ-Tát, tu hạnh Phổ Hiền không hề mỏi nhọc, có thể biết tất cả:

- Chúng sanh thú rất vi tế

- Chúng sanh tử rất vi tế

- Chúng sanh sanh rất vi tế

- Chúng sanh trụ rất vi tế

- Chúng sanh xứ rất vi tế

- Chúng sanh phẩm loại rất vi tế

- Chúng sanh cảnh giới rất vi tế

- Chúng sanh hạnh rất vi tế

- Chúng sanh thủ trước rất vi tế

- Chúng sanh phan duyên rất vi tế

- Chúng sanh giới rất vi tế như vậy, trong khoảng một niệm đều biết rõ cả.

(Kinh Hoa Nghiêm, phẩm 25. Thập Hồi Hướng)

5.9.q. BỒ-TÁT TRỤ XỨ RẤT VI TẾ

Dùng tâm vô trước vô phược giải thoát lập chí nguyện sâu tu hạnh Phổ Hiền, có thể biết tất cả Bồ-Tát từ sơ phát tâm vì tất cả chúng sanh mà tu hạnh Bồ-Tát rất vi tế:

- Bồ-Tát trụ xứ rất vi tế

- Bồ-Tát thần thông rất vi tế

- Bồ-Tát du hành vô lượng cõi Phật rất vi tế

- Bồ-Tát pháp quang minh rất vi tế

- Bồ-Tát thanh tịnh nhãn rất vi tế

- Bồ-Tát thành tựu tâm thủ thắng rất vi tế

- Bồ-Tát qua đến đạo tràng của Chư Phật rất vi tế

- Bồ-Tát đà la ni môn trí rất vi tế

- Bồ-Tát biện tài vô úy diễn thuyết rất vi tế

- Bồ-Tát vô lượng tam muội tướng rất vi tế

- Bồ-Tát trí thấy tam muội của Chư Phật rất vi tế

- Bồ-Tát trí tam muội thậm thâm rất vi tế

- Bồ-Tát trí tam muội đại trang nghiêm rất vi tế

- Bồ-Tát pháp giới trí tam muội rất vi tế

- Bồ-Tát trí tam muội thần thông tự tại rất vi tế

- Bồ-Tát trí tam muội trụ trì hạnh rộng lớn cùng tận thuở vị lai rất vi tế

- Bồ-Tát trí xuất sanh vô lượng tam muội sai khác rất vi tế

- Bồ-Tát trí tam muội xuất sanh ra trước Chư Phật siêng tu tập cúng dường luôn chẳng bỏ rời rất vi tế

- Bồ-Tát tu hành tất cả trí tam muội thậm thâm rộng rãi không chướng, không ngại rất vi tế

- Bồ-Tát rốt ráo trí tam muội lìa che chướng Nhứt thiết trí địa, trụ trìhạnh trí địa, đại thần thông địa, quyết định nghĩa địa rất vi tế.

Tất cả những sự vi tế như vậy đều có thể biết rõ.

(Kinh Hoa Nghiêm, phẩm 25. Thập Hồi Hướng)

5.9.r. BỒ-TÁT ĐƯỢC PHẬT TẠNG RẤT VI TẾ

Dùng tâm vô trước vô phược giải thoát tu hạnh Phổ Hiền:

- Biết trí an lập của Bồ-Tát rất vi tế

- Bồ-Tát địa rất vi tế

- Bồ-Tát hạnh rất vi tế

- Bồ-Tát xuất sanh hồi hướng rất vi tế

- Bồ-Tát được Phật tạng rất vi tế

- Bồ-Tát quan sát trí rất vi tế

- Bồ-Tát thần thông nguyện lực rất vi tế

- Bồ-Tát diễn thuyết tam muội rất vi tế

- Bồ-Tát tự tại phương tiện rất vi tế

- Bồ-Tát ẩn rất vi tế

- Bồ-Tát nhứt sanh bổ xứ rất vi tế

- Bồ-Tát sanh Đâu Suất Thiên rất vi tế

- Bồ-Tát ở Thiên cung rất vi tế

- Bồ-Tát nghiêm tịnh Phật độ rất vi tế

- Bồ-Tát quan sát nhơn gian rất vi tế

- Bồ-Tát phóng đại quang minh rất vi tế

- Bồ-Tát chủng tộc thù thắng rất vi tế

- Bồ-Tát đạo tràng chúng hội rất vi tế

- Bồ-Tát thọ sanh khắp tất cả thế giới rất vi tế

- Bồ-Tát nơi một thân thị hiện tất cả thân mạng chung rất vi tế

- Bồ-Tát vào thai mẹ rất vi tế, Bồ-Tát trụ thai mẹ rất vi tế

- Bồ-Tát ở trong thai mẹ tự tại thị hiện đạo tràng chúng hội khắp pháp giới rất vi tế

- Bồ-Tát ở trong thai mẹ thị hiện Phật thần lực rất vi tế

- Bồ-Tát thị hiện đản sanh rất vi tế

- Bồ-Tát dũng trí đi bảy bước sư tử rất vi tế

- Bồ-Tát trí phương tiện thị hiện ở vương cung rất vi tế

- Bồ-Tát xuất gia tu hạnh điều phục rất vi tế

- Bồ-Tát tọa đạo tràng dưới cội Bồ đề rất vi tế

- Bồ-Tát phá ma quân thành Vô thượng Chánh giác rất vi tế

- Đức Như-Lai ngồi tòa Bồ đề phóng đại quang minh chiếu khắp cõi nước mười phương rất vi tế

- Đức Như-Lai thị hiện vô lượng thần biến rất vi tế

- Đức Như-Lai sư tử hống đại Niết Bàn rất vi tế

- Đức Như-Lai điều phục tất cả chúng sanh mà vẫn vô ngại rất vi tế

- Đức Như-Lai sức tự tại bất tư nghì tâm Bồ đề như Kim Cang rất vi tế

- Đức Như-Lai hộ niệm khắp tất cả thế gian rất vi tế

- Đức Như-Lai ở khắp tất cả thế giới làm Phật sự tột kiếp vị lai không thôi nghỉ rất vi tế

- Đức Như-Lai thần lực vô ngại cùng khắp pháp giới rất vi tế

- Đức Như-Lai hiện thành Phật khắp pháp giới hư không giới điều phục chúng sanh rất vi tế

- Đức Như-Lai nơi một thân Phật hiện vô lượng thân Phật rất vi tế

- Đức Như-Lai trí huệ tự tại đều ngự đạo tràng suốt quá khứ, vị lai, hiện tại rất vi tế.

(Kinh Hoa Nghiêm, phẩm 25. Thập Hồi Hướng)

5.9.s. THẦN THÔNG NGUYỆN LỰC

Những sự vi tế như vậy Bồ-Tát đều có thể rõ biết cả và đều thành tựu thanh tịnh:

- Có thể thị hiện khắp tất cả thế gian

- Nơi trong mỗi niệm thêm lớn trí huệ

- Viên mãn phương tiện thiện xảo bất thối

- Tu hạnh Bồ-Tát không thôi nghỉ

- Thành tựu bực Phổ Hiền hồi hướng

- Đầy đủ tất cả công đức của Như-Lai

- Trọn chẳng nhàm bỏ hạnh Bồ-Tát

- Xuất sanh vô lượng phương tiện cảnh giới

- Hiện tiền của Bồ-Tát thảy đều thanh tịnh

- Muốn an ổn khắp tất cả chúng sanh tu hạnh Bồ-Tát

- Thành tựu bực Bồ-Tát có oai đức lớn

- Tâm nguyện của Bồ-Tát

- Môn Kim Cang Tràng hồi hướng

- Xuất sanh tạng pháp giới công đức

- Chư Phật hộ niệm

- Vào pháp môn thâm diệu của Bồ-Tát

- Diễn nói tất cả nghĩa chơn thiệt thiện xảo đối với các pháp không hề sai lỗi

- Khởi thệ nguyện lớn chẳng bỏ chúng sanh

- Trong khoảng một niệm biết hết tất cả tạng cảnh giới là tâm địa hay chẳng phải tâm địa

- Nơi chỗ chẳng phải tâm thị hiện sanh ra tâm

- Xa lìa ngôn ngữ mà an trụ nơi trí huệ

- Đồng hạnh với chư Bồ-Tát

- Dùng sức tự tại thị hiện thành Phật đạo

- Tột thuở vị lai luôn không thôi nghỉ

- Tất cả thế gian chúng sanh kiếp số do ngôn thuyết vọng tưởng kiến lập, Bồ-Tát dùng thần thông nguyện lực đều có thể thị hiện.

(Kinh Hoa Nghiêm, phẩm 25. Thập Hồi Hướng)

5.9.t. TRÍ BIẾT RÕ CHÚNG SANH GIỚI VI TẾ

Dùng tâm vô trước vô phược giải thoát tu hạnh Phổ Hiền được trí rõ biết tất cả chúng sanh giới rất vi tế. Những là :

- Trí rất vi tế biết sự phân biệt của chúng sanh giới

- Trí rất vi tế biết ngôn thuyết của chúng sanh giới

- Trí rất vi tế biết sự chấp trước của chúng sanh giới

- Trí rất vi tế biết dị loại của chúng sanh giới

- Trí rất vi tế biết đồng loại của chúng sanh giới

- Trí rất vi tế biết vô lượng thú của chúng sanh giới

- Trí rất vi tế biết các thứ phân biệt tạo tác bất tư nghì của chúng sanh giới

- Trí rất vi tế biết vô lượng tạp nhiễm của chúng sanh giới

- Trí rất vi tế biết vô lượng thanh tịnh của chúng sanh giới.

(Kinh Hoa Nghiêm, phẩm 25. Thập Hồi Hướng)

5.9.u. TU HẠNH PHỔ HIỀN NƠI TẤT CẢ THẾ GIỚI

Tất cả cảnh giới rất vi tế của chúng sanh giới như vậy, trong khoảng một niệm:

- Bồ-Tát dùng trí huệ đều có thể biết như thiệt

- Nhiếp khắp chúng sanh mà thuyết pháp cho họ

- Khai thị những pháp môn thanh tịnh

- Khiến họ tu tập trí huệ rộng lớn của Bồ-Tát

- Hóa thân vô lượng ai thấy cũng đều hoan hỷ

- Dùng trí nhựt quang chiếu tâm Bồ-Tát làm cho khai ngộ trí huệ tự tại.

Dùng tâm vô trước vô phược giải thoát, vì tất cả chúng sanh tu hạnh Phổ Hiền nơi tất cả thế giới, được trí rất vi tế biết tột hư không giới pháp giới tất cả thế giới.

(Kinh Hoa Nghiêm, phẩm 25. Thập Hồi Hướng)

5.9.v. TRÍ RẤT VI TẾ BIẾT VỀ THẾ GIỚI

- Trí rất vi tế biết tiểu thế giới

- Trí rất vi tế biết đại thế giới

- Trí rất vi tế biết thế giới tạp nhiễm

- Trí rất vi tế biết thế giới thanh tịnh

- Trí rất vi tế biết vô tỷ thế giới

- Trí rất vi tế biết các loại thế giới

- Trí rất vi tế biết thế giới rộng

- Trí rất vi tế biết thế giới hẹp

- Trí rất vi tế biết thế giới vô ngại trang nghiêm

- Trí rất vi tế biết Phật xuất hiện khắp tất cả thế giới

- Trí rất vi tế thuyết chánh pháp khắp tất cả thế giới

- Trí rất vi tế hiện than khắp tất cả thế giới

- Trí rất vi tế phóng đại quang minh chiếu khắp tất cả thế giới

- Trí rất vi tế thị hiện Phật tự tại thần thông khắp tất cả thế giới

- Trí rất vi tế dùng một âm thanh hiển thị tất cả âm thanh khắp tất cả thế giới

- Trí rất vi tế vào tất cả đạo tràng của Chư Phật khắp tất cả thế giới

- Trí rất vi tế đem tất cả Phật độ trong pháp giới làm một Phật độ

- Trí rất vi tế đem một Phật độ làm tất cả Phật độ trong pháp giới

- Trí rất vi tế biết tất cả thế giới như giấc mộng

- Trí rất vi tế biết tất cả thế giới như ảnh tượng

- Trí rất vi tế biết tất cả thế giới như huyễn hóa.

(Kinh Hoa Nghiêm, phẩm 25. Thập Hồi Hướng)

5.9.u. TRÍ RẤT VI TẾ QUÁN SÁT TẤT CẢ PHÁP GIỚI VÔ SỞ NGẠI

Bồ-Tát rõ biết xuất sanh tất cả đạo Bồ-Tát như vậy, chứng nhập công hạnh trí huệ thần thông Phổ Hiền, được:

- Phổ Hiền quán

- Bồ-Tát hạnh luôn không thôi nghỉ

- Tất cả thần biến tự tại của Phật

- Thân vô ngại trụ nơi trí vô y

- Thủ trước nơi các pháp lành

- Tâm có phát sanh đều vô sở đắc

- Tưởng niệm xa lìa đối với tất cả chỗ

- Hạnh Bồ-Tát có quan niệm tịnh tu

- Nơi Nhứt thiết trí không quan niệm thủ chấp

- Dùng các môn tam muội mà tự trang nghiêm

- Trí huệ tùy thuận tất cả pháp giới.

(Kinh Hoa Nghiêm, phẩm 25. Thập Hồi Hướng)

5.9.v. TRÍ RẤT VI TẾ TRONG KHOẢNG MỘT NIỆM KHẮP TẤT CẢ PHÁP GIỚI

Dùng tâm vô trước vô phược giải thoát vào hạnh môn Phổ Hiền:

- Bồ-Tát được trí rất vi tế biết vô lượng pháp giới

- Trí rất vi tế diễn thuyết tất cả pháp giới

- Trí rất vi tế vào pháp giới rộng lớn

- Trí rất vi tế phân biệt pháp giới bất tư nghì

- Trí rất vi tế phân biệt tất cả pháp giới

- Trí rất vi tế trong khoảng một niệm khắp tất cả pháp giới

- Trí rất vi tế vào khắp tất cả pháp giới

- Trí rất vi tế biết tất cả pháp giới là vô sở đắc

- Trí rất vi tế quán sát tất cả pháp giới vô sở ngại

- Trí rất vi tế biết tất cả pháp giới vô sanh

- Trí rất vi tế hiện thần biến nơi tất cả pháp giới.

(Kinh Hoa Nghiêm, phẩm 25. Thập Hồi Hướng)

5.9.w. TỰ TẠI HIỂN THỊ HẠNH PHỔ HIỀN

Tất cả pháp giới rất vi tế như vậy, Bồ-Tát dùng trí rộng lớn đều biết như thiệt:

- Các pháp đều được tự tại hiển thị hạnh Phổ Hiền làm cho tất cả chúng sanh thảy đều đầy đủ, chẳng bỏ nghĩa, chẳng chấp pháp

- Xuất sanh trí bình đẳng vô ngại, biết căn bổn vô ngại

- Chẳng trụ nơi tất cả pháp, chẳng hư hoại tánh của các pháp, như thiệt không nhiễm dường như hư không

- Tùy thuận thế gian mà phát khởi lời nói diễn bày nghĩa chơn thiệt

- Chỉ tánh tịch diệt, nơi tất cả cảnh không y tựa không trụ trước

- Không phân biệt, thấy rõ pháp giới an lập rộng lớn

- Kiểu các thế gian và tất cả pháp đều bình đẳng không hai, lìa tất cả chấp.

(Kinh Hoa Nghiêm, phẩm 25. Thập Hồi Hướng)

5.9.x. TRÍ BIẾT TẤT CẢ KIẾP SỐ RẤT VI TẾ

Dùng tâm vô trước vô phược giải thoát tu hạnh Phổ Hiền phát sanh trí biết tất cả kiếp rất vi tế. Những là:

- Trí đem bất khả thuyết kiếp làm một niệm rất vi tế

- Trí đem một niệm làm bất khả thuyết kiếp rất vi tế

- Trí đem vô số kiếp cho vào một kiếp rất vi tế

- Trí đem một kiếp cho vào vô số kiếp rất vi tế

- Trí đem kiếp dài cho vào kiếp ngắn rất vi tế

- Trí đem kiếp ngắn cho vào kiếp dài rất vi tế, trí vào kiếp có Phật, kiếp không Phật rất vi tế

- Trí biết tất cả kiếp số rất vi tế

- Trí biết tất cả kiếp phi kiếp rất vi tế

- Trí trong khoảng một niệm thấy tất cả kiếp suốt quá khứ, vị lai, hiện tại rất vi tế.

(Kinh Hoa Nghiêm, phẩm 25. Thập Hồi Hướng)

5.9.y. THÂN NGHIỆP CỦA NHƯ-LAI
SUNG ĐẦY NƠI THÂN CỦA BỒ-TÁT

Tất cả những kiếp rất vi tế như vậy, Bồ-Tát dùng Phật trí trong khoảng một niệm đều biết rõ như thiệt:

- Những tâm viên mãn hạnh vương của Bồ-Tát

- Tâm vào hạnh Phổ Hiền

- Tâm lìa tất cả phân biệt đi đạo hý luận

- Tâm phát đại nguyện không mỏi nghỉ

- Tâm thấy khắp vô lượng Phật đầy trong vô lượng thế giới

- Tâm có thể nghe và thọ trì thiện căn của Phật và hạnh của Bồ-Tát

- Tâm đối với hạnh rộng lớn an ủi tất cả chúng sanh khi nghe rồi thời chẳng quên

- Tâm có thể hiện Phật xuất thế trong tất cả kiếp

- Tâm nơi mỗi mỗi thế giới tột kiếp vị lai thật hành hạnh Bất động không thôi nghỉ

- Tâm nơi trong tất cả thế giới dùng thân nghiệp của Như-Lai sung đầy nơi thân của Bồ-Tát.

(Kinh Hoa Nghiêm, phẩm 25. Thập Hồi Hướng)

5.9.z. PHÁP AN LẬP TẤT CẢ PHÁP

Dùng tâm vô trước vô phược giải thoát tu hạnh Phổ Hiền thành bất thối chuyển được trí biết tất cả pháp rất vi tế. Những là:

- Trí biết pháp thậm thâm rất vi tế

- Trí biết pháp rộng lớn rất vi tế

- Trí biết các loại pháp rất vi tế

- Trí biết pháp trang nghiêm rất vi tế

- Trí biết pháp vô lượng rất vi tế

- Trí biết tất cả pháp vào một pháp rất vi tế

- Trí biết một pháp vào tất cả pháp rất vi tế

- Trí biết tất cả pháp vào chẳng phải pháp rất vi tế

- Trí trong không pháp an lập tất cả pháp mà chẳng trái nhau rất vi tế

- Trí vào tất cả phương tiện Phật pháp không sót thừa rất vi tế.

Những trí vi tế nơi tất cả pháp do tất cả ngôn thuyết an lập trong tất cả thế giới cũng đồng như vậy.

Những trí đó đều vô ngại biết đúng như thật, được vào nơi tâm vô biên pháp giới. Nơi mỗi mỗi pháp giới thâm tâm kiên trụ thành hạnh vô ngại.

(Kinh Hoa Nghiêm, phẩm 25. Thập Hồi Hướng)

5.9. aa. XUẤT SANH VÔ LƯỢNG PHƯƠNG TIỆN THIỆN XẢO

Dùng Nhứt thiết trí đầy khắp các căn vào nơi Phật trí, chánh niệm phương tiện thành tựu công đức rộng lớn của Chư Phật:

- Đầy khắp pháp giới

- Vào khắp thân của tất cả Như-Lai

- Hiển hiện những thân nghiệp của chư Bồ-Tát

- Tùy thuận ngôn từ của tất cả thế giới

- Diễn thuyết chánh pháp

- Ý nghiệp trí huệ do thần lực của Chư Phật gia hộ

- Xuất sanh vô lượng phương tiện thiện xảo, trí Bát Nhã phân biệt các pháp.

(Kinh Hoa Nghiêm, phẩm 25. Thập Hồi Hướng)

5.9.ab. TRÍ BIẾT TẤT CẢ HẠNH XUẤT THẾ

Dùng tâm vô trước vô phược giải thoát tu hạnh Phổ Hiền xuất sanh tất cả trí rất vi tế. Những là:

- Trí biết tất cả cõi rất vi tế

- Trí biết tất cả chúng sanh rất vi tế

- Trí biết quả báo của tất cả pháp rất vi tế

- Trí biết tâm của tất cả chúng sanh vi tế

- Trí biết tất cả thời gian thuyết pháp rất vi tế

- Trí biết tất cả pháp giới rất vi tế

- Trí biết tất cả không gian và suốt thời gian rất vi tế

- Trí biết tất cả đường ngữ ngôn rất vi tế

- Trí biết tất cả hạnh thế gian rất vi tế

- Trí biết tất cả hạnh xuất thế rất vi tế

- Trí biết tất cả đạo Như-Lai, tất cả đạo Bồ-Tát, tất cả đạo chúng sanh rất vi tế

- Tu hạnh Phổ Hiền, trụ đạo Phổ Hiền hoặc văn hoặc nghĩa đều biết như thiệt, phát sanh trí như ảnh, như mộng, như huyễn, như hưởng, như hóa, như không, phát sanh trí tịch diệt, trí tất cả pháp giới, trí vô sở y, trí tất cả Phật pháp.

(Kinh Hoa Nghiêm, phẩm 25. Thập Hồi Hướng)

5.9.ac. CHẲNG PHÂN BIỆT HOẶC PHÁP HOẶC TRÍ

Đại Bồ-Tát dùng tâm vô trước vô phược giải thoát hồi hướng

- Chẳng phân biệt hoặc thế gian, hoặc pháp thế gian

- Chẳng phân biệt hoặc Bồ đề hoặc Bồ đề Tát đỏa

- Chẳng phân biệt hoặc hạnh Bồ-Tát hoặc đạo xuất ly

- Chẳng phân biệt hoặc Phật hoặc tất cả Phật pháp

- Chẳng phân biệt hoặc điều phục chúng sanh hoặc chẳng điều phục chúng sanh

- Chẳng phân biệt hoặc thiện căn hoặc hồi hướng

- Chẳng phân biệt hoặc tự hoặc tha

- Chẳng phân biệt hoặc vật bố thí hoặc người thọ thí

- Chẳng phân biệt hoặc Bồ-Tát hạnh hoặc Đẳng Chánh Giác

- Chẳng phân biệt hoặc pháp hoặc trí.

(Kinh Hoa Nghiêm, phẩm 25. Thập Hồi Hướng)

5.9.ad. TRÍ VÔ TRƯỚC VÔ PHƯỢC GIẢI THOÁT

Đại Bồ-Tát đem thiện căn đây hồi hướng như vầy:

-Tâm vô trước vô phược giải thoát

- Thân vô trước vô phược giải thoát

- Khẩu vô trước vô phược giải thoát

- Nghiệp vô trước vô phược giải thoát

- Báo vô trước vô phược giải thoát

- Thế gian vô trước vô phược giải thoát

- Phật độ vô trước vô phược giải thoát

- Chúng sanh vô trước vô phược giải thoát

- Pháp vô trước vô phược giải thoát

- Trí vô trước vô phược giải thoát.

(Kinh Hoa Nghiêm, phẩm 25. Thập Hồi Hướng)

5.9.ae. HỌC QUÁ KHỨ, HIỆN TẠI, VỊ LAI CHƯ PHẬT HỒI HƯỚNG

Lúc đại Bồ-Tát hồi hướng như vậy đúng như tam thế Chư Phật hồi hướng lúc còn tu hạnh Bồ-Tát:

- Học quá khứ Chư Phật hồi hướng, thành vị lai Chư Phật hồi hướng, trụ hiện tại Chư Phật hồi hướng

- An trụ nơi đạo hồi hướng của Chư Phật quá khứ, chẳng bỏ đạo hồi hướng của Chư Phật vị lai

- Tùy thuận đạo hồi hướng của Chư Phật hiện tại, siêng tu giáo pháp của Chư Phật vị lai rõ biết giáo pháp của Chư Phật hiện tại

- Đầy đủ bình đẳng của Chư Phật quá khứ, thành tựu bình đẳng của Chư Phật vị lai

- An trụ bình đẳng của Chư Phật hiện tại; đi nơi cảnh giới của Chư Phật quá khứ, trụ nơi cảnh giới của Chư Phật vị lai, đồng với cảnh giới của Chư Phật hiện tại

- Thiện căn của tam thế Chư Phật, đủ chủng tánh của tam thế Chư Phật, trụ nơi công hạnh của tam thế Chư Phật, thuận với cảnh giới của tam thế Chư Phật.

(Kinh Hoa Nghiêm, phẩm 25. Thập Hồi Hướng)

5.9.af. TU HẠNH BỒ-TÁT TỘT KIẾP VỊ LAI

Đại Bồ-Tát lúc trụ bực hồi hướng này, tất cả núi Kim Cang Luân Vi đều không thể chướng hoại.

Được sắc tướng đệ nhứt trong tất cả chúng sanh không ai bằng.

Có thể phá các ma, các tà nghiệp.

Hiện tu hạnh Bồ-Tát khắp tất cả thế giới mười phương.

Vì muốn khai ngộ tất cả chúng sanh nên dùng phương tiện

khéo diễn nói Phật pháp được trí huệ lớn.

Tâm không còn mê lầm đối với Phật pháp.

Hiện thọ sanh nơi chốn nào, hoặc đi hoặc ở thường được gặp quyến thuộc vững bền.

Dùng tâm niệm thanh tịnh đều có thể thọ trì chánh pháp của tam thế Chư Phật diễn xướng.

Tu hạnh Bồ-Tát tột kiếp vị lai luôn không thôi nghỉ, không dựa, không chấp. Thêm lớn đầy đủ hạnh nguyện Phổ Hiền, được Nhứt thiết trí ra làm Phật sự, thành tựu thần thông tự tại của Bồ-Tát.

(Kinh Hoa Nghiêm, phẩm 25. Thập Hồi Hướng)

5.9.ag. KIM CANG TRÀNG BỒ-TÁT NÓI KỆ

Bấy giờ Kim Cang Tràng Bồ-Tát thừa thần lực của Phật, quan sát khắp mười phương rồi nói kệ rằng:

Đấng Vô thượng ở khắp mười phương

Chẳng hề dám sanh tâm khinh mạn

Tùy thuận công đức của Phật tu

Và cũng cung kính sanh tôn trọng.

Đã tu tất cả những công đức

Chẳng vì tự mình và người khác

Thường dùng tâm thắng giải tối thượng

Lợi ích chúng sanh nên hồi hướng.

Chưa từng tạm khởi lòng cao mạn

Và cũng chẳng sanh ý hạ liệt

Bao nhiêu công hạnh của Như-Lai

Bồ-Tát đều học siêng tu tập.

Bao nhiêu căn lành đã tu tập

Đều vì lợi ích khắp quần sanh

Trụ nơi thâm tâm trí rộng lớn

Hồi hướng bực phước trí vô thượng.

(Kinh Hoa Nghiêm, phẩm 25. Thập Hồi Hướng)

5.9.ah. MỘT CHÂN LÔNG THẤY RÕ CẢ

Vô lượng sai biệt ở thế gian

Các môn thiện xảo, việc kỳ đặc

Thô tế rộng lớn và rất sâu

Tu hành tất cả đều thấu rõ.

Bao nhiêu thân hình ở thế gian

Đem thân bình đẳng vào trong đó

Nơi đây tu hành được tỏ ngộ

Thành tựu trí huệ không thối chuyển.

Cõi nước thế gian vô lượng thứ

Nhỏ, lớn, rộng, hẹp sai khác nhau

Bồ-Tát hay dùng môn trí huệ

Trong một chân lông thấy rõ cả.

(Kinh Hoa Nghiêm, phẩm 25. Thập Hồi Hướng)

5.9.ai. CHƯ PHẬT SỨC TỰ TẠI

Ở trong mỗi niệm đều thấy rõ

Vô lượng kiếp số bất tư nghì

Ba đời như thế không có thừa

Tu hành đầy đủ hạnh Bồ-Tát.

Bình đẳng vào trong tất cả tâm

Bình đẳng vào trong tất cả pháp

Hư không Phật độ cũng khắp vào

Công hạnh trên đây đều biết rõ.

Phát sanh trí huệ biết chúng sanh

Trí huệ biết pháp cũng được phát

Bồ-Tát thần thông cũng như vậy

Tất cả trí lực không cùng tận.

Quá khứ, vị lai và hiện tại

Các cõi tất cả đức Như-Lai

Nếu ai biết đây mà hồi hướng

Hạnh mình hạnh Phật đều bình đẳng.

Nếu ai hay tu hạnh hồi hướng

Thời là học đạo của Phật làm

Sẽ được tất cả Phật công đức

Và được tất cả Phật trí huệ.

(Kinh Hoa Nghiêm, phẩm 25. Thập Hồi Hướng)

5.10. NHẬP PHÁP GIỚI VÔ LƯỢNG HỒI HƯỚNG

5.10.1. MẶT TRỜI PHÁP CHO TẤT CẢ CHÚNG SANH

Trụ ngôi Pháp Sư rộng thật hành pháp thí, khởi lòng đại từ đại bi an lập chúng sanh nơi tâm Bồ đề, thường làm việc lợi ích không hề thôi nghỉ. Dùng tâm Bồ đề để nuôi căn lành. Làm đức thầy Điều ngự cho tất cả chúng sanh, dạy đạo Nhứt thiết trí. Làm mặt trời pháp cho tất cả chúng sanh, dùng ánh sáng căn lành soi khắp tất cả.

Tâm Bồ-Tát luôn Bồ đề đối với chúng sanh, tu các hạnh lành không hề thôi dứt.

Tâm Bồ-Tát thanh tịnh trí huệ tự tại, chẳng bỏ tất cả tất cả thiện căn đạo nghiệp. Làm thượng chủ đại trí cho tất cả chúng sanh, dắt dẫn họ vào nơi đạo chơn chánh an ổn.

Bồ-Tát làm hướng đạo cho chúng sanh khiến họ tu tập tất cả pháp lành. Bồ-Tát làm thiện hữu vững vàng bất hoại cho tất cả chúng sanh, khiến thiện căn của họ được tăng trưởng thành tựu.

(Kinh Hoa Nghiêm, phẩm 25. Thập Hồi Hướng)

5.10.2. BỐ THÍ LÀM ĐẦU

Bực đại Bồ-Tát này lấy pháp thí làm đầu, phát sanh tất cả pháp lành thanh tịnh, nhiếp thọ xu hướng tâm Nhứt thiết trí, nguyện lực thù thắng rốt ráo kiên cố càng thêm thành tựu, đủ oai đức lớn, nương thiện tri thức, lòng không dua dối, tư duy quan sát môn Nhứt thiết trí vô biên cảnh giới.

Nguyện được tu tập thành tựu tất cả cảnh giới rộng lớn vô ngại.

Đại Bồ-Tát vì chúng sanh mà tu phạm hạnh thanh tịnh

An trụ nơi hạnh không điên đảo

Đem thiện căn do pháp thí mà hồi hướng cho chúng sinh:

Thành tựu Nhất thiết trí

Thành tựu viên mãn phước báu như Bồ-Tát

Như pháp giới vô lượng, thiện căn hồi hướng cũng như vậy

Như pháp giới một tánh, thiện căn hồi hướng cũng đồng một trí tánh với tất cả chúng sanh.

Hồi hướng như tánh vô khởi, vô sở y, tánh không vô tánh, tánh tịch tịnh, tánh không thiên động của pháp giới

Thành tựu oai lực hạnh thanh tịnh

Hồi hướng để an trụ pháp giới vô lượng trụ, vô lượng thân khẩu ý bình đẳng

An trụ nơi pháp giải thoát vô thượng Thập lực, Tứ vô úy, thần thông tự tại, công đức rộng lớn.

(Kinh Hoa Nghiêm, phẩm 25. Thập Hồi Hướng)

5.10.3. PHẠM HẠNH TỊCH TỊNH

Bồ-Tát này dùng thiện phương tiện đại thệ trang nghiêm, mỗi

mỗi đều là suốt kiếp vị lai, không hề rời tưởng niệm Chư Phật, các bực thiện tri thức, thường thấy Chư Phật hiện thân ở trước mình. Không có một Đức Phật nào xuất thế mà không được gần gũi.

Phạm hạnh tịch tịnh của tất cả Chư Phật và chư Bồ-Tát đã khen, đã nói đều thệ nguyện tu hành viên mãn như:

- Phạm hạnh chẳng phá

- Phạm hạnh chẳng khuyết

- Phạm hạnh chẳng tạp

- Phạm hạnh chẳng nhơ

- Phạm hạnh không lỗi

- Phạm hạnh không bị che

- Phạm hạnh được Phật khen

- Phạm hạnh vô sở y

- Phạm hạnh vô sở đắc

- Phạm hạnh thanh tịnh lợi ích cho Bồ-Tát

- Phạm hạnh của tam thế Chư Phật đã tu

- Phạm hạnh vô ngại

- Phạm hạnh vô trước

- Phạm hạnh vô tránh

- Phạm hạnh vô diệt

- Phạm hạnh an trụ

- Phạm hạnh vô tỷ

- Phạm hạnh vô động

- Phạm hạnh vô loạn

- Phạm hạnh vô sân.

(Kinh Hoa Nghiêm, phẩm 25. Thập Hồi Hướng)

5.10.4. KHẮP TẤT CẢ CHÚNG SANH

Đại Bồ-Tát nếu có thể vì mình mà tu hành những phạm hạnh

thanh tịnh như vậy, thời có thể:

- Vì khắp tất cả chúng sanh

- Tất cả đều được an trụ

- Làm cho tất cả đều được hiểu rõ

- Thành tựu

- Thanh tịnh

- Vô cấu

- Chói sáng

- Lìa trần nhiễm

- Không chướng lòa

- Lìa nhiệt não, đều lìa triền phược, đều lìa hẳn sự ác, nhẫn đến làm cho tất cả chúng sanh đều không những não hại, rốt ráo thanh tịnh.

(Kinh Hoa Nghiêm, phẩm 25. Thập Hồi Hướng)

5.10.5. TỰ MÌNH PHẠM HẠNH MỚI HƯỚNG DẪN NGƯỜI KHÁC PHẠM HẠNH

Vì đại Bồ-Tát nếu tự mình ở nơi phạm hạnh chẳng được thanh tịnh thời không thể làm người khác thanh tịnh

- Nếu có thối chuyển thời không thể làm người khác chẳng thối chuyển, nếu có lỗn hư thời không thể làm người khác không lỗi hư

- Nếu có xa lìa thời không thể làm người khác thường chẳng lìa

- Nếu có giải đãi thời không thể làm người khác chẳng giải đãi, chẳng tin chắc thời không thể làm người khác tin chắc

- Nếu chẳng an trụ thời không thể làm người khác an trụ

- Nếu chẳng chứng nhập thời không thể làm người khác chứng nhập

- Nếu có buông bỏ thời không thể làm người khác chẳng buông bỏ, nhẫn đến tự mình đối với phạm hạnh

- Nếu có tán động thời không thể làm cho tâm người khác

458

chẳng tán động.

(Kinh Hoa Nghiêm, phẩm 25. Thập Hồi Hướng)

5.10.6. GIÚP CHÚNG SANH AN TRỤ NƠI CHÁNH PHÁP

Vì đại Bồ-Tát đã an trụ nơi hạnh không điên đảo, nói pháp không điên đảo, lời nói thành thiệt, tu hành đúng lời Phật dạy, thân, khẩu, ý thanh tịnh lìa những tạp nhiễm, trụ hạnh vô ngại, diệt tất cả chướng.

Đại Bồ-Tát tự mình đã được tâm thanh tịnh mà vì người khác nói pháp tâm thanh tịnh, tự tu hạnh hòa nhẫn dùng thiện căn điều phục tâm mình, rồi làm người khác cũng tu hạnh hòa nhẫn dùng các thiện căn điều phục tâm mình, tự đã lìa nghi hối cũng làm người khác lìa hẳn nghi hối, tự được đức tin thanh tịnh cũng làm người khác được tịnh tín chẳng hư hoại, tự an trụ chánh pháp cũng làm cho chúng sanh an trụ nơi chánh pháp.

(Kinh Hoa Nghiêm, phẩm 25. Thập Hồi Hướng)

5.10.7. NHẬP HỒI HƯỚNG BỒ-TÁT
VÔ LƯỢNG KHẮP PHÁP GIỚI

Đại Bồ-Tát lại đem thiện căn do pháp thí mà có, để hồi hướng như vầy:

Nguyện cho tôi được vô tận pháp môn của Chư Phật rồi vì khắp chúng sanh mà phân biệt diễn nói cho họ đều hoan hỷ thỏa mãn, dẹp trừ tất cả dị luận ngoại đạo.

Nguyện tôi có thể vì tất cả chúng sanh diễn nói chánh pháp của tam thế Chư Phật, đối với sự sanh khởi của mỗi mỗi pháp, nghĩa lý của mỗi mỗi pháp, danh ngôn của mỗi mỗi pháp, an lập của mỗi mỗi pháp, giải thuyết của mỗi mỗi pháp, hiển thị của mỗi mỗi pháp, môn hộ của mỗi mỗi pháp, ngộ nhập của mỗi mỗi pháp, quan sát của mỗi mỗi pháp, phận vị của mỗi mỗi pháp, tôi đều được vô biên vô tận pháp tạng, được vô sở úy, đủ tứ biện tài vì chúng sanh mà phân biệt giải thuyết vô cùng vô tận suốt thuở vị lai.

Trên đây là đại Bồ-Tát đem các thiện căn để hồi hướng, vì muốn cho chúng sanh đều được thành tựu Nhứt thiết trí.

(Kinh Hoa Nghiêm, phẩm 25. Thập Hồi Hướng)

5.10.8. NGUYỆN TẤT CẢ CHÚNG SANH ĐƯỢC ĐỒNG NHƯ BỒ-TÁT

Đại Bồ-Tát lại đem thiện căn hồi hướng như vầy:

- Vì muốn thấy vô lượng Chư Phật khắp pháp giới

- Vì điều phục vô lượng chúng sanh khắp pháp giới

- Vì trụ trì vô lượng cõi Phật khắp pháp giới

- Vì chứng vô lượng trí Bồ-Tát khắp pháp giới

- Vì được vô úy vô lượng khắp pháp giới

- Vì thành vô lượng đà la ni của Bồ-Tát khắp pháp giới

- Vì được an trụ vô lượng bất tư nghì của Bồ-Tát khắp pháp giới

- Vì đủ vô lượng công đức khắp pháp giới

- Vì đầy vô lượng thiện căn lợi ích chúng sanh khắp pháp giới.

Đại Bồ-Tát lại nguyện do căn lành này khiến tôi được phước đức bình đẳng, trí huệ bình đẳng, lực bình đẳng, vô úy bình đẳng, thanh tịnh bình đẳng, tự tại bình đẳng, chánh giác bình đẳng, thuyết pháp bình đẳng, nghĩa bình bình đẳng, quyết định bình đẳng, thần thông bình đẳng. Tất cả pháp trên đây đều được viên mãn.

Tôi được như thế nào, nguyện tất cả chúng sanh cũng đồng được như tôi.

(Kinh Hoa Nghiêm, phẩm 25. Thập Hồi Hướng)

5.10.9. PHÁP GIỚI VÔ LƯỢNG TRÍ HUỆ VÔ LƯỢNG

Đại Bồ-Tát lại đem thiện căn hồi hướng như vầy:

Như pháp giới vô lượng, thiện căn hồi hướng cũng như vậy, được trí huệ vô lượng.

Như pháp giới vô biên, thiện căn hồi hướng cũng như vậy, thấy Chư Phật vô biên.

Như pháp giới vô hạn, thiện căn hồi hướng cũng như vậy, đến vô hạn Phật độ.

Như pháp giới vô tế, thiện căn hồi hướng cũng như vậy, nơi tất cả thế giới tu hạnh Bồ-Tát không có tế hạn.

Như pháp giới vô đoạn, thiện căn hồi hướng cũng như vậy, an trụ Nhứt thiết trí trọn chẳng đoạn tuyệt.

Như pháp giới một tánh, thiện căn hồi hướng cũng vậy đồng một trí tánh với tất cả chúng sanh.

Như pháp giới tự tánh thanh tịnh, thiện căn hồi hướng cũng vậy, làm cho tất cả chúng sanh được rốt ráo thanh tịnh.

Như pháp giới tùy thuận, thiện căn hồi hướng cũng như vậy, làm cho tất cả chúng sanh đều tùy thuận hạnh nguyện Phổ Hiền.

Như pháp giới trang nghiêm, thiện căn hồi hướng cũng vậy, làm cho tất cả chúng sanh dùng hạnh Phổ Hiền mà trang nghiêm.

Như pháp giới không thể mất hư, thiện căn hồi hướng cũng vậy, làm cho các Bồ-Tát chẳng mất hư những hạnh thanh tịnh.

(Kinh Hoa Nghiêm, phẩm 25. Thập Hồi Hướng)

5.10.10. NGUYỆN NƠI TẤT CẢ PHÁP TRỌN KHÔNG QUÊN MẤT

Đại Bồ-Tát lại đem thiện căn này hồi hướng như vầy:

Nguyện đem thiện căn này phụng thờ thiện căn Chư Phật, chư Bồ-Tát đều hoan hỷ.

Nguyện do thiện căn này mau được vào Nhứt thiết trí.

Nguyện do thiện căn này tu Nhứt thiết trí khắp tất cả mọi nơi.

Nguyện do thiện căn này làm cho tất cả chúng sanh thường được thấy Phật, nơi tất cả pháp trọn không quên mất.

(Kinh Hoa Nghiêm, phẩm 25. Thập Hồi Hướng)

5.10.11. HỒI HƯỚNG NHƯ TÁNH VÔ SỞ Y CỦA PHÁP GIỚI

Đại Bồ-Tát lại đem những thiện căn hồi hướng như vầy:

Hồi hướng như tánh vô khởi của pháp giới.

Hồi hướng như tánh căn bổn của pháp giới.

Hồi hướng như tự thể tánh của pháp giới.

Hồi hướng như tánh vô sở y của pháp giới.

Hồi hướng như tánh không quên mất của pháp giới.

Hồi hướng như tánh không vô tánh của pháp giới.

Hồi hướng như tánh tịch tịnh của pháp giới.

Hồi hướng như tánh vô xứ sở của pháp giới.

Hồi hướng như tánh không hiên động của pháp giới.

Hồi hướng như tánh vô sai biệt của pháp giới.

(Kinh Hoa Nghiêm, phẩm 25. Thập Hồi Hướng)

5.10.12. VÔ NGẠI PHÁP SƯ

Đại Bồ-Tát lại đem pháp thí, có bao nhiêu sự tuyên dạy, có bao nhiêu sự khai ngộ, và những thiện căn do đây phát khởi để hồi hướng như vầy:

Nguyện tất cả chúng sanh thành Bồ-Tát, Pháp Sư thường được Chư Phật hộ niệm.

Nguyện tất cả chúng sanh làm Vô thượng Pháp Sư phương tiện an lập tất cả chúng sanh nơi Nhứt thiết trí.

Nguyện tất cả chúng sanh làm Pháp Sư được Chư Phật nhiếp thọ, rời tâm ngã, ngã sở và nhiếp thọ.

Nguyện tất cả chúng sanh làm Pháp Sư an ổn tất cả thế gian, thành tựu nguyện lực thuyết pháp của Bồ-Tát.

(Kinh Hoa Nghiêm, phẩm 25. Thập Hồi Hướng)

5.10.13. VÌ TRÍ VÔ NGẠI MÀ HỒI HƯỚNG

Chư Phật tử! Đại Bồ-Tát lại đem các thiện căn hồi hướng như vầy:

Chẳng vì chấp lấy nghiệp mà hồi hướng.

Chẳng vì chấp lấy báo mà hồi hướng.

Chẳng vì chấp lấy tâm mà hồi hướng.

Chẳng vì chấp lấy pháp mà hồi hướng.

Chẳng vì chấp lấy sự mà hồi hướng.

Chẳng vì chấp lấy nhơn mà hồi hướng.

Chẳng vì chấp lấy ngữ ngôn, âm thanh mà hồi hướng.

Chẳng vì chấp lấy danh, cú, văn thân mà hồi hướng.

Chẳng vì chấp lấy hồi hướng mà hồi hướng.

Chẳng vì chấp lấy lợi ích chúng sanh mà hồi hướng.

(Kinh Hoa Nghiêm, phẩm 25. Thập Hồi Hướng)

5.10.14. NƠI BỰC PHỔ HIỀN MÀ HỒI HƯỚNG

Đại Bồ-Tát lại đem thiện căn hồi hướng như vầy:

- Chẳng vì tham lấy cảnh giới của sắc, thanh, hương, vị, xúc, pháp mà hồi hướng.

- Chẳng vì cầu sanh cõi Trời mà hồi hướng. Chẳng vì cầu dục lạc mà hồi hướng.

- Chẳng vì mến cảnh giới cõi Dục mà hồi hướng.

- Chẳng vì cầu quyến thuộc mà hồi hướng.

- Chẳng vì cầu tự tại mà hồi hướng.

- Chẳng vì cầu vui sanh tử mà hồi hướng.

- Chẳng vì chấp lấy sanh tử mà hồi hướng.

- Chẳng vì thích các cõi hữu lậu mà hồi hướng.

- Chẳng vì cầu sự vui hòa hiệp mà hồi hướng.

- Chẳng vì cầu chỗ đáng thích lấy mà hồi hướng.

- Chẳng vì ôm lòng độc hại mà hồi hướng.

Vì chẳng để thiện căn hư hoại mà hồi hướng. Vì chẳng y tựa ba cõi mà hồi hướng. Vì chẳng chấp các thiền định giải thoát tam muội mà hồi hướng. Vì chẳng trụ Thanh Văn thừa, Bích Chi Phật thừa mà hồi hướng.

(Kinh Hoa Nghiêm, phẩm 25. Thập Hồi Hướng)

5.10.14. CHÚNG SANH AN TRỤ NƠI BỰC PHỔ HIỀN MÀ HỒI HƯỚNG

Chỉ vì giáo hóa điều phục tất cả chúng sanh mà hồi hướng.

Chỉ vì thành tựu viên mãn trí Nhứt thiết trí mà hồi hướng.

Chỉ vì được trí vô ngại mà hồi hướng.

Chỉ vì được thiện căn thanh tịnh vô ngại mà hồi hướng.

Chỉ vì làm cho tất cả chúng sanh thoát khỏi sanh tử chứng đại trí huệ mà hồi hướng.

Chỉ vì làm cho tâm đại Bồ đề như Kim Cang không hư hoại mà hồi hướng.

Chỉ vì thành tựu pháp rốt ráo bất tử mà hồi hướng.

Chỉ vì dùng vô lượng trang nghiêm để trang nghiêm chủng tánh Phật thị hiện Nhứt thiết trí tự tại mà hồi hướng.

Chỉ vì cầu trí nhứt thiết pháp minh đại thần thông mà hồi hướng.

Chỉ vì ở khắp pháp giới hư không giới tất cả Phật độ thật hành hạnh Phổ Hiền viên mãn bất hối, mặc áo giáp đại nguyện kiên cố, làm cho tất cả chúng sanh an trụ nơi bực Phổ Hiền mà hồi hướng.

Chỉ vì tột kiếp vị lai độ thoát chúng sanh thường không thôi nghỉ, thị hiện bực Nhứt thiết trí quang minh vô ngại hằng không dứt mà hồi hướng.

(Kinh Hoa Nghiêm, phẩm 25. Thập Hồi Hướng)

5.10.13. BỔN TÁNH BÌNH ĐẲNG MÀ HỒI HƯỚNG

Đại Bồ-Tát lúc đem thiện căn đó hồi hướng, thời dùng tâm như vầy mà hồi hướng:

Dùng tâm bổn tánh bình đẳng mà hồi hướng.

Dùng tâm pháp tánh bình đẳng mà hồi hướng.

Dùng tâm tất cả chúng sanh vô lượng bình đẳng mà hồi hướng.

Dùng tâm vô tránh bình đẳng mà hồi hướng.

Dùng tâm tự tánh vô khởi bình đẳng mà hồi hướng.

Dùng tâm biết các pháp không loạn mà hồi hướng.

Dùng tâm vào tam thế bình đẳng mà hồi hướng.

Dùng tâm phát sanh tam thế Phật chủng tánh mà hồi hướng.

Dùng tâm được thần thông bất thối mà hồi hướng.

Dùng tâm sanh thành hạnh Nhứt thiết trí mà hồi hướng.

(Kinh Hoa Nghiêm, phẩm 25. Thập Hồi Hướng)

5.10.14. PHÁT TÂM NHỨT THIẾT CHỦNG TRÍ

Lại vì làm cho tất cả chúng sanh lìa hẳn tất cả địa ngục mà hồi hướng.

Vì làm cho tất cả chúng sanh chẳng vào loài súc sanh mà hồi hướng.

Vì làm cho tất cả chúng sanh chẳng đến chỗ Diêm Vương mà hồi hướng.

Vì làm cho tất cả chúng sanh trừ diệt tất cả pháp chướng đạo mà hồi hướng.

Vì làm cho tất cả chúng sanh đầy đủ tất cả thiện căn mà hồi hướng.

Vì làm cho tất cả chúng sanh có thể ứng thời chuyển pháp luân khiến mọi loài đều hoan hỷ mà hồi hướng.

Vì làm cho tất cả chúng sanh vào Thập lực mà hồi hướng.

Vì làm cho tất cả chúng sanh đầy đủ vô biên pháp nguyện thanh tịnh của Bồ-Tát mà hồi hướng.

Vì làm cho tất cả chúng sanh tùy thuận tất cả thiện tri thức giáo hóa tâm Bồ đề được đầy đủ mà hồi hướng.

Vì làm cho tất cả chúng sanh thọ trì tu hành Phật pháp rất sâu được Phật trí huệ mà hồi hướng.

Vì làm cho tất cả chúng sanh tu hạnh vô ngại của Bồ-Tát luôn hiện tiền mà hồi hướng.

Vì làm cho tất cả chúng sanh thường thấy Chư Phật hiện tiền mà hồi hướng.

Vì làm cho tất cả chúng sanh được pháp quang minh thanh tịnh thường hiện tiền mà hồi hướng.

Vì làm cho tất cả chúng sanh được trí bất tư nghì của Bồ-Tát thường hiện tiền mà hồi hướng.

Vì làm cho tất cả chúng sanh cứu hộ khắp mọi loài khiến tâm đại bi thanh tịnh thường hiện tiền mà hồi hướng.

Vì làm cho tất cả chúng sanh dùng bất khả thuyết bất khả thuyết đồ trang nghiêm thắng diệu để trang nghiêm tất cả Phật độ mà hồi hướng.

Vì làm cho tất cả chúng sanh diệt trừ tất cả ma nghiệp mà hồi hướng.

Vì làm cho tất cả chúng sanh ở nơi tất cả Phật độ đều không y tựa luôn tu hạnh Bồ-Tát mà hồi hướng.

Vì làm cho tất cả chúng sanh phát tâm Nhứt thiết chủng trí vào tất cả pháp môn rộng lớn của Phật mà hồi hướng.

(Kinh Hoa Nghiêm, phẩm 25. Thập Hồi Hướng)

5.10.15. THÀNH TỰU TRÍ VÔ LƯỢNG VÔ NGẠI MÀ HỒI HƯỚNG

Đại Bồ-Tát lại đem thiện căn chánh niệm thanh tịnh mà hồi hướng.

Trí huệ quyết định mà hồi hướng.

Biết hết tất cả Phật pháp phương tiện mà hồi hướng.

Vì thành tựu trí vô lượng vô ngại mà hồi hướng.

Vì muốn đầy đủ tâm thanh tịnh thù thắng mà hồi hướng.

Vì tất cả chúng sanh trụ nơi đại từ mà hồi hướng.

Vì tất cả chúng sanh trụ nơi đại bi mà hồi hướng.

Vì tất cả chúng sanh trụ nơi đại hỷ mà hồi hướng.

Vì tất cả chúng sanh trụ nơi đại xả mà hồi hướng.

Vì lìa hẳn chấp trước hai bên, an trụ thiện căn thù thắng mà hồi hướng.

(Kinh Hoa Nghiêm, phẩm 25. Thập Hồi Hướng)

5.10.16. LẬP TẠNG TRÀNG VÔ NĂNG THẮNG MÀ HỒI HƯỚNG

Vì tư duy quán sát phân biệt diễn thuyết tất cả pháp duyên khởi mà hồi hướng.

Vì lập tâm tràng đại dũng mãnh mà hồi hướng.

Vì lập tạng tràng vô năng thắng mà hồi hướng.

Vì chúng sanh chuyển pháp luân bất thối mà hồi hướng.

Vì được pháp vô thượng thù thắng của Phật do trăm ngàn quang minh của mặt trời trí huệ trang nghiêm chiếu khắp tất cả chúng sanh trong pháp giớimà hồi hướng.

Vì muốn điều phục tất cả chúng sanh tùy chỗ họ ưa thích thường làm cho họ được thỏa mãn, chẳng bỏ bổn nguyện, cùng tận thuở vị lai nghe chánh pháp, tu tập đại hạnh, được trí huệ thanh tịnh quang minh không cấu nhiễm, dứt trừ tất cả kiêu mạn, tiêu diệt tất cả phiền não, xé lưới ái dục, phá tối ngu si, đầy đủ pháp vô cấu vô ngại mà hồi hướng.

Vì tất cả chúng sanh, trong vô số kiếp thường siêng tu tập hạnh Nhứt thiết trí không thối chuyển, mỗi chúng sanh đều khiến được diệu huệ vô ngại, không ngớt thị hiện thần thông tự tại của Phật mà hồi hướng.

(Kinh Hoa Nghiêm, phẩm 25. Thập Hồi Hướng)

5.10.17. DÙNG THIỆN CĂN TU TẬP MÀ HỒI HƯỚNG

Đại Bồ-Tát lúc đem những thiện căn hồi hướng như vậy, chẳng tham trước cảnh giới ngũ dục của ba cõi.

Tại sao vậy?

Vì đại Bồ-Tát phải sửng thiện căn không tham mà hồi hướng.

Phải dùng thiện căn không sân mà hồi hướng.

Phải dùng thiện căn không si mà hồi hướng.

Phải dùng thiện căn chẳng hại mà hồi hướng.

Phải dùng thiện căn lìa kiêu mạn mà hồi hướng.

Phải dùng thiện căn chẳng dua dối mà hồi hướng.

Phải dùng thiện căn chất trực mà hồi hướng.

Phải dùng thiện căn tinh tấn mà hồi hướng.

Phải dùng thiện căn tu tập mà hồi hướng.

(Kinh Hoa Nghiêm, phẩm 25. Thập Hồi Hướng)

5.10.18. DO PHÁP THÍ SANH RA MÀ HỒI HƯỚNG

Đại Bồ-Tát lúc hồi hướng như vậy, được tâm tính tín:

- Nơi hạnh Bồ-Tát vui mừng nhẫn thọ

- Tu tập đạo thanh tịnh của đại Bồ-Tát, đủ Phật chủng tánh

- Phật trí huệ, bỏ tất cả ác, lìa các ma nghiệp

- Gần gũi thiện hữu, thành tựu đại nguyện của mình

- Thỉnh các chúng sanh lập hội đại thí.

(Kinh Hoa Nghiêm, phẩm 25. Thập Hồi Hướng)

5.10.19. DIỆU ÂM THANH TỊNH

Đại Bồ-Tát lại đem thiện căn do pháp thí sanh ra đây mà hồi hướng, khiến cho tất cả chúng sanh được:

- Diệu âm thanh tịnh

- Nhu nhuyến âm

- Thiên cổ âm

- Vô lượng vô số bất tư nghì âm

- Khả ái nhạo âm

- Thanh tịnh âm

- Âm thanh cùng khắp tất cả Phật độ

- Âm thanh trang nghiêm với trăm ngàn ức na do tha bất khả thuyết công đức

- Âm thanh cao xa

- Âm thanh lớn rộng

- Âm thanh diệt tất cả tán loạn

- Âm thanh đầy khắp pháp giới

- Âm thanh nhiếp tất cả ngữ ngôn của chúng sanh

- Trí biết vô biên âm thanh của tất cả chúng sanh

468

- Trí âm thanh tất cả ngôn ngữ đều thanh tịnh

- Trí âm thanh vô lượng ngôn ngữ

- Âm thanh tự tại vào trí tất cả âm thanh

- Tất cả âm thanh trang nghiêm thanh tịnh

- Âm thanh tất cả thế gian không nhàm đủ

- Âm thanh rốt ráo chẳng hệ thuộc tất cả thế gian

- Hoan hỷ âm

- Âm thanh ngôn ngữ thanh tịnh của Phật

- Âm thanh diễn thuyết tất cả Phật pháp xa lìa mê lòa danh tiếng đồn khắp

- Âm thanh khiến tất cả chúng sanh được tất cả pháp đà la ni trang nghiêm

- Âm thanh diễn thuyết vô lượng tất cả pháp

- Âm thanh đến khắp pháp giới vô lượng chúng hội đạo tràng

- Âm thanh nhiếp trì khắp bất tư nghì pháp cú Kim Cang

- Âm thanh khai thị tất cả pháp

- Âm thanh tạng trí huệ hay nói bất khả thuyết câu chữ sai biệt

- Âm thanh chẳng ngớt diễn thuyết tất cả pháp vô sở trước

- Âm thanh tất cả pháp sáng chói

- Âm thanh có thể làm cho tất cả thế gian thanh tịnh rốt ráo đến Nhứt thiết trí

- Âm thanh nhiếp khắp cú nghĩa của tất cả pháp

- Âm thanh thần lực hộ trì tự tại vô ngại, được âm thanh đến trí rốt ráo cả thế gian.

Đại Bồ-Tát lại đem căn lành này làm cho tất cả chúng sanh được âm thanh không hạ liệt, được âm thanh không bố úy, được âm thanh không nhiễm trước, được âm thanh tất cả đạo tràng đại chúng đều hoan hỷ, được âm thanh tùy thuận mỹ diệu, được âm thanh nói tất cả Phật pháp, được âm thanh dứt nghi niệm của tất cả chúng sanh làm cho họ đều được giác ngộ. Được âm thanh đầy đủ biện tài, được âm thanh giác ngộ giấc ngủ dài của tất cả chúng sanh.

(Kinh Hoa Nghiêm, phẩm 25. Thập Hồi Hướng)

5.10.20. DIỆU TƯỚNG THANH TỊNH

Đại Bồ-Tát lại đem thiện căn hồi hướng như vầy:

Nguyện tất cả chúng sanh được Pháp thân thanh tịnh lìa những lỗi ác.

Nguyện tất cả chúng sanh được chánh niệm biện tài trí huệ thanh tịnh lìa những lỗi ác.

(Kinh Hoa Nghiêm, phẩm 25. Thập Hồi Hướng)

5.10.21. ĐỨC PHẬT XUẤT THẾ NƠI MỘT VÀ TẤT CẢ THẾ GIỚI

Đại Bồ-Tát lại vì tất cả chúng sanh đem tất cả thiện căn hồi hướng như vầy:

Nguyện được những thân vi diệu, như là: Thân sáng chói, thân lìa nhơ trược, thân không nhiễm, thân thanh tịnh, thân rất thanh tịnh, thân ly trần, thân lý cấu, thân đáng thích, thân vô ngại.

Lại cũng chỉ bày cho chúng sanh thấy biết *Đức Phật xuất thế nơi một thế giới, nơi tất cả thế giới.*

(Kinh Hoa Nghiêm, phẩm 25. Thập Hồi Hướng)

5.10.22. TRÍ XUẤT SANH CỦA TẤT CẢ BỒ-TÁT

Chỉ bày thần thông biến hóa của tất cả Phật, chỉ bày oai lực giải thoát bất tư nghì của chư Bồ-Tát cho tất cả chúng sanh. Lại chỉ dạy cho tất cả chúng sanh thành mãn hạnh nguyện và tất cả trí tánh của Phổ Hiền Bồ-Tát.

Đại Bồ-Tát phương tiện dùng những thân thanh tịnh vi diệu như vậy để nhiếp thủ tất cả chúng sanh, làm cho họ đều thành tựu thân Nhứt thiết trí công đức thanh tịnh, khiến chúng sanh không thối chuyển, đủ tất cả ánh sáng Phật pháp, giữ mây đại pháp, thọ mưa đại pháp, tu hạnh Bồ-Tát, vào tất cả chúng sanh, vào tất cả Phật độ, vào tất cả pháp, vào tất cả ba đời, vào trí nghiệp báo của tất cả chúng sanh, vào trí phương tiện khéo léo của tất cả Bồ-Tát, *vào trí xuất sanh của tất cả Bồ-Tát,* vào trí cảnh giới thanh tịnh của tất cả Bồ-Tát, vào thần thông tự tại của tất cả Phật, vào tất cả vô biên pháp giới an trụ nơi đây để tu hạnh Bồ-Tát.

(Kinh Hoa Nghiêm, phẩm 25. Thập Hồi Hướng)

5.10.23. TU TẬP PHÁP THÍ MÀ HỒI HƯỚNG

Đại Bồ-Tát lại đem thiện căn do tu tập pháp thí mà hồi hướng như vầy:

Nguyện tất cả cõi Phật thảy đều thanh tịnh, dùng bất khả thuyết bất khả thuyết đồ tốt đẹp để trang nghiêm.

Mỗi mỗi cõi Phật rộng lớn như pháp giới, thuần thiện, vô ngại, thanh tịnh, sáng suốt, Chư Phật hiện thành bực Vô thượng Chánh giác ở trong đó. Cảnh giới thanh tịnh trong một cõi Phật đều có thể hiển hiện tất cả cõi Phật. Như một cõi Phật, tất cả cõi Phật cũng như vậy.

Mỗi mỗi cõi đều dùng vô lượng vô biên đồ trang nghiêm châu báu thanh tịnh để nghiêm sức.

Tất cả như vậy đều bằng châu báu đẹp trang nghiêm thanh tịnh chẳng thể nghĩ bàn, đều do thiện căn của Như-Lai phát khởi, đủ vô số bửu tạng trang nghiêm.

(Kinh Hoa Nghiêm, phẩm 25. Thập Hồi Hướng)

5.10.24. VÔ SỐ CẢNH GIỚI PHÁP TRANG NGHIÊM

Lại có vô số sông ngòi báu chảy ra tất cả pháp lành thanh tịnh.

Vô số biển báu chứa đầy pháp thủy.

Vô số bạch liên hoa thường phát ra tiếng diệu pháp trong trắng.

Vô số núi bửu Tu Di, trí huệ Sơn Vương cao vọi thanh tịnh.

Vô số diệu bửu tám góc, xâu bằng giây báu rất trang nghiêm thanh tịnh.

Vô số tịnh quang bửu thường phóng đại trí quang minh vô ngại chiếu khắp pháp giới.

Vô số bửu linh khua đánh lẫn nhau vang tiếng vi diệu.

Vô số báu thanh tịnh đầy những Bồ-Tát bửu.

Vô số vòng báu hiển bày Nhứt thiết trí nhãn của Bồ-Tát.

Vô số bửu anh lạc, mỗi anh lạc trăm ngàn Bồ-Tát thượng diệu trang nghiêm. Vô số cung điện báu diệu tuyệt vượt hơn tất cả.

Vô số bửu quang tạng, ai được thấy thời được thành tựu tạng đại trí huệ.

Vô số bửu tòa, Đức Phật ngự trên đó chuyển diệu pháp luân.

Vô số bửu đăng thường phóng quang minh trí huệ thanh tịnh.

(Kinh Hoa Nghiêm, phẩm 25. Thập Hồi Hướng)

5.10.25. VÔ SỐ BỬU CUNG ĐIỆN NƠI CHƯ BỒ-TÁT AN TRÚ

- Cây ấy lại có vô số thân báu tròn thẳng, vô số nhánh báu trang nghiêm rậm rạp, vô số chim bay đậu trong đó, luôn hót tiếng hòa diệu tuyên dương chánh pháp.

- Vô số lá báu phóng trí quang lớn chói khắp nơi, vô số bông báu trên đó, có vô số Bồ-Tát ngồi kiết già bay đi khắp pháp giới, vô số trái báu ai thấy đều được quả Nhứt thiết chủng trí bất thối.

- Vô số bửu tụ lạc, ai thấy đều bỏ lìa pháp tu lạc thế gian, vô số bửu đô ấp, trong đó đông đầy chúng sanh tự tại vô ngại.

- Vô số bửu cung điện, nhà vua ở trong đó thân Na La Diên mạnh khỏe, mặc áo giáp chánh pháp lòng không thối chuyển.

- Vô số bửu thân đủ vô lượng công đức diệu bửu.

- Vô số bửu khẩu thường nói tất cả bửu âm diệu pháp.

(Kinh Hoa Nghiêm, phẩm 25. Thập Hồi Hướng)

5.10.26. VÔ SỐ BỬU MINH TỤNG TRÌ TẤT CẢ PHÁP CỦA CHƯ PHẬT

Vô số bửu tâm đủ ý thanh tịnh đại trí nguyện bửu.

Vô số bửu niệm dứt những ngu lầm, rốt ráo kiên cố Nhứt thiết trí bửu.

Vô số bửu minh tụng trì tất cả pháp bửu của Chư Phật.

Vô số bửu huệ quyết rõ pháp tạng của tất cả Chư Phật.

Vô số bửu trí được viên mãn Nhứt thiết trí bửu.

Vô số bửu nhãn xem gẫm Thập lực bửu không chướng ngại.

Vô số bửu nhĩ nghe căn lành thanh âm khắp pháp giới thanh tịnh vô ngại. Vô số bửu tỷ thường ngửi tùy thuận bửu hương thanh tịnh.

Vô số bửu thiệt có thể nói vô lượng những pháp ngữ ngôn.

Vô số bửu thân đi khắp mười phương vô ngại.

Vô số bửu ý thường siêng tu tập hạnh nguyện Phổ Hiền.

Vô số bửu âm, âm thanh tịnh diệu khắp mười phương cõi.

Vô số bửu thân nghiệp, tất cả việc làm lấy trí làm đầu.

Vô số bửu ngữ nghiệp thường nói tu hành trí bửu vô ngại.

Vô số bửu ý nghiệp được rốt ráo viên mãn trí bửu rộng lớn vô ngại.

(Kinh Hoa Nghiêm, phẩm 25. Thập Hồi Hướng)

6. MỘT CHÂN LÔNG ĐỀU CÓ VÔ LƯỢNG CHƯ ĐẠI BỒ-TÁT

Đại Bồ-Tát ở trong tất cả Phật độ kia: mỗi một cõi, một phương, một xứ, *một chân lông đều có vô lượng vô biên bất khả thuyết chư đại Bồ-Tát*, thảy đều thành tựu trí huệ thanh tịnh. Khắp pháp giới, tột hư không giới cũng đều như vậy.

(Kinh Hoa Nghiêm, phẩm 25. Thập Hồi Hướng)

7. HỒI HƯỚNG CÕI NƯỚC DIỆU BỬU TRANG NGHIÊM

Đây là đại Bồ-Tát đem những thiện căn để hồi hướng.

Nguyện khắp tất cả Phật độ đều đủ các thứ diệu bửu trang nghiêm như đã có nói rộng ở trước như là:

- Hương trang nghiêm

- Hoa trang nghiêm

- Tràng hoa trang nghiêm

- Hương thoa trang nghiêm

- Hương đốt trang nghiêm

- Hương bột trang nghiêm

- Y trang nghiêm

- Lọng trang nghiêm

- Tràng trang nghiêm

- Phan trang nghiêm

- Ma ni bửu trang nghiêm.

Lần lượt nhẫn đến trăm lần hơn đây đều nói rộng như bửu trang nghiêm.

(Kinh Hoa Nghiêm, phẩm 25. Thập Hồi Hướng)

8. AN TRỤ TẤT CẢ PHÁP LÀNH THANH TỊNH

Đại Bồ-Tát đem thiện căn do pháp thí chứa nhóm, vì để làm lớn các thiện căn mà hồi hướng.

Vì nghiêm tịnh tất cả Phật độ mà hồi hướng. Vì thành tựu tất cả chúng sanh mà hồi hướng.

Vì làm cho tất cả chúng sanh tâm được thanh tịnh bất động mà hồi hướng.

Vì làm cho tất cả chúng sanh đều vào Phật pháp thậm thâm mà hồi hướng.

Vì làm cho tất cả chúng sanh đều được công đức thanh tịnh tối thượng mà hồi hướng.

Vì làm cho tất cả chúng sanh đều được phước lục thanh tịnh bất hoại mà hồi hướng.

Vì làm cho tất cả chúng sanh đều được trí lực vô tận độ muôn loài vào Phật pháp mà hồi hướng.

Vì làm cho tất cả chúng sanh vô lượng ngôn âm bình đẳng

thanh tịnh mà hồi hướng.

Vì làm cho tất cả chúng sanh đều được trí nhãn bình đẳng vô ngại khắp pháp giới mà hồi hướng.

Vì làm cho tất cả chúng sanh đều được niệm thanh tịnh biết tất cả thế giới thuở kiếp quá khứ mà hồi hướng.

Vì làm cho tất cả chúng sanh đều được trí huệ vô ngại rộng lớn quyết rõ tất cả pháp tạng mà hồi hướng.

Vì làm cho tất cả chúng sanh đều được thành tựu viên mãn đạo Nhứt thiết trí thanh tịnh mà hồi hướng.

(Kinh Hoa Nghiêm, phẩm 25. Thập Hồi Hướng)

9. TRỌN VẸN PHÁP LỰC HẠNH THANH TỊNH

Đại Bồ-Tát đem các thiện căn vì khắp tất cả chúng sanh mà hồi hướng như vậy rồi, lại đem thiện căn này muốn diễn thuyết trọn vẹn tất cả pháp lực hạnh thanh tịnh mà hồi hướng.

Vì muốn thành tựu oai lực hạnh thanh tịnh, được bất khả thuyết bất khả thuyết pháp hải mà hồi hướng.

Vì muốn thành tựu pháp sai biệt bất tư nghì, trí không chướng ngại, tâm không cấu nhiễm, sáu căn thanh tịnh, vào khắp tất cả đạo tràng mà hồi hướng.

Vì muốn thường chuyển pháp luân bất thối bình đẳng nơi tất cả Phật độ khắp pháp giới mà hồi hướng.

Vì muốn ở trong mỗi niệm được vô sở úy không cùng tận, trí huệ biện tài khai thị diễn thuyết mà hồi hướng.

Vì thích cầu các điều lành phát tâm tu tập thiện căn càng thêm được trí huệ đại thần thông đều biết rõ được tất cả pháp mà hồi hướng.

Vì muốn ở nơi tất cả đạo tràng thân cận cúng dường diễn thuyết tất cả pháp cho chúng sanh đều được hoan hỷ mà hồi hướng.

(Kinh Hoa Nghiêm, phẩm 25. Thập Hồi Hướng)

10. PHÁP GIỚI VÔ LƯỢNG THÂN, NGỮ, Ý THANH TỊNH BÌNH ĐẲNG

Đại Bồ-Tát lại đem thiện căn này hồi hướng như vầy:

- Hồi hướng để an trụ nơi pháp giới vô lượng trụ.

- Hồi hướng để an trụ pháp giới vô lượng thân nghiệp, vô lượng ngữ nghiệp, vô lượng ý nghiệp, pháp giới vô lượng sắc bình đẳng, vô lượng thọ, tưởng, hành, thức bình đẳng.

- Hồi hướng để an trụ nơi pháp giới vô lượng uẩn xứ giới bình đẳng.

- Hồi hướng để an trụ pháp giới vô lượng nội pháp ngoại pháp bình đẳng.

Đại Bồ-Tát lúc hồi hướng như vậy, an trụ nơi pháp giới vô lượng thân thanh tịnh bình đẳng, ngữ thanh tịnh bình đẳng, tâm thanh tịnh bình đẳng, Bồ-Tát hạnh nguyện thanh tịnh bình đẳng, đạo tràng thanh tịnh bình đẳng.

(Kinh Hoa Nghiêm, phẩm 25. Thập Hồi Hướng)

11. PHÁP GIỚI VÔ LƯỢNG TRỤ

Đại Bồ-Tát này an trụ nơi pháp giới vô lượng bình đẳng vì tất cả Bồ-Tát rộng diễn thuyết trí thanh tịnh nơi tất cả pháp. An trụ nơi pháp giới vô lượng bình đẳng có thể vào nơi thân cùng tận pháp giới tất cả thế giới.

An trụ nơi pháp giới vô lượng bình đẳng tất cả pháp sáng suốt trong sạch vô úy, có thể dùng một âm thanh dứt hết sự nghi lầm của tất cả chúng sanh, tùy theo căn tánh của họ đều làm cho hoan hỷ, an trụ nơi pháp giải thoát Vô thượng Nhứt thiết chủng trí, Thập lực, tứ vô úy, Thần thông tự tại, công đức rộng lớn.

Đây là đại Bồ-Tát đệ thập trụ đẳng pháp giới vô lượng hồi hướng.

(Kinh Hoa Nghiêm, phẩm 25. Thập Hồi Hướng)

12. LỰC XUẤT SANH TRÍ NHÃN VÔ BIÊN TẾ CỦA PHỔ HIỀN BỒ-TÁT

Đại Bồ-Tát này lúc đem tất cả thiện căn hồi hướng như vậy, thời thành tựu viên mãn vô lượng vô biên hạnh nguyện Phổ Hiền.

Đều có thể nghiêm tịnh khắp pháp giới hư không giới tất cả cõi Phật, làm cho tất cả chúng sanh cũng được như vậy, thành tựu đủ vô biên trí huệ rõ tất cả pháp, trong mỗi niệm thấy tất cả Phật xuất thế.

Trong mỗi niệm thấy vô lượng vô biên tự tại lực của tất cả Phật, tự tại lực dùng trí viên mãn vào khắp tam thế vô lượng pháp.

(Kinh Hoa Nghiêm, phẩm 25. Thập Hồi Hướng)

13. VÔ LƯỢNG THANH TỊNH

Lại được vô lượng thanh tịnh những là:

-Tất cả chúng sanh thanh tịnh

- Tất cả Phật độ thanh tịnh

- Tất cả pháp thanh tịnh

- Trí biết khắp tất cả xứ thanh tịnh

- Trí vô biên khắp hư không giới thanh tịnh

Tất cả sự trên đây đều được đầy đủ, đều được thành tựu, đều đã tu tập, đều được bình đẳng, thảy đều hiện tiền, đều thấy biết, đều ngộ nhập, đều đã quan sát, đều được thanh tịnh đến bĩ ngạn.

(Kinh Hoa Nghiêm, phẩm 25. Thập Hồi Hướng)

14. THẾ GIỚI CHẤN ĐỘNG NHIỀU CÁCH

Lúc bấy giờ, do thần lực của Phật, sáu thứ chấn động khắp trăm vạn Phật sát vi trần số thế giới ở mười phương trong mười phương như là:

- Động, biến động, đẳng biến động.

- Khởi biến khởi, đẳng biến khởi.

- Dũng, biến dũng, đẳng biến dũng.

- Chấn, biến chấn, đẳng biến chấn.

- Hống, biến hống, đẳng biến hống.

- Kích, biến kích, đẳng biến kích.

Vì do thần lực của Phật, vì pháp như vậy, tự nhiên mưa các thứ hoa trời, vô lượng vô số Chư Thiên cung kính lễ bái, vô số Thiên Tử thường niệm Phật mong cầu vô lượng công đức của Phật lòng chẳng bỏ lìa, vô số Thiên tử trổi nhạc ca ngâm, khen ngợi cúng dường Như-Lai.

Vô số Chư Thiên phóng đại quang minh chiếu khắp tất cả Phật độ, hiển hiện vô lượng vô số cảnh giới của Chư Phật hóa thân của Như-Lai hơn hẳn cõi trời.

Như ở cung Đâu Suất Đà nơi thế giới này, cùng khắp mười phương nơi cung Đâu Suất Đà của tất cả thế giới cũng đều thuyết pháp như thế.

(Kinh Hoa Nghiêm, phẩm 25. Thập Hồi Hướng)

15. HIỆN THÂN DIỆU SẮC THANH TỊNH

Bấy giờ do thần lực của Phật, mỗi phương trong mười phương đều quá ngoài trăm vạn Phật sát vi trần số thế giới, đều có trăm vạn Phật sát vi trần số Bồ-Tát đồng đến hội họp và đồng xướng rằng: "Lành thay! Lành thay! Phật tử có thể nói được pháp đại hồi hướng này. chúng tôi đều đồng một hiệu là Kim Cang Tràng, đều từ thế giới Kim Cang Quang của Đức Phật Kim Cang Tràng mà đến đây.

Do thần lực của Phật, nơi các thế giới ấy cũng nói pháp này, chúng hội đại tràng văn từ cú nghĩa cũng như vậy cả không tăng, không giảm.

Chúng tôi thừa oai thần của Phật đến đây để chứng minh cho Ngài.

Như sự chứng minh nơi đây, tất cả cung Đâu Suất Đà trong mười phương thế giới, chư Bồ-Tát hiện đến chứng minh cũng như vậy.

Kim Cang Tràng Bồ-Tát thừa thần lực của Phật quan sát tất cả chúng hội khắp mười phương pháp giới, tâm đại từ bi càng thêm rộng lớn, vào công đức của tất cả Phật, thành tựu thân tự tại của Phật, quan sát chỗ sở thích của tất cả chúng sanh và thiện căn của họ đã vun trồng, đều biết rõ tất cả. Bồ-Tát tùy thuận pháp thân vì họ mà hiện thân diệu sắc thanh tịnh.

(Kinh Hoa Nghiêm, phẩm 25. Thập Hồi Hướng)

16. CÓ THỂ BIẾT SỐ LÔNG TRONG KHÔNG GIAN, NHƯNG KHÔNG THỂ BIẾT CÔNG ĐỨC CỦA HỒI HƯỚNG

Ở cung Đâu Suất Đà nơi thế giới này, cùng khắp mười phương nơi cung Đâu Suất Đà của tất cả thế giới cũng đều thuyết pháp như thế.

Cùng tận thế gian tất cả kiếp.

Cúng dường tán thán chư Như-Lai

Kiếp số thế gian còn hết được

Bồ-Tát cúng Phật không thôi trễ.

Tất cả thế gian tất cả kiếp

Trong những kiếp đó tu công hạnh

Cung kính cúng dường một Như-Lai

Suốt tất cả kiếp không nhàm đủ.

Như vô lượng kiếp cúng một Phật.

Cúng tất cả Phật đều như vậy

Cũng chẳng phân biệt là kiếp số

Công việc cúng dường không nhàm mỏi.

Pháp giới rộng lớn không ngằn mé

Bồ-Tát quan sát đều rõ ràng
Đem hoa sen lớn rải khắp nơi
Thí khắp chúng sanh và cúng Phật.

Bửu hoa hương sắc đều vẹn toàn
Thanh tịnh trang nghiêm rất vi diệu
Tất cả thế gian không thể ví
Đem hoa cúng dường đấng Thế Tôn.

Lông đo không gian biết được số
Vi trần các cõi biết được số
Như vậy Chư Phật chơn Phật tử
Hạnh nguyện đã tu không lường được.

Bồ-Tát thành tựu pháp trí huệ
Ngộ giải vô biên chánh pháp môn
Là pháp quang minh Điều Ngự Sư
Biết rõ pháp chơn thiệt vô ngại...

Tất cả chúng sanh còn đếm được
Tam thế tâm lượng cũng biết được
Phật tử Phổ Hiền hạnh như đây
Ngằn mé công đức không lường được.

Lông đo không gian biết được số
Vi trần các cõi biết được số

Như vậy chư Phật chơn Phật tử
Hạnh nguyện đã tu không lường được.
(Kinh Hoa Nghiêm, phẩm 25. Thập Hồi Hướng)

Phẩm 26.

I. MỤC LỤC

1. Kim Cang Tạng nhập quang minh tam muội để nói về Thập Địa

2. Năng lực của các Bồ-Tát

3. Pháp hội Bồ-Tát

4. Bổn nguyện lực và oai thần lực của đức Tỳ-Lô-Giá-Na Như-Lai

5. .Lý do thuyết tướng sai biệt của Thập Địa

6. Pháp sai biệt thiện xảo

7. Kim Cang Tạng Bồ-Tát được các gia trì để tuyên thuyết về Thập Địa

8. Trí địa của Bồ-Tát có mười bậc

9. Giải thoát nguyệt hỏi Kim Cang Tạng Bồ-Tát về Trí Địa Bồ-Tát

10. Khẩn cầu giới pháp

11. Hạnh địa Bồ-Tát

12. Tha thiết thỉnh pháp

13. Diễn nói pháp bất tư nghì

14. Giải thoát nguyệt Bồ-Tát

15. Tuyên thuyết địa tối thắng

chẳng gọi là không phiền não

21.7.h.Bồ-Tát từ sơ địa đến bực này có vô lượng thân nghiệp, ngữ nghiệp, ý nghiệp

21.7.i.Thuyền ba la mật

21.7.j.Tam muội trí lực

21.7.k.Bậc viễn hành địa

21.7.l.Ánh sáng mặt trời

21.7.m.Phương tiện ba la mật

21.7.n.Sơ địa đến thất địa là thành tựu trí công dụng phần bát địa đến Thập Địa là vô công dụng hạnh

21.7.p.Nhập tam muội Bồ-Tát thiện quán trạch

21.7.q.Nhập thất địa

21.7.r.Kim cang tạng Bồ-Tát nói kệ

21.8. Bất động địa

21.8.a. Trụ bất động địa liền bỏ tất cả công dụng hạnh

21.8.b.Thập lực, tứ vô úy, thập bát bất cộng của chư Phật

21.8.c.Tất cả pháp vô sanh phân biệt

21.8.d.Vô lượng thân, vô lượng âm thanh, vì làm cho tất cả chúng sanh, vô lượng trí huệ, vô lượng thọ sanh

21.8.e.Thuyền đại thừa đến biển Bồ-Tát hạnh

21.8.f.Nhóm vi trần và vi trần tướng sai biệt đều biết như thiệt

21.8.g.Khởi trí minh giáo hoá chúng sanh

21.8.i.Trí địa của Bồ-Tát

21.8.j.Nhập bát địa

21.8.k.Thân tướng sai biệt, trụ nơi bình đẳng

21.8.l.Năm thân

21.8.m.Thân quốc độ

21.10.q. Những kiếp sở nhập của Như-Lai

21.10.r. Môn giải thoát

21.10.s. Thành tựu thiện xảo niệm lực

21.10.s. Vấn đáp

21.10.t. Tùy tâm niệm mà tự tại hiện các hiện tượng bất khả tư nghì

21.10.u. Thần thông trí lực của bậc Thập Địa Bồ-Tát

21.10.v. Vô lượng trăm ngàn môn đại tam muội

21.10.w. Cảnh giới của Như-Lai

21.10.x. Trí ba la mật

21.10.x. Tâm bồ đề lưu xuất thiện căn đại nguyện

21.10.y. Đại địa có mười núi lớn

21.10.z. Tất cả trí huệ thù thắng đều đủ nơi bực diệm huệ địa

22. Bồ-Tát trụ bực Thiện Huệ địa tất cả trí hành sanh diệt thế gian đều ở nơi đây nói không thể hết

23. Mười tướng của Thập Địa và đại hải

24. Mười đắc tánh của Bồ-Tát và châu báu

25. Thiện căn phước đức để nghe pháp môn Bồ-Tát hạnh

26. Mười ức Phật sát vi trần số Bồ-Tát đồng tán thán

27. Nhất thiết trí

28. Pháp vũ tam thế pháp tạng trọn vẹn

29. Thập Địa là tối thượng

30. Ức kiếp không thể nói hết ý của "địa"

31. Thuyết nhiếp thủ đạo nhứt thiết chủng trí

32. Thập Địa tinh hoa.

***

II. CHÁNH VĂN

1. KIM CANG TẠNG NHẬP QUANG MINH TAM MUỘI ĐỂ NÓI VỀ THẬP ĐỊA

Đức Thế Tôn ngự ở điện Ma Ni Bửu Tạng trong cung của Tha Hoá Tự Tại

Thiên Vương cùng với chư đại Bồ-Tát từ phương khác đến.

Chư Bồ-Tát này không thối chuyển vô thượng Đẳng Chánh Giác, an trụ trong cảnh giới của Bồ-Tát trí, vào chỗ của Đức Phật vào. Danh hiệu của các Bồ-Tát là: Kim Cang Tạng Bồ-Tát, Bửu Tạng Bồ-Tát, Liên Hoa Tạng Bồ-Tát...Trong đó, Kim Cang tạng Bồ-Tát là thượng thủ.

Bấy giờ Kim Cang Tạng Bồ-Tát, thừa thần lực của Phật, nhập Bồ-Tát đại trí huệ quang minh tam muội nà nói về Thập Địa.

2. NĂNG LỰC CỦA CÁC BỒ-TÁT

Vì thành tựu tất cả đại nguyện, chư Bồ-Tát này trong tất cả kiếp, tất cả đời, tất cả cõi, thường siêng tu tập không tạm lười nghỉ. Đã đầy đủ phước, trí, trợ đạo, khắp lợi ích chúng sanh mà luôn không thiếu sót, đạt đến trí huệ phương tiện Ba la mật của Bồ-Tát.

Thị hiện vào sanh tử và nhập Niết Bàn, mà vẫn chẳng bỏ phế thật hành Bồ-Tát hạnh.

Khéo vào tất cả thiền định giải thoát tam muội của Bồ-Tát. Trí huệ thần thông đều được tự tại với tất cả việc làm.

Được tất cả thần lực tự tại của Bồ-Tát. Không hề động tác, mà trong khoảng một niệm có thể qua đến tất cả đạo tràng của chư Phật, làm thượng thủ trong chúng để thỉnh Phật thuyết pháp, hộ trì chánh pháp của Phật, cúng dường phụng thờ tất cả Chư Phật với tâm quảng đại, thường siêng tu hạnh Bồ-Tát.

Thân các Ngài hiện khắp thế gian.

Tiếng các Ngài khắp mười phương pháp giới.

Tâm trí các ngài vô ngại thấy khắp tam thế tất cả Bồ-Tát.

Các Ngài đều đã tu hành viên mãn tất cả công đức, trải bất khả thuyết kiếp cũng không thể nói hết.

(Kinh Hoa Nghiêm, phẩm 26. Thập Địa)

3. PHÁP HỘI BỒ-TÁT

Danh hiệu của các Bồ-Tát là Bửu Tạng Bồ-Tát, Liên Hoa Tạng Bồ-Tát…

Vô số, vô lượng, vô biên, vô đẳng, bất khả số, bất khả xưng, bất khả tư, bất khả lượng, bất khả thuyết đại Bồ-Tát như vậy, Kim Cang tạng Bồ-Tát là thượng thủ trong đại chúng này.

Bấy giờ Kim Cang Tạng Bồ-Tát, thừa thần lực của Phật, nhập Bồ-Tát đại trí huệ quang minh tam muội.

Ngài nhập tam muội này rồi, liền đó khắp mười phương quá ngoài mười ức Phật sát vi trần số thế giới, mỗi phương đều có mười ức Phật sát vi trần số Phật đồng hiệu Kim Cang Tạng, Phật hiện ra trước Ngài mà bảo rằng:

"Lành thay! Lành thay! Kim Cang Tạng Bồ-Tát có thể nhập Bồ-Tát đại trí huệ quang minh tam muội này.

(Kinh Hoa Nghiêm, phẩm 26. Thập Địa)

4. BỔN NGUYỆN LỰC VÀ OAI THẦN LỰC CỦA ĐỨC TỲ-LÔ-GIÁ-NA NHƯ-LAI

Thiện nam tử! Mười ức Phật sát vi trần số Phật ở mỗi phương khắp mười phương đồng gia hộ ông. Do *bổn nguyện lực và oai thần lực của đức Tỳ-Lô-Giá-Na Như-Lai,* cũng do thắng trí lực của ông, vì muốn ông tuyên thuyết Phật pháp quang minh bất tư nghì cho chúng hội Bồ-Tát. Như là:

Vì khiến nhập trí địa, vì nhiếp tất cả thiện căn, vì khéo lựa chọn tất cả Phật pháp, vì biết rộng các pháp, vì khéo hay thuyết pháp, vì vô phân biệt trí thanh tịnh, vì tất cả thế pháp chẳng nhiễm, vì thiện căn xuất thế thanh tịnh, vì được cảnh giới trí bất tư nghì, vì được cảnh giới trí của bực Nhứt thiết trí.

(Kinh Hoa Nghiêm, phẩm 26. Thập Địa)

5. LÝ DO THUYẾT TƯỚNG SAI BIỆT CỦA THẬP ĐỊA

- Lại vì khiến được bực Bồ-Tát Thập Địa thủy chung

- Vì tuyên thuyết tướng sai biệt của Bồ-Tát Thập Địa đúng thật

- Vì duyên niệm tất cả Phật pháp

- Vì tu tập phân biệt pháp vô lậu

- Vì khéo lựa chọn quan sát đại trí quang minh khéo trang nghiêm

- Vì khéo nhập môn trí quyết định

- Vì tùy ở chỗ nào đều thứ đệ thuyết pháp vô sở úy

- Vì được quang minh biện tài vô ngại

- Vì trụ bực đại biện tài khéo quyết định

- Vì ghi nhớ tâm Bồ-Tát không quên mất

- Vì thành thục tất cả chúng sanh giới

- Vì đến khắp tất cả xứ quyết định khai ngộ tất cả.

(Kinh Hoa Nghiêm, phẩm 26. Thập Địa)

6. PHÁP SAI BIỆT THIỆN XẢO

Ông nên biện thuyết pháp sai biệt thiện xảo của pháp môn này như là:

- Vì nương thần lực và trí huệ của Phật gia hộ

- Vì thanh tịnh thiện căn của mình

- Vì thanh tịnh khắp pháp giới

- Vì nhiếp khắp chúng sanh

- Vì thâm nhập Pháp thân, Trí thân

- Vì thọ quán đảnh của Chư Phật

- Vì được thân cao lớn nhứt trong tất cả thế gian

- Vì vượt hơn tất cả thế gian đạo

- Vì thanh tịnh thiện căn xuất thế

- Vì đầy đủ Nhứt thiết chủng trí.

(Kinh Hoa Nghiêm, phẩm 26. Thập Địa)

7. KIM CANG TẠNG BỒ-TÁT ĐƯỢC CÁC GIA TRÌ ĐỂ TUYÊN THUYẾT VỀ THẬP ĐỊA

Bấy giờ Chư Phật ở mười phương đồng ban cho Kim Cang Tạng Bồ-Tát:

- Thân chói sáng nhứt

- Trí biện tài vô ngại

- Trí thanh tịnh khéo phân biệt

- Sức khéo ghi nhớ không quên

- Huệ khéo quyết định rõ rang

- Trí đến tất cả xứ để khai ngộ

- Sức thành đạo tự tại

- Đức vô úy của Phật

- Trí biện tài quan sát phân biệt các pháp môn của bực Nhứt thiết trí, ban cho thân, ngữ, ý trang nghiêm toàn vẹn thượng diệu của Như-Lai.

Tại sao vậy? Vì được tam muội này thời tất nhiên như vậy, vì bổn nguyện phát khởi, vì thâm tâm thiện tịnh, vì trí luân thiện tịnh, vì khéo chứa nhóm trợ đạo, vì khéo tu sửa công hạnh, vì nhớ vô lượng pháp khí, vì biết tín giải thanh tịnh, vì được tổng trì không lầm lộn, vì khéo ấn khả với pháp giới trí ấn.

(Kinh Hoa Nghiêm, phẩm 26. Thập Địa)

8. TRÍ ĐỊA CỦA BỒ-TÁT CÓ MƯỜI BẬC

Bấy giờ mười phương Chư Phật đều đưa tay hữu xoa đầu Kim Cang Tạng Bồ-Tát.

Chư Phật xoa đầu xong, Kim Cang Tạng Bồ-Tát xuất định bảo khắp chúng đại Bồ-Tát rằng:

Chư Phật tử! Thệ nguyện của các vị Bồ-Tát khéo quyết định không tạp chẳng thể thấy, rộng lớn như pháp giới, rốt ráo như hư không, khắp tất cả Phật độ, suốt thuở vị lai, cứu độ tất cả chúng sanh, được chư Phật gia hộ, vào trí địa của tam thế Chư Phật.

Chư Phật tử! Những gì là trí địa của đại Bồ-Tát?

Chư Phật tử! Trí địa của đại Bồ-Tát có mười bực. Tam thế Chư Phật đã nói, sẽ nói, đương nói, tôi cũng nói như vậy.

Đây là mười trí địa như Hoan Hỉ địa, Ly Cấu địa, Phát Quang địa, Diệm Huệ địa, Nan Thắng địa, Hiện Tiền địa, Viễn Hành địa, Bất Động địa, Thiện Huệ địa và Pháp Vân địa.

(Kinh Hoa Nghiêm, phẩm 26. Thập Địa)

9. GIẢI THOÁT NGUYỆT HỎI KIM CANG TẠNG BỒ-TÁT VỀ TRÍ ĐỊA BỒ-TÁT

Tôi chẳng thấy có quốc độ nào mà Chư Phật nơi đó chẳng nói mười trí địa này.

Tại sao vậy? Vì đây là đạo tối thượng hướng Bồ đề của đại Bồ-Tát, cũng là pháp môn thanh tịnh quang minh.

Nơi đây chẳng thể nghĩ bàn đến được, chính là chứng trí của chư đại Bồ-Tát.

Kim Cang Tạng Bồ-Tát nói song liền im lặng không giảng giải nữa.

Bấy giờ chúng Bồ-Tát nghe tên mười bực trí địa mà chẳng nghe giải thích thời đều khát ngưỡng nghĩ rằng: Do cớ gì Ngài Kim Cang Tạng Bồ-Tát chỉ nói tên mười trí địa mà chẳng giải thích?

(Kinh Hoa Nghiêm, phẩm 26. Thập Địa)

10. KHẨN CẦU GIỚI PHÁP

Giải thoát Nguyệt Bồ-Tát biết tâm niệm của chúng Bồ-Tát, liền nói kệ để hỏi Kim Cang Tạng Bồ-Tát:

Cớ sao bực Tịnh Giác

Đủ niệm trí công đức

Nói tên mười Trí Địa

Biết rõ chẳng giải thích?

Tất cả đều quyết định

Dũng mãnh không khiếp nhược

Cớ sao nói tên Địa

Rồi im không giải thích?

Nghĩa thú mười Trí Địa

Trong chúng đều muốn nghe

Lòng chúng không khiếp nhược

Vì chúng xin giải thích.

Chúng hội đều thanh tịnh

Nghiêm khiết không lười biếng

Hay vững vàng bất động

Đủ công đức trí huệ.

Nhìn nhau đều cung kính

Tất cả đồng khát ngưỡng

Như ong nhớ mật ngọt

Như khát tưởng cam lồ.

(Kinh Hoa Nghiêm, phẩm 26. Thập Địa)

11. HẠNH ĐỊA BỒ-TÁT

Kim Cang Tạng Bồ-Tát, bực đại trí vô úy nghe Giải Thoát Nguyệt Bồ-Tát nói kệ muốn cho lòng chúng hội hoan hỷ, liền nói kệ rằng:

Hạnh địa của Bồ-Tát
Gốc tối thượng của Phật
Giải thích nói rõ ràng
Hy hữu khó thứ nhứt.

Vi tế khó thấy được
Ly niệm siêu tâm địa
Phát sanh cảnh giới Phật
Người nghe sẽ mê lầm.

Gìn lòng như Kim Cang
Tin chắc nơi Phật trí
Biết tâm địa vô ngã
Thời nghe được pháp này.

Như màu vẽ trên không
Như tướng gió trên không
Phật trí cũng như vậy
Phân biệt rất khó thấy.

Tôi nghĩ Phật trí huệ
Tối thắng khó nghĩ bàn
Người đời không thọ được
Nên im lặng chẳng nói.

(Kinh Hoa Nghiêm, phẩm 26. Thập Địa)

12. THA THIẾT THỈNH PHÁP

Giải thoát Nguyệt Bồ-Tát bạch Kim Cang Tạng Bồ-Tát: Nay đại chúng đây đều đã hội họp, tất cả đều khéo lóng thâm tâm, khéo sạch tư niệm, khéo tu các hạnh, khéo tập trợ đạo, khéo gần gũi trăm ngàn ức Phật, thành tựu vô lượng công đức thiện căn, lìa bỏ mê lầm, không còn cấu nhiễm, thâm tâm tin hiểu, ở trong Phật pháp chẳng theo người khác dạy.

xin Ngài nên thừa oai thần của Phật, vì chúng mà diễn nói.

Đại chúng Bồ-Tát đây đối với chỗ thậm thâm như vậy đều có thể chứng biết.

Giải thoát Nguyệt Bồ-Tát muốn tuyên lại nghĩa này bèn nói kệ rằng:

Xin nói hạnh Bồ-Tát

Vô thượng rất an ổn

Phân biệt rõ các địa

Trí tịnh thành Chánh giác.

Chúng đây không cấu nhiễm

Chí hiểu đều sáng sạch

Kính thờ vô lượng Phật

Hiểu được nghĩa các địa.

(Kinh Hoa Nghiêm, phẩm 26. Thập Địa)

13. DIỄN NÓI PHÁP BẤT TƯ NGHÌ

Giải thoát Nguyệt Bồ-Tát lại bạch với Kim Cang Tạng Bồ-Tát: Thưa Phật tử! xin Ngài thừa thần lực của Phật mà phân biệt diễn nói pháp bất tư nghì này, những hạng đây sẽ được đức Như-Lai gia hộ cho họ tin thọ được.

Vì lúc nói pháp Thập Địa, tất cả Bồ-Tát tất nhiên được Phật hộ niệm. Vì được Phật hộ niệm nên đối với trí địa này sanh lòng dũng mãnh. Vì đây là công hạnh tối sơ mà Bồ-Tát thật hành để thành tựu tất cả Phật pháp.

Ví như viết chữ, tất cả đều từ mẫu tự làm gốc. Tự mẫu rốt ráo không có chút phân rời tự mẫu.

Tất cả Phật pháp đều dùng Thập Địa làm căn bổ. Thập Địa rốt ráo ru hành thành tựu được Nhứt thiết chủng trí.

Do đây xin Phật tử diễn nói cho. Những người này tất được đức Như-Lai hộ niệm làm cho họ tin thọ.

(Kinh Hoa Nghiêm, phẩm 26. Thập Địa)

14. GIẢI THOÁT NGUYỆT BỒ-TÁT

Giải thoát Nguyệt Bồ-Tát muốn tuyên lại nghĩa này mà nói kệ rằng:

Lành thay Phật tử xin diễn thuyết

Các trí địa đưa vào Bồ đề

Mười phương tất cả đấng Tự Tại

Thảy đều hộ niệm trí căn bổn.

An trụ trí này cũng rốt ráo

Tất cả Phật pháp từ đây sanh

Ví như viết chữ do mẫu tự

Cũng thế, Phật pháp y trí địa.

(Kinh Hoa Nghiêm, phẩm 26. Thập Địa)

15. TUYÊN THUYẾT ĐỊA TỐI THẮNG

Lúc đó chúng đại Bồ-Tát đồng thời ứng tiếng hướng về Kim Cang Tạng Bồ-Tát mà nói kệ rằng:

Trí thượng diệu vô cấu

Vô biên trí biện tài

Tuyên xướng lời sâu đẹp
Tương ưng Đệ nhứt nghĩa.

Niệm trì hạnh thanh tịnh
Thập lực chứa công đức
Biện tài phân biệt nghĩa
Nói địa tối thắng này.

Định, giới chứa chánh tâm
Lìa ngã mạn tà kiến
Chúng đây không lòng nghi
Cầu xin được nghe giảng.

Như khát tưởng nước mát
Như đói nhớ món ngon
Như bịnh cầu thuốc hay
Như ong tham mật tốt.

Chúng con cũng như vậy
Mong nghe pháp cam lồ
Lành thay bực đại trí
Nguyện giải thoát Thập Địa.

Thành Thập lực vô ngại
Tất cả hạnh của Phật
Chúng con nếu được nghe
Tin thọ siêng tu tập.
(Kinh Hoa Nghiêm, phẩm 26. Thập Địa)

16. HÀO QUANG TỪ CHẶNG MÀY CỦA THẾ TÔN

Bấy giờ đức Thế Tôn từ chặng mày phóng quang minh thanh tịnh tên là Bồ-Tát Lực Diệm Minh, kèm theo vô số trăm ngàn quang minh chiếu khắp tất cả thế giới mười phương. Ba ác đạo đều được hết khổ.

Quang Minh này lại chiếu suốt tất cả chúng hội của tất cả Phật, hiển hiện thần lực bất tư nghì của Phật.

Lại chiếu đến thân Bồ-Tát được Phật gia hộ thuyết pháp trong tất cả thế giới khắp mười phương.

Quang Minh này là những sự trên đây rồi kết thành đài lưới mây rất sáng chói dừng ở trên không.

Lúc đó Chư Phật ở mười phương cũng phóng quang như vậy, và cũng hiện thành những sự như vậy. Lại chiếu đến Phật và đại chúng ở thế giới Ta Bà này, cùng chiếu đến thân và tòa sư tử của Kim Cang Tạng Bồ-Tát.

(Kinh Hoa Nghiêm, phẩm 26. Thập Địa)

17. ĐẠO THẮNG TRÍ

Trong đài lưới mây sáng chói dừng ở trên không, do thần lực của Phật, có tiếng nói kệ rằng:

Phật Vô đẳng đẳng như hư không

Thập lực vô lượng thắng công đức

Tối thắng vô thượng trong thế gian

Thích Ca Như-Lai gia hộ đó.

Phật tử nên thừa thần lực Phật

Giải bày tạng tối thắng tối tôn

Trí địa quảng đại hạnh thắng diệu

Nương Phật oai thần phân biệt nói.

Nếu được Như-Lai gia hộ cho
Sẽ được pháp bửu vào tâm mình
Bồ-Tát Thập Địa tuần tự đầy
Cũng đủ Chư Phật mười trí lực.

Dầu ở biển sâu hay kiếp hỏa
Kham thọ pháp này tất được nghe
Những ai sanh nghi không lòng tin
Trọn không được nghe nghĩa như vậy.

Nói rộng Thập Địa: *đạo Thắng Trí*
Nhập trụ tuần tự tu tập lần
Theo hạnh phát sanh cảnh giới trí
Vì lợi ích chúng sanh tất cả.
(Kinh Hoa Nghiêm, phẩm 26. Thập Địa)

18. KIM CANG TẠNG BỒ-TÁT

Kim Cang Tạng Bồ-Tát quan sát mười phương muốn cho đại chúng thêm lòng tin thanh tịnh nên nói kệ rằng:

Đạo lớn của Như-Lai
Vi diệu khó biết được
Lìa niệm chẳng phải niệm
Cầu thấy chẳng thể được.

Không sanh cũng không diệt
Tánh tịnh thường vắng lặng
Người ly cấu thông huệ
Đang đi trong cảnh đó.

Cảnh giới của trí địa
Ức kiếp nói không hết
Nay tôi chỉ nói lược
Nghĩa chơn thiệt của kia.

Đại chúng cung kính chờ
Tôi thừa Phật lực nói
Tiếng pháp diệu thù thắng
Tương ưng chữ ví dụ.

Thần lực vô lượng Phật
Đều đến vào thân tôi
Nơi đây khó hiển bày
Nay tôi nói phần ít.

(Kinh Hoa Nghiêm, phẩm 26. Thập Địa)

19. CHUYỂN ĐẠI PHÁP LUÂN VÔ ÚY

Nếu có chúng sanh trồng sâu căn lành, khéo tu tập những hạnh trợ đạo, hay cúng dường Chư Phật, làm thiện tri thức, khéo chứa nhóm những pháp trắng trong, giỏi nhiếp và khéo làm thanh tịnhthâm tâm, lập chí quảng đại phát sanh trí biết rộng lớn, lòng từ bi luôn hiện tiền, vì cầu Phật trí, vì được Thập lực, vì được đại vô úy, vì được Phật pháp bình đẳng, vì cứu tất cả thế gian, vì thanh tịnh đại từ bi, vì được Thập lực Nhứt thiết chủng trí, vì thanh tịnh Phật độ vô ngại, vì khoảng một niệm biết cả tam thế, vì chuyển đại pháp luân vô úy.

(Kinh Hoa Nghiêm, phẩm 26. Thập Địa)

20. HẠNH ĐỊA CỦA BỒ-TÁT

Giải thoát Nguyệt Bồ-Tát hỏi Kim Cang Tạng Bồ-Tát:

Cớ sao bực Tịnh Giác

Đủ niệm trí công đức

Nói tên mười Trí Địa

Biết rõ chẳng giải thích?

Kim Cang Tạng Bồ-Tát đáp rằng:

Hạnh địa của Bồ-Tát

Gốc tối thượng của Phật

Giải thích nói rõ ràng

Hy hữu khó thứ nhứt.

Vi tế khó thấy được

Ly niệm siêu tâm địa

Phát sanh cảnh giới Phật

Người nghe sẽ mê lầm.

(Kinh Hoa Nghiêm, phẩm 26. Thập Địa)

THẬP ĐỊA

Hoan Hỉ địa

Ly Cấu địa

Phát Quang địa

Diệm Huệ địa

Nan Thắng địa

Hiện Tiền địa

Viễn Hành địa

Bất Động địa

Thiện Huệ địa

Pháp Vân địa.

(Kinh Hoa Nghiêm, phẩm 26. Thập Địa)

21.1. HOAN HỈ ĐỊA

21.1.a. Đại Bồ-Tát trụ bực Sơ địa phần nhiều hiện làm Vua ở Diêm-phù- đề, giàu mạnh tự tại thường hộ trì chánh pháp.

Bồ-Tát phát khởi những tâm như vậy bèn lấy đại bi làm trước, trí huệ tăng thượng, phương tiện khéo diệu, thâm tâm tối thượng là chỗ nhiếp lấy, Phật lực là chỗ giữ gìn, vô lượng trí khéo quan sát, sức phân biệt dũng mãnh, sức trí huệ vô ngại hiện tiền, tùy thuận tự nhiên trí, có thể thọ lãnh tất cả Phật pháp dùng trí huệ để giáo hóa, quảng đại như pháp giới, rốt ráo dường hư không suốt thuở vị lai.

Bồ-Tát trụ bực Hoan Hỷ Địa thời thành tựu nhiều hoan hỷ, nhiều tịnh tín, nhiều ái lạc, nhiều thích duyệt, nhiều hân khánh, nhiều dũng dước, nhiều dũng mãnh, nhiều bất đấu tránh, nhiều vô não hại, nhiều vô sân hận.

(Kinh Hoa Nghiêm, phẩm 26. Thập Địa)

21.1.b. GẦN BỰC TRÍ HUỆ MÀ HOAN HỶ

Bồ-Tát trụ bực Hoan Hỷ Địa vì nhớ Chư Phật nên sanh vui mừng, vì nhớ Phật pháp nên sanh vui mừng, vì nhớ chư Bồ-Tát nên sanh vui mừng, vì nhớ hạnh Bồ-Tát nên sanh vui mừng, vì nhớ thanh tịnh Ba la mật nên sanh vui mừng, vì nhớ Bồ-Tát địa thù thắng nên sanh vui mừng, vì nhớ Bồ-Tát không hư hoại nên sanh vui mừng, vì hớ Chư Phật giáo hóa chúng sanh nên sanh vui mừng, vì nhớ có thể làm lợi ích cho chúng sanh nên sanh vui mừng, vì nhớ vào trí phương tiện của Chư Phật nên sanh vui mừng.

Bồ-Tát này lại tự nghĩ: Vì tôi đã chuyển và rời tất cả cảnh giới thế gian mà hoan hỷ, vì thân cận tất cả Phật mà hoan hỷ, vì lìa xa hạng phàm phu mà hoan hỷ, vì gần bực trí huệ mà hoan hỷ, vì dứt hẳn tất cả ác thú mà hoan hỷ, vì làm chỗ y chỉ cho tất cả chúng sanh mà hoan hỷ, vì thấy tất cả Như-Lai mà hoan hỷ, vì sanh vào cảnh giới Phật mà hoan hỷ, vì vào trong tánh bình đẳng của tất cả Bồ-Tát mà hoan hỷ, vì xa lìa tất cả những sự kinh sợ rùng mình mà hoan hỷ.

(Kinh Hoa Nghiêm, phẩm 26. Thập Địa)

21.1.c. XA LÌA SỰ KINH SỢ

Vì Bồ-Tát đã được bực Hoan Hỷ Địa thời được khỏi hẳn tất cả sự kinh sợ. Như là xa lìa hẳn sự sợ chẳng sống, sợ tiếng xấu, sợ chết, sợ sa ác đạo, sợ oai đức của đại chúng.

Tại sao lại được khỏi hẳn những sự kinh sợ?

Vì Bồ-Tát này đã lìa ngã tưởng, thân mình còn không mến tiếc huống là của cải, vì thế nên không kinh sợ về sự không sống.

Vì Bồ-Tát này không trông cầu người khác cúng dường mình, chỉ chuyên cấp thí tất cả chúng sanh nên không kinh sợ về sự tiếng xấu.

Vì Bồ-Tát này đã lìa ngã kiến không có ngã tưởng nên không kinh sợ về sự chết.

Vì Bồ-Tát này tự biết sau khi chết quyết định không rời Chư Phật Bồ-Tát nên không kinh sợ về sự sa ác đạo.

Vì chí nguyện của Bồ-Tát này, trong tất cả thế gian còn không ai bằng huống là hơn, nên không kinh sợ đối với oai đức của đại chúng.

(Kinh Hoa Nghiêm, phẩm 26. Thập Địa)

21.1.d. AN TRỤ BỰC BỒ-TÁT HOAN HỶ ĐỊA

Bồ-Tát này lấy đại bi làm trước, chí nguyện rộng lớn không có gì trở hoại được.

Lại thêm siêng tu tất cả thiện căn mà được thành tựu.

Những thiện căn đó như: Lòng tin tăng thượng, nhiều lòng tin thanh tịnh, hiểu biết thanh tịnh, lòng quyết định, phát sanh lòng bi mẫn, thành tựu đức đại từ, không nhàm mỏi, lòng hổ thẹn trang nghiêm, thành tựu hạnh nhu hòa, kính thuận tôn trọng giáo pháp của Chư Phật, ngày đêm tu tập các căn lành không nhàm đủ, gần gũi thiện tri thức, luôn mến thích chánh pháp, cầu đa văn không nhàm đủ, chánh quan sát đúng với pháp đã được nghe, lòng không y tựa chấp trước, không tham muốn lợi danh cung kính, chẳng mong cầu tất cả vật dụng nuôi sống, phát sanh tâm như thật không nhàm đủ, cầu bực Nhứt thiết trí, cầu Phật lực, vô úy, Phật pháp bất cộng, cầu các môn trợ đạo Ba la mật, lìa những dua dối, có thể thật hành đúng như lời nói, luôn gìn lời như thật, chẳng làm nhơ nhớp nhà Như-Lai, chẳng bỏ giới Bồ-Tát, sanh Nhứt thiết trí, lòng vững như Sơn Vương bất động, chẳng bỏ tất cả sự thế gian mà thành tựu tất cả đạo xuất thế, tu tập pháp trợ đạo Vô thượng Bồ đề không mỏi nhàm, thường cầu đạo Vô thượng.

Bồ-Tát thành tựu pháp tu tập thanh tịnh tâm địa như vậy thời gọi là an trụ bực "Bồ-Tát Hoan Hỷ Địa".

(Kinh Hoa Nghiêm, phẩm 26. Thập Địa)

21.1.e. PHÁT MƯỜI ĐẠI NGUYỆN

Bồ-Tát này thành tựu đại nguyện, đại dũng, đại dụng như vầy;

1. Phát sanh trí hiểu biết quyết định thanh tịnh quảng đại, đem tất cả đồ cúng dường cung kính dâng lên tất cả Chư Phật không thiếu sót, rộng lớn dường pháp giới, rốt ráo như hư không, suốt tất cả kiếp số vị lai không thôi nghỉ.

2. Nguyện thọ lãnh tất cả Phật pháp, nguyện nhiếp tất cả Phật trí, nguyện hộ tất cả Phật giáo, nguyện trì tất cả Phật pháp, rộng lớn như pháp giới, rốt ráo như hư không suốt tất cả kiếp số vị lai không thôi nghỉ.

3. Nguyện trong tất cả thế giới, lúc Phật xuất thế; Giáng thần, nhập thai, trụ thai, sơ sanh, xuất gia, thành đạo, thuyết pháp, nhập Niết Bàn, tôi đều đến gần gũi cúng dường, làm thượng thủ trong chúng, thọ lãnh và thật hành chánh pháp, đồng thời chuyển pháp khắp tất cả mọi nơi, rộng lớn như pháp giới, rốt ráo dường hư không, suốt tất cả kiếp số vi lai không thôi nghỉ.

4. Nguyện tất cả Bồ-Tát hạnh quảng đại chẳng hoại, chẳng tạp nhiếp các môn Ba la mật, tu tập thanh tịnh các trí địa. Tổng

tướng, biệt tướng, đồng tướng, dị tướng, thành tướng, hoại tướng, tất cả Bồ-Tát hạnh đều nói đúng như thiệt. Giáo hóa tất cả chúng sanh cho họ lãnh thọ thật hành tâm địa được tăng trưởng, rộng lớn như pháp giới, rốt ráo dường hư không, suốt tất cả kiếp số vị lai không thôi nghỉ.

5. Nguyện tất cả giới chúng sanh, có sắc, không sắc, có tưởng, không tưởng, chẳng có tưởng, chẳng không tưởng, noãn sanh, thai sanh, thấp sanh, hóa sanh, hệ thuộc ba cõi, vào sáu loài tất cả chỗ thác sanh, nhiếp về danh sắc, những loài như vậy tôi đều giáo hóa cho họ vào Phật pháp, dứt hẳn tất cả loài thế gian mà an trụ đạo Nhứt thiết chủng trí. Rộng lớn như pháp giới, rốt ráo dường hư không, suốt tất cả kiếp số vị lai không thôi nghỉ.

6. Nguyện tất cả thế giới rộng lớn vô lượng: Thô, tế, loạn trụ, đảo trụ, chánh trụ, hoặc vào, hoặc đi, hoặc đến, sai khác như đế võng, mười phương vô lượng thế giới nhiều loại không đồng, đều thấy biết rõ với trí lực. Rộng lớn như pháp giới, rốt ráo dường hư không, suốt tất cả kiếp số vị lai không thôi nghỉ.

7. Nguyện tất cả quốc độ vào một quốc độ, một quốc độ vào tất cả quốc độ, vô lượng Phật độ đều khắp thanh tịnh. Những đồ vật sáng chói dùng để trang nghiêm.

8. Nguyện cùng tất cả Bồ-Tát đồng một chí một hạnh không ganh thù, chứa nhóm các căn lành, tất cả Bồ-Tát bình đẳng một duyên, thường tập hội không rời bỏ nhau, tùy ý có thể hiện nhiều thân Phật, tự tâm nhậm vận có thể biết cảnh giới của Chư Phật, oai lực trí huệ được thần thông bất thối tùy ý du hành tất cả thế giới.

9. Nguyện thừa pháp luân bất thối tu hạnh Bồ-Tát, thân, ngữ, ý ba nghiệp đều không để luống, nếu ai tạm thấy thời được quyết định nơi Phật pháp, nếu ai tạm nghe âm thanh thời được thật trí, vừa sanh lòng tịnh tín thời dứt hẳn phiền não, được thân như cây đại Dược Vương, được thân như châu như ý, tu hành tất cả hạnh Bồ-Tát. Rộng lớn như pháp giới, rốt ráo dường hư không, suốt tất cả kiếp số vị lai không thôi nghỉ.

10. Nguyện ở khắp tất cả thế giới thành Vô thượng Chánh giác, chẳng rời một chân lông mà nơi tất cả chân lông thị hiện sơ

sanh, xuất gia, đến đạo tràng, thành Chánh giác, chuyển pháp luân, nhập Niết Bàn, được sức đại trí huệ cảnh giới của Phật trong mỗi niệm thuận theo tâm của tất cả chúng sanh mà thị hiện thành Phật làm cho họ được tịch diệt.

(Kinh Hoa Nghiêm, phẩm 26. Thập Địa)

21.1.f. MƯỜI TẬN CÚ

Bồ-Tát trụ bực Hoan Hỷ Địa phát đại nguyện như vậy, dũng mãnh như vậy, đại dụng như vậy. Dùng mười nguyện môn này làm đầu đầy đủ trăm vạn vô số đại nguyện.

Đại nguyện này do mười tận cú mà được thành tựu.

Đây là mười tận cú:

1. Chúng sanh giới tận

2. Thế giới tận

3. Hư không giới tận

4. Pháp giới tận

5. Niết bàn giới tận

6. Phật xuất hiện giới tận

7. Như-Lai trí giới tận

8. Tâm sở duyên giới tận

9. Phật trí sở nhập cảnh giới giới tận

10. Thế gian chuyển pháp chuyển trí, chuyển giới tận. Nếu chúng sanh giới tận thệ nguyện của tôi mới tận, nhẫn đến thế gian chuyển pháp, chuyển trí, chuyển giới tận thệ nguyện của tôi mới tận. Nhưng chúng sanh giới nhẫn đến trí chuyển giới không cùng tận, nên thiện căn đại nguyện của tôi đây cũng không cùng tận.

(Kinh Hoa Nghiêm, phẩm 26. Thập Địa)

21.1.g. NHỮNG THÀNH TỰU CỦA BỒ-TÁT HOAN HỈ ĐỊA

Bồ-Tát mới bắt đầu phát tâm liền được vượt khỏi hạng phàm phu mà vào ngôi Bồ-Tát, sanh vào nhà Như-Lai.

Bồ-Tát trụ bực Hoan Hỷ Địa thời thành tựu:

- Nhiều hoan hỷ

- Nhiều tịnh tín

- Nhiều ái lạc

- Nhiều thích duyệt

- Nhiều hân khánh

- Nhiều dũng dước

- Nhiều dũng mãnh

- Nhiều bất đấu tránh

- Nhiều vô não hại

- Nhiều vô sân hận.

Bồ-Tát trụ bực Hoan Hỷ Địa vì nhớ hạnh Chư Phật và Bồ-Tát nên sanh vui mừng

Vì Bồ-Tát này tự biết sau khi chết quyết định không rời Chư Phật Bồ-Tát nên không kinh sợ về sự sa ác đạo.

Đại nguyện này do mười tận cú mà được thành tựu. Đó là:

- Chúng sanh giới tận

- Thế giới tận

- Hư không giới tận

- Pháp giới tận

- Niết bàn giới tận

- Phật xuất hiện giới tận

- Như-Lai trí giới tận

- Tâm sở duyên giới tận

- Phật trí sở nhập cảnh giới giới tận

- Thế gian chuyển pháp chuyển trí, chuyển giới tận.

Nếu chúng sanh giới tận thệ nguyện của tôi mới tận, nhẫn đến thế gian chuyển pháp, chuyển trí, chuyển giới tận thệ nguyện của tôi mới tận. Nhưng chúng sanh giới nhẫn đến trí chuyển giới không cùng tận, nên thiện căn đại nguyện của tôi đây cũng không cùng tận.

- Bồ-Tát đã trụ bực Hoan Hỷ Địa này rồi, do sức đại nguyện được thấy trăm ngàn ức na do tha ức Phật.

(Kinh Hoa Nghiêm, phẩm 26. Thập Địa)

21.1.h. TIN VÀO NHỮNG BỰC THẮNG ĐỊA

Bồ-Tát phát đại nguyện như vậy rồi thời được: Tâm lợi ích, tâm nhu nhuyến, tâm tùy thuận, tậm tịch tịnh, tâm điều phục, tâm tịch diệt, tâm khiêm hạ, tâm nhuận trạch, tâm bất động, tâm bất trược, thành bực tịnh tín, có công dụng của đức tin, có thể tin bổn hạnh chứng nhập của Như-Lai, tin thành tựu được các môn Ba la mật, tin vào những bực thắng địa, tin sức thành tựu tin đầy đủ vô sở úy, tin sanh trưởng Phật pháp bất cộng bất hoại, tin Phật pháp bất tư nghì, tin xuất sanh Phật cảnh giới không trung biên, tin tùy nhập vô lượng cảnh giới của Phật, tin thành tựu quả.

Tóm lại, tin tất cả Bồ-Tát hạnh, nhẫn đến tin trí, địa, thuyết, lực của Như-Lai.

(Kinh Hoa Nghiêm, phẩm 26. Thập Địa)

21.1.i. CHÁNH PHÁP CỦA CHƯ PHẬT THẬM THÂM

Bồ-Tát này lại nghĩ rằng: Chánh pháp của Chư Phật thậm thâm như vậy, tịch tịnh như vậy, tịch diệt như vậy, không, vô tướng, vô nguyện như vậy, vô nhiễm như vậy, vô lượng, quảng đại như vậy, mà hàng phàm phu sa vào tà kiến, bị vô minh che lòa, dựng cao tràng kiêu mạn, vào trong lưới khát ái, đi trong rừng rậm dua dối không tự ra được.

Dục lưu, hữu lưu, vô minh lưu, kiến lưu nói luôn phát khởi chủng tử tâm ý thức. Trong ruộng tam giới lại mọc mầm khổ, chính là chẳng rời danh sắc.

(Kinh Hoa Nghiêm, phẩm 26. Thập Địa)

21.1.j. SƠ ĐỊA

Bồ-Tát thấy chúng sanh không thể thoát khỏi khổ quả như vậy, liền phát sanh đại bi trí huệ tự nghĩ rằng: Tôi phải cứu vớt tất cả chúng sanh này đặt họ ở chỗ rốt ráo an lạc. Do vì suy nghĩ phát tâm như vậy nên sanh trí huệ quang minh đại từ.

Đại Bồ-Tát tùy thuận đại bi đại từ như vậy, lúc dùng tâm thâm trọng trụ bực Sơ địa, đối với tất cả vật không hề lẫn tiếc, cầu Phật trí, tu đại xả. Phàm có thứ chi đều có thể bố thí cả. Những là tiền, lúa, kho, đụn, vàng, bạc, ma ni, châu ngọc, đồ trang sức, voi, ngựa, xe cộ, tôi tớ, nhơn dân, thành ấp, tụ lạc, vườn rừng, lầu đài, vợ con quyến thuộc, đầu, mắt, tay, chân, máu, thịt, xương, tủy, tất cả đều không tiếc, để cầu trí huệ rộng lớn của chư Phật.

Đây gọi là thành tựu đại xả của bực Bồ-Tát trụ "Sơ Địa".

(Kinh Hoa Nghiêm, phẩm 26. Thập Địa)

21.1.k. THÀNH TỰU TÀM QUÝ TRANG NGHIÊM

Bồ-Tát dùng tâm từ bi đại thí này là vì muốn cứu hộ tất cả chúng sanh. Thêm cầu những sự lợi ích thế gian và xuất thế, vì không nhàm đủ liền được thành tựu tâm không mỏi nhàm.

Được tâm không mỏi nhàm rồi, với tất cả kinh luận, không lòng khiếp nhược, vì lòng không khiếp nhược liền được thành tựu nhứt thiết kinh luận trí. Được trí này rồi thời có thể hay so lường việc nên làm, việc chẳng nên làm. Với tất cả chúng sanh căn cơ thượng, trung, hạ, thuận theo chỗ đáng độ, năng lực và thói quen của họ mà làm cho họ đều được lợi ích. Do đây Bồ-Tát được thành thế trí. Thành được thế trí rồi liền biết thời tiết, biết lượng số. Vì tàm quý mà siêng tu đạo hạnh tự lợi lợi tha nên thành tựu tàm quý trang nghiêm.

(Kinh Hoa Nghiêm, phẩm 26. Thập Địa)

21.1.l. MƯỜI PHÁP THANH TỊNH

Trong hạnh này siêng tu hạnh giải thoát không thối chuyển thành sức kiên cố. Được sức kiên cố rồi thời siêng cúng dường chư Phật. Nơi giáo pháp của Phật có thể thật hành đúng như lời dạy

Bồ-Tát thành tựu mười pháp thanh tịnh các trí địa như vậy, chính là: Bi, từ, xả, không mỏi nhàm, biết kinh luận, hiểu thế pháp, tàm quý, sức kiên cố, cúng dường chư Phật và y giáo tu hành.

(Kinh Hoa Nghiêm, phẩm 26. Thập Địa)

21.1.m. THẤY TRĂM NGÀN ĐỨC PHẬT

Bồ-Tát đã trụ bực Hoan Hỷ Địa này rồi, do sức đại nguyện được thấy nhiều đức Phật như là thấy:

- Trăm đức Phật

- Ngàn đức Phật

- Trăm ngàn đức Phật

- Ức Phật

- Trăm ức Phật

- Ngàn ức Phật

- Trăm ngàn ức Phật

- Ức na do tha Phật

- Trăm ức na do tha Phật

- Ngàn ức na do tha Phật

- Trăm ngàn ức na do tha Phật.

Với chư Phật này, Bồ-Tát đều dùng đại tâm, thâm tâm, cung kính tôn trọng phụng thờ cúng dường những y phục, ẩm thực, ngọa cụ, y dược và tất cả đồ dùng, cũng cúng dường tất cả chúng Tăng, Bồ-Tát đem công đức thiện căn này đều hồi hướng Vô thượng Bồ đề.

(Kinh Hoa Nghiêm, phẩm 26. Thập Địa)

21.1.n. THANH TỊNH PHÁP TRÍ ĐỊA

Vì cúng dường chư Phật, Bồ-Tát này thành tựu được chúng sanh pháp, dùng hai nhiếp pháp trước là bố thí và ái ngữ để nhiếp lấy chúng sanh. Còn hai nhiếp pháp sau thời chỉ do sức tín giải mà thật hành chớ chưa thông đạt.

Bồ-Tát này ở trong mười Ba la mật, thời đàn Ba la mật được tăng thượng; với chín Ba la mật kia thời tùy sức tùy phần mà thật hành.

Bồ-Tát này trong lúc siêng cúng dường chư Phật giáo hóa chúng sanh đều để tu hành thanh tịnh pháp trí địa.

Bao nhiêu thiện căn đều hồi hướng bực Nhứt thiết chủng trí,

lần thêm sáng sạch, điều nhu thành tựu, tùy ý đều dùng được.

(Kinh Hoa Nghiêm, phẩm 26. Thập Địa)

21.1.o. HỒI HƯỚNG BỰC NHỨT THIẾT CHỦNG TRÍ

Ví như thợ kim hoàn, khéo luyện vàng, cho vào lửa thường thời vàng càng thêm sáng sạch mịn nhuyễn tùy ý người thợ dùng.

Cũng vậy, Bồ-Tát này cúng dường chư Phật giáo hóa chúng sanh đều để tu hành thanh tịnh pháp trí địa, bao nhiêu thiện căn đều hồi hướng bực Nhứt thiết chủng trí, càng thêm sáng sạch điều nhu thành tựu có thể dùng tùy ý.

(Kinh Hoa Nghiêm, phẩm 26. Thập Địa)

21.1.p. NHƯ-LAI ĐỊA

Đại Bồ-Tát trụ bực Sơ địa phải đến chỗ Chư Phật, Bồ-Tát, Thiện tri thức tìm cầu thưa hỏi.

Ở trong địa này, từ nơi tướng và đắc quả không nhàm đủ, vì muốn thành tựu pháp của trí địa này.

Lại cũng phải đến chỗ Phật, Bồ-Tát, Thiện tri thức tìm cầu thưa hỏi tướng và đắc quả của Nhị địa, Tam địa nhẫn đến Thập Địa không nhàm đủ, vì muốn thành tựu pháp của các trí địa đó.

Bồ-Tát này khéo biết trong các trí địa: Chướng và đối trị, địa thành hay hoại, địa tướng và quả; cũng biết rõ địa đắc tu, địa pháp thanh tịnh, địa tiến tu lên, phải địa chẳng phải địa, trí thù thắng của các địa, bất thối chuyển của các địa. Cũng khéo biết thanh tịnh tu trị tất cả trí địa, nhẫn đến chuyển vào Như-Lai địa.

(Kinh Hoa Nghiêm, phẩm 26. Thập Địa)

21.1.q. TRÍ HUỆ QUANG MINH CỦA NHƯ-LAI

Bồ-Tát khéo biết địa tướng như vậy. Ban đầu ở bực Sơ địa phát khởi tu hành không giám đoạn, nhẫn đến nhập bực Thập Địa không gián đoạn.

Do trí huệ sáng suốt của các trí địa đây mà thành trí huệ quang minh của Như-Lai.

Ví như vị thương chủ biết rành phương tiện muốn dắt các thương gia đến đại thành, lúc chưa khởi hành, trước hỏi rõ sự lành dữ dọc đường và chỗ đến ở an hay nguy, được hay không.

Sau đó trang bị tu lương vật dụng đầy đủ rồi mới cùng nhau lên đường.

Vị thương chủ kia dầu chưa khởi hành mà đã biết rõ lộ trình lành dữ tất cả sự an nguy, khôn khéo suy tính sắm sửa hành trang lương thực không để thiếu sót, mới có thể dắt đoàn thương gia đến đại thành một các toàn vẹn an ổn.

(Kinh Hoa Nghiêm, phẩm 26. Thập Địa)

21.1.r. NHẬP BẬC SƠ ĐỊA BỒ-TÁT

Bồ-Tát cũng như vậy. Trụ bực Sơ địa biết rành chướng và đối trị của các trí địa, nhẫn đến biết rành tất cả trí địa thanh tịnh chuyển nhập Như-Lai địa, sau đó mới lo đủ tư lương phước và trí, dắt các chúng sanh đi qua đường hiểm sanh tử, đến thành Nhứt thiết chủng trí một các an toàn.

Vì lẽ trên đây nên Bồ-Tát phải thường siêng tu công hạnh thanh tịnh thù thắng của các trí địa nhẫn đến chứng nhập Như-Lai địa.

Đây gọi là lược nói môn nhập bực Sơ địa của đại Bồ-Tát. Nói rộng ra thời có vô lượng vô biên trăm ngàn vô số sự sai khác.

(Kinh Hoa Nghiêm, phẩm 26. Thập Địa)

21.1.s. ĐẠI BỒ-TÁT TRỤ BỰC SƠ ĐỊA NÀY THƯỜNG HIỆN LÀM VUA Ở DIÊM PHÙ ĐỀ, ĐỂ HỘ TRÌ CHÁNH PHÁP

Đại Bồ-Tát trụ bực Sơ địa này phần nhiều hiện làm vua ở Diêm Phù Đề, giàu mạnh tự tại thường hộ trì chánh pháp. Hay dùng hạnh đại thí để nhiếp thủ chúng sanh, khéo trừ tật tham lam bỏn sẻn của chúng sanh.

Tất cả công việc làm như là bố thí, ái ngữ, lợi hành, đồng sự đều chẳng rời niệm Phật, niệm Pháp, niệm Tăng. Chẳng rời niệm Bồ-Tát đồng hạnh, chẳng rời niệm hạnh Bồ-Tát, các môn Ba la mật, các trí địa. Chẳng rời Niệm lực, Vô úy, pháp Bất cộng. Chẳng rời niệm Nhứt thiết chủng trí.

Bồ-Tát này lại nghĩ rằng: Tôi phải ở trong tất cả chúng sanh làm thượng thủ, làm thắng, làm thù thắng, làm diệu, làm vi diệu, làm thượng, làm vô thượng, làm Đạo Sự, làm tướng, làm soái, nhẫn đến làm người y chỉ của Nhứt thiết chủng trí.

(Kinh Hoa Nghiêm, phẩm 26. Thập Địa)

21.1.t. NGUYỆN LỰC THÙ THẮNG CỦA BỒ-TÁT

Nếu dùng nguyện lực thù thắng của Bồ-Tát tự tại thị hiện hơn nơi số trên đây, thời cả trăm kiếp ngàn kiếp, nhẫn đến trăm ngàn ức na do tha kiếp cũng chẳng tính biết được.

Kim Cang Tạng Bồ-Tát muốn tuyên lại nghĩa này nên nói kệ rằng:

Bồ-Tát trụ nơi đây

Tịnh tu mười trí địa

Chỗ làm không chướng ngại

Đầy đủ chẳng đoạn tuyệt.

Ví như vị thương chủ

Vì lợi cho thương gia

Hỏi rõ đường dễ khó

An ổn đến đại thành

Bồ-Tát trụ Sơ địa

Phải biết cũng như vậy

Dũng mãnh không chướng ngại

Đến bực đệ Thập Địa.

Trụ trong Sơ địa này

Làm chủ công đức lớn

Nếu nguyện lực tự tại

Hơn số này vô lượng.

Ở trong nghĩa Sơ địa
Tôi lược thuật phần ít,
Nếu muốn giảng giải rộng
Ức kiếp chẳng hết được.
Bồ-Tát đạo tối thắng
Lợi ích mọi quần sanh
Pháp Sơ địa như vậy
Nay tôi đã nói xong.

(Kinh Hoa Nghiêm, phẩm 26. Thập Địa)

21.2. LY CẤU ĐỊA

Đại Bồ-Tát trụ bực Ly Cấu Địa này, phần nhiều hiện thân làm Chuyển Luân Thánh Vương, làm đại pháp chủ, đầy đủ thất bửu, có sức tự tại, có thể trừ cấu nhiễm tham, sân, và sự hay phạm giới của tất cả chúng sanh.

21.2.a. MƯỜI THỨ THÂM TÂM

Bấy giờ Kim Cang Tạng Bồ-Tát bảo Giải Thoát Nguyệt Bồ-Tát rằng: Đại Bồ-Tát đã tu Sơ địa muốn vào đệ nhị địa thời phải phát khởi mười thứ thâm tâm.

Tâm chánh trực

Tâm nhu nhuyến

Tâm kham năng

Tâm điều phục

Tâm tịch tịnh

Tâm thuần thiện

Tâm chẳng tạp

Tâm không cố luyến

Tâm rộng

Tâm lớn.

Bồ-Tát dùng mười thâm tâm này thời được vào bực Ly Cấu Địa thứ hai.

(Kinh Hoa Nghiêm, phẩm 26. Thập Địa)

21.2.b. BỒ-TÁT TRỤ LY CẤU ĐỊA CÓ ĐẶC TÁNH

Bồ-Tát trụ Ly Cấu Địa thời tánh tự:

- Xa rời tất cả sát sanh

- Chẳng chứa dao gậy

- Chẳng có lòng oán hận

- Có tàm có quý

- Đầy đủ lòng nhơn thứ

- Tánh tự chẳng ỷ ngữ.

- Tánh tự chẳng tham, sân và si

- Tánh rời mười nghiệp ác

Bồ-Tát ở bực Ly Cấu Địa này, do nguyện lực mà được thấy trăm ngàn ức na do tha đức Phật.

Chất trực, nhu nhuyến và kham năng
Điều phục, tịch tịnh và thuần thiện
Ý rộng lớn mau thoát sanh tử
Do mười tâm vào đệ Nhị địa.

Lòng từ thương xót các chúng sanh
Khéo nói luật nghi của trí giả
Và hành tướng trong đệ Nhị địa.
Đây diệu hạnh của chư Bồ-Tát.

(Kinh Hoa Nghiêm, phẩm 26. Thập Địa)

21.2.c. MƯỜI GIỚI TRỌNG CỦA BỒ-TÁT

Bồ-Tát trụ Ly Cấu Địa thời tánh tự xa rời tất cả sát sanh, chẳng chứa dao gậy, chẳng có lòng oán hận, có tàm có quý, đầy đủ lòng nhơn thứ. Với tất cả chúng sanh có mạng sống thời thương, sanh lòng từ làm lợi ích.

1. KHÔNG SÁT SANH: Bồ-Tát này còn chẳng có lòng ác não hại chúng sanh, huống là với họ mà có chúng sanh tưởng cố ý làm việc giết hại.

2. KHÔNG TRỘM CẮP: Tánh tự chẳng trộm cắp. Với của cải mình Bồ-Tát thường biết vừa đủ, với người thời thương yêu tha thứ chẳng hề xâm tổn. Nếu đồ vật thuộc người khác thời tưởng là của người khác, trọn không sanh lòng trộm cắp, nhẫn đến lá cây của người không cho thời không lấy, huống là đồ vật dụng khác.

3. KHÔNG TÀ DÂM: Tánh tự chẳng tà dâm. Với tự thê, Bồ-Tát tri túc chẳng mong vợ người. Với thê thiếp của người cùng con gái của người, trọn không móng lòng tham nhiễm, huống là tùng sự dâm dục, huống là nơi phi đạo.

4. KHÔNG VỌNG NGỮ: Tánh tự chẳng vọng ngữ. Bồ-Tát luôn thật ngữ, chơn ngữ, thời ngữ, nhẫn đến trong chiêm bao cũng còn chẳng nói lời phú tàng, vô tâm, vọng ngữ, huống là cố ý nói dối.

5. KHÔNG NÓI HAI LỜI: Tánh tự chẳng lưỡng thiệt. Bồ-Tát đối với chúng sanh không tâm ly gián, không tâm não hại, chẳng đem lời người này đến nói với người kia để phá người kia, chẳng đem lời người kia đến nói với người này để phá người này, người chưa ly phá thời chẳng cho ly phá, người đã ly phá thời chẳng cho thêm hơn. Chẳng mừng sự ly gián, chẳng ưa sự ly gián, chẳng nói lời ly gián. Chẳng cho lời ly gián là thiệt hay chẳng thiệt.

6. KHÔNG ÁC KHẨU: Tánh tự chẳng ác khẩu, như là lời độc hại, lời thô tục, lời làm khổ người khác, lời làm người khác sân hận, lời hiện tiền, lời chẳng hiện tiền, lời xấu ác, lời dung tiện, lời bất nhã, lời làm người nghe không ưa, không vui, lời giận dữ, lời như lửa đốt lòng, lời oán kết, lời nhiệt não, lời có thể làm hại mình và người. Những ác khẩu như vậy đều bỏ lìa cả. Thường nói lời lợi ích, lời mềm mỏng, lời đẹp dạ, lời thích nghe, lời làm người

nghe vui mừng, lời khéo vào tâm người, lời phong nhã điển tắc, lời nhiều người mến thích, lời nhiều người vui đẹp, lời thân tâm hớn hở.

7. KHÔNG THÊU DỆT: Tánh tự chẳng ỷ ngữ. Bồ-Tát thường thích nói lời chín chắn, lời phải thời, lời thiệt, lời đúng nghĩa, lời đúng pháp, lời thuận đạo lý, lời khéo điều phục, lời tùy thời tính lường quyết định. Bồ-Tát này nhẫn đến chơi cười còn luôn suy nghĩ kỹ, huống là cố ý nói ra lời tán loạn.

8. KHÔNG THAM: Tánh tự chẳng tham lam. Bồ-Tát này đối với tài vật đồ dùng của kẻ khác chẳng móng tâm tham, chẳng mong cầu.

9. KHÔNG SÂN: Tánh tự rời giận hờn. Bồ-Tát này đối với tất cả chúng sanh luôn khởi tâm từ mẫn, tâm lợi ích, tâm đau xót, tâm hoan hỷ, tâm hoà thuận, tâm nhiếp thọ, bỏ hẳn sân hận oán hại nhiệt não, thường nghĩ đến thật hành nhơn từ lợi ích.

10. KHÔNG SI: Tánh tự lìa tà khiến. Bồ-Tát trụ nơi chánh đạo, chẳng coi bói, chẳng thọ lấy cấm giới tà ác, tâm kiến chánh trực, không dua dối, quyết định tin nơi Phật, Pháp, Tăng.

(Kinh Hoa Nghiêm, phẩm 26. Thập Địa)

21.2.d. MƯỜI NGHIỆP ĐẠO LÀNH

Đại Bồ-Tát hộ trì mười nghiệp đạo lành như vậy không hề gián đoạn. Lại tự nghĩ rằng, tất cả chúng sanh sa đọa nơi ác đạo đều do mười nghiệp ác. Vì thế nên tôi phải tự tu chánh hạnh, cũng khuyên người khác tự tu chánh hạnh. Vì mình không tự tu thời không thể bảo kẻ khác tu.

Đại Bồ-Tát này lại nghĩ rằng: Mười nghiệp đạo ác là nhơn thọ sanh nơi địa ngục, súc sanh và ngạ quỷ. Mười nghiệp đạo lành là nhơn thọ sanh nơi loài người cõi Trời.

Lại thượng phẩm mười nghiệp đạo lành này dùng trí huệ để tu tập, vì tâm hẹp kém, vì sợ sanh tử, vì thiếu đại bị, vì theo người Thanh Văn khác mà tỏ ngộ thời thành Thanh Văn thừa.

Lại thượng phẩm mười nghiệp đạo lành này tu tập thanh tịnh, chẳng do người khác dạy mà tự giác ngộ, vì chẳng đủ đại bi phương tiện, mà tỏ ngộ pháp nhơn duyên thậm thâm thời thành Độc Giác thừa.

Lại thượng phẩm mười nghiệp đạo lành này tu tập thanh tịnh, vì tâm rộng vô lượng, vì đầy đủ bi mẫn, vì phương tiện nhiếp thọ, vì phát sanh đại nguyện, vì chẳng bỏ chúng sanh, vì mong cầu Phật trí, vì tu tập trí địa của Bồ-Tát, vì tịnh tu tất cả Ba la mật, mà thành hạnh quảng đại của Bồ-Tát.

Lại thượng thượng phẩm mười nghiệp đạo lành này, vì Nhứt thiết chủng thanh tịnh nhẫn đến chứng Thập lực, Tứ vô úy nên tất cả Phật pháp đều được thành tựu. Vì những lẽ trên đây nên tôi bình đẳng thật hành mười nghiệp lành làm cho tất cả đều thanh tịnh đầy đủ. Những phương tiện như vậy Bồ-Tát phải học.

(Kinh Hoa Nghiêm, phẩm 26. Thập Địa)

21.2.e. BỐN NHIẾP PHÁP

Bồ-Tát ở bực Ly Cấu Địa này, do nguyện lực mà được thấy nhiều Phật, như là thấy trăm Đức Phật, ngàn đức Phật, trăm ngàn Đức Phật, nhẫn đến thấy trăm ngàn ức na do tha đức Phật.

Ở chỗ Chư Phật, Bồ-Tát này dùng tâm quảng đại thâm tâm cung kính tôn trọng phụng thờ, cúng dường những thứ y phục, ăn uống, thuốc men, ngọa cụ, tất cả đồ dùng. Và cũng cúng dường tất cả chúng Tăng. Đem công đức này hồi hướng Vô thượng Bồ đề.

Ở chỗ Chư Phật, do tâm tôn trọng, Bồ-Tát này lại thọ hành mười đạo pháp lành, tùy chỗ đã thọ nhẫn đến Bồ đề trọn không quên mất.

Bồ-Tát này từ vô lượng trăm ngàn ức na do tha kiếp vì đã xa rời tội tham giận phá giới nên hạnh bố thí, trì giới được thanh tịnh toàn vẹn.

Ví như Chơn kim để trong phàn thạch, đúng theo cách thức luyện xong thời lìa tất cả cấu nhơ càng sáng sạch hơn.

Bồ-Tát trụ bực Ly Cấu Địa này cũng như vậy. Trải qua vô lượng trăm ngàn ức na do tha kiếp, vì xa lìa bợn nhơ tham sân phá giới, nên hạnh bố thí, trì giới được thanh tịnh đầy đủ.

Trong bốn nhiếp pháp, Bồ-Tát này thiên về ái ngữ nhiều.

Trong mười môn Ba la mật Bồ-Tát này thiên nhiều về trì giới, với các pháp khác thời tùy phần tùy sức.

Đây là lược nói về bực Ly Cấu Địa.

(Kinh Hoa Nghiêm, phẩm 26. Thập Địa)

21.2.f. NGUYỆN LỰC THÙ THẮNG TỰ TẠI

Đại Bồ-Tát trụ bực này, phần nhiều hiện thân làm Chuyển Luân Thánh Vương, làm Đại pháp chủ, đầy đủ thất bửu, có sức tự tại, có thể trừ cấu nhiễm tham, sân, phá giới của tất cả chúng sanh.

Dùng phương tiện khéo làm cho họ an trụ trong mười nghiệp đạo lành. Làm vị đại thí chủ châu ấp vô tận.

Bao nhiêu công hạnh như bố thí, ái ngữ, lợi hành, đồng sự đều không rời niệm Phật, niệm Pháp, niệm Tăng, nhẫn đến chẳng rời niệm Nhứt thiết chủng trí.

(Kinh Hoa Nghiêm, phẩm 26. Thập Địa)

21.2.g. NHẬP TAM ĐỊA

Kim Cang Tạng Bồ-Tát muốn tuyên lại nghĩa này bèn nói kệ rằng:

Chất trực, nhu nhuyến và kham năng

Điều phục, tịch tịnh và thuần thiện

Ý rộng lớn mau thoát sanh tử

Do mười tâm vào đệ Nhị địa.

Bồ-Tát ở đây hiện Luân Vương

Độ khắp chúng sanh tu thập thiện

Bao nhiêu pháp lành đều tu tập

Để thành Thập lực cứu thế gian.

Muốn bỏ Vương vị và tài bửu

Liền lìa nhà tục nương Phật giáo
Dũng mãnh tinh tấn trong một niệm
Được ngàn tam muội, thấy ngàn Phật.

Bao nhiêu tất cả sức thần thông
Bồ-Tát Nhị địa đều hiện được
Nguyện lực đã làm lại hơn đây
Vô lượng tự tại độ quần sanh.

Người làm lợi ích khắp thế gian
Đã tu Bồ-Tát hạnh tối thắng
Công đức đệ nhị địa như vậy
Vì các Phật tử đã khai diễn.

Tất cả Nhơn, Thiên đến cúng dường
Mong được nghe giảng đệ Tam địa
Những trí hạnh cùng pháp tương ưng
Cảnh giới như vậy mong nói đủ.

Phật có tất cả pháp: thí, giới,
Nhẫn nhục, tinh tấn, thiền, trí huệ.
Cùng với phương tiện đạo từ bi
Phật hạnh thanh tịnh xin nói hết.

Giải Thoát Nguyệt Bồ-Tát lại thưa:
Mong Kim Cang Tạng đại Bồ-Tát
Giảng nói tiến vào đệ Tam địa

Tất cả công đức của bực này.

(Kinh Hoa Nghiêm, phẩm 26. Thập Địa)

21.3. PHÁT QUANG ĐỊA

Bồ-Tát trụ bực Phát Quang Địa thứ ba này phần nhiều hiện thân làm Đao Lợi Thiên Vương, có thể dùng phương tiện làm cho chúng sanh lìa bỏ tham dục.

21.3.a. MƯỜI THÂM TÂM

Kim Cang Tạng Bồ-Tát nói với Giải Thoát Nguyệt Bồ-Tát: "Thưa Phật tử! Đại Bồ-Tát đã thanh tịnh đệ Nhị địa muốn vào đệ Tam địa, phải phát khởi mười thâm tâm".

Đây là mười thâm tâm:

1. Tâm thanh tịnh

2. Tâm an trụ

3. Tâm nhàm bỏ

4. Tâm lìa tham

5. Tâm bất thối

6. Tâm kiên cố

7. Tâm minh thành

8. Tâm dũng mãnh

9. Tâm rộng

10. Tâm lớn.

Bồ-Tát do mười tâm này mà được vào đệ Tam địa.

(Kinh Hoa Nghiêm, phẩm 26. Thập Địa)

21.3.b. HƯỚNG ĐẾN PHẬT TRÍ HUỆ

Đại Bồ-Tát đã an trụ nơi đệ Tam địa quán sát tất cả pháp hữu vi đúng với tướng chơn thật của nó. Chính là: Vô thường, khổ, bất tịnh, chẳng an ổn, bại hoại, chẳng ở lâu, sát na sanh diệt, chẳng phải từ thuở trước sanh, cũng chẳng phải theo thuở sau diệt, và chẳng phải trụ ở hiện tại.

Bồ-Tát lại quan sát những pháp này không được cứu, không chỗ tựa, mà đồng ở với lo, buồn, khổ, não, ràng buộc bởi yêu ghét, sầu thảm càng nhiều không hề dừng, tham, sân, si hẩy hừng chẳng hề dứt, những họa hoạn vấn vít ngày đêm thêm lớn, toàn là như huyễn hóa không thiệt.

Bồ-Tát quan sát thấy như thế rồi, đối với pháp hữu vi càng thêm nhàm lìa mà hướng đến Phật trí huệ.

Thấy Phật trí chẳng thể nghĩ bàn, vô đẳng vô lượng khó được, không tạp, không não, không lo, đến thành trì vô úy không còn lui lại, có thể cứu thoát vô lượng chúng sanh khổ nạn.

(Kinh Hoa Nghiêm, phẩm 26. Thập Địa)

21.3.c. MƯỜI TÂM XÓT THƯƠNG

Bồ-Tát thấy Phật trí vô lượng lợi ích, thấy tất cả pháp hữu vi vô lượng tội lỗi, thời đối với tất cả chúng sanh phát sanh mười tâm xót thương.

Đây là mười tâm xót thương:

Thấy chúng sanh cô độc không chỗ tựa nương mà sanh lòng thương.

Thấy chúng sanh nghèo cùng khốn thiếu mà sanh lòng thương.

Thấy chúng sanh bị lửa tam độc đốt cháy mà sanh lòng thương.

Thấy chúng sanh bị lao tù mà sanh lòng thương.

Thấy chúng sanh bị rừng rậm phiền não luôn che chướng mà sanh lòng thương.

Thấy chúng sanh chẳng khéo quan sát mà sanh lòng thương.

Thấy chúng sanhkhông thích muốn pháp lành mà sanh lòng thương.

Thấy chúng sanh bỏ mất Phật pháp mà sanh lòng thương.

Thấy chúng sanh theo dòng sanh tử mà sanh lòng thương.

Thấy chúng sanh mất phương tiệngiải thoát mà sanh lòng thương.

(Kinh Hoa Nghiêm, phẩm 26. Thập Địa)

21.3.d. THIỀN TRÍ THIỆN XẢO

Bồ-Tát thấy chúng sanh giới vô lượng khổ não như vậy phát đại tinh tấn mà nghĩ rằng: Với tất cả chúng sanh này tôi phải cứu, tôi phải giải thoát, tôi phải thanh tịnh, tôi phải độ, tôi phải đặt họ ở chỗ lành, phải làm cho họ ở an, cho họ hoan hỷ, cho họ thấy biết, cho họ điều phục, cho họ tịch diệt.

Bồ-Tát nhàm lìa pháp hữu vi như vậy, lòng thương như vậy, biết Nhứt thiết chủng trí có lợi ích thù thắng, muốn nương Phật trí để cứu độ chúng sanh.

Bồ-Tát suy nghĩ rằng: Những chúng sanh này đọa trong khổ lớn phiền não, dùng phương tiện gì để có thể cứu tế, cho họ an trụ trong sự vui cứu cánh Niết Bàn?

Bồ-Tát lại nghĩ rằng: Muốn độ chúng sanh cho họ an trụ nơi Niết Bàn quyết không thể rời trí giải thoát vô ngại.

Trí này không rời như thiệt giác ngộ tất cả pháp. Giác ngộ này không rời huệ quang của hạnh vô hành vô sanh.

Huệ quang này không rời thiền trí thiện xảo quyết định quán sát. Thiền trí này chẳng rời đa văn hay khéo.

(Kinh Hoa Nghiêm, phẩm 26. Thập Địa)

21.3.e. TINH TẤN CẦN CẦU PHẬT PHÁP

Bồ-Tát suy gẫm như vậy rồi, đối với chánh pháp càng thêm siêng năng tu tập. Ngày đêm chỉ mong nghe được pháp, vui nơi pháp, nương với pháp, thuận theo pháp, hiểu nơi pháp, đến pháp, trụ tại pháp và thật hành chánh pháp.

Bồ-Tát cần cầu Phật pháp như vậy, bao nhiêu của báu đều không lẫn tiếc, chẳng thấy có vật khó được đáng trọng. Chỉ ở nơi người hay giảng thuyết Phật pháp thời sanh lòng kính ngưỡng.

Nếu có người bảo: Tôi có một câu Phật pháp có thể thanh tịnh hạnh Bồ-Tát, nếu Ngài có thể vào hầm lửa chịu nổi sự nóng cháy thời tôi sẽ cho Ngài.

Bấy giờ Bồ-Tát tự nghĩ rằng: Tôi do một câu pháp của Phật nói mà được thanh tịnh Bồ-Tát hạnh, thời dầu ngọn lửa lớn đầy cõi Đại

Thiên, tôi còn muốn từ trên trời Phạm Thiên nhảy xuống lửa để lấy được câu Phật pháp, huống là hầm lửa nhỏ này mà vào không được. Hiện tại tôi vì Phật pháp đáng lẽ phải lãnh lấy tất cả sự khổ nơi địa ngục, huống là sự khổ nhỏ mọn nơi nhơn gian.

Bồ-Tát này phát tâm tinh tấn cần cầu Phật pháp như vậy, như chỗ đã được nghe mà suy gẫm tu hành.

(Kinh Hoa Nghiêm, phẩm 26. Thập Địa)

21.3.f. THỌ LẠC TRỤ ĐỆ TAM THIỀN

Bồ-Tát này khi đã nghe pháp liền nhiếp tâm an trụ nơi chỗ vắng lặng suy nghĩ rằng: Như lời Phật dạy tu hành mới chứng được Phật pháp, chẳng phải chỉ miệng nói mà thanh tịnh được.

Lúc Bồ-Tát này an trụ nơi Phát Quang Địa liền xa lìa dục ác, có giác có quán, ly dục sanh hỷ lạc, trụ nơi Sơ thiền. Diệt giác quán, nhứt tâm thanh tịnh không giác quán, định sanh hỷ lạc, trụ nơi đệ Nhị thiền.

Lìa hỷ trụ nơi xả, có niệm chánh biết thân thọ lạc Chư Phật đã nói, hay bỏ có niệm, thọ lạc trụ đệ Tam thiền.

Dứt lạc, trước trừ sự khổ mừng lo, diệt bất khổ, bất lạc, xả niệm thanh tịnh trụ đệ Tứ thiền.

Siêu tất cả sắc tưởng, diệt hữu đối tưởng, chẳng nhớ các thứ tưởng, vào hư không vô biên, trụ hư không vô biên xứ Siêu tất cả hư không vô biên xứ nhập vô biên thức, trụ thức vô biên xứ.

Siêu tất cả thức vô biên xứ, nhập vô thiểu sở hữu, trụ vô sở hữu xứ.

Siêu tất cả vô sở hửu xứ, trụ phi hữu tưởng phi vô tưởng xứ.

Đây chỉ do tùy thuận theo pháp lành, trọn không thích không chấp.

(Kinh Hoa Nghiêm, phẩm 26. Thập Địa)

21.3.g. QUÁN SÁT CÁC PHÁP HỮU VI

Đại Bồ-Tát đã an trụ nơi đệ Tam địa quán sát tất cả pháp hữu vi đúng với tướng chơn thật của nó. Đó là:

- Vô thường

- Khổ

- Bất tịnh

- Chẳng an ổn

- Bại hoại

- Chẳng ở lâu

- Sát na sanh diệt

- Chẳng phải từ thuở trước sanh

- Cũng chẳng phải theo thuở sau diệt

- Chẳng phải trụ ở hiện tại.

(Kinh Hoa Nghiêm, phẩm 26. Thập Địa)

21.3.h. CHỊU KHỔ THAY CHÚNG SANH

Bồ-Tát thấy chúng sanh giới vô lượng khổ não như vậy phát đại tinh tấn:

- Muốn độ chúng sanh cho họ an trụ nơi Niết Bàn quyết không thể rời trí giải thoát vô ngại.

- Trí này không rời như giác ngộ tất cả pháp. Giác ngộ này không rời huệ quang của hạnh vô hành vô sanh.

- Huệ quang này không rời thiền trí thiện xảo quyết định quán sát. Thiền trí này chẳng rời đa văn hay khéo.

(Kinh Hoa Nghiêm, phẩm 26. Thập Địa)

21.3.i. TRẠNG THÁI AN TRỤ CỦA BỒ-TÁT

Lúc Bồ-Tát này an trụ nơi Phát Quang Địa:

- Liền xa lìa dục ác, chứng *Sơ thiền*

- Định sanh hỷ lạc, trụ nơi đệ Nhị thiền

- Lìa hỷ trụ nơi xả, trụ đệ Tam thiền

- Xả niệm thanh tịnh trụ đệ Tứ thiền

- Siêu tất cả sắc tưởng, diệt hữu đối tưởng, chẳng nhớ các thứ tưởng, vào hư không vô biên, trụ hư không vô biên xứ Siêu tất cả hư không vô biên xứ

528

- Nhập vô biên thức, trụ thức vô biên xứ.

- Siêu tất cả thức vô biên xứ, nhập vô thiểu sở hữu, trụ vô sở hữu xứ.

-Siêu tất cả vô sở hữu xứ, trụ phi hữu tưởng phi vô tưởng xứ.

(Kinh Hoa Nghiêm, phẩm 26. Thập Địa)

21.3.j. CHỨNG NGŨ THÔNG

1) Chứng thần túc thông:

Bồ-Tát này được vô lượng sức thần thông, có thể chấn động đại địa.

Một thân hiện nhiều thân

Nhiều thân làm một thân

Hoặc ẩn hoặc hiển

Núi vách đá các vật chướng đều qua lại vô ngại như hư không.

Ở giữa hu không ngồi kiết già bay đi như chim bay.

Vào đất như vào nước, đi trên nước như trên đất.

Thân phát khói lửa như đám lửa lớn, lại tuôn nước mưa như mây lớn.

Mặt trời, mật trăng ở hư không có oai lực lớn mà có thể lấy tay rờ rẫm bưng nắm.

Thân thể tự tại cao đến Phạm Thiên.

2) Thiên nhĩ thông:

Bồ-Tát này thanh tịnh hơn tai người, nghe được cả tiếng trời, người nhẫn đến tiếng muỗi mòng không luận gần hay xa.

3) Tha Tâm Trí Thông

Bồ-Tát này dùng tha tâm trí, biết tâm chúng sanh khác đúng như thật. Như chúng sanh có tâm tham thời biết là có tâm tham, lìa tâm tham thời biết là lìa tâm tham, có tâm sân hay tâm si, thời biết là có tâm sân hay tâm si, lìa tâm sân hay lìa tâm si thời biết là lìa tâm sân, lìa tâm si. Nhẫn đến tán tâm, định tâm, quảng đại tâm, vô lượng tâm, vô thượng tâm đều biết đúng như thiệt.

4) Túc Mạng Thông

Bồ-Tát này nhớ biết vô lượng đời trước sai khác nhau. Như là nhớ biết một đời, hai đời, nhẫn đến vô lượng trăm ngàn đời; kiếp thành, kiếp hoại, vô lượng kiếp thành hoại. Thuở đó tôi từng ở xứ đó, tên họ đó, dòng họ như vậy, ăn uống như vậy, sống bao lâu khổ vui như vậy. Từ xứ đó chết sanh đến xứ này, hình dạng như vậy, tướng mạo như vậy, tiếng nói như vậy. Quá khứ vô lượng đời sai khác như vậy đều có thể nhớ biết.

5) Thiên Nhãn Thông

Bồ-Tát này Thiên nhãn thanh tịnh hơn mắt người. Thấy các chúng sanh lúc sống lúc chết, sắc tốt sắc xấu, đường lành đường dữ theo nghiệp mà đi. Nếu chúng sanh đó gây tạo nghiệp ác nơi thân, nơi lời, nơi ý tưởng, chế nhạo Hiền Thánh, đầy đủ tà kiến và nghiệp nhơn duyên tà kiến, sau khi chết tất đọa ác đạo, sanh vào địa ngục. Nếu chúng sanh thân tạo nghiệp lành, lời và ý cũng lành, chẳng khinh Hiền Thánh, đầy đủ chánh kiến và nghiệp nhơn duyên chánh kiến, sau khi chết tất sanh thiện đạo trong loài trời, loài người.

Thiên nhãn của Bồ-Tát đều thấy biết như thiệt.

Bồ-Tát này đối với các Thiền, Tam muội, Tam ma bát đề, có thể nhập, có thể xuất, nhưng chẳng nương sức thiền định để thọ sanh, mà chỉ theo chỗ có thể viên mãn Bồ đề phần, dùng sức ý nguyện mà thọ sanh trong đó.

(Kinh Hoa Nghiêm, phẩm 26. Thập Địa)

21.3.k. VÀO TAM ĐỊA

Bồ-Tát trụ bực Phát Quang Địa thứ ba này phần nhiều hiện thân làm Đao Lợi ThiênVương, có thể dùng phương tiện làm cho chúng sanh lìa bỏ tham dục. Những công hạnh bố thí, ái ngữ, lợi hành, đồng sự đều không rời niệm Phật.

Thanh tịnh an trụ tâm sáng thạnh

Tâm nhàm lìa, không tham, không hại

Tâm kiên cố, dũng mãnh, rộng lớn

Bực trí dùng đây vào Tam Địa.

Bồ-Tát trụ bực Phát Quang Địa
Quán thấy hữu vi, khổ, vô thường
Bất tịnh, bại hoại mau tan diệt
Không bền, không dừng, không qua lại.

(Kinh Hoa Nghiêm, phẩm 26. Thập Địa)

21.3.1. AN TRỤ ĐỨC BI, HỶ VÀ XẢ

Bồ-Tát này tâm tùy nơi đức từ duy nhứt rộng lớn vô lượng, không oán, không đối, không chướng, không não, đến khắp tất cả chỗ, khắp pháp giới hư không giới, khắp tất cả thế gian. An trụ đức bi, hỷ và xả cũng như vậy.

Bồ-Tát này được vô lượng sức thần thông, có thể chấn động đại địa. Một thân hiện nhiều thân, nhiều thân làm một thân, hoặc ẩn hoặc hiển, núi vách đá các vật chướng đều qua lại vô ngại như hư không. Ở giữa hư không ngồi kiết già bay đi như chim bay. Vào đất như vào nước, đi trên nước như trên đất. Thân phát khói lửa như đám lửa lớn, lại tuôn nước mưa như mây lớn. Mặt trời, mặt trăng ở hư không có oai lực lớn mà có thể lấy tay rờ rẫm bưng nắm. Thân thể tự tại cao đến Phạm Thiên.

Thiên nhĩ của Bồ-Tát này thanh tịnh hơn tai người, nghe được cả tiếng trời, người nhẫn đến tiếng muỗi mòng không luận gần hay xa.

Bồ-Tát này dùng tha tâm trí, biết tâm chúng sanh khác đúng như thật. Như chúng sanh có tâm tham thời biết là có tâm tham, lìa tâm tham thời biết là lìa tâm tham, có tâm sân hay tâm si, thời biết là có tâm sân hay tâm si, lìa tâm sân hay lìa tâm si thời biết là lìa tâm sân, lìa tâm si. Nhẫn đến tán tâm, định tâm, quảng đại tâm, vô lượng tâm, vô thượng tâm đều biết đúng như thiệt.

(Kinh Hoa Nghiêm, phẩm 26. Thập Địa)

21.3.m. THIÊN NHÃN THANH TỊNH

Bồ-Tát này nhớ biết vô lượng đời trước sai khác nhau. Như là nhớ biết một đời, hai đời, nhẫn đến vô lượng trăm ngàn đời; kiếp thành, kiếp hoại, vô lượng kiếp thành hoại. Thuở đó tôi từng ở xứ đó, tên họ đó, dòng họ như vậy, ăn uống như vậy, sống bao lâu khổ vui như vậy. Từ xứ đó chết sanh đến xứ này, hình dạng như vậy, tướng mạo như vậy, tiếng nói như vậy. Quá khứ vô lượng đời sai khác như vậy đều có thể nhớ biết.

Bồ-Tát này Thiên nhãn thanh tịnh hơn mắt người. Thấy các chúng sanh lúc sống lúc chết, sắc tốt sắc xấu, đường lành đường dữ theo nghiệp mà đi. Nếu chúng sanh đó gây tạo nghiệp ác nơi thân, nơi lời, nơi ý tưởng, chế nhạo Hiền Thánh, đầy đủ tà kiến và nghiệp nhơn duyên tà kiến, sau khi chết tất đọa ác đạo, sanh vào địa ngục. Nếu chúng sanh thân tạo nghiệp lành, lời và ý cũng lành, chẳng khinh Hiền Thánh, đầy đủ chánh kiến và nghiệp nhơn duyên chánh kiến, sau khi chết tất sanh thiện đạo trong loài trời, loài người.

Thiên nhãn của Bồ-Tát đều thấy biết như thiệt.

(Kinh Hoa Nghiêm, phẩm 26. Thập Địa)

21.3.n. HỒI HƯỚNG VÔ THƯỢNG BỒ ĐỀ

Bồ-Tát này đối với các Thiền, Tam muội, Tam ma bát đề, có thể nhập, có thể xuất, nhưng chẳng nương sức thiền định để thọ sanh, mà chỉ theo chỗ có thể viên mãn Bồ đề phần, dùng sức ý nguyện mà thọ sanh trong đó.

Bồ-Tát này trụ bực Phát Quang Địa, do nguyện lực mà được thấy nhiều đức Phật, được thấy trăm đức Phật, ngàn đức Phật, trăm ngàn đức Phật, nhẫn đến thấy trăm ngàn ức na do tha đức Phật. Đều dùng quảng đại tâm, thâm tâm để cung kính, tôn trọng, phụng thờ, cúng dường và cũng cúng dường chúng Tăng.

Bồ-Tát đem thiện căn này hồi hướng Vô thượng Bồ đề. Ở chỗ Đức Phật, cung kính nghe pháp nghe xong thọ trì rồi tùy sức mà tu hành.

Bồ-Tát này quán sát tất cả pháp nhơn duyên bất sanh bất

diệt mà có kiến phược.

(Kinh Hoa Nghiêm, phẩm 26. Thập Địa)

21.3.o. LỢI HÀNH

Trước dứt trừ tất cả dục phược, sắc phược và hữu phược, cả vô minh phược đều càng yếu mỏng.

Vì trong vô lượng trăm ngàn ức na do tha kiếp chẳng tích tập nên tham, sân, si đều được trừ diệt.

Tất cả căn lành càng thêm sáng sạch.

Ví như chơn kim khéo luyện thời cân chẳng giảm mà càng thêm sáng sạch.

Cũng vậy, Bồ-Tát trụ bực Phát Quang Địa này, vì chẳng tích tập nên tham, sân, si đều dứt trừ, bao nhiêu thiện căn càng thêm sáng sạch.

Bồ-Tát này về những tâm nhẫn nhục, nhu hòa, thuận hiệp, vui đẹp, chẳng sân, chẳng động, chẳng trược, không cao hạ, chẳng mong đền đáp, lòng báo ân, tâm chẳng dua vạy, chẳng phỉnh dối, không thâm hiểm, càng thêm thanh tịnh.

Trong bốn nhiếp pháp, Bồ-Tát này thiên nhiều về lợi hành, và thiên nhiều về nhẫn nhục trong mười môn Ba la mật. Với những pháp môn khác tùy phần, tùy sức mà tu tập.

(Kinh Hoa Nghiêm, phẩm 26. Thập Địa)

21.3.p. TRĂM NGÀN TAM MUỘI

Bồ-Tát trụ bực Phát Quang Địa thứ ba này phần nhiều hiện thân làm Đao Lợi ThiênVương, có thể dùng phương tiện làm cho chúng sanh lìa bỏ tham dục. Những công hạnh bố thí, ái ngữ, lợi hành, đồng sự đều không rời niệm Phật, niệm Pháp, niệm Tăng, nhẫn đến chẳng rời niệm đầy đủ Nhứt thiết chủng trí.

Bồ-Tát này lại nghĩ rằng: Nơi tất cả chúng sanh, tôi sẽ là thượng thủ, là thắng, là thù thắng, là diệu, là vi diệu, là thượng, là vô thượng, nhẫn đến là người y chỉ của Nhứt thiết chủng trí.

Bồ-Tát này nếu chuyên cần tinh tấn, trong khoảng một niệm

được trăm ngàn tam muội, được thấy trăm ngàn đức Phật, biết thần lực của trăm ngàn đức Phật, có thể chấn động trăm ngàn thế giới, nhẫn đến thị hiện trăm ngàn thân Phật, mỗi mỗi thân Phật hiện trăm ngàn Bồ-Tát làm quyến thuộc. Nếu dùng nguyện lực thù thắng, Bồ-Tát này tự tại thị hiện hơn số trên, trăm kiếp, ngàn kiếp, nhẫn đến trăm ngàn ức na do tha kiếp không thể tính đếm biết được.

(Kinh Hoa Nghiêm, phẩm 26. Thập Địa)

Kim Cang Tạng Bồ-Tát muốn tuyên lại nghĩa này mà nói kệ rằng:

Thanh tịnh an trụ tâm sáng thạnh

Tâm nhàm lìa, không tham, không hại

Tâm kiên cố, dũng mãnh, rộng lớn

Bực trí dùng đây vào Tam Địa.

Bồ-Tát trụ bực Phát Quang Địa

Quán thấy hữu vi, khổ, vô thường

Bất tịnh, bại hoại mau tan diệt

Không bền, không dừng, không qua lại.

Nghĩa của các Địa như đã giải

Trong trăm ngàn kiếp rất khó gặp

Nay tôi bỗng nhiên mà được nghe

Diệu pháp thắng hạnh của Bồ-Tát.

Mong lại diễn nói bực thông huệ

Đạo hạnh quyết định của Địa sau

Lợi ích tất cả hàng Trời, người

Đại chúng hội này đều mong mỏi.

Dũng mãnh đại tâm Giải Thoát Nguyệt

Thỉnh Kim Cang Tạng đại Bồ-Tát:

Đệ tam chuyển vào đệ Tứ địa

Có hành tướng gì xin tuyên nói.

(Kinh Hoa Nghiêm, phẩm 26. Thập Địa)

21.4. DIỆM HUỆ ĐỊA

Bồ-Tát Trụ Bậc Tứ Diệm Huệ Địa Này Phần Nhiều Làm Dạ Ma Thiên Vương

Kim Cang Tạng Bồ-Tát bảo Giải Thoát Nguyệt Bồ-Tát rằng: Thưa Phật tử! Đại Bồ-Tát từ Đệ tam Phát Quang Địa đã khéo thanh tịnh, muốn vào Đệ tứ Diệm Huệ Địa, phải tu hành mười pháp minh môn.

21.4.a. MƯỜI PHÁP GIỚI

1. Quán sát chúng sanh giới

2. Quán sát pháp giới

3. Quán sát thế giới

4. Quán sát hư không giới

5. Quán sát thức giới

6. Quán sát dục giới

7. Quán sát sắc giới

8. Quán sát vô sắc giới

9. Quán sát quảng tâm tín giải giới

10. Quán sát đại tâm tín giải giới, Bồ-Tát do mười pháp minh môn này mà được vào Đệ tứ Diệm Huệ Địa.

(Kinh Hoa Nghiêm, phẩm 26. Thập Địa)

21.4.b. MƯỜI PHÁP DO TRÍ THÀNH THỤC

Bồ-Tát an trụ nơi Diệm Huệ Địa này thời vì có thể dùng mười pháp do trí thành thục nên được nội pháp của đệ Tứ địa sanh vào nhà Như-Lai.

Đây là mười pháp do trí thành thục:

Vì thâm tâm bất thối

Vì trong Tam Bảo sanh tịnh tín rốt ráo chẳng hoại

Vì quán hành pháp sanh diệt

Vì quán các pháp tự tánh vô sanh

Vì quán thế gian thành hoại

Vì quán nhơn nơi nghiệp mà có sanh

Vì quán sanh tử và Niết Bàn

Vì quán chúng sanh quốc độ nghiệp

Vì quán thời gian trước thời gian sau

Vì quán vô sở hữu tận.

(Kinh Hoa Nghiêm, phẩm 26. Thập Địa)

21.4.c. QUÁN THÂN, THỌ, TÂM, PHÁP

Bồ-Tát trụ bực đệ Tứ địa này quán nội thân, theo thân quán niệm siêng năng dũng mãnh trừ sự tham lo của thế gian.

Quán ngoại thân, theo thân quán niệm siêng năng dũng mãnh trừ sự tham lo của thế gian.

Quán nội ngoại thân, theo thân quán niệm siêng năng dũng mãnh trừ sự tham lo của thế gian.

Cũng vậy, quán nội thọ, ngoại thọ, nội ngoại thọ, theo thọ quán.

Quán nội tâm, ngoại tâm, nội ngoại tâm, theo tâm quán.

Quán nội pháp, ngoại pháp, nội ngoại pháp, theo pháp quán niệm siêng năng dũng mãnh trừ sự tham lo của thế gian.

Bồ-Tát này đối với pháp bất thiện chưa sanh, vì cho nó chẳng sanh mà muốn siêng tinh tấn phát tâm chánh đoạn. Với pháp bất thiện đã sanh, vì dứt nó mà muốn siêng tinh tấn phát tâm chánh đoạn. Với pháp thiện chưa sanh, vì cho nó sanh mà muốn siêng tinh tấn phát tâm chánh hành. Với pháp thiện đã sanh, vì cho nó còn mãi không mất càng thêm rộng lớn, mà muốn siêng tinh tấn phát tâm chánh hành.

(Kinh Hoa Nghiêm, phẩm 26. Thập Địa)

21.4.d. BỐ TÁT TU 37 PHẨM TRỢ ĐẠO

Bồ-Tát này tu hành dục định, dứt hành pháp thành tựu thần túc, y chỉ nơi yểm, y chỉ nơi ly, y chỉ nơi diệt, hồi hướng nơi xả. Tu hành tinh tấn định, tâm định, quán định, dứt hành pháp thành tựu thần túc, y chỉ nơi yểm, y chỉ nơi ly, y chỉ nơi diệt, hồi hướng nơi xả.

Bồ-Tát này tu hành tín căn, tinh tấn căn, niệm căn, định căn, huệ căn, y chỉ nơi yểm, y chỉ nơi ly, y chỉ nơi diệt, hồi hướng nơi xả.

Bồ-Tát này tu hành tín lực, tinh tấn lực, niệm lực, định lực, huệ lực, y chỉ nơi yểm, y chỉ nơi ly, y chỉ nơi diệt, hồi hướng nơi xả.

Bồ-Tát này tu hành niệm giác phần, trạch pháp giác phần, tinh tấn giác phần, hỷ giác phận, khinh an giác phần, định giác phần, xả giác phần, y chỉ nơi yểm, y chỉ nơi ly, y chỉ nơi diệt, hồi hướng nơi xả.

Bồ-Tát này tu hành chánh kiến, chánh tư duy, chánh ngữ, chánh nghiệp, chánh mạng, chánh tinh tấn, chánh niệm, chánh định, y chỉ nơi yểm, y chỉ nơi ly, y chỉ nơi diệt, hồi hướng nơi xả.

(Kinh Hoa Nghiêm, phẩm 26. Thập Địa)

21.4.e. THUẬN ĐẠO BỒ-TÁT

Bồ-Tát tu hành những công đức như vậy, vì chẳng bỏ chúng sanh, vì bổn nguyện giữ gìn, vì đại bi làm đầu, vì đại từ thành tựu, vì tư niệm Nhứt thiết chủng trí, vì thành tựu trang nghiêm Phật độ, vì thành tựu đầy đủ lực, vô úy, bất động, tướng hảo, âm thanh của Như-Lai, vì cầu đạo thượng thượng thù thắng, vì tùy thuận Phật pháp giải thoát thậm thâm đã nghe, vì tư duy đại trí thiện xảo phương tiện.

Bồ-Tát trụ bực Diệm Huệ Địa này, xuất nhập nơi tất cả chấp trước thân kiến, ngã, nhơn, chúng sanh, thọ giả, uẩn, xứ, giới, để tu duy quán sát đối trị, tất cả sự chấp trước đều xa rời.

Bồ-Tát này nếu thấy những nghiệp nào bị đức Như-Lai quở

trách, bị phiền não nhiễm ô thời đều xa lìa.

Thấy những nghiệp nào được đức Như-Lai khen ngợi, thuận đạo Bồ-Tát, thời đều tu hành.

(Kinh Hoa Nghiêm, phẩm 26. Thập Địa)

21.4.f. HÒA LÀNH ĐỒNG Ở AN VUI

Bồ-Tát này tùy phát khởi huệ phương tiện đều tu tập đạo và trợ đạo, vì vậy mà được tam nhuận trạch, tâm nhu nhuyến, tâm điều thuận, tâm lợi ích an lạc, tâm không tạp nhiệm, tâm cầu pháp thù thắng thượng thượng, tâm cầu trí huệ thù thắng, tâm cứu tất cả thế gian, tâm cung kính bực Tôn Đức không trái lời dạy bảo, tâm khéo tu hành nơi pháp đã được nghe.

Bồ-Tát này biết ơn, biết báo ơn, rất hòa lành đồng ở an vui, chất trực dịu dàng, không tạp loạn, không ngã mạn, khéo lãnh lời dạy được lòng của người nói.

(Kinh Hoa Nghiêm, phẩm 26. Thập Địa)

21.4.g. TINH TẤN KHÔNG THÔI NGHỈ

Bồ-Tát này thành tựu nhẫn như vậy, thành tựu điều như vậy, thành tựu tịch diệt như vậy, thành tựu nhẫn điều nhu tịch diệt như vậy, lúc tác ý tu tập công hạnh của địa sau

- Liền được tinh tấn không thôi nghỉ

- Tinh tấn chẳng tạp nhiễm

- Tinh tấn chẳng thối chuyển tinh tấn rộng lớn

- Tinh tấn vô biên

- Tinh tấn hẩy hừng

- Tinh tấn vô đẳng đẳng

-Ttinh tấn vô năng hoại, tinh tấn thành thục tất cả chúng sanh, tinh tấn khéo phân biệt là đạo hay phi đạo.

Bồ-Tát này tâm giới thanh tịnh thâm tâm chẳng mất, ngộ giải sáng lanh, thiện căn tăng trưởng, lìa cấu trược thế gian, dứt nghi lầm, đầy đủ minh đoán, đầy đủ hỷ lạc, được chính đức Phật hộ niệm nên vô lượng chí nguyện đều được thành tựu.

(Kinh Hoa Nghiêm, phẩm 26. Thập Địa)

21.4.h. THÂM TÂM TÍN GIẢI

Bồ-Tát ở bực đệ tứ Phát Quang Địa này do nguyện lực nên được thấy nhiều đức Phật, nhẫn đến thấy trăm ngàn ức na do tha đức Phật, đều kính trọng, phụng thờ, cúng dường và cũng cúng dường tất cả chúng Tăng. Đem thiện căn này đều hồi hướng Vô thượng Chánh giác.

Ở chỗ Chư Phật cung kính nghe pháp, nghe xong thọ trì tu hành toàn vẹn. Rồi lại ở trong pháp của đức Phật đó xuất gia tu hành.

Rồi lại tu tập thâm tâm tín giải, trải qua vô lượng trăm ngàn ức na do tha kiếp, cho các căn lành càng thêm sáng sạch.

Ví như thợ kim hoàn luyện chơn kim làm thành đồ trang sức, những kim khí khác không thể sánh kịp.

(Kinh Hoa Nghiêm, phẩm 26. Thập Địa)

21.4.i. THIÊN VỀ TINH TẤN TRONG MƯỜI BA LA MẬT

Đại Bồ-Tát trụ bực đệ Tứ địa này có bao nhiêu thiện căn, những thiện căn của các bực dưới không thể sánh kịp. Như ma ni bửu thanh tịnh hay phóng quang minh, những châu báu khác không thể sánh kịp, gió mưa không làm hư được.

Đại Bồ-Tát trụ bực đệ Tứ địa này có bao nhiêu thiện căn, những thiện căn của các bực dưới không thể so sánh kịp.

Như ma ni bửu thanh tịnh hay phóng quang minh, những châu báu khác không thể sánh kịp, gió mưa không làm hư được.

Cũng vậy, Đại Bồ-Tát trụ bực đệ tứ địa này, các Bồ-Tát bực dưới không thể sánh kịp, các ma phiền não đều không thể pháp hoại.

Trong bốn nhiếp pháp, Bồ-Tát này thiên nhiều về đồng sự, trong mười môn ba la mật thiên nhiều về tinh tấn. Với các pháp môn khác thời tùy phần tùy sức mà tu tập.

Đây là lược nói về Bồ-Tát đệ tứ diệm huệ địa.

(Kinh Hoa Nghiêm, phẩm 26. Thập Địa)

21.4.j. QUÁN BA MƯƠI BẢY PHÁP TRỢ ĐẠO

Bồ-Tát trụ bực đệ Tứ địa này quán:

- Tứ niệm xứ (thân, thọ, tâm, pháp)

- Tứ chánh cần (thiện chưa sanh, khiến sanh; thiện đã sanh, khiến tăng trưởng. Ác chưa sanh, không cho sanh; ác đã sanh, khiến tăng trưởng)

- Năm căn (tính, tấn, niệm, định, huệ)

- Bảy giác chi (trạch pháp, niệm, tinh tấn, hỷ, khinh an, định, xả giác phần).

- Bát chánh đạo

- Tứ nhiếp pháp (bố thí, ái ngữ, lợi hành và đồng sự)

Bồ-Tát trụ bực này phần nhiều làm dạ ma thiên vương. Dùng thiện phương tiện hay trừ thân kiến các thứ phiền não cho chúng sanh, khiến họ ở nơi chánh kiến.

Tất cả công hạnh bố thí, ái ngư, lợi hành, đồng sự thảy đều không rời niệm

Bồ-Tát đã tịnh đệ tam địa

Kế quán chúng sanh, thế, pháp giới

Không giới, thức giới và tam giới

Tâm hiểu thấu rõ hay thắng vào.

Mới lên diệm địa thêm thế lực

Sanh nhà Như-Lai trọn bất thối

Với Phật, pháp, tăng tin sâu chắc

Quán pháp vô thượng và vô sanh.

(Kinh Hoa Nghiêm, phẩm 26. Thập Địa)

21.4.k. BỒ-TÁT TRỤ BỰC TỨ DIỆM HUỆ THƯỜNG LÀM DẠ MA THIÊN VƯƠNG

Bồ-Tát trụ bực này phần nhiều làm dạ ma thiên vương. Dùng thiện phương tiện hay trừ thân kiến các thứ phiền não cho chúng sanh, khiến họ ở nơi chánh kiến.

Tất cả công hạnh bố thí, ái ngữ, lợi hành, đồng sự thảy đều không rời niệm Phật, niệm pháp, niệm tăng, nhẫn đến không rời niệm nhứt thiết chủng trí.

Bồ-Tát này lại nghĩ rằng: Trong tất cả chúng sanh, tôi sẽ là thượng thủ, là thắng, là thù thắng, là diệu, là vi diệu, là thượng là vô thượng, nhẫn đến là bực y chỉ của nhứt thiết chủng trí.

Bồ-Tát này nếu siêng tinh tấn thời trong khoảng một niệm được nhập ức số tam muội, được thấy ức số đức Phật, được biết thần lực của ức số đức Phật, hay chấn động ức số thế giới, nhẫn đến hay thị hiện ức số thân Phật, mỗi mỗi thân hiện ức số Bồ-Tát làm quyến thuộc. Nếu do nguyện lực thù thắng thời Bồ-Tát này tự tại thị hiện hơn số trên đây, trong trăm ngàn ức na do tha kiếp chẳng tính đếm mà biết được.

(Kinh Hoa Nghiêm, phẩm 26. Thập Địa)

21.4.1. BỒ-TÁT TỨ ĐỊA ĐÃ THANH TỊNH

Kim cang tạng Bồ-Tát muốn tuyên lại nghĩa này mà nói kệ rằng:

Bồ-Tát tứ địa đã thanh tịnh

Tư duy tam thế Phật bình đẳng

Giới, tâm, trừ nghi, đạo phi đạo,

Quán sát như vậy vào ngũ địa.

Niệm xứ làm cung, căn làm tên

Chánh cần làm ngựa, xe, thần túc,

Giáp sắt ngũ lực phá oán địch,

Mạnh mẽ bất thối vào ngũ địa.

Tàm quý y phục, hoa giác phần

Tịnh giới y phục, hoa giác phần

Tịnh giới làm hương, thiền hương thoa

Trí huệ phương tiện diệu trang nghiêm.

Đầy đủ trí lực, hay cứu rộng

Diệt trừ điều ác xưng đại sĩ

Diệu âm như vậy ngàn vạn thứ

Khen rồi đứng yên chiêm ngưỡng Phật.

(Kinh Hoa Nghiêm, phẩm 26. Thập Địa)

21.4.m. HỎI VỀ HÀNH TƯỚNG CỦA ĐỆ NGŨ ĐỊA

Kim cang tạng Bồ-Tát muốn tuyên lại nghĩa này mà nói kệ rằng:

Bồ-Tát đã tịnh đệ tam địa.

Kế quán chúng sanh, thế, pháp giới,

Không giới, thức giới và tam giới

Tâm hiểu thấu rõ hay thẳng vào.

Mới lên diệm địa thêm thế lực

Sanh nhà Như-Lai trọn bất thối

Với Phật, pháp, tăng tin sâu chắc

Quán pháp vô thượng và vô sanh.

Quán thế thành hoại, nghiệp có sanh

Nghiệp có sanh tử, niết bàn cõi

Quán tiền hậu tế cũng quán tận

Tu hành như vậy sanh nhà Phật.

Cùng tột thanh tịnh như hư không

Như hoa sen chẳng nhiễm thế pháp.

Đấng Đại Mâu Ni hiện ra đời

Ví như Tu Di vọi trên biển.

Cúng Phật có thể dứt các khổ
Cúng dường tất được Như-Lai trí,
Chỗ đây đáng cúng, không gì bằng
Thế nên hoan hỷ cúng dường Phật.

Vô lượng Thiên nữ như vậy thảy
Phát diệu âm thanh ca ngợi Phật
Tất cả cung kính rất vui mừng
Chiêm ngưỡng Như-Lai, đứng yên lặng.

Bấy giờ Bồ-Tát Giải Thoát Nguyệt
Lại thỉnh Đại Sĩ Kim Cang Tạng
Hành tướng của Đệ Ngũ Địa kia
Mong đại Bồ-Tát vì tuyên thuyết.
(Kinh Hoa Nghiêm, phẩm 26. Thập Địa)

21.5. NAN THẮNG ĐỊA

Bồ-Tát ở bực Nan Thắng Địa này thường làm Đâu suất thiên vương.

21.5.a. MƯỜI THỨ TÂM BÌNH ĐẲNG THANH TỊNH

Kim Cang Tạng Bồ-Tát bảo Giải Thoát Nguyệt Bồ-Tát rằng: Thưa Phật tử! Đại Bồ-Tát đệ tứ Diệm Huệ Địa công hạnh đã khéo viên mãn muốn vào đệ ngũ Nan Thắng Địa, phải dùng mười thứ tâm bình đẳng thanh tịnh như là:

Tâm bình đẳng thanh tịnh đối với Phật pháp quá khứ, tâm bình đẳng thanh tịnh đối với Phật pháp vị lai, tâm bình đẳng thanh tịnh đối với Phật pháp hiện tại, tâm bình đẳng thanh tịnh đối với giới, tâm bình đẳng thanh tịnh đối với tâm, tâm bình đẳng thanh tịnh dứt trừ kiến nghi hối, tâm bình đẳng thanh tịnh nơi trí đạo phi đạo, tâm bình đẳng thanh tịnh tu hành tri kiến, tâm bình đẳng thanh tịnh nơi thượng thượng quán sát tất cả pháp Bồ đề phần, tâm bình đẳng thanh tịnh giáo hóa tất cả chúng sanh.

Đại Bồ-Tát dùng mười tâm bình đẳng thanh tịnh này mà được vào bực đệ ngũ nan thắng địa.

(Kinh Hoa Nghiêm, phẩm 26. Thập Địa)

21.5.b. KHÉO TU PHÁP BỒ ĐỀ PHẦN

Đại Bồ-Tát đã an trụ bực đệ ngũ địa do khéo tu pháp bồ đề phần, do khéo tịnh thâm tâm, do cầu thêm đạo thượng thắng, do tuỳ thuận chơn như, do nguyện lực chấp trì, do từ mẫn không bỏ tất cả chúng sanh, do chứa nhóm phước trí trợ đạo, do tinh tấn tu tập chẳng nghỉ, do xuất sanh phương tiện thiện xảo, do quán sát chiếu rõ các bực trên, do được Như-Lai hộ niệm, do sức niệm trí chấp trì, mà được tâm bất thối chuyển.

(Kinh Hoa Nghiêm, phẩm 26. Thập Địa)

21.5.c. BỒ-TÁT TU TẬP TỨ THÁNH ĐẾ

Đại Bồ-Tát này biết như thiệt đây là khổ thánh đế, đây thật là khổ tập thánh đe, đây là khổ diệt thánh đế, đây là diệt đạo đế.

Bồ-Tát này khéo biết tục đế, khéo biết tướng đe, khéo biết sai biệt đế, khéo biết thành lập đế, khéo biết sự đế, khéo biết sanh đế, khéo biết tận vô sanh đế, khéo biết nhập đạo trí đế khéo biết tất cả Bồ-Tát địa thứ đệ thành tựu đế, nhẫn đến khéo biết Như-Lai trí thành tựu đế.

(Kinh Hoa Nghiêm, phẩm 26. Thập Địa)

21.5.d. TỤC ĐẾ & ĐỆ NHẤT NGHĨA ĐẾ

Bồ-Tát này vì tuỳ lòng sở thích của chúng sanh làm cho họ hoan hỷ nên biết tục đế.

Vì thông đạt nhứt thiết tướng nên biết đệ nhứt nghĩa đế.

Vì tỏ thấu tự tướng cộng tướng của các pháp nên biết tướng đế.

544

Vì rõ phần vị sai biệt của các pháp nên biết sai biệt đế.

Vì khéo phân biệt uẩn xứ giới nên thành lập đế.

Vì tỏ ngộ thân tâm khổ não nên biết sự đế.

Vì tỏ ngộ các loài sanh tương tục nên biết sanh đế.

Vì tất cả nhiệt não rốt ráo diệt nên biết tận vô sanh trí đế.

Vì xuất sanh vô nhị nên biết nhập đạo trí đế.

Vì chánh giác ngộ tất cả hành tướng nên biết tất cả Bồ-Tát địa thứ đệ thành tựu đế nhẫn đến biết Như-Lai trí thành tựu đế.

Đây là dùng sức tín giải trí mà biết chẳng phải dùng sức cứu cánh trí.

(Kinh Hoa Nghiêm, phẩm 26. Thập Địa)

21.5.e. THƯỜNG CẦU PHẬT TRÍ

Đại Bồ-Tát này được các đế trí thời biết như thiệt tất cả pháp hữu vi hư vọng dối trá gạt phỉnh kẻ ngu, vì thế nên đối với tất cả chúng sanh càng tăng thêm quang minh đại bi và đại từ.

Đại Bồ-Tát được trí lực như vậy chẳng bỏ một chúng sanh, thường cầu Phật trí, quán sát như thiệt tất cả hạnh hữu vi về tiến tế và hậu tế; rõ biết từ tiền tế vô minh, ái, hữu mà sanh, do đây sanh tử lưu chuyển.

Nơi các nhà ngũ uẩn không thể thoát ra, thêm lớn sự khổ, không ngã, không thọ giả, không gì kẻ dưỡng dục, không gì là kẻ luôn thọ lấy than loài sau, rời ngã và ngã sở.

Như tiền tế, hậu tế cũng như vậy đều là vô sở hữu, hư vọng tham trước, dứt hết thời được giải thoát. Hoặc có hoặc không điều biết như thiệt.

(Kinh Hoa Nghiêm, phẩm 26. Thập Địa)

21.5.f. CÁCH AN TRÚ VÀO NAN THẮNG ĐỊA

Đại Bồ-Tát khéo an trụ bực đệ ngũ nan thắng địa, gọi là:

- "Niệm" là vì chẳng quên chánh pháp

- "Trí " là vì hay khéo nói quyết rõ

545

- "Hữu thứ" là vì biết ý thú kinh thứ đệ liên hiệp

- "Tàm quý" là vì hộ mình hộ người

- "Kiên cố" là vì chẳng bỏ giới hạnh

- "Giác" là vì hay quán sát thị xứ phi xứ

- "Tuỳ trí" là vì chẳng tuỳ nơi khác

- "Tuỳ huệ" là vì khéo biết câu sai biệt đúng nghĩa hay chẳng đúng nghĩa

- "Thần thông" là vì khéo tu thiền định

- "Phương tiện thiện xảo" là vì có thể thật hành theo thế gian

- "Vô yểm túc" là vì khéo chứa phước đức

- "Bất hưu tức" là vì thường cầu trí huệ

- "Bất bì quyện" là vì chứa đại từ bi

- "Siêng tu vì người" là vì muốn cho tất cả chúng sanh chứng nhập niết bàn

- "Cần cầu chẳng giải đãi" là vì cầu trí lực, vô uý, bất cộng pháp của Như-Lai

- "Mống ý hay làm" là vì thành tựu trang nghiêm Phật độ

- "Siêng tu công hạnh lành" là vì hay đầy đủ tướng hảo

- "Thường siêng tu tập" là vì cầu trang nghiêm thân, ngữ, ý Như-Lai

- "Rất tôn trọng cung kính pháp" là vì đúng như lời dạy của tất cả đại Bồ-Tát mà thật hành

- "Tâm không chướng ngại" là vì dùng đại phương tiện thường du hành thế gian

- "Ngày đêm xa lìa những tâm khác" là vì thích giáo hoá chúng sanh.

(Kinh Hoa Nghiêm, phẩm 26. Thập Địa)

21.5.g. ÁI NGỮ LỢI HÀNH VÀ ĐỒNG SỰ

Lúc đại Bồ-Tát siêng tu hành như vậy, dùng Bố thí để giáo

hoá chúng sanh, dùng ái ngữ lợi hành và đồng sự để giáo hoá chúng sanh.

Thị hiện sắc thân để giáo hoá chúng sanh, diễn thuyết các pháp để giáo hoá chúng sanh, khai thị Bồ-Tát hạnh để giáo hoá chúng sanh.

Hiển thị oai lực lớn của Như-Lai để giáo hóa chúng sanh.

Hiển thị lỗi lầm khổ sở của sanh tử để giáo hoá chúng sanh.

Khen ngợi trí huệ lợi ích của Như-Lai để giáo hoá chúng sanh.

Hiện sức đại thần thông để giáo hoá chúng sanh.

Dùng các môn phương tiện để giáo hoá chúng sanh.

(Kinh Hoa Nghiêm, phẩm 26. Thập Địa)

21.5.h. NHỮNG PHÁP HÀNH PHƯƠNG TIỆN

Đại Bồ-Tát này có thể siêng năng phương tiện như vậy để giáo hoá chúng sanh. lòng luôn tương tục thẳng đến Phật trí. Thiện căn đã tu không hề thối chuyển. Thường siêng tu học những pháp hành thù thắng.

Đại Bồ-Tát này vì lợi ích chúng sanh nên gồm học tập tất cả kỹ nghệ thế gian, thông đạt cả những môn văn tự, toán số, đồ thơ, ấn loát, các sách luận về địa, thuỷ, hoả phong.

Lại giỏi phương thuốc trị lành các bịnh: điên cuồng, càn tiêu, quỷ mị, cổ độc.

Lại giỏi những thứ văn bút, tán vịnh, ca vũ, kỷ nhạc, diễu cười, đàm luận.

Biết rành cách thức kiến thiết thành trì, thôn ấp, nhà cửa, vườn tược, suối ao, cây cỏ, hoa trái, dược thảo.

Biết những nơi có mõ vàng, bạc, châu, ngọc. Giỏi xem biết rành mặt trời, mặt trăng, tinh tú, chim hót, địa chấn, chiêm bao tốt xấu, thân tướng sang hèn.

Những môn trì giới, nhập thiền định, vô lượng thần thông, tứ vô sắc và tất cả việc thế gian khác, nếu là những sự không làm tổn chúng sanh mà đem lại lợi ích thời đều khai thị cho họ, lần đưa họ đến Phật pháp vô thượng.

(Kinh Hoa Nghiêm, phẩm 26. Thập Địa)

21.5.i. BẬC VĂN TRÌ PHÁP SƯ

Đại Bồ-Tát trụ bực Nan Thắng Địa này, do nguyện lực được thấy nhiều Đức Phật, nhẫn đến thấy trăm ngàn ức na do tha đức Phật, đều kính trọng cúng dường, cũng cúng dường tất cả chúng tăng.

Đem thiện căn này hồi hướng vô thượng Bồ đề, nơi Chư Phật cung kính nghe pháp, nghe xong thọ trì tuỳ sức tu hành. Sau đó xuất gia lại nghe Phật pháp được đà la ni làm bậc văn trì pháp sư, ở nơi địa này trãi qua trăm kiếp nhẫn đến vô lượng trăm ngàn ức na do tha kiếp, những thiện căn đã có càng thêm sáng sạch.

(Kinh Hoa Nghiêm, phẩm 26. Thập Địa)

21.5.j. PHƯƠNG TIỆN HUỆ TƯ DUY

Ví như chơn kim dùng ngọc xa cừ để dồi bóng thời càng thêm sáng sạch.

Bồ-Tát này dùng phương tiện huệ tư duy quán sát, những thiện căn đã có càng thêm sáng sạch.

Bồ-Tát trụ bực Nan Thắng Địa dùng tiện trí thành tựu công đức, những thiện căn của bực dưới không thể sánh kịp.

Như mặt trời mặt trăng cung điện quang minh do sức gió chấp trì nên không bị chướng ngăn phá hoại, cũng chẳng phải sức gió khác làm khuynh động được.

Những thiện căn của bực Bồ-Tát này, do phương tiện trí theo dõi quán sát nên không bị ngăn hoại, cũng chẳng phải thiện căn của tất cả Độc giác, Thanh văn và thế gian làm khuynh động được.

Trong mười môn ba la mật, Bồ-Tát này thiên nhiều về thiền ba la mật, với các môn khác thời tuỳ phần tuỳ sức.

Đây là lược nói về đệ ngũ Nan Thắng Địa Bồ-Tát.

(Kinh Hoa Nghiêm, phẩm 26. Thập Địa)

21.5.k. NGUYỆN LỰC THÙ THẮNG TỰ TẠI

Bồ-Tát ở bực này thường làm Đâu suất thiên vương. Đối

với chúng sanh đều được tự tại, dẹp trừ tất cả ngoại đạo tà kiến, có thể làm cho chúng sanh trụ trong thiệt đế.

Tất cả công hạnh bố thí, ái ngữ, lợi hành, đồng sự đều chẳng rời niệm Phật, niệm pháp, niệm tăng, nhẫn đến chẳng rời niệm đầy đủ nhứt thiết chủng trí.

Bồ-Tát này lại nghĩ rằng: Tôi sẽ ở trong chúng sanh làm thượng thủ, làm thắng, làm thù thắng, làm diệu, làm vi diệu, làm thượng làm vô thượng, nhẫn đến làm bực y chỉ của nhứt thiết chủng trí.

Bồ-Tát này nếu phát cần tinh tấn, trong khoảng một niệm được ngàn ức tam muội, thấy ngàn ức Đức Phật, biết thần lực của ngàn ức Đức Phật, có thể chấn động ngàn ức thế giới, nhẫn đến thị hiện ngàn ức thân Phật, mỗi mỗi thân hiện ngàn ức Bồ-Tát làm quyến thuộc .

Nếu dùng nguyện lực thù thắng tự tại để thị hiện thời hơn số trên đây, nhẫn đến trăm ngàn ức na do tha kiếp chẳng thể đếm được.

(Kinh Hoa Nghiêm, phẩm 26. Thập Địa)

21.5.l. CHÚNG SANH TRỤ TRONG THIỆT ĐẾ

Bồ-Tát ở bực này thường làm Đâu suất thiên vương. Đối với chúng sanh đều được tự tại, dẹp trừ tất cả ngoại đạo tà kiến, có thể làm cho chúng sanh trụ trong thiệt đế.

Tất cả công hạnh bố thí, ái ngữ, lợi hành, đồng sự đều chẳng rời niệm Phật, niệm pháp, niệm tăng, nhẫn đến chẳng rời niệm đầy đủ nhứt thiết chủng trí.

(Kinh Hoa Nghiêm, phẩm 26. Thập Địa)

21.6. HIỆN TIỀN ĐỊA

Bồ-Tát an trụ nơi Hiện Tiền Địa này thường hiện làm **Thiện Hóa Thiên Vương.**

21.6.a. MƯỜI PHÁP

Giải thoát nguyệt Bồ-Tát rằng:

Đại Bồ-Tát đã đủ đệ ngũ địa muốn vào đệ lục hiện tiền

địa phải quán sát mười pháp bình đẳng:

1. Vì vô tướng nên bình đẳng
2. Vì vô thể nên bình đẳng
3. Vì vô sanh nên bình đẳng
4. Vì vô diệt nên bình đẳng
5. Vì bổn lai thanh tịnh nên bình đẳng
6. Vì không hý luận nên bình đẳng
7. Vì không thủ xã nên bình đẳng
8. Vì tịch tịnh nên bình đẳng
9. Vì như huyễn, như mộng, như bóng, như vang, như trăng trong nước, như tượng trong gương, như dương diệm, như biến hoá nên bình đẳng
10. Vì có không bất nhị nên bình đẳng.

Bồ-Tát quán sát các pháp như vậy, tự tánh thanh tịnh, tuỳ thuận không trái được vào đệ lục Hiện Tiền Địa, được minh lợi tuỳ thuận nhẫn, chưa được vô sanh pháp nhẫn.

(Kinh Hoa Nghiêm, phẩm 26. Thập Địa)

21.6.b. BỒ-TÁT TUỲ THUẬN QUÁN SÁT TƯƠNG DUYÊN KHỞI

Đại Bồ-Tát này quán như vậy rồi, lại lấy đại bi làm đầu, đại bi tăng thượng, đại bi đầy đủ, quán thế gian sanh diệt mà nghĩ rằng:

Thế gian thọ sanh đều do chấp ngã, nếu lìa chấp ngã thời không chỗ sanh.

Lại nghĩ rằng: phàm phu không trí huệ chấp lấy ngã thường tìm có không, suy xét bất chánh, khởi vọng hạnh, làm đạo tà, nghiệp tội, nghiệp phước, nghiệp bất động tích tập thêm lớn. Ở trong các nghiệp hành trồng hột giống tâm hữu lậu hữu thú, lại khởi hậu hữu: sanh và lão tử. chính là: nghiệp làm đồng ruộng, thức làm hột giống, vô minh che rợp, nước ái thấm nhuần, ngã mạn tưới bón, lưới chấp kiến thêm lớn, mọc mầm danh sắc, danh sắc thêm lớn nẩy chồi ngũ căn, các căn đối nhau sanh ra xúc, xúc đối sanh có thọ, sau khi thọ rồi mong cầu sanh có ái, ái tăng thêm sanh ra thủ, thêm lớn thủ sanh ra hữu, đã sanh hữu thời ở trong các loài khởi thân ngũ uẩn gọi là sanh, suy biến gọi là lão, chết mất gọi là tử.

Lúc lão tử sanh ra những nhiệt não, Do nhiệt não nên đủ thứ khổ ưu sầu, buồn than tập họp lại. Đây là do duyên mà tập họp chớ không có cái tập họp. Lần lượt mà diệt chớ không có cái diệt.

Bồ-Tát tùy thuận quán sát tương duyên khởi như vậy.

(Kinh Hoa Nghiêm, phẩm 26. Thập Địa)

21.6.c. ĐỆ NHỨT NGHĨA ĐẾ HOÀN TOÀN BẤT KHẢ ĐẮC

Đại Bồ-Tát này lại nghĩ rằng: vì chẳng tỏ ngộ nơi đệ nhứt nghĩa đế nên gọi là vô minh.

Nghiệp quả là hành, sơ tâm của hành y chỉ là thức. Bốn uẩn cùng thức sanh chung là danh sắc. Danh sắc tăng trưởng là lục nhập. Căn, cảnh, thức ba thứ hòa hiệp là xúc. Xúc sanh chung mà có thọ. Nhiễn trước nơi thọ là ái thêm lớn ái thành ra thủ. Nghiệp hữu lậu do thủ khởi lên là hữu. Từ nghiệp khởi ra uẩn là sanh. Uẩn chín mùi là lão. Uẩn hư hoại là tử. Lúc tử ly biệt ngu mê tham luyến trong lòng phiền muộn là sầu. Rơi lệ than thở là thán. Tại năm căn là khổ Tại ý tưởng là ưu. Ưu khổ càng nhiều là não.

Như thế thì chỉ có cây khổ làm tăng trưởng, trọn không ngã không ngã sở, không tác giả, không thọ giả.

Lại nghĩ rằng: Nếu có tác giả thời có tác sự, Nếu không tác giả thời không tác sự. Trong đệ nhứt nghĩa đế hoàn toàn bất khả đắc.

(Kinh Hoa Nghiêm, phẩm 26. Thập Địa)

21.6.d. NGHIỆP CỦA MƯỜI HAI DUYÊN KHỞI

Đại Bồ-Tát này lại nghĩ rằng: toàn cả tam giới chỉ có nhứt tâm, ở đây đức Như-Lai phân biệt diễn nói mười hai chi, đều y cứ nhứt tâm mà an lập như vậy.

Tại sao vậy? vì theo sự tham dục cùng tâm sanh chung. Tâm là thức, sự là hành. Mê lầm nơi hành là vô minh. Cùng vô minh và tâm sanh chung là danh sắc. Tăng trưởng danh sắc là lục nhập. Lục nhập ba phần là xúc. Xúc sanh chung là thọ. Thọ không nhàm đủ là ái. Ái nhiếp chẳng bỏ là thủ. Các hữu chi sanh là hữu, của hữu phát khởi gọi là sanh. Sanh thục là lão, Lão hoại là tử.

1) VÔ MINH có hai thứ nghiệp:

a) Làm cho chúng sanh mê nơi cảnh sở duyên

b) Làm nhơn sanh khởi cho hành.

2) HÀNH cũng có hai thứ nghiệp:

a) Sanh ra báo vị lai

b) Làm nhơn sanh khởi cho thức.

3) THỨC cũng có hai thứ nghiệp:

a) Các hữu nối tiếp

b) Nhơn sanh khởi cho danh sắc.

3) DANH SẮC cũng có hai thứ nghiệp:

a) Trợ thành lẫn nhau

b) Nhơn sanh khởi cho lục nhập.

4) LỤC NHẬP cũng có hai thứ nghiệp

a) Lấy cảnh giới của tự mình

b) Nhơn sanh khởi cho xúc.

5) XÚC cũng có hai thứ nghiệp:

a) Xúc cảnh sở duyên

b) Nhơn sanh khởi cho thọ.

6) THỌ cũng có hai nghiệp:

a) Lãnh thọ các sự yêu ghét

b) Làm nhơn sanh khởi cho ái.

7) ÁI cũng có hai nghiệp:

a) Nhiễm trước sự khả ái

b) Nhơn sanh khởi cho thủ.

8) THỦ cũng có hai nghiệp:

a) Các phiền não nối tiếp

b) Nhơn sanh khởi cho hữu.

9) HỮU cũng có hai nghiệp:

a) Làm cho sanh trong các loài

b) Nhơn sanh khởi cho sanh.

10) Sanh cũng có hai nghiệp:

a) Khởi các uẩn

b) Nhơn sanh khởi cho lão.

11) LÃO cũng có hai nghiệp:

a) Làm cho các căn biến đổi

b) Làm nhơn sanh khởi cho tử.

12) Tử cũng có hai thứ nghiệp:

a) Làm hoại cách hành

b) Chẳng giác tri nên nối tiếp chẳng dứt.

(Kinh Hoa Nghiêm, phẩm 26. Thập Địa)

21.6.e. BA ĐẠO DỨT DIỆT

Trong đây vô minh, duyên hành, nhẫn đến sanh duyên lão tử. Do vô minh làm duyên, nhẫn đến sanh làm duyên làm cho hành nhẫn đến lão tử chẳng dứt, vì nó trợ thành vậy.

Vô minh diệt thời hành diệt, nhẫn đến sanh diệt thời lão tử diệt. Do vô minh chẳng làm duyên nhẫn đến sanh chẳng làm duyên, khiến cho hành nhẫn đến lão tử dứt diệt, vì nó chẳng trợ thành vậy.

Trong đây vô minh ái và thủ chẳng dứt là phiền não đạo. Hành và hữu chẳng dứt là nghiệp đạo. Những phần khác chẳng dứt là khổ đạo.

Tiền tế hậu tế phân biệt dứt diệt thời ba đạo dứt diệt.

Ba đạo như vậy lìa ngã, lìa ngã sở, chỉ có sanh diệt dường như bó lau.

Lại vô minh duyên hành là quán quá khứ. Thức nhẫn đến thọ là quán hiện tại. Ái nhẫn đến hữu là quán vị lai. Từ đây, về sau xoay vần tiếp nối. Vô minh diệt, hành diệt, đó là quán chờ dứt diệt.

(Kinh Hoa Nghiêm, phẩm 26. Thập Địa)

21.6.e. MƯỜI HAI NHÂN DUYÊN LÀ TAM KHỔ

Lại mười hai hữu chi gọi là tam khổ. Trong đây vô minh, hành đến lục nhập là hành khổ. Xúc, thọ là khổ khổ. Những chi khác là hoại khổ.

Vô minh diệt, hành diệt đó là ba khổ dứt.

Lại vô minh duyên hành là vô minh làm nhơn hay sanh các hành. Các chi khác cũng vậy.

Vô minh diệt hành diệt đó là do không vô minh thời hành cũng không. Các chi khác cũng vậy.

Lại vô minh duyên hành đó là sanh phược, vô minh diệt hành diệt đó là diệt hệ phược. Các chi khác cũng vậy.

Lại vô minh duyên hành đó là tùy thuận vô sở hữu quán, vô minh diệt hành diệt đó là tùy thuận tận diệt quán. Các chi khác cũng vậy.

(Kinh Hoa Nghiêm, phẩm 26. Thập Địa)

21.6.f. VÔ NGUYỆN GIẢI THOÁT HIỆN TIỀN

Đại Bồ-Tát quán nghịch thuận các duyên khởi có mười cách như vậy là vì hữu chi nối tiếp, vì nhiếp tại nhứt tâm, vì tự nghiệp sai biệt, vì chẳng bỏ lìa nhau, vì tam đạo chẳng dứt, vì quán quá khứ, hiện tại, vị lai, vì ba khổ tụ tập, vì nhơn duyên sanh diệt, vì sanh diệt hệ phược, vì vô sở hữu quán và tận quán.

Đại Bồ-Tát dùng mười tướng như vậy quán các duyên khởi biết là vô ngã, vô nhơn, vô thọ mạng, tự tánh không, chẳng có tác giả, không có thọ giả, liền được môn không giải thoát hiện tiền.

Quán các hữu chi đều là tự tánh diệt, rốt ráo giải thoát, không có chút pháp tướng sanh, liền được môn vô tướng giải thoát hiện tiền.

Nhập không, vô tướng rồi, không nguyện cầu, chỉ trừ đại bi làm đầu giáo hoá chúng sanh, liền được môn vô nguyện giải thoát hiện tiền.

Bồ-Tát tu ba môn giải thoát như vậy, lìa tưởng ngã, lìa tưởng tác giả, tưởng thọ giả, lìa tưởng hữu vô.

(Kinh Hoa Nghiêm, phẩm 26. Thập Địa)

21.6.g. BỒ ĐỀ PHẦN

Đại Bồ-Tát này đại bi càng tăng thêm siêng năng tu tập, vì chưa viên mãn pháp Bồ đề phần nên làm cho viên mãn.

Bồ-Tát nghĩ rằng: Tất cả hữu vi, có hoà hiệp thời chuyển, không hoà hiệp thời không chuyển.

Duyên nhóm thời chuyển, duyên không nhóm thời chẳng chuyển.

Tôi biết pháp hữu vi có nhiều lỗi hoạ như vậy, nay phải dứt nhơn duyên hoà hiệp này, nhưng vì phải thành tựu chúng sanh nên cũng chẳng dứt các công hạnh.

Bồ-Tát như vậy quán sát các pháp hữu vi có nhiều lỗi ác, không có tự tánh, không sanh không diệt mà hằng khởi đại bi chẳng bỏ chúng sanh, liền được bát nhã ba la mật hiện tiền, gọi là vô chướng ngại trí quang minh.

Thành tựu trí quang minh như vậy rồi, dầu tu tập Bồ đề

phần nhơn duyên mà chẳng trụ trong hữu vi, dầu quán pháp hữu vi tự tánh tịch diệt, cũng chẳng trụ trong tịch diệt. Vì pháp Bồ đề phần chưa viên mãn.

(Kinh Hoa Nghiêm, phẩm 26. Thập Địa)

21.6.h. NHẬP KHÔNG TAM MUỘI

Bồ-Tát trụ bực hiện tiền địa này được:

- Nhập không tam muội, tự tánh không tam muội, đệ nhứt không tam muội, đại không tam muội, hiệp không tam muội, khởi không tam muội, như thiệt bất phân biệt không tam muội, bất xã ly không tam muội.

Bồ-Tát này được mười môn không tam muội như vậy làm đầu. Kế đó trăm ngàn không tam muội đều hiện tiền cả.

Mười môn vô tướng không tam muội, mười môn vô nguyện tam muội như vậy làm đầu, kế đó trăm ngàn môn vô tướng, vô nguyện đều hiện tiền cả.

(Kinh Hoa Nghiêm, phẩm 26. Thập Địa)

21.6.i. HỒI HƯỚNG VÔ THƯỢNG BỒ ĐỀ

Bồ-Tát trụ bực hiện tiền địa này lại tu tập đầy đủ tâm bất khả hoại, tâm quyết định, tâm thuần thiện, tâm thậm thâm, tâm bất thối chuyển, tâm bất hưu tức, tâm quảng đại, tâm vô biên, tâm cầu trí, tâm phương tiện huệ tương ưng, tất cả tâm đều viên mãn.

Bồ-Tát dùng mười tâm này thuận Phật Bồ đề, chẳng sợ dị luận, vào các trí địa, lìa đạo nhị thừa, thẳng đến Phật trí, các ma phiền não không trở lại hoại được, trụ nơi Bồ-Tát trí huệ quang minh.

Bồ-Tát đã an trụ nơi bực hiện tiền địa này, do nguyện lực nên được thấy nhiều Đức Phật, nhẫn đến thấy trăm ngàn ức na do tha Đức Phật đều dùng tâm quãng đại, thâm tâm để cúng dường cung kính tôn trọng tán thán, cũng cúng dường tất cả chúng tăng. Đem thiện căn này hồi hướng vô thượng Bồ đề.

(Kinh Hoa Nghiêm, phẩm 26. Thập Địa)

21.6.j. BÁT NHÃ BA LA MẬT

Nơi Chư Phật, Bồ-Tát này cung kính nghe pháp, nghe xong thọ trì, được như thiệt tam muội trí huệ quang minh, tuỳ thuận tu hành ghi nhớ chẳng bỏ. Lại được pháp tạng thậm thâm của Chư Phật. Trải qua vô lượng trăm ngàn ức na do tha kiếp, những thiện căn đã có lại càng sáng sạch.

Ví như chơn kim. Dùng báu tỳ lưu ly luôn dồi bóng, thời càng thêm sáng sạch.

Cũng vậy, Bồ-Tát đệ lục địa này dùng phương tiện huệ theo dõi quán sát, những thiện căn đã được càng thêm sáng sạch, càng thêm tịch diệt, không gì che khuất được.

Ví như ánh sáng của mặt trăng chiếu đến thân chúng sanh làm cho được mát mẽ, bốn thứ phong luân không ngăn hoại được.

Cũng vậy, những thiện căn của bực Bồ-Tát này hay dập tắt ngọn lửa phiền não của vô lượng trăm ngàn ức na do tha chúng sanh. Bốn thứ ma đạo không phá hoại được.

Trong mười môn ba la mật, Bồ-Tát này thiên nhiều về bát nhã ba la mật, ngoài ra tuỳ sức tuỳ phần tu các môn khác.

(Kinh Hoa Nghiêm, phẩm 26. Thập Địa)

21.6.k. MINH LỢI TUỲ THUẬN NHẪN

Bồ-Tát quán sát các pháp tự tánh thanh tịnh, tuỳ thuận không trái được vào đệ lục Hiện Tiền Địa, được minh lợi tuỳ thuận nhẫn, chưa được vô sanh pháp nhẫn.

Tam giới duy tâm tạo. Đức Như-Lai phân biệt diễn nói mười hai nhân duyên, đều y cứ nhứt tâm mà an lập như vậy.

(Kinh Hoa Nghiêm, phẩm 26. Thập Địa)

21.6.l. MƯỜI HAI NHÂN DUYÊN

Theo sự tham dục cùng tâm sanh chung. Tâm là thức, sự là hành, Mê lầm nơi hành là vô minh.

Cùng vô minh và tâm sanh chung là danh sắc.

Tăng trưởng danh sắc là lục nhập. Lục nhập ba phần là xúc. Xúc sanh chung là thọ. Thọ không nhàm đủ là ái.

Ái nhiếp chẳng bỏ là thủ. Các hữu chi sanh là hữu, của hữu phát khởi gọi là sanh. Sanh thục là lão, Lão hoại là tử.

(Kinh Hoa Nghiêm, phẩm 26. Thập Địa)

21.6.m. NHẬP KHÔNG TAM MUỘI

Bồ-Tát trụ bực hiện tiền địa này, được nhập không tam muội, tự tánh không tam muội, đệ nhứt không tam muội, đại không tam muội, hiệp không tam muội, khởi không tam muội, như thiệt bất phân biệt không tam muội, bất xã ly không tam muội.

Bồ-Tát này được mười môn không tam muội như vậy làm đầu. Kế đó trăm ngàn không tam muội đều hiện tiền cả.

Mười môn vô tướng không tam muội, mười môn vô nguyện tam muội như vậy làm đầu, kế đó trăm ngàn môn vô tướng, vô nguyện đều hiện tiền cả.

(Kinh Hoa Nghiêm, phẩm 26. Thập Địa)

21.6.n. NHẬP LỤC ĐỊA

Trong mười môn ba la mật, Bồ-Tát này thiên nhiều về bát nhã ba la mật, ngoài ra tuỳ sức tuỳ phần tu các môn khác.

Bồ-Tát an trụ nơi bực này, thường hiện làm. Thiện Hóa Thiên Vương, việc làm tự tại. Tất cả sự vấn nạn của hàng Thanh văn không làm thối khuất được, có thể làm cho chúng sanh trừ diệt ngã mạn, thâm nhập duyên khởi.

Tất cả công hạnh bố thí, ái ngữ, lợi hành, đồng sự đều chẳng rời niệm Phật, niệm pháp, niệm tăng, nhẫn đến chẳng rời niệm đầy đủ Nhứt thiết chủng trí.

Bồ-Tát viên mãn Ngũ Địa rồi

Quán pháp vô tướng cũng vô tánh

Vô sanh vô diệt vốn thanh tịnh

Không có hý luận không thủ xả.

Thể tướng tịch diệt như huyễn thảy

Hữu vô bất nhị rời phân biệt

Tùy thuận pháp tánh quán như vậy

Trí này được thành nhập Lục Địa.

Đầy đủ trí minh lợi thuận nhẫn

Quán sát thế gian tướng sanh diệt

Do sức si tối có thế gian

Si tối diệt mất không thế gian.

(Kinh Hoa Nghiêm, phẩm 26. Thập Địa)

21.6.o. KHOẢNG MỘT NIỆM ĐƯỢC TRĂM NGÀN ỨC TAM MUỘI

Bồ-Tát an trụ nơi đệ lục hiện tiền địa, thường hiện làm Thiện Hóa Thiên Vương, việc làm tự tại. Tất cả sự vấn nạn của hàng Thanh văn không làm thối khuất được, có thể làm cho chúng sanh trừ diệt ngã mạn, thâm nhập duyên khởi.

Tất cả công hạnh bố thí, ái ngữ, lợi hành, đồng sự đều chẳng rời niệm Phật, niệm pháp, niệm tăng, nhẫn đến chẳng rời niệm đầy đủ Nhứt thiết chủng trí.

Bồ-Tát này lại nghĩ rằng: Với tất cả chúng sanh, tôi sẽ là thượng thủ, là thắng, nhẫn đến bực y chỉ của Nhứt thiết chủng trí.

Bồ-Tát này nếu chuyên cần tinh tấn, trong khoảng một niệm được trăm ngàn ức tam muội, nhẫn đến thị hiện trăm ngàn ức thân Phật, mỗi mỗi thân Phật thị hiện trăm ngàn ức Bồ-Tát làm quyến thuộc.

Nếu dùng nguyện lực thị hiện tự tại thời hơn đây, nhẫn đến trăm ngàn ức na do tha kiếp chẳng thể đếm biết được.

(Kinh Hoa Nghiêm, phẩm 26. Thập Địa)

21.6.p. HƯỚNG VỀ THẤT ĐỊA

Kim Cang Tạng Bồ-Tát muốn tuyên lại nghĩa này mà nói kệ rằng:

Bởi thấy tất cả các thế gian

Lửa tham, sân, si thường cháy hực

Nơi các tưởng niệm thảy đều lìa

Phát khởi đại bi sức tinh tấn.

Tất cả chư thiên và thiên nữ

Cúng dường nhiều thứ khen ngợi rồi

Tất cả đồng thời đứng lặng yên

Chiêm ngưỡng thế tôn mong nghe pháp.

Giải thoát nguyệt vì chúng lại thưa:

Cả đại chúng đây lòng thanh tịnh

Những hành tướng trong đệ thất địa

Trông mong Bồ-Tát thương giảng giải.

(Kinh Hoa Nghiêm, phẩm 26. Thập Địa)

21.7. VIỄN HÀNH ĐỊA

Bồ-Tát an trụ bực Viễn Hành Địa này thường làm Tự Tại Thiên Vương, khéo vì chúng sanh mà nói pháp chứng trí, khiến họ chứng nhập.

21.7.a. MƯỜI ĐẠO THÙ THẮNG

Kim cang tạng Bồ-Tát nói với giải thoát nguyệt Bồ-Tát rằng: Thưa Phật tử! Đại Bồ-Tát đã tròn đủ công hạnh của đệ lục địa muốn vào đệ thất viễn hành địa, phải tu mười môn phương tiện huệ phát khởi đạo thù thắng.

1. Dầu khéo tu không, vô tướng, vô nguyện tam muội mà từ bi chẳng bỏ chúng sanh.

2. Dầu được pháp bình đẳng của chư Phật mà thích thường cúng dường Phật.

3. Dầu nhập môn quán không trí mà siêng chứa phước đức.

4. Dầu xa rời tam giới mà trang nghiêm tam giới.

5. Dầu rốt ráo dập tắt ngọn lửa phiền não mà có thể vì tất cả chúng sanh khởi hạnh diệt tắt ngọn lửa phiền não tham, sân, si.

6. Dầu biết các pháp như huyễn, như mộng, như bóng, như vang, như dương diệm, như biến hóa, như trăng dưới nước, như tượng trong gương, tự tánh bất nhị, mà tuỳ tâm tác động vô lượng sai khác.

7. Dầu biết tất cả quốc độ dường như hư không mà hay dùng diệu hạnh thanh tịnh trang nghiêm Phật độ.

8. Dầu biết pháp thân của Chư Phật bổn tánh không thân mà dùng tướng hảo trang nghiêm thân mình.

9. Dầu biết âm thanh của chư Phật tánh không tịch diệt chẳng thể ngôn thuyết, mà có thể tuỳ tất cả chúng sanh phát ra các thứ âm thanh thanh tịnh sai khác.

10. Dầu tùy Chư Phật rõ biết tam thế chỉ là nhứt niệm, mà tùy ý giải sai biệt của chúng sanh, dùng các loại tướng, các thứ thời gian, các thứ kiếp số để tu tập công hạnh.

(Kinh Hoa Nghiêm, phẩm 26. Thập Địa)

21.7.b. VÔ LƯỢNG CHÚNG SANH GIỚI

Bồ-Tát dùng môn Phương tiện huệ phát khởi hạnh thù thắng này, từ đệ lục hiện tiền địa vào đệ thất viễn hành địa. Lúc vào đệ thất địa rồi thời các hạnh này thường hiện tiền, gọi là an trụ nơi đệ thất viễn hành địa.

Đại Bồ-Tát an trụ đệ thất địa này rồi, thời vào:

- Vô lượng chúng sanh giới

- Vào vô lượng công nghiệp giáo hóa chúng sanh của Chư Phật

- Vào vô lượng thế giới võng

- Vào vô lượng quốc độ thanh tịnh của Chư Phật

- Vào vô lượng pháp sai biệt

- Vào vô lượng hiện giác trí của Chư Phật

- Vào vô lượng kiếp số

Bồ-Tát này nghĩ rằng: Vô lượng cảnh giới của Như-Lai như vậy, nhẫn đến trăm ngàn ức na do tha như vậy, nhẫn đến trăm ngàn ức na do tha kiếp chẳng thể biết được. Tôi đều phải dùng tâm vô công dụng, vô phân biệt để thành tựu viên mãn.

(Kinh Hoa Nghiêm, phẩm 26. Thập Địa)

21.7.c. MỖI NIỆM BỒ-TÁT ĐỀU ĐÃ ĐẦY ĐỦ MƯỜI BA LA MẬT

Bồ-Tát này dùng thâm trí huệ quán sát như vậy. Thường siêng tu tập Phương tiện huệ khởi đạo thù thắng an trụ bất động, không một niệm thôi nghỉ phế bỏ. Đi, đứng, ngồi, nằm, nhẫn đến lúc ngủ chiêm bao cũng chưa từng tương ưng với cái chướng. Luôn không hề bỏ những quán niệm trên đây.

Trong mỗi niệm, Bồ-Tát này thường có thể đầy đủ mười ba la mật.

Tại sao vậy? Vì mỗi niệm, Bồ-Tát này đều lấy đại bi làm trước để tu hành Phật pháp hướng đến Phật trí.

Những thiện căn đã có đều vì cầu Phật trí mà bố thí cho chúng sanh, đây gọi là đàn ba la mật.

Hay diệt trừ những lửa phiền não, đây gọi là thi la ba la mật.

Từ bi làm đầu không tổn hại chúng sanh, đây gọi là sằn đề ba la mật.

Cầu pháp thắng thiện không nhàm đủ, đây gọi là tỳ lê gia ba la mật.

Nhứt thiết trí đạo thường hiện tiền chưa từng tán loạn, đây gọi là thiền na ba la mật.

Hay nhẫn thọ các pháp bất sanh bất diệt, đây gọi là bát nhã ba la mật.

Hay xuất sanh vô lượng trí, đây gọi là phương tiện ba la mật, hay cầu thượng thượng thắng trí, đây gọi là nguyện ba la mật.

Tất cả dị luận và các ma chúng không trở hoại, đây gọi là lực ba la mật.

Rõ biết các pháp đúng thật đây gọi là trí ba la mật.

Mười môn ba la mật này, trong mỗi niệm Bồ-Tát đều đã đầy đủ.

(Kinh Hoa Nghiêm, phẩm 26. Thập Địa)

21.7.d. TRONG MỖI NIỆM ĐỀU ĐẦY ĐỦ BỐN NHIẾP PHÁP

Bốn nhiếp pháp, bốn pháp trì, ba mươi bảy phẩm trợ đạo, ba môn giải thoát, lược nói nhẫn đến tất cả pháp Bồ đề phần, trong mỗi niệm, Bồ-Tát này đều viên mãn cả.

Bấy giờ Giải Thoát Nguyệt Bồ-Tát hỏi Kim Cang Tạng Bồ-Tát rằng: Bồ-Tát chỉ ở trong đệ thất địa này đầy đủ tất cả pháp Bồ đề phần, hay là trong các địa cũng có thể đầy đủ?

(Kinh Hoa Nghiêm, phẩm 26. Thập Địa)

21.7.e.T RONG THẬP ĐỊA CÓ ĐẦY ĐỦ PHÁP BỒ ĐỀ PHẦN

Kim Cang Tạng Bồ-Tát nói: Thưa Phật tử! Bồ-Tát ở trong mười địa đều có thể đầy đủ pháp Bồ đề phần, nhưng đệ thất địa thù thắng hơn.

Tại sao vậy? Vì đệ thất địa công dụng viên mãn thời được vào trí huệ tự tại hạnh.! Bồ-Tát ở trong bực sơ địa vì duyên tất cả Phật pháp để nguyện cầu nên đây đủ pháp Bồ đề phần.

Vì đệ nhị địa lìa tâm cấu nhơ. Vì đệ tam địa nguyện cầu càng tăng trưởng được pháp quang minh.

Vì đệ tứ địa nhập đạo. Vì đệ ngũ địa thuận thế gian mà tu tập. Vì đệ lục địa nhập pháp môn thậm thâm.

Vì đệ thất địa phát khởi tất cả Phật pháp. Tất cả địa đều cũng đầy đủ pháp Bồ đề phần.

(Kinh Hoa Nghiêm, phẩm 26. Thập Địa)

21.7.f. TỪ SƠ ĐỊA-THẤT ĐỊA LÀ THÀNH TỰU TRÍ CÔNG DỤNG ĐẠO TỪ BÁT ĐỊA-THẬP ĐỊA VÔ CÔNG DỤNG HẠNH ĐỀU ĐƯỢC THÀNH TỰU

Bồ-Tát từ sơ địa đến đệ thất địa thành tựu trí công dụng phần. Do công lực này, từ đệ bát địa đến đệ Thập Địa vô công dụng hạnh đều được thành tựu.

Ví như có hai thế giới: một thời tạp nhiễm, một thời thuần tịnh. Chặng giữa của hai thế giới này khó qua được, chỉ trừ bực Bồ-Tát có đại thần thông phương tiện nguyện lực.

Bồ-Tát ở các địa cũng như vậy: có tạp nhiễm hạnh, có thanh tịnh hạnh. Chẳng giữa của hai hạnh này khó qua được, chỉ trừ Bồ-Tát có đại nguyện lực Phương tiện trí huệ mới có thể qua được.

(Kinh Hoa Nghiêm, phẩm 26. Thập Địa)

21.7.g. BẢY ĐỊA BỒ-TÁT LÀ NHIỄM HẠNH HAY TỊNH HẠNH?

Giải thoát nguyệt Bồ-Tát hỏi: Bảy địa Bồ-Tát này là nhiễm hạnh hay là tịnh hạnh?

Kim cang tạng Bồ-Tát nói: Từ sơ địa đến thất địa, công hạnh tu tập đều lìa bỏ nghiệp phiền não, vì hồi hướng vô thượng Bồ đề, vì phần được đạo bình đẳng, nhưng chưa gọi là hạnh siêng phiền não.

Như Chuyển Luân Thánh Vương ngự tượng bửu du hành tứ thiên hạ, biết có người bần cùng khốn khổ mà không bị lây những sự hoạ hoạn đó, nhưng chưa được gọi là siêu nhơn loại. Nếu bỏ thân Chuyển luân vương sanh lên trời phạm thế, ngự thiên cung thấy ngàn thế giới, du hành ngàn thế giới, thị hiện quang minh oai đức của phạm thiên mới gọi là siêu nhơn loại.

Bồ-Tát cũng như vậy. Ban đầu từ bực sơ địa đến bực đệ thất địa, ngự xe ba la mật du hành thế gian, biết quá hoạn phiền não của thế gian. Vì ngự chánh đạo nên chẳng bị lỗi lầm của phiền não làm lây nhiễm, nhưng chưa gọi là siêu phiền não hạnh. Nếu bỏ tất cả hạnh hữu công dụng, từ đệ thất địa vào đệ bát địa, ngự xe Bồ-Tát, thanh tịnh du hành thế gian, biết phiền não lỗi lầm chẳng bị lây nhiễm, mới gọi là siêu phiền não hạnh, vì được siêu quá hết tất cả

Bồ-Tát đệ thất địa này siêu quá hết những phiền não đa tham, đa sân v.v... mà an trụ.

(Kinh Hoa Nghiêm, phẩm 26. Thập Địa)

564

21.7.g. TỪ SƠ ĐỊA ĐẾN THẤT ĐỊA CHẲNG GỌI LÀ CÓ PHIỀN NÃO, CŨNG CHẲNG GỌI LÀ KHÔNG PHIỀN NÃO

Bực này chẳng gọi là có phiền não, cũng chẳng gọi là không phiền não.

Tại sao vậy? vì ở bực này, tất cả phiền não chẳng hiện hành nên gọi chẳng gọi là có. Vì cầu Phật trí tâm chưa mãn toại nên chẳng gọi là không.

Bồ-Tát an trụ bực đệ thất địa dùng tâm thâm tịnh mà thành tựu thân nghiệp, ngữ nghiệp và thành tựu ý nghiệp. Tất cả những nghiệp đạo bất thiện bị Phật quở trách đều đã lìa bỏ. Tất cả thiện nghiệp mà Phật khen thời thường khéo tu hành. Tất cả kinh, thơ, kỷ thuật của thế gian như đã nói ở đệ ngũ địa đều tự nhiên thật hành thông thạo chẳng cần dụng công.

Bồ-Tát ở trong đại thiên thế giới làm bực đại minh sư. Chỉ trừ đức Như-Lai và từ đệ bát địa trở lên, thâm tâm diệu hạnh của các Bồ-Tát khác đều không bằng được.

Ở bực này, những thiền tam muội, thần thông giải thoát đều được hiện tiền. Nhưng là do tu tập mà thành, chẳng phải báo đắc thành như bực đệ bát địa.

Bực Bồ-Tát này trong mỗi niệm tu tập đầy đủ phương tiện trí lực, và tất cả pháp Bồ đề phần đều càng viên mãn hơn.

Bồ-Tát trụ bực này nhập tam muội Bồ-Tát thiện quán trạch, tam muội thiện trạch nghĩa, tam muội tối thắng huệ tam muội phân biệt nghĩa tạng, tam muội như thiệt phân biệt nghĩa, tam muội thiện trụ kiên cố căn, tam muội trí huệ thần thông môn, tam muội pháp giới nghiệp, tam muội Như-Lai thắng lợi, tam muội chủng chủng nghĩa tạng sanh tử Niết Bàn môn.

Nhập trăm ngàn tam muội đầy đủ môn đại trí thần thông như vậy, tu tập thanh tịnh các trí địa.

Vì Bồ-Tát này được nhập các tam muội trên đây khéo tu tập thanh tịnh phương tiện huệ, đại bi lực nên vượt hơn bực nhị thừa, được quán sát trí huệ địa.

(Kinh Hoa Nghiêm, phẩm 26. Thập Địa)

21.7.h. BỒ-TÁT TỪ SƠ ĐỊA ĐẾN BỰC NÀY CÓ VÔ LƯỢNG THÂN NGHIỆP, NGỮ NGHIỆP, Ý NGHIỆP

Bồ-Tát trụ bực này khéo tu tịnh vô lượng thân nghiệp vô tướng hành, ý nghiệp vô tướng hành nên được quang minh vô sanh pháp nhẫn.

Giải Thoát Nguyệt Bồ-Tát hỏi: Bồ-Tát từ sơ địa đến bực này có vô lượng thân nghiệp, ngữ nghiệp, ý nghiệp há chẳng vượt hơn háng nhị thừa ư?

Kim Cang Tạng Bồ-Tát nói: Các bực đó đều vượt hơn, nhưng chỉ là do nguyện cầu Phật pháp, chẳng phải là sức tự trí quán sát. Nay trong bực đệ thất địa này do tự trí lực nên tất cả nhị thừa chẳng kịp được.

Ví như vương tử sanh ở cung vua, do vương hậu sanh có đủ vương tướng. Khi sanh ra thời đã hơn tất cả các quan, nhưng chỉ do đức lực của nhà vua chớ chẳng phải tự lực, khi thân trưởng thành, toàn vẹn tất cả nghề nghiệp oai đức, thời mới là do tự lực mà hơn tất cả thần dân.

Đại Bồ-Tát cũng vậy. Lúc sơ pháp tâm, do vì chí cầu đại pháp nên vượt hơn tất cả Thanh văn, Duyên giác.

Nay an trụ bực đệ thất địa do tự lực trí huệ nên vượt lên trên tất cả nhị thừa.

(Kinh Hoa Nghiêm, phẩm 26. Thập Địa)

21.7.i. THUYỀN BA LA MẬT

Bồ-Tát an trụ bực đệ thất địa này được viễn ly vô hành thậm thâm, thường tu hành thân, khẩu, ý, siêng cầu đạo vô thượng chẳng bỏ rời. Thế nên Bồ-Tát này dầu đi nơi thiệt tế mà chẳng tác chứng.

Giải Thoát Nguyệt Bồ-Tát hỏi: Bồ-Tát từ địa nào lên đến địa nào có thể nhập được diệt định?

Kim Cang Tạng Bồ-Tát nói: Bồ-Tát từ đệ lục địa trở lên có thể nhập diệt định.

Nay an trụ nơi đệ thất địa này thời có thể mỗi niệm nhập diệt định, cũng mỗi niệm xuất, nhưng không tác chứng.

Thế nên Bồ-Tát này gọi là thành tựu thân, ngữ, ý nghiệp bất tư nghì, đi nơi thiệt tế mà chẳng tác chứng.

Ví như có người ngồi thuyền vào biển, do sức thiện xảo nên không bị tai nạn.

Cũng vậy Bồ-Tát ở bực này ngồi thuyền ba la mật đi trong biển thiệt tế, do nguyện lực nên chẳng chứng diệt.

(Kinh Hoa Nghiêm, phẩm 26. Thập Địa)

21.7.j. TAM MUỘI TRÍ LỰC

Bồ-Tát này được tam muội trí lực như vậy, do đại phương tiện, dầu thị hiện sanh tử mà luôn trụ Niết Bàn, dầu quyến thuộc vây quanh mà thường thích xa lìa, dầu do nguyện lực thọ sanh trong ba cõi mà chẳng nhiễm thế pháp, dầu thường tịch diệt do sức phương tiện mà lại phừng cháy, dầu đốt nhưng chẳng cháy, dầu tùy thuận Phật trí mà thị hiện vào bực Thanh văn, Bích chi Phật, dầu được Phật cảnh giới mà thị hiện ở cảnh giới ma, dầu thị hiện đồng với ngoại đạo mà chẳng bỏ Phật pháp,dầu thị hiện tùy thuận tất cả thế gian mà thường thật hành tất cả pháp xuất thế.

Bồ-Tát này chỗ có tất cả sự trang nghiêm vượt hơn tất cả sự trang nghiêm của trời, rồng, bát bộ, người, phi nhơn. Tứ thiên vương, Đế thích, Phạm vương thảy, mà chẳng bỏ tâm mến thích chánh pháp.

(Kinh Hoa Nghiêm, phẩm 26. Thập Địa)

21.7.k. BẬC VIỄN HÀNH ĐỊA

Bồ-Tát thành tựu trí huệ như vậy trụ bực viễn hành địa do nguyện lực nên được thấy nhiều đức Phật, nhẫn đến thấy trăm ngàn ức na do tha Đức Phật, đều kính trọng tán thán cúng dường với tâm quãng đại, tâm tăng thắng. Cũng cúng dường tất cả chúng tăng. Đem thiện căn này hồi hướng vô thượng Bồ đề.

Lại ở chỗ chư Phật cung kính nghe pháp, nghe xong thọ trì, được như thiệt tam muội trí huệ quang minh, tùy thuận tu hành hộ trì chánh pháp, thường được Chư Phật hoan hỷ khen ngợi.

Hàng nhị thừa không thể vấn nạn làm thua được, Bồ-Tát này làm lợi ích chúng sanh pháp nhẫn thanh tịnh.

(Kinh Hoa Nghiêm, phẩm 26. Thập Địa)

21.7.l. ÁNH SÁNG MẶT TRỜI

Như vậy trải qua vô lượng trăm ngàn ức na do tha kiếp những thiện căn đã có càng thêm tăng thắng.

Ví như chơn kim, dùng các thứ châu báu cẩn xen vào càng làm cho chơn kim sáng chói hơn, những vật trang nghiêm khác không thể sánh được.

Những thiện căn của Bồ-Tát đệ thất địa này cũng như vậy, do sức phương tiện huệ càng sáng sạch hơn, chẳng phải hàng nhị thừa sánh kịp được.

Ví như ánh sáng mặt trời, những ánh sáng của trăng sao v.v… đều không sánh được. Những chỗ sình lầy nơi đại địa, ánh sáng mặt trời có thể làm khô ráo.

Bồ-Tát viễn hành địa này cũng như vậy, tất cả hàng nhị thừa không theo kịp, được có thể làm cạn khô sình lầy phiền não của tất cả chúng sanh.

(Kinh Hoa Nghiêm, phẩm 26. Thập Địa)

21.7.m. PHƯƠNG TIỆN BA LA MẬT

Bồ-Tát này thiên nhiều về Phương tiện ba la mật. Chín môn ba la mật kia thời tùy sức tùy phần mà tu tập.

Chư Phật tử! Đây là lược nói đại Bồ-Tát Đệ Thất Viễn Hành Địa. Bồ-Tát an trụ bực này thường làm Tự Tại Thiên Vương, khéo vì chúng sanh mà nói pháp chứng trí, khiến họ chứng nhập.

Tất cả công hạnh bố thí, ái ngữ, lợi hành, đồng sự đều chẳng rời niệm Phật, niệm Pháp, niệm Tăng nhẫn đến chẳng rời niệm đầy đủ Nhứt thiết chủng trí.

Bồ-Tát này lại nghĩ: Tôi sẽ ở trong tất cả chúng sanh làm thượng thủ, là thắng, nhẫn đến là bực y chỉ của Nhứt thiết chủng trí.

Bồ-Tát này nếu phát cần tinh tấn, thời trong khoảng một niệm được trăm ngàn ức na do tha tam muội, nhẫn đến thị hiện trăm ngàn ức na do tha Bồ-Tát để làm quyến thuộc.

Nếu dùng nguyện lực thù thắng tự tại thị hiện thời hơn số trên đây, nhẫn đến trăm ngàn ức na do tha kiếp chẳng thể đếm biết được.

(Kinh Hoa Nghiêm, phẩm 26. Thập Địa)

21.7.n. SƠ ĐỊA ĐẾN THẤT ĐỊA là THÀNH TỰU TRÍ CÔNG DỤNG PHẦN BÁT ĐỊA đến THẬP ĐỊA là VÔ CÔNG DỤNG HẠNH

Bồ-Tát ở trong bực *sơ địa* vì duyên tất cả Phật pháp để nguyện cầu nên đầy đủ pháp Bồ đề phần.

Vì *đệ nhị địa* lìa tâm cấu nhơ.

Vì *đệ tam địa* nguyện cầu càng tăng trưởng được pháp quang minh.

Vì *đệ tứ địa* nhập đạo.

Vì *đệ ngũ địa* thuận thế gian mà tu tập.

Vì *đệ lục địa* nhập pháp môn thậm thâm.

Vì *đệ thất địa* phát khởi tất cả Phật pháp. Tất cả địa đều cũng đầy đủ pháp Bồ đề phần.

Bồ-Tát từ sơ địa đến đệ thất địa thành tựu trí công dụng phần. Do công lực này, từ đệ bát địa đến đệ Thập Địa vô công dụng hạnh đều được thành tựu.

(Kinh Hoa Nghiêm, phẩm 26. Thập Địa)

21.7.p. NHẬP TAM MUỘI BỒ-TÁT THIỆN QUÁN TRẠCH

Có hai thế giới: một thời tạp nhiễm, một thời thuần tịnh. Chặng giữa của hai thế giới này khó qua được, chỉ trừ bực Bồ-Tát có đại thần thông phương tiện nguyện lực.

Bồ-Tát trụ bực này nhập tam muội Bồ-Tát thiện quán trạch, tam muội thiện trạch nghĩa, tam muội tối thắng huệ tam muội phân biệt nghĩa tạng, tam muội như thiệt phân biệt nghĩa, tam muội thiện trụ kiên cố căn, tam muội trí huệ thần thông môn, tam muội pháp giới nghiệp, tam muội Như-Lai thắng lợi, tam muội chủng chủng nghĩa tạng sanh tử Niết Bàn môn.

Nhập trăm ngàn tam muội đầy đủ môn đại trí thần thông như vậy, tu tập thanh tịnh các trí địa.

Vì Bồ-Tát này được nhập các tam muội trên đây khéo tu tập thanh tịnh phương tiện huệ, đại bi lực nên vượt hơn bực nhị

569

thừa, được quán sát trí huệ địa.

(Kinh Hoa Nghiêm, phẩm 26. Thập Địa)

21.7.q. NHẬP THẤT ĐỊA

Bồ-Tát an trụ bực này thường làm Tự Tại Thiên Vương, khéo vì chúng sanh mà nói pháp chứng trí, khiến họ chứng nhập.

Tất cả công hạnh bố thí, ái ngữ, lợi hành, đồng sự đều chẳng rời niệm Phật, niệm Pháp, niệm Tăng nhẫn đến chẳng rời niệm đầy đủ Nhứt thiết chủng trí.

Đệ nhứt nghĩa trí tam muội đạo

Lục Địa tu hành tâm đầy đủ

Tức thời thành tựu phương tiện huệ

Bồ-Tát dùng đây vào Thất Địa.

Dầu chứng tam thoát nhưng từ bi,

Dầu đồng Như-Lai nhưng cúng Phật,

Dầu quán không nhưng chứa phước đức

Bồ-Tát do đây lên Thất Địa.

Xa rời tam giới mà trang nghiêm,

Dứt trừ lửa phiền mà khởi lửa,

Biết pháp bất nhị nhưng siêng tu

Rõ cõi không hư mà nghiêm độ.

(Kinh Hoa Nghiêm, phẩm 26. Thập Địa)

21.7.r. KIM CANG TẠNG BỒ-TÁT NÓI KỆ

Kim Cang Tạng Bồ-Tát muốn tuyên lại nghĩa này mà nói kệ rằng:

Đệ nhứt nghĩa trí tam muội đạo

Lục Địa tu hành tâm đầy đủ

Tức thời thành tựu phương tiện huệ
Bồ-Tát dùng đây vào Thất Địa.

Dầu chứng tam thoát nhưng từ bi,
Dầu đồng Như-Lai nhưng cúng Phật,
Dầu quán không nhưng chứa phước đức
Bồ-Tát do đây lên Thất Địa.

Xa rời tam giới mà trang nghiêm,
Dứt trừ lửa phiền mà khởi lửa,
Biết pháp bất nhị nhưng siêng tu
Rõ cõi không hư mà nghiêm độ.

Hiểu thân bất động, đủ các tướng,
Thấu thinh tánh ly, khéo khai diễn,
Thâm nhập nhứt niệm, hành nhiều việc,
Bực trí do đây lên Thất Địa.

Khắp pháp diệu âm vô lượng tiến
Ca ngợi Như-Lai công đức rồi
Chúng hội hoan hỷ ngồi yên lặng
Nhứt tâm chiêm ngưỡng muốn nghe pháp.

Ngài Giải Thoát Nguyệt lại thưa rằng:
Nay đây chúng hội đều tịch tịnh
Mong giải thích hành tướng thứ đệ
Nhập đệ bát bất động trí địa.
(Kinh Hoa Nghiêm, phẩm 26. Thập Địa)

21.8. BẤT ĐỘNG ĐỊA

Đại Bồ-Tát trụ bực Bất Động Địa này phần nhiều làm Đại Phạm Thiên Vương, chủ ngàn thế giới, tối thắng tự tại, giảng thuyết các nghĩa.

Kim Cang Tạng Bồ-Tát bảo giải thoát nguyệt Bồ-Tát rằng:

Đại Bồ-Tát ở trong thất viễn hành địa, khéo tu tập phương tiện huệ, khéo thanh tịnh các đạo, khéo tu tập pháp trợ đạo, do đại nguyện lực nhiếp trì, được Phật lực gia hộ, tự thiện lực giữ gìn, thường tưởng nhớ, lực, vô úy, bất cộng của Như-Lai, khéo thanh tịnh thâm tâm tư giác, có thể thành tựu phước đức trí huệ, đại từ đại bi chẳng bỏ chúng sanh, vào vô lượng trí đạo, vào tất cả pháp bổn lai vô sanh, vô khởi, vô tướng, vô thành, vô hoại, vô tận, vô chuyển, vô tánh, lấy đây làm tánh ba thuở sơ, trung, hậu thảy đều bình đẳng vô phân biệt, là chỗ nhập của như như trí, lìa tất cả tưởng phân biệt tâm ý thức, không chỗ chấp lấy dường như hư không, vào tất cả pháp như tánh hư không, đây gọi là được vô sanh pháp nhẫn.

Bồ-Tát thành tựu nhẫn này liền được nhập đệ bát bất động địa.

Bực này là thâm hạnh Bồ-Tát, khó biết được, vô sai biệt. Lìa tất cả tướng, tất cả tưởng, tất cả chấp trước.

(Kinh Hoa Nghiêm, phẩm 26. Thập Địa)

21.8.a. TRỤ BẤT ĐỘNG ĐỊA LIỀN BỎ TẤT CẢ CÔNG DỤNG HẠNH

Vô lượng vô biên tất cả thanh văn, bích chi Phật không thể kịp được.

Bực này xa lìa những huyên náo tránh luận, tịch diệt thường hiện tiền.

Ví như tỳ kheo đầy đủ thần thông được tâm tự tại tuần tự nhẫn đến nhập diệt tận định, tất cả động tâm ức tưởng phân biệt thảy đều dừng dứt.

Đại Bồ-Tát này cũng như vậy, trụ bất động địa liền bỏ tất cả công dụng hạnh, được pháp vô công dụng, thân, khẩu, ý nghiệp, niệm sự đều dứt, trụ nơi báo hành.

Ví như có người trong giấc mơ thấy mình té trong sông lớn, vì muốn thoát nạn nên phát đại dũng mãnh, hành đại phương tiện. Do đại dũng mãnh và đại phương tiện nên liền được thức tỉnh. Khi đã thức giấc thời những việc làm trong giấc mơ liền dứt cả.

Cũng vậy, *Bồ-Tát thấy thân chúng sanh ở trong tứ lưu,* vì cứu họ mà phát đại dũng mãnh khởi đại tinh tấn.

Do dũng mãnh tinh tấn nên đến bực bất động địa này. Đã đến bực này tất cả công dụng đều dứt cả. Hành tướng của hai hạnh đều chẳng hiện tiền.

Như sanh trời phạm thế, những phiền não của dục giới đều chẳng hiện tiền.

Bồ-Tát trụ bất động địa cũng như vậy, tất cả tâm ý thức đều chẳng hiện tiền.

Đại Bồ-Tát này còn chẳng hiện khởi tâm Bồ-Tát, tâm Phật, tâm Bồ đề, tâm Niết Bàn, huống là còn khởi tâm thế gian.

(Kinh Hoa Nghiêm, phẩm 26. Thập Địa)

21.8.b. THẬP LỰC, TỨ VÔ ÚY, THẬP BÁT BẤT CỘNG CỦA CHƯ PHẬT

Bồ-Tát này do sức bổn nguyện nên chư Phật Thế tôn đích thân hiện ra trước mặt ban cho Như-Lai trí, khiến bực này được vào trong môn pháp lưu.

Trí nhẫn này đệ nhứt thuận các Phật pháp, nhưng này thiện nam tử! Thập lực, tứ vô úy, thập bát bất cộng của chư Phật, nay ông chưa được. Ông phải vì được thành tựu những Phật pháp ấy mà phát khởi tinh tấn, chớ có bỏ nơi môn trí nhẫn này.

Lại này thiện nam tử! ông dầu được tịch diệt giải thoát, nhưng hàng phàm phu chưa chứng được, họ còn đủ các thứ phiền não, bị các thứ giác quán xâm hại nhau, ông phải thương những chúng sanh đó.

Lại này thiện nam tử! Ông phải nhớ lại bổn thệ nguyện làm lợi ích khắp tất cả chúng sanh đều làm cho họ được vào môn trí huệ bất tư nghì.

Lại này thiện nam tử! những pháp, pháp tánh này, hoặc Phật xuất thế hay không xuất thế, luôn thường trụ không khác. Chư Phật chẳng do được pháp này mà gọi là Như-Lai.

Tất cả hàng nhị thừa cũng có thể được pháp vô phân biệt này.

Thập lực, tứ vô úy, thập bát bất cộng của chư Phật.

(Kinh Hoa Nghiêm, phẩm 26. Thập Địa)

21.8.c. TẤT CẢ PHÁP VÔ SANH PHÂN BIỆT

Lại này thiện nam tử! ông xem Chư Phật chúng ta đây: thân tướng vô lượng trí huệ vô lượng, quang minh vô lượng, âm thanh thanh tịnh cũng vô lượng. Ông phải thành tựu những pháp này.

Này thiện nam tử! nay ông vừa được một pháp minh này, chính là tất cả pháp vô sanh phân biệt.

Này thiện nam tử! pháp minh của Như-Lai vô lượng nhập, vô lượng tác, vô lượng chuyển, nhẫn đến trăm ngàn ức na do tha kiếp chẳng thể biết được. Ông phải tu hành thành tựu pháp này.

Này thiện nam tử! Ông quán mười phương vô lượng quốc độ chúng sanh, vô lượng pháp, khác nhau vô lượng, đều phải thông đạt tất cả đúng như thiệt.

(Kinh Hoa Nghiêm, phẩm 26. Thập Địa)

21.8.d. VÔ LƯỢNG THÂN, VÔ LƯỢNG ÂM THANH, VÌ LÀM CHO TẤT CẢ CHÚNG SANH, VÔ LƯỢNG TRÍ HUỆ, VÔ LƯỢNG THỌ SANH

Chư Phật tử! Chư Phật Thế tôn trao cho Bồ-Tát này vô lượng môn khởi trí như vậy, khiến Bồ-Tát này có thể khởi vô lượng vô biên trí nghiệp sai biệt.

Chư Phật tử! nếu Chư Phật chẳng ban môn khởi trí này cho Bồ-Tát, thời Bồ-Tát này liền nhập cứu cánh Niết Bàn rời bỏ tất cả công hạnh, lợi ích chúng sanh .

Bồ-Tát này trước kia dùng một thân khởi hạnh. Nay trụ bực này được vô lượng thân, vô lượng âm thanh, vì làm cho tất cả chúng sanh, vô lượng trí huệ, vô lượng thọ sanh, vô lượng tịnh quốc, giáo hoá vô lượng chúng sanh, cúng dường vô lượng Chư Phật, nhập vô lượng pháp môn, đủ vô lượng thần thông, có vô lượng chúng hội đạo tràng sai biệt, trụ vô lượng thân, ngữ, ý, nghiệp, tập họp tất cả hạnh Bồ-Tát. Vì do pháp bất động vậy.

(Kinh Hoa Nghiêm, phẩm 26. Thập Địa)

21.8.e. THUYỀN ĐẠI THỪA ĐẾN BIỂN BỒ-TÁT HẠNH

Chư Phật tử! Ví như ngồi thuyền buồm muốn vào biển lớn, khi chưa đến thời phải dùng nhiều công lực. Nếu đã đến biển chỉ theo gió mà thuyền đi chẳng cần nhơn lực. Đem sự thuyền đi khi chưa đến biển sánh sao kịp với lúc đã vào biển.

Cũng vậy, đại Bồ-Tát chứa nhóm tư lương thiện căn rộng lớn, ngồi *thuyền đại thừa đến biển Bồ-Tát hạnh.*

Trong khoảng một niệm dùng trí vô công dụng nhập cảnh giới nhứt thiết chủng trí.

Những hạnh hữu công dụng trước kia dầu trãi qua vô lượng trăm ngàn ức na do tha kiếp chẳng sánh kịp được.

Chư Phật tử! Bồ-Tát trụ bực đệ bát địa dùng trí đại phương tiện thiện xảo, phát khởi vô công dụng giác huệ quán cảnh sở hành nhứt thiết chủng trí.

(Kinh Hoa Nghiêm, phẩm 26. Thập Địa)

21.8.f. NHÓM VI TRẦN VÀ VI TRẦN TƯỚNG SAI BIỆT ĐỀU BIẾT NHƯ THIỆT

Như là quán thế gian thành, thế gian hoại, do nghiệp này họp mà thành, do nghiệp này hết hoại, bao nhiêu thời gian thành, bao nhiêu thời gian hoại, bao nhiêu thời gian thành trụ, bao nhiêu thời gian hoại trụ, đều biết đúng như thiệt. Lại rõ biết địa giới tướng nhỏ, tướng lớn, vô lượng tướng, sai biệt tướng. Biết thủy, hỏa, phong giới nhỏ lớn v.v… cũng như vậy, biết vi trần tướng vi tế, tướng sai biệt, vô lượng tướng sai biệt.

Tùy trong thế giới nào có nhóm vi trần và vi trần tướng sai biệt đều biết như thiệt. Tùy trong thế giới nào có bao nhiêu địa, thủy, hoả, phong giới đều có bao nhiêu vi trần, những bửu vật đều có bao nhiêu vi trần, thân chúng sanh có bao nhiêu vi trần, thân quốc độ có bao nhiêu vi trần đều biết như thiệt. Biết thân lớn thân nhỏ của chúng sanh đều có bao nhiêu vi trần thành. Biết thân địa ngục, thân súc sanh, thân ngạ quỷ, thân a tu la, thân trời người đều có bao nhiêu vi trần họp thành. Được trí biết vi trần sai biệt như vậy. Lại biết dục giới, sắc giới, vô sắc giới thành, dục, sắc, vô sắc giới hoại. Biết dục, sắc, vô sắc giới tướng nhỏ, tướng lớn, tướng vô lượng, tướng sai biệt. Được trí quán tam giới sai biệt như vậy.

(Kinh Hoa Nghiêm, phẩm 26. Thập Địa)

21.8.g. KHỞI TRÍ MINH GIÁO HOÁ CHÚNG SANH

Bồ-Tát này lại khởi trí minh giáo hoá chúng sanh. Như là khéo biết thân sai biệt của chúng sanh, khéo phân biệt thân chúng sanh, khéo quán sát chổ sanh ra, tuỳ chổ đáng độ mà hiện thân giáo hoá cho họ được thành thục.

Bực Bồ-Tát này nơi tam thiên đại thiên thế giới, tùy chúng sanh thân tín giải sai khác, dùng trí quang minh khắp hiện thọ sanh. Như thế hoặc hai hoặc ba nhẫn đến trăm ngàn cho đến bất khả thuyết đại thiên thế giới, tùy chúng sanh thân tín giải sai khác thị hiện thọ sanh khắp trong đó.

Vì Bồ-Tát này thành tựu trí huệ như vậy nên ở nơi một cõi Phật, thân ngài bất động, nhẫn đến trong chúng hội ở bất khả thuyết cõi Phật đều hiện có thân ngài.

Bồ-Tát này các chúng sanh thân tâm tín giải các loại sai khác, ở trong chúng hội của cõi Phật đó mà hiện thân. Như là ở trong chúng Sa môn thời thị hiện thân sa môn. Trong chúng bà la môn thời thị hiện thân bà la môn. Trong chúng sát lợi thời thị hiện thân sát lợi. Như vậy trong chúng tỳ xá, thủ đà, cư sĩ, tứ thiên vương, Đao lợi thiên, Dạ ma thiên, Đâu suất thiên, Hoá lạc thiên, Tha hoá tự tại thiên, Ma vương chúng, Phạm thiên chúng nhẫn đến chúng Sắc cứu cánh thiên, đều theo chúng ấy mà tu hiện thân.

Lại người đáng được độ bởi thân Thanh văn thời Bồ-Tát này hiện thân thanh văn. Người đáng được độ bởi thân Bích chi Phật thời hiện thân Bích chi Phật. Người đáng được độ bởi thân Bồ-Tát thời hiện than Bồ-Tát. Người đáng độ bởi thân Phật thời hiện thân Phật.

(Kinh Hoa Nghiêm, phẩm 26. Thập Địa)

21.8.h. THÀNH TỰU VÔ SANH PHÁP NHẪN ĐỂ VÀO BẤT ĐỘNG ĐỊA

Bồ-Tát thành tựu vô sanh pháp nhẫn, liền được nhập đệ bát bất động địa. Tất cả tâm ý thức đều chẳng hiện tiền.

Đại Bồ-Tát này còn chẳng hiện khởi tâm Bồ-Tát, tâm Phật, tâm Bồ đề, tâm Niết Bàn, huống là còn khởi tâm thế gian.

Chư Phật tử! Bồ-Tát này do sức bổn nguyện nên chư Phật Thế tôn đích thân hiện ra trước mặt ban cho Như-Lai trí, khiến bực này được vào trong môn pháp lưu.

Chư Phật bảo! Trí nhẫn này đệ nhứt thuận các Phật pháp, nhưng này thiện nam tử! Thập lực, tứ vô úy, thập bát bất cộng của chư Phật, nay ông chưa được. Ông phải vì được thành tựu những Phật pháp ấy mà phát khởi tinh tấn, chớ có bỏ nơi môn trí nhẫn này.

(Kinh Hoa Nghiêm, phẩm 26. Thập Địa)

21.8.i. TRÍ ĐỊA CỦA BỒ-TÁT

Bồ-Tát an trụ bực đệ bát bất động địa này, thân, ngữ, ý có chỗ làm, đều có thể chứa họp tất cả Phật pháp. Khéo trụ thâm tâm vì tất cả phiền não chẳng hiện hành.

Trí địa của Bồ-Tát này gọi là bất động địa không bị trở hoại. Gọi là bất thoái chuyển địa vì trí huệ bất thối. Gọi là nan đắc địa vì tất cả thế gian không lường được.

Bồ-Tát trụ bực bất động địa này rồi, do sức tam muội, thường được hiện thấy vô lượng Chư Phật, thường chẳng rời bỏ phụng thờ cúng dường.

Bồ-Tát này nơi mỗi mỗi kiếp, mỗi mỗi thế giới thấy vô lượng trăm Phật, vô lượng ngàn Phật, nhẫn đến vô lượng trăm ngàn ức na do tha Phật, đều kính trọng cúng dường.

Ở chỗ Chư Phật được pháp tạng thậm thâm của Như-Lai. Thọ được vô lượng pháp thế giới sai biệt thảy.

577

Nếu có ai đến vấn nạn những sự như thế giới sai biệt v.v.. không ai khuất phục Bồ-Tát này được.

Như vậy trải qua vô lượng trăm kiếp, nhẫn đến vô lượng trăm ngàn ức na do tha kiếp những thiện căn đã có càng thêm sáng sạch.

Ví như chơn kim đem làm mão báu, đặt trên đầu Thánh vương diêm phù đề, những món trang nghiêm của tất cả thần dân không thể sánh kịp.

(Kinh Hoa Nghiêm, phẩm 26. Thập Địa)

21.8.j. NHẬP BÁT ĐỊA

Đại Bồ-Tát trụ bực này phần nhiều làm đại Phạm thiên vương chủ ngàn thế giới, tối thắng tự tại, giỏi giảng thiết các nghĩa. Có thể ban đạo ba la mật cho hàng Thanh văn, Bích chi Phật, chư Bồ-Tát.

Thất địa tu hành phương tiện huệ

Khéo chứa trợ đạo đại nguyện lực

Lại được Chư Phật chổ nhiếp trì

Vì cầu thắng trí nhập bát địa.

Công đức thành tựu thường từ mẫn

Trí huệ rộng lớn đồng hư không

Nghe pháp hay sanh quyết định lực

Đây là tịch diệt vô sanh nhẫn.

Biết pháp tướng vô sanh vô khởi

Vô thành, vô hoại cũng vô tận

Lìa có bình đẳng tuyệt phân biệt

Siêu các tâm hành như hư không.

(Kinh Hoa Nghiêm, phẩm 26. Thập Địa)

21.8.k. THÂN TƯỚNG SAI BIỆT, TRỤ NƠI BÌNH ĐẲNG

Bồ-Tát này ở trong tất cả thân tướng sai biệt, trụ nơi bình đẳng.

Bồ-Tát này biết thân chúng sanh, thân quốc độ, thân nghiệp báo, thân Thanh văn, thân Độc giác, thân Bồ-Tát, thân Như-Lai, trí thân, pháp thân, hư không thân.

Bồ-Tát này biết tâm sở thích của các chúng sanh, có thể dùng thân chúng sanh làm thân mình, cũng làm thân quốc độ, thân nghiệp báo nhẫn đến thân hư không.

Lại biết tâm sở thích của các chúng sanh, Bồ-Tát này có thể lấy quốc độ thân làm thân mình, cũng làm thân chúng sanh, thân nghiệp báo, nhẫn đến thân hư không.

Lại biết tâm sở thích của chúng sanh, Bồ-Tát này có thể lấy thân nghiệp báo làm thân mình, cũng làm thân chúng sanh, thân quốc độ nhẫn đến thân hư không .

Lại biết tâm sở thích của chúng sanh, có thể lấy tự thân làm thân chúng sanh, thân quốc độ, nhẫn đến thân hư không.

Tùy tâm sở thích của chúng sanh chẳng đồng, nên ở nơi thân này, Bồ-Tát hiện những thân như vậy.

(Kinh Hoa Nghiêm, phẩm 26. Thập Địa)

21.8.l. NĂM THÂN

Bồ-Tát này biết chúng sanh:

Thân tập nghiệp

Báo thân

Phiền não thân

Sắc thân

Vô sắc thân.

(Kinh Hoa Nghiêm, phẩm 26. Thập Địa)

21.8.m. THÂN QUỐC ĐỘ

Lại biết thân quốc độ:

- Tướng nhỏ

- Tướng lớn

- Tướng vô lượng

- Tướng nhiễm

- Tướng tịnh

- Tướng rộng

- Tướng đảo trụ

- Tướng chánh trụ

- Tướng phổ nhập

- Tướng phương võng sai biệt.

Biết thân nghiệp báo là giả danh sai biệt. Biết thân Thanh văn, thân Độc giác, thân Bồ-Tát là giả danh sai biệt.

(Kinh Hoa Nghiêm, phẩm 26. Thập Địa)

21.8.n. THÂN NHƯ-LAI

Biết thân Như-Lai có:

- Bồ đề thân

- Nguyện thân

- Hóa thân

- Lực trì thân

- Tướng hảo trang nghiêm thân

- Ý sanh thân

- Phước đức thân

- Pháp thân

- Trí thân.

(Kinh Hoa Nghiêm, phẩm 26. Thập Địa)

21.8.o. BỒ-TÁT THÀNH TỰU THÂN TRÍ

Biết trí thân tướng khéo suy lường, tướng quyết đoán thân đúng thiết, tướng nhiếp về quả hành, tướng sai biệt của thế gian và xuất thế gian, tướng sai biệt của tam thừa, cộng tướng, bất cộng tướng, xuất ly tướng, phi xuất ly tướng, học tướng, vô học tướng.

Biết pháp thân tướng bình đẳng, tướng bất hoại, tướng tùy thời tùy tục giả danh sai biệt, tướng chúng sanh phi chúng sanh pháp sai biệt, tướng Phật, pháp, tăng sai biệt.

Biết thân hư không tướng vô lượng tướng châu biến, tướng vô hình, tướng vô dị, tướng vô biên, tướng hiển hiện sắc thân.

(Kinh Hoa Nghiêm, phẩm 26. Thập Địa)

21.8.p. TỰ TẠI

Bồ-Tát thành tựu thân trí như vậy rồi, được:

- Mạng tự tại

- Tâm tự tại

- Tài tự tại

- Nghiệp tự tại

- Sanh tự tại

- Nguyện tự tại

- Giả tự tại

- Như ý tự tại

- Trí tự tại

- Pháp tự tại.

Vì được mười môn tự tại này, thời là bực trí bất tư nghì, bực trí vô lượng, bực trí quãng đại, bực trí vô năng hoại.

(Kinh Hoa Nghiêm, phẩm 26. Thập Địa)

21.8.q. THÂN NGỮ Ý LUÔN HIỆN HÀNH THEO TRÍ

Bồ-Tát này nhập như vậy rồi, thành tựu như vậy rồi thời được thân nghiệp, khẩu nghiệp, ý nghiệp rốt ráo không lỗi. Thân ngữ ý luôn hiện hành theo trí. Bát nhã ba la mật tăng thượng, đại bi làm đầu, phương tiện thiện xảo, khéo hay phân biệt, khéo khởi đại nghuyện, Phật lực gia hộ, thường siêng tu tập trí lợi ích chúng sanh, ở khắp vô biên thế giới sai khác.

Chư Phật tử! tóm lại, Bồ-Tát an trụ bực đệ bát bất động địa

này, thân, ngữ, ý có chỗ làm, đều có thể chứa họp tất cả Phật pháp.

(Kinh Hoa Nghiêm, phẩm 26. Thập Địa)

21.8.r. NHỨT THIẾT CHỦNG TRÍ HIỆN TIỀN

Bồ-Tát này được khéo trụ thâm tâm vì tất cả phiền não chẳng hiện hành. Được khéo trụ thắng tâm lực vì chẳng rời nơi đạo. Được khéo trụ đại bi lực vì chẳng bỏ lợi ích chúng sanh. Được khéo trụ từ lực vì cứu hộ tất cả thế gian. Được khéo trụ đà la ni lực vì chẳng quên nơi pháp, được khéo trụ biện tài lực vì khéo quán sát phân biệt tất cả pháp. Được khéo trụ thần thông lực vì qua khắp vô biên thế giới. Được khéo trụ thần thông lực vì qua khắp vô biên thế giới. Được khéo trụ đại nguyện lực vì chẳng bỏ công hạnh của Bồ-Tát. Được khéo trụ ba la mật lực vì thành tựu tất cả Phật pháp. được Như-Lai hộ niệm lực vì Nhứt thiết chủng trí hiện tiền.

Bồ-Tát này được trí lực như vậy, có hiện tất cả việc làm, trong công việc không có lỗi lầm.

(Kinh Hoa Nghiêm, phẩm 26. Thập Địa)

21.8.s. CÁC TÊN KHÁC NHAU
CỦA TRÍ ĐỊA CỦA BỒ-TÁT

Trí địa của Bồ-Tát này gọi là:

- Bất động địa không bị trở hoại.

- Bất thoái chuyển địa vì trí huệ bất thối.

- Nan đắc địa vì tất cả thế gian không lường được.

- Đồng chơn địa lìa tất cả lỗi lầm.

- Sanh địa vì tùy thích tự tại.

- Thành địa vì không còn sở tác

- Cứu cánh địa vì trí huệ quyết định.

- Biến hoá địa vì tùy nguyện thành tựu.

- Lực trì địa vì người khác chẳng làm động được gọi là vô công dụng địa vì trước đã thành tựu.

(Kinh Hoa Nghiêm, phẩm 26. Thập Địa)

21.8.t.THUẬN PHẬT OAI NGHI, PHẬT CẢNH HIỆN TIỀN

Bồ-Tát thành tựu trí huệ như vậy nhập Phật cảnh giới, Phật công đức chiếu đến, thuận Phật oai nghi, Phật cảnh hiện tiền, thường được Phật hộ niệm. Phạm vương, Thiên đế, Tứ thiên vương, Kim cang lực sĩ thường theo thị vệ.

Bồ-Tát này luôn chẳng bỏ lìa các đại tam muội, có thể hiện vô lượng thân sai khác. Mỗi thân có thế lực lớn, báo đắc thần thông tam muội tự tại. Tùy nơi nào có chúng sanh đáng được hóa độ thời thị hiện thành chánh giác.

Chư Phật tử! Bồ-Tát này nhập hội đại thừa, được đại thần thông, phóng đại quang minh, nhập vô ngại pháp giới, biết thế giới sai biệt, thị hiện tất cả những công đức lớn tùy ý tự tại, khéo thông đạt tiền tế, hậu tế dẹp phục tất cả đạo ma tà, thâm nhập cảnh giới của chư Phật nơi vô lượng quốc độ tu Bồ-Tát hạnh. Bởi được pháp bất thối chuyển, nên gọi là trụ bất động địa.

(Kinh Hoa Nghiêm, phẩm 26. Thập Địa)

21.8.u. THỌ ĐƯỢC VÔ LƯỢNG PHÁP THẾ GIỚI SAI BIỆT THẢY

Bồ-Tát trụ bực bất động địa này rồi, do sức tam muội, thường được hiện thấy vô lượng Chư Phật, thường chẳng rời bỏ phụng thờ cúng dường.

Bồ-Tát này nơi mỗi mỗi kiếp, mỗi mỗi thế giới thấy vô lượng trăm Phật, vô lượng ngàn Phật, nhẫn đến vô lượng trăm ngàn ức na do tha Phật, đều kính trọng cúng dường.

Ở chỗ Chư Phật được pháp tạng thậm thâm của Như-Lai. Thọ được vô lượng pháp thế giới sai biệt thảy.

Nếu có ai đến vấn nạn những sự như thế giới sai biệt v.v.. không ai khuất phục Bồ-Tát này được.

Như vậy trải qua vô lượng trăm kiếp, nhẫn đến vô lượng trăm ngàn ức na do tha kiếp những thiện căn đã có càng thêm sáng sạch.

Ví như chơn kim đem làm mão báu, đặt trên đầu Thánh vương diêm phù đề, những món trang nghiêm của tất cả thần dân không thể sánh kịp.

Cũng vậy, những thiện căn của bực Bồ-Tát này hơn tất cả những thiện căn của nhị thừa nhẫn đến đệ thất địa Bồ-Tát.

(Kinh Hoa Nghiêm, phẩm 26. Thập Địa)

21.8.v. NGUYỆN BA LA MẬT

Bởi Bồ-Tát trụ bực này, đại trí quang minh diệt trừ tối tăm phiền não của khắp chúng sanh, vì khéo hay khai môn huệ.

Ví như đại Phạm thiên vương chủ ngàn thế giới, có thể khắp vận từ tâm, khắp phóng quang minh đầy ngàn thế giới,

Cũng vậy, Bồ-Tát này hay phóng quang minh chiếu khắp trăm vạn Phật sát vi trần số thế giới, làm cho chúng sanh đập tắt lửa phiền não mà được thanh lương .

Trong mười môn la la mật, Bồ-Tát này thiên nhiều về nguyện ba la mật, các món khác thời tùy sức, phần mà tu tập

Đây gọi là nói lược về Bồ-Tát đệ bát bất động địa. Nếu nói rộng thời trải vô lượng kiếp cũng không thể cùng tận.

(Kinh Hoa Nghiêm, phẩm 26. Thập Địa)

21.8.w. BỰC Y CHỈ CỦA NHỨT THIẾT CHỦNG TRÍ

Đại Bồ-Tát trụ bực này phần nhiều làm đại Phạm thiên vương chủ ngàn thế giới, tối thắng tự tại, giỏi giảng thiết các nghĩa. Có thể ban đạo ba la mật cho hàng Thanh văn, Bích chi Phật, chư Bồ-Tát.

Tất cả công hạnh bố thí, ái ngữ, lợi hành, đồng sự, đều chẳng rời niệm Phật, nhẫn đến chẳng rời niệm Nhứt thiết chủng trí.

Bồ-Tát hảy lại nghĩ rằng: Tôi sẽ ở trong tất cả chúng sanh là thượng thủ, là thắng nhẫn đến là bực y chỉ của Nhứt thiết chủng trí.

Bồ-Tát này nếu dùng sức phát khởi đại tinh tấn trong khoảng một niệm được trăm vạn đại thiên thế giới vi trần số tam muội, nhẫn đến thị hiện trăm vạn đại thiên thế giới vi trần Bồ-Tát làm quyến thuộc.

584

Nếu dùng nguyện lực tự tại thù thắng để thị hiện thời hơn số trên đây, nhẫn đến trăm ngàn ức na do tha kiếp chẳng thể đếm biết được.

(Kinh Hoa Nghiêm, phẩm 26. Thập Địa)

Kim cang tạng Bồ-Tát muốn tuyên lại nghĩa này mà kệ rằng:

Thất địa tu hành phương tiện huệ

Khéo chứa trợ đạo đại nguyện lực

Lại được Chư Phật chỗ nhiếp trì

Vì cầu thắng trí nhập bát địa.

Tam muội chứng được trong một niệm

Số đến trăm vạn cỏi vi trần

Công hạnh ra làm cũng số đó

Nguyện lực thị hiện lại hơn đây.

Bồ-Tát đệ bát bất động địa

Tôi vì đại chúng đã nói lược

Nếu muốn thứ đệ nói rộng ra

Trải trăm ức kiếp nói chẳng hết.

Kim Cang Tạng nói đệ bát địa

Như-Lai hiện tại thần thông lực

Chấn động các cõi nước mười phương

Vô lượng ức số khó bàn nghĩ.

Ví như thuật gia làm các sự

Nhiều loại hình tướng đều chẳng thiệt

Bồ-Tát trí huyễn cũng như vậy

Dầu hiện tất cả rời hữu vô.

Âm thanh ngàn thứ vang như vậy

Ca ngợi Phật rồi đứng lặng yên

Giải Thoát Nguyệt lại vì chúng thỉnh

Xin nói công hạnh đệ cửu địa.

(Kinh Hoa Nghiêm, phẩm 26. Thập Địa)

21.9. THIỆN HUỆ ĐỊA

Bồ-Tát trụ bực đệ cửu địa Thiện Huệ này thường làm Đại Phạm Thiên Vương chủ nhị thiên thế giới.

Kim Cang Tạng Bồ-Tát bảo Giải Thoát Nguyệt Bồ-Tát rằng:

Đại Bồ-Tát dùng vô lượng trí như vậy tư duy quán sát muốn cầu tịch diệt giải thoát hơn, liền tu tập Như-Lai huệ: nhập các môn đà la ni tam muội Như-Lai bí mật pháp quán sát bất tư nghì đại trí tánh thanh tịnh.

Có đủ thần thông quảng đại vào thế giới sai biệt, tu tập thập lực, vô uý, bất cộng. Theo chư Phật chuyển pháp luân. Chẳng bỏ đại bi bổn nguyện lực. Được nhập Bồ-Tát đệ cửu thiện huệ địa.

(Kinh Hoa Nghiêm, phẩm 26. Thập Địa)

21.9.a. BIẾT CÁC PHÁP NHƯ THẬT

Bồ-Tát trụ bực thiện huệ địa này, đúng như thiệt mà biệt các pháp hành thiện, bất thiện, vô ký, hữu lậu, vô lậu, thế gian, xuất thế, tư nghì, bất tư nghì, định, bất định, Thanh văn, Độc giác Bồ-Tát, Như-Lai và pháp hành hữu vi, vô vi.

Bồ-Tát này dùng trí huệ như vậy, đúng thiệt mà biết những rừng rậm của chúng sanh: tâm, phiền não, nghiệp, căn, giải, tánh, dục lạc, tùy miên, thọ sanh, tập khí tương tục và rừng rậm tam tụ sai biệt.

(Kinh Hoa Nghiêm, phẩm 26. Thập Địa)

21.9.b. TÂM CỦA CHÚNG SANH
CÓ CÁC THỨ HÌNH TƯỚNG

Bồ-Tát này đúng thiệt mà biết tâm của chúng sanh có các thứ hình tướng như:

- Tạp khởi

- Tốc chuyển

- Hoại, bất hoại

- Vô minh chất, vô biên tế

- Thanh tịnh, cấu

- Vô cấu, phược, bất phược

- Huyễn sở tác, theo các loài mà đến thọ sanh

- Trăm ngàn muôn ức vô lượng tướng của tâm chúng sanh như vậy đều biết đúng thiệt.

(Kinh Hoa Nghiêm, phẩm 26. Thập Địa)

21.9.c. TƯỚNG PHIỀN NÃO

Lại biết các thứ tướng của phiền não như:

- Tướng lâu xa hiện hành

- Vô biên dẫn khởi

- Sanh chung chẳng bỏ

- Núp và khởi một nghĩa

- Cùng tâm tương ưng

- Chẳng cùng tâm tương ưng

- Tùy loài thọ sanh mà trụ

- Ba cõi sai khác

- Ái kiến si mạn họa hại như mũi tên cấm sâu, ba nghiệp nhơn duyên chẳng tuyệt. Lược nói nhẫn đến tám muôn bốn ngàn tướng phiền não đều biết đúng thiệt.

(Kinh Hoa Nghiêm, phẩm 26. Thập Địa)

21.9.d. TƯỚNG CỦA BA NGHIỆP

Lại biết những tướng của ba nghiệp, như những tướng:

- Thiện, bất thiện, vô ký

- Biểu thị, không có biểu thị

- Tâm đồng sanh chẳng rời, nhơn tự tánh sát na hoại mà thứ đệ nhóm quả chẳng mất

- Có báo, không báo

- Thọ các đen tối, như ruộng vô lượng

- Phàm thánh sai khác hiện, thọ, sanh thọ hậu thọ, thừa phi thừa, định bất định.

Lược nói nhẫn đến tám muôn bốn ngàn tướng của nghiệp đều biết đúng thiệt.

(Kinh Hoa Nghiêm, phẩm 26. Thập Địa)

21.9.e. TƯỚNG CÁC CĂN TÁNH

- Lại biết tướng hạ, trung, thượng của các căn tánh

- Tướng tiên tế, hậu tế, sai biệt, vô sai biệt

- Tướng phiền não câu sanh chẳng rời nhau

- Tướng thừa phi thừa, định bất định

- Tướng thuần thục điều nhu, tướng tùy lưới căn nhẹ đến hoại

- Tướng tăng thượng không bị hoại, tướng thối bất thối sai biệt, tướng xa rời, cùng sanh chẳng đồng.

Lược nói đến tám muôn bốn ngàn tướng đều biết đúng thiệt.

(Kinh Hoa Nghiêm, phẩm 26. Thập Địa)

21.9.f. THƯỢNG TRUNG HẠ CỦA CÁC CĂN TÁNH

- Lại biết những tướng thượng, trung, hạ của trí giải

- Thượng, trung, hạ của các tánh

- Thượng, trung, hạ của lạc dục, đều lược nói nhẫn đến tám muôn bốn ngàn.

(Kinh Hoa Nghiêm, phẩm 26. Thập Địa)

21.9.g. TƯỚNG CỦA CÁC TÙY MIÊN

Lại biết các tướng của tùy miên:

- Tướng cùng thâm tâm đồng sanh

- Tướng cùng tâm đồng sanh

- Tướng tâm tương ưng bất tương ưng sai biệt

- Tướng lâu xa hiện hành

- Tướng vô thủy chẳng trừ

- Tướng chống trái với tất cả thiền định, giải thoát, tam muội, tam ma bát đề, thần thông

- Tướng ba cõi thọ sanh hệ phược

- Tướng khiến vô biên tâm tương tục hiện khởi

- Tướng mở cửa các xứ

- Tướng cứng chắc khó trị

- Tướng địa xứ thành tựu bất thành tựu

- Tướng chỉ do thánh đạo mới nhổ được.

(Kinh Hoa Nghiêm, phẩm 26. Thập Địa)

21.9.g. CÁC TƯỚNG THỌ SANH

Lại biết các loại tướng thọ sanh như:

- Tướng theo nghiệp thọ sanh

- Tướng sáu loài sai khác

- Tướng có sắc không sắc sai khác

- Tướng có tưởng không tưởng sai khác

- Tướng nghiệp làm ruộng, nước ái thấm nhuần, vô minh che rợp, thức làm chủng tử sanh mầm hậu hữu

- Tướng danh sắc sanh chung chẳng rời nhau

- Tướng si ái mong cầu các thân

- Tướng muốn thọ muốn sanh vô thủy tham chấp

- Tướng tham cầu vọng cho rằng thoát ba cõi.

21.9.h. CÁC TƯỚNG TẬP KHÍ

Lại biết các tướng của tập khí như là:

- Tướng hành bất hành sai khác

- Tướng tùy loại huân tập

- Tướng tùy chúng sanh hành huân tập

- Tướng tùy nghiệp phiền não huân tập

- Tướng thiện, bất thiện

- Vô ký huân tập

- Tướng tùy nhập hậu hữu huân tập

- Tướng thứ đệ huân tập

- Tướng chẳng dứt phiền não lâu xa chẳng bỏ huân tập

- Tướng thiệt phi thiệt huân tập

- Tướng thấy nghe gần gũi Thanh văn, Độc giác, Bồ-Tát Như-Lai huân tập.

(Kinh Hoa Nghiêm, phẩm 26. Thập Địa)

21.9.i. CÁC TƯỚNG ĐỊNH

Lại biết tướng chúng sanh chánh định, tà định, bất định như là:

- Tướng chánh kiến, chánh định, tà kiến, tà định, nhị câu bất định

- Tướng ngũ nghịch tà định, ngũ căn chánh định, nhị câu bất định

- Tướng bất tà tà định, chánh tánh chánh định, nhị câu ly bất định

- Tướng sâu chấp tà pháp tà định, tập hành thánh đạo chánh định, nhị câu xả bất định.

Bồ-Tát tùy thuận trí huệ như vậy gọi là trụ Thiện Huệ Địa.

(Kinh Hoa Nghiêm, phẩm 26. Thập Địa)

21.9.j. BIẾT RÕ NHỮNG HÀNH SAI BIỆT CỦA CHÚNG SANH

Đã trụ bực này, biết rõ những hành sai biệt của chúng sanh mà giáo hoá điều phục cho được giải thoát.

Bồ-Tát này có thể khéo diễn thuyết pháp Thanh văn thừa, pháp Độc giác thừa, pháp Bồ-Tát thừa, pháp Như-Lai địa.

Tất cả công hạnh lấy trí huệ làm trước, tất cả chỗ đi trí đều đi theo, nên có thể tùy căn tánh dục giải của chúng sanh, sở hành sai khác, các loài sai khác, cùng tùy thọ sanh phiền não miên phược các nghiệp tập khí mà thuyết pháp cho thọ sanh tín giải thêm lớn trí huệ, đều ở nơi thừa của mình mà được giải thoát.

(Kinh Hoa Nghiêm, phẩm 26. Thập Địa)

21.9.k. ĐỦ HẠNH PHÁP SƯ, KHÉO HAY GIỮ GÌN PHÁP TẠNG CỦA NHƯ-LAI

Bồ-Tát trụ bực thiện huệ địa này làm đại pháp sư, đủ hạnh pháp sư, khéo hay giữ gìn pháp tạng của Như-Lai, dùng vô lượng trí thiện xảo khởi tứ vô ngại biện. Dùng ngôn từ Bồ-Tát mà thuyết pháp.

(Kinh Hoa Nghiêm, phẩm 26. Thập Địa)

21.9.l. TỨ VÔ NGẠI TRÍ

Bồ-Tát này thường tùy tứ vô ngại trí mà chuyển không tạm bỏ lìa.

Những gì là bốn? chính là:

1. Pháp vô ngại trí

2. Nghĩa vô ngại trí

3. Từ vô ngại trí

4. Lạc thuyết vô ngại trí.

* Bồ-Tát dùng pháp vô ngại trí biết tự tướng của các pháp.

Dùng nghĩa vô ngại trí biết tướng sai biệt của các pháp.

Dùng từ vô ngại trí nói không sai lầm.

Dùng lạc thuyết vô ngại trí thuyết pháp vô đoạn vô tận.

(Kinh Hoa Nghiêm, phẩm 26. Thập Địa)

21.9.m. VÔ LƯỢNG MÔN SAI BIỆT DIỄN THUYẾT CHO ĐẠI CHÚNG

Bồ-Tát trụ đệ cửu địa được trí vô ngại thiện xảo như vậy, được Phật pháp tạng làm đại pháp sư, được nghĩa đà la ni, pháp đà la ni, trí đà la ni, quang chiếu đà la ni, thiện huệ đà la ni, chúng tài đà la ni, oai đức đà la ni, vô ngại môn đà la ni, vô biên tế đà la ni, chủng chủng nghĩa đà la ni, trăm vạn a tăng kỳ môn đà la ni, như vậy đều được viên mãn, dùng trăm vạn vô số môn thiện xảo âm thanh biện tài mà thuyết pháp.

Chúng sanh khắp trong đại thiên thế giới, đều tùy tâm sở thích sai khác của họ mà thuyết pháp:

Chỉ trừ Chư Phật và chư Bồ-Tát đã thọ chức, các chúng hội khác không thể sánh kịp oai đức quang minh với Bồ-Tát này.

(Kinh Hoa Nghiêm, phẩm 26. Thập Địa)

21.9.n. MỖI CHÂN LÔNG ĐỀU DIỄN PHÁP ÂM

Bồ-Tát này ngồi trên pháp toà, muốn dùng một âm thanh khiến các đại chúng đều được hiểu rõ thời khiến được hiểu rõ. Hoặc có lúc muốn dùng các thứ âm thanh làm cho cả đại chúng đều được khai ngộ.

Hoặc có lúc tâm muốn phóng đại quang minh diễn thuyết pháp môn.

Hoặc có lúc tâm muốn ở trên thân mình, *mỗi chân lông đều diễn pháp âm.*

Hoặc có lúc tâm muốn nhẫn đến đại thiên thế giới có bao nhiêu vật hữu hình, vô hình đều diễn ra ngôn âm diệu pháp. Hoặc có lúc tâm phát một ngôn âm khắp cả pháp giới đều hiểu rõ.

Hoặc có lúc tâm muốn tất cả ngôn âm đều làm pháp âm thường trụ bất diệt.

Hoặc có lúc tâm muốn tất cả thế giới những ống tiêu, sáo, chuông trống tất cả tiếng nhạc và ca ngâm đều diễn pháp âm. Hoặc có lúc tâm muốn trong một chữ, tất cả pháp cú, ngôn âm sai biệt thảy đều đầy đủ.

Hoặc có lúc tâm muốn làm cho bất khả thuyết vô lượng thế giới, trong tứ đại địa, thủy, hỏa, phong, có bao nhiêu vi trần trong mỗi vi trần thảy đều diễn xuất bất khả thuyết pháp môn.

Tất cả đều muốn như vậy đều tùy tâm hiển hiện thành mản cả.

(Kinh Hoa Nghiêm, phẩm 26. Thập Địa)

21.9.o. MỘT CHÂN LÔNG CÓ BẤT KHẢ THUYẾT THẾ GIỚI VI TRẦN SỐ CHƯ PHẬT CHÚNG HỘI

Giả sử đại thiên thế giới, tất cả chúng sanh đều đến trước Bồ-Tát này, mỗi mỗi chúng sanh đều dùng vô lượng ngôn âm khác nhau để hỏi vấn đề nạn tất cả. Vấn nạn đều chẳng đồng nhau. Trong khoảng một niệm Bồ-Tát đều lành thọ tất cả vẫn dùng một âm thanh mà giải thích khắp tất cả, khiến họ đều vui thích, như vậy nhẫn đến tất cả chúng sanh trong bất khả thuyết thế giới, trong bất khả thuyết thế giới. Bồ-Tát đều có thể tuỳ tâm sở thích, căn, giải của họ mà thuyết pháp. thừa thần lực của Phật rộng làm Phật sự, vì khắp tất cả mà làm chỗ nương tựa.

Bồ-Tát này lại phát tinh tấn thành tựu trí minh, *giả sử nơi một chân lông có bất khả thuyết thế giới vi trần số Chư Phật chúng hội, mỗi chúng hội có bất khả thuyết thế giới vi trần số chúng sanh, mỗi chúng sanh có bất khả thuyết thế giới vi trần số tánh dục.* Chư Phật đó tuỳ theo tánh dục của chúng sanh mà đều ban cho pháp môn.

Như nơi một chân lông, tất cả chổ khắp pháp giới đều như vậy cả. Vô lượng pháp môn của Chư Phật đã nói như vậy, trong khoảng một niệm, Bồ-Tát đều lãnh thọ được cả, không hề quên mất.

(Kinh Hoa Nghiêm, phẩm 26. Thập Địa)

21.9.p. LỰC BA LA MẬT

Bồ-Tát trụ bực đệ cửu địa này ngày đêm tinh tấn, trọn không xen niệm gì khác, chỉ nhập Phật cảnh giới thân cận Như-Lai, nhập chư Bồ-Tát thậm thâm giải thoát, thường ở chánh định, thường thấy Chư Phật chưa từng bỏ lìa, trong mỗi mỗi kiếp thấy vô lượng Phật, vô lượng trăm Phật, vô lượng ngàn Phật, nhẫn đến vô lượng trăm ngàn ức na do tha Phật, đều kính trọng cúng dường, hỏi pháp, được thuyết pháp đà la ni bao nhiêu thiện căn đã có càng thêm sáng sạch.

Trong mười môn ba la mật, với Bồ-Tát này, lực ba la mật là hơn cả các môn kia thời tùy sức tùy phần.

Đây là lược nói đại Bồ-Tát đệ cửu thiện huệ địa. Nếu nói rộng thời vô lượng kiếp nói cũng không hết.

(Kinh Hoa Nghiêm, phẩm 26. Thập Địa)

21.9.q. HẠNH BA LA MẬT

Bồ-Tát trụ bực đệ cửu địa này thường làm *Đại Phạm Thiên Vương chủ nhị thiên thế giới*. Thống trị giỏi, tự tại làm lợi ích. Hay vì hàng Thanh văn, Độc giác và chư Bồ-Tát mà giảng giải hạnh ba la mật. Hay tùy tâm của chúng sanh. Không bị khuất phục vì vấn nạn.

Những công hạnh bố thí, ái ngữ, lợi hành, đồng sự đều chẳng rời niệm Phật, nhẫn đến chẳng rời niệm Nhứt thiết chủng trí.

Bồ-Tát này lại nghĩ rằng: ở trong tất cả chúng sanh, tôi sẽ là thượng thủ, là thắng, nhẫn đến là bực y chỉ của nhứt thiết chủng trí.

Bồ-Tát này nếu phát tinh tấn trong khoảng một niệm được trăm vạn vô số quốc độ vi trần số tam muội nhẫn đến thị hiện trăm vạn vô số quốc độ vi trần số Bồ-Tát làm quyến thuộc.

Nếu dùng nguyện lực thù thắng tự tại thị hiện thời hơn số này. nhẫn đến trăm ngàn ức na do tha kiếp chẳng thể đếm biết được.

(Kinh Hoa Nghiêm, phẩm 26. Thập Địa)

21.9.r. BỒ-TÁT ĐƯỢC THIỆN HUỆ ĐỊA
CÓ TRÍ BIẾT NHƯ THẬT

Bồ-Tát trụ bực thiện huệ địa này, biết như thật về:

- Như-Lai và pháp hành hữu vi, vô vi.

- Tâm sai biệt của chúng sanh

- Biết tướng hạ, trung, thượng của các căn tánh, tướng tiên tế, hậu tế, sai biệt

- Những tướng thượng, trung, hạ của trí giải, thượng, trung, hạ của các tánh, thượng, trung , hạ của lạc dục, đều lược nói nhẫn đến tám muôn bốn ngàn.

- Tướng của tùy miên:

- Tướng thọ sanh

- Tướng của tập khí

Bồ-Tát tùy thuận trí huệ như vậy gọi là trụ Thiện Huệ Địa.

Đã trụ bực này, biết rõ những hành sai biệt của chúng sanh mà giáo hoá điều phục cho được giải thoát, khéo diễn thuyết pháp Thanh văn thừa, pháp Độc giác thừa, pháp Bồ-Tát thừa, pháp Như-Lai địa.

Tất cả công hạnh lấy trí huệ làm trước, tất cả chỗ đi trí đều đi theo.

(Kinh Hoa Nghiêm, phẩm 26. Thập Địa)

21.9.s. MỘT CHÂN LÔNG VÀ TẤT CẢ CHỖ KHẮP PHÁP GIỚI ĐỀU NHƯ NHAU

Bồ-Tát này lại phát tinh tấn thành tựu trí minh, giả sử:

-Nơi một chân lông có bất khả thuyết thế giới vi trần số Chư Phật chúng hội, - Mỗi chúng hội có bất khả thuyết thế giới vi trần số chúng sanh

- Mỗi chúng sanh có bất khả thuyết thế giới vi trần số tánh dục

- Chư Phật đó tuỳ theo tánh dục của chúng sanh mà đều ban cho pháp môn.

- Như nơi *một chân lông, tất cả chỗ khắp pháp giới* đều như vậy cả.

-Vô lượng pháp môn của Chư Phật đã nói như vậy, trong khoảng một niệm, Bồ-Tát đều lãnh thọ được cả, không hề quên mất.

(Kinh Hoa Nghiêm, phẩm 26. Thập Địa)

Bồ-Tát tinh tấn trong khoảng một niệm được trăm vạn vô số quốc độ vi trần số tam muội nhẫn đến thị hiện trăm vạn vô số quốc độ vi trần số Bồ-Tát làm quyến thuộc.

Nếu dùng nguyện lực thù thắng tự tại thị hiện thời hơn số này. Nhẫn đến trăm ngàn ức na do tha kiếp chẳng thể đếm biết được .

Vô lượng trí lực khéo quan sát

Tối thượng vi diệu đời khó biết

Vào khắp chỗ bí mật của Phật

Lợi ích chúng sanh vào Cửu Địa.

Tổng trì tam muội đều tự tại

Được đại thần thông vào các cõi

Lực, trí, vô úy, bất cộng pháp

Nguyện, lực, bi tâm vào Cửu Địa.

Trụ nơi bực này trì pháp tạng

Rõ thiện, bất thiện, và vô ký

Hữu lậu, vô lậu, thế, xuất thế

Tư, bất tư nghì đều khéo biết.

Nơi đảnh đầu phóng trăm vạn vô số Đại Thiên thế giới vi trần số quang minh chiếu khắp các đạo tràng chúng hội của chư Phật ở tất cả thế giới trong mười phương.

Bấy giờ mười phương vô lượng vô biên Bồ-Tát nhẫn đến bực Đệ Cửu Địa đều vân tập vây quanh cung kính cúng dường Đại Bồ-Tát nầy.

(Kinh Hoa Nghiêm, phẩm 26. Thập Địa)

21.9.r. NƠI CHÂN LÔNG PHÓNG QUANG CỦA BẬC CỬU ĐỊA

Nơi một chân lông phóng quanh minh

Khắp dứt thế gian phiền não tối

Thế giới vi trần biết được số

Quag minh nầy số chẳng lường được.

Hoặc thấy Như-Lai đủ tướng hảo

Chuyển chánh pháp luân thắng vô thượng

Hoặc thấy du hành các cõi Phật

Hoặc thấy vắng lặng an bất động.

Vô lượng vô biên chúng thiên nữ
Ca nhạc ngôn âm khen ngợi rồi
Thân tâm tịch tịnh đều an lạc
Chiêm ngưỡng Như-Lai đứng yên lặng.

Liền đó Giải Thoát Nguyệt Bồ-Tát
Biết các chúng hội đều tịch tịnh
Hướng Kim Cang Tạng mà thỉnh rằng:
Bực Đại Vô Úy Chơn Phật Tử!

Từ Đệ Cửu Địa vào Thập Địa
Bao nhiêu công đức các hành tướng
Nhẫn đến thần thông trí biến hóa
Mong vì đại chúng mà tuyên thuyết.
(Kinh Hoa Nghiêm, phẩm 26. Thập Địa)

21.10. PHÁP VÂN ĐỊA

Phần nhiều **vị trụ Pháp Vân Địa thường làm Ma-hê-thủ-la Thiên Vương Tự Tại nơi các pháp**, hay truyển thọ hạnh ba-la-mật cho tất cả Thanh-văn Duyên giác và tất cả Bồ-Tát. Ở giữa pháp chúng không bị khuất phục vì sự chất vấn.

21.10.a. NHỨT THIẾT CHỦNG TRÍ THỌ CHỨC VỊ

Kim Cang Tạng Bồ-Tát bảo Giải Thoát Nguyệt Bồ-Tát rằng: Đại Bồ-Tát từ Sơ Địa đến Đệ Cửu Địa dùng vô lượng trí huệ quán sát giác liễu như vậy rồi, khéo tư duy tu tập, khéo đầy đủ thiện pháp, nhóm vô biên pháp trợ đạo, thêm lớn đại phước đức trí huệ, rộng thi hành đại bi, biết thế giới sai biệt, vào rừng rậm chúng sanh giới, nhập cảnh giới Như-Lai, tùy thuận hạnh tịch diệt của Như-Lai, thường quán sát trí lực, vô úy, bất cộng pháp của Như-Lai, gọi là được nhứt thiết chủng trí thọ chức vị.

(Kinh Hoa Nghiêm, phẩm 26. Thập Địa)

21.10.b. NHỨT THIẾT TRÍ THẮNG CHỨC VỊ

Đại Bồ-Tát dùng trí huệ như vậy nhập bực Thọ Chức Địa rồi liền được:

- Ly cấu tam muội

- Nhập pháp giới sai biệt tam muội

- Trang nghiêm đạo tràng tam muội

- Nhứt thiết chủng hoa quang tam muội

- Hải tạng tam muội

- Hải ấn tam muội

- Hư không giới quảng đại tam muội

- Quán nhứt thiết pháp tự tánh tam muội

- Tri nhứt thiết chúng sanh tâm hành tam muội

- Nhứt thiết Phật giai hiện tiền tam muội

- Trăm vạn vô số tam muội như vậy đều hiện tiền.

Bồ-Tát nầy ở nơi các môn tam muội trên đây hoặc nhập, hoặc xuất đều được thiện xảo. Cũng khéo rõ biết tất cả tam muội việc làm sai biệt. Tam muội tối hậu tên là thọ nhứt thiết trí thắng chức vị.

(Kinh Hoa Nghiêm, phẩm 26. Thập Địa)

21.10.c. MƯỜI ĐẠI THIÊN THẾ GIỚI VI TRẦN SỐ LIÊN HOA LÀM QUYẾN THUỘC

Lúc tam muội nầy hiện tiền, bỗng nhiên xuất sanh đại bửu liên hoa. Liên hoa nầy rộng lớn bằng trăm vạn Đại Thiên thế giới, trang nghiêm với các thứ diệu bửu, vượt hơn tất cả cảnh giới thế gian, do thiện căn xuất thế sanh khởi, do những hạnh biết các pháp như huyễn tánh làm thành, thường phóng quang minh chiếu khắp pháp giới, các cõi trời chẳng có được.

Liên hoa nầy, cọng bằng tỳ lưu ly ma ni bửu, đài bằng chiên đàn vương, tua bằng ngọc mã não, cánh bằng vàng Diêm phù đàn, các báu làm tạng, lưới báu che giăng. Hoa nầy thường phóng vô lượng quang minh, có *mười Đại Thiên thế giới vi trần số liên hoa làm quyến thuộc.*

Bấy giờ, *Bồ-Tát này ngự trên liên hoa, thân tướng cân xứng với hoa.* Vô lượng quyến thuộc Bồ-Tát ngồi trên các liên hoa kia, mỗi vị đều được trăm vạn tam muội, đồng hướng về đại Bồ-Tát nhứt tâm chiêm ngưỡng.

(Kinh Hoa Nghiêm, phẩm 26. Thập Địa)

21.10.d. TỪ BÀN CHÂN PHÓNG QUANG MINH KHẮP MƯỜI PHƯƠNG

Lúc đại Bồ-Tát này và quyến thuộc ngồi trên liên hoa, thời quang minh và ngôn âm khắp đến thập phương pháp giới.

Tất cả thế giới đều chấn động, ác đạo khỏi khổ, cõi nước nghiêm tịnh, đồng hạnh Bồ-Tát đều vân tập đến, âm nhạc của nhơn thiên đồng thời trổi tiếng, tất cả chúng sanh đều được an vui, đem bất tư nghì đồ cúng dường dâng lên chư Phật. Chư Phật chúng hội thảy đều hiển hiện.

Lúc Bồ-Tát nầy ngồi trên tòa đại liên hoa, thời nơi *dưới hai chân phóng trăm vạn vô số quanh minh chiếu khắp các đại địa ngục ở mười phương* diệt khổ cho chúng sanh.

(Kinh Hoa Nghiêm, phẩm 26. Thập Địa)

21.10.e. GIỮA HAI CHẶNG MÀY PHÓNG TRĂM VẠN VÔ SỐ QUANG MINH

Nơi hai gối phóng trăm vạn vô số quang minh chiếu khắp mọi loài súc sanh ở mười phương diệt khổ cho chúng sanh. Nơi rún phóng trăm vạn vô số quang minh chiếu khắp cõi Diêm La Vương ở mười phương diệt khổ cho chúng sanh.

Nơi hai bên hông phóng trăm vạn vô số quang minh chiếu khắp tất cả nhơn gian ở mười phương diệt khổ cho chúng sanh. Nơi giữa hai tay phóng trăm vạn vô số quang minh chiếu khắp tất cả cung điện của chư Thiên và A Tu La ở mười phương. Nơi trên hai vai phóng trăm vạn vô số quang minh chiếu khắp tất cả Thanh Văn ở mười phương. Nơi cổ và lưng phóng trăm vạn vô số quang minh chiếu khắp thân Bích Chi Phật ở mười phương. Nơi mặt trăm

599

vạn vô số quang minh chiếu khắp hàng Bồ-Tát sơ phát tâm đến bực Đệ Cửu Địa. Từ *giữa hai chặng mày phóng trăm vạn vô số quang minh* chiếu khắp hàng Bồ-Tát Thọ Chức ở mười phương.

Quang minh nầy làm cho cung điện của Ma Thảy đều chẳng hiện.

(Kinh Hoa Nghiêm, phẩm 26. Thập Địa)

21.10.f. ĐẢNH ĐẦU PHÓNG TRĂM VẠN VÔ SỐ ĐẠI THIÊN THẾ GIỚI VI TRẦN SỐ QUANH MINH

Nơi đảnh đầu phóng trăm vạn vô số Đại Thiên thế giới vi trần số quanh minh chiếu khắp các đạo tràng chúng hội của chư Phật ở tất cả thế giới trong mười phương, hữu nhiễu mười vòng rồi đứng lại trên hư không thành lưới quang minh tên là Xí Nhiên Quang Minh, phát khởi các đồ cùng dường để cúng Phật. Chư Bồ-Tát khác, từ sơ phát tâm đến Đệ Cửu Địa, có những đồ cúng dường đều không sánh được.

Lưới quanh minh nầy, ở trước chúng hội của mỗi đức Phật trong mười phương, mưa những hương tốt, tràng hoa, y phục, tràng phan, bửu cái, các thứ trang nghiêm bằng châu ma ni, để cúng dường lên Phật.

Đồ cúng trên đây đều tử thiện căn xuất thế sanh ra, vượt hơn tất cả cảnh giới thế gian. Nếu có chúng sanh thấy biết sự nầy thời đều được bất thối chuyển nơi đạo vô thượng giác.

(Kinh Hoa Nghiêm, phẩm 26. Thập Địa)

21.10.g. NƠI NGỰC KIM CANG TRANG NGHIÊM PHÓNG ĐẠI QUANH MINH TÊN NĂNG HOẠI MA OÁN

Đại quang minh nầy hiện sự cúng dường như vậy xong, lại nhiễu tất cả thế giới mười phương nơi đạo tràng của chư Phật đủ mười vòng rồi lại từ dưới chân của Phật mà vào. Lúc đó chư Phật và chư Bồ-Tát biết nơi thế giới ấy, có đại Bồ-Tát ấy có thể làm hạnh quảng đại như vậy đến bực Thọ Chức.

Bấy giờ mười phương vô lượng vô biên Bồ-Tát nhẫn đến bực Đệ Cửu Địa đều vân tập vây quanh cung kính cúng dường Đại Bồ-Tát nầy, nhứt tâm quán sát. Đương lúc quán sát, chư Bồ-Tát liền đều chứng được mười ngàn tam muội.

Lúc đó, những Bồ-Tát Thọ Chức ở mười phương đều ở trong *đức tướng nơi ngực kim cang trang nghiêm phóng đại quanh minh tên Năng Hoại Ma Oán,* có trăm vạn vô số quang minh làm quyến thuộc, chiếu khắp mười phương hiện vô lượng thần thông biến hóa, sau đó quang minh nầy, trở về nhập vào trong ngực kim cang trang nghiêm của đại Bồ-Tát. Khi quang minh nhập vào xong, những trí huệ thế lực của đại Bồ-Tát nầy thêm lớn trăm ngàn lần.

21.10.h. TỪ CHẶNG MÀY PHÓNG QUANG MINH THANH TỊNH TÊN TĂNG ÍCH NHỨT THIẾT TRÍ THẦN THÔNG

Bấy giờ thập phương chư Phật, từ chặng mày phóng quang minh thanh tịnh tên Tăng Ích Nhứt Thiết Trí Thần Thông, có vô số quang minh làm quyến thuộc chiếu khắp thế giới mười phương, hữu nhiễu mười vòng, thị hiện sự tự tại quảng đại của Như-Lai khai ngộ cho vô lượng trăm ngàn ức na do tha chúng Bồ-Tát. Chấn động khắp cả cõi Phật, diệt trừ tất cả khổ của các ác đạo, che ẩn tất cả cung điện của Ma, hiển thị tất cả chỗ của chư Phật chứng Bồ đề và đạo tràng chúng hội oai đức trang nghiêm.

Quang minh nầy chiếu khắp tận hư không biến pháp giới tất cả thế giới rồi lại đến trên pháp hội của đại Bồ-Tát nầy hữu nhiễu bao vòng hiển hiện những sự trang nghiêm. Hiện xong, nhập vào trên đảnh đầu của đại Bồ-Tát nầy. Những quang minh quyến thuộc cũng đều nhập vào đảnh đầu của chư Bồ-Tát.

Đương lúc quanh minh của chư Phật nhập vào đầu, Đại Bồ-Tát nầy chứng được trăm vạn tam muội mà trước kia chưa được. Đây gọi là đã được bực Thọ Chức vào cảnh giới Phật đầy đủ thập lực dự ở số chư Phật.

(Kinh Hoa Nghiêm, phẩm 26. Thập Địa)

21.10.i. AN TRỤ BẬC PHÁP VÂN ĐỊA

Trí thủy của chư Phật rưới trên đầu Bồ-Tát gọi là Bồ-Tát thọ chức đại trí, vì đầy đủ mười trí lực của Như-Lai nên dự vào hàng chư Phật.

Do đại trí này, nên Bồ-Tát có thể làm vô lượng trăm ngàn vạn ức na do tha hạnh khó làm, thêm lớn vô lượng trí huệ công đức, gọi là an trụ bậc Pháp Vân Địa.

(Kinh Hoa Nghiêm, phẩm 26. Thập Địa)

21.10.k. CÁC PHÁP TẬP

Đại Bồ-Tát ở bực Pháp Vân Địa nầy, đúng thiệt mà biết các pháp tập:

- Dục giới tập

- Sắc giới tập

- Vô sắc giới tập

- Thế giới tập

- Pháp giới tập

- Hữu vi giới tập

- Vô vi giới tập

- Chúng sanh giới tập

- Thức giới tập

- Hư không giới tập

- Niết bàn giới tập

- Kiến chấp phiền não hành tập

- Thế giới thành hoại tập

- Thanh Văn hạnh tập

- Độc Giác hạnh tập

- Bồ-Tát hạnh tập

- Như-Lai trí lực vô úy sắc thân pháp thân tập

- Nhứt thiết chủng trí tập

- Thị hiện thành Phật chuyển pháp luân tập

- Trí quyết định phân biệt tất cả pháp tập.

Tóm lại, đại Bồ-Tát nầy dùng nhứt thiết trí mà biết tất cả tập.

(Kinh Hoa Nghiêm, phẩm 26. Thập Địa)

21.10.l. VÔ PHÂN BIỆT HÓA

Đại Bồ-Tát nầy, dùng giác huệ thượng thượng như vậy đúng thiệt mà biết chúng sanh nghiệp hóa, phiền não hóa, kiến chấp hóa, thế giới hóa, pháp giới hóa, Thanh Văn hóa, Độc Giác hóa, Bồ-Tát hóa, Như-Lai hóa, tất cả phân biệt vô phân biệt hóa.

(Kinh Hoa Nghiêm, phẩm 26. Thập Địa)

21.10.m. TRÌ

Lại đúng thiệt mà biết:

- Phật trì

- Pháp trì

- Tăng trì

- Nghiệp trì

- Phiền não trì

- Thời trì

- Nguyện trì

- Cúng dường trì

- Hành trì

- Kiếp trì

- Trí trì.

(Kinh Hoa Nghiêm, phẩm 26. Thập Địa)

21.10.n. GIÁO PHÁP TRỤ VI TẾ TRÍ

Lại đúng thiệt mà biết chư Phật nhập vi tế trí như là:

- Tu hành vi tế trí.

- Mạng chung vi tế trí

- Thọ sanh vi tế trí

- Xuất gia vi tế trí

- Hiện thần thông vi tế trí, thành chánh giác vi tế trí

- Chuyển pháp luân vi tế trí, trụ thọ mạng vi tế trí, nhập niết bàn vi tế trí, giáo pháp trụ vi tế trí.

(Kinh Hoa Nghiêm, phẩm 26. Thập Địa)

21.10.o. NHƯ-LAI BÍ MẬT XỨ

Đại Bồ-Tát nầy lại nhập Như-Lai bí mật xứ như là:

- Thân bí mật

- Ngữ bí mật

- Tâm bí mật

- Thời phi thời tư lương bí mật

- Thọ Bồ-Tát ký bí mật

- Nhiếp chúng sanh bí mật

- Chủng chủng thừa bí mật

- Tất cả chúng sanh căn hành sai biệt bí mật

- Nghiêm sở hành bí mật, đắc Bồ đề hạnh bí mật. Những sự nầy đều biết đúng thiệt.

(Kinh Hoa Nghiêm, phẩm 26. Thập Địa)

21.10.p. KIẾP TRÍ CỦA CHƯ PHẬT

Lại biết những nhập kiếp trí của chư Phật như là:

- Một kiếp vào vô số kiếp

- Vô số kiếp vào một kiếp

- Hữu số kiếp vào vô số kiếp

- Vô số kiếp vào hữu số kiếp

- Một niệm vào kiếp

- Kiếp vào một niệm

- Kiếp vào phi kiếp

- Phi kiếp vào kiếp

- Hữu Phật kiếp vào vô Phật kiếp

- Vô Phật kiếp vào hữu Phật kiếp

- Quá khứ vị lai kiếp vào hiện tại kiếp

- Hiện tại kiếp vào quá khứ vị lai kiếp

- Quá khứ kiếp vào vị lai kiếp

- Vị lai kiếp vào hiện tại kiếp

- Trường kiếp vào đoản kiếp

- Đoản kiếp vào trường kiếp.

(Kinh Hoa Nghiêm, phẩm 26. Thập Địa)

21.10.q. NHỮNG KIẾP SỞ NHẬP CỦA NHƯ-LAI

Lại biết những kiếp sở nhập của Như-Lai như là:

- Nhập mao đạo trí

- Nhập vi trần trí

- Nhập quốc độ thân chánh giác trí

- Nhập chúng sanh thân chánh giác trí

- Nhập chúng sanh tâm chánh giác trí

- Nhập chúng sanh hạnh chánh giác trí

- Nhập tùy thuận nhứt thiết xứ chánh giác trí

- Nhập thị hiện biến hành trí

- Nhập thị hiện thuận hành trí

- Nhập thị hiện nghịch hành trí

- Nhập thị hiện tư nghì bất tư nghì thế gian liễu tri bất liễu tri hành trí, nhập thị hiện Thanh văn trí, Độc giác trí, Bồ-Tát hạnh trí, Như-Lai hạnh trí. Tất cả như vậy đều biết đúng thiệt.

Tất cả chư Phật có những trí huệ quảng đại vô lượng, bực Bồ-Tát nầy đều có thể chứng nhập.

(Kinh Hoa Nghiêm, phẩm 26. Thập Địa)

21.10.r. MÔN GIẢI THOÁT

Đại Bồ-Tát trụ bực Pháp Vân Địa nầy liền được:

1) Bồ-Tát bất tư nghì giải thoát

2) Vô chướng ngại giải thoát

3) Tịnh quán sát giải thoát

4) Phổ chiếu minh giải thoát

5) Thông đạt tam thế giải thoát

6) Pháp giới tạng giải thoát

7) Quang minh luân giải thoát

8) Vô dư cảnh giới giải thoát.

Các môn giải thoát nầy làm đầu, lại có vô lượng trăm ngàn vô số môn giải thoát đến vô lượng trăm ngàn vô số môn tam muội, vô lượng trăm ngàn vô số môn đà la ni, vô lượng trăm ngàn vô số môn thần thông, bực nầy đều thành tựu cả.

(Kinh Hoa Nghiêm, phẩm 26. Thập Địa)

21.10.s. THÀNH TỰU THIỆN XẢO NIỆM LỰC

Đại Bồ-Tát nầy thần thông đạt trí huệ như vậy, tùy thuận vô lượng Bồ đề, thành tựu thiện xảo niệm lực.

Mười phương chư Phật có vô lượng đại pháp minh, đại pháp chiếu, đại pháp vũ, Bồ-Tát nầy trong khoảng một niệm đều có thể an, có thể thọ, có thể nhiếp, có thể trì tất cả.

Ví như Ta Dà La Long Vương làm mưa lớn, chỉ trừ đại hải, ngoài ra tất cả chỗ khác đều không thể chứa thọ nhiếp trì nước mưa đó.

Cũng vậy, chỉ trừ bực Đệ Thập Địa Bồ-Tát, ngoài ra tất cả chúng sanh, Thanh Văn, Độc Giác, nhẫn đến Đệ Cửu Địa Bồ-Tát đều không thể an thọ nhiếp trì tạng bí mật đại pháp minh, đại pháp chiếu, đại pháp vũ của đức Như-Lai.

Ví như đại hải có thể an thọ nhiếp trì trận mưa lớn của một Long Vương, hoặc hai, hoặc ba, nhẫn đến vô lượng Long Vương đồng thời làm mưa lớn. Vì đại hải rộng lớn vô lượng.

Cũng vậy đại Bồ-Tát trụ bực Pháp Vân Địa có thể an thọ nhiếp trì đại pháp minh, pháp chiếu, pháp vũ của một đức Phật nhẫn đến của vô lượng đức Phật, đầu trong khoảng một niệm chư Phật đồng thời diễn thuyết. Vì thế nên bực Bồ-Tát nầy hiệu là Pháp Vân Địa.

(Kinh Hoa Nghiêm, phẩm 26. Thập Địa)

21.10.s. VẤN ĐÁP

- Giải Thoát Nguyệt Bồ-Tát hỏi: Trong khoảng một niệm, đại Bồ-Tát nầy có thể an thọ nhiếp trì đại pháp minh, pháp chiếu, pháp vủ của bao nhiêu đức Phật?

Kim Cang Tạng Bồ-Tát nói: Chẳng thể đếm tính biết được. Tôi sẽ dùng ví dụ để trình bày việc ấy.

Ví như mười phương, trong mỗi phương đều có mười bất khả thuyết trăm ngàn ức na do tha Phật sát vi trần số thế giới. Trong thế giới đó, mỗi mỗi chúng sanh đều được văn trì đà la ni làm thị giả của Phật đa văn bực nhứt trong hàng Thanh Văn, như Tỳ Kheo Đại Thắng, thị giả của đức Kim Cang Liên Hoa Thượng Phật. Những pháp của một chúng sanh đã thọ, các chúng sanh khác không thọ trùng. Những pháp của tất cả chúng sanh nầy thọ được có số lượng chăng?

-Giải Thoát Nguyệt Bồ-Tát nói: Số đó rất nhiều vô lượng vô biên.

-Kim Cang Tạng Bồ-Tát nói: Bực Pháp Vân Địa Bồ-Tát, trong khoảng một niệm, an thọ nhiếp trì đạo pháp minh, pháp chiếu, pháp vũ tam thế pháp tạng của một đức Phật nhiều hơn những pháp của tất cả chúng sanh trên kia đã được nhiếp trì trăm phần không kịp một phần nhẫn đến ví dụ cũng chẳng kịp được.

Như nơi một đức Phật, nơi bất khả thuyết trăm ngàn ức na do tha Phật sát vi trần thế giới chư Phật, lại hơn số nầy vô lượng vô biên, nơi mỗi mỗi đức Như-Lai có bao nhiêu pháp minh, pháp chiếu, pháp vũ, tam thế pháp tạng, Bồ-Tát nầy đều có thể an thọ nhiếp trì trọn vẹn, nên hiệu là Pháp Vân Địa.

Bực Bồ-Tát nầy dùng tự nguyện lực nổi mây phước đức đại bi, chấn sấm đại pháp, nháng chớp trí huệ vô úy, hiện các loại thân, khoảng một niệm, qua khắp mười phương trăm ngàn ức na do tha thế giới vi trần số quốc độ mà diễn thuyết đại pháp xô dẹp quân ma.

Lại hơn số trên đây, nơi vô lượng trăm ngàn ức na do tha thế giới vi trần số quốc độ, tùy tâm sở thích của chúng sanh mà tuôn mưa đại pháp dập tắt lửa phiền hoặc. Do đây hiệu là Pháp Vân Địa.

Bồ-Tát ở bực này, nơi một thế giới từ Đâu Suất Thiên gián sanh nhẫn đến Niết bàn, tùy theo tâm của chúng sanh đáng được độ mà thị hiện Phật sự.

Hoặc nơi hai thế giới, ba thế giới nhẫn đến vô lượng trăm ngàn ức na do tha thế giới vi trần số quốc độ cũng đều như vậy. Thế nên bực nầy gọi *là Pháp Vân Địa.*

(Kinh Hoa Nghiêm, phẩm 26. Thập Địa)

21.10.t. TÙY TÂM NIỆM MÀ TỰ TẠI HIỆN HÓA CÁC HIỆN TƯỢNG BẤT KHẢ TƯ NGHÌ

Bực Bồ-Tát này trí huệ sáng suốt, thần thông tự tại, tùy tâm niệm của mình, có thể đem thế giới hẹp làm thế giới rộng, thế giới rộng làm thế giới hẹp, thế giới cấu uế làm thế giới thanh tịnh, thế giới thanh tịnh làm thế giới cấu, những thế giới loạn trụ thứ trụ, đảo trụ, chánh trụ, tất cả vô lượng thế giới như vậy đều có thể đổi làm lẫn nhau.

Hoặc tùy tâm niệm nơi trong một vi trần để một thế giới núi Tu Di, sông, biển, v.v... mà thể tướng của vi trần kia vẫn như cũ, trong đó tất cả thế giới đều hiện rõ.

Hoặc tùy tâm niệm ở trong một thế giới thị hiện hai thế giới trang nghiêm, nhẫn đến bất khả thuyết thế giới trang nghiêm.

Hoặc ở trong một thế giới trang nghiêm thị hiện hai thế giới nhẫn đến bất khả thuyết thế giới.

Hoặc tùy tâm niệm đem chúng sanh trong bất khả thuyết thế giới để trong một thế giới. Hoặc đem chúng sanh trong một thế giới để trong bất khả thuyết thế giới, đối với chúng sanh không làm tổn hại.

Hoặc tùy tâm niệm nơi một lỗ chân lông thị hiện tất cả sự trang nghiêm của cảnh giới Phật.

Hoặc trong một niệm thị hiện bất khả thuyết thế giới vi trần số thân, mỗi mỗi thân thị hiện ngần ấy số tay, mỗi mỗi tay đều cầm hằng hà sa số hộp hoa, trấp hương, tràng phan, bửu cái, cùng khắp mười phương cúng dường đức Phật. Mỗi mỗi thân lại hiện ngần ấy số đầu, mỗi mỗi đầu hiện ngần ấy số lưỡi, ở trong mỗi

608

niệm tán thán công đức của Phật cùng khắp mười phương.

Hoặc tùy tâm niệm, ở trong một niệm, khắp cùng mười phương thị hiện thành chánh giác nhẫn đến niết bàn và cùng cõi nước những sự trang nghiêm.

Hoặc hiện thân mình cùng khắp tam thế mà ở trong thân có vô lượng chư Phật và quốc độ những sự trang nghiêm, thế giới thanh hoại đều hiển hiện cả.

Hoặc trong *một chân lông nơi thân phát ra tất cả luồng gió,* nhưng vẫn không tổn hại chúng sanh.

Hoặc tùy tâm niệm đem vô biên thế giới làm một đại hải, trong biển nầy hiện đại liên hoa sáng chói tốt đẹp, trùm khắp vô lượng vô biên thế giới, ở trong đó thị hiện những sự trang nghiêm của cội cây đại Bồ đề, nhẫn đến thị hiện thành nhứt thiết chủng trí.

Hoặc ở nơi thân mình hiện thập phương thế giới tất cả quang minh ma ni bửu châu, nhựt nguyệt tinh tú mây chớp các thứ ánh sáng.

Hoặc dùng miệng hà hơi có thể động thập phương vô lượng thế giới, mà chẳng làm cho chúng sanh có quan niệm kinh sợ.

Hoặc hiện thập phương phong tai, hỏa tai và thủy tai.

Hoặc tùy tâm sở thích của chúng sanh thị hiện sắc thân đầy đủ sự trang nghiêm.

Hoặc ở nơi tự thân thị hiện Phật thân, hoặc ở Phật thân mà hiện tự thân.

Hoặc ở Phật thành hiện quốc độ của mình, hoặc ở quốc độ mình mà hiện Phật thân.

Pháp Vân Địa Bồ-Tát này có thể hiện như vậy, và còn vô lượng trăm ngàn ức na do tha thần lực tự tại.

(Kinh Hoa Nghiêm, phẩm 26. Thập Địa)

21.10.u. THẦN THÔNG TRÍ LỰC CỦA BẬC THẬP ĐỊA BỒ-TÁT

Bấy giờ trong chúng hội, chư Bồ-Tát và Thiên, Long, bát bộ, hộ thế Tứ Thiên Vương, Thiên Đế, Phạm Vương, Tịnh Cư Thiên, Đại Tự Tại Thiên Vương, các hàng Thiên Tử đều nghĩ rằng: Nếu Bồ-Tát mà thần thông trí lực dường ấy thời đức Phật lại thế nào?

Giải Thoát Nguyệt Bồ-Tát biết tâm niệm của chúng hội, bèn bạch Kim Cang Tạng Bồ-Tát rằng:

Nay đại chúng nầy nghe nòi thần thông trí lực của bực Đệ Thập Địa Bồ-Tát mà sanh lòng nghi. Xin Ngài thị hiện chút ít sự trang nghiêm thần lực của Bồ-Tát để dứt lòng nghi cho đại chúng.

Kim Cang Tạng Bồ-Tát liền nhập *Nhứt thiết Phật độ thể tánh tam muội.*

Lúc Bồ-Tát nhập tam muội, tất cả Bồ-Tát và *đại chúng đều thấy thân mình ở trong thân của Kim Cang Tạng Bồ-Tát,* trong đây thấy rõ cõi Đại Thiên có bao nhiêu sự trang nghiêm, cả ức kiếp nói cũng chẳng hết.

Lại nơi đây thấy cây Bồ đề chu vi mười muôn Đại Thiên thế giới, cao trăm muôn Đại Thiên thế giới, nhánh là che trùm cũng như vậy. Có tòa sư tử xứng với thân cây. Trên tòa có đức Phật Nhứt Thiết TríThông Vương ngự.

Tất cả đại chúng đều thấy đức Phật ngự, đủ tất cả tướng hảo trang nghiêm dầu đến ức kiếp kể cũng không hết.

Hiện thần lực như vậy rồi, Kim Cang Tạng Bồ-Tát làm cho đại chúng trở lại như cũ.

Bấy giờ đại chúng được thấy sự chưa từng có cho là rất đặc biệt lạ lùng, ngồi yên lặng nhứt tâm chiêm ngưỡng Kim Cang Tạng Bồ-Tát.

Giải Thoát Nguyệt Bồ-Tát bạch Kim Cang Tạng Bồ-Tát rằng: "Thưa Phật tử! Nay tam muội nầy rất là hi hữu, có thế lực lớn, tên gọi là gì?"

Kim Cang Tạng Bồ-Tát nói: "Tam muội này tên là Nhứt thiết Phật độ thể tánh."

(Kinh Hoa Nghiêm, phẩm 26. Thập Địa)

21.10.v. VÔ LƯỢNG TRĂM NGÀN MÔN ĐẠI TAM MUỘI

Hỏi: "Cảnh giới của tam muội Nhứt thiết Phật độ thể tánh nầy thế nào?

Đáp: "Nếu Bồ-Tát tu tam muội nầy thời tùy tâm sở niệm, có thể ở trong thân mình hiện ta hằng hà sa thế giới vi trần số cõi Phật, lại có thể hiện hơn số nầy vô lượng vô biên.

Vì Bồ-Tát trụ nơi bực Pháp Vân Địa nầy được vô lượng trăm ngàn môn đại tam muội như vậy, nên thân và thân nghiệp, ngữ và ngữ nghiệp, ý và ý nghiệp của Bồ-Tát nầy đều chẳng thể lường biết được.

Thần thông tự tại quán sát tam thế, cảnh giới của tam muội, cảnh giới của trí huệ, du hí tất cả môn giải thoát. Biến hóa làm ra, thần lực làm ra, quang minh làm ra, lược nói nhẫn đến cắt chân, hạ chân tất cả việc làm ta, dầu là bực Pháp Vương Tử Thiện Huệ Địa Bồ-Tát cũng đều chẳng biết được.

Cảnh giới của Pháp Vân Địa Bồ-Tát lược nói như vậy, nếu nói rộng ta thời dầu nói suốt vô lượng trăm ngàn vô số kiếp cũng chẳng hết được.

(Kinh Hoa Nghiêm, phẩm 26. Thập Địa)

21.10.w. CẢNH GIỚI CỦA NHƯ-LAI

Giải Thoát Nguyệt Bồ-Tát hỏi: Nếu Bồ-Tát thần thông cảnh giới như vậy, thần thông của Phật lại thế nào?

Kim Cang Tạng Bồ-Tát nói: Thưa Phật tử! Ví như có người lấy được cục đất nơi bốn châu thiên hạ rồi nói rằng cục đất nầy là nhiều hay là đất của vô biên thế giới là nhiều?

Tôi xem lời của Ngài vừa hỏi cũng như vậy.

Trí huệ cảnh giới của đức Như-Lai vô biên vô đẳng, thế nào lại đem so sánh với Bồ-Tát.

Lại như lấy chút ít đất nơi bốn châu thiên hạ, thời đâu có thể đem so sánh với cả bốn châu.

Thần thông trí huệ của bực Pháp Vân Địa Bồ-Tát, dầu nói suốt vô lượng kiếp cũng chỉ được một ít phần, huống là Như-Lai địa.

Nay tôi đem sự chứng minh để Ngài được rõ *cảnh giới của Như-Lai.*

Giả sử mười phương, mỗi phương đều có vô biên thế giới vi trần số Phật độ, mỗi Phật độ đều có đông đầy bực Pháp Vân Địa Bồ-Tát nầy như mía, tre, lau, lúa, mè, rừng rậm. Tất cả Bồ-Tát đều tu hạnh Bồ-Tát trong trăm ngàn ức na do tha kiếp phát sanh trí huệ, đem so sánh với cảnh giới trí huệ của một đức Như-Lai, thời không bằng một phần trăm nhẫn đến không bằng một phần ưu ba ni sa đà.

Bực Bồ-Tát này trụ trí huệ như vậy chẳng khác đức Như-Lai, thân, ngữ, ý; chẳng rời tam muội lực của Bồ-Tát. Trong vô số kiếp thừa sự cúng dường tất cả chư Phật. Trong mỗi mỗi kiếp dùng tất cả thứ cúng dường để dâng lên chư Phật. Được thần lực của tất cả chư Phật gia hộ, trí huệ quang minh lại càng tăng thắng. Ở trong pháp giới, khéo giải thích các điều vấn nạn, không ai khuất phục được.

Ví như thợ kim hoàn, dùng chơn kim thật tốt làm đồ trang sức, dùng báu ma ni cẩn xem trong vàng.

Tự Tại Thiên vương tự mang đồ trang sức này vào mình. Tất cả đồ trang sức của trời người đều không thể sánh kịp.

Bực Bồ-Tát cũng như vậy. Từ Sơ Địa đến Cửu Địa Bồ-Tát, tất cả trí hạnh đều không sánh kịp được Đệ Thập Địa Bồ-Tát.

(Kinh Hoa Nghiêm, phẩm 26. Thập Địa)

21.10.x. TRÍ BA LA MẬT

Trí huệ quang minh của bực Bồ-Tát nầy có thể làm cho chúng sanh, tăng tiến đến chứng nhập nhứt thiết chủng trí. Những trí huệ quang minh của các bực Bồ-Tát khác đều không được như vậy.

Ví như Ma Hê Thủ La Thiên Vương quang minh, hay làm cho thân của chúng sanh được mát mẻ, quang minh khác không kịp được.

Bồ-Tát ở bực này cũng như vậy, trí huệ quang minh có thể làm cho chúng sanh đền được thanh lương, nhẫn đến trụ nơi nhứt thiết chủng trí. Trí huệ quang minh của tất cả Thanh Văn Duyên Giác cho đến bực Đệ Cửu Địa Bồ-Tát đều không sánh được.

Đại Bồ-Tát này đã có thể an trụ trí huệ như vậy. Chư Phật Thế Tôn lại vì các Ngài mà thuyết tam thế trí, pháp giới sai biệt trí, biến nhứt thiết thế giới trí, chiếu nhứt thiết thế giới trí, từ niệm nhứt thiết chúng sanh trí nhẫn đến thuyết chứng đắc nhứt thiết chủng trí.

Trong mười môn ba la mật, bực Bồ-Tát này tăng thượng nơi trí ba la mật. Các môn khác thời tùy sức tùy phần.

(Kinh Hoa Nghiêm, phẩm 26. Thập Địa)

21.10.x. TÂM BỒ ĐỀ LƯU XUẤT THIỆN CĂN ĐẠI NGUYỆN

Đây là nói lược về bực Bồ-Tát Đệ Thập Pháp Vân Địa. Nếu nói rộng thời dầu nói suốt vô lượng vô số kiếp cũng không hết.

Bồ-Tát ở bực nầy phần nhiều làm Ma Hê Thủ La Thiên Vương tự tại nơi các pháp, hay truyền thọ hạnh ba la mật cho tất cả Thanh Văn Duyên Giác và tất cả Bồ-Tát. Ở giữa pháp chúng không bị khuất phục vì sự chất vấn.

Tất cả công hạnh như bố thí ái ngữ, lợi hành đồng sự đều chẳng rời niệm Phật, nhẫn đến chẳng rời niệm viên mãn nhứt thiết chủng trí.

Bồ-Tát nầy lại tự nghĩ rằng: Nơi tất cả chúng sanh tôi sẽ là thượng thủ, là thắng, nhẫn đến là chỗ y tựa cho bực nhứt thiết chủng trí.

Nếu Bồ-Tát này tăng gia tinh tấn, trong khoảng một niệm được mười bất khả thuyết trăm ngàn ức na do tha Phật sát vi trần số tam muội, nhẫn đến thị hiện ngần ấy số Bồ-Tát để làm quyến thuộc. Nếu dùng nguyện lực thù thắng để thị hiện thời hơn số trên đây, cho đến trăm ngàn ức no do tha kiếp chẳng thể đếm biết được.

Đại Bồ-Tát này lúc hành tướng Thập Địa thứ đệ hiện tiền thời có thể chứng nhập nhứt thiết chủng trí.

Ví như ao A Nậu Đạt là nguồn nước của các sông lớn chảy khắp Diêm Phù Đề, nước ao đã không khô cạn mà lại nhiều thêm, nhẫn đến chảy vào biển làm cho nước nơi đây được sung mãn.

Cũng vậy, Bồ-Tát từ tâm Bồ đề lưu xuất thiện căn đại nguyện, dùng bốn nhiếp pháp nhiếp độ tất cả chúng sanh đã không cùng tận lại thêm tăng trưởng, nhẫn đến vào nơi biển nhứt thiết chủng trí và làm cho nơi đây được sung mãn.

(Kinh Hoa Nghiêm, phẩm 26. Thập Địa)

21.10.y. ĐẠI ĐỊA CÓ MƯỜI NÚI LỚN

Bồ-Tát Thập Địa, vì do Phật trí mà có sai, như nhơn đại địa mà có mười núi lớn như là:

- Tuyến Sơn

- Hương sơn

- Tý Đà Lê Sơn

- Thần Tiên Sơn

- Do Càn Đà Sơn

- Mã Nhĩ Sơn

- Ni Dân Đà La Sơn

- Chước Yết La Sơn

- Kế Đô Mạt Để Sơn

- Tu Di Sơn.

Như Tuyết Sơn tất cả dược thảo có đủ trong núi đó lấy không thể hết, cũng vậy Bồ-Tát ở bực Hoan Hỉ Địa tất cả kinh, thơ, kỹ nghệ, văn tụng, chú thuật trong đời đều ở cả trong đây nói không hết được

Như Hương Sơn, tất cả thứ hương đều chứa đủ trong đó, lấy không thể hết. Cũng vậy, Bồ-Tát trụ bực Ly Cấu Địa, tất cả giới hạnh oai nghi của Bồ-Tát đều ở cả nơi đây, nói không thể hết.

(Kinh Hoa Nghiêm, phẩm 26. Thập Địa)

21.10.z. TẤT CẢ TRÍ HUỆ THÙ THẮNG ĐỀU ĐỦ NƠI BỰC DIỆM HUỆ ĐỊA

- Như Tỷ Đa Lê Sơn thuần bằng chất báu, tất cả bửu chất châu ngọc đủ cả nơi đây, lấy không thể hết. Cũng vậy, Bồ-Tát ở bực Phát Quang Địa, tất cả thế gian thiền định, thần thông, giải thoát tam muội, tam ma bát đề đủ cả ở bực nầy, nói không hết được.

- Như Thần Tiên Sơn thuần bằng châu báu, ngũ thông Thần Tiên luôn có trong đó không cùng tận. Cũng vậy, Bồ-Tát ở bực Diệm Huệ Địa, tất cả trí huệ thù thắng đều đủ nơi đây nói không thể hết.

- Như Do Càn Đà Sơn thuần bằng chất báu, Thần Dạ Xoa đều ở trong đó không cùng tận. Cũng vậy, Bồ-Tát trụ bực Nan Thắng Địa, tất cả tự tại như ý thần thông đều ở trong đây nói chẳng thể hết.

- Như Mã Nhĩ Sơn thuần bằng chất báu, trong đây đủ tất cả trái cây, lấy không hết được. Cũng vậy, Bồ-Tát trụ bực Hiện Tiền Địa, quả chứng nhập lý duyên khởi Thanh Văn đều ở trong đây nói không hết được.

- Như Ni Dân Đà La Sơn thuần bằng chất báu, đại lực Long Thần đều ở nơi đây không cùng tận. Cũng vậy, Bồ-Tát ở bực Viễn Hành Địa, phương tiện trí huệ Độc Giác quả chứng đều đủ nơi đây nói không thể hết.

- Như Chước Yết La Sơn thuần bằng chất báu, chúng Tự Tại đều ở trong núi nầy không cùng tận. Cũng vậy, Bồ-Tát trụ bực Bất Động Địa, tất cả Bồ-Tát tự tại sai biệt thế giới đều ở trong đây nói không hết được.

(Kinh Hoa Nghiêm, phẩm 26. Thập Địa)

22. BỒ-TÁT TRỤ BỰC THIỆN HUỆ ĐỊA TẤT CẢ TRÍ HÀNH SANH DIỆT THẾ GIAN ĐỀU Ở NƠI ĐÂY NÓI KHÔNG THỂ HẾT

- Như Kế Đô Sơn thuần bằng chất báu, đại oai đức A Tu La Vương đều ở trong đó không cùng tận. Cũng vậy, Bồ-Tát trụ bực Thiện Huệ Địa tất cả trí hành sanh diệt thế gian đều ở nơi đây nói không thể hết.

- Như Tu Di Sơn thuần bằng chất báu, đại oai đức chư Thiên đều ở trong đây không cùng tận. Cũng vậy, Bồ-Tát trụ bực Pháp Vân Địa, Phật trí lực, vô sở úy, bất cộng pháp, tất cả Phật sự đều ở trong đây tuyên nói không hết được.

(Kinh Hoa Nghiêm, phẩm 26. Thập Địa)

23. MƯỜI TƯỚNG CỦA THẬP ĐỊA VÀ ĐẠI HẢI

- Mười Bửu Sơn nầy đồng ở trong đại hải mà có tên sai khác.

Thập Địa Bồ-Tát cũng như vậy, đồng ở trong nhứt thiết chủng trí mà có danh hiệu sai khác.

Ví như đại hải do có mười tướng mà được gọi là đại hải không bị đổi tên.

Đây là mười tướng:

1. Tuần tự sâu lần

2. Chẳng chứa tử thi

3. Các dòng nước chảy vào đều mất bổn danh

4. Phổ đồng một vị

5. Vô lượng trân bửu

6. Không ai đến tận đây được

7. Rộng lớn vô lượng

8. Loài thân to lớn ở

9. Thủy triều chẳng quá hạn

10. Chứa khắp hết nước mưa to mà vẫn không tràn.

Cũng vậy, Bồ-Tát hạnh do mười tướng mà được gọi là Bồ-Tát hạnh không bị đổi tên. Đây là mười tướng:

1. Hoan hỉ Địa xuất sanh đại nguyện lần lần càng sâu.

2. Ly Cấu Địa chẳng chứa tất cả thây phá giới.

3. Pháp Quang Địa bỏ rời sanh tự giả của thế gian.

4. Diệm Huệ Địa đồng một vị với công đức của Phật.

5. Nan Thắng Địa xuất sanh vô lượng phương tiện thần thông làm thành những trân bửu của thế gian.

6. Hiện Tiền Địa quán sát lý duyên sanh rất sâu.

7. Viễn Hành Địa giác huệ rộng lớn khéo quán sát.

8. Bất Động Địa thị hiện sự trang nghiêm rộng lớn.

9. Thiện Huệ Địa được thâm giải thoát du hành thế gian biết đúng như thiệt chẳng quá hạn.

10. Pháp Vân Địa có thể lãnh thọ tất cả đại pháp của Như-Lai không hề nhàm đủ.

(Kinh Hoa Nghiêm, phẩm 26. Thập Địa)

24. MƯỜI ĐẮC TÁNH CỦA BỒ-TÁT VÀ CHÂU BÁU

Ví như châu đại ma ni có mười đặc tánh hơn hẳn các thứ châu báu khác.

Đây là mười đặc tánh:

1. Xuất sanh từ đại hải

2. Thợ khéo trau dồi

3. Tròn đầy không thuyết

4. Trong sạch không bợn

5. Trong ngoài sáng suốt

6. Dùi lỗ rất khéo

7. Xỏ bằng dây báu

8. Đặt trên tràng cao bằng lưu ly

9. Phóng ra đủ loại ánh sáng chiếu khắp nơi

10. Theo ý nhà vua mà mưa các loại châu báu và vật dụng làm thỏa mãn tâm nguyện của nhơn dân.

Bồ-Tát đây cũng như vậy, vì có mười sự nên hơn các bực thánh khác. Đây là mười sự:

1. Phát nhứt thiết trí

2. Trì giới đầu đà chánh hạnh sáng sạch

3. Các thiền tam muội viên mãn không khuyết

4. Đạo hạnh thanh bạch lìa các cầu uế

5. Phương tiện thần thông trong ngoài sáng suốt

6. Duyên khởi trí huệ hay khéo dùi xỏ

7. Xâu bằng giây phương tiện trí

8. Để trên tràng cao tự tại

9. Quán hạnh chúng sanh mà phóng quang minh văn trì

10. Thọ chức Phật trí dự ở hàng Phật có thể vì chúng sanh mà rộng làm Phật sự.

(Kinh Hoa Nghiêm, phẩm 26. Thập Địa)

25. THIỆN CĂN PHƯỚC ĐỨC ĐỂ NGHE PHÁP MÔN BỒ-TÁT HẠNH

Đây là Bồ-Tát hạnh pháp môn phẩm nhóm họp công đức nhứt thiết chủng, nhứt thiết trí.

Nếu chúng sanh chẳng vun trồng thiện căn thời chẳng được nghe.

Giải Thoát Nguyệt Bồ-Tát hỏi: "Nghe pháp môn nầy thời được bao nhiêu phước?".

Kim Cang Tạng Bồ-Tát nói: "Như phước đức của nhứt thiết trí tập họp, nghe pháp môn này phước đức cũng như vậy". Vì chẳng phải nghe công đức pháp môn này mà có thể tin hiểu thọ trì đọc tụng, huống là tinh tấn tu hành đúng như lời.

Do đây nên biết rằng cần phải được nghe tập họp nhứt thiết trí công đức pháp môn này mới có thể tin hiểu thọ trì tu tập, rồi sau mới đến bực nhứt thiết trí.

Bấy giờ do thần lực của Phật và do pháp như vậy, nên mười phương đều có mười ức Phật độ vi trần số thế giới chấn động đủ mười tám tướng. Những là động, biến động, đẳng biến động nhẫn đến kích, biến kích, đẳng biến kích. Trên không khắp nơi mưa thiên hoa, thiên man, thiên y, thiên bửu trang nghiêm, thiên tràng phan, thiên thắng cái. Nhạc trời hòa tấu âm thanh hòa nhã, đồng thời phát ra tiếng ca ngợi công đức của bực nhứt thiết trí.

Tất cả thế giới khắp mười phương cũng đồng diễn thuyết pháp trên đây như ở Vương cung Tha Hóa Tự Tại Thiên nơi thế giới này.

(Kinh Hoa Nghiêm, phẩm 26. Thập Địa)

26. MƯỜI ỨC PHẬT SÁT VI TRẦN
SỐ BỒ-TÁT ĐỒNG TÁN THÁN

Lại do thần lực của Phật, ngoài mười ức Phật sát vi trần số thế giới ở mười phương, có mười ức Phật sát vi trần số Bồ-Tát đến đại hội này đồng nói như vầy: "Lành thay! Lành thay! Kim Cang Tạng Bồ-Tát hay nói pháp này.

Chúng tôi cũng đồng tên Kim Cang Tạng, ở thế giới khác nhau nhưng đồng tên Kim Cang Đức, Phật đồng hiệu Kim Cang Tràng. Chúng tôi ở tại bổn quốc đều thừa oai lực của Như-Lai mà nói pháp này, hội chúng đều đồng như đây, văn tự cú nghĩa cũng không khác.

Chúng tôi đều nương thần lực của Phật đồng đến đây để chứng minh cho ngài".

(Kinh Hoa Nghiêm, phẩm 26. Thập Địa)

27. NHẤT THIẾT TRÍ

Đại Bồ-Tát ở bực Pháp Vân Địa nầy dùng nhứt thiết trí mà biết như thật:

- Dục giới tập

- Sắc giới tập

- Vô sắc giới tập

- Thế giới tập

- Pháp giới tập....

Bậc Đệ Thập Địa Bồ-Tát có thể an thọ nhiếp trì tạng bí mật đại pháp minh, đại pháp chiếu, đại pháp vũ của đức Như-Lai.

Ví như đại hải có thể an thọ nhiếp trì trận mưa lớn của một Long Vương, hoặc hai, hoặc ba, nhẫn đến vô lượng Long Vương đồng thời làm mưa lớn. Vì đại hải rộng lớn vô lượng.

(Kinh Hoa Nghiêm, phẩm 26. Thập Địa)

28. PHÁP VŨ TAM THẾ PHÁP TẠNG TRỌN VẸN

Bậc Pháp Vân Địa Bồ-Tát, trong khoảng một niệm, an thọ nhiếp trì đạo pháp minh, pháp chiếu, pháp vũ tam thế pháp tạng trọn vẹn, nên hiệu là Pháp Vân Địa.

Bực Bồ-Tát này trí huệ sáng suốt, thần thông tự tại, tùy tâm niệm của mình, có thể khiến:

- Thế giới hẹp làm thế giới rộng

- Thế giới rộng làm thế giới hẹp

- Thế giới cấu uế làm thế giới thanh tịnh

- Thế giới thanh tịnh làm thế giới cấu

- Những thế giới loạn trụ thứ trụ, đảo trụ, chánh trụ, tất cả vô lượng thế giới như vậy đều có thể đổi làm lẫn nhau.

Hoặc tùy tâm niệm nơi trong một vi trần để một thế giới núi Tu Di, sông, biển, v.v… mà thể tướng của vi trần kia vẫn như cũ, trong đó tất cả thế giới đều hiện rõ....

Hoặc ở nơi tự thân thị hiện Phật thân, hoặc ở Phật thân mà hiện tự thân.

Hoặc ở Phật thành hiện quốc độ của mình, hoặc ở quốc độ mình mà hiện Phật thân.

Pháp Vân Địa Bồ-Tát này có thể hiện như vậy, và còn vô lượng trăm ngàn ức na do tha thần lực tự tại.

(Kinh Hoa Nghiêm, phẩm 26. Thập Địa)

29. THẬP ĐỊA LÀ TỐI THƯỢNG

Giả sử mười phương, mỗi phương đều có vô biên thế giới vi trần số Phật độ, mỗi Phật độ đều có đông đầy bực Pháp Vân Địa Bồ-Tát nầy như mía, tre, lau, lúa, mè, rừng rậm. Tất cả Bồ-Tát đều tu hạnh Bồ-Tát trong trăm ngàn ức na do tha kiếp phát sanh trí huệ, đem so sánh với cảnh giới trí huệ của một đức Như-Lai, thời không bằng một phần trăm nhẫn đến không bằng một phần ưu ba ni sa đà.

Từ Sơ Địa đến Cửu Địa Bồ-Tát, tất cả trí hạnh đều không sánh kịp được Đệ Thập Địa Bồ-Tát.

Trí huệ quang minh của bực Bồ-Tát nầy có thể làm cho chúng sanh, tăng tiến đến chứng nhập nhứt thiết chủng trí. Những trí huệ quang minh của các bực Bồ-Tát khác đều không được như vậy.

Bồ-Tát ở bực nầy phần nhiều làm Ma Hê Thủ La Thiên Vương tự tại nơi các pháp, hay truyển thọ hạnh ba la mật cho tất cả Thanh Văn Duyên Giác và tất cả Bồ-Tát. Ở giữa pháp chúng không bị khuất phục vì sự chất vấn.

(Kinh Hoa Nghiêm, phẩm 26. Thập Địa)

30. ỨC KIẾP KHÔNG THỂ NÓI HẾT Ý CỦA "ĐỊA"

Trăm ngàn ức kiếp tu điều lành

Cúng dường vô lượng vô biên Phật

Cũng cúng Thanh Văn, Độc Giác Tăng

Vì lợi ích chúng sanh phát tâm lớn.

Tinh cần trì giới thường nhu nhẫn

Tàm quý phước trí đều đầy đủ

Chí cầu Phật trí tu huệ lớn

Mong được thập lực nên phát tâm....

Mười phương cõi nước nghiền làm bụi

Một niệm biết được số bao nhiêu,

Lông đo không gian biết số lượng,

Ức kiếp nói "Địa" không thể hết.

(Kinh Hoa Nghiêm, phẩm 26. Thập Địa)

31. THUYẾT NHIẾP THỦ ĐẠO
NHỨT THIẾT CHỦNG TRÍ

Kim Cang Tạng Bồ-Tát quan sát tất cả hội chúng khắp mười phương pháp giới, muốn:

- Tán thán phát tâm nhứt thiết chủng trí

- Thị hiện cảnh giới Bồ-Tát

- Tu tập hạnh lực của Bồ-Tát

- Thuyết nhiếp thủ đạo nhứt thiết chủng trí

- Trừ diệt tất cả cấu nhiễm thế gian

- Ban cho nhứt thiết trí

- Thị hiện sự trang nghiêm của trí bất tư nghì

- Hiển thị những công đức của tất cả Bồ-Tát

- Cho ý nghĩa của Thập Địa đây càng thêm sáng tỏ.

(Kinh Hoa Nghiêm, phẩm 26. Thập Địa)

32. THẬP ĐỊA TINH HOA

Sơ Địa nghề nghiệp vô cùng tận

Ví như Tuyết Sơn chứa dược thảo.

Nhị Địa giới văn chư Hương Sơn,

Tam Địa: Tỳ Sơn phát diệu hoa,

Diệm Huệ đạo bửu vô cùng tận

Ví như Tiên Sơn, chư Tiên ở.

Ngũ Địa thần thông như Càn Sơn,

Lục Địa: Mã Sơn đủ loại trái,

Thất Địa huệ lớn như Ni Sơn,

Bát Địa tự tại như Luân Vi.

Cửu Địa vô ngại như Kế Đô,

Thập Địa đủ đức như Tu di,

Sơ Địa: nguyện lớn, Nhị: trì giới,

Tam Địa; công đức, Tứ: chuyên nhứt.

Ngũ Địa: vi diệu, Lục: thậm thâm,

Thất Địa: đại huệ, Bát: trang nghiêm,

Cửu Địa tư duy nghĩa vi diệu

Vượt hơn tất cả đạo thế gian.

Thập Địa thọ trì pháp chư Phật,

Biển hạnh như vậy không cạn hết.

Mười hạnh xuất thế: phát tâm trước,

Trì giới thứ hai, thiền thứ ba.

Thứ tư hạnh tịnh, năm: thành tựu,

Thứ sáu: duyên sanh, bảy: xâu suốt,

Thứ tám: để trên tràng kim cang,

Thứ chín: quán sát những trù lâm.

Thứ mười quán đảnh tùy vương ý,

Đức bửu như vậy lần thanh tịnh.

Mười phương cõi nước nghiền làm bụi

Một niệm biết được số bao nhiêu.

(Kinh Hoa Nghiêm, phẩm 26. Thập Địa)

PHẨM 27.

I. MỤC LỤC

1. Chúng Bồ-Tát an-trụ nơi hạnh nguyện Phổ-Hiền, thành-tựu vô số tam-muội giải-thoát

2. Pháp hội thập định

3. Mười Phật-sát vi-trần-số đại Bồ-Tát thuở xưa đều đồng tu với đức tỳ-lô-giá-na như-lai

4. Phổ nhãn Bồ-Tát hỏi về tam-muội tự-tại giải-thoát của Phổ Hiền

5. Phổ-Hiền Bồ-Tát hiện đương ngồi gần bên ta không hề dời chỗ, nhưng không ai thấy, vì trụ xứ của Phổ-Hiền Bồ-Tát rất sâu bất-khả-thuyết

6. Thần thông tự tại của Phổ Hiền Bồ-Tát

7. Phổ-Hiền Bồ-Tát an-trụ trong sức bất-tư-nghì giải-thoát

8. Cảnh- giới thân, ngữ và ý bí-mật của Phổ-Hiền

9. Cầu thấy Phổ Hiền Bồ-Tát

10. Phổ-Hiền Bồ-Tát ngồi trên tòa liên-hoa gần đức như-lai

11. Phổ Hiền trụ nơi vô đẳng

12. Phổ-Hiền Bồ-Tát có vô-số công-đức thanh-tịnh

13. Mười đại tam muội

14. Như-Lai là bậc có mười trí lực

thành chánh-giác

27. Nghiêm tịnh các thế-giới rộng lớn.

***

II. CHÁNH VĂN

1. CHÚNG BỒ-TÁT AN-TRỤ NƠI HẠNH NGUYỆN PHỔ-HIỀN, THÀNH-TỰU VÔ SỐ TAM-MUỘI GIẢI-THOÁT

Đức Thế-Tôn ở trong đạo-tràng Bồ-Đề tại nước Ma-Kiệt-Đề vừa thành bực chánh-giác, nơi điện Phổ-Quang-Minh.

Phổ-Hiền Bồ-Tát và chúng Bồ-Tát an-trụ nơi hạnh nguyện Phổ-Hiền, thành-tựu vô số tam-muội giải-thoát, tự tại biến hóa, khiến trong hội trường này, Phổ Nhãn Bồ-Tát và đại chúng không thấy Phổ Hiền, dù Đức Phật nói Phổ Hiền đang ở bên cạnh.

Đức Phật giải thích vì:

- Trụ xứ của Phổ-Hiền Bồ-Tát rất sâu bất-khả-thuyết

- Được vô-biên môn trí-huệ, nhập sư-tử-phấn-tấn định

- Được lực-dụng tự-tại vô-thượng

- Vào nơi vô-ngại thanh-tịnh sanh mười trí-lực của Như-Lai

- Lấy pháp-giới-tạng làm thân

- Tất cả Như-Lai đồng hộ-niệm

- Khoảng một niệm có thể chứng nhập trí vô-sai-biệt của tam-thế chư Phật. Vì thế nên các ngươi không thấy được.

(Kinh Hoa Nghiêm, phẩm 27. Thập Định)

2. PHÁP HỘI THẬP ĐỊNH

Bấy giờ đức Thế-Tôn ở trong đạo-tràng Bồ-Đề tại nước Ma-Kiệt-Đề vừa thành bực chánh-giác, nơi điện Phổ-Quang-Minh nhập tam-muội tên Sát-Na-Tế-Chư-Phật, dùng sức nhứt-thiết-trí-tự-thần-thông hiện thân Như-Lai thanh-tịnh vô-ngại không chỗ y-tựa, không chỗ nhiễm trước, có thể làm cho người thấy đều được khai-ngộ.

Tùy nghi xuất hiện chẳng lỗi thời. Hằng trụ một tướng, chính là vô-tướng. Cùng với mười Phật-sát vi-trần-số đại Bồ-Tát câu-hội. Chư Bồ-Tát này đều là bực Quán-Đảnh đầy đủ hạnh Bồ-Tát đồng như pháp-giới vô-lượng vô biên, đã được Phổ-Kiến tam-muội, đại-bi an-ổn tất cả chúng-sanh, thần-thông tự-tại, thâm-nhập trí-huệ đồng với Như-Lai, diễn nghĩa chân thiệt, đủ nhứt-thiết-trí hàng phục chúng ma.

(Kinh Hoa Nghiêm, phẩm 27. Thập Định)

3. MƯỜI PHẬT-SÁT VI-TRẦN-SỐ ĐẠI BỒ-TÁT THUỞ XƯA ĐỀU ĐỒNG TU VỚI ĐỨC TỲ-LÔ-GIÁ-NA NHƯ-LAI

Dầu nhập thế-gian mà tâm luôn tịch-tịnh, an-trụ nơi giải-thoát vô-trụ của Bồ-Tát . Danh hiệu của các Bồ-Tát như:

Kim-Cang-Huệ Bồ-Tát , Vô-Đẳng-Huệ Bồ-Tát ... Phổ-Nhãn-Cảnh-Giới-Trí-Trang-Nghiêm Bồ-Tát , . . .

Mười Phật-sát vi-trần-số đại Bồ-Tát như vậy, thuở xưa đều cùng với đức Tỳ-Lô-Giá-Na Như-Lai đồng tu những thiện-căn-hạnh của Bồ-Tát .

(Kinh Hoa Nghiêm, phẩm 27. Thập Định)

4. PHỔ NHÃN BỒ-TÁT HỎI VỀ TAM-MUỘI TỰ-TẠI GIẢI-THOÁT CỦA PHỔ HIỀN

Phổ-Nhãn Bồ-Tát thưa:

"Bạch đức Thế-Tôn! Phổ-Hiền Bồ-Tát và chúng Bồ-Tát an-trụ nơi hạnh nguyện Phổ-Hiền, thành-tựu bao nhiêu tam-muội giải-thoát, mà hoặc nhập, hoặc xuất, hoặc có lúc an-trụ nơi các đại tam-muội của Bồ-Tát . Vì khéo nhập xuất nơi các đại tam-muội quảng-đại bất-tư-nghì của Bồ-Tát nên có thể ở nơi tất cả tam-muội thần-thông biến-hóa tự-tại không thôi nghỉ?".

Phật nói: "Lành thay! Nầy Phổ-Nhãn! Người vì lợi ích cho chúng Bồ-Tát thuở quá-khứ, vị-lai và hiện-tại mà hỏi nghĩa trên đây.

Nầy Phổ-Nhãn! Phổ-Hiền Bồ-Tát hiện đương ở tại đây, đã thành tựu thần-thông tự-tại bất tư-nghì vượt lên trên tất cả Bồ-Tát , khó gặp-gỡ được. Từ nơi vô-lượng Bồ-Tát hạnh, Phổ-Hiền phát sanh Bồ-Tát đại-nguyện, những công hạnh đều đã thanh-tịnh, đều không thối-chuyển. Vô-lượng môn ba-la-mật, môn vô-ngại đà-la-ni, môn biện-tài vô-tận-Phổ-Hiền đều đã thanh-tịnh vô-ngại cả. Do bổn-nguyện-lực, Phổ-Hiền vận lòng đại-bi lợi ích tất cả chúng-sanh suốt thuở vị-lai không hề nhàm mỏi.

Ngươi nên hỏi Phổ-Hiền. Bồ-Tát ấy sẽ vì ngươi mà nói về tam-muội tự-tại giải-thoát đó".

(Kinh Hoa Nghiêm, phẩm 27. Thập Định)

5. PHỔ-HIỀN BỒ-TÁT HIỆN ĐƯƠNG NGỒI GẦN BÊN TA KHÔNG HỀ DỜI CHỖ, NHƯNG KHÔNG AI THẤY, VÌ TRỤ XỨ CỦA PHỔ-HIỀN BỒ-TÁT RẤT SÂU BẤT-KHẢ-THUYẾT

Bấy giờ chúng Bồ-Tát trong hội nghe danh hiệu Phổ-Hiền, tức thời chúng được vô-lượng bất-tư-nghì tam-muội, tâm được vô-ngại yên tịnh chẳng động, trí-huệ rộng lớn khó dò lường được, cảnh-giới rất sâu ít ai sánh kịp, hiện tiền đều thấy vô-lượng chư Phật, được Phật-lực, đồng Phật-tánh, chiếu sáng suốt ba thuở quá khứ, vị-lai, hiện-tại. Được phước-đức vô cùng tận, tất cả thần-thông đều đã đầy đủ.

Chư Bồ-Tát này đối với Phổ-Hiền Bồ-Tát sanh lòng tôn-trọng khát ngưỡng muốn thấy, nhưng nhìn khắp mọi nơi mà vẫn không thấy, cũng chẳng thấy tòa ngồi của Phổ-Hiền Bồ-Tát .

6. THẦN THÔNG TỰ TẠI CỦA PHỔ HIỀN BỒ-TÁT

Sự không thấy Phổ-Hiền Bồ-Tát của đại chúng trên đây là do

oai lực của Như-Lai và cũng là thần-thông tự-tại của Phổ-Hiền Bồ-Tát khiến như vậy.

Phổ-Nhãn Bồ-Tát thưa: "Bạch đức Thế-Tôn! Phổ-Hiền Bồ-Tát hiện nay ở đâu? ".

Phật nói: "Nầy Phổ-Nhãn! Phổ-Hiền Bồ-Tát hiện đương ngồi gần bên ta không hề dời chỗ. "

Phổ-Nhãn Bồ-Tát và chư Bồ-Tát lại ngó tìm khắp cả hội-trường rồi thưa: " Bạch đức Thế-Tôn! Nay chúng con vẫn chưa thấy được thân và tòa ngồi của Phổ-Hiền Bồ-Tát ".

Phật nói: " Đúng thế! Vì cớ chi mà các ngươi chẳng thấy được? Nầy Phổ-Nhãn! Vì *trụ xứ của Phổ-Hiền Bồ-Tát rất sâu bất-khả-thuyết*. Phổ-Hiền Bồ-Tát được vô-biên môn trí-huệ, nhập sư-tử-phấn-tấn định, được lực-dụng tự-tại vô-thượng, vào nơi vô-ngại thanh-tịnh sanh mười trí-lực của Như-Lai, lấy pháp-giới-tạng làm thân, tất cả Như-Lai đồng hộ-niệm, khoảng một niệm có thể chứng nhập trí vô-sai-biệt của tam-thế chư Phật. Vì thế nên các ngươi không thấy được".

(Kinh Hoa Nghiêm, phẩm 27. Thập Định)

7. PHỔ-HIỀN BỒ-TÁT AN-TRỤ TRONG SỨC BẤT-TƯ-NGHÌ GIẢI-THOÁT

Phổ-Nhãn Bồ-Tát nghe Phật nói công-đức thanh-tịnh của Phổ-Hiền Bồ-Tát liền được mười ngàn vô-số tam-muội. Dùng sức tam-muội lại khát ngưỡng quán-sát muốn thấy Phổ-Hiền Bồ-Tát , nhưng cũng vẫn chẳng thấy.

Tất cả chư Bồ-Tát khác cũng chẳng thấy.

Bấy giờ Phổ-Nhãn Bồ-Tát xuất tam-muội thưa: "Bạch đức Thế-Tôn! Con đã *nhập mười ngàn vô-số tam-muội cầu thấy Phổ-Hiền Bồ-Tát* , nhưng vẫn chẳng được thấy. Chẳng thấy thân và thân-nghiệp, ngữ và ngữ-nghiệp, ý và ý-nghiệp cùng tòa ngồi chỗ ở của Phổ-Hiền Bồ-Tát ".

Phật nói:" Đúng thế, đúng thế! Nầy Phổ-Nhãn! Phải biết đều

do Phổ-Hiền Bồ-Tát an-trụ trong sức bất-tư-nghì giải-thoát."

(Kinh Hoa Nghiêm, phẩm 27. Thập Định)

8. CẢNH- GIỚI THÂN, NGỮ VÀ Ý BÍ-MẬT CỦA PHỔ-HIỀN

Nầy Phổ-Nhãn! Như ý ngươi nghĩ sao? Có người nào nói được trụ-xứ của các huyễn-tướng ở trong huyễn-thuật văn tự chăng? "

- Bạch Thế-Tôn! Không thể nói được.

- Nầy Phổ-Nhãn! Tướng huyễn trong huyễn-thuật còn không thể nói, huống là cảnh- giới thân bí-mật, cảnh-giới ngữ bí-mật và cảnh- giới ý bí-mật của Phổ-Hiền mà có thể nhập có thể thấy được. Vì cảnh- giới của Phổ-Hiền Bồ-Tát thậm-thâm bất-tư-nghì, vô-lượng, đã ngoài hạn-lượng.

Tóm lại, Phổ-Hiền Bồ-Tát dùng Kim-cang-huệ vào khắp pháp-giới, nơi tất cả thế-giới:

- Vô-sở-hành.

- Vô-sở-trụ.

- Biết thân của tất cả chúng-sanh đều tức là phi-thân, không đi không đến.

- Được không đoạn diệt vô-sai-biệt thần-thông tự-tại.

- Không y-tựa không tạo-tác không động chuyển, đến nơi biên-tế rốt ráo của pháp-giới.

(Kinh Hoa Nghiêm, phẩm 27. Thập Định)

9. CẦU THẤY PHỔ HIỀN BỒ-TÁT

Nầy Phổ-Nhãn! Nếu ai được thấy Phổ-Hiền Bồ-Tát , nếu được hầu hạ, nếu được nghe danh, nếu có tư-duy, nếu có tưởng nhớ, nếu sanh tín-giải, nếu siêng quán-sát, nếu mới xu-hướng, nếu đương tìm cầu, nếu phát thệ nguyện tiếp nối không dứt thời đều được lợi ích không luống uổng.

Bấy giờ Phổ-Nhãn và chúng Bồ-Tát đối với Phổ-Hiền Bồ-Tát sanh lòng khát ngưỡng trông mong được thấy, đồng xướng lên rằng: " Nam-mô nhứt-thiết chư Phật! Nam-mô Phổ-Hiền Bồ-Tát ".

Xướng ba lần như thế xong, chúng Bồ-Tát và Phổ-Nhãn đồng cúi đầu đảnh lễ.

Phật bảo Phổ-Nhãn Bồ-Tát và đại-chúng: "Chư Phật-tử! Các người lại phải kính lễ Phổ-Hiền Bồ-Tát ân-cần cầu thỉnh. Rồi phải chuyên tâm quan-sát mười phương, tưởng thân Phổ-Hiền hiện ở trước mình. Suy gẫm như vậy khắp cả pháp-giới, thâm-tâm tín-giải, nhàm lìa tất cả, thệ đồng một hạnh-nguyện với Phổ-Hiền Bồ-Tát vào nơi pháp chơn-thiệt bất-nhị, thân mình hiện khắp tất cả thế-gian, biết rõ các căn-tánh sai biệt của chúng-sanh, khắp mọi nơi tập họp đạo Phổ-Hiền.

Nếu các người có thể phát đại-nguyện như vậy thời sẽ được thấy Phổ-Hiền Bồ-Tát .

Nghe Phật dạy xong, Phổ-Nhãn Bồ-Tát và đại-chúng đồng thời đảnh lễ cầu thỉnh được thấy Phổ-Hiền Bồ-Tát .

(Kinh Hoa Nghiêm, phẩm 27. Thập Định)

10. PHỔ-HIỀN BỒ-TÁT NGỒI TRÊN TÒA LIÊN-HOA GẦN ĐỨC NHƯ-LAI

Bấy giờ Phổ-Hiền Bồ-Tát liền dùng sức giải-thoát thần-thông theo chỗ đáng hiện mà hiện sắc-thân, làm cho tất cả chúng Bồ-Tát đều thấy Phổ-Hiền Bồ-Tát ngồi trên tòa liên-hoa gần đức Như-Lai.

Cũng thấy nơi tất cả thế-giới khác, chỗ tất cả chư Phật, Phổ-Hiền Bồ-Tát tuần tự nối tiếp mà đến.

Cũng thấy nơi tất cả chư Phật kia diễn thuyết tất cả hạnh Bồ-Tát khai-thị đạo nhứt-thiết-chủng-trí xiển minh tất cả thần-thông của Bồ-Tát , phân-biệt tất cả oai-đức của Bồ-Tát thị-hiện tất cả tam-thế chư Phật.

Bấy giờ Phổ-Nhãn và chúng Bồ-Tát thấy thần-biến nầy, lòng hớn-hở và rất vui mừng, đều đảnh lễ Phổ-Hiền Bồ-Tát tôn trọng xem như tất cả chư Phật mười phương.

Do thần-lực của Phật và do sức tín-giải của chúng Bồ-Tát cùng với sức bổn-nguyện của Phổ-Hiền Bồ-Tát , tự nhiên kết tụ mười ngàn thứ mây báu.

Bất-khả-thuyết thế-giới chấn động sáu cách, trổi các thứ nhạc trời, tiếng vang xa đến bất-khả-thuyết thế-giới.

Phóng quang-minh chiếu khắp bất-khả-thuyết thế-giới làm cho ba ác đạo đều được thoát khổ.

Nghiêm tịnh bất-khả-thuyết thế-giới làm cho bất-khả-thuyết Bồ-Tát nhập hạnh Phổ-Hiền, bất-khả-thuyết Bồ-Tát viên-mãn hạnh nguyện Phổ-Hiền thành bực vô-thượng chánh-giác.

(Kinh Hoa Nghiêm, phẩm 27. Thập Định)

11. PHỔ HIỀN TRỤ NƠI VÔ ĐẲNG

Phổ-Nhãn Bồ-Tát thưa: Bạch đức Thế-Tôn! Phổ-Hiền Bồ-Tát là bậc:

- Trụ nơi oai-đức lớn

- Trụ nơi vô-đẳng

- Trụ nơi vô-quá

- Trụ nơi bất-thối

- Trụ nơi bình-đẳng

- Trụ nơi bất-hoại

- Trụ nơi tất cả pháp sai-biệt

- Trụ nơi tất cả pháp vô-sai-biệt

- Trụ nơi tất cả chúng-sanh tâm thiện-xảo an-trụ

- Trụ nơi tất cả pháp tự-tại giải-thoát tam-muội.

(Kinh Hoa Nghiêm, phẩm 27. Thập Định)

12. PHỔ-HIỀN BỒ-TÁT
CÓ VÔ-SỐ CÔNG-ĐỨC THANH-TỊNH

Phật nói: Phổ-Hiền Bồ-Tát có vô-số công-đức thanh-tịnh như là:

- Vô-đẳng trang-nghiêm công-đức

- Vô-lượng bửu công-đức

- Bất-tư-nghì-hải công-đức

- Vô-lượng-tướng công-đức

- Vô-biên-vân công-đức

- Vô-biên-tế bất-khả-xưng-tán công-đức

- Vô-tận-pháp công-đức

- Bất-khả-thuyết công-đức

- Nhứt-thiết Phật công-đức

- Nưng-dương tán-thán bất-khả-tận công-đức.

Phật bảo Phổ-Hiền Bồ-Tát rằng: "Phổ-Hiền! Ngươi nên vì Phổ-Nhãn và chúng Bồ-Tát trong đại-hội mà nói mười đại tam-muội, cho họ được khéo nhập và thành tựu viên-mãn hạnh nguyện của Phổ-Hiền.

(Kinh Hoa Nghiêm, phẩm 27. Thập Định)

13. MƯỜI ĐẠI TAM MUỘI

Vì chư đại Bồ-Tát nói mười đại tam-muội nầy khiến quá-khứ Bồ-Tát đã được xuất-ly, hiện-tại Bồ-Tát đương được xuất-ly, vị-lai Bồ-Tát sẽ được xuất-ly. Đây là mười:

1) Phổ-quang đại tam-muội

2) Diệu-quang đại tam-muội

3) Thứ-đệ-biến-vãng-chư-Phật-quốc-độ đại tam-muội

4) Thanh-tịnh-thâm-tâm-hành đại tam-muội

5) Tri-quá-khứ-trang-nghiêm-tạng đại tam-muội

6) Trí-quang-minh-tạng đại tam-muội

7) Nhiễu-tri-nhứt-thiết-thế-giới Phật trang-nghiêm đại tam-muội

8) Chúng-sanh sai-biệt-thân đại tam-muội

9) Pháp-giới tự-tại đại tam-muội

10) Vô-ngại-luân đại tam-muội.

Chư đại Bồ-Tát mới có thể khéo nhập mười đại tam-muội nầy. Tam thế chư Phật đã nói, sẽ nói và nay đương nói. Nếu chư Bồ-Tát mến thích tôn trọng tu tập mười đại tam-muội nầy không trễ-nải, thời được thành-tựu.

(Kinh Hoa Nghiêm, phẩm 27. Thập Định)

14. NHƯ-LAI LÀ BẬC CÓ MƯỜI TRÍ LỰC

Những bực nầy gọi là Phật, là Như-Lai, cũng gọi là:

- Đấng được mười trí-lực

- Đấng Đạo-Sư

- Đấng Đại-Đạo-Sư

- Nhứt-Thiết-Trí

- Nhứt-Thiết-Kiến

- Trụ-Vô-Ngại

- Đạt-Chư-Cảnh

- Nhứt-Thiết-Pháp Tự-Tại.

(Kinh Hoa Nghiêm, phẩm 27. Thập Định)

15. BỒ-TÁT CHẲNG CHẤP TRƯỚC

- Bậc Bồ-Tát nầy vào khắp tất cả thế-giới mà không chấp trước thế-giới

- Vào khắp tất cả chúng-sanh-giới mà không thấy tướng chúng-sanh

- Vào khắp tất cả thân mà nơi thân được vô-ngại

- Vào khắp tất cả pháp-giới, mà biết pháp-giới là vô-biên

- Gần-gũi tất cả tam-thế chư Phật, thấy rõ tất cả pháp của chư Phật

- Khéo nói tất cả văn-tự, thấu rõ tất cả giả danh

- Thành-tựu đạo thanh-tịnh của tất cả Bồ-Tát

- An-trụ tất cả hạnh sai-biệt của Bồ-Tát

- Trong một niệm được khắp tất cả pháp tam-thế

- Nói khắp tất cả giáo-pháp của chư Phật

- Chuyển khắp tất cả pháp-luân bất-thối

- Nơi quá-khứ, vị-lai, hiện-tại mỗi mỗi đời chứng khắp tất cả đạo bồ-đề

- Nơi trong mỗi mỗi bồ-đề nầy rõ khắp chỗ thuyết pháp của tất cả Phật.

(Kinh Hoa Nghiêm, phẩm 27. Thập Định)

16. MÔN HẠNH NGUYỆN PHỔ HIỀN BỒ-TÁT

- Môn pháp-tướng của chư Bồ-Tát

- Môn trí-giác của chư Bồ-Tát

- Môn nhứt-thiết-chủng-trí vô-thắng-tràng

- Môn các hạnh-nguyện của Phổ-Hiền Bồ-Tát

- Môn mãnh-lợi thần-thông thệ-nguyện

- Môn nhứt-thiết tổng-trì biện-tài

- Môn tam-thế chư-pháp sai-biệt

- Môn nhứt-thiết chư Phật thị-hiện

- Môn dùng nhứt-thiết-trí an lập tất cả chúng-sanh

- Môn dùng Phật thần-lực nghiêm-tịnh tất cả thế-giới.

(Kinh Hoa Nghiêm, phẩm 27. Thập Định)

17. THÀNH QUẢ TỪ ĐẠI TAM MUỘI

Nếu Bồ-Tát nhập đại tam-muội nầy được:

- Pháp-giới-lực vô-cùng-tận

- Hư-không-hạnh vô-ngại

- Pháp-Vương-Vị vô-lượng tự-tại như ngôi quán-đảnh thọ chức của thế-gian

- Vô-biên-trí thông đạt tất cả

- Quảng-đại-lực viên-mãn mười thứ

- Thành tâm vô-tránh nhập tịch-diệt-tế

- Đại-bi vô-úy dường như sư-tử

- Trượng-phu trí-huệ thắp đèn chánh-pháp sáng

- Khen không thể hết tất cả công-đức, hàng Thanh-Văn Duyên-Giác chẳng nghĩ bàn đến được.

(Kinh Hoa Nghiêm, phẩm 27. Thập Định)

18. MUỐN THẤY PHỔ HIỀN BỒ-TÁT

- Kính lễ Phổ-Hiền Bồ-Tát ân-cần cầu thỉnh

- Chuyên tâm quan-sát mười phương

- Tưởng thân Phổ-Hiền hiện ở trước mình

- Suy gẫm như vậy khắp cả pháp-giới, thâm-tâm tín-giải, nhàm lìa tất cả

- Thệ đồng một hạnh-nguyện với Phổ-Hiền Bồ-Tát vào nơi pháp chơn-thiệt bất-nhị, thân mình hiện khắp tất cả thế-gian

- Biết rõ các căn-tánh sai biệt của chúng-sanh, khắp mọi nơi tập họp đạo Phổ-Hiền.

Nếu các ngươi có thể phát đại-nguyện như vậy thời sẽ được thấy Phổ-Hiền Bồ-Tát .

(Kinh Hoa Nghiêm, phẩm 27. Thập Định)

19. TRỤ NƠI VÔ-TƯỚNG KHÉO VÀO PHÁP TƯỚNG

Bồ-Tát nầy được Pháp-giới-trí, trụ vô-động-tế mà hay tùy khai diễn các pháp. Trụ nơi vô-tướng khéo vào pháp tướng. Được tự-tánh thanh-tịnh-tạng sanh nhà Như-Lai thanh-tịnh, khéo mở các pháp-môn sai-biệt mà dùng trí-huệ rõ vô-sở hữu. Khéo biết thời tiết để thường thật hành pháp-thí khai ngộ tất cả, gọi là Trí-Giả.

Nhiếp khắp chúng-sanh đều làm cho thanh-tịnh. Dùng trí phương-tiện thị-hiện thành Phật-đạo mà thường tu hành hạnh Bồ-Tát không cùng tận. Nhập cảnh giới nhứt-thiết-trí phương-tiện thị-hiện các môn thần-thông quảng-đại.

(Kinh Hoa Nghiêm, phẩm 27. Thập Định)

20. THẬP ĐỊNH (ĐẠI TAM MUỘI)

Bấy giờ Phổ-Hiền Bồ-Tát thừa ý-chí của Như-Lai, quán sát Phổ-Nhãn và chúng Bồ-Tát mà nói:

Trí thiện-xảo nhập phổ-quang-minh đại tam-muội

Trí diệu-quang-minh đại tam-muội

Thứ-đệ biến vãng chư Phật quốc-độ thần-thông đại tam-muội

Trí thiện-xảo thanh-tịnh thâm-tâm-hạnh đại tam-muội

Trí thiện-xảo biết quá-khứ trang-nghiêm-tạng đại tam-muội

Trí thiện-xảo trí-quang-minh-tạng đại tam-muội

Trí liễu-tri-nhứt-thiết thế-giới Phật trang-nghiêm tam-muội

Trí nhứt-thiết chúng-sanh sai-biệt thân đại tam-muội của đại Bồ-Tát

Trí pháp-giới tự-tại tam-muội

Trí vô-ngại-luân tam-muội của đại Bồ-Tát

20.1. TRÍ THIỆN-XẢO NHẬP PHỔ-QUANG-MINH ĐẠI TAM-MUỘI

Thế nào là Đại Bồ-Tát Phổ Quang Minh tam muội?

Đại Bồ-Tát nầy có MƯỜI PHÁP-MÔN VÔ-TẬN:

1) Chư Phật xuất-hiện trí vô-tận

2) Chúng-sanh biến-hóa trí vô-tận

3) Thế-giới như ảnh trí vô-tận

4) Thâm nhập pháp-giới trí vô-tận

5) Thiện nhiếp Bồ-Tát trí vô-tận

6) Bồ-Tát bất thối trí vô-tận

7) Thiện quán nhứt-thiết pháp-nghĩa trí vô-tận

8) Thiện trì tâm-lực trí vô-tận

9) Trụ quảng đại bồ-đề tâm trí vô-tận

10) Trụ nhứt-thiết Phật-pháp nhứt-thiết-trí nguyện-lực trí vô-tận.

(Kinh Hoa Nghiêm, phẩm 27. Thập Định)

20.1.1. MƯỜI MÔN VÔ-BIÊN-TÂM

1) Phát tâm vô-biên độ thoát tất cả chúng-sanh

2) Phát tâm vô-biên thừa sự tất cả chư Phật

3) Phát tâm vô-biên cúng-dường tất cả chư Phật

4) Phát tâm vô-biên thấy khắp tất cả chư Phật

5) Phát tâm vô-biên thọ-trì tất cả Phật-pháp chẳng quyên mất

6) Phát tâm vô-biên thị-hiện vô-lượng thần-biến của tất cả chư Phật

7) Phát tâm vô-biên vì được Phật-lực nên chẳng bỏ tất cả bồ-đề hạnh

8) Phát tâm vô-biên nhập khắp cảnh-giới vi-tế của nhứt-thiết-trí diễn thuyết tất cả Phật-pháp

9) Phát tâm vô-biên nhập khắp cảnh giới quảng đại bất-tư-nghì của Phật

10) Phát tâm vô-biên ham thích biện-tài của Phật và lãnh thọ các Phật-pháp, thị-hiện những thân tự-tại vào trong chúng-hội đạo-tràng của tất cả Như-Lai, mười là phát tâm vô-biên ham

thích biện-tài của Phật và lãnh thọ các Phật-pháp, thị-hiện những thân tự-tại vào trong chúng-hội đạo-tràng của tất cả Như-Lai.

(Kinh Hoa Nghiêm, phẩm 27. Thập Định)

20.1.2. MƯỜI MÔN NHẬP TAM-MUỘI SAI-BIỆT-TRÍ

1) Đông-phương nhập định tây-phương khởi

2) Tây-phương nhập định đông-phương khởi

3) Nam-phương nhập định bắc-phương khởi

4) Bắc-phương nhập định đông-phương khởi

5) Đông-bắc-phương nhập định tây-nam-phương khởi

6) Tây-nam-phương nhập định đông-bắc-phương khởi

7) Tây-bắc-phương nhập định đông-nam-phương khởi

8) Đông-nam-phương nhập định tây-bắc-phương khởi

9) Hạ-phương nhập định thượng-phương khởi

10) Thượng-phương nhập định hạ-phương khởi.

Chư Phật-tử! Đại Bồ-Tát nầy có mười môn trí thiện-xảo nhập đại tam-muội.

Đây là trí thiện-xảo nhập phổ-quang-minh đại tam-muội thứ nhứt của đại Bồ-Tát .

(Kinh Hoa Nghiêm, phẩm 27. Thập Định)

20.1.3. LẤY ĐẠI-THIÊN THẾ-GIỚI LÀM MỘT LIÊN-HOA

Đại Bồ-Tát lấy Đại-Thiên thế-giới làm một liên-hoa, hiện thân ngồi kiết-già khắp trên liên-hoa nầy.

Trong thân lại hiện đại-thiên thế-giới, trong đó có trăm ức tứ thiên-hạ, mỗi mỗi tứ thiên-hạ hiện trăm ức thân, mỗi mỗi thân nhập trăm ức trăm ức Đại-Thiên thế-giới.

Nơi thế-giới nầy, mỗi mỗi tứ thiên-hạ hiện trăm ức Bồ-Tát tu hành. Mỗi mỗi Bồ-Tát tu hành phát sanh trăm ức trăm ức thắng-giải quyết-định. Mỗi mỗi quyết-định-giải làm cho trăm ức trăm ức căn-tánh viên-mãn. Mỗi mỗi căn tánh thành-tựu trăm ức trăm ức pháp hạnh bất-thối của Bồ-Tát .

643

Những thân đã thị-hiện đây chẳng phải một, chẳng phải nhiều. Nhập định và xuất định không bị lầm loạn.

(Kinh Hoa Nghiêm, phẩm 27. Thập Định)

20.1.4. HUYỄN THÂN BỒ-TÁT TRÙM KHẮP THẾ GIỚI

- Như-Lai-Hầu A-Tu-La Vương, bổn-thân cao bảy trăm do-tuần, hóa hình cao mười sáu vạn tám ngàn do-tuần, *đứng giữa đại-hải lộ nửa thân cao ngang đỉnh núi Tu-Di*, thường hiện các thứ tự-tại thần-thông oai-lực.

- A-Tu-La Vương có tham sân si, còn đủ tánh kiêu-mạn còn có thể biến hiện thân mình như vậy, huống là *đại Bồ-Tát đã thân liễu đạt tâm pháp* như huyễn, thân mình ở khắp vô-lượng cảnh-giới, dùng Phật-trí quang-minh quảng đại để tịnh tu tất cả hạnh bồ-đề.

Đại Bồ-Tát trụ trong tam-muội nầy vượt quá thế-gian, xa lìa thế-gian. Không bị mê loạn, không ai che chướng được.

Chư Phật-tử! Như Tỳ-Kheo quán-sát thân mình trụ nơi quán bất-tịnh, thấy kỹ thân mình đều là bất-tịnh.

Cũng vậy, đại Bồ-Tát trụ tam-muội nầy quán sát pháp-thân thấy các thế-gian vào khắp trong thân mình, trong đó thấy rõ tất cả thế-gian và pháp thế-gian mà trọn không chấp trước. Trên đây là trí thiện-xảo nhập phổ-quang-minh tam-muội thứ nhứt.

(Kinh Hoa Nghiêm, phẩm 27. Thập Định)

20.2. TRÍ DIỆU-QUANG-MINH ĐẠI TAM-MUỘI

Đại Bồ-Tát nầy có thể nhập Đại-Thiên thế-giới vi-trần-số Đại-Thiên thế-giới.

Nơi mỗi mỗi thế-giới hiện Đại-Thiên thế-giới vi-trần-số thân.

Mỗi mỗi thân phóng Đại-Thiên thế-giới vi-trần-số quang-minh.

Mỗi mỗi quang-minh hiện Đại-Thiên thế-giới vi-trần số màu sắc.

Mỗi mỗi màu sắc chiếu Đại-Thiên thế-giới vi-trần-số thế-giới.

Trong mỗi mỗi thế-giới điều-phục Đại-Thiên thế-giới vi-trần-số chúng-sanh.

Những thế-giới nầy nhiều loại chẳng đồng, Bồ-Tát điều biết rõ, đều nhập trong đó.

Những thế-giới đó cũng đều đến nhập nơi thân của Bồ-Tát , dầu vậy nhưng những thế-giới đó vẫn không tạp loạn, các pháp cũng chẳng hoại diệt.

(Kinh Hoa Nghiêm, phẩm 27. Thập Định)

20.2.1. BỒ-TÁT NHẬP DIỆU-QUANG-MINH ĐẠI TAM-MUỘI NẦY HIỆN VÔ-SỐ THẾ-GIỚI VÀO MỘT THẾ-GIỚI

Đại Bồ-Tát trụ nơi diệu-quang-minh đại tam-muội, chẳng hư hoại tướng an lập của thế-gian, chẳng diệt mất tự-tánh các pháp thế-gian, chẳng trụ trong thế-giới, chẳng trụ ngoài thế-giới.

Đối với Thế-giới không chỗ phân-biệt, cũng chẳng hư hoại tướng thế-giới. Quán tất cả pháp nhứt tướng vô-tướng cũng chẳng hư hoại tự-tánh các pháp. Trụ luôn nơi tánh chơn-như chẳng hề bỏ rời.

- Ví như mặt nhựt mọc lên chiếu núi Tu-Di, chiếu bảy Bửu-Sơn.

Chẳng ở nơi Bửu-Sơn cũng chẳng rời Bửu-Sơn, chẳng trụ nơi nước cũng chẳng rời nước.

- Ví như nhà huyễn-thuật, tùy theo ý muốn, hiện ra thành ấp, xóm, làng, suối, ao, sông, biển, mặt nhựt, mặt nguyệt, mây, mưa, cung điện, nhà cửa…

- Đại Bồ-Tát nhập diệu-quang-minh đại tam-muội nầy hiện vô-số thế-giới vào một thế-giới. Vô-số thế-giới đó, mỗi mỗi thế-giới đều có đất, nước, gió, lửa, đại-hải, các núi, thành ấp, vườn rừng, nhà cửa, thiên-cung, long-cung, bát bộ cung-điện, đủ cả mọi sự trang-nghiêm…

(Kinh Hoa Nghiêm, phẩm 27. Thập Định)

20.2.2. THỊ HIỆN ĐỦ CẢ VÀO NƠI MỘT THẾ-GIỚI

Cũng có ba cõi: cõi dục, cõi sắc, cõi vô-sắc, Tiểu-Thiên thế-giới, Đại-Thiên thế-giới, nghiệp-hành quả-báo, chết đây sanh kia, tất cả thời-tiết của thế-gian: giờ, phút, ngày, đêm, tháng, năm, kiếp thành, kiếp hoại, cõi nước thanh-tịnh, cõi nước tạp nhiễm, cõi nước rộng lớn, cõi nước hẹp nhỏ, trong đó chư Phật xuất thế cõi nước thanh tịnh, chúng Bồ-Tát chầu chực thần-thông tự-tại, giáo-hóa chúng-sanh.

Khắp nơi trong các cõi nước đó có vô-lượng nhơn-chúng khác loài khác tướng, vô-lượng vô-biên chẳng thể nghĩ bàn.

Nghiệp-lực thanh-tịnh thuở quá khứ vị-lai hiện-tại xuất sanh vô-lượng trân-bửu thượng-diệu. Những việc như trên đều thị hiện đủ cả vào nơi một thế-giới.

Đại Bồ-Tát ở nơi đây đều thấy rõ khắp cả; vào khắp, xem khắp, nghĩ khắp, rõ khắp.

(Kinh Hoa Nghiêm, phẩm 27. Thập Định)

20.2.3. NHẬP VÔ-MẠNG-PHÁP VÔ-TÁC-PHÁP

Dùng trí vô-tận đều biết như thiệt. Chẳng vì những thế-giới kia nhiều mà hư-hoại một thế-giới nầy.

Chẳng vì một thế-giới nầy mà hư-hoại nhiều thế-giới kia.

Tại sao vậy? Vì Bồ-Tát biết tất cả pháp đều là vô-ngã. Đây gọi là nhập vô-mạng-pháp vô-tác-pháp.

Vì Bồ-Tát nơi tất cả thế-gian siêng tu hành pháp vô-tránh nên gọi là bực an-trụ pháp vô-ngã.

Vì Bồ-Tát như thiệt thấy tất cả thân đều từ duyên khởi nên gọi là bực an-trụ pháp vô-chúng-sanh.

Vì Bồ-Tát biết tất cả pháp sanh diệt đều từ nhơn mà sanh nên gọi là bực an-trụ pháp vô-bổ-đặc-dà-la.

Vì Bồ-Tát biết các pháp bổn-tánh bình-đẳng nên gọi là bực an-trụ pháp vô-ý-sanh vô-ma-nạp-bà.

Vì Bồ-Tát biết các pháp bổn-tánh tịch-tịnh nên gọi là bực an-trụ pháp tịch-tịnh.

Vì Bồ-Tát biết các pháp nhứt tướng nên gọi là bực an-trụ pháp vô-phân-biệt.

Vì Bồ-Tát biết pháp-giới không có các thứ pháp sai biệt nên

gọi là bực an-trụ pháp bất-tư-nghì.

Vì Bồ-Tát siêng tu tất cả phương-tiện giỏi điều phục chúng-sanh nên gọi là bực an-trụ pháp đại-bi.

(Kinh Hoa Nghiêm, phẩm 27. Thập Định)

20.2.4. VÔ-SỐ THẾ-GIỚI NHẬP VÀO MỘT THẾ-GIỚI

Đại Bồ-Tát có thể đem *vô-số thế-giới nhập vào một thế-giới*, biết vô-số chúng-sanh nhiều loại khác nhau, thấy vô-số Bồ-Tát đều phát tâm, xem vô-số chư Phật xuất hiện mọi nơi. Chư Phật đây diễn nói bao nhiêu chánh-pháp, các Bồ-Tát đây đều lãnh thọ cả. Cũng thấy thân mình tu hành trong các đạo-tràng đó.

Dầu vậy, nhưng chẳng bỏ nơi đây mà thấy chỗ kia, cũng chẳng bỏ chỗ kia mà thấy tại đây.

Thân kia, thân đây không có sai biệt, vì nhập pháp-giới vậy.

Thường siêng quán-sát không thôi nghĩ chẳng bỏ rời trí-huệ, vì chẳng thối chuyển vậy.

Như là huyễn-thuật ở một nơi nào đó hiện các sự huyễn, chẳng vì nơi hiện huyễn-sự mà hư hoại bổn-xứ, chẳng vì thời-gian huyễn mà hư hoại ngày giờ căn-bổn.

(Kinh Hoa Nghiêm, phẩm 27. Thập Định)

20.2.5. ĐẠI BỒ-TÁT CHẲNG Ở NGOÀI HƯ KHÔNG MÀ NHẬP THẾ-GIAN, CŨNG CHẲNG Ở NGOÀI THẾ-GIAN MÀ NHẬP HƯ-KHÔNG

Cũng vậy, đại Bồ-Tát nơi không có quốc-độ hiện ra quốc-độ. Nơi có quốc-độ hiện không quốc-độ.

Nơi có chúng-sanh hiện không chúng-sanh, nơi không chúng-sanh hiện có chúng-sanh.

Không sắc hiện có sắc, có sắc hiện không sắc. Trước chẳng làm loạn sau, sau chẳng làm loạn trước.

Đại Bồ-Tát biết tất cả pháp thế-gian đều đồng như huyễn hóa. Vì biết pháp huyễn nên biết trí huyễn. Vì biết trí huyễn nên biết nghiệp huyễn.

Đã biết trí huyễn và nghiệp huyễn nên khởi huyễn-trí xem tất cả nghiệp như là huyễn-thuật thế-gian.

Chẳng xứ mà hiện huyễn, cũng ở ngoài bổn chẳng ở ngoài huyễn mà có bổn-xứ.

Cũng vậy, đại Bồ-Tát chẳng ở ngoài hư không mà nhập thế-gian, cũng chẳng ở ngoài thế-gian mà nhập hư-không. Tại sao vậy? Vì hư không và thế-gian không sai biệt, trụ nơi thế-gian cũng trụ nơi hư-không.

(Kinh Hoa Nghiêm, phẩm 27. Thập Định)

20.2.5. HUYỄN-TRÍ GIẢI-THOÁT BẤT-TƯ-NGHÌ

Đại Bồ-Tát ở trong hư-không hay thấy hay tu tất cả công nghiệp sai biệt diệu trang-nghiêm của thế-gian. Khoảng một niệm đều rõ biết được vô-số thế-giới hoặc thành hoặc hoại, cũng biết các kiếp tuần-tự nối tiếp.

Trong khoảng một niện hiện vô-số kiếp, nhưng cũng chẳng làm cho một niệm đó rộng lớn ra.

Đại Bồ-Tát được huyễn-trí giải-thoát bất-tư-nghì, đến nơi bỉ ngạn, trụ nơi huyễn-tế, nhập ở huyễn số thế-gian, tư-duy các pháp thảy đều như huyễn, chẳng trái huyễn thế, cùng tận nơi huyễn-trí, rõ biết tam-thế cùng huyễn không khác, thông đạt quyết định, tâm không ngăn mé.

Như chư Như-Lai trụ trí như huyễn, tâm Phật bình-đẳng. Cũng vậy, đại Bồ-Tát biết các thế-gian thảy đều như huyền, với tất cả chỗ đều không chấp trước, không có ngã sở.

Như là huyễn-thuật hiện các sự huyễn, dầu chẳng đồng ở với các huyễn-sự đó, nhưng vẫn không mê lầm đối với các huyễn-sự.

Cũng vậy, đại Bồ-Tát , biết tất cả pháp đến rốt ráo bỉ-ngạn, tâm chẳng chấp ngã hay nhập nơi pháp, cũng chẳng lầm loạn nơi các pháp.

Trên đây là trí thiện-xảo diệu-quang-minh đại tam-muội thứ hai của đại Bồ-Tát .

(Kinh Hoa Nghiêm, phẩm 27. Thập Định)

20.3. THỨ-ĐỆ BIẾN VÃNG CHƯ PHẬT QUỐC-ĐỘ THẦN-THÔNG ĐẠI TAM-MUỘI

Chư Phật-tử! Thế nào là thứ-đệ biến vãng chư Phật quốc-độ thần-thông đại tam-muội của đại Bồ-Tát ?

Đại Bồ-Tát này qua vô-số thế-giới phương đông, lại qua vô-số thế-giới vi-trần-số thế-giới, nơi các thế-giới đó nhập tam-muội nầy.

Hoặc sát-na nhập, hoặc giây lát nhập, hoặc nối tiếp nhập.

Hoặc sáng, hoặc trưa, hoặc chiều nhập.

Hoặc đầu hôm, giữa đêm, hoặc cuối đêm nhập.

Hoặc nhập một ngày, hoặc năm ngày, hoặc nửa tháng, một tháng.

Hoặc nhập một năm, trăm năm, ngàn năm.

Hoặc nhập trăm ngàn năm, ức năm, trăm ngàn ức năm, trăm ngàn na-do-tha ức năm.

Hoặc nhập một kiếp, trăm kiếp, trăm ngàn kiếp, trăm ngàn na-do-tha ức kiếp.

Hoặc nhập vô số kiếp, vô lượng kiếp, vô biên kiếp, vô đẳng kiếp.

Hoặc nhập bất-khả-sổ kiếp, bất-khả-xưng kiếp, bất-khả-tư kiếp, bất-khả-lượng kiếp, bất-khả-thuyết kiếp, bất-khả-thuyết bất-khả-thuyết kiếp.

Hoặc lâu, hoặc gần, hoặc pháp, hoặc thời-gian các loại chẳng đồng.

Với những sự trên đây, Bồ-Tát chẳng sanh lòng phân-biệt, chẳng nhiễm trước, chẳng cho là khác, chẳng cho là không khác, chẳng cho là khắp, chẳng cho là riêng.

Dầu lìa sự phân-biệt, mà Bồ-Tát dùng thần-thông phương-tiện từ tam-muội khởi, với các pháp chẳng quên chẳng mất, đến nơi rốt ráo.

Ví như mặt nhựt đi vòng soi sáng, ngày đêm không dừng. Mặt nhựt mọc gọi là ngày, mặt nhựt lặn gọi là đêm. Ban ngày mặt nhựt chẳng sanh, ban đêm mặt nhựt cũng chẳng mất.

Đại Bồ-Tát nơi vô-số thế-giới nhập thần-thông tam-muội. Đã nhập tam-muội, thấy rõ ngần ấy vô-số thế-giới cũng như vậy.

Trên đây là trí thiện-xảo thứ-đệ biến-vãng chư Phật quốc-độ thần-thông đại tam-muội thứ ba của đại Bồ-Tát .

(Kinh Hoa Nghiêm, phẩm 27. Thập Định)

20.4. TRÍ THIỆN-XẢO THANH-TỊNH THÂM-TÂM-HẠNH ĐẠI TAM-MUỘI

Thế nào là đại Bồ-Tát thanh-tịnh thân-tâm-hành đại tam-muội?

Đại Bồ-Tát nầy biết số thân chư Phật đồng với số chúng-sanh.

Thấy vô-lượng Phật hơn số vi-trần trong vô-số thế-giới, Bồ-Tát đem các thứ hương, hoa, lọng, châu báu, đồ trang-nghiêm, ma-ni-bửu-tạng, nhẫn đến tứ-sự, tất cả đều thượng-diệu quảng đại hơn hẳn của các cõi trời để cúng-dường mỗi đức Phật.

Đối với mỗi đức Phật, Bồ-Tát cung-kính tôn-trọng cúi đầu đảnh lễ thưa thỉnh Phật-pháp, khen Phật bình-đẳng, ca ngợi công-đức quảng-đại của chư Phật. Nhập vào đại-bi của chư Phật, được sức vô-ngại bình-đẳng của chư Phật. Khoảng một niệm, cần cầu diệu-pháp khắp tất cả Phật. Nhưng với những tướng chư Phật xuất thế nhập diệt, đều vô-sở-đắc.

Như tâm tán-động liễu-biệt cảnh sở-duyên, tâm khởi, chẳng biết sở-duyên nào khởi, tâm diệt, chẳng biết sở-duyên nào diệt.

Cũng vậy, đại Bồ-Tát nầy trọn chẳng phân-biệt tướng xuất thế cùng nhập niết-bàn của Như-Lai.

(Kinh Hoa Nghiêm, phẩm 27. Thập Định)

20.4.1. PHÁP-TẠNG THẬM-THÂM

Như dương-diệm giữa ngày, do thức phân biệt trông xa tợ nước mà sanh tưởng là nước, đến gần thời không có, tưởng nước tự mất.

Đại Bồ-Tát đây cũng như vậy. Tướng Như-Lai xuất-thế và niết-bàn đều bất-khả-đắc.

Chư Phật có tướng hay không tướng đều là tâm tưởng phân biệt.

Tam-muội nầy gọi là thanh-tịnh thâm-tâm-hành.

Đại Bồ-Tát ở nơi tam-muội nầy nhập rồi mà khởi, sau khi khởi chẳng mất.

Ví như có người từ giấc ngủ thức dậy nhớ sự chiêm-bao. Lúc thức dầu không có cảnh-giới chiêm-bao nhưng vẫn có thể ghi nhớ chẳng quên.

Cũng vậy, đại Bồ-Tát nhập tam-muội thấy Phật nghe pháp, sau khi xuất định ghi nhớ chẳng quên, rồi đem pháp đã được nghe giảng dạy lại tất cả chúng-hội trong đạo-tràng, trang-nghiêm tất cả quốc-độ chư Phật, vô lượng nghĩa thú đều được sáng suốt, tất cả pháp môn cũng đều thanh-tịnh, thắp đuốc đại-trí, làm lớn giống Phật, đầy đủ vô-úy, biện-tài chẳng cạn, khai thị diễn thuyết pháp-tạng thậm-thâm.

Trên đây là trí thiện-xảo thanh-tịnh thâm-tâm-hạnh đại tam-muội thứ tư của đại Bồ-Tát .

(Kinh Hoa Nghiêm, phẩm 27. Thập Định)

20.5. TRÍ THIỆN-XẢO BIẾT QUÁ-KHỨ TRANG-NGHIÊM-TẠNG ĐẠI TAM-MUỘI

Thế nào là đại Bồ-Tát tri quá-khứ trang-nghiêm tạng tam-muội?

Đại Bồ-Tát nầy biết được quá-khứ chư Phật xuất hiện như là:

- Các cõi thứ đệ trong kiếp thứ đệ

- Các kiếp thứ đệ trong cõi thứ đệ

- Chư Phật xuất hiện thứ đệ trong kiếp thứ đệ

- Thuyết-pháp thứ đệ trong chư Phật xuất hiện thứ đệ

- Các tâm nguyện thứ đệ trong thuyết pháp thứ đệ

- Các căn tánh thứ đệ trong tâm nguyện thứ đệ

- Điều-phục thứ đệ trong căn tánh thứ đệ

- Chư Phật thọ-mạng thứ đệ trong điều phục thứ đệ, biết ức na-do-tha số lượng năm tuổi thứ đệ trong thọ-mạng thứ đệ.

(Kinh Hoa Nghiêm, phẩm 27. Thập Định)

20.5.1. QUÁ KHỨ THANH-TỊNH TẠNG

Đại Bồ-Tát nầy vì được vô-biên thứ-đệ trí như vậy nên biết:

- Quá-khứ chư Phật

- Quá-khứ các cõi

- Quá-khứ pháp-môn

- Quá-khứ các kiếp

- Quá-khứ các pháp

- Quá-khứ các tâm

- Quá-khứ các tri-giải, nên biết qúa khứ các chúng-sanh, nên biết quá-khứ các phiền-não, nên biết quá-khứ các nghi-thức, nên biết quá-khứ các thanh-tịnh.

Tam-muội vô-biên thứ-đệ trí tên là quá khứ thanh-tịnh tạng.

- Trong một niệm có thể nhập trăm kiếp, có thể nhập ngàn kiếp, có thể nhập trăm ngàn kiếp

- Có thể nhập trăm ngàn ức na-do-tha kiếp

- Có thể nhập vô-số kiếp

- Có thể nhập vô-lượng kiếp

- Có thể nhập vô-biên kiếp

- Có thể nhập vô-đẳng kiếp

- Có thể nhập bất-khả-sổ kiếp

- Có thể nhập bất-khả-xưng kiếp

- Có thể nhập bất-khả-tư kiếp

- Có thể nhập bất-khả-lượng kiếp

- Có thể nhập bất-khả-thuyết kiếp

- Có thể nhập bất-khả-thuyết bất-khả-thuyết kiếp.

(Kinh Hoa Nghiêm, phẩm 27. Thập Định)

20.5.2. MƯỜI PHÁP QUÁN ĐẢNH BẤT-TƯ-NGHÌ

Đại Bồ-Tát nhập tam-muội nầy chẳng diệt hiện-tại, chẳng

duyên quá-khứ.

Đại Bồ-Tát nầy từ tam-muội khởi, thọ nơi đức Như-Lai mười thứ pháp quán đảnh bất-tư-nghì, cũng được, cũng thanh-tịnh, cũnh thành-tựu, cũng nhập, cũng chứng, cũng mãn, cũng trì, bình-đẳng biết rõ ba luân thanh-tịnh. Đây là mười:

1) Biện thuyết chẳng trái nghĩa

2) Thuyết pháp vô-tận

3) Huấn từ không lỗi

4) Nhạo thuyết chẳng dứt

5) Tâm không khủng bố

6) Lời quyết thành thiệt

7) Chúng-sanh y-tựa

8) Cứu thoát ba cõi

9) Thiện-căn tối-thắng

10) Điều ngự diệu-pháp.

Trên đây là mười pháp quán-đảnh. Nếu Bồ-Tát nhập tam-muội nầy, từ tam-muội xuất liền được.

Như ca-la-lã lúc nhập thai-tạng, trong một niệm thức liền thác sanh.

Cũng vậy, đại Bồ-Tát từ tam-muội nầy xuất, trong một niệm thời được mười pháp nầy nơi đức Như-Lai.

Trên đây gọi là trí thiện-xảo biết quá-khứ trang-nghiêm-tạng đại tam-muội thứ năm của đại Bồ-Tát .

(Kinh Hoa Nghiêm, phẩm 27. Thập Định)

20.6. TRÍ THIỆN-XẢO TRÍ-QUANG-MINH-TẠNG ĐẠI TAM-MUỘI

Thế nào là đại Bồ-Tát trí-quang-minh-tạng đại tam-muội?

20.6.1. CÁC DANH HIỆU

Đại Bồ-Tát trụ tam-muội nầy có thể biết vị-lai chư Phật trong tất cả kiếp tất cả thế-giới, hoặc đã nói hoặc chưa nói, hoặc đã thọ-ký hoặc chưa thọ-ký, các loại danh hiệu chẳng đồng như là:

1. Vô-số danh

2. Vô-lượng danh

3. Vô-biên danh

4. Vô-đẳng danh

5. Bất-khả-sổ danh

6. Bất-khả-xưng danh

7. Bất-khả-tư danh

8. Bất-khả-lượng danh

9. Bất-khả-thuyết danh.

Sẽ xuất thế, sẽ độ sanh, sẽ làm Pháp-Vương, sẽ khởi Phật-sự, sẽ nói phước lợi, sẽ khen thiện-nghĩa, sẽ nói bạch-phần-nghĩa, sẽ trừ sạch các điều ác, sẽ an-trụ công-đức, sẽ khai-thị đệ-nhất-nghĩa-đế, sẽ nhập quán-đảnh-vị, sẽ thành nhứt-thiết-trí.

(Kinh Hoa Nghiêm, phẩm 27. Thập Định)

20.6.2. TU HẠNH VIÊN MÃN

- Tu hạnh viên-mãn

- Phát nguyện viên-mãn

- Nhập viên-mãn trí

- Có viên-mãn chúng

- Đủ viên-mãn trang-nghiêm

- Họp viên-mãn công-đức

- Ngộ viên-mãn pháp

- Được viên-mãn quả

- Đủ viên-mãn tướng

- Thành viên-mãn giác.

Chư Phật đó, danh tánh chủng-tộc, phương-tiện thiện-xảo thần-thông biến-hóa, thành-thục chúng-sanh, nhập niết-bàn, tất cả những điều như vậy, Bồ-Tát nầy biết rõ cả.

(Kinh Hoa Nghiêm, phẩm 27. Thập Định)

20.6.3. NHẬP BẤT-KHẢ-THUYẾT BẤT-KHẢ-THUYẾT PHẬT-SÁT CỰC VI-TRẦN SỐ KIẾP

Trong một niệm, Bồ-Tát nầy có thể nhập:

một kiếp, trăm kiếp, ngàn kiếp, trăm ngàn kiếp, trăm ngàn ức na-do-tha kiếp. Có thể nhập Diêm-Phù-Đề vi-trần số kiếp, tứ thiên-hạ vi-trần số kiếp, tiểu-thiên thế-giới vi-trần-số kiếp, trung thiên thế-giới vi-trần số kiếp, đại thiên thế-giới vi-trần số kiếp. Có thể nhập trăm Phật-sát vi-trần số kiếp, trăm ngàn Phật-sát vi-trần số kiếp, trăm ngàn ức na-do-tha Phật-sát vi-trần số kiếp, vô-số Phật-sát vi-trần số kiếp, vô-lượng Phật-sát vi-trần số kiếp, vô-biên Phật-sát vi-trần số kiếp, vô-đẳng Phật-sát vi-trần số kiếp, bất-khả-số Phật-sát vi-trần số kiếp, bất-khả-xưng Phật-sát vi-trần số kiếp, bất-khả-tư Phật-sát vi-trần số kiếp, bất-khả-lượng Phật-sát vi-trần số kiếp, bất-khả-thuyết Phật-sát vi-trần số kiếp, nhẫn đến nhập bất-khả-thuyết bất-khả-thuyết Phật-sát cực vi-trần số kiếp.

Vị-lai tất cả thế-giới có ngần ấy kiếp số như vậy, Bồ-Tát nầy có thể dùng trí-huệ đều biết rõ.

(Kinh Hoa Nghiêm, phẩm 27. Thập Định)

20.6.4. NHẬP MƯỜI THỨ TRÌ-MÔN

Vì biết rõ nên tâm Bồ-Tát nầy lại nhập mười thứ trì-môn như là:

1) Vì nhập Phật-trì nên được bất-khả-thuyết Phật-sát vi-trần số chư Phật hộ-niệm.

2) Vì nhập Pháp-trì nên được mười thứ đà-la-ni quang-minh vô-tận biện-tài.

3) Vì nhập Hạnh-trì nên xuất sanh các nguyện viên mãn thù-thắng.

4) Vì nhập Lực-trì nên không ai che chướng được, không ai khuất phục được.

5) Vì nhập Trí-trì nên thật hành Phật-pháp không có chướng ngại.

6) Vì nhập Đại-bi-trì nên chuyển pháp luân bất-thối thanh-tịnh.

7) Vì nhập Sai-biệt-thiện-xảo-cú-trì nên chuyển tất cả văn-tự-luân, tịnh tất cả pháp-môn-địa.

8) Vì nhập Sư-tử-thọ-sanh-pháp-trì nên mở khóa cửa pháp, ra khỏi bùn lầy tham dục.

9) Vì nhập Trí-lực-trì nên tu hạnh Bồ-Tát thường chẳng thôi nghỉ.

10) Vì nhập Thiện hữu-lực-trì nên làm cho vô-biên chúng-sanh đều được thanh-tịnh.

11) Vì nhập Vô-trụ-lực-trì nên nhập bất-khả-thuyết bất-khả-thuyết quảng đại kiếp.

12) Vì nhập Pháp-lực-trì nên dùng vô-ngại phương-tiện trí biết tất cả pháp tự-tánh thanh-tịnh.

(Kinh Hoa Nghiêm, phẩm 27. Thập Định)

20.6.5. TRỤ BẤT-KHẢ-THUYẾT BẤT-KHẢ-THUYẾT KIẾP, CÕI, CHÚNG SANH…

Đại Bồ-Tát đã trụ tam-muội nầy rồi thời khéo hay trụ bất-khả-thuyết bất-khả-thuyết kiếp

- Khéo hay trụ bất-khả-thuyết bất-khả-thuyết cõi

- Khéo hay biết bất-khả-thuyết bất-khả-thuyết các loài chúng-sanh

- Khéo hay biết bất-khả-thuyết bất-khả-thuyết tướng khác nhau của chúng-sanh

- Khéo hay biết bất-khả-thuyết bất-khả-thuyết nghiệp báo đồng dị

- Khéo hay biết bất-khả-thuyết bất-khả-thuyết những căn tinh-tấn tập-khí tiếp nối các hạnh sai-biệt

- Khéo hay biết bất-khả-thuyết bất-khả-thuyết vô-lượng nhiễm tịnh các thứ tư-duy

- Khéo hay biết bất-khả-thuyết bất-khả-thuyết các loại pháp nghĩa vô-lượng văn-tự ngôn từ diễn thuyết

- Khéo hay biết bất-khả-thuyết bất-khả-thuyết chư Phật xuất-thế chủng tộc thời-tiết hiện tướng thuyết pháp thi vi Phật-sự nhập niết-bàn

- Khéo hay biết bất-khả-thuyết bất-khả-thuyết vô-biên môn trí-huệ

- Khéo hay biết bất-khả-thuyết bất-khả-thuyết tất cả thần-thông vô-lượng biến hiện.

* Ví như mặt nhựt mọc lên soi sáng thế-gian tất cả vật loại, bình-đẳng không phân-biệt. Cũng vậy, đại tam muội này thể tánh bình đẳng không phân biệt có thể làm cho Bồ-Tát khéo biết bất-khả-thuyết bất-khả-thuyết trăm ngàn ức na-do-tha tướng sai khác.

(Kinh Hoa Nghiêm, phẩm 27. Thập Định)

20.6.6. MƯỜI BẤT KHÔNG

Đại Bồ-Tát nầy lúc rõ biết như vậy khiến chúng-sanh được mười thứ bất-không như:

1) Kiến bất-không, vì làm cho chúng-sanh phát sanh thiện-căn.

2) Văn bất-không, vì làm cho chúng-sanh được thành-thục.

3) Đồng-trụ bất-không, vì làm cho chúng sanh tâm điều-phục.

4) Phát khởi bất không, vì làm cho chúng-sanh thật hành đúng như lời, thông đạt tất cả pháp nghĩa.

5) Hạnh bất-không, vì làm cho vô-biên thế-giới đều thanh-tịnh.

6) Thân-cận bất-không, vì ở chỗ bất-khả-thuyết bất-khả-thuyết chư Phật dứt nghi ngờ cho bất-khả-thuyết bất-khả-thuyết chúng-sanh.

7) Nguyện bất-không, vì theo sở niệm của chúng-sanh khiến làm việc cúng dường thù-thắng thành-tựu các nguyện.

8) Thiện-xảo pháp bất-không vì làm cho đều được trụ nơi trí thanh-tịnh giải-thoát vô-ngại.

9) Mưa pháp-vũ bất-không, vì nơi bất-khả-thuyết bất-khả-thuyết căn-tánh chúng-sanh, phương-tiện khai-thị hạnh nhứt-thiết-trí khiến trụ Phật-đạo.

10) Xuất hiện bất-không, vì hiện vô-biên tướng, làm cho tất cả chúng-sanh đều được soi sáng.

Lúc đại Bồ-Tát an trụ nơi tam-muội nầy được mười thứ bất-không, thời chư Thiên-Vương đều đến đảnh lễ, chư Long-Vương nổi mây thơm lớn. chư Dạ-Xoa-Vương đảnh lễ dưới chưn, chư A-Tu-La-Vương cung kính cúng-dường, chư Ca-Lâu-La-Vương tôn trọng đứng quanh, chư Phạm-Thiên-Vương đều đến thỉnh cầu, chư Càn-Thát-Bà-Vương thường đến chầu chực, chư Khẩn-Na-La-Vương và chư Ma-Hầu-La-Dà Vương đều cùng ngợi khen, chư Nhơn-Vương kính thờ cúng-dường.

Trên đây là trí thiện-xảo trí-quang-minh-tạng đại tam-muội thứ sáu của đại Bồ-Tát .

(Kinh Hoa Nghiêm, phẩm 27. Thập Định)

20.7. TRÍ LIỄU-TRI-NHỨT-THIẾT THẾ-GIỚI PHẬT TRANG-NGHIÊM TAM-MUỘI

Thế nào là liễu-tri-nhứt-thiết thế-giới Phật trang-nghiêm tam-muội của đại Bồ-Tát ?

Sao lại gọi tam-muội nầy là liễu-tri-nhứt-thiết thế-giới Phật trang-nghiêm?

Đại Bồ-Tát trụ trong tam-muội nầy, hay thứ-đệ nhập thế-giới phương đông, hay thứ-đệ nhập thế-giới phương nam, phương tây, phương bắc, đông nam, tây nam, tây bắc, đông bắc, thượng phương và hạ phương đều thấy:

- Chư Phật xuất thế

- Tất cả thần-lực của đức Phật

- Những sự biến-hóa của chư Phật

- Oai-đức rộng lớn của chư Phật

- Sự tối-thắng tự-tại của chư Phật, cũng thấy chư Phật đại sư-tử-hống

- Những công-hạnh đã tu của chư Phật

- Các loại trang-nghiêm của chư Phật

- Chư Phật thần-thông biến-hóa

- Chúng-hội của chư Phật vân tập

- Chúng-hội thanh-tịnh

- Chúng-hội quảng-đại

- Chúng-hội nhứt tướng

- Chúng-hội nhiều tướng

- Chúng-hội xứ-sở

- Chúng-hội an ở

- Chúng-hội thành-thục

- Chúng-hội điều phục

- Chúng-hội oai-đức.

Tất cả những việc như vậy Bồ-Tát nầy đều thấy rõ.

(Kinh Hoa Nghiêm, phẩm 27. Thập Định)

20.7.1. KHẮP BẤT-KHẢ-THUYẾT BẤT-KHẢ-THUYẾT PHẬT-SÁT VI-TRẦN-SỐ CÕI PHẬT

Cũng thấy chúng-hội số lượng lớn nhỏ bằng:

- Diêm-Phù-Đề

- Tứ thiên-hạ

- Tiểu-thiên thế-giới

- Trung-thiên thế-giới

- Đại-thiên thế-giới.

(Kinh Hoa Nghiêm, phẩm 27. Thập Định)

20.7.2. CHÚNG-HỘI ĐẦY KHẮP TRĂM NGÀN ỨC NA-DO-THA CÕI PHẬT

- Chúng-hội đầy khắp trăm ngàn ức na-do-tha cõi Phật

- Đầy khắp vô-số cõi Phật

- Đầy khắp trăm Phật-sát vi-trần-số cõi Phật

- Đầy khắp ngàn Phật-sát vi-trần-số cõi Phật

- Đầy khắp trăm ngàn ức na-do-tha Phật-sát vi-trần-số cõi Phật

- Đầy khắp vô-số Phật-sát vi-trần-số cõi Phật

- Đầy khắp vô-lượng Phật-sát vi-trần-số cõi Phật

- Đầy khắp vô-biên Phật-sát vi-trần-số cõi Phật

- Đầy khắp vô-đẳng Phật-sát vi-trần-số cõi Phật

- Đầy khắp bất-khả-sổ Phật-sát vi-trần-số cõi Phật

- Đầy khắp bất-khả-xưng Phật-sát vi-trần-số cõi Phật

- Đầy khắp bất-khả-tư Phật-sát vi-trần-số cõi Phật

- Đầy khắp bất-khả-lượng Phật-sát vi-trần-số cõi Phật

- Đầy khắp bất-khả-thuyết Phật-sát vi-trần-số cõi Phật, nhẫn đến cũng thấy chúng-hội đầy khắp bất-khả-thuyết bất-khả-thuyết Phật-sát vi-trần-số cõi Phật.

(Kinh Hoa Nghiêm, phẩm 27. Thập Định)

20.7.3. CÁC LOẠI TƯỚNG TRẠNG

Cũng thấy chư Phật ở trong chúng-hội đạo-tràng kia thị-hiện:

- Các loại tướng trạng

- Các loại thời gian

- Các loại quốc-độ

- Các loại biến-hóa

- Các loại thần-thông

- Các loại trang-nghiêm

- Các loại tự-tại

- Các loại hình lượng

- Các loại sự-nghiệp.

(Kinh Hoa Nghiêm, phẩm 27. Thập Định)

20.7.4. ĐẠI BỒ-TÁT
THẤY TỰ-THÂN MÌNH QUA CHÚNG-HỘI

Đại Bồ-Tát nầy cũng thấy tự-thân qua chúng-hội đó, thấy thân mình:

- Thuyết-pháp

- Lãnh thọ lời Phật

- Khéo biết duyên-khởi

- Ở giữa không-gian

- Ở nơi pháp-thân

- Chẳng sanh nhiễm trước

- Chẳng ở nơi phân-biệt

- Không mỏi nhọc

- Vào khắp các trí

- Biết khắp các nghĩa

- Vào khắp các địa

- Vào khắp các loài

- Biết khắp phương-tiện

- Qua khắp trước Phật

- Vào khắp các lực

- Vào khắp chơn-như

- Vào khắp vô-tránh

- Vào khắp các pháp.

(Kinh Hoa Nghiêm, phẩm 27. Thập Định)

20.7.5. CHẲNG CHẤP TRƯỚC

Lúc thấy như vậy, Bồ-Tát nầy chẳng phân-biệt quốc-độ, chẳng phân biệt chúng-sanh, chẳng phân biệt Phật, chẳng phân biệt pháp, chẳng nhiễm trước thân và thân nghiệp, chẳng chấp trước tâm và ý.

Ví như các pháp chẳng phân-biệt tự-tánh, chẳng phân-biệt âm-thanh, mà tự-tánh chẳng bỏ, danh tự chẳng mất.

Đại Bồ-Tát cũng vậy, chẳng bỏ công-hạnh, làm theo thế-gian,

mà vẫn không chấp trước nơi hai sự nầy.

(Kinh Hoa Nghiêm, phẩm 27. Thập Định)

20.7.6. THÂN PHẬT CÓ VÔ-LƯỢNG ÁNH SÁNG MÀU SẮC

Đại Bồ-Tát thấy Phật có vô-lượng ánh sáng màu sắc, vô-lượng hình tướng, đều viên mãn thành-tựu bình-đẳng thanh-tịnh, mỗi mỗi hiện-tiền chứng biết phân minh.

Hoặc thấy thân Phật nhiều ánh sáng hoặc thấy viên-quang một tầm, hoặc thấy sáng rực như mặt nhựt, hoặc thấy quang sắc vi-diệu, hoặc thấy sắc thanh-tịnh, hoặc thấy màu huỳnh-kim, hoặc thấy màu kim-cang, hoặc thấy màu xanh biếc, hoặc thấy vô-biên màu sắc, nhẫn đến hoặc thấy thân Phật màu đại-thanh ma-ni-bửu.

(Kinh Hoa Nghiêm, phẩm 27. Thập Định)

20.7.7. THÂN PHẬT CAO BẰNG BẤT KHẢ THUYẾT NHẪN ĐẾN BẤT KHẢ THUYẾT BẤT KHẢ THUYẾT ĐẠI THIÊN THẾ GIỚI

- Hoặc thấy thân Phật cao bảy thước tay… một ngàn thước tay.

- Hoặc thấy thân Phật cao một câu-lô-xá… trăm ngàn do-tuần

- Hoặc thấy thân Phật bằng Diêm-Phù-Đề

- Tứ-thiên-hạ

- Tiểu-thiên thế-giới

- Trung- thiên thế-giới

- Đại-thiên thế-giới

- Trăm đại-thiên thế-giới

- Ngàn đại-thiên thế-giới

- Trăm ngàn đại thiên thế giới

- Trăm ngàn ức na do tha thế giới

- Vô số đại thiên thế giới

- Vô lượng đại thiên thế giới

- Vô biên đại thiên thế giới

- Vô đẳng đại thiên thế giới

- Bất khả sổ đại thiên thế giới

- Bất khả xưng đại thiên thế giới

- Bất khả tư đại thiên thế giới

- Bất khả lượng đại thiên thế giới

- Bất khả thuyết nhẫn đến bất khả thuyết bất khả thuyết đại thiên thế giới.

(Kinh Hoa Nghiêm, phẩm 27. Thập Định)

20.7.8. THÂN NHƯ-LAI CÓ NHIỀU TƯỚNG SAI BIỆT

Đại Bồ-Tát này thấy chư Như-Lai có:

- Vô lượng sắc tướng

- Vô lượng hình trạng

- Vô lượng thị hiện

- Vô lượng quang minh

- Vô lượng lưới quang minh

- Phần lượng của quang minh này bằng pháp giới

- Chiếu khắp pháp giới

- Làm cho điều phát khởi trí huệ vô thượng

- Không có nhiễm trước không có chướng ngại

- Thanh tịnh thượng diệu

Dầu Bồ-Tát này thấy thân Như-Lai nhiều tướng sai biệt như vậy, nhưng thân *Như-Lai vẫn chẳng tăng, chẳng giảm, ví như hư không nơi lỗ bằng một hột cải của con mọt ăn cũng chẳng giảm nhỏ, nơi vô số thế giới cũng chẳng thêm rộng, thân Phật cũng như vậy, lúc thấy lớn cũng chẳng thêm, lúc thấy nhỏ cũng chẳng giảm.*

Ví như mặt nguyệt người ở Diêm phù đề thấy là nhỏ, mặt nguyệt vẫn chẳng giảm, ở tại mặt nguyệt thấy là lớn cũng chẳng tăng.

663

Cũng vậy, đại Bồ-Tát trụ tam-muội nầy tùy nơi tâm nguyện thấy thân Phật các thứ tướng hóa-hiện, ngôn từ thuyết pháp thọ-trì chẳng quên, mà thân Như-Lai chẳng tăng chẳng giảm.

Ví như chúng-sanh sau khi mạng chung lúc sắp thọ sanh chỗ thấy thanh-tịnh chẳng rời nơi tâm.

Cũng vậy, đại Bồ-Tát chẳng rời tam-muội thậm thâm nầy mà thấy thanh-tịnh.

(Kinh Hoa Nghiêm, phẩm 27. Thập Định)

20.7.8. THÀNH-TỰU MƯỜI PHÁP MAU CHÓNG

Đại Bồ-Tát trụ tam-muội nầy thành-tựu mười thứ pháp mau chóng như là:

1. Mau thêm các hạnh viên-mãn đại-nguyện
2. Mau dùng pháp-quang chói sáng thế-gian
3. Mau dùng phương-tiện chuyển-pháp-luân độ thoát chúng-sanh
4. Mau tùy theo nghiệp chúng-sanh thị-hiện quốc-độ thanh-tịnh của chư Phật
5. Mau dùng trí bình-đẳng thẳng vào thập-lực
6. Mau cùng tất cả Như-Lai đồng trụ
7. Mau dùng sức đại-từ dẹp phá quân ma
8. Mau dứt nghi cho chúng-sanh hoan-hỉ
9. Mau tùy thắng-giải thị-hiện thần-biến
10. Mau dùng các thứ diệu pháp ngôn từ tịnh các thế-gian.

(Kinh Hoa Nghiêm, phẩm 27. Thập Định)

20.7.9. MƯỜI PHÁP ẤN

Đại Bồ-Tát nầy lại được mười pháp ấn, để ấn tất cả pháp:

1. Đồng thiện-căn bình-đẳng với tam-thế chư Phật
2. Đồng được trí-huệ pháp-thân vô-biên-tế với chư Phật
3. Đồng chư Như-Lai trụ pháp bất nhị

4. Đồng chư Như-Lai quan-sát tam-thế vô-lượng cảnh-giới thẩy đều bình-đẳng

5. Đồng chư Như-Lai được liễu đạt pháp-giới vô-ngại cảnh-giới

6. Đồng chư Như-Lai thành-tựu thập-lực thật là vô-ngại

7. Đồng chư Như-Lai tuyệt hẳn hai hạnh, trụ pháp vô-tránh

8. Đồng chư Như-Lai giáo-hóa chúng-sanh hằng chẳng thôi nghỉ

9. Đồng chư Như-Lai ở trong trí thiện-xảo nghĩa thiện-xảo hay khéo quan-sát

10. Đồng chư Như-Lai cùng với tất cả Phật bình-đẳng không hai.

Nếu đại Bồ-Tát thành-tựu mười pháp-ấn nầy thời rõ biết môn phương-tiện thiện-xảo tất cả thế-giới Phật trang-nghiêm đại tam-muội.

(Kinh Hoa Nghiêm, phẩm 27. Thập Định)

20.7.10. PHƯƠNG-TIỆN THIỆN-XẢO

Là bực vô-sư, vì chẳng do người khác dạy mà tự nhập tất cả Phật-pháp.

Là bực trượng-phu, vì hay khai ngộ tất cả chúng sanh.

Là bực thanh-tịnh vì biết tâm-tánh bổn-tịnh.

Là bực đệ-nhứt vì hay độ thoát-tất cả thế-gian.

Là bực an-ủy vì hay khai hiểu tất cả chúng-sanh.

Là bực an-trụ, vì người chưa trụ Phật-chủng-tánh thời làm cho được trụ.

Là bực chơn-thiệt-tri vì nhập môn mhứt-thiết-trí.

Là bực vô-dị-tưởng vì lời nói không hai.

Là bực trụ pháp-tạng, vì thệ nguyện rõ biết tất cả Phật-pháp.

Là bực hay mưa pháp-vũ vì tùy tâm nguyện của chúng-sanh đều làm cho đầy đủ.

(Kinh Hoa Nghiêm, phẩm 27. Thập Định)

20.7.11. MƯỜI PHÁP VƯỢT HƠN TẤT CẢ TAM-THẬP-TAM THIÊN

Ví như Đế-Thích, nơi búi tóc trên đầu để châu ma-ni, vì bửu-châu nầy mà oai-quang càng thạnh. Thiên-Đế lúc mới được bửu-châu nầy, thời được mười pháp vượt hơn tất cả tam-thập-tam thiên:

1. Sắc tướng

2. Hình thể

3. Thị-hiện

4. Quyến-thuộc

5. Đồ dung

6. Âm-thanh

7. Thần-thông

8. Tự-tại

9. Huệ-giải

10. Trí-dụng.

(Kinh Hoa Nghiêm, phẩm 27. Thập Định)

20.7.12. MƯỜI MÔN TRÍ-TẠNG QUẢNG-ĐẠI

1. Trí chiếu sáng tất cả cõi Phật

2. Trí biết tất cả chúng-sanh thọ sanh

3. Trí làm sự biến-hóa khắp tam-thế

4. Trí vào khắp tất cả thân Phật

5. Trí thông đạt tất cả Phật-pháp

6. Trí nhiếp khắp tất cả tịnh-pháp

7. Trí khiến khắp tất cả chúng-sanh nhập pháp-thân

8. Trí hiện thấy tất cả pháp phổ-nhãn thanh-tịnh

9. Trí tất cả tự-tại đến bỉ-ngạn

10. Trí an-trụ tất cả pháp quảng đại khắp hết không thừa.

(Kinh Hoa Nghiêm, phẩm 27. Thập Định)

20.7.13. MƯỜI THÂN OAI ĐỨC

Đại Bồ-Tát trụ tam-muội nầy lại được mười thứ thân oai-đức rất thanh-tịnh:

1. Vì chiếu sáng bất-khả-thuyết bất-khả-thuyết thế-giới mà phóng bất-khả-thuyết bất-khả-thuyết vầng quang-minh

2. Vì làm cho thế-giới đều thanh-tịnh mà phóng bất-khả-thuyết bất-khả-thuyết vầng quang-ming vô-lượng sắc-tướng

3. Vì điều phục chúng-sanh mà phóng bất-khả-thuyết bất-khả-thuyết vầng quang-minh

4. Vì thân cận tất cả chư Phật mà hóa làm bất-khả-thuyết bất-khả-thuyết thân

5. Vì thừa sự cúng-dường tất cả chư Phật mà rưới bất-khả-thuyết bất-khả-thuyết các thứ mây hoa hương thù-diệu

6. Vì thừa sự cúng-dường tất cả chư Phật và điều phục tất cả chúng-sanh mà trong mỗi mỗi lỗ chưn lông hóa làm bất-khả-thuyết bất-khả-thuyết các thứ âm nhạc

7. Vì thành-thục chúng-sanh mà hiện bất-khả-thuyết bất-khả-thuyết vô-lượng các thứ thần-biến tự-tại,

8. Vì nơi chỗ tất cả chư Phật mười phương cầu thỉnh diệu-pháp mà một bước vượt qua bất-khả-thuyết bất-khả-thuyết thế-giới

9. Vì làm cho tất cả chúng-sanh, những ai nghe thấy đều chẳng luống uổng mà hiện bất-khả-thuyết bất-khả-thuyết sắc-thân vô-lượng tướng thanh-tịnh không ai thấy được đảnh,

10. Vì khai-thị vô-lượng pháp bí-mật cho chúng-sanh mà phát bất-khả-thuyết bất-khả-thuyết âm-thanh ngôn-ngữ.

(Kinh Hoa Nghiêm, phẩm 27. Thập Định)

20.7.14. MƯỜI VIÊN MÃN

Đại Bồ-Tát được mười thứ thân oai-đức rất thanh-tịnh nầy rồi, thời có thể làm cho chúng-sanh được mười thứ viên-mãn:

1. Làm cho chúng-sanh được thấy Phật
2. Làm cho chúng-sanh thâm-tín nơi Phật
3. Làm cho chúng-sanh được nghe pháp
4. Làm cho chúng-sanh biết có cõi Phật
5. Làm cho chúng-sanh thấy thần-biến của Phật
6. Làm cho chúng-sanh nhớ nghiệp đã tập họp
7. Làm cho chúng-sanh định tâm viên-mãn
8. Làm cho chúng-sanh nhập Phật thanh-tịnh
9. Làm cho chúng-sanh phát bồ-đề tâm
10. Làm cho chúng-sanh viên-mãn Phật-trí.

(Kinh Hoa Nghiêm, phẩm 27. Thập Định)

20.7.15. MƯỜI PHẬT SỰ

Đại Bồ-Tát làm cho chúng-sanh được mười thứ viên-mãn rồi, lại vì chúng-sanh mà làm mười thứ Phật-sự như dung:

- Âm-thanh làm Phật-sự vì thành-thục chúng-sanh.

- Sắc hình làm Phật-sự vì điều-phục chúng-sanh.

- Ức niệm làm Phật-sự vì thanh-tịnh chúng-sanh.

- Chấn-động thế-giới làm Phật-sự vì khiến chúng-sanh lìa ác-thú.

- Phương-tiện giác-ngộ làm Phật-sự vì khiến chúng-sanh chẳng thất-niệm.

- Tướng trong mộng làm Phật-sự vì khiến chúng-sanh thường chánh-niệm.

- Phóng đại quang-minh làm Phật-sự vì nhiếp lấy khắp chúng-sanh.

- Tu tập Bồ-Tát hạnh làm Phật-sự vì làm cho chúng-sanh trụ thắng-nguyên.

- Thành đẳng-chánh-giác làm Phật-sự vì làm cho chúng-sanh biết pháp huyễn.

- Chuyển diệu-pháp-luân làm Phật-sự, do vì đại chúng mà thuyết-pháp chẳng lỗi thời.

- Hiện-trụ thọ-mạng làm phận-sự vì điều-phục tất cả chúng-sanh.

- Thị-hiện nhập niết-bàn làm Phật-sự, vì biết các chúng-sanh nhàm mỏi.

Trên đây là trí thiện-xảo rõ biết tất cả cõi Phật trang-nghiêm đại tam-muội thứ bảy của đại Bồ-Tát .

(Kinh Hoa Nghiêm, phẩm 27. Thập Định)

20.8. TRÍ NHỨT-THIẾT CHÚNG-SANH SAI-BIỆT THÂN ĐẠI TAM-MUỘI CỦA ĐẠI BỒ-TÁT

20.8.1. MƯỜI VÔ-SỞ-TRƯỚC

Thế nào là nhứt-thiết chúng-sanh sai-biệt thân đại tam-muội của đại Bồ-Tát ?

Đại Bồ-Tát trụ tam-muội nầy được mười thứ vô-sở-trước như là:

1. Nơi tất cả cõi vô-sở-trước

2. Nơi tất cả phương vô-sở-trước

3. Nơi tất cả kiếp vô-sở-trước

4. Nơi tất cả chúng vô-sở-trước

5. Nơi tất cả pháp vô-sở-trước

6. Nơi tất cả Bồ-Tát vô-sở-trước

7. Nơi tất cả Bồ-Tát nguyện vô-sở-trước

8. Nơi tất cả tam-muội vô-sở-trước

9. Nơi tất cả Phật vô-sở-trước

10. Nơi tất cả địa vô-sở-trước.

(Kinh Hoa Nghiêm, phẩm 27. Thập Định)

20.8.2. BỒ-TÁT NHẬP VÀ XUẤT TAM MUỘI THẾ NÀO?

Đại Bồ-Tát nơi tam-muội nầy, nhập thế nào? khởi thế nào?

Đại Bồ-Tát nơi tam-muội nầy:

- Nội-thân nhập ngoại-thân khởi

- Ngoại-thân nhập nội-thân khởi

- Đồng-thân nhập dị-thân khởi

- Dị-thân nhập đồng-thân khởi

- Nhơn-thân nhập dạ-xoa thân khởi

- Dạ-xoa thân nhập long-thân khởi

- Long-thân nhập a-tu-la thân khởi

- A-tu-la thân nhập thiên-thân khởi

- Thiên-thân nhập phạm-vương thân khởi

- Phạm-vương thân nhập dục-giới thân khởi

- Thiên-trung nhập địa-ngục khởi

- Địa-ngục nhập nhơn-gian khởi

- Nhơn-gian nhập loài khác khởi

- Ngàn thân nhập một thân khởi

- Một thân nhập ngàn thân khởi

- Na-do-tha thân nhập một thân khởi

- Một thân nhập na-do-tha thân khởi

- Trong chúng nam-châu nhập trong chúng tây-châu khởi

- Trong chúng tây-châu nhập trong chúng bắc-châu khởi

- Trong chúng bắc-châu nhập trong chúng đông-châu khởi

- Trong chúng đông-châu nhập trong chúng ba châu kia khởi

- Trong chúng ba châu nhập trong chúng bốn châu khởi

- Trong chúng bốn châu nhập trong chúng tất cả biển sai-biệt khởi

- Trong chúng tất cả biển sai-biệt nhập trong chúng tất cả hải-thần khởi

- Trong chúng tất cả hải-thần nhập trong thủy-đại khởi

- Trong thủy-đại nhập trong địa-đại khởi

- Trong địa-đại nhập trong hỏa-đại khởi

- Trong hỏa-đại nhập trong phong-đại khởi

- Trong phong-đại nhập trong tất cả tứ-đại-khởi

- Trong tất cả tứ đại nhập trong pháp vô-sanh khởi

- Trong pháp vô-sanh nhập trong núi Tu-Di khởi

- Trong núi Tu-Di nhập trong bảy Bửu-Sơn khởi

- Trong bảy Bửu-Sơn nhập trong tất cả cây cỏ lùm rừng hắc-sơn khởi

- Trong tất cả lùm rừng hắc-sơn nhập trong tất cả diệu-hương hoa bửu trang-nghiêm khởi

- Trong tất cả trang-nghiêm nhập trong tất cả chúng-sanh thọ sanh nơi bốn châu thượng-phương hạ-phương khởi

- Trong tất cả chúng-sanh thọ-sanh nhập trong chúng-sanh nơi Tiểu-Thiên thế-giới khởi

- Trong chúng-sanh nơi Tiểu-Thiên Thế-Giới nhập trong chúng-sanh nơi Trung-Thiên Thế-Giới khởi

- Trong chúng-sanh nơi Trung-Thiên thế-giới nhập trong chúng-sanh nơi Đại-Thiên thế-giới khởi

- Trong chúng-sanh nơi trăm ngàn ức na-do-tha Đại-Thiên thế-giới nhập trong chúng-sanh nơi vô-số thế-giới khởi

- Trong chúng-sanh nơi vô-số thế-giới nhập trong chúng-sanh nơi vô-lượng thế-giới khởi

- Nơi chúng-sanh trong vô-lượng thế-giới nhập trong chúng-sanh nơi vô-biên thế-giới khởi.

(Kinh Hoa Nghiêm, phẩm 27. Thập Định)

20.8.3. TỰ-THÂN NHẬP TAM MUỘI TỰ-THÂN KHỞI

- Trong chúng-sanh nơi vô-biên thế-giới nhập trong chúng-sanh nơi vô-đẳng Phật-độ khởi

- Trong chúng-sanh nơi vô-đẳng Phật-độ nhập trong chúng sanh nơi bất-khả-số thế-giới khởi

- Trong chúng-sanh nơi bất-khả-số thế-giới nhập trong chúng-sanh nơi bất-khả-xưng thế-giới khởi

- Trong chúng-sanh nơi bất-khả-xưng thế-giới nhập trong chúng-sanh nơi bất-khả-tư thế-giới khởi

- Trong chúng-sanh nơi bất-khả-tư thế-giới nhập trong chúng-sanh nơi bất-khả-lượng thế-giới khởi

- Trong chúng-sanh nơi bất-khả-lượng thế-giới nhập trong chúng-sanh nơi bất-khả-thuyết thế-giới khởi

- Trong chúng-sanh nơi bất-khả-thuyết thế-giới nhập trong chúng-sanh nơi bất-khả-thuyết bất-khả-thuyết thế-giới khởi, trong chúng-sanh nơi bất-khả-thuyết bất-khả-thuyết thế-giới nhập trong chúng-sanh tạp-nhiễm khởi

- Trong chúng-sanh tạp-nhiễm nhập trong chúng-sanh thanh-tịnh khởi

- Trong chúng-sanh thanh-tịnh nhập trong chúng-sanh tạp-nhiễm khởi

- Trong nhãn-xứ nhập trong nhĩ-xứ khởi

- Trong nhĩ-xứ nhập trong tỹ-xứ khởi

- Trong tỹ-xứ nhập trong thiệt-xứ khởi

- Trong thiệt-xứ nhập trong thân-xứ khởi

- Trong thân-xứ nhập trong ý-xứ khởi

- Trong ý-xứ nhập trong thân-xứ khởi

- Trong tự-xứ nhập trong tha-xứ khởi

- Trong tha-xứ nhập trong tự-xứ khởi

- Trong một vi-trần nhập trong vô-số thế-giới vi-trần khởi

- Trong vô-số thế-giới vi-trần nhập trong một vi-trần khởi

- Trong Thanh-Văn nhập trong Độc-Giác khởi

- Trong Độc-Giác nhập trong Thanh-Văn khởi

- Trong tự-thân nhập trong Phật-thân khởi

- Trong Phật-thân nhập trong tự-thân khởi

- Một niệm nhập ức kiếp khởi

- Ức kiếp nhập một niệm khởi

- Đồng-niệm nhập biệt-thời khởi

- Biệt-thời nhập đồng-niệm khởi,

- Tiền-tế nhập hậu-tế khởi

- Hậu-tế nhập tiền-tế khởi

- Tiền-tế nhập trung-tế khởi

- Trung-tế nhập tiền-tế khởi

- Tam-thế nhập sát-na khởi

- Sát-na nhập tam-thế khởi

- Chơn-như nhập ngôn thuyết khởi

- Ngôn-thuyết nhập chơn-như khởi.

Ví như có người bị quỷ phá thân họ rung động chẳng tự an được, quỷ chẳng hiện thân mà làm cho thân người kia như vậy.

Cũng vậy, đại Bồ-Tát trụ nơi tam-muội nầy tự-thân nhập định tự-thân khởi.

Ví như tử-thi do chú-lực mà hay chổi dậy mà đi, cùng làm được các việc.

Tử-thi cùng chú dầu đều khác nhau mà có thể hòa hiệp làm những việc trên.

Cũng vậy, đại Bồ-Tát trụ nơi tam-muội nầy, đồng cảnh nhập định dị-cảnh khởi, dị-cảnh nhập định đồng-cảnh khởi.

Ví như Tỳ-Kheo được tâm tự-tại, hoặc một thân làm nhiều thân, hoặc nhiều thân làm một thân.

Chẳng phải một thân mất mà nhiều thân sanh, cũng chẳng phải nhiều thân mất mà một thân sanh.

Cũng vậy, đại Bồ-Tát trụ nơi tam-muội nầy, một thân nhập định nhiều thân khởi, nhiều thân nhập định một thân khởi.

Ví như đại-địa đồng một vị mà sanh cỏ cây có nhiều vị khác nhau. Đất dầu không khác mà vị có sai khác.

Cũng vậy, đại Bồ-Tát trụ nơi tam-muội nầy vẫn vô-phân-biệt, mà có một thứ nhập định nhiều thứ khởi, nhiều thứ nhập định một thứ khởi.

(Kinh Hoa Nghiêm, phẩm 27. Thập Định)

20.8.4. MƯỜI PHÁP XƯNG-TÁN CHỖ NGỢI KHEN

Đại Bồ-Tát trụ nơi tam-muội nầy được mười pháp xưng-tán chỗ ngợi khen như là:

1. Vì nhập chơn-như nên gọi là Như-Lai

2. Vì giác-ngộ tất cả pháp nên gọi là Phật

3. Vì được tất cả thế-gian ngợi khen nên gọi là Pháp-Sư

4. Vì biết tất cả pháp nên gọi là nhứt-thiết-trí

5. Vì được tất cả thế-gian quy-y nên gọi là chỗ sở-y

6. Vì rõ thấu tất cả pháp phương-tiện nên gọi là đạo sư

7. Vì dẫn tất cả chúng-sanh vào đạo nhứt-thiết-trí nên gọi là đại-đạo-sư

8. Vì là đèn của tất cả thế-gian nên gọi là quang-minh

9. Vì tâm chí viên-mãn, nghĩa lợi thành-tựu, chỗ làm đều xong, trụ trí vô-ngại, phân-biệt biết rõ tất cả pháp nên gọi là thập-lực tự-tại

10. Vì thông-đạt tất cả pháp-luân nên gọi là bực nhứt-thiết-kiến.

(Kinh Hoa Nghiêm, phẩm 27. Thập Định)

20.8.5. MƯỜI THỨ QUANG-MINH CHÓI SÁNG

Đại Bồ-Tát trụ nơi tam-muội nầy lại được mười thứ quang-minh chói sáng như là:

- Được quang-minh của tất cả Phật, vì cùng Phật bình-đẳng.

- Được tất cả thế-giới quang-minh, vì có thể khắp nghiêm-tịnh.

- Được tất cả chúng-sanh quang-minh, vì điều đến điều-phục.

- Được vô-lượng vô-úy quang-minh vì pháp-giới làm trường thuyết pháp.

- Được vô-sai-biệt quang-minh, vì biết tất cả pháp không các thứ tánh.

- Được phương-tiện quang-minh, vì nơi ly-dục-tế của các pháp mà chứng nhập.

- Được chơn-thiệt quang-minh, vì nơi ly-dục-tế của các pháp tâm bình-đẳng.

- Được thần-biến quang-minh khắp tất cả thế-gian, vì được Phật gia-hộ hằng chẳng dứt.

- Được thiện tư-duy quang-minh, vì đến bờ tự-tại của tất cả Phật.

- Được nhứt-thiết-pháp chơn-như quang-minh vì nơi trong một lỗ chưn lông khéo nói tất cả.

(Kinh Hoa Nghiêm, phẩm 27. Thập Định)

20.8.6. MƯỜI VÔ SỞ TÁC

Đại Bồ-Tát trụ nơi tam-muội nầy được mười thứ vô-sở-tác như là:

1. Thân-nghiệp vô-sở-tác

2. Ngữ-nghiệp vô-sở-tác

3. Ý-nghiệp vô-sở-tác

4. Thần thông vô-sở-tác

5. Rõ pháp vô-tánh vô-sở-tác

6. Biết nghiệp chẳng hoại vô-sở-tác

7. Vô-sai-biệt trí vô-sở-tác

8. Vô-sanh-khởi trí vô-sở-tác

9. Biết pháp không diệt vô-sở-tác

10. Tùy thuận nơi văn chẳng hoại nơi nghĩa vô-sở-tác.

(Kinh Hoa Nghiêm, phẩm 27. Thập Định)

20.8.7. VÔ LƯỢNG CẢNH GIỚI SAI KHÁC

Đại Bồ-Tát trụ nơi tam-muội nầy, vô-lượng cảnh giới nhiều thứ sai khác như:

1. Một nhập nhiều khởi

2. Nhiều nhập một khởi

3. Đồng nhập dị khởi

4. Dị nhập đồng khởi

5. Tế nhập thô khởi

6. Thô nhập tế khởi

7. Đại nhập tiểu khởi

8. Tiểu nhập đại khởi

9. Thuận nhập nghịch khởi

10. Nghịch nhập thuận khởi, không thân nhập có thân khởi, có thân nhập không thân khởi, vô-tướng nhập hữu tướng khởi, hữu tướng nhập vô-tướng khởi, trong khởi mà nhập, trong nhập mà khởi. Đây đều là cảnh-giới tự-tại của tam-muội nầy.

Ví nhà huyễn thuật trì chú được thành có thể hiện các thứ hình tướng sai-biệt.

(Kinh Hoa Nghiêm, phẩm 27. Thập Định)

20.8.8. KHÉO THÀNH-TỰU CÁC HUYỄN TRÍ-ĐỊA

Đại Bồ-Tát trụ nơi tam-muội nầy, trong đồng nhập định trong dị khởi, trong dị nhập định trong đồng khởi.

Ví như Đao-Lợi thiên lúc đánh với A-Tu-La. Chư Thiên thắng trận. Vua A-Tu-La thân cao lớn bảy trăm do-tuần dùng sức huyễn thuật đem binh đội trăm ngàn người đồng thời chạy vào trong lỗ cộng sen để trốn.

Cũng vậy, đại Bồ-Tát đã khéo thành-tựu các huyễn trí-địa. Huyễn-trí tức là Bồ-Tát , Bồ-Tát tức là huyễn-trí.

Vì thế nên có thể trong pháp vô-sai-biệt nhập định trong pháp sai-biệt khởi định. Trong pháp sai-biệt nhập định trong pháp vô-

676

sai-biệt khởi định.

Ví như nhà nông gieo giống trong ruộng, hột giống ở dưới còn trái sanh ở trên.

Cũng vậy, đại Bồ-Tát trụ tam-muội nầy, trong một nhập định trong nhiều khởi, trong nhiều nhập định trong một khởi.

Ví như xích bạch của nam nữ hòa hiệp, hoặc có chúng-sanh thọ sanh trong đó, bấy giờ gọi là ca-la-lã.

Từ đây tuần tự ở thai mẹ đủ mười tháng, do sức nghiệp lành nên tất cả chi-phần đều được thành-tựu, căn thân chẳng thiếu, tâm ý sáng suốt. Ca-la-lã kia với sáu căn thể trạng khác nhau, do nghiệp lực mà có thể làm cho kia thứ đệ thành-tựu, thọ các thứ quả báo đồng dị loại.

(Kinh Hoa Nghiêm, phẩm 27. Thập Định)

20.8.9. NHỨT-THIẾT CHÚNG-SANH SAI-BIỆT THÂN ĐẠI TAM-MUỘI

Trong cung lớn nầy thấy khắp Đại-thiên thế-giới: những tứ thiên-hạ, cung của Thiên, Long bát-bộ, chỗ ở của nhơn-gian và ba ác-đạo, các núi Tu-Di-Sơn vân vân, biển cả sông lạch, bờ đầm, nguồn suối, thành ấp tụ lạc, rừng cây, các thứ bửu. Những vật như vậy tột đến đại Luân-Vi, nhẫn đến vi-tế du-trần trong hư-không đều hiển-hiện trong cung của Đại-Phạm-Vương, như bóng mặt hiện thấy trong gương sáng.

Cũng vậy, đại Bồ-Tát trụ nơi nhứt-thiết chúng-sanh sai-biệt thân đại tam-muội nầy, biết các thứ cõi nước, thấy các thứ Phật-độ, các thứ quả chứng, các thứ pháp-thành, các thứ hạnh mãn, các thứ giải nhập, các thứ tam-muội, khởi các thứ thần-thông, được các thứ trí-huệ, trụ các thứ sát-na-tế.

20.8.10. MƯỜI THẦN THÔNG BỈ NGẠN

Đại Bồ-Tát nầy đến mười thứ thần-thông bỉ-ngạn như là:

- Đến chư Phật tận hư-không biến pháp-giới: thần-thông bỉ-ngạn.

- Đến Bồ-Tát rốt ráo vô-sai-biệt tự-tại thần-thông bỉ-ngạn.

- Đến hay phát khởi Bồ-Tát quảng đại hạnh nguyện nhập Như-

Lai môn Phật-sự: thần-thông bỉ-ngạn.

- Đến hay chấn-động tất cả thế-giới tất cả cảnh-giới đều làm cho thanh-tịnh : thần-thông bỉ-ngạn.

- Đến hay tự-tại biết tất cả chúng-sanh nghiệp quả bất-tư-nghì đều như huyễn hóa: thần-thông bỉ-ngạn.

- Đến hay tự-tại biết các tam-muội thô tế nhập xuất tướng sai biệt : thần-thông bỉ-ngạn.

- Đến hay dũng-mãnh nhập cảnh-giới Như-Lai mà ở trong đó phát-sanh đại-nguyện: thần-thông bỉ-ngạn.

- Đến hay hóa làm Phật, hóa chuyển pháp-luân điều-phục chúng-sanh, khiến sanh Phật chủng, khiến nhập Phật-thừa mau được thành-tựu: thần-thông bỉ-ngạn.

- Đến hay rõ biết bất-khả-thuyết tất cả văn cú bí-mật mà chuyển pháp-luân, khiến trăm ngàn ức na-do-tha bất-khả-thuyết bất-khả-thuyết pháp-môn đều được thanh-tịnh: thần-thông bỉ-ngạn.

- Đến chẳng nhờ ngày đêm năm tháng kiếp số, một niệm đều có thể thị-hiện khắp tam thế: thần-thông bỉ-ngạn.

Trên đây là trí thiện-xảo nhứt-thiết chúng-sanh sai-biệt thân đại tam-muội thứ tám của đại Bồ-Tát .

(Kinh Hoa Nghiêm, phẩm 27. Thập Định)

20.9.TRÍ PHÁP-GIỚI TỰ-TẠI TAM-MUỘI

Thế nào là pháp-giới tự-tại tam-muội của đại Bồ-Tát ?

Đại Bồ-Tát nầy nơi tự nhãn-xứ nhẫn đến tự ý-xứ nhập tam-muội, nên gọi là pháp-giới tự-tại.

Đại Bồ-Tát nơi *mỗi mỗi lỗ chân lông của tự-thân mà nhập tam-muội* nầy, tự nhiên biết được:

- Các thế-gian

- Pháp thế-gian

- Thế-giới

- Ức na-do-tha thế-giới

- A-tăng-kỳ thế-giới

- Bất-khả-thuyết Phật-sát vi-trần-số thế-giới.

Trong tất cả thế-giới thấy có Phật xuất-thế, Bồ-Tát chúng-hội thảy đều đông đủ, quang-minh thanh-tịnh, thuần thiện không tạp, trang-nghiêm rộng lớn, các thứ châu báu dùng để ngiêm-sức.

(Kinh Hoa Nghiêm, phẩm 27. Thập Định)

20.9.1. PHƯƠNG-TIỆN VÔ-TRƯỚC VÔ-NGẠI

Bồ-Tát trong các thế-giới nầy không ngớt tu hạnh Bồ-Tát hoặc:

- Một kiếp

- Trăm kiếp

- Ngàn kiếp

- Ức kiếp

- Trăm ngàn ức na-do-tha kiếp

- Vô-số kiếp

- Vô-lượng kiếp

- Vô-biên kiếp

- Vô-đẳng kiếp

- Bất-khả-số kiếp

- Bất-khả-xưng kiếp

- Bất-khả-tư kiếp

- Bất-khả-lượng kiếp

- Bất-khả-thuyết kiếp

- Bất-khả-thuyết bất-khả-thuyết kiếp

- Bất-khả-thuyết bất-khả-thuyết Phật-sát vi-trần số kiếp.

(Kinh Hoa Nghiêm, phẩm 27. Thập Định)

20.9.2. TRONG VÔ-LƯỢNG KIẾP TRỤ NƠI TAM-MUỘI

Bồ-Tát lại ở trong vô-lượng kiếp như vậy mà trụ nơi tam-muội nầy cũng:

- Nhập

- Khởi

- Thành-tựu thế-giới

- Điều phục chúng-sanh

- Khắp pháp-giới

- Khắp tam thế

- Diễn thuyết các pháp

- Hiện đại thần-thông các thứ phương-tiện vô-trước vô-ngại, vì nơi pháp-giới được tự-tại.

Khéo phân-biệt nhãn, khéo phân-biệt nhĩ, tỷ, thiệt, thân, khéo phân-biệt ý.

Các thứ sai biệt chẳng đồng như vậy đều khéo phân-biệt tột ngằn mé.

(Kinh Hoa Nghiêm, phẩm 27. Thập Định)

20.9.3. MƯỜI NGÀN ỨC ĐÀ-LA-NI PHÁP QUANG-MINH

Bồ-Tát khéo thấy và biết như vậy rồi, có thể sanh khởi:

- Mười ngàn ức đà-la-ni pháp quang-minh

- Thành-tựu mười ngàn ức hạnh thanh-tịnh

- Chứng được mười ngàn ức thiện-căn

- Viên-mãn mười ngàn ức thần-thông

- Nhập mười ngàn ức tam-muội

- Thành-tựu mười ngàn ức thần-lực

- Trưởng dưỡng mười ngàn ức công-lực

- Viên-mãn mười ngàn ức thâm tâm

- Vận động mười ngàn ức lực-trì

- Thị-hiện mười ngàn ức thần-biến

- Đầy đủ mười ngàn ức Bồ-Tát vô-ngại

- Viên-mãn mười ngàn ức Bồ-Tát trợ-đạo

- Chứa nhóm mười ngàn ức Bồ-Tát tạng

- Chiếu sáng mười ngàn ức Bồ-Tát phương-tiện

- Diễn thuyết mười ngàn ức các nghĩa

- Thành-tựu mười ngàn ức các nguyện

- Xuất sanh mười ngàn ức hồi-hướng

- Tịnh tu mười ngàn ức Bồ-Tát chánh-vị

- Minh liễu mười ngàn ức pháp-môn

- Khai-thị mười ngàn ức diễn-thuyết

- Tu trị mười ngàn ức Bồ-Tát thanh-tịnh.

(Kinh Hoa Nghiêm, phẩm 27. Thập Định)

20.9.4. VÔ SỐ CÔNG-ĐỨC

Đại Bồ-Tát lại có vô số công-đức

- Vô-lượng công-đức

- Vô-biên công-đức

- Vô-đẳng công-đức

- Bất-khả-số công-đức

- Bất-khả-xưng công-đức

- Bất-khả-tư công-đức

- Bất-bất-khả-lượng công-đức

- Bất-khả-thuyết công-đức

- Vô-tận công-đức.

Bồ-Tát nầy nơi công-đức như vậy đều đã làm xong, đều đã chứa nhóm, đều đã trang-nghiêm, đều đã thanh-tịnh, đều đã suốt thấu, đều đã nhiếp thọ, đều đã xuất sanh, đều đáng khen ngợi, đều được kiên-cố, đều đã thành-tựu.

(Kinh Hoa Nghiêm, phẩm 27. Thập Định)

20.9.5. MƯỜI NGÀN VÔ-SỐ PHẬT-SÁT VI-TRẦN-SỐ PHẬT

Đại Bồ-Tát trụ tam-muội nầy được đông-phương mười ngàn

vô-số Phật-sát vi-trần-số danh-hiệu chư Phật nhiếp thọ. Mỗi mỗi danh hiệu Phật nầy lại có mười ngàn vô-số Phật-sát vi-trần-số Phật đều riêng khác. Như đông phương, chín phương kia cũng như vậy. Chư Phật đó đều hiện ra trước mặt Bồ-Tát :

- Vì Bồ-Tát mà hiện cõi thanh-tịnh của chư Phật

- Vì nói vô-lượng thân của chư Phật

- Vì nói nan-tư nhãn của chư Phật

- Vì nói vô-lượng nhĩ của chư Phật

- Vì nói tỷ thanh-tịnh của chư Phật

- Vì nói thiệt thanh-tịnh của chư Phật

- Vì nói tâm vô-trụ của chư Phật

- Vì nói thần-thông vô-thượng của chư Phật.

(Kinh Hoa Nghiêm, phẩm 27. Thập Định)

20.9.6. NHƯ HUYỄN NHƯ HÓA VÔ-BIÊN VÔ-TẬN

- Khiến tu vô-thượng bồ-đề của Phật

- Khiến được âm-thanh thanh-tịnh của Phật

- Khai-thị pháp-luân bất-thối của Phật

- Hiển-thị vô-biên chúng-hội của Phật

- Khiến nhập vô-biên bí-mật của Phật, tán thán tất cả thiện-căn của Phật, khiến nhập pháp bình-đẳng của Phật, tuyên nói tam-thế chủng-tánh của Phật, thị-hiện vô-lượng sắc-tướng của Phật, xiển dương pháp hộ-niệm của Phật, diễn xướng pháp âm vi-diệu của Phật, biện minh thế-giới của tất cả chư Phật, tuyên dương tam-muội của tất cả chư Phật, thị-hiện chúng-hội thứ đệ của chư Phật, hộ-trì pháp bất-tư-nghì của chư Phật, nói tất cả pháp dường như huyễn hóa, thuyết minh pháp-tánh không động chuyển, khai-thị tất cả pháp-luân vô-thượng, khen ngợi vô-lượng công-đức của Phật, khiến vào tất cả những mây tam-muội, khiến biết tâm đó như huyễn như hóa vô-biên vô-tận.

(Kinh Hoa Nghiêm, phẩm 27. Thập Định)

20.9.7. PHÁP-GIỚI TỰ-TẠI TAM-MUỘI

Lúc đại Bồ-Tát trụ nơi pháp-giới tự-tại tam-muội nầy, mười phương kia, mỗi phương đều có mười ngàn vô-số Phật-sát vi-trần số danh-hiệu Như-Lai, trong mỗi mỗi danh-hiệu đều có mười ngàn vô-số Phật-sát vi-trân-số Phật đồng thời hộ-niệm cho:

- Bồ-Tát nầy được vô-biên thân

- Bồ-Tát nầy được tâm vô-ngại

- Bồ-Tát nầy nơi tất cả pháp được không vong-niệm

- Bồ-Tát nầy nơi tất cả pháp được huệ quyết-định

- Bồ-Tát nầy càng thêm sáng suốt nơi tất cả pháp đều lãnh thọ được

- Bồ-Tát nầy nơi tất cả pháp đều có thể hiểu rõ

- Bồ-Tát nầy các căn mạnh lẹ nơi pháp thần-thông đều được thiện-xảo

- Bồ-Tát nầy cảnh-giới vô-ngại đi khắp pháp-giới hằng chẳng nghỉ

- Bồ-Tát nầy được trí vô-ngại rốt-ráo thanh-tịnh

- Bồ-Tát nầy dùng sức thần-thông trong tất cả thế-giới thị-hiện thành Phật.

(Kinh Hoa Nghiêm, phẩm 27. Thập Định)

20.9.8. MƯỜI HẢI

Đại Bồ-Tát trụ tam-muội nầy được mười thứ "hải" như là được:

- Chư Phật-hải, vì đều xem thấy.

- Chư pháp-hải, vì hay dùng trí-huệ trọn biết rõ.

- Chúng-sanh-hải, vì trọn điều-phục.

- Chư sát-hải, vì dùng thần-thông vô-tánh vô-tác đều qua đến.

- Công-đức-hải, vì tất cả tu hành trọn viên-mãn.

- Thần-thông-hải, vì hay rộng thị-hiện khiến khai-ngộ.

- Chư căn-hải, vì những căn-tánh chẳng đồng đều khéo biết.

- Chư tâm-hải, vì biết vô-lượng tâm chủng loại sai biệt của tất cả chúng-sanh.

- Chư hạnh-hải, vì hay dùng nguyện-lực đều viên-mãn.

- Chư nguyện-hải, vì đều làm cho thành-tựu trọn thanh-tịnh.

(Kinh Hoa Nghiêm, phẩm 27. Thập Định)

20.9.9. MƯỜI THỨ THÙ THẮNG

Đại Bồ-Tát được mười thứ "hải" rồi, lại được mười thứ thù-thắng:

1) Trong tất cả chúng-sanh rất là đệ nhứt.

2) Trong tất cả chư thiên rất là thù-đặc.

3) Trong tất cả Phạm-Vương rất tột tự-tại.

4) Nơi các thế-gian không chỗ nhiễm-trước.

5) Tất cả thế-gian không gì che chói được.

6) Tất cả các ma chẳng mê loạn được.

7) Vào khắp các loài không bị chướng ngại.

8) Mọi nơi thọ sanh biết chẳng kiên-cố.

9) Tất cả Phật-pháp đều được tự-tại.

10) Tất cả thần-thông đều hay thị-hiện.

(Kinh Hoa Nghiêm, phẩm 27. Thập Định)

20.9.10. MƯỜI THÙ THẮNG

Đại Bồ-Tát đã được mười thứ thù-thắng, lại được mười thứ "lực" ở trong chúng-sanh-giới tu tập các hạnh:

1) Sức dũng-kiện, vì điều-phục thế-gian.

2) Sức tinh-tấn, vì hằng chẳng thối-chuyển.

3) Sức vô-trước, vì lìa các cấu nhiễm.

4) Sức tịch-tịnh, vì không tránh luận nơi tất cả pháp.

5) Sức nghịch thuận, vì nơi tất cả pháp tâm tự-tại.

6) Sức pháp-tánh, vì trong các nghĩa được tự-tại.

7) Sức vô-ngại vì trí-huệ quảng-đại.

8) Sức vô-úy vì khéo thuyết-pháp.

9) Sức biện-tài, vì khéo thọ-trì các pháp.

10) Sức khai-thị, vì trí-huệ vô-biên.

(Kinh Hoa Nghiêm, phẩm 27. Thập Định)

20.9.11. MƯỜI LỰC

Mười thứ "lực" nầy là:

- Sức quảng-đại

- Sức tối-thắng

- Sức không ai xô dẹp được

- Sức vô-lượng

- Sức khéo chứa nhóm

- Sức bất-động

- Sức kiên-cố

- Sức trí-huệ

- Sức thành-tựu

- Sức thắng-định

- Sức thanh-tịnh

- Sức rất thanh-tịnh

- Sức pháp-thân

- Sức pháp quang-minh

- Sức pháp-đăng

- Sức pháp-môn

- Sức không bị phá hoại

- Sức rất dũng-mãnh

- Sức đại trượng-phu

- Sức thiện-tượng-phu tu tập

- Sức thành chánh-giác

- Sức quá-khứ chứa nhóm thiện-căn

- Sức an-trụ vô-lượng thiện-căn

- Sức trụ Như-Lai lực

- Sức tâm tư-duy

- Sức tăng-trưởng Bồ-Tát hoan-hỷ

- Sức xuất sanh Bồ-Tát tịnh-tín

- Sức tăng-trưởng Bồ-Tát dũng-mãnh

- Sức do Bồ-Đề tâm sanh

- Sức Bồ-Tát thanh-tịnh thâm-tâm

- Sức Bồ-Tát thù-thắng thâm-tâm

- Sức Bồ-Tát thiện-căn huân-tập

- Sức cứu-cánh các pháp

- Sức thân vô-ngại

- Sức nhập pháp-môn phương-tiện thiện-xảo

- Sức diệu-pháp thanh-tịnh

- Sức an-trụ thế-lực lớn tất cả thế-gian chẳng khuynh động được

- Sức tất cả chúng-sanh không ai che chói được.

(Kinh Hoa Nghiêm, phẩm 27. Thập Định)

20.9.12. PHÁP TỰ-TẠI BIÊN-TẾ CỦA ĐẠI BỒ-TÁT

Đại Bồ-Tát nầy nơi vô-lượng pháp công-đức như vậy, hay thành-tựu, hay viên-mãn, hay chiếu minh, hay cụ túc, hay khắp cụ-túc, hay quảng-đại, hay kiên-cố, hay tăng-trưởng, hay tịnh-trị, hay khắp tịnh-trị.

- Những công-đức biên-tế, trí-huệ biên-tế

- Tu hành biên-tế

- Pháp-môn biên-tế

- Tự-tại biên-tế

- Khổ-hạnh biên-tế

- Thành-tựu biên-tế

- Thanh-tịnh biên-tế

- Xuất-ly biên-tế

- Pháp tự-tại biên-tế của đại Bồ-Tát nầy không ai có thể nói được.

(Kinh Hoa Nghiêm, phẩm 27. Thập Định)

20.9.13. CẢNH GIỚI CỦA TAM-MUỘI QUẢNG-ĐẠI VÔ-LƯỢNG

Bồ-Tát nầy chỗ chứng đắc, chỗ thành-tựu, chỗ xu nhập, chỗ hiện tiền, chỗ có cảnh-giới, chỗ có quan-sát, chỗ có chứng nhập, chỗ có thanh-tịnh, chỗ có liễu-tri, chỗ có kiến lập tất cả pháp-môn, trong bất-khả-thuyết kiếp không thể nói hết được

Đại Bồ-Tát trụ nơi tam-muội nầy có thể rõ biết vô-số vô-lượng vô-biên vô-đẳng bất-khả-số bất-khả-xưng bất-khả-tư bất-khả-lượng, bất-khả-thuyết bất-khả-thuyết bất-khả-thuyết tất cả tam-muội.

Cảnh giới của mỗi mỗi tam-muội đó quảng-đại vô-lượng.

(Kinh Hoa Nghiêm, phẩm 27. Thập Định)

20.9.14. CẢNH-GIỚI TAM-MUỘI XUẤT NHẬP

Trong cảnh-giới tam-muội đó hoặc:

- Nhập

- Xuất

- Trụ

- Tướng-trạng

- Thị-hiện

- Hành-xứ

- Đẳng-lưu

- Tự-tánh

687

- Trừ-diệt

- Xuất-ly, tất cả như vậy đều thấy rõ cả.

Ví như cung của đại Long-Vương nơi ao A-Nậu-Đạt chảy ra thành bốn con sông lớn, không đục, không tạp, không cấu-uế, màu sắc thanh-tịnh dường như hư-không.

Ao A-Nậu-Đạt chu-vi rộng lớn năm mươi do-tuần, những cát báu trải khắp đáy ao, nghiêm-sức với những châu ma-ni.

(Kinh Hoa Nghiêm, phẩm 27. Thập Định)

20.9.15. TỨ BIỆN TÀI

Đại Bồ-Tát từ tứ biện-tài phát sanh các hạnh rốt ráo vào nơi biển nhứt-thiết-trí.

Như sông Hằng-Già từ Tượng-Khẩu màu bạc chảy ra cát bạc.

Cũng vậy, đại Bồ-Tát dùng nghĩa biện-tài thuyết tất cả nghĩa-môn của đức Như-lai đã nói, xuất sanh tất cả bạch-pháp thanh-tịnh rốt ráo vào nơi biển trí vô-ngại.

Như sông Tư-Đà từ Sư-Tử-Khẩu màu kim-cương chảy ra cát kim-cương.

Cũng vậy, đại Bồ-Tát dùng pháp biện-tài vì tất cả chúng-sanh mà nói câu kim-cương dẫn ra trí kim-cương rốt ráo vào nơi biển trí vô-ngại.

Như sông Tín-Độ từ Ngưu-Khẩu màu vàng chảy ra cát vàng.

Cũng vậy, đại Bồ-Tát dùng huấn-từ biện-tài thuyết duyên-khởi phương-tiện tùy thuận thế-gian, khai-ngộ chúng-sanh khiến đều hoan-hỉ điều-phục thành-thục, rốt ráo vào nơi biển duyên-khởi phương-tiện.

Như sông Phược-Sô từ Mã-Khẩu màu lưu-ly chảy ra cát lưu-ly.

Cũng vậy, đại Bồ-Tát dùng vô-tận biện-tài mưa trăm ngàn ức na-do-tha bất-khả-thuyết diệu-pháp, làm cho người nghe đều được gội nhuần rốt ráo vào nơi biển Phật-pháp.

Như bốn con sông chảy quanh ao A-Nậu-Đạt rồi đều theo phương-vị chảy thẳng ra biển.

Cũng vậy, đại Bồ-Tát thành-tựu tùy thuận thân-nghiệp, khẩu-nghiệp, ý-nghiệp. Thành-tựu trí làm tiền-đạo cho thân-nghiệp, ngữ-nghiệp, ý-nghiệp. Tuôn khắp bốn phương rốt ráo vào nơi biển nhứt-thiết-trí.

(Kinh Hoa Nghiêm, phẩm 27. Thập Định)

20.9.16. BỒ-TÁT BỐN PHƯƠNG

Những gì gọi là Bồ-Tát bốn phương? Những là:

- Thấy tất cả Phật mà được khai ngộ

- Nghe tất cả pháp thọ-trì chẳng quên

- Đầy đủ tất cả hạnh ba-la-mật

- Đại-bi thuyết pháp làm đầy đủ cho chúng-sanh.

Như bốn con sông chảy quanh ao, trong đó mọc đầy những bốn thứ hoa sen : xanh, vàng, đỏ, trắng.

Cũng vậy, đại Bồ-Tát trong chặng phát tâm bồ-đề chẳng rời bỏ chúng-sanh, thuyết pháp điều-phục khiến điều viên-mãn vô-lượng tam-muội thấy cõi nước Phật trang-nghiêm thanh-tịnh.

Như cây báu bao quanh ao A-Nậu-Đạt.

Cũng vậy, đại Bồ-Tát hiện cõi nước Phật trang-nghiêm, làm cho chúng-sanh xu-hướng bồ-đề.

Như ao A-Nậu-Đạt rộng năm mươi do-tuần, nước ao trong sạch không đục.

Cũng vậy, đại Bồ-Tát tâm bồ-đề rộng vô-lượng vô-biên, đầy đủ thiện-căn thanh-tịnh không nhơ.

Như ao A-Nậu-Đạt dùng vô-lượng bửu trang-nghiêm nơi bờ, hương chiên-đàn rải đầy khắp trong đó.

Cũng vậy, đại Bồ-Tát dùng trăm ngàn ức mười thứ trí-bửu trang-nghiêm ở đại-nguyện bồ-đề tâm, khắp rải tất cả những pháp lành diệu-hương.

Như ao A-Nậu-Đạt, cát vàng trải khắp đáy ao, châu ma-ni xen lẫn trang-nghiêm.

Cũng vậy, đại Bồ-Tát dùng trí-huệ vi-diệu quán-sát cùng khắp, bất-tư-nghì pháp-hữu Bồ-Tát giải-thóat xen lẫn trang-nghiêm, được vô-ngại quang-minh nơi tất cả pháp, trụ nơi chỗ trụ của tất cả Phật, nhập nơi tất cả phương-tiện thậm-thâm.

Như Long-Vương nơi ao A-Nậu-Đạt khỏi hẳn những nhiệt-não của loài rồng.

(Kinh Hoa Nghiêm, phẩm 27. Thập Định)

20.9.17. BỐN SÔNG TRÍ TUỆ và BỐN THỨ LỰC TRANG-NGHIÊM

Đại Bồ-Tát khỏi hẳn tất cả ưu não của thế-gian. Dầu hiện thọ sanh mà không nhiễm trước.

Như bốn sông lớn thấm nhuần khắp mặt đất, rồi chảy vào biển.

Cũng vậy, đại Bồ-Tát dùng bốn sông trí-huệ thấm nhuần Trời, Người, Sa-Môn, Bà-La-Môn, làm cho họ đều vào nơi biển trí-huệ vô-thượng bồ-đề. Dùng bốn thứ lực để trang-nghiêm :

1) Sông nguyện trí, cứu hộ điều-phục tất cả chúng-sanh thường không ngớt nghỉ.

2) Sông trí ba-la-mật tu hạnh bồ-đề lợi ích chúng-sanh, quá-khứ, vị-lai, hiện-tại nối tiếp vô-tận rốt ráo vào nơi biển trí của chư Phật.

3) Sông trí tam-muội của Bồ-Tát vô-số tam-muội dùng làm trang-nghiêm thấy tất cả Phật vào nơi biển chư Phật.

4) Sông trí đại-bi, đại-bi tự-tại cứu khắp chúng-sanh, phương-tiện nhiếp lấy không thôi nghỉ, tu hành môn công-đức bí-mật rốt ráo vào nơi biển lớn thập-lực.

- Như bốn sông lớn từ ao A-Nậu-Đạt chảy ra vô-tận thẳng vào đến biển.

Cũng vậy, đại Bồ-Tát dùng sức đại nguyện tu hạnh Bồ-Tát , tri-kiến tự-tại vô-tận, rốt ráo vào nơi biển nhứt-thiết-trí.

Như bốn sông lớn chảy vào biển, không gì có thể ngăn chẳng cho chảy vào biển được.

(Kinh Hoa Nghiêm, phẩm 27. Thập Định)

690

20.9.18. BỒ-TÁT THÀNH-TỰU TẤT CẢ
TRÍ-HUỆ QUANG-MINH

Đại Bồ-Tát thường siêng tu tập hạnh nguyện Phổ-Hiền, thành-tựu tất cả trí-huệ quang-minh, trụ nơi pháp bồ-đề của tất cả Phật, vào Phật-trí không chướng-ngại.

- Như bốn sông lớn chảy thẳng vào biển, trải qua nhiều kiếp vẫn không nhàm mỏi.

Cũng vậy, đại Bồ-Tát dùng hạnh nguyện Phổ-Hiền tu hạnh Bồ-Tát tột kiếp vị-lai vào biển Như-Lai chẳng nhàm mỏi.

Như lúc mặt nhựt mọc, trong ao A-Nậu-Đạt, cát bạc, cát vàng, các kim cương, cát lưu-ly và các thứ bửu-vật khác đều có bóng mặt nhựt hiện trong đó. Những cát bạc, vàng, kim-cương, lưu-ly và tất cả bửu-vật cũng đều xoay vần hiện bóng nhau không trở ngại.

Cũng vậy, đại Bồ-Tát trụ tam-muội nầy, trong mỗi mỗi lỗ lông nơi thân đều thấy bất-khả-thuyết bất-khả-thuyết Phật-sát vi-trần-số chư Phật Như-Lai, cũng thấy cõi nước đạo-tràng và chúng-hội của chư Phật đó.

(Kinh Hoa Nghiêm, phẩm 27. Thập Định)

20.9.19. CHÚNG-HỘI CŨNG KHÔNG BỊ CHẬT HẸP

Nơi mỗi đức Phật, Bồ-Tát nầy nghe pháp thọ-trì, tín-giải, cúng-dường, đều trải qua bất-khả-thuyết bất-khả-thuyết ức na-do-tha-kiếp, mà chẳng tưởng niệm thời tiết dài vắn.

Những chúng-hội đó cũng không bị chật hẹp. Tại sao vậy?

- Vì Bồ-Tát nầy dùng tâm vi-diệu nhập vô-biên pháp-giới.

- Vì nhập vô-đẳng nghiệp quả sai-biệt

- Vì nhập cảnh giới tam-muội bất-tư-nghì

- Vì nhập cảnh-giới tư-duy bất-tư-nghì

- Vì nhập cảnh-giới tự-tại của chư Phật

- Vì được tất cả Phật hộ niệm

- Vì được đại thần-biến của tất cả Phật

- Vì được thập-lực khó biết khó được của chư Phật

- Vì nhập cảnh-giới hạnh viên-mãn của Phổ-Hiền Bồ-Tát

- Vì được sức thần-thông không mỏi nhọc của tất cả Phật.

(Kinh Hoa Nghiêm, phẩm 27. Thập Định)

20.9.20. CHÁNH-ĐỊNH XUẤT NHẬP TRONG MỘT NIỆM

Đại Bồ-Tát dầu có thể ở nơi chánh-định xuất nhập trong một niệm, nhưng cũng chẳng bỏ thời-gian lâu ở trong định, cũng không chấp trước.

Dầu nơi cảnh-giới không chỗ y-trụ, nhưng cũng chẳng bỏ tất cả cảnh sở-duyên.

Dầu khéo nhập sát-na-tế tam-muội, nhưng vì lợi ích chúng-sanh mà hiện Phật thần-thông không nhàm đủ.

Dầu vào khắp pháp-giới mà chẳng có ngần mé.

Dầu không sở-trụ không có xứ-sở, nhưng luôn xu-nhập đạo nhứt-thiết-trí, dùng sức biến-hóa vào khắp trong vô-lượng chúng-sanh, trang-nghiêm đầy đủ tất cả thế-giới.

Dầu rời điên đảo phân-biệt thế-gian, vượt khỏi tất cả bực phân-biệt, cũng chẳng bỏ tất cả các tướng.

Dầu hay đầy đủ phương-tiện thiện-xảo, mà rốt ráo thanh-tịnh.

Dầu chẳng phân-biệt các bực Bồ-Tát , mà đều đã khéo nhập các bực.

Ví như hư-không dầu hay dung thọ tất cả các vật, mà chẳng rời có và không.

Cũng vậy, đại Bồ-Tát dầu vào khắp tất cả thế-gian mà rời tưởng thế-gian.

Dầu siêng độ tất cả chúng-sanh mà rời tưởng chúng-sanh.

Dầu sâu biết tất cả pháp mà rời tưởng các pháp.

Dầu thích thấy chư Phật mà rời tưởng chư Phật.

Dầu khéo nhập các thứ tam-muội mà biết tất cả pháp tự-tánh đều như không chỗ nhiễm trước.

Dầu dùng vô-biên biện-tài diễn vô-tận pháp cú mà tâm luôn trụ nơi pháp lìa văn-tự.

Dầu thích quán-sát pháp không ngôn thuyết mà luôn thị-hiện âm-thanh thanh-tịnh.

Dầu trụ tất cả pháp-tế ly ngôn mà luôn thị-hiện các thứ sắc tướng.

Dầu giáo-hóa chúng-sanh mà biết tất cả pháp rốt ráo tánh không.

Dầu siêng tu đại-bi độ thoát chúng-sanh mà biết chúng-sanh-giới vô-tận vô-tán.

Dầu rõ thấu pháp-giới thường-trụ bất-biến mà dùng tam luân điều-phục chúng-sanh luôn chẳng thôi nghỉ.

Dầu thường an-trụ chỗ trụ của Như-Lai, mà trí huệ thanh-tịnh tâm không sợ hãi phân biệt diễn thuyết các thứ pháp, chuyển pháp-luân thường chẳng thôi nghỉ.

Trên đây là trí thiện-xảo pháp-giới tự-tại đại tam-muội thứ chín của đại Bồ-Tát .

(Kinh Hoa Nghiêm, phẩm 27. Thập Định)

20.10.TRÍ VÔ-NGẠI-LUÂN TAM-MUỘI CỦA ĐẠI BỒ-TÁT

Lúc đại Bồ-Tát nhập tam-muội nầy thời trụ nơi thân-nghiệp vô-ngại, ngữ-nghiệp vô-ngại, ý-nghiệp vô-ngại.

Trụ nơi Phật-độ vô-ngại. Được trí vô-ngại thành-tựu chúng-sanh. Được trí vô-ngại điều-phục chúng-sanh.

Phóng quang-minh vô-ngại. Hiện lưới quang-minh vô-ngại. Bày biến-hóa vô-ngại quảng-đại.

Chuyển pháp-luân vô-ngại thanh-tịnh. Được Bồ-Tát vô-ngại tự-tại. Vào khắp Phật-lực, trụ khắp Phật-trí.

(Kinh Hoa Nghiêm, phẩm 27. Thập Định)

20.10.1. NỐI THẠNH PHẬT-CHỦNG

Làm chỗ làm của Phật.

Tịnh chỗ tịnh của Phật.

Hiện Phật thần-thông.

Làm cho Phật hoan-hỉ.

Thật hành hạnh Như-Lai.

Trụ đạo Như-Lai.

Thường được gần-gũi vô-lượng Phật.

Làm những Phật-sự.

Nối thạnh Phật-chủng.

(Kinh Hoa Nghiêm, phẩm 27. Thập Định)

20.10.2. TỔNG-KIẾN NHỨT-THIẾT-TRÍ

Đại Bồ-Tát đã trụ nơi tam-muội nầy rồi, quán-nhứt-thiết-trí, tổng quán nhứt-thiết trí, biệt quán nhứt-thiết-trí, tùy thuận nhứt-thiết-trí, hiển-thị nhứt-thiết-trí, phan-duyên nhứt-thiết-trí, kiến nhứt-thiết-trí, tổng-kiến nhứt-thiết-trí, biệt-kiến nhứt-thiết-trí.

(Kinh Hoa Nghiêm, phẩm 27. Thập Định)

20.10.3. HẠNH NGUYỆN QUẢNG-ĐẠI CỦA PHỔ-HIỀN BỒ-TÁT

- Nơi hạnh nguyện quảng-đại của Phổ-Hiền Bồ-Tát

- Nơi tâm quảng-đại

- Hạnh quảng-đại

- Sở-xu quảng-đại

- Sở-nhập quảng-đại

- Quang-minh quảng-đại

- Xuất-hiện quảng-đại

- Hộ-niệm quảng-đại

- Biến-hóa quảng-đại

- Đạo quảng-đại của Phổ-Hiền Bồ-Tát

- Chẳng dứt, chẳng lui, chẳng thối, chẳng đổi, không mỏi, không bỏ, không tán, không loạn, thường tăng tấn hằng tiếp nối.

(Kinh Hoa Nghiêm, phẩm 27. Thập Định)

20.10.4. THÀNH-TỰU ĐẠI-NGUYỆN

Vì đại Bồ-Tát nầy ở trong các pháp:

- Thành-tựu đại-nguyện

- Phát-hành đại-thừa

- Vào nơi biển Phật-pháp đại-phương-tiện

- Dùng sức nguyện thù-thắng nơi chỗ sở-hành của Bồ-Tát

- Trí-huệ chiếu sáng đều được thiện-xảo

- Đầy đủ Bồ-Tát thần-thông biến-hóa

- Khéo hay hộ-niệm tất cả chúng-sanh như chỗ hộ-niệm của tam-thế chư Phật.

- Với các chúng-sanh hằng khởi đại-bi. Thành-tựu pháp chẳng biến-dị của Như-Lai.

Ví như có người đem châu ma-ni để trong lớp lụa màu, châu ma-ni dầu đồng màu với lụa nhưng chẳng bỏ bổn-chất.

Cũng vậy, đại Bồ-Tát thành-tựu trí-huệ dùng làm tâm-bửu, quán nhứt-thiết-trí đều khắp hiện rõ, nhưng chẳng bỏ hạnh Bồ-Tát.

Tại sao vậy? Vì đại Bồ-Tát phát thệ nguyện lớn lợi ích tất cả chúng-sanh, độ thóat tất cả chúng-sanh, thừa sự tất cả chư Phật, nghiêm tịnh tất cả thế-giới, an-ủy chúng-sanh thâm nhập biển pháp.

(Kinh Hoa Nghiêm, phẩm 27. Thập Định)

20.10.5. TÂM BÌNH-ĐẲNG TRỤ NHỨT-THIẾT-TRÍ

Vì tịnh chúng-sanh-giới mà hiện đại tự-tại. Cấp thí chúng-sanh chiếu khắp thế-gian.

Vào nơi vô-biên pháp-môn huyễn hóa, chẳng lui, chẳng chuyển, không mỏi, không nhàm.

Ví như hư-không chứa giữ các thế-giới, hoặc thành hoặc trụ, không nhàm không mỏi, không gầy không hư, không tan không hoại, không biến không khác, không có sai biệt, chẳng bỏ tự-tánh.

Tại sao vậy? Vì tự-tánh của hư-không là như vậy.

Cũng thế, đại Bồ-Tát lập vô-lượng đại-nguyện độ tất cả chúng-sanh tâm không nhàm mỏi.

Ví như Niết-Bàn, tam-thế vô-lượng chúng-sanh diệt-độ trong đó, trọn không nhàm mỏi.

Tại sao vậy? Vì tất cả pháp bổn-tánh thanh-tịnh gọi đó là Niết-Bàn, thời đâu có sự nhàm mỏi ở trong đó.

Cũng vậy, đại Bồ-Tát vì muốn độ thoát tất cả chúng-sanh đều làm cho xuất ly mà hiện ra đời nên không bao giờ có tâm nhàm mỏi.

Như nhứt-thiết-trí hay làm cho tam-thế tất cả Bồ-Tát đã sẽ và hiện nay sanh vào nhà chư Phật, nhẫn đến làm cho thành vô-thượng bồ-đề trọn không nhàm mỏi.

Tại sao vậy ? Vì nhứt-thiết-trí cùng pháp-giới không hai, vì nơi tất cả pháp vô-sở trước.

Cũng vậy, đại Bồ-Tát tâm bình-đẳng trụ nhứt-thiết-trí thời đâu có tâm nhàm mỏi.

(Kinh Hoa Nghiêm, phẩm 27. Thập Định)

20.10.6. IÊN HOA LỚN TỘT THẬP-PHƯƠNG-TẾ

- Đại Bồ-Tát nầy có một liên-hoa.

- Liên-hoa đó rộng lớn tột thập-phương-tế

- Dùng bất-khả-thuyết cánh, bất-khả-thuyết bửu, bất-khả-thuyết hương để trang-nghiêm.

- Bất-khả-thuyết bửu đó lại đều thị-hiện các thứ bửu thanh-tịnh đẹp tốt rất khéo an-trụ.

- Hoa đó thường phóng quang-minh nhiều màu, chiếu khắp mười phương tất cả thế-giới không chỗ chướng-ngại. Chơn-kim làm lưới giăng chùm trên hoa. Linh báu lay nhẹ vang tiếng hòa dịu. Tiếng linh diễn xướng pháp nhứt-thiết-trí.

Liên-hoa lớn nầy đầy đủ sự trang-nghiêm thanh-tịnh của Như-Lai. Là chỗ phát-khởi của tất cả thiện-căn, tiêu biểu sự cát-tường, chỗ hiện của thần-lực, có mười ngàn vô-số công-đức thanh-tịnh diệu-đạo Bồ-Tát làm thành, tâm nhứt-thiết-trí lưu xuất. Bóng của chư Phật mười phương hiện rõ trong đó.

Thế-gian chiêm-ngưỡng xem như tháp của Phật. Chúng-sanh ngó thấy đều lễ kính. Từ chỗ hay thấu rõ huyễn chánh-pháp sanh ra. Tất cả thế-gian chẳng ví dụ được.

Đại Bồ-Tát ngồi kiết-già trên liên-hoa nầy, thân cân xứng với hoa.

(Kinh Hoa Nghiêm, phẩm 27. Thập Định)

20.10.7. MỖI MỖI LỖ LÔNG ĐỀU PHÓNG RA TRĂM MUÔN ỨC PHẬT-SÁT VI-TRẦN-SỐ QUANG-MINH

Thần-lực của chư Phật gia hộ làm cho nơi thân của Bồ-Tát , *mỗi mỗi lỗ lông đều phóng ra trăm muôn ức na-do-tha bất-khả-thuyết Phật-sát vi-trần-số quang-minh.*

Mỗi mỗi quang-minh hiện trăm muôn ức na-do-tha bất-khả-thuyết Phật-sát vi-trần-số châu ma-ni. Châu ma-ni nầy đều gọi là phổ-quanh-minh-tạng, trang-nghiêm với nhiều sắc tướng, thành-tựu do vô-lượng công-đức.

Các báu và hoa làm mành lưới giăng che phía trên. Rải trăm ngàn ức na-do-tha diệu-hương thù-thắng. Trang-nghiêm với vô-lượng sắc tướng. Lại hiện lọng báu trang-nghiêm bất-tư-nghì dùng cho phía trên.

Mỗi mỗi châu ma-ni đều hiện trăm ngàn ức na-do-tha bất-khả-thuyết Phật-sát vi-trần-số lâu cát, mỗi mỗi lâu cát hiện trăm muôn ức na do tha bất khả thuyết Phật sát vi trần số tòa liên-hoa-tạng sư-tử.

Mỗi mỗi tòa sư-tử hiện trăm muôn ức na-do-tha bất-khả-thuyết Phật-sát vi-trần-số quang-minh.

Mỗi mỗi quang-minh hiện trăm muôn ức na-do-tha bất-khả-thuyết Phật-sát vi-trần-số sắc tướng.

Mỗi mỗi sắc tướng hiện trăm muôn ức na-do-tha bất-khả-thuyết Phật-sát vi-trần-số quang-minh-luân.

Mỗi mỗi quang-minh-luân hiện trăm muôn ức na-do-tha bất-khả-thuyết Phật-sát vi-trần-số hoa tỳ-lô-giá-na ma-ni bửu.

Mỗi mỗi hoa hiện trăm muôn ức na-do-tha- bất-khả-thuyết Phật-sát vi-trần-số đài.

Mỗi mỗi đài hiện trăm muôn ức na-do-tha bất-khả-thuyết Phật-sát vi-trần-số đức Phật.

Mỗi mỗi đức Phật hiện trăm muôn ức na-do-tha bất-khả-thuyết Phật-sát vi-trần-số thần-biến.

Mỗi mỗi thần-biến tịnh trăm muôn ức na-do-tha bất-khả-thuyết Phật-sát vi-trần-số chúng-sanh.

Trong mỗi loài chúng-sanh hiện trăm muôn ức na-do-tha bất-khả-thuyết Phật-sát vi-trần-số chư Phật tự-tại.

Mỗi mỗi tự-tại rưới trăm muôn ức na-do-tha bất-khả-thuyết Phật-sát vi-trần-số Phật-pháp.

Mỗi mỗi Phật-pháp có trăm muôn ức na-do-tha bất-khả-thuyết Phật-sát vi-trần-số tu-đa-la.

Mỗi mỗi tu-đa-la thuyết trăm muôn ức na-do-tha bất-khả-thuyết Phật-sát vi-trần-số pháp-môn.

Mỗi mỗi pháp-môn có trăm muôn ức na-do-tha bất-khả-thuyết Phật-sát vi-trần-số kim-cang trí, chỗ nhập pháp-luân sai-biệt, ngôn từ riêng khác. Diễn thuyết mỗi mỗi pháp-luân thành-thục trăm muôn ức na-do-tha bất-khả-thuyết Phật-sát vi-trần-số chúng-sanh-giới

Mỗi mỗi chúng-sanh-giới có trăm muôn ức na-do-tha bất-khả-thuyết Phật-sát vi-trần-số chúng-sanh, ở trong Phật-pháp mà được điều-phục.

(Kinh Hoa Nghiêm, phẩm 27. Thập Định)

20.10.8. CÔNG-ĐỨC, GIẢI, NGUYỆN ĐỀU THANH-TỊNH

Đại Bồ-Tát trụ tam-muội nầy thị-hiện cảnh-giới thần-thông vô-lượng biến-hóa như vậy, đều biết như huyễn trọn không nhiễm trước. An trụ trong vô-biên bất-khả-thuyết pháp-tự-tánh thanh-tịnh pháp-giới thiệt-tướng Như-Lai chủng-tánh vô-ngại-tế, không đến không đi, chẳng sau chẳng trước, rất sâu không đáy, hiện-lượng mà được, dùng trí tự vào chẳng do người khác khai ngộ, tâm chẳng mê loạn cũng không phân-biệt.

Được sự khen ngợi của tam-thế chư Phật, lưu xuất từ Phật-lực. Vào cảnh giới của tất cả Phật, thể tánh như thiệt, tịnh-nhãn hiện chứng, huệ-nhãn thấy-khắp, thành-tựu Phật-nhãn, là đèn sáng của thế-gian.

Đi nơi cảnh-giới sở-tri của trí-nhãn. Hay rộng khai-thị pháp-môn vi-diệu, thành bồ-đề-tâm, đến thắng trượng-phu. Không chướng ngại với tất cả cảnh-giới. Nhập chủng-tánh trí, phát sanh các trí.

Rời khỏi sanh-pháp thế-gian mà hiện thọ sanh, thần-thông biến-hóa phương-tiện điều-phục.

Tất cả như vậy đều thiện-xảo. Công-đức, giải, nguyện đều thanh-tịnh, rất tột vi-diệu đầy đủ viên-mãn.

(Kinh Hoa Nghiêm, phẩm 27. Thập Định)

20.10.9. LIÊN-HOA TỰ-TÁNH THANH-TỊNH

Trí-huệ quảng-đại như hư-không. Hay khéo quán-sát cảnh-giới của chư Thánh, Tín, hạnh, nguyện, lực kiên-cố bất-động. Công-đức vô-tận được thế-gian khen ngợi. Nơi tạng sở-quán của tất cả Phật, chỗ đại bồ-đề biển nhứt-thiết-trí, nhóm các diệu-bửu làm bực-đại-trí.

Dường như liên-hoa tự-tánh thanh-tịnh. Chúng-sanh xem thấy thời đều vui mừng đều được lợi ích. Trí-quang chiếu khắp thấy vô-lượng Phật. Tịnh tất cả pháp chỗ làm tịch-tịnh. Nơi pháp chư Phật rốt ráo vô-ngại, hằng dùng phương-tiện trụ Phật bồ-đề.

Trong hạnh công-đức mà được xuất sanh đủ trí Bồ-Tát , làm thủ Bồ-Tát , được sự chung hộ-niệm của tất cả chư Phật, được Phật oai-thần, thành Phật pháp-thân, niệm lực khó nghĩ bàn. Nơi cảnh một duyên mà không sở-duyên. Hạnh rộnh lớn vô-tướng vô-ngại, khắp cả pháp-giới vô-lượng vô-biên.

(Kinh Hoa Nghiêm, phẩm 27. Thập Định)

20.10.10. TRỤ TÂM BỒ-TÁT , TỊNH GIỐNG BỒ-TÁT

Bồ-đề được chứng dường như hư-không, chẳng có ngằn mé, không bị phược-trước. Khắp làm lợi ích cho các thế-gian. Thiện-căn chảy vào biển nhứt-thiết-trí. Đều hay thông đạt vô-lượng cảnh-

699

giới. Đã khéo thành-tựu pháp bố-thí thanh-tịnh. Trụ tâm Bồ-Tát , tịnh giống Bồ-Tát . Hay tùy thuận sanh chư Phật bồ-đề.

Nơi pháp chư Phật đều được thiện-xảo. Đủ hạnh vi-diệu thành sức kiên-cố. Oai-thần tự-tại của tất cả chư Phật, chúng-sanh khó được nghe, Bồ-Tát đều biết, nhập môn bất-nhị, trụ-pháp vô-tướng.

Dầu đã bỏ hẳn các tướng mà hay thuyết rộng các pháp, tùy theo tâm chúng-sanh thích muốn hiểu, đều làm cho họ điều-phục, đều làm cho họ hoan-hỉ. Pháp-giới làm thân không phân-biệt, cảnh-giới trí-huệ chẳng thể cùng tận. Trí thường dũng-mãnh, tâm hằng bình-đẳng.

(Kinh Hoa Nghiêm, phẩm 27. Thập Định)

20.10.11. THẤY BIÊN-TẾ CÔNG-ĐỨC CỦA TẤT CẢ CHƯ PHẬT

Thấy biên-tế công-đức của tất cả chư Phật. Rõ sự sai biệt thứ đệ của tất cả kiếp. Khai thị tất cả pháp. An-trụ tất cả cõi. Nghiêm-tịnh tất cả Phật-độ. Hiển-hiện quang-minh của tất cả chánh-pháp. Diễn xướng tam thế tất cả Phật-pháp. Bầy chỗ sở-trụ của chư Bồ-Tát . Là đèn sáng của thế-gian, sanh những thiện-căn, lìa hẳn thế-gian thường sanh chỗ Phật, được Phật trí sáng suốt đệ-nhứt.

Tất cả chư Phật đều cùng nhiếp thọ, đã vào số chư Phật vị-lai. Từ các thiện-hữu mà được xuất sanh, bao nhiêu trí cầu đều được quả-toại. Đủ oai-đức lớn, trụ ý tăng thượng. Tùy pháp đã nghe đều có thể khéo nói, cũng để khai-thị thiện-căn nghe pháp, trụ thiệt-tế-luân, tâm không chướng ngại với tất cả pháp.

(Kinh Hoa Nghiêm, phẩm 27. Thập Định)

20.10.12. CÁC CẢNH GIỚI KHÔNG HỆ-PHƯỢC KHÔNG-NHIỄM-TRƯỚC

Chẳng bỏ các hạnh, lìa những phân biệt. Nơi tất cả pháp, tâm không động niệm. Được sáng trí-huệ diệt trừ si tối, đều hay soi sáng tất cả Phật-pháp. Chẳng hoại các cõi mà sanh trong đó, rõ biết tất cả cảnh-giới các cõi, từ nào đến giờ không có động tác, thân ngữ ý nghiệp thảy đều vô-biên.

Dầu tùy thế-tục diễn thuyết vô-lượng thứ văn tự, mà thường

chẳng hư hoại pháp ly-văn-tự, thâm nhập Phật-hải, biết tất cả pháp chỉ có giả-danh, nơi các cảnh giới không hệ-phược không-nhiễm-trước.

(Kinh Hoa Nghiêm, phẩm 27. Thập Định)

20.10.13. KHAI-THỊ TÁNH VÔ-SAI-BIỆT CỦA TẤT CẢ NHƯ-LAI

Rõ tất cả pháp trống rỗng không chỗ có.

Những hạnh đã tu từ pháp-giới sanh, dường như hư-không chẳng tướng chẳng hình.

Thâm nhập pháp-giới tùy thuận diễn thuyết.

Nơi nhứt-cảnh môn sanh nhứt-thiết-trí.

Quán bực thập-lực dùng trí tu học.

Trí làm cầu đò đến nhứt-thiết-trí.

Dùng mắt trí-huệ thấy pháp vô-ngại.

Khéo nhập các "địa" biết các thứ nghĩa.

Mỗi mỗi pháp-môn đều được minh-liễu, bao nhiêu đại-nguyện đều được thành-tựu.

Đại Bồ-Tát dùng đây để khai-thị tánh vô-sai-biệt của tất cả Như-Lai.

Đây là môn vô-ngại phương-tiện.

Đây có thể xuất sanh chúng-hội Bồ-Tát . Pháp nầy chỉ là cảnh-giới tam-muội.

(Kinh Hoa Nghiêm, phẩm 27. Thập Định)

20.10.14. CẢNH-GIỚI ĐỀU VÔ-SỞ-ĐẮC

Đây có thể mạnh tiến vào nhứt-thiết-trí. Đây có thể khai hiển các môn tam-muội.

Đây có thể vào khắp các cõi vô-ngại. Đây có thể điều-phục tất cả chúng-sanh.

Đây có thể trụ nơi vô-chúng-sanh-tế. Đây có thể khai-thị tất cả Phật-pháp. Đây nơi cảnh-giới đều vô-sở-đắc.

(Kinh Hoa Nghiêm, phẩm 27. Thập Định)

20.10.15. HẠNH XUẤT LY THANH-TỊNH

Dầu tất cả thời diễn thuyết khai-thị mà hằng xa lìa vọng-tưởng phân-biệt.

Dầu biết các pháp đều vô-tác mà có thể thị-hiện tất cả tác-nghiệp.

Dầu biết chư Phật không có hai tướng mà có thể hiển thị tất cả chư Phật.

Dầu biết không sắc mà diễn thuyết các sắc. Dầu biết không thọ, tưởng, hành, thức, mà diễn thuyết các thọ, tưởng, hành, thức. Hằng dùng pháp-luân khai-thị tất cả.

Dầu biết pháp vô-sanh mà thường chuyển pháp-luân.

Dầu biết pháp vô-sai-biệt mà thuyết các môn sai-biệt.

Dầu biết các pháp không có sanh diệt mà thuyết tất cả tướng sanh diệt.

Dầu biết các pháp không thô không tế mà thuyết tướng thô tế của các pháp.

Dầu biết các pháp khôngthượng trung hạ mà hay tuyên thuyết pháp tối-thượng.

Dầu biết các pháp không thể ngôn thuyết mà hay diễn thuyết ngôn từ thanh-tịnh.

Dầu biết các pháp không nội không ngoại mà nói tất cả những pháp nội ngoại.

Dầu biết các pháp chẳng thể liễu tri mà nói các thứ tri-huệ quán-sát.

Dầu biết các pháp không có chơn-thiệt mà nói đạo xuất-ly chơn-thiệt.

Dầu biết các pháp rốt ráo vô-tận mà hay diễn thuyết tận diệt hữu-lậu.

Dầu biết vô-vi vô-tránh nhưng cũng chẳng không tự tha sai-biệt.

Dầu biết các pháp rốt ráo vô-sư mà thường tôn kính tất cả sư-trưởng.

Dầu biết các pháp chẳng do nơi khác mà tỏ ngộ nhưng thường tôn kính các thiện-tri-thức.

Dầu biết các pháp không chuyển mà chuyển pháp-luân.

Dầu biết các pháp vô-khởi mà hiển-thị các nhân-duyên.

Dầu biết các pháp không tiền-tế mà nói rộng về vị-lai.

Dầu biết các pháp không có trung-tế mà nói rộng về hiện-tại.

Dầu biết các pháp không có tác-giả mà nói các tác-nghiệp.

Dầu biết các pháp không có nhân-duyên mà nói những tập-nhơn.

Dầu biết các pháp không có đẳng-tỷ mà nói đạo bình-đẳng bất-bình-đẳng.

Dầu biết các pháp không có ngôn thuyết mà quyết-định nói pháp tam-thế.

Dầu biết các pháp không có sở-y nhưnh nói y-tựa pháp lành mà được xuất ly.

Dầu biết pháp không thân hình mà nói rộng về pháp-thân.

Dầu biết tam-thế chư Phật vô-biên mà hay diễn thuyết chỉ có một đức Phật.

Dầu biết pháp vô-sắc mà hiện các thứ sắc.

Dầu biết pháp vô-kiến mà nói rộng các kiến.

Dầu biết pháp vô-tướng mà nói các thứ tướng.

Dầu biết pháp không có cảnh-giới mà nói rộng cảnh-giới trí-huệ.

Dầu biết các pháp không có sai biệt mà nói hành quả các thứ sai biệt.

Dầu biết các pháp không có xuất ly mà nói những hạnh xuất ly thanh-tịnh.

Dầu biết các pháp bổn-lai thường-trụ mà nói tất cả những pháp lưu chuyển.

Dẫu biết các pháp không có chiếu minh mà hằng nói rộng pháp chiếu minh.

(Kinh Hoa Nghiêm, phẩm 27. Thập Định)

20.10.16. ĐẠI-OAI-ĐỨC-TAM-MUỘI TRÍ-LUÂN

Đại Bồ-Tát nhập đại-oai-đức-tam-muội trí-luân như vậy, thời có thể chứng được tất cả Phật-pháp, thời có thể xu nhập tất cả Phật-pháp. Thời có thể thành-tựu, có thể viên-mãn, có thể tích tập, có thể thanh-tịnh, có thể an-trụ, có thể liễu-đạt, cùng tất cả pháp tự-tánh tương-ưng.

Mà đại Bồ-Tát nầy chẳng nghĩ rằng có bao nhiêu Bồ-Tát , bao nhiêu pháp Bồ-Tát , bao nhiêu Bồ-Tát rốt ráo, bao nhiêu huyễn rốt ráo, bao nhiêu hóa rốt ráo, bao nhiêu thần-thông thành-tựu, bao nhiêu trí thành tựu, bao nhiêu tư-duy, bao nhiêu chứng nhập, bao nhiêu xu-hướng, nhẫn đến chẳng nghĩ rằng có bao nhiêu cảnh-giới.

Tại sao vậy? Vì Bồ-Tát tam-muội thể tánh như vậy, vô-biên như vậy, thù-thắng như vậy.

(Kinh Hoa Nghiêm, phẩm 27. Thập Định)

20.10.17. TAM-MUỘI CÓ CÁC CẢNH-GIỚI

Tam-muội này có các cảnh-giới, các thứ oai-lực, các thứ thâm nhập như là:

- Nhập bất-khả-thuyết trí-môn

- Nhập các trang-nghiêm ly phân-biệt

- Nhập vô-biên ba-la-mật thù-thắng

- Nhập vô-số thiền-định

- Nhập trăm ngàn ức na-do-tha bất-khả-thuyết trí quảng đại

- Nhập thấy vô-biên tạng thắng-diệu của chư Phật

- Nhập nơi cảnh giới chẳng thôi nghĩ

- Nhập pháp trợ đạo tín giải thanh tịnh

- Nhập các căn mạnh lẹ đại thần thong

- Nhập nơi cảnh-giới tâm vô-ngại

- Nhập trí-nhãn thấy tất cả Phật bình-đẳng

- Nhập chứa nhóm chí hạnh thù-thắng của Phổ-Hiền

- Nhập trụ nơi trí-thân vi-diệu na-la-diên

- Nhập thuyết biển trí-huệ của Như-Lai

- Nhập khởi vô-lượng thứ thần-biến tự-tại

- Nhập sanh trí-môn vô-tận của tất cả Phật

- Nhập trụ cảnh-giới hiện-tiền của tất cả chư Phật

- Nhập tịnh trí tự-tại của Phổ-Hiền Bồ-Tát

- Nhập khai-thị vô-tỷ trí phổ-môn

- Nhập khắp biết tất cả cảnh-giới vi-tế

- Nhập khắp hiện pháp-giới tất cả cảnh-giới vi-tế

- Nhập tất cả trí quang-minh thù thắng

- Nhập tất cả biên-tế tự-tại

- Nhập tất cả biên-tế pháp-môn biện-tài

- Nhập thân trí-huệ khắp pháp-giới

- Nhập thành-tựu đạo đi khắp tất cả chỗ

- Nhập khéo trụ tất cả tam-muội sai-biệt

- Nhập tâm biết tất cả chư Phật.

(Kinh Hoa Nghiêm, phẩm 27. Thập Định)

20.10.18. TẤT CẢ PHÁP RỐT RÁO VÔ-TẬN

Đại Bồ-Tát nầy trụ hạnh Phổ-Hiền mỗi niệm nhập trăm ức bất-khả-thuyết tam-muội nhưng chẳng thấy tam-muội của Phổ-Hiền Bồ-Tát và quá-khứ trang-nghiêm của Phật cảnh-giới.

Tại sao vậy? Vì biết tất cả pháp rốt ráo vô-tận. Vì biết tất cả Phật-độ vô-biên. Vì biết tất cả chúng-sanh-giới bất-tư-nghì. Vì biết tiền tế vô-thỉ. Vì biết vị-lai vô-cùng. Vì biết hiện-tại tận hư-không khắp pháp-giới vô-biên.

Vì biết cảnh-giới của tất cả chư Phật chẳng thể nghĩ bàn. Vì biết tất cả hạnh Bồ-Tát vô-số. Vì biết cảnh-giới do biện-tài của tất cả Phật nói ra là bất-khả-thuyết vô-biên. Vì biết tất cả pháp sở-duyên của huyễn-tâm là vô-lượng.

(Kinh Hoa Nghiêm, phẩm 27. Thập Định)

20.10.19. BỒ-TÁT THÀNH-TỰU HẠNH TRÍ VÔ-NGẠI CỦA PHỔ-HIỀN

Ví như châu như-ý, theo chỗ cầu tất cả đều được, người cầu vô-tận ý đều đầy đủ, mà thế-lực thù-thắng của bửu-châu trọng không thôi không thiếu

Cũng vậy, đại Bồ-Tát nhập tam-muội nầy biết tâm như huyễn, xuất sanh tất cả cảnh-giới của các pháp, cùng khắp vô-tận chẳng thôi chẳng thiếu.

Tại sao vậy? Vì đại Bồ-Tát thành-tựu hạnh trí vô-ngại của Phổ-Hiền, quán-sát vô-lượng huyễn-cảnh quảng-đại, dường như bóng tượng không tăng giảm.

(Kinh Hoa Nghiêm, phẩm 27. Thập Định)

20.10.20. MÔN BIẾT BẤT-KHẢ-THUYẾT BẤT-KHẢ-THUYẾT CÁC PHẬT-SÁT Ở ÚP Ở NGỬA

Ví như phàm-phu đều sanh tâm riêng khác, đã sẽ và đương sanh, không có biên-tế không dứt không hết, tâm họ lưu chuyển tiếp nối không dứt, chẳng thể nghĩ bàn.

Cũng vậy, đại Bồ-Tát vào nơi tam-muội phổ-huyễn-môn nầy, không có biên-tế, chẳng thể đo lường.

Tại sao vậy? Vì liễu đạt vô-lượng pháp, phổ-huyễn-môn của Phổ-Hiền Bồ-Tát .

Ví như chư Long-Vương: Nan-Đà, Bạt-Nan-Đà, Ma-Na-Tư và chư đại Long-Vương lúc làm mưa, giọt nước mưa lớn như trục bánh xe không có biên-tế. Dầu làm mưa như vậy mà mây chọn chẳng hết. Đây là cảnh-giới vô-tác của Long-Vương.

Cũng vậy, đại Bồ-Tát trụ nơi tam-muội nầy, nhập các môn tam-muội của Phổ-Hiền Bồ-Tát và các trí-môn, pháp-môn, môn thấy chư Phật, môn qua các phương, môn tâm tự-tại, môn da-trì, môn thần-biến, môn thần-thông, môn huyễn-hóa, môn các pháp như huyễn, môn bất-khả-thuyết bất-khả-thuyết chư Bồ-Tát đầy khắp, môn thân cận bất-khả-thuyết bất-khả-thuyết Phật-sát vi-trần-số Như-Lai chánh-giác, môn nhập bất-khả-thuyết bất-khả-thuyết lưới huyễn quảng-đại, môn biết bất-khả-thuyết bất-khả-thuyết chúng-sanh tưởng, môn biết bất-khả-thuyết bất-khả-thuyết thời kiếp sai biệt, môn biết bất-khả-thuyết bất-khả-thuyết thế-giới thành hoại, *môn biết bất-khả-thuyết bất-khả-thuyết các Phật-sát ở úp ở ngửa*. Trong khoảng một niệm đều biết như thật.

(Kinh Hoa Nghiêm, phẩm 27. Thập Định)

20.10.21. CHUYỂN BẤT-KHẢ-THUYẾT BẤT-KHẢ-THUYẾT PHÁP-LUÂN

Lúc nhập tam muội như vậy, không biên tế không cùng tận chẳng nhọc chẳng nhàm, chẳng nghỉ chẳng dứt, không hư không mất. Ở trong các pháp chẳng trụ phi-xứ, hằng chánh tư-duy, chẳng trầm chẳng cử. Cầu nhứt-thiết-trí thường chẳng thôi bỏ. Làm đèn soi sáng thế-gian cho tất cả cõi Phật. Chuyển bất-khả-thuyết bất-khả-thuyết pháp-luân. Dùng diệu biện-tài han hỏi Như-Lai không lúc nào cùng tận. Thị-hiện thành Phật-đạo không có biên-tế. Điều-phục chúng-sanh hằng không phế bỏ. Thường siêng tu tập hạnh nguyện Phổ-Hiền chưa từng thôi nghỉ.

Thị hiện vô-lượng bất-khả-thuyết bất-khả-thuyết thân sắc tướng không có đoạn dứt.

Ví như đốt lửa, theo duyên đã có, trong thời gian đó lửa cháy không tắt.

Cũng vậy, đại Bồ-Tát quán-sát chúng-sanh-giới, pháp-giới, thế-giới dường như hư-không chẳng có biên-tế.

Nhẫn đến có thể trong khoảng một niệm qua đến bất khả-thuyết bất-khả-thuyết Phật-sát vi-trần-số chỗ của Phật.

(Kinh Hoa Nghiêm, phẩm 27. Thập Định)

20.10.22. TU THIỆN-CĂN RỐT-RÁO THANH-TỊNH

Mỗi mỗi chỗ của Phật, nhập bất-khả-thuyết bất-khả-thuyết nhứt-thiết-trí các loại pháp sai-biệt, khiến bất-khả-thuyết bất-khả-thuyết chúng-sanh-giới xuất-gia làm đạo siêng tu thiện-căn rốt-ráo thanh-tịnh.

Khiến bất-khả-thuyết bất-khả-thuyết Bồ-Tát nơi hạnh nguyện Phổ-Hiền, người chưa quyết định thời được quyết-định. An-trụ nơi môn trí-huệ của Phổ-Hiền. Dùng vô-lượng phương-tiện nhập bất-khả-thuyết bất-khả-thuyết tam-thế kiếp quảng-đại: thành-trụ và hoại. Nơi bất-khả-thuyết bất-khả-thuyết cảnh-giới thành, trụ, hoại sai-biệt của thế-gian, sanh ngần ấy đại-bi đại-nguyện điều-phục vô-lượng chúng-sanh không để sót.

Tại sao vậy? Vì đại Bồ-Tát nầy muốn độ thoát tất cả chúng-sanh mà tu hạnh Phổ-Hiền, sanh trí Phổ-Hiền, đầy đủ hạnh nguyện của Phổ-Hiền.

Vì thế nên Bồ-Tát phải ở nơi chủng loại như vậy, cảnh-giới như vậy, oai-đức như vậy, quảng-đại như vậy, vô-lượng như vậy, bất-tư-nghì như vậy, môn phổ-chiếu như vậy, trụ ở trước tất cả chư Phật như vậy, được tất cả Như-Lai hộ niệm như vậy, thành-tựu thiện-căn thuở trước như vậy, tâm vô-ngại bất động như vậy.

(Kinh Hoa Nghiêm, phẩm 27. Thập Định)

20.10.23. THUẬN CẢNH-GIỚI TAM-MUỘI

Trong tam-muội siêng-năng tu tập, rời các nhiệt-não, không nhàm mỏi, tâm chẳng thối chuyển, lập chí nguyện sâu, dũng mãnh chẳng khiếp, thuận cảnh-giới tam-muội, nhập trí-địa nan-tư, chẳng y văn-tự, chẳng nhiễm thế-gian, chẳng lấy các pháp, chẳng khởi phân-biệt, chẳng nhiễm trước thế-sự, chẳng phân-biệt cảnh-giới.

Nơi các pháp trí chỉ nên an trụ mà chẳng nên so lường.

Nghĩa là gần-gũi nhứt-thiết-trí, ngộ hiểu Phật bồ-đề, thành tựu pháp quang-minh, ban bố thiện-căn cho tất cả chúng-sanh, ở trong ma-giới cứu vớt chúng-sanh cho họ được vào cảnh-giới Phật-pháp, khiến chẳng bỏ đại-nguyện, siêng quán-sát đạo xuất-ly, thêm rộng cảnh thanh-tịnh, thành-tựu các độ.

Với tất cả Phật sanh tín giải sâu, thường phải quán-sát tất cả pháp-tánh không lúc nào tạm bỏ.

(Kinh Hoa Nghiêm, phẩm 27. Thập Định)

20.10.24. TU HÀNH ĐẠO NHỨT-THIẾT-TRÍ

Phải biết tự thân cùng các pháp-tánh đều khắp bình-đẳng. Phải nên hiểu rõ chỗ làm của thế-gian, chỉ bày trí-huệ phương-tiện đúng pháp. Phải thường tinh-tấn không thôi nghỉ. Phải quán tự-thân thiện-căn kém ít.

Phải siêng làm thêm lớn căn lành cho người. Phải tự tu hành đạo nhứt-thiết-trí. Phải siêng tăng trưởng cảnh-giới Bồ-Tát .Phải thích gần-gũi các thiện-tri-thức. Phải đồng hành mà nương ở với thiện-tri-thức.

Phải chẳng phân-biệt Phật. Phải chẳng rời bỏ chánh-niệm. Phải thường an-trụ pháp-giới bình-đẳng. Phải biết tất cả tâm thức như huyễn. Phải biết các hạnh thế-gian như mộng. Phải biết chư Phật nguyện-lực xuất hiện như bóng tượng. Phải biết tất cả những nghiệp rộng lớn dường như biến hóa. Phải biết ngôn ngữ đều như vang. Phải quán tất cả pháp như huyễn. Phải biết tất cả pháp sanh-diệt đều như âm-thanh. Phải biết tất cả cõi Phật đã trải qua đều không thể tánh. Phải vì chúng-sanh thỉnh hỏi chánh-pháp nơi Như-Lai không biết mỏi mệt.

Phải vì khai ngộ tất cả thế-gian nên siêng năng giáo hối chẳng rời bỏ. Phải vì điều-phục tất cả chúng-sanh biết thời nghi thuyết pháp mà chẳng thôi nghỉ.

(Kinh Hoa Nghiêm, phẩm 27. Thập Định)

20.10.25. TÍN GIẢI TẤT CẢ NHƯ-LAI

Đại Bồ-Tát tu hành hạnh Phổ-Hiền như vậy, viên-mãn cảnh-giới Bồ-Tát như vậy, đạo thần-thông xuất ly như vậy, thọ trì tam thế Phật-pháp như vậy, quán sát tất cả trí-môn như vậy, tư duy pháp chẳng biến đổi như vậy, sáng sạch trí nguyện tăng thượng như vậy, tín giải tất cả Như-Lai như vậy, rõ biết thần-lực rộng lớn của Phật như vậy, quyết định tâm vô-ngại như vậy, nhiếp thọ tất cả chúng sanh như vậy.

(Kinh Hoa Nghiêm, phẩm 27. Thập Định)

20.10.26. BẤT-THỐI-TRÍ

Đại Bồ-Tát lúc nhập đại trí-huệ tam-muội của Phổ-Hiền Bồ-

Tát an-trụ như vậy, mười phương đều có bất-khả-thuyết bất-khả-thuyết cõi nước, mỗi mỗi cõi nước đều có bất-khả-thuyết bất-khả-thuyết Phật-sát vi-trần-số danh hiệu Như-Lai. Mỗi mỗi danh-hiệu đều có bất-khả-thuyết bất-khả-thuyết Phật-sát vi-trần-số chư Phật hiện ra trước Bồ-Tát nầy ban cho niệm-lực Như-lai, khiến chẳng quên mất cảmh-giới Như-Lai.

Ban cho huệ tất cả pháp rốt ráo khiến nhập nhứt-thiết-trí.

Ban cho huệ biết tất cả pháp các thứ nghĩa quyết định khiến thọ trì tất cả Phật-pháp xu nhập vô-ngại.

Ban cho Phật bồ-đề vô-thượng khiến nhập nhứt-thiết-trí khai ngộ pháp-giới.

Ban cho Bồ-Tát cứu cánh huệ khiến được quang-minh của nhứt-thiết pháp, không còn tối tăm.

Ban cho Bồ-Tát bất-thối-trí khiến biết thời phi-thời, phương-tiện thiện-xảo điều-phục chúng-sanh.

Ban cho Bồ-Tát biện-tài vô-ngại khiến tỏ ngộ vô-biên pháp diễn thuyết vô-tận.

Ban cho sức thần-thông biến-hóa khiến hiện bất-khả-thuyết bất-khả-thuyết thân sai biệt, vô-biên sắc-tướng chủng loại chẳng đồng, khai ngộ chúng-sanh.

Ban cho ngôn âm viên-mãn khiến hiện bất-khả-thuyết bất-khả-thuyết âm-thanh sai biệt các thứ ngôn từ khai ngộ chúng-sanh.

Ban cho sức chẳng luống bỏ, khiến tất cả chúng-sanh nếu được thấy hình, hoặc được nghe pháp, đều được thành-tựu không luống bỏ qua.

(Kinh Hoa Nghiêm, phẩm 27. Thập Định)

20.10.27. PHẬT LỰC

Vì đại Bồ-Tát đầy đủ hạnh Phổ-Hiền như vậy nên được Phật-lực, thanh-tịnh đạo xuất ly, đủ nhứt-thiết-trí. Dùng biện-tài vô-ngại thần-thông biến-hóa rốt ráo điều-phục tất cả chúng-sanh, đủ oai đức của Phật, tịnh hạnh Phổ-Hiền, trụ đạo Phổ-Hiền tột vị-lai-tế. Vì muốn điều-phục tất cả chúng-sanh nên chuyển tất cả pháp-luân vi-diệu của Phật.

(Kinh Hoa Nghiêm, phẩm 27. Thập Định)

20.10.28. THUẬN NHỨT-THIẾT-TRÍ ĐẠI-NGUYỆN BÌNH-ĐẲNG

Đại Bồ-Tát nầy thành-tựu đại nguyện thù-thắng các hạnh Bồ-Tát như vậy, thời là pháp-sư của tất cả thế-gian, thời là pháp-nhựt của tất cả thế-gian, thời là trí nguyện của tất cả thế gian, thời là núi Tu-Di của tất cả thế-gian vòi vọi cao lớn kiên cố bất-động, thời là biển trí không bờ của tất cả thế-gian, thời là đèn sáng chánh-pháp của tất cả thế-gian chiếu khắp vô-biên tiếp nối không dứt, vì tất cả chúng-sanh khai thị vô-biên công-đức thanh-tịnh, đều khiến an trụ công-đức thiện-căn, thuận nhứt-thiết-trí đại-nguyện bình-đẳng, tu tập hạnh rộng lớn của Phổ-Hiền, thường hay khuyến phát vô-lượng chúng-sanh trụ bất-khả-thuyết bất-khả-thiuyết tam-muội quảng-đại hạnh, hiện đại tự-tại.

(Kinh Hoa Nghiêm, phẩm 27. Thập Định)

20.10.29. DU-HÍ TỰ-TẠI NƠI BẤT-KHẢ-THUYẾT BẤT-KHẢ-THUYẾT TAM-MUỘI CỦA PHỔ-HIỀN

Đại Bồ-Tát nầy được trí như vậy, chứng pháp như vậy, nơi pháp như vậy suy gẫm an trụ thấy rõ. Được thần-lực như vậy, trụ cảnh-giới như vậy, hiện thần-biến như vậy, khởi thần-thông như vậy.

Thường an trụ đại bi thường lợi ích chúng-sanh, khai thị chánh-đạo an ổn cho chúng-sanh.

Kiến lập tràng đại quang-minh phước trí. Chứng bất-tư-nghì giải-thóat.

Trụ nhứt-thiết-trí giải-thóat. Đến bỉ ngạn giải-thoát của Phật. Học xong môn phương-tiện giải-thoát bất-tư-nghì, được thành-tựu môn nhập pháp-giới sai-biệt không có lầm loạn.

Du-hí tự-tại nơi bất-khả-thuyết bất-khả-thuyết tam-muội của Phổ-Hiền. Trụ trí sư-tử phấn-tấn tâm ý vô-ngại.

(Kinh Hoa Nghiêm, phẩm 27. Thập Định)

20.10.30. TRỤ MƯỜI PHÁP-TẠNG LỚN

Tâm Bồ-Tát nầy hằng trụ mười pháp-tạng lớn. Những là trụ ghi nhớ tất cả Phật. Trụ ghi nhớ tất cả Phật-pháp. Trụ đại bi điều-phục tất cả chúng-sanh. Trụ trí thị-hiện bất-tư-nghì cõi nước thanh-tịnh. Trụ trí quyết định thâm nhập cảnh-giới của chư Phật. Trụ bồ-đề tướng bình-đẳng của tam-thế chư Phật. Trụ biên tế vô-trước vô-ngại. Trụ tất cả pháp không tướng tánh. Trụ thiện căn bình đẳng của tam-thế tất cả chư Phật. Trụ trí tiên-đạo thân ngữ ý pháp-giới vô-sai-biệt của tam-thế tất cả chư Phật : thọ sanh, xuất gia, đến đạo-tràng, thành chánh giác, chuyển pháp-luân, nhập niết-bàn, đều vào sát-na-tế.

Mười đại-pháp-tạng nầy rộng lớn vô-lượng, bất-khả-số, bất-khả-xưng, bất-khả-tư, bất-khả-thuyết, vô cùng tận, khó nhẫn thọ. Tất cả thế-trí không xưng thuật hết được.

(Kinh Hoa Nghiêm, phẩm 27. Thập Định)

20.10.31. BỈ NGẠN PHỔ-HIỀN HẠNH

Đại Bồ-Tát nầy đã đến bỉ ngạn Phổ-Hiền hạnh, chứng pháp thanh-tịnh, chí lực quảng-đại, khai-thị vô-lượng thiện-căn cho chúng-sanh, tăng trưởng tất cả thế-lực của Bồ-Tát . Nơi khoảng mỗi niệm đầy đủ tất cả công đức của Bồ-Tát . Thành-tựu tất cả hạnh Bồ-Tát . Được pháp đà-la-ni của tất cả Phật. Thọ trì tất cả sở-thuyết của chư Phật. Dầu thường an-trụ chơn-như thiệt-tế, mà tuỳ tất cả ngôn thuyết thế-tục, thị hiện điều-phục tất cả chúng-sanh.

Tại sao vậy? Vì đại Bồ-Tát trụ tam-muội nầy thời theo pháp là như vậy.

Chư Phật-tử ! Đại Bồ-Tát dùng tam-muội nầy được trí quảng-đại của tất cả chư Phật.

Được biện-tài tự-tại khéo nói tất cả pháp quảng-đại.

Được pháp vô-úy thanh-tịnh rất là thù-thắng trong tất cả thế-gian.

Được trí nhập tất cả tam-muội. Được phương-tiện thiện-xảo của tất cả Bồ-Tát .

Được tất cả pháp quang-minh môn. Đến bỉ-ngạn pháp an-ủy tất cả thế-gian.

Biết tất cả chúng-sanh thời, phi-thời. Chiếu tất cả chỗ mười phương thế-giới. Khiến tất cả chúng-sanh được thắng-trí. Làm bực thầy vô-thượng của tất cả thế-gian. An-trụ tất cả các công-đức.

(Kinh Hoa Nghiêm, phẩm 27. Thập Định)

20.10.32. KHAI THỊ TAM-MUỘI THANH-TỊNH

Khai thị tam-muội thanh-tịnh cho tất cả chúng-sanh, khiến nhập trí vô-thượng.

Tại sao vậy? Vì đại Bồ-Tát tu hành như vậy thời lợi ích chúng-sanh, thời thêm lớn đại-bi, thời thân cận thiện-tri-thức, thời thấy tất cả Phật, thời rõ tất cả pháp, thời đến tất cả cõi, thời nhập tất cả phương, thời nhập tất cả thế, thời ngộ tánh bình-đẳng của tất cả Pháp, thời biết tánh bình-đẳng của tất cả Phật, thời trụ tánh bình-đẳng nhứt-thiết-trí. Ở trong pháp nầy làm công-hạnh như vậy, chẳng làm công-hạnh khác. Trụ nơi tâm chưa đủ, trụ nơi tâm chẳng tán loạn, trụ nơi tâm chuyển nhứt, trụ nơi tâm siêng tu, trụ nơi tâm quyết định, trụ nơi tâm chẳng đổi khác, tư duy như vậy, tác nghiệp như vậy, cứu cánh như vậy.

(Kinh Hoa Nghiêm, phẩm 27. Thập Định)

20.10.33. ĐẠI BỒ-TÁT DO NHỮNG THIỆN-NGHIỆP MÀ ĐƯỢC TÊN

Đại Bồ-Tát không dị-ngữ dị-tác, có như-ngữ như-tác.

Ví như kim-cang, do không bị hư-hoại nên được tên là kim-cang, trọn không lúc nào rời lìa bất-hoại.

Cũng vậy, đại Bồ-Tát do những hành pháp mà được tên là Bồ-Tát , trọn không lúc nào rời các hành-pháp.

Ví như chơn-kim, bởi có diệu-sắc mà được tên, trọn không lúc nào rời nơi diệu sắc.

Cũng vậy, đại Bồ-Tát do những thiện-nghiệp mà được tên, trọn không lúc nào rời những thiện nghiệp.

(Kinh Hoa Nghiêm, phẩm 27. Thập Định)

20.10.34. TRÍ HUỆ QUANG NHƯ MẶT NHẬT

Ví như mặt nhựt, do vầng sáng chói mà được tên, trọn không lúc nào rời sáng chói.

Cũng vậy, đại Bồ-Tát do trí-huệ quang mà được tên, trọn không lúc nào rời trí-huệ-quang.

Như núi Tu-Di do bốn ngọn núi báu ở nơi đại-hải cao vọi đồ sộ mà được tên, trọn không lúc nào rời lìa bốn ngọn núi báu. Cũng vậy, đại Bồ-Tát do các thiện-căn ở tại thế-gian vượt cao hơn cả mà được tên, trọn không lúc nào bỏ rời thiện-căn.

Ví như đại-địa do giữ lấy tất cả mà được tên, trọn không lúc nào bỏ rời công-năng giữ lấy.

Cũng vậy, đại Bồ-Tát do độ tất cả mà được tên, trọn không lúc nào bỏ rời đại-bi.

Ví như đại-hải do chứa các dòng nước mà được tên , trọn không lúc nào bỏ rời nước.

Cũng vậy, đại Bồ-Tát do những đại-nguyện mà được tên, trọn không tạm bỏ nguyện độ chúng-sanh.

Như tướng-quân do giỏi quen tập phương-pháp chiến đấu mà được tên, trọn không lúc nào bỏ rời công-năng nầy.

(Kinh Hoa Nghiêm, phẩm 27. Thập Định)

20.10.35. THÀNH-TỰU NHỨT-THIẾT-TRÍ

Cũng vậy, đại Bồ-Tát do hay quen tập tam-muội như vậy mà được tên, nhẫn đến thành-tựu nhứt-thiết-trí, trọn không lúc nào bỏ rời hạnh nầy.

Như vua chuyển-luân ngự trị tứ thiên-hạ, thường siêng săn sóc muôn dân không cho hoạnh tử, hằng được sung sướng.

Cũng vậy, đại Bồ-Tát nhập những đại tam-muội nầy thường siêng hóa độ tất cả chúng-sanh, nhẫn đến khiến họ rốt ráo thanh-tịnh.

Ví như gieo hột giống xuống đất, nhẫn đến tăng trưởng cành lá.

Cũng vậy, đại Bồ-Tát tu hạnh Phổ-Hiền, nhẫn đến có thể làm

cho tất cả chúng-sanh thêm lớn pháp lành.

Ví như mây lớn, trong mùa hạ nóng nực,tuôn mưa lớn, nhẫn đến tăng trưởng tất cả hột giống.

Cũng vậy, đại Bồ-Tát vào những đại tam-muội như vậy tu hạnh Bồ-Tát tuôn pháp-vũ lớn, nhẫn đến làm cho chúng-sanh rốt ráo thanh-tịnh, rốt-ráo niết-bàn, rốt-ráo an-ổn, rốt-ráo bỉ-ngạn, rốt-ráo hoan-hỉ, rốt-ráo dứt nghỉ.

Làm phước-điền rốt-ráo cho chúng-sanh, khiến công-hạnh bố-thí của họ đều được thanh-tịnh.

(Kinh Hoa Nghiêm, phẩm 27. Thập Định)

20.10.36. AN-TRỤ ĐẠO BẤT-THỐI-CHUYỂN

Khiến họ đều an-trụ đạo bất-thối-chuyển. Khiến họ đồng được nhứt-thiết-trí. Khiến họ đều được xuất ly tam-giới. Khiến họ đều được trí rốt ráo. Khiến họ đều được pháp rốt ráo của chư Phật. Đặt để chúng-sanh nơi nhứt-thiết-trí.

Tại sao vậy? Vì đại Bồ-Tát thành-tựu pháp nầy trí-huệ sáng suốt nhập pháp-giới-môn, hay tịnh tu vô-lượng hạnh bất-tư-nghì của Bồ-Tát.

Những là hay các trí, vì cầu nhứt-thiết-trí. Hay tịnh chúng-sanh, vì khiến họ điều-phục. Hay tịnh cõi nước, vì thường hồi-hướng. Hay tịnh các pháp vì khắp rõ biết. Hay tịnh đức vô-úy, vì không khiếp nhược. Hay tịnh tứ vô-ngại-biện, vì khéo diễn thuyết. Hay tịnh đà-la-ni, vì được tự-tại với tất cả pháp. Hay tịnh hạnh thân-cận, vì thường thấy tất cả Phật xuất-thế.

Đại Bồ-Tát trụ tam-muội nầy, được trăm ngàn ức na-do-tha bất-khả-thuyết bất-khả-thuyết công-đức thanh-tịnh như vậy.

(Kinh Hoa Nghiêm, phẩm 27. Thập Định)

20.10.37. SỨC VÔ-ĐỐI CỦA PHƯỚC VÔ-TẬN SIÊU THẾ-GIAN

Vì nơi của các cảnh-giới của các tam-muội như vậy được tự-tại. Vì được tất cả Phật gia-hộ. Vì sức thiện-căn của mình lưu xuất. Vì nhập oai-đức lớn của bực đại-trí-huệ. Vì sức dẫn đạo của các thiện-tri-thức. Vì tồi phục tất cả các ma lực. Vì sức đồng phận thiện-căn thuần thanh-tịnh. Vì sức thệ nguyện rộng lớn. Vì sức trồng thiện-căn thành-tựu. Vì sức vô-đối của phước vô-tận siêu thế-gian.

(Kinh Hoa Nghiêm, phẩm 27. Thập Định)

20.10.38. MƯỜI PHÁP ĐỒNG TAM-THẾ CHƯ PHẬT

Đại Bồ-Tát trụ tam-muội nầy thời được mười pháp đồng tam-thế chư Phật như là được:

- Các tướng hảo trang-nghiêm đồng với chư Phật.

- Hay phóng đại quang-minh thanh-tịnh đồng với chư Phật.

- Thần-thông biến-hóa điều-phục chúng-sanh đồng với chư Phật.

- Sắc thân vô-biên, thanh-âm thanh-tịnh đồng với chư Phật.

- Tùy chúng-sanh nghiệp mà hiện tịnh cõi Phật đồng với chư Phật.

- Bao ngôn ngữ của tất cả chúng-sanh đều có thể nhiếp-trì chẳng quên chẳng mất đồng với chư Phật.

- Biện-tài vô-tận tùy tâm chúng-sanh mà chuyển pháp-luân cho họ sanh trí-huệ đồng với chư Phật.

- Đại sư-tử hống không khiếp sợ, dùng vô-lượng pháp khai ngộ chúng-sanh đồng với chư Phật.

- Trong khoảng một niệm dùng đại thần-thông vào khắp tam-thế đồng với chư Phật.

- Hay khắp khai thị cho tất cả chúng-sanh: chư Phật trang-nghiêm, chư Phật oai-lực, chư Phật cảnh-giới đồng với chư Phật.

(Kinh Hoa Nghiêm, phẩm 27. Thập Định)

21. VẤN ĐÁP PHẬT PHÁP

Bấy giờ Phổ-Nhãn Bồ-Tát bạch Phổ-Hiền Bồ-Tát rằng:

Đại Bồ-Tát nầy được pháp như vậy đồng với chư Phật, sao lại

chẳng gọi là Phật?

Cớ sao chẳng gọi là thập-lực?

Cớ sao chẳng gọi là nhứt-thiết-trí Cớ sao chẳng gọi là bực chứng bồ-đề trong tất cả pháp. Cớ sao chẳng được gọi là phổ-nhãn?

Cớ sao chẳng gọi là bực thấy vô-ngại trong tất cả cảnh?

Cớ sao chẳng gọi là giác tất cả pháp?

Cớ sao chẳng gọi là bực cùng tam-thế chư Phật ở một chỗ?

Cớ sao chẳng gọi là bực trụ thiệt-tế?

Cớ sao tu hạnh nguyện Phổ-Hiền vẫn chưa thôi nghỉ?

Cớ sao chẳng có thể rốt ráo pháp-giới bỏ đạo Bồ-Tát ? "

Phổ-Hiền Bồ-Tát nói: "Đúng như lời ngài nói, nếu đại Bồ-Tát nầy đồng với chư Phật, thời do nghĩa gì mà chẳng gọi là Phật, nhẫn đến chẳng bỏ đạo Bồ-Tát ?

(Kinh Hoa Nghiêm, phẩm 27. Thập Định)

22. CẢNH-GIỚI PHỔ-NHÃN NIỆM NIỆM TĂNG TRƯỞNG

Đại Bồ-Tát nầy đã có thể tu tập các hạnh-nguyện của tam-thế chư Bồ-Tát nhập trí-cảnh-giới thời gọi là Phật. Ở chỗ Như-Lai tu hạnh Bồ-Tát chẳng thôi nghỉ thời gọi là Bồ-Tát . Các trí-lực của Như-Lai đều đã nhập thời gọi là bực Thập-Lực. Dầu thành thập-lực mà hành Phổ-Hiền hạnh không thôi nghỉ thời gọi là Bồ-Tát .

Biết tất cả pháp mà hay diễn thuyết thời gọi là nhứt-thiết-trí. Dầu có thể diễn nói tất cả pháp, nơi mỗi mỗi pháp thiện xảo tư-duy chưa từng thôi nghỉ thời gọi là Bồ-Tát . Biết tất cả pháp không có hai tướng thời gọi là ngộ tất cả pháp. Nơi đạo sai biệt nhị bất-nhị của tất cả pháp thiện-xảo quán-sát, lần lượt tăng thắng không có thôi nghỉ thời gọi là Bồ-Tát . Đã hay thấy cảnh-giới Phổ-Nhãn thời gọi là Phổ-Nhãn. Dầu hay chứng được cảnh-giới Phổ-Nhãn niệm niệm tăng trưởng chưa từng thôi nghỉ thời gọi là Bồ-Tát .

(Kinh Hoa Nghiêm, phẩm 27. Thập Định)

23. VÔ-NGẠI-KIẾN

Nơi các pháp đều hay soi sáng rời chướng-ngại thời gọi là vô-ngại-kiến. Thường siêng ghi nhớ vô-ngại-kiến thời gọi là Bồ-Tát . Đã được mắt trí-huệ của chư Phật thời gọi là giác ngộ tất cả pháp. Quán trí-nhãn chánh-giác của Như-Lai mà chẳng buông lung thời gọi là Bồ-Tát . Trụ chỗ của Phật trụ cùng Phật không hai thời gọi là cùng Phật không trụ hai chỗ. Được Phật nhiếp thọ tu các trí-huệ thời gọi là Bồ-Tát . Thường quán thiệt-tế của tất cả thế-gian thời gọi là bực trụ thiệt-tế.

(Kinh Hoa Nghiêm, phẩm 27. Thập Định)

24. THIỆT-TẾ CỦA CÁC PHÁP

Dầu thường quán sát thiệt-tế của các pháp mà chẳng chứng nhập cũng chẳng bỏ rời thời gọi là Bồ-Tát . Chẳng đến chẳng đi, không đồng không dị, những phân biệt nầy thảy đều dứt hẳn thời gọi là bực hưu-tức-nguyện. Tu tập quảng-đại viên-mãn bất-thối thời gọi là bực chưa hưu-tức Phổ-Hiền nguyện. Biết rõ pháp-giới không có biên-tế, tất cả các pháp nhứt tướng vô tướng thời gọi là bực rốt ráo pháp giới rời bỏ đạo Bồ-Tát .

Dầu biết pháp giới không biên-tế mà biết các thứ dị-tướng khởi tâm đại-bi độ các chúng sanh tột thuở vị lai không nhàm mỏi thời gọi là Phổ-Hiền Bồ-Tát .

(Kinh Hoa Nghiêm, phẩm 27. Thập Định)

25. BẤT-KHẢ-THUYẾT MÔN THÀNH CHÁNH-GIÁC

Đại Bồ-Tát tu tập hạnh nguyện Phổ-Hiền và các môn tam-muội dùng làm những đồ báu trang-nghiêm.

Bảy phần bồ-đề là thân của Bồ-Tát . Quang-minh phóng ra dùng làm lưới báu. Dựng tràng đại-pháp. Gióng chung đại-pháp. Đại-bi làm hang. Đại nguyện kiên-cố dùng làm ngà. Trí-huệ vô-úy dường như sư-tử. Lụa pháp bịt trán. Khai-thị bí-mật đến bỉ-ngạn những hạnh-nguyện Bồ-Tát . Vì muốn ngồi an nơi tòa bồ-đề thành nhứt-thiết-trí được vô-thượng chánh-giác, tăng trưởng Phổ-Hiền hạnh nguyện quảng đại, chẳng thối chẳng nghỉ chẳng dứt chẳng bỏ. Đại-bi tinh-tấn tột thuở vị-lai, độ thoát tất cả chúng-sanh khổ-não, chẳng bỏ đạo Phổ-Hiền, hiện thành chánh-giác.

Hiện bất-khả-thuyết bất-khả-thuyết môn thành chánh-giác.

Hiện bất-khả-thuyết bất-khả-thuyết môn chuyển pháp-luân.

Hiện bất-khả-thuyết bất-khả-thuyết môn trụ thâm-tâm.

Nơi bất-khả-thuyết bất-khả-thuyết quốc-độ quảng-đại hiện môn niết-bàn biến-hóa.

Nơi bất-khả-thuyết bất-khả-thuyết thế-giới sai-biệt mà hiện thọ sanh, tu hạnh Phổ-Hiền.

Hiện bất-khả-thuyết bất-khả-thuyết Như-Lai, nơi bất-khả-thuyết bất-khả-thuyết quốc-độ quảng-đại dưới cội Bồ-Đề thành vô-thượng chánh-giác. Bất-khả-thuyết. Bất-khả-thuyết chúng Bồ-Tát gần-gũi vây quanh.

Hoặc trong khoảng một niệm tu hạnh Phổ-Hiền mà thành chánh-giác.

(Kinh Hoa Nghiêm, phẩm 27. Thập Định)

26. BẤT-KHẢ-THUYẾT BẤT-KHẢ-THUYẾT KIẾP, TU HẠNH PHỔ-HIỀN MÀ THÀNH CHÁNH-GIÁC

Hoặc trong giây lát, hoặc một giờ, một ngày, nửa tháng, một tháng, hoặc một năm hoặc vô-số năm, hoặc một kiếp. nhẫn đến hoặc bất-khả-thuyết bất-khả-thuyết kiếp, tu hạnh Phổ-Hiền mà thành chánh-giác.

Lại nơi trong tất cả cõi Phậtmà làm thượng-thủ, gần gũi chư Phật đảnh lễ cúng-dường, thỉnh hỏi quán-sát cảnh-giới như huyễn, tịnh tu vô-lượng hạnh Bồ-Tát , vô-lượng trí Bồ-Tát , các thứ thần-biến, các thứ oai-đức, các thứ trí-huệ, các thứ cảnh-giới, các thứ thần-thông, các thứ tự-tại, các thứ giải-thoát, các thứ pháp-minh, các thứ pháp giáo-hóa điều-phục.

(Kinh Hoa Nghiêm, phẩm 27. Thập Định)

27. NGHIÊM TỊNH CÁC THẾ-GIỚI RỘNG LỚN

Đại Bồ-Tát bổn-thân bất-diệt, do sức hạnh-nguyện mà biến-hiện như vậy khắp các nơi.

Tại sao vậy? Vì muốn dùng thần-lực tự-tại Phổ-Hiền điều-phục tất cả chúng-sanh. Vì làm cho bất-khả-thuyết bất-khả-thuyết chúng-sanh được thanh-tịnh. Vì làm cho họ dứt hẳn vòng sanh tử. Vì nghiêm tịnh các thế-giới rộng lớn. Vì thường thấy tất cả Phật. Vì thâm nhập tất cả Phật-pháp. Vì ghi nhớ tam-thế Phật-chủng. Vì ghi nhớ chánh-pháp và pháp-thân của tất cả Phật mười phương. Vì tu khắp tất cả Bồ-Tát hạnh khiến viên-mãn. Vì nhập hàng Phổ-Hiền tự-tại có thể chứng nhứt-thiết-trí.

(Kinh Hoa Nghiêm, phẩm 27. Thập Định)

Các ngài nên quán-sát đại Bồ-Tát nầy chẳng bỏ hạnh Phổ-Hiền, chẳng dứt đạo Phổ-Hiền, thấy tất cả Phật, chứng nhứt-thiết-trí, tự-tại thọ dụng pháp nhứt-thiết-trí.

Như Tượng-Vương Y-La-Bát-Na chẳng bỏ thân voi đến trời Đao-Lợi, được chư thiên cõi, hầu hạ Thiên-Đế, cùng chư thiên-nữ vui chơi khoái lạc đồng như chư thiên không khác.

Cũng vậy, đại Bồ-Tát chẳng bỏ những hạnh đại-thừa Phổ-Hiền, chẳng thối các nguyện, được Phật tự-tại, đủ nhứt-thiết-trí, chứng Phật giải-thoát, không chướng không ngại, thành-tựu thanh-tịnh, nơi các quốc-độ không nhiễm trước, trong các Phật-pháp không phân-biệt. Dầu biết các pháp đều khắp bình-đẳng không có hai tướng mà hằng thấy rõ tất cả cõi Phật. Dầu đã ngang đồng với tam-thế chư Phật mà tu hạnh Bồ-Tát tương-tục chẳng dứt.

Chư Phật-tử! Đại Bồ-Tát an trụ pháp hạnh nguyện quảng-đại của Phổ-Hiền như vậy, phải biết người nầy tâm được thanh-tịnh.

Trên đây là trí quảng-đại tâm thù-thắng vô-ngại-luân đại-tam-muội thứ mười của đại Bồ-Tát .

Đây là đại Bồ-Tát trụ mười môn đại tam-muội trong Phổ-Hiền hạnh.

(Kinh Hoa Nghiêm, phẩm 27. Thập Định)

Phẩm 28.

I. MỤC LỤC

Thập Thông:

1. Thiện-tri tha-tâm-trí thần-thông thứ nhứt của đại bồ-tát

2. Vô-ngại thiên-nhãn trí-thần-thông của đại bồ-tát

3. Túc-trụ-trí thần-thông thứ ba biết kiếp quá-khứ của đại bồ-tát

4. Tri-thần-thông thứ tư biết tột hết những kiếp thuở vị-lai của đại bồ-tát

5. Trí-thần-thông thiên-nhĩ thanh-tịnh vô-ngại thứ năm của đại bồ-tát

6. Trí thần-thông thứ sáu trụ vô-thể-tánh vô-động-tác mà qua đến tất cả cõi Phật của đại bồ-tát

7. Trí thần-thông thứ bảy khéo phân-biệt tất cả ngôn-từ của đại bồ-tát

8. Đại bồ-tát vì độ tất cả chúng-sanh siêng tu thành-tựu trí thần-thông thứ tám hiện vô-số sắc thân

9. Nhứt-thiết pháp trí thần-thông thứ chín của đại bồ-tát

10. Đại bồ-tát nhập nhứt-thiết-pháp diệt tận tam-muội trí-thần-thông thứ mười của đại bồ-tát

11. Tam-thế-trí thần-thông vô-ngại.

II. CHÁNH VĂN

1.THẬP THÔNG

1) Thiện-tri tha-tâm-trí thần-thông thứ nhứt

2) Vô-ngại thiên-nhãn trí-thần-thông của đại bồ-tát

3) Túc-trụ-trí thần-thông thứ ba biết kiếp quá-khứ của đại bồ-tát

4) Tri-thần-thông thứ tư biết tột hết những kiếp thuở vị-lai của đại bồ-tát

5) Trí-thần-thông thiên-nhĩ thanh-tịnh vô-ngại thứ năm của đại bồ-tát

6) Trí thần-thông thứ sáu trụ vô-thể-tánh vô-động-tác mà qua đến tất cả cõi Phật của đại bồ-tát

7) Trí thần-thông thứ bảy khéo phân-biệt tất cả ngôn-từ của đại bồ-tát

8) Thành-tựu trí thần-thông thứ tám hiện vô-số sắc thân.

9) Nhứt-thiết pháp trí thần-thông thứ chín của đại bồ-tát.

10) Đại bồ-tát nhập nhứt-thiết-pháp diệt tận tam-muội trí-thần-thông thứ mười của đại bồ-tát.

(Kinh Hoa Nghiêm, phẩm 28. Thập Không)

Bấy giờ Phổ-Hiền đại Bồ-Tát bảo chư Bồ-Tát rằng: "Chư Phật-tử! Đại bồ-Tát có mười thứ thông:

1. THIỆN-TRI THA-TÂM-TRÍ THẦN-THÔNG THỨ NHỨT CỦA ĐẠI BỒ-TÁT

Đại Bồ-Tát dùng tha-tâm-trí-thông biết tâm sai-biệt của chúng-sanh trong một Đại-Thiên thế-giới. Những là tâm thiện, tâm bất-thiện, tâm rộng, tâm hẹp, tâm lớn, tâm nhỏ, tâm thuận sanh tử, tâm trái sanh tử, tâm Thanh văn, tâm Độc giác, tâm Bồ Tát, tâm Thanh-văn-hạnh, tâm Độc-Giác-hạnh, tâm Bồ-Tát-hạnh, tâm Thiên, tâm Long, tâm Dạ-xoa, tâm Càn-thát-bà, tâm A-tu-la, tâm Ca-lâu-la, tâm Khẩn-na-la, tâm Ma-hầu-la-già, tâm nhơn, tâm phi-nhơn, tâm địa-ngục, tâm súc-sanh, tâm xứ Diêm-ma-vương, tâm ngạ-quỷ, tâm chúng-sanh nơi các nạn-xứ.

Những tâm chúng-sanh vô-lượng sai-biệt như vậy điều phân-biệt biết rõ.

Như một thế-giới, đến trăm thế-giới, ngàn thế-giới, trăm ngàn thế-giới, trăm ngàn ức na-do-tha thế-giới, nhẫn đến bất-khả-thuyết bất-khả-thuyết Phật-sát vi-trần-số thế-giới, trong đó có bao nhiêu tâm chúng-sanh đều phân-biệt biết.

Trên đây gọi là thiện-tri tha-tâm-trí thần-thông thứ nhứt của đại Bồ-Tát.

(Kinh Hoa Nghiêm, phẩm 28. Thập Không)

2. VÔ-NGẠI THIÊN-NHÃN TRÍ-THẦN-THÔNG CỦA ĐẠI BỒ-TÁT

Đại Bồ-Tát dùng vô-ngại thanh-tịnh thiên-nhãn trí-thông thấy chúng-sanh trong vô-lượng bất-khả-thuyết bất-khả-thuyết Phật-sát vi-trần-số thế-giới, chết đây sanh kia, loài lành, loài dữ, tướng phước, tướng tội, hoặc tốt, hoặc xấu, hoặc nhơ, hoặc sạch.

Những phẩm loại vô-lượng chúng-sanh như vậy. Những là bát bộ chúng, chúng-sanh thân to lớn, chúng-sanh thân nhỏ nhít. Trong các loài chúng-sanh như vậy dùng vô-ngại nhãn thảy đều thấy rõ. Tùy nghiệp mà chức nhóm, tùy chỗ thọ khổ vui, tùy tâm phân-biệt, tùy kiến chấp, tùy ngôn ngữ, tùy nhơn, tùy nghiệp, tùy sở-duyên, tùy sơ-khởi, thảy đều thấy rõ không sai lầm.

Trên đây là vô-ngại thiên-nhãn trí-thần-thông thứ hai của đại Bồ-Tát.

(Kinh Hoa Nghiêm, phẩm 28. Thập Không)

3. TÚC-TRỤ-TRÍ THẦN-THÔNG THỨ BA
BIẾT KIẾP QUÁ-KHỨ CỦA ĐẠI BỒ-TÁT

Đại Bồ-Tát dùng túc-trụ-tùy-niệm-trí-thông có thể biết tự-thân và tất cả chúng-sanh trong bất-khả-thuyết bất-khả-thuyết Phật-sát vi-trần-số thế-giới, những việc đời trước trong quá-khứ bất-khả-thuyết bất-khả-thuyết Phật-sát vi-trần-số kiếp.

Những là: xứ đó sanh ra có tên như vậy, họ như vậy, chủng-tộc như vậy, uống ăn như vậy, khổ vui như vậy. Từ vô-thỉ đến nay ở trong các cõi, do nhân do duyên xoay vần thêm lớn, thứ đệ nối tiếp, luân-hồi chẳng dứt, các thứ phẩm loại, các thứ cõi nước, các thứ loài sanh, các thứ hình tướng, các thứ hành nghiệp, các thứ kiết-sử, các thứ tâm niệm, các thứ nhơn-duyên thọ sanh sai khác. Những việc như vậy thảy đều biết rõ.

Lại ghi nhớ danh-hiệu của bất-khả-thuyết bất-khả-thuyết Phật-sát vi-trần-số chư Phật.

Mỗi mỗi danh-hiệu có bất-khả-thuyết bất-khả-thuyết Phật-sát vi-trần-số Phật, từ sơ-phát-tâm. khởi nguyện, tu hành, cúng dường chư Phật, điều-phục chúng-sanh, chúng hội thuyết pháp, thọ mạng nhiều ít, thần-thông biến-hóa nhẫn đến nhập nơi vô-dư niết-bàn. Sau đó pháp trụ lâu mau, xây dựng tháp miếu các thứ trang-nghiêm, làm cho chúng-sanh vun trồng thiện-căn, thảy đều có thể biết.

Trên đây là túc-trụ-trí thần-thông thứ ba biết kiếp quá-khứ của đại Bồ-Tát.

(Kinh Hoa Nghiêm, phẩm 28. Thập Không)

4. TRI-THẦN-THÔNG THỨ TƯ BIẾT TỘT HẾT NHỮNG
KIẾP THUỞ VỊ-LAI CỦA ĐẠI BỒ-TÁT

Đại Bồ-Tát dùng trí-thông biết hết kiếp thuở vị-lai, biết những kiếp của trong bất-khả-thuyết bất-khả-thuyết Phật-sát vi-trần-số thế-giới. Trong mỗi mỗi kiếp có những chúng-sanh mạng chung thọ sanh, các cõi tiếp nối, nghiệp hành quả báo, hoặc thiện hoặc bất thiện, hoặc xuất ly hoặc chẳng xuất ly, hoặc quyết định hoặc chẳng quyết định, hoặc tà-định hoặc chánh-định, hoặc thiện-căn chung cùng với kiết-sử, hoặc thiện-căn chẳng chung cùng với kiết-sử, hoặc thiện-căn đầy đủ, hoặc chẳng đầy đủ, hoặc nhiếp-thủ thiện-căn, hoặc chẳng nhiếp-thủ thiện-căn, hoặc tích tập thiện-căn, hoặc chẳng tích tập thiện-căn, hoặc tích tập tội pháp hoặc chẳng tích tập tội pháp. Tất cả như vậy đều có thể biết rõ.

Mỗi mỗi Như-Lai từ sơ-phát-tâm khởi nguyện lập hạnh cúng-dường chư Phật, giáo-hóa chúng-sanh, chúng-hội thuyết pháp, thọ mạng nhiều ít, thần-thông biến-hóa, nhẫn đến nhập nơi vô-dư niết-bàn, sau đó pháp trụ lâu mau, tạo lập tháp miếu các thứ trang-nghiêm làm cho chúng-sanh vun trồng căn lành. Những sự như vậy đều biết rõ.

Trên đây là tri-thần-thông thứ tư biết tột hết những kiếp thuở vị-lai của đại Bồ-Tát.

(Kinh Hoa Nghiêm, phẩm 28. Thập Không)

5. TRÍ-THẦN-THÔNG THIÊN-NHĨ THANH-TỊNH VÔ-NGẠI THỨ NĂM CỦA ĐẠI BỒ-TÁT

Đại Bồ-tát thành tựu vô-ngại thanh-tịnh thiên-nhĩ-viên-mãn quảng đại thông suốt không chướng, nghe thấu vô-ngại thành-tựu đầy đủ. Với tất cả âm thanh, muốn nghe hay chẳng muốn nghe đều tùy ý tự-tại.

Phương đông có bất-khả-thuyết bất-khả-thuyết Phật-sát vi-trần-số Phật, chư Phật nầy giảng nói chỉ dạy, chỗ an lập, chỗ giáo-hóa, chỗ điều phục, chỗ ức niệm, chỗ phân-biệt những pháp thanh-tịnh thậm thâm quảng đại các thứ sai biệt vô-lượng phương-tiện vô-lượng thiện-xảo. Bồ-Tát nầy đều có thể thọ-trì tất cả.

Lại ở trong đó, hoặc nghĩa hoặc văn, hoặc một người, hoặc chúng-hội, đúng như ngôn từ, đúng như trí-huệ, như chỗ tỏ thấu, như chỗ thị-hiện, như chỗ điều-phục, như cảnh-giới, như sở-y, như đạo xuất ly, Bồ-Tát nầy đều hay ghi nhận tất cả chẳng quên chẳng mất, chẳng dứt chẳng thối, không mê không lầm, vì người khác mà diễn nói khiến họ được tỏ ngộ. Trọn chẳng quên mất một văn một câu.

Như phương đông, chín phương kia cũng như vậy.

Trên đây là trí-thần-thông thiên-nhĩ thanh-tịnh vô-ngại thứ năm của đại Bồ-Tát.

(Kinh Hoa Nghiêm, phẩm 28. Thập Không)

6. TRÍ THẦN-THÔNG THỨ SÁU TRỤ VÔ-THỂ-TÁNH VÔ-ĐỘNG-TÁC MÀ QUA ĐẾN TẤT CẢ CÕI PHẬT CỦA ĐẠI BỒ-TÁT

Đại Bồ-Tát trụ vô-thể-tánh thần-thông, vô-tác thần-thông, bình-đẳng thần-thông, quảng-đại thần-thông, vô-lượng thần-thông, vô-y thần-thông, tùy niệm thần-thông, khởi thần-thông, bất-khởi thần-thông, bất thối thần-thông, bất-đoạn thần-thông, bất-hoại thần-thông, tăng trưởng thần-thông, tùy nghệ thần-thông.

Đại Bồ-Tát nầy nghe danh hiệu chư Phật trong tất cả thế-giới rất xa. Những là vô-số thế-giới, vô-lượng thế-giới, nhẫn đến danh-hiệu chư Phật trong bất-khả-thuyết bất-khả-thuyết Phật-sát vi-trần-số thế-giới.

Nghe danh hiệu chư Phật xong thời tự thấy thân mình ở chỗ chư Phật đó. *Các thế-giới đó hoặc ngửa hoặc úp, những hình trạng khác, những sai-biệt, vô-biên vô-ngại các thứ cõi nước, các thứ thời kiếp, vô-lượng công-đức đều trang-nghiêm khác nhau.* Chư Phật Như-Lai đó xuất-hiện trong ấy, thị-hiện thần-biến, xưng dương danh hiệu, vô-lượng vô-số riêng khác chẳng đồng.

Đại Bồ-Tát nầy một khi nghe danh hiệu của chư Phật đó, chẳng động bổn-xứ mà thấy thân mình ở chỗ Phật đó lễ bái cúng-dường, hỏi pháp bồ-tát, nhập Phật-trí, đều rõ thấy được các Phật-độ, đạo-tràng chúng-hội và sự thuyết pháp, đến nơi rốt ráo không chỗ chấp lấy. Như vậy trải qua bất-khả-thuyết bất-khả-thuyết Phật-sát vi-trần số kiếp, khắp đến mười phương mà không chỗ qua đến, nhưng những sự đến cõi, quán Phật, nghe pháp, thỉnh đạo, không lúc nào ngừng ngớt, không phế bỏ, không thôi nghỉ, không nhàm mỏi, tu hạnh bồ-tát, thành-tựu đại nguyện, đều làm cho đầy đủ từng không thối-chuyển. Vì khiến chủng-tánh quảng-đại của Như-Lai chẳng đoạn tuyệt.

Trên đây là trí thần-thông thứ sáu trụ vô-thể-tánh vô-động-tác mà qua đến tất cả cõi Phật của đại Bồ-Tát.

(Kinh Hoa Nghiêm, phẩm 28. Thập Không)

7. TRÍ THẦN-THÔNG THỨ BẢY KHÉO PHÂN-BIỆT TẤT CẢ NGÔN-TỪ CỦA ĐẠI BỒ-TÁT

Đại Bồ-Tát dùng trí thần-thông khéo phân biệt ngôn âm của tất cả chúng-sanh, biết các loại ngôn từ của chúng-sanh trong bất-khả-thuyết bất-khả-thuyết Phật-sát vi-trần-số thế-giới. Những là thánh-ngôn-từ, chẳng phải thánh-ngôn-từ, ngôn-từ của Thiên, Long, bát-bộ nhẫn đến bao nhiêu ngôn-từ của bất-khả-thuyết bất-khả-thuyết chúng-sanh, đều biểu-thị riêng khác, các loại sai-biệt, tất cả như vậy đều có thể biết rõ.

Tùy vào trong thế-giới nào, đại Bồ-Tát nầy đều biết được những tánh dục của tất cả chúng-sanh trong đó. Đúng như tánh dục của họ, Bồ-Tát nói ra ngôn-từ đều khiến họ hiểu biết không nghi lầm.

Như mặt nhựt mọc lên chiếu khắp các hình sắc, làm cho người có con mắt đều thấy được rõ-ràng.

Cũng vậy, đại Bồ-Tát dùng trí khéo phân-biệt tất cả ngôn từ, thâm nhập tất cả mây ngôn từ, có lời nói ra khiến những kẻ thông-minh ở các thế-gian đều được hiểu rõ.

Trên đây là trí thần-thông thứ bảy khéo phân-biệt tất cả ngôn-từ của đại Bồ-Tát.

(Kinh Hoa Nghiêm, phẩm 28. Thập Không)

8. ĐẠI BỒ-TÁT VÌ ĐỘ TẤT CẢ CHÚNG-SANH SIÊNG TU THÀNH-TỰU TRÍ THẦN-THÔNG THỨ TÁM HIỆN VÔ-SỐ SẮC THÂN

Đại Bồ-Tát dùng trí thần-thông xuất sanh vô-lượng vô-số sắc-thân trang-nghiêm, biết tất cả pháp xa lìa sắc-tướng, không tướng sai-biệt, không các thứ tướng, không vô-lượng tướng, không tướng phân-biệt, không tướng xanh vàng đỏ trắng.

Bồ-Tát nhập nơi pháp-giới như vậy, có thể hiện thân mình làm các hình sắc. Những là sắc vô-biên, sắc vô-lượng, sắc thanh-tịnh, sắc trang-nghiêm, sắc phổ-biến, sắc vô-tỉ, sắc phổ-chiếu, sắc tăng-thượng, sắc không trái nghịch, sắc đủ các tướng, sắc lìa các ác, sắc oai-lực lớn, sắc bất-khả-thuyết âm-thanh khai-thị tất cả pháp, sắc đầy đủ tất cả hạnh Phổ-Hiền.

Đại Bồ-Tát thâm nhập vô-sắc pháp-giới như vậy, hay hiện những loại sắc-thân như vậy, làm cho kẻ được giáo-hóa thấy và nhớ. Vì kẻ được giáo-hóa mà chuyển pháp-luân. Tùy theo thời và tướng của kẻ được giáo-hóa, làm cho họ thân cận, làm cho họ khai ngộ, vì họ mà khởi các thứ thần-thông, vì họ mà hiện các thứ tự-tại, vì họ mà ra làm các việc.

Trên đây gọi là đại Bồ-Tát vì độ tất cả chúng-sanh siêng tu thành-tựu trí thần-thông thứ tám hiện vô-số sắc thân.

(Kinh Hoa Nghiêm, phẩm 28. Thập Không)

9. NHỨT-THIẾT PHÁP TRÍ THẦN-THÔNG THỨ CHÍN CỦA ĐẠI BỒ-TÁT

Đại Bồ-Tát dùng nhứt-thiết-pháp trí-thông biết tất cả pháp không có danh-tự, không có chủng-tánh, không đến không đi, chẳng phải khác, chẳng phải chẳng khác, chẳng phải các thứ, chẳng phải chẳng các thứ, chẳng phải hai, chẳng phải chẳng hai, vô-ngã, vô-tỉ, chẳng phải như lý, chẳng phải chẳng như lý.

Đại Bồ-Tát nầy chẳng lấy thế-tục-đế, chẳng trụ đệ-nhứt-nghĩa, chẳng phân-biệt các pháp, chẳng kiến lập văn tự, tùy thuận tánh tịch-diệt, chẳng bỏ tất cả nguyện, thấy nghĩa biết pháp, bủa mây pháp, xối mưa pháp. Dầu biết thiệt-tướng không thể nói phô, mà dùng phương-tiện vô-tận biện-tài, theo pháp theo nghĩa thứ đệ diễn thuyết. Bởi với các pháp, ngôn từ biện thuyết đều được thiện xảo, đại từ đại bi đều đã thanh-tịnh. Có thể ở trong tất cả pháp rời văn tự mà xuất sanh văn tự, cùng pháp, cùng nghĩa tùy thuận chẳng trái, mà nói các pháp đều từ duyên khởi.

Dầu có ngôn thuyết mà không chấp trước. Diễn nói tất cả pháp biện tài vô-tận, phân-biệt an lập khai phát chỉ dạy, làm cho pháp-tánh hiển rõ đầy đủ, dứt lưới nghi của đại-chúng, tất cả đều được thanh-tịnh.

Dầu nhiếp chúng-sanh mà chẳng bỏ chơn-thiệt. Nơi pháp bất-nhị mà không thối chuyển. Thường hay diễn thuyết pháp-môn vô-ngại. Dùng những diệu-âm theo tâm chúng-sanh mưa pháp-vũ khắp nơi chẳng hề lỗi thời.

Trên đây gọi là nhứt-thiết pháp trí thần-thông thứ chín của đại Bồ-Tát.

(Kinh Hoa Nghiêm, phẩm 28. Thập Không)

10. ĐẠI BỒ-TÁT NHẬP NHỨT-THIẾT-PHÁP DIỆT TẬN TAM-MUỘI TRÍ-THẦN-THÔNG THỨ MƯỜI CỦA ĐẠI BỒ-TÁT

Đại Bồ-Tát dùng nhứt-thiết-pháp diệt tận tam-muội trí-thông trong mỗi niệm nhập nhứt-thiết-pháp diệt-tận tam-muội. Nhưng cũng chẳng thối bồ-tát-đạo, chẳng bỏ bồ-tát-sự, chẳng rời tâm đại-từ đại-bi, tu tập ba-la-mật chưa từng thôi nghỉ, quán-sát tất cả cõi Phật không có nhàm mỏi, chẳng bỏ nguyện độ chúng-sanh, chẳng dứt sự chuyển pháp-luân, chẳng bỏ nghiệp giáo-hóa chúng-sanh, chẳng bỏ hạnh cúng-dường chư Phật, chẳng bỏ môn nhứt-thiết-pháp tự-tại, chẳntg bỏ thường thấy tất cả Phật chẳng bỏ thường nghe tất cả pháp. Biết tất cả pháp bình-đẳng vô-ngại tự-tại thành-tựu. Tất cả Phật-pháp có bao nhiêu thắng-nguyện đều được viên-mãn. Rõ biết tất cả cõi nước sai-biệt. Vào chủng-tánh Phật đến nơi bỉ-ngạn. Có thể ở trong những thế-giới kia, học tất cả pháp rõ pháp vô-tướng. Biết tất cả pháp đều từ duyên khởi không có thể-tánh, nhưng tùy thế-tục phương-tiện diễn thuyết. Dầu ở nơi các pháp tâm vô-sở-trụ nhưng thuận theo căn tánh sở thích của chúng-sanh mà phương-tiện vì họ nói các pháp.

Lúc Bồ-Tát nầy trụ nơi tam-muội, tùy theo tâm sở thích, hoặc trụ một kiếp, hoặc trụ trăm kiếp, ngàn kiếp, ức kiếp, trăm ức kiếp, ngàn ức kiếp, trăm ngàn ức kiếp, na-do-tha ức kiếp, trăm na-do-tha ức kiếp, ngàn na-do-tha ức kiếp, trăm ngàn na-do-tha ức kiếp, hoặc trụ vô-số kiếp, vô-lượng kiếp, nhẫn đến hoặc trụ bất-khả-thuyết bất-khả-thuyết kiếp.

Vì muốn lợi ích tất cả chúng-sanh nên thần-thông biến-hóa chẳng thôi dứt, nhưng nơi tam-muội vẫn tịch-nhiên chẳng động. Ví như ánh sáng mặt nhựt chiếu hiện tất cả.

Trên đây là đại Bồ-Tát nhập nhứt-thiết-pháp diệt tận tam-muội trí-thần-thông thứ mười của đại Bồ-Tát

(Kinh Hoa Nghiêm, phẩm 28. Thập Không)

11. TAM-THẾ-TRÍ THẦN-THÔNG VÔ-NGẠI

Đại Bồ-Tát trụ nơi mười thứ thần-thông như vậy, tất cả trời người không nghĩ bàn được, tất cả chúng-sanh chẳng nghĩ bàn được tất cả Thanh-Văn, Độc-Giác và chúng Bồ-Tát khác cũng đều chẳng nghĩ bàn được.

Đại Bồ-Tát nầy thân-nghiệp chẳng thể nghĩ bàn, ngữ-nghiệp và ý-nghiệp đều chẳng thể nghĩ bàn, tam-muội tự-tại, cảng-giới trí-huệ đều chẳng thể nghĩ bàn. Chỉ trừ chư Phật, và chư Bồ-Tát đã được thần-thông nầy, ngoài ra không ai có thể nói được công-đức của bực Bồ-Tát nầy.

Đây là mười thứ thần-thông của đại Bồ-Tát. Nếu đại Bồ-Tát trụ thần-thông nầy, đều được tất cả tam-thế-trí thần-thông vô-ngại.

(Kinh Hoa Nghiêm, phẩm 28. Thập Không)

Phẩm 29.

I. MỤC LỤC

Mười Nhẫn:

1. Như âm-thanh nhẫn
2. Như thuận-nhẫn
3. Vô-sanh-pháp nhẫn
4. Như-huyễn-nhẫn
5. Như diệm nhẫn
6. Như mộng nhẫn
7. Như-hưởng-nhẫn
8. Như-ảnh-nhẫn
9. Như hóa nhẫn
10. Như-không-nhẫn
11. Được thân Như-Lai
12. Tâm thường trụ tịnh – pháp.

***

II. CHÁNH VĂN

Bấy giờ Phổ-Hiền Bồ-Tát bảo chư Bồ-Tát:

Đại Bồ-Tát có mười thứ nhẫn, nếu được nhẫn nầy thời được đến nơi vô-ngại nhẫn-địa của tất cả Bồ-tát, tất cả Phật-pháp vô-ngại vô-tận.

MƯỜI NHẪN

Âm-thanh nhẫn

Thuận nhẫn

Vô-sanh-pháp nhẫn

Như huyễn nhẫn

Như diệm nhẫn

Như mộng nhẫn

Như hưởng nhẫn

Như ảnh nhẫn

Như hóa nhẫn

Như không nhẫn.

Mười nhẫn nầy, tam-thế chư Phật đã nói, nay nói, sẽ nói.

(Kinh Hoa Nghiêm, phẩm 29. Thập Nhẫn)

1. NHƯ ÂM-THANH NHẪN

Thế nào là đại Bồ-Tát âm-thanh nhẫn?

Nghĩa là nghe những pháp của chư Phật nói, chẳng kinh chẳng hãi chẳng sợ, thâm tín ngộ giải, ưa thích xu-hướng, chuyên tâm ghi nhớ, tu tập an-trụ.

(Kinh Hoa Nghiêm, phẩm 29. Thập Nhẫn)

2. NHƯ THUẬN-NHẪN

Chư Phật-tử! Thế nào là đại Bồ-Tát thuận-nhẫn?

Nghĩa là ở nơi Phật-pháp tư-duy quán-sát bình-đẳng không trái, tùy thuận biết rõ, khiến tâm thanh-tịnh, chánh trụ tu tập xu nhập thành-tựu.

(Kinh Hoa Nghiêm, phẩm 29. Thập Nhẫn)

3. VÔ-SANH-PHÁP NHẪN

Thế nào là đại Bồ-Tát vô-sanh-pháp nhẫn?

Đại Bồ-Tát nầy chẳng thấy có chút pháp nào sanh, cũng chẳng thấy có chút pháp nào diệt.

Tại sao vậy? Vì nếu đã vô-sanh thời vô-diệt. Nếu đã vô-diệt thì vô-tận. Nếu vô-tận thời ly-cấu. Nếu ly-cấu thời vô-sai-biệt. Nếu vô-sai-biệt thời vô-xứ-sở. Nếu vô-xứ-sở thời tịch-tịnh. Nếu tịch-tịnh thời ly-dục. Nếu ly-dục thời vô-tác. Nếu vô-tác thời vô-nguyện. Nếu zavô-nguyện thời vô trụ. Nếu vô-trụ thời vô-khứ vô-lai. Đây gọi là thứ ba, vô-sanh-pháp-nhẫn của đại Bồ-Tát.

(Kinh Hoa Nghiêm, phẩm 29. Thập Nhẫn)

4. NHƯ-HUYỄN-NHẪN

Thế nào là như-huyễn-nhẫn?

Đại Bồ-Tát nầy biết tất cả pháp đều như huyễn, từ nhơn duyên khởi. Ở trong một pháp hiểu nhiều pháp, trong nhiều pháp hiểu một pháp. Đã biết các pháp như huyễn, đại Bồ-Tát nầy rõ thấu quốc-độ, chúng-sanh, pháp-giới. Rõ thấu thế-gian bình-đẳng, Phật xuất-thế bình-đẳng, tam-thế bình-đẳng. Thành-tựu những thần-thông biến-hóa.

Đại Bồ-Tát quán tất cả thế-gian như huyễn. Những là nghiệp thế-gian, phiền-não thế-gian, quốc-độ thế-gian, pháp thế-gian, thời thế-gian, thú thế-gian, thành thế-gian, hoại thế-gian, vận-động thế-gian, tạo-tác thế-gian.

Lúc Bồ-Tát quán tất cả thế-gian như huyễn, chẳng thấy chúng-sanh sanh, chẳng thấy chúng-sanh diệt, chẳng thấy quốc-độ sanh diệt, chẳng thấy các pháp sanh diệt, chẳng thấy quá-khứ có thể phân-biệt được, chẳng thấy vị-lai có khởi tác, chẳng thấy hiện-tại một niệm trụ, chẳng thấy quán-sát bồ-đề, chẳng phân biệt bồ đề, chẳng thấy Phật xuất-hiện, chẳng thấy Phật niết-bàn, chẳng thấy trụ đại-nguyện, chẳng thấy nhập chánh-vị, chẳng ngoài tánh bình-đẳng.

Đại Bồ-Tát nầy dầu thành-tựu Phật-độ mà biết quốc-độ vô-sai-biệt.

Dầu thành-tựu chúng-sanh mà biết chúng-sanh vô-sai-biệt.

Dầu khắp quán pháp-giới mà an-trụ pháp-tánh vắng lặng chẳng động.

Dầu thấu rõ tam-thế bình-đẳng mà chẳng trái phân-biệt pháp tam-thế.

Dầu thành-tựu uẩn xứ mà dứt hẳn sở-y.

Dầu độ thoát chúng-sanh mà rõ biết pháp-giới bình-đẳng không các thứ sai khác.

Dầu biết các pháp xa lìa văn tự không thể ngôn thuyết mà thường thuyết pháp biện-tài vô-tận.

Dầu chẳng chấp lấy việc giáo-hóa chúng-sanh mà chẳng bỏ đại-bi, vì độ tất cả mà chuyển pháp-luân.

Dầu vì chúng-sanh khai thị nhơn duyên quá-khứ mà biết tánh nhơn-duyên không có động chuyển.

Đây gọi là như huyễn nhẫn thứ tư.

(Kinh Hoa Nghiêm, phẩm 29. Thập Nhẫn)

5. NHƯ DIỆM NHẪN

Thế nào là đại Bồ-Tát như diệm nhẫn?

Đại Bồ-Tát nầy biết tất cả thế-gian đồng như dương-diệm.

Ví như dương-diệm chẳng có phương-sở, chẳng phải nội,

ngoại, hữu, vô, đoạn, thường, chẳng phải một màu, nhiều màu, cũng chẳng phải không màu, chỉ tùy theo ngôn thuyết thế-gian mà hiển thị.

Cũng vậy, đại Bồ-Tát như thiệt quán-sát, rõ biết các pháp hiện chứng tất cả khiến được viên-mãn.

Đây gọi là như diệm nhẫn thứ năm của đại Bồ-Tát.

(Kinh Hoa Nghiêm, phẩm 29. Thập Nhẫn)

6. NHƯ MỘNG NHẪN

Thế nào là đại Bồ-Tát như mộng nhẫn?

Đại Bồ-Tát nầy biết tất cả thế-gian như mộng.

Ví như mộng chẳng phải thế-gian, chẳng phải rời thế-gian, chẳng phải dục-giới, sắc giới, vô-sắc-giới, chẳng phải sanh, diệt, nhiễm, tịnh, nhưng vẫn có hiển-thị.

Cũng vậy, đại Bồ-Tát biết tất cả thế-gian đồng như mộng. Vì không đổi khác, vì như tự-tánh của mộng, vì như mộng chấp trước, vì như mộng tánh ly, vì như bổn-tánh của mộng, vì như mộng hiện ra, vì như mộng vô-sai-biệt, vì như mộng tưởng phân-biệt, vì như lúc mộng thức giấc. Đây gọi là như-mộng-nhẫn thứ sáu của đại Bồ-Tát.

(Kinh Hoa Nghiêm, phẩm 29. Thập Nhẫn)

7. NHƯ-HƯỞNG-NHẪN

Thế nào là đại Bồ-Tát như-hưởng-nhẫn?

Đại Bồ-Tát nầy nghe Phật thuyết pháp quán các pháp-tánh tu học thành-tựu đến bỉ-ngạn, biết tất cả âm-thanh đồng như vang không lai không khứ mà hiển thị như vậy.

Đại Bồ-Tát nầy quán-sát tiếng của đức Như-Lai chẳng từ trong phát ra, chẳng từ ngoài phát ra, cũng chẳng từ nơi trong ngoài phát ra. Dầu biết rõ tiếng chẳng phải từ trong, từ ngoài, từ trong ngoài phát ra, mà có thể thị-hiện danh cú thiện-xảo diễn thuyết thành-tựu.

Ví như âm vang nơi hang từ duyên phát ra, mà cùng pháp-tánh không trái nhau. Khiến các chúng-sanh theo loài được hiểu biết và tu học.

Như Thiên-Đế phu-nhơn, con gái vua A-Tu-La, tên Xá-Chi, trong một âm-thanh phát ra ngàn thứ âm-thanh, nhưng Phu-Nhơn vẫn không có tâm nghĩ làm cho phát ra như vậy.

Cũng vậy, đại Bồ-Tát nhập vô-phân-biệt-giới, thành-tựu tiếng tùy loại thiện-xảo, ở trong vô-biên thế-giới hằng chuyển pháp-luân. Đại Bồ-Tát nầy khéo hay quán-sát tất cả chúng-sanh, dùng tướng lưỡi rộng dài mà vì họ thuyết pháp. Tiếng đó vô-ngại khắp cõi nước mười phương khiến chúng-sanh tùy sở-nghi nghe pháp đều riêng khác. Dầu biết tiếng không khởi mà khắp hiện âm-thanh. Dầu biết không sở-thuyết mà nói rộng các pháp. Diệu-âm bình-đẳng tùy loại đều hiểu riêng khác, đều dùng trí-huệ mà có thể rõ thấu.

Đây gọi là như-hưởng-nhẫn thứ bảy của đại Bồ-Tát.

(Kinh Hoa Nghiêm, phẩm 29. Thập Nhẫn)

8. NHƯ-ẢNH-NHẪN

Thế nào là đại Bồ-Tát như-ảnh-nhẫn?

Đại Bồ-Tát nầy chẳng phải sanh ở thế-gian, chẳng phải mất ở thế-gian, chẳng phải ở trong thế-gian, chẳng phải ở ngoài thế-gian, chẳng phải du hành nơi thế-gian, chẳng phải đồng với thế-gian, chẳng phải khác với thế-gian, chẳng phải qua đến thế-gian, chẳng phải chẳng qua đến thế-gian, chẳng phải trụ ở thế-gian, chẳng phải chẳng trụ ở thế-gian, chẳng phải là thế-gian, chẳng phải xuất-thế-gian, chẳng phải tu bồ-tát-hạnh, chẳng phải bỏ đại-nguyện, chẳng phải thiệt, chẳng phải chẳng thiệt. Dầu thường hành tất cả Phật-pháp mà có thể làm xong tất cả thế-sự. Chẳng theo thế-lưu cũng chẳng trụ pháp-lưu.

Ví như mặt trời, mặt trăng, nam, nữ và các vật như nhà cửa, núi rừng, sông suối vân vân, hiện bóng trong những vật thanh-tịnh như nước, dầu, châu bửu, gương sáng. Bóng cùng nước gương, v.v…, chẳng phải một, chẳng phải khác, chẳng phải ly, chẳng phải hiệp. Nơi trong giòng sông, bóng chẳng bị trôi, nơi giếng ao, bóng cũng chẳng bị chìm đắm. Dầu bóng hiện trong đó không chỗ chấp trước, nhưng các chúng-sanh biết ở chỗ đó có bóng ấy hiện, cũng biết chỗ kia không có bóng như vậy. Vật gần vật xa dầu đều hiện bóng, nhưng bóng không theo vật mà có gần xa.

Cũng vậy, đại Bồ-Tát hay biết tự-thân và tha-thân tất cả đều là cảnh-giới của trí chẳng nhận là hai mà cho là tự tha riêng khác. Dầu vậy nhưng nơi tự quốc-độ, nơi tha quốc-độ, đều riêng sai khác đồng thời hiện khắp.

Như một hột giống không có rễ, mầm, cọng, mắt, nhánh, lá, mà hay sanh khởi tất cả.

Cũng vậy, đại Bồ-Tát ở trong pháp vô-nhị mà phân-biệt hai tướng phương-tiện thiện-xảo thông đạt vô-ngại. Đây gọi là như-ảnh-nhẫn thứ tám của đại Bồ-Tát.

(Kinh Hoa Nghiêm, phẩm 29. Thập Nhẫn)

9. NHƯ HÓA NHẪN

Thế nào là như hóa nhẫn thứ chín của đại Bồ-Tát?

Đại Bồ-Tát thành-tựu như-ảnh-nhẫn nầy dầu chẳng qua đến cõi nước mười phương mà có thể hiện khắp tất cả cõi Phật. Cũng chẳng rời đây, cũng chẳng đến kia, như bóng hiện khắp chỗ du hành vô-ngại.

Làm cho chúng-sanh thấy thân sai khác đồng với tướng cứng chắc của thế-gian. Nhưng sự sai khác nầy chính là chẳng phải sai khác. Khác cũng chẳng khác không có chướng ngại.

Đại Bồ-Tát nầy từ nơi chủng-tánh Như-Lai mà sanh thân ngữ và ý thanh-tịnh vô-ngại nên có thể được thân vô-biên sắc tướng thanh-tịnh.

Thế nào là đại Bồ-Tát biết tất cả thế-gian thảy đều như hóa? Nghĩa là tất cả chúng-sanh ý-nghiệp hóa, vì giác-tưởng sanh khởi. Tất cả thế-gian chư hành hóa, vì phân-biệt sanh khởi. Tất cả khổ vui điên-đảo hóa, vì vọng-thủ sanh khởi. Tất cả thế-gian pháp chẳng thiệt hóa, vì ngôn thuyết hiện khởi. Tất cả phiền-não phân-biệt hóa, vì tưởng niệm sanh khởi. Lại có thanh-tịnh điều-phục hóa, vì vô-phân-biệt hiện khởi. Nơi tam thế chẳng chuyển hóa, vì vô-sanh bình-đẳng. Bồ-Tát nguyện lực hóa, vì tu hành quảng-đại. Như-Lai đại-bi hóa, vì phương-tiện thị-hiện. Chuyển pháp-luân phương-tiện hóa, vì trí-huệ vô-úy biện-tài diễn-thuyết.

Đại Bồ-Tát lúc an trụ như-hóa-nhẫn đều hay tròn đủ tất cả đạo bồ-đề của chư Phật lợi-ích chúng-sanh.

Đây gọi là như hóa nhẫn thứ chín của đại Bồ-Tát.

Đại Bồ-Tát thành-tựu như-hóa-nhẫn nầy, phàm việc làm ra đều đồng với hóa, ví như hóa-sĩ.

Nơi tất cả cõi Phật không chỗ y-trụ. Nơi tất cả thế-gian không chỗ chấp lấy. Nơi tất cả Phật-pháp chẳng sanh phân-biệt. Dầu vậy mà hướng đến Phật bồ-đề không rời mỏi, tu hạnh bồ-tát, rời những điên-đảo.

Dầu không có thân mà hiện tất cả thân. Dầu không chỗ trụ mà trụ các quốc-độ. Dầu không có sắc mà hiện khắp các sắc. Dầu chẳng chấp lấy thiệt-tế mà chiếu sáng pháp-tánh bình-đẳng viên-mãn.

Đại Bồ-Tát nầy nơi tất cả pháp không chỗ y-chỉ nên gọi là bực giải thoát. Thảy đều bỏ rời tất cả lỗi lầm nên gọi là bực điều-phục. Chẳng động chẳng chuyển vào khắp tất cả chúng-hội Như-Lai nên gọi là bực thần-thông. Nơi pháp vô-sanh đã được thiện-xảo nên gọi là bực vô-thối. Đủ tất cả lực, núi Tu-Di núi Thiết-Vi không làm chướng được, nên gọi là bực vô-ngại.

(Kinh Hoa Nghiêm, phẩm 29. Thập Nhẫn)

10. NHƯ-KHÔNG-NHẪN

Thế nào là đại Bồ-Tát như-không-nhẫn?

Đại Bồ-Tát nầy rõ tất cả pháp-giới như hư-không, vì vô-tướng. Tất cả thế-giới như hư-không, vì vô-khởi. Tất cả pháp như hư-không vì vô-nhị. Tất cả chúng-sanh hạnh như hư-không, vì vô-sở-hành. Tất cả Phật như hư-không, vì vô-phân-biệt. Tất cả Phật-lực như hư-không, vì vô-sai-biệt. Tất cả thiền-định như hư-không, vì tam-thế bình-đẳng. Tất cả pháp diễn thuyết như hư-không, vì chẳng ngôn thuyết được. Tất cả thân Phật như hư-không, vì vô-trước vô-ngại.

Bồ-Tát dùng phương-tiện như hư-không rõ thấu tất cả pháp đều không chỗ có.

Đại Bồ-Tát dùng nhẫn-trí như hư-không lúc thấu rõ tất cả pháp thời được thân và thân-nghiệp như hư-không, được ngữ và ngữ-nghiệp như hư-không, được ý và ý-nghiệp như hư-không.

Ví như hư-không, tất cả pháp y-tựa, chẳng sanh chẳng diệt.

Cũng vậy, đại Bồ-Tát, tất cả pháp thân chẳng sanh chẳng diệt.

Ví như hư-không, chẳng thể phá hoại được. Cũng vậy, đại Bồ Tát, tất cả trí-huệ các lực chẳng thể phá hoại được.

Ví như hư-không vào khắp tất cả mà không biên-tế. Cũng vậy, đại Bồ-Tát vào khắp tất cả pháp, mà tâm Bồ-Tát không biên-tế. Tôi sao vậy? Vì chỗ làm của Bồ-Tát như hư-không. Nghĩa là việc tu tập, việc nghiêm-tịnh, việc thành-tựu thảy đều bình-đẳng, một thể, một vị, một thứ phần lượng. Như hư-không thanh-tịnh khắp tất cả chỗ.

Đại Bồ-Tát như vậy chứng biết tất cả pháp, với tất cả pháp không có phân-biệt. Nghiêm-tịnh tất cả Phật-độ. Viên-mãn tất cả thân vô-sở-y. Rõ tất cả phương không có mê lầm. Đủ tất cả lực chẳng thể phá hoại. Đầy đủ tất cả vô-biên công-đức. Đã đến tất cả pháp-xứ thậm-thâm. Thông đạt tất cả đạo ba-la-mật. Ngồi khắp tất cả tòa kim-cang. Phát khắp tất cả tiếng tùy loại. Vì tất cả thế-gian mà chuyển pháp-luân chưa từng lỗi thời.

Đây gọi là hư-không-nhẫn thứ mười của đại Bồ-Tát.

(Kinh Hoa Nghiêm, phẩm 29. Thập Nhẫn)

11. ĐƯỢC THÂN NHƯ-LAI

Đại Bồ-Tát thành-tựu nhẫn nầy thời được thân Như-Lai, vì

vô-khứ.

Được thân vô-sanh vì vô-diệt.

Được thân bất-động, vì vô-hoại. Được thân chơn-thiệt, vì rời hư-vọng. Được thân nhứt-tướng, vì vô-tướng.

Được thân vô-lượng, vì Phật-lực vô-lượng. Được thân bình-đẳng, vì đồng tướng như.

Được thân vô-sai-biệt, vì quán tam-thế bình-đẳng. Được thân đến tất cả chỗ, vì tịnh nhãn chiếu khắp không chướng ngại. Được thân rời dục-tế, vì biết tất cả pháp không hiệp tan.

Được thân hư-không vô-biên-tế, vì phước-đức-tạng vô tận như hư-không.

Được thân biện-tài vô-đoạn vô-tận pháp-tánh bình-đẳng, vì biết tất cả, pháp-tướng chỉ là một tướng, không tánh làm tánh như hư-không. Được thân âm-thanh vô-lượng vô-ngại, vì không chướng ngại như hư-không.

Được thân đầy đủ tất cả bồ-tát hạnh thiện-xảo thanh-tịnh, vì nơi tất cả chỗ đều không chướng-ngại như hư-không.

Được thân tất cả Phật-pháp thứ đệ tiếp nối, vì chẳng thể đoạn tuyệt như hư-không.

Được thân trong tất cả cõi Phật hiện vô-lượng Phật-độ, vì rời tham chấp như hư-không vô-biên.

Được thân thị-hiện tất cả pháp tự-tại không thôi nghỉ, vì như hư-không chẳng có biên-tế.

Được thân tất cả thế-lực kiên cố chẳng thể phá hoại, vì như hư-không nhiệm-trì tất cả thế-gian.

Được thân các căn sáng lẹ như kim-cang kiên-cố không thể phá hoại, vì như hư-không tất cả kiếp hỏa chẳng đốt cháy được. Được thân có sức giữ lấy tất cả thế-gian, vì sức trí-huệ như hư-không.

Trên đây gọi là mười nhẫn của đại Bồ-Tát.

(Kinh Hoa Nghiêm, phẩm 29. Thập Nhẫn)

12. TÂM THƯỜNG TRỤ TỊNH - PHÁP

Như trong đời có người
Nghe chỗ có kho báu
Vì có thể hưởng được
Nên lòng rất vui mừng.

Cũng vậy, đại trí - huệ
Bồ - Tát chơn Phật - tử
Được nghe các Phật - pháp
Tướng thậm - thâm tịch - diệt.
Tùy thuận hóa - tự - tánh
Tu tập đạo bồ - đề
Tất cả pháp như hóa
Bồ - Tát hạnh cũng vậy.

Tất cả các thế - gian
Và cùng vô - lượng nghiệp
Bình - đẳng đều như hóa
Rốt ráo trụ tịch - diệt.

Thông đạt môn nhẫn nầy
Thành - tựu trí vô - ngại
Vượt hơn tất cả chúng
Chuyển pháp - luân vô - thượng.

Hạnh quảng - đại đã tu
Lượng đó bất - khả - đắc

Điều - Ngự - Sư trí - hải
Mới phân - biệt biết được.

Bỏ ngã mà tu hành
Nhập vào pháp - tánh sâu
Tâm thường trụ tịnh - pháp
Dùng đây thí quần - sanh.

Chúng - sanh và sát - trần
Còn biết được số đó
Công - đức của Bồ -Tát
Không thể biết hạn lượng.

Bồ - Tát hay thành - tựu
Mười thứ nhẫn như vậy
Trí - huệ và công - hạnh
Chúng - sanh chẳng lường được.
(Kinh Hoa Nghiêm, phẩm 29. Thập Nhẫn)

Phẩm 30.

I. MỤC LỤC

***

II. CHÁNH VĂN

1.NHẬP VÀO NGHĨA SỐ LƯỢNG CỦA PHẬT

Bấy giờ Tâm Vương Bồ Tát bạch Phật rằng: "Bạch Thế Tôn! Chư Phật Thế Tôn diễn nói a tăng kỳ, vô lượng, vô biên, vô đẳng, bất khả số, bất khả xưng, bất khả tư, bất khả lượng, bất khả thuyết, bất khả thuyết bất khả thuyết.

Bạch Thế Tôn! Thế nào là a tăng kỳ nhẫn đến bất khả thuyết bất khả thuyết?".

Phật bảo Tâm Vương Bồ Tát: "Lành thay! Lành thay! Nầy Thiện

nam tử! Nay ngươi muốn cho các thế gian nhập vào nghĩa số lượng của Phật đã biết mà hỏi đức Như-Lai Ứng Đẳng Chánh Giác.

Thiện nam tử lóng nghe lóng nghe! Khéo suy gẫm, Phật sẽ vì ngươi mà nói".

Tâm Vương Bồ Tát kính vâng thọ giáo.

(Kinh Hoa Nghiêm, phẩm 30. A Tăng Kỳ)

2. CÁCH TÍNH A-TĂNG-KỲ SỐ KHÔNG THỂ NGHĨ BÀN

Phật nói: "Này Thiện nam tử! Một trăm lạc xoa (1) làm một câu chi. Câu chi lần câu chi làm một a giu đa.

A giu đa lần a giu đa làm một na do tha…

Tỳ già ma lần tỳ già ma làm một ô ba bạt đa. Ô ba bạt đa lần ô ba bạt đa làm một diễn thuyết.

Diễn thuyết lần diễn thuyết làm một vô tận. Vô tận lần vô tận làm một xuất sanh.

Xuất sanh lần xuất sanh làm một vô ngã. Vô ngã lần vô ngã làm một a bạn đa.

A bạn đa lần a bạn đa làm một thanh liên hoa. Thanh liên hoa lần thanh liên hoa làm một bát đầu ma.

Bát đầu ma lần bát đầu ma làm một tăng kỳ. Tăng kỳ lần tăng kỳ làm một thú. Thú lần thú làm một chí.

Chí lần chí làm một a tăng kỳ. A tăng kỳ lần a tăng kỳ làm một a tăng kỳ chuyển.

A tăng kỳ chuyển lần a tăng kỳ chuyển làm một vô lượng. Vô lượng lần vô lượng làm một vô lượng chuyển.

Vô lượng chuyển lần vô lượng chuyển làm một vô biên. Vô biên lần vô biên làm một vô biên chuyển.

Vô biên chuyển lần vô biên chuyển làm một vô đẳng. Vô đẳng lần vô đẳng làm một vô đẳng chuyển.

Vô đẳng chuyển lần vô đẳng chuyển làm một bất khả số. Bất

khả số lần bất khả số làm một bất khả số chuyển.

Bất khả số chuyển lần bất khả số chuyển làm một bất khả xưng.

Bất khả xưng lần bất khả xưng làm một bất khả xưng chuyển.

Bất khả xưng chuyển lần bất khả xưng chuyển làm một bất khả tư.

Bất khả tư lần bất khả tư làm một bất khả tư chuyển.

Bất khả tư chuyển lần bất khả tư chuyển làm một bất khả lượng.

Bất khả lượng lần bất khả lượng làm một bất khả lượng chuyển.

Bất khả lượng chuyển lần bất khả lượng chuyển làm một bất khả thuyết.

Bất khả thuyết lần bất khả thuyết làm một bất khả thuyếtchuyển.

Bất khả thuyết chuyển lần bất khả thuyết chuyển làm một bất khả thuyết bất khả thuyết.

Và bất khả thuyết bất khả thuyết lần bất khả thuyết bất khả thuyết làm một bất khả thuyết bất khả thuyết chuyển".

(Kinh Hoa Nghiêm, phẩm 30. A Tăng Kỳ)

3. THỜI GIAN VÔ TẬN KHÔNG THỂ TÍNH

Bất khả ngôn thuyết bất khả thuyết

Sung mãn tất cả bất khả thuyết

Trong những kiếp bất khả ngôn thuyết

Nói bất khả thuyết chẳng hết được.

Bất khả ngôn thuyết các cõi Phật

Thảy đều nghiền nát làm vi trần

Trong một trần, bất khả thuyết cõi

Như một, tất cả đều như vậy.

(Kinh Hoa Nghiêm, phẩm 30. A Tăng Kỳ)

4. CHỖ MỘT ĐẦU LÔNG CÕI LỚN NHỎ

Chỗ một đầu lông cõi lớn nhỏ
Tạp nhiễm thanh tịnh cõi thô tế
Tất cả như vậy bất khả thuyết
Mỗi mỗi rõ ràng phân biệt được.

Đem một cõi nước nghiền làm bụi
Bụi đó vô lượng bất khả thuyết
Trần số vô biên cõi như vậy
Đều đến đồng nhóm đầu một lông.

Những cõi nước này bất khả thuyết
Đồng nhóm đầu lông không chật hẹp
Chẳng khiến đầu lông có thêm lớn
Mà những cõi kia chung đến nhóm.

Trên lông tất cả những cõi nước
Hình tướng như cũ không tạp loạn
Như một cõi chẳng loạn các cõi
Tất cả cõi nước đều như vậy.
(Kinh Hoa Nghiêm, phẩm 30. A Tăng Kỳ)

5. HƯ KHÔNG TRÊN ĐẦU LÔNG

Hư không cảnh giới không biên tế
Đều để trên lông khiến đầy đủ
Đầu lông cõi nước như vậy thảy
Bồ Tát một niệm đều hay nói.

Trong một lỗ lông rất nhỏ bé

Bất khả thuyết cõi tuần tự vào

Lỗ lông hay chứa những cõi kia

Các cõi chẳng khắp lỗ lông được.

Nơi bất khả thuyết các Phật pháp

Mỗi mỗi biết rõ bất khả thuyết

Hay trong nhứt thời chứng Bồ đề

Hoặc nhiều thời gian mà chứng nhập.

(Kinh Hoa Nghiêm, phẩm 30. A Tăng Kỳ)

6. ĐẦU LÔNG CÕI PHẬT BẤT KHẢ THUYẾT

Đầu lông cõi Phật bất khả thuyết

Trong trần cõi Phật bất khả thuyết

Cõi Phật như vậy đều qua đến

Thấy chư Như-Lai bất khả thuyết.

Thông đạt nhứt thật bất khả thuyết

Khéo vào Phật chủng bất khả thuyết

Chư Phật quốc độ bất khả thuyết

Đều hay qua đến thành Bồ đề.

Cõi nước chúng sanh và chư Phật

Thể tánh sai biệt bất khả thuyết

Tam thế như vậy không biên tế

Bồ Tát tất cả đều thấy rõ.

(Kinh Hoa Nghiêm, phẩm 30. A Tăng Kỳ)

NGUỒN THAM KHẢO

Kinh Đại Phương Quảng Phật Hoa Nghiêm Kinh. Hán dịch: Đại Sư Phật Xoa Nan Đà. Việt dịch HT Thích Trí Tịnh. 4 tập. Tái bản lần thứ 12. Nhà xuất bản Tôn Giáo. Pl 2563. DL 2019.

Lược Giải Kinh Hoa Nghiêm, Tác giả: HT. Thích Trí Quảng, Nhà xuất bản Thành Phố HCM, 2013.

http://www.chuahuenghiem.net/thu-vien/sach/luoc-giai-kinh-hoa-nghiem/nbspnbsp-nbspii-lich-su-truyen-thua-va-phat-trien-kinh-hoa-nghiem/

Đại Phương Quảng Phật Hoa Nghiêm Kinh Yếu Chỉ, Hòa thượng Duy Lực trích giảng https://duylucthien.wordpress.com

Yếu chỉ Đại Phương Quảng Phật Hoa Nghiêm kinh do Duy tắc Thiền sư dịch và biên soạn

https://www.chuatulam.net/p133a230/ye-u-chi-kinh-hoa-nghiem

Khái Luận Triết Lý Kinh Hoa Nghiêm, Thích Đức Nhuận, Viện Triết Lý Việt Nam & Triết Học Thế Giới California, USA Xuất bản 2000

https://thuvienhoasen.org/a1211/phan-01-noi-dung-triet-ly-kinh-hoa-nghiem

Hoa Nghiêm Kinh Yếu Giải – Đại Sư Giới Hoàn

https://www.niemphat.net/Kinh/hoanghiemyeugiai.htm

Kinh Hoa Nghiêm Đại Phương Quảng Phật Giảng Giải, Hòa Thượng Tuyên Hóa, Chùa Kim Quang, France. 25 tập.

http://chuakimquang.com/vn/news-and-event/details/thinh-kinh-sach-ht-tuyen-hoa-giang-giai-7823.aspx

Kinh Hoa Nghiêm: Lý tưởng Bồ Tát và Phật, Daisetz Teitaro

Suzuki. Thích Tuệ Sỹ

https://www.daophatngaynay.com/vn/phatgiao-vn/22127-kinh-hoa-nghiem-ly-tuong-bo-tat-va-phat.html

Mười hạnh Phổ Hiền trong Kinh Hoa Nghiêm, Thích Chí giác Châu.

https://www.chuahoangphap.com.vn/thu-vien-kinh-sach/chi-tiet-muoi-hanh-pho-hien-trong-kinh-hoa-nghiem-26/index-1484/

Kinh Hoa Nghiêm, phẩm Tịnh Hạnh, số 11. Do CE dịch và lược giải Hoa Nghiêm xuất bản

Bản đồ Đại Phương Quảng Phật Hoa Nghiêm Kinh. Thanh Lương Quốc Sư Sớ Sao. Soạn dịch và toát yếu: Ni trưởng Hải Triều Âm.

http://www.chuaduocsu.org

Luận Hoa Nghiêm Niệm Phật Tam Muội, Bành Tế Thanh luận, dịch Việt: Hải Triều Âm

Luận Hoa Nghiêm Niệm Phật Tam Muội của Thanh Bành Tế Thanh Thuật, dịch Việt: Định Huệ

https://www.chuahoangphap.com.vn/thu-vien-kinh-sach/chi-tiet-luan-hoa-nghiem-niem-phat-tam-muoi-40/index-1639/

Các tông phái Phật Giáo, Đoàn Trung Còn

https://thuvienhoasen.org/a13583/hoa-nghiem-tong

Tìm Hiểu Kinh Hoa Nghiêm - Nhân Tử Nguyễn Văn Thọ

Kinh Hoa Nghiêm, phẩm Tịnh Hạnh, CE biên soạn. 2000.

Kinh Hoa Nghiêm phẩm Hiền Thủ, Thích Hằng Trường.

Triết Học Phật Giáo Hoa Nghiêm Tông, Garma C.C.Chang. Chuyển ngữ: Thanh Lương Thích Thiện Sáng. NXB Tôn giáo. 2003.

Lười trời Đế Thích. Thanh Lương Thích Thiện Sáng. NXB Tôn giáo. 2003.

Phật Giáo Hoa Nghiêm Tông. Thanh Lương Thích Thiện Sáng.

NXB Tôn giáo. 2003.

Kinh Hoa Nghiêm, Đại cương quyển 1, CE biên soạn, Bảo Phật Thánh Hội 2000.

Bước Đầu vào đạo: Tu Hoa Nghiêm Thập Tín. CE biên soạn, Bảo Phật Thánh Hội. 2000.

Tìm hiểu Kinh Hoa Nghiêm, Minh Lạc Vũ Văn Phương, Tóm lược Triết Lý Kinh Hoa Nghiêm và Bồ Tát Đạo, Minh Đức Thanh Lương, Hội Phật Giáo Việt Nam Washington. Chùa Việt Nam Seatle. 1985.

Tóm lược Triết Lý Kinh Hoa Nghiêm và Bồ Tát Đạo, Minh Đức Thanh Lương, Hội Phật Giáo Việt Nam Washington. Chùa Việt Nam Seatle. 1986.

Hoa Nghiêm Yếu Lược, Pháp Liên. 2014.

TỦ SÁCH BẢO ANH LẠC
Do Ni sư Tiến sĩ TN Giới Hương biên soạn

SÁCH TIẾNG VIỆT

1. *Bồ-tát và Tánh Không Trong Kinh Tạng Pali và Đại Thừa* (Boddhisattva and Sunyata in the Early and Developed Buddhist Traditions).

2. *Ban Mai Xứ Ấn* (The Dawn in India), (3 tập).

3. *Vườn Nai – Chiếc Nôi* (Phật Giáo Deer Park–The Cradle of Buddhism).

4. *Quy Y Tam Bảo và Năm Giới* (Take Refuge in Three Gems and Keep the Five Precepts).

5. *Vòng Luân Hồi* (The Cycle of Life).

6. *Hoa Tuyết Milwaukee* (Snowflake in Milwaukee).

7. *Luân Hồi trong Lăng Kính Lăng Nghiêm* (The Rebirth in Śūrangama Sūtra).

8. *Nghi Thức Hộ Niệm, Cầu Siêu* (The Ritual for the Deceased).

9. *Quan Âm Quảng Trần* (The Commentary of Avalokiteśvara Bodhisattva).

10. *Nữ Tu và Tù Nhân Hoa Kỳ* (A Nun and American Inmates).

11. *Nếp Sống Tỉnh Thức của Đức Đạt Lai Lạt Ma Thứ XIV* (The Awakened Mind of the 14th Dalai Lama).

12. *A-Hàm: Mưa pháp chuyển hóa phiền não* (*Agama – A Dharma Rain transforms the Defilement*), 2 tập.

13. *Góp Từng Hạt Nắng Perris* (Collection of Sunlight in Perris).

14. *Pháp Ngữ của Kinh Kim Cang* (The Key Words of

Vajracchedikā-Prajñāpāramitā-Sūtra).

15. *Tập Thơ Nhạc Nắng Lăng Nghiêm* (Songs and Poems of Śūraṅgama Sunlight).

16. *Nét Bút Bên Song Cửa* (Reflections at the Temple Window).

17. *Máy Nghe MP3 Hương Sen* (Hương Sen Digital Mp3 Radio Speaker): Các Bài Giảng, Sách, Bài viết và Thơ Nhạc của Thích Nữ Giới Hương (383/201 bài).

18. *DVD Giới Thiệu về Chùa Hương Sen*, USA (Introduction on Huong Sen Temple).

19. *Ni Giới Việt Nam Hoằng Pháp tại Hoa Kỳ* (Sharing the Dharma - Vietnamese Buddhist Nuns in the United States).

20. *Tuyển Tập 40 Năm Tu Học & Hoằng Pháp của Ni sư Giới Hương* (Forty Years in the Dharma: A Life of Study and Service—Venerable Bhikkhuni Giới Hương), Thích Nữ Viên Quang, TN Viên Nhuận, TN Viên Tiến, and TN Viên Khuông.

21. *Tập Thơ Nhạc Lối Về Sen Nở* (*Songs and Poems of Lotus Blooming on the Way*).

22. *Nghi Thức Công Phu Khuya – Thần Chú Thủ Lăng Nghiêm* (Śūraṅgama Mantra).

23. *Nghi Thức Cầu An – Kinh Phổ Môn* (The Universal Door Sūtra).

24. *Nghi Thức Cầu An – Kinh Dược Sư* (The Medicine Buddha Sūtra).

25. *Nghi Thức Sám Hối Hồng Danh* (The Sūtra of Confession at many Buddha Titles).

26. *Nghi Thức Công Phu Chiều – Mông Sơn Thí Thực* (The Ritual Donating Food to Hungry Ghosts).

27. *Khóa Tịnh Độ – Kinh A Di Đà* (The Amitabha Buddha Sūtra).

28. *Nghi Thức Cúng Linh và Cầu Siêu* (The Rite for Deceased and Funeral Home).

29. *Nghi Lễ Hàng Ngày - 50 Kinh Tụng và các Lễ Vía trong Năm*

(The Daily Chanting Rituals and Annual Ceremonies).

30. *Hương Đạo Trong Đời 2022* (Tuyển tập 60 Bài Thi trong Cuộc Thi Viết Văn Ứng Dụng Phật Pháp 2022 - A Collection of Writings on the Practicing of Buddhism in Daily Life in the Writing Contest 2022).

31. *Hương Pháp 2022* (Tuyển Tập Các Bài Thi Trúng Giải Cuộc Thi Viết Văn Ứng Dụng Phật Pháp 2022 - A Collection of the Winning Writings on the Practicing of Buddhism in Daily Life in the Writing Contest 2022).

32. *Giới Hương - Thơm Ngược Gió Ngàn*, Nguyên Hà.

33. *Pháp Ngữ Kinh Hoa Nghiêm* (2 tập). Thích Nữ Giới Hương.

34. *Tinh Hoa Kinh Hoa Nghiêm*. Thích Nữ Giới Hương. NXB Hương Sen.

35. *Phật Giáo và Đại Dịch Coronavirus Covid-19*. Thích Nữ Giới Hương.

36. *Phật Giáo – Tầm Nhìn Lịch Sử Và Thực Hành*. Hiệu đính: Thích Hạnh Chánh và Thích Nữ Giới Hương

SÁCH TIẾNG ANH

1. Boddhisattva and Sunyata in the Early and Developed Buddhist Traditions.

2. *Rebirth Views in the Śūraṅgama Sūtra.*

3. *Commentary of Avalokiteśvara Bodhisattva.*

4. *The Key Words in Vajracchedikā Sūtra.*

5. *Sārnātha-The Cradle of Buddhism in the Archeological View.*

6. *Take Refuge in the Three Gems and Keep the Five Precepts.*

7. *Cycle of Life.*

8. *Forty Years in the Dharma: A Life of Study and Service— Venerable Bhikkhuni Giới Hương.*

9. *Sharing the Dharma -Vietnamese Buddhist Nuns in the United*

States.

10. *A Vietnamese Buddhist Nun and American Inmates.*

11. *Daily Monastic Chanting.*

12. *Weekly Buddhist Discourse Chanting.*

13. *Practice Meditation and Pure Land.*

14. *The Ceremony for Peace.*

15. *The Lunch Offering Ritual.*

16. *The Ritual Offering Food to Hungry Ghosts.*

17. *The Pureland Course of Amitabha Sutra.*

18. *The Medicine Buddha Sutra.*

19. *The New Year Ceremony.*

20. *The Great Parinirvana Ceremony.*

21. *The Buddha's Birthday Ceremony.*

22. *The Ullambana Festival (Parents' Day).*

23. *The Marriage Ceremony.*

24. *The Blessing Ceremony for The Deceased.*

25. *The Ceremony Praising Ancestral Masters.*

26. *The Enlightened Buddha Ceremony.*

27. *The Uposatha Ceremony (Reciting Precepts).*

28. *Buddhism: A Historical And Practical Vision.* Edited by Dr. Ven. Thich Hanh Chanh and Dr. Ven. Bhikṣuṇī TN Gioi Huong

SÁCH SONG NGỮ (VIETNAMESE-ENGLISH)

1. *Bản Tin Hương Sen: Xuân, Phật Đản, Vu Lan (*Hương Sen Newsletter: Spring, Buddha Birthday and Vu Lan, annual/ Mỗi Năm).

2. *Danh Ngôn Nuôi Dưỡng Nhân Cách - Good Sentences Nurture a Good Manner.*

3. *Văn Hóa Đặc Sắc của Nước Nhật Bản-Exploring the Unique Culture of Japan.*

4. *Sống An Lạc dù Đời không Đẹp như Mơ - Live Peacefully though Life is not Beautiful as a Dream.*

5. *Hãy Nói Lời Yêu Thương-Words of Love and Understanding.*

6. *Văn Hóa Cổ Kim qua Hành Hương Chiêm Bái -The Ancient-Present Culture in Pilgrim.*

7. *Nghệ Thuật Biết Sống - Art of Living.*

SÁCH CHUYỂN NGỮ

1. *Xá Lợi Của Đức Phật* (Relics of the Buddha), Tham Weng Yew.

2. *Sen Nở Nơi Chốn Tử Tù* (Lotus in Prison), many authors.

3. *Chùa Việt Nam Hải Ngoại* (Overseas Vietnamese Buddhist Temples).

4. *Việt Nam Danh Lam Cổ Tự* (The Famous Ancient Buddhist Temples in Vietnam).

5. *Hương Sen, Thơ và Nhạc* – (Lotus Fragrance, Poem and Music).

6. *Phật Giáo-Một Bậc Đạo Sư, Nhiều Truyền Thống* (Buddhism: One Teacher – Many Traditions), Đức Đạt Lai Lạt Ma 14th & Ni Sư Thubten Chodren.

7. *Cách Chuẩn Bị Chết và Giúp Người Sắp Chết-Quan Điểm Phật Giáo* (Preparing for Death and Helping the Dying – A Buddhist Perspective).

ALBUMS NHẠC

8. Từ Thơ Thích Nữ Giới Hương

9. Đào *Xuân Lộng Ý Kinh* (The Buddha's Teachings Reflected in Cherry Flowers).

10. *Niềm Tin Tam Bảo* (Trust in the Three Gems).

11. *Trăng Tròn Nghìn Năm Đón Chờ Ai* (Who Is the Full Moon Waiting for for Over a Thousand Years?).

12. *Ánh Trăng Phật Pháp* (Moonlight of Dharma-Buddha).

13. *Bình Minh Tỉnh Thức* (Awakened Mind at the Dawn) (*Piano Variations for Meditation*).

14. *Tiếng Hát Già Lam* (Song from Temple).

15. *Cảnh Đẹp Chùa Xưa* (The Magnificent, Ancient Buddhist Temple).

16. *Karaoke Hoa Ưu Đàm Đã Nở* (An Udumbara Flower Is Blooming).

17. *Hương Sen Ca* (Hương Sen's Songs)

18. *Về Chùa Vui Tu* (Happily Go to Temple for Spiritual Practices)

19. *Gọi Nắng Xuân Về* (Call the Spring Sunlight).

Quý vị có thể xem Tủ Sách Bảo Anh Lạc tại website:

http://huongsentemple.com/index.php/en/

PHÁP NGỮ KINH HOA NGHIÊM (Tập 1)
Tác giả: Bảo Anh Lạc Bookshelf 74 - Thích Nữ Giới Hương

NHÀ XUẤT BẢN TÔN GIÁO
53 Tràng Thi – Hoàn Kiếm - Hà Nội
ĐT: (024)37822845
Email: nhaxuatbantongiao@gmail.com

Chịu trách nhiệm xuất bản:
Giám đốc: ThS. Nguyễn Hữu Có

Chịu trách nhiệm nội dung:
Tổng Biên tập: Lê Hồng Sơn
Biên tập: Nguyễn Thị Thanh Thủy
Trình bày: Vũ Đình Trọng
Sửa bản in: Vũ Đình Trọng

Đơn vị liên kết: Bà Phạm Thị Ngọc Dung (Thích Nữ Giới Hương),
F3/29N1 Ấp 6 - xã Vĩnh Lộc A – huyện Bình Chánh - TP. Hồ Chí Minh.
Số lượng in: 1.000 bản, Khổ: 15,24 x 22,86 cm
In tại: Công ty TNHH Sản xuất Thương mại Dịch vụ In ấn Trâm Anh,
159/57 Bạch Đằng, phường 2, quận Tân Bình, thành phố Hồ Chí Minh.
Số ĐKXB: 2160-2023/CXBIPH/04-94/TG
Mã ISBN: 978-604-61-9645-7
QĐXB: 461/QĐ-NXBTG ngày 27 tháng 7 năm 2023
In xong và nộp lưu chiểu quý III năm 2023